த.ஸ்டாலின் குணசேகரன் நேர்காணல்கள்

தொகுப்பாசிரியர்
வே.குமரவேல்

நியூ செஞ்சுரி புக் ஹவுஸ் (பி) லிட்.,
41-பி, சிட்கோ இண்டஸ்டிரியல் எஸ்டேட்,
அம்பத்தூர், சென்னை- 600 098.
☎ : 044 - 26251968, 26258410, 26241288

Language: Tamil
T.Stalin Gunasekaran Nerkanalgal
Compiled by: **V. Kumaravel**
First Edition: August, 2017
Copyright: Publisher
No. of pages: xx + 488 = 508
Publisher:
New Century Book House Pvt. Ltd.,
41-B, SIDCO Industrial Estate,
Ambattur, Chennai - 600 098.
Tamilnadu State, India.
Email : info@ncbh.in
Online : www.ncbhpublisher.in

ISBN: 978 - 81 - 2343 - 312 - 7
Code No. A 3613
₹ 415/-

Branches
Ambattur (H.O.) 044 - 26359906, **Spenzer Plaza (Chennai)** 044-28490027
Trichy 0431-2700885 **Pudukkottai** 04322- 227773 **Tanjore** 04362-231371
Tirunelveli 0462-2323990 **Madurai** 0452 2344106, 4374106
Dindigul 0451-2432172 **Coimbatore** 0422-2380554 **Erode** 0424-2256667
Salem 0427-2450817 **Hosur** 04344-245726 **Krishnagiri** 0434-3234387
Ooty 0423 2441743 **Vellore** 0416-2234495 **Villupuram** 04146-227800
Pondicherry 0413-2280101 **Thiruvannamalai** 04175-223449

த.ஸ்டாலின் குணசேகரன்
நேர்காணல்கள்
தொகுப்பாசிரியர்: **வே.குமரவேல்**
முதல் பதிப்பு: ஆகஸ்ட், 2017

அச்சிட்டோர்: **பாவை பிரிண்டர்ஸ் (பி) லிட்.,**
16 (142), ஜானி ஜான் கான் சாலை, இராயப்பேட்டை, சென்னை - 14
☎: 044-28482441

பதிப்புரை

தமிழகம் நன்கறிந்த மிகச்சிறந்த சொற்பொழிவாளர், எழுத்தாளர், தொழிற்சங்கவாதி மற்றும் சமூகச் செயல்பாட்டாளருமான த.ஸ்டாலின் குணசேகரன் அவர்கள் தற்காலத்தைய தமிழக ஆளுமைகளில் முக்கியமானவராவார். இந்தியஅளவில் பல்வேறு எழுத்தாளர்கள், அரசியல் தலைவர்கள், கலைஞர்கள் எனப் பல்துறை அறிஞர்களுடனும் சீர்மிகு உறவைப் பேணி வருபவர். இந்திய விடுதலைப் போராட்ட வரலாறு குறித்த நூலை தனது கடுமையான உழைப்பால் தொகுத்தும் பதிப்பித்தும் வெளியிட்டு, தேச விடுதலையில் தமிழர்களின் பங்களிப்பை அடையாளப்படுத்தியதன் மூலமாக வானளாவிய பெருமை சேர்த்தவர். தமிழகம் மட்டுமல்லாது இந்தியா முழுமைக்கும் சுற்றுப்பயணம் மேற்கொண்டு தனது களப்பணி, சமூகப்பணி மற்றும் ஆய்வுப்பணிகளால் தமிழ் மொழிக்கும் தமிழ்ச் சமூகத்துக்கும் தொய்வின்றிப் பணியாற்றி வருபவர். மக்கள் சிந்தனைப் பேரவை உருவாக்கமும் அதன் வாயிலாக ஈரோட்டில் இடைவிடாது மிகச் சிறப்பாக நடத்தப் பெறும் புத்தகத் திருவிழாவும் அவரது ஆகச்சிறந்த செயல்பாடுகளில் முதன்மையானதாகும். பாரதி விழா, பகத்சிங் விழா எனப் பல்வேறு வரலாறு மற்றும் சமுக, கலை இலக்கிய நிகழ்வுகளை ஈரோட்டில் நிகழ்த்தி வரும் மிகச்சிறந்த சமூகச் செயல்பாட்டாளர்.

பல்வேறு உலக நாடுகளுக்கும் சென்று தமிழ் மற்றும் இந்தியப் பெருமிதங்களை அடையாளப்படுத்தி வருவதோடு உலக நாடுகளி லிருந்தும் வளமையான அறிவுச்செல்வத்தைத் தமிழகத்துக்குக் கொணர்ந்து சேர்ப்பதிலும் அயராது அரும்பணி ஆற்றும் ஸ்டாலின் குணசேகரன் அவர்கள் தமிழகத்துக்குப் பெருமையும் புகழும் சேர்ப்பதோடு தமிழகமெங்கும் புத்தக வாசிப்பை ஓர் மக்கள் இயக்கமாக மாற்றுவதில் முனைந்து செயல்படுபவராகவும் விளங்குகிறார்.

கடந்த நாற்பதாண்டுகளுக்கும் மேலாகப் பொதுவாழ்விலும் சமூகப்பணியிலும் முழுவதுமாகத் தன்னை ஈடுபடுத்திக்கொண்டுள்ள

அவரது வாழ்வனுபவங்கள் வாயிலாக தமிழ்ச்சமூகம் எண்ணற்ற அரிய தகவல்களையும் செழுமையான வரலாற்றுக் குறிப்புகளையும் கண்டுணர்ந்திட இயலும். கடந்த 2001ஆம் ஆண்டிலிருந்து பல்வேறு நாளிதழ்கள், வார, மாத இதழ்கள், வானொலி மற்றும் தொலைக் காட்சிகளுக்கு அவர் அளித்த நேர்காணல்கள் இந்நூலில் காலவரிசைப் படி இடம் பெற்றுள்ளன. தெளிவான நோக்கங்களும் ஆழமான திட்டமிடல்களும் தீவிரமான தொடர் முயற்சிகளும் இருந்தால் எந்தவொரு கடினமான இலக்கையும் அடைவது எளிதானது என்ற அனுபவ உண்மையை இந்நேர்காணல்களிலிருந்து உணரமுடியும்.

தமிழ் மக்களிடையே புத்தக வாசிப்பை ஊக்குவிப்பதை அடிப்படை நோக்கமாகக் கொண்ட ஸ்டாலின் குணசேகரன் அவர்களின் களப்பணி மற்றும் சமூகச் செயல்பாடுகளை அறிந்துகொள்வதன் வாயிலாக எல்லாத் தரப்பினரும் பல்வேறு தளங்களில் புத்தக வாசிப்பு குறித்த மதிப்பீடுகளை உணர்ந்து தாங்களும் சமூகச் செயலாற்றமுடியும். மிகுந்த பொறுப்பும் கடமையுணர்ச்சியும் மிக்க சமூகப்பணிகளில் செழுமிய அனுபவமிக்க அவரது சிந்தனைகளையும் அயராத தொண்டுப்பணிகளையும் தமிழ்கூறு நல்லுலகம் அறிந்துகொள்ள வேண்டும் என்பதைக் கருத்திற்கொண்டு இந்நூல் பதிப்பாக்கம் செய்யப்படுகிறது.

பதிப்பகத்தார்

முன்னுரை

கட்டுரைகளைப் போல நேர்காணல்களும் கருத்தைச் சொல்வதற்கான ஒரு வடிவம்தான். ஆனால், கட்டுரையைப் பொறுத்தவரை ஆழ்ந்து சிந்தித்து ஒரு விஷயம் பற்றித் தீர்மானகரமாக முடிவிற்கும் தெளிவிற்கும் வந்த பிறகு அதற்கான குறிப்புகளையும் தரவுகளையும் வைத்துக்கொண்டு எழுதுகிறோம்.

அவ்வாறு எழுதப்படுகிற கட்டுரைகளைக் கூட உடனே, அப்படியே இதழ்களுக்கோ மலர்களுக்கோ கொடுக்க வேண்டும் என்பது கட்டாயமல்ல. அதில் உள்ள சந்தேகத்தைத் தெளிவுபடுத்திக் கொள்வதற்கு வேறு புத்தகங்களைத் தேடி அவற்றில் கிடைக்கப்பெறும் புதிய தகவல்களைக் கொண்டு கட்டுரையைத் திருத்தலாம்; செழுமைப் படுத்தலாம்.

ஆனால், நேர்காணலில் கேட்கப்படுகிற கேள்விக்கு அப்போதைக்கப் போதே பதில் சொல்ல வேண்டும். சில வானொலி மற்றும் தொலைக் காட்சிப் பேட்டிகளின் போது நேரடியாகப் பேசப் பேசவே லட்சக்கணக்கான நேயர்கள் கேட்டுக்கொண்டும் பார்த்துக் கொண்டும் இருப்பார்கள். சில பேட்டிகளில் இடையிடையே நேயர்களும் சற்றும் எதிர்பாராத கேள்விகளைக் கேட்பார்கள். அவ்வாறான ஏற்பாட்டினை நிலையத் தாரே நேயர்களுக்கு முன் கூட்டியே அறிவிப்புச் செய்து முறைப்படுத்தி வைத்திருப்பார்கள்.

Necessity is the mother of invention என்ற ஆங்கிலப் பழமொழியைப் போல, நிர்பந்தமும் தேவையும் தான் நாம் இதுவரை எங்கும் சொல்லாத, சொல்ல வேண்டிய சூழல் ஏற்படாத சில செய்திகளையோ தகவல் களையோ நேர்காணல்களில் குறிப்பிட வைக்கிறது.

அது நிச்சயமாக மனதில் ஆழப்பதிந்து கிடப்பவையாக இருந்திருக்கும். சூழல்கருதி அது நேர்காணலுக்கான பதிலாக வெளி வருகிறது. கேள்விகள் அவற்றைக் கிளறி விடுகின்றன.

எமது நேர்காணல்கள் அனைத்தையும் முறையாக அப்போதைக்கப் போதே சேகரித்துப் பாதுகாக்கவில்லை. வெளிவந்த நேரத்தில் அவற்றை

வாசித்திருக்கிறோம். அதற்குப் பிறகு அவற்றை எங்காவது வைக்கிறோம். தொலைக்காட்சி, வானொலியில் பேட்டிகள் வெளியாகிற போது யாரிடமாவது முன்கூட்டியே சொல்லி வைத்து அப்போதே பதிவு செய்ய வேண்டும் அல்லது அந்நிலையத்தாரிடம் பிறகு கேட்டுப் பெற வேண்டும். சில நிலையத்தார் அவ்வாறு கொடுப்பதில்லை. சிலர் ஒளிபரப்பாகிய சில நாட்கள் வைத்திருந்து பிறகு அழித்து விடுவோம் என்கின்றனர்.

2002 இல் என்னை ஒரு பேட்டியெடுத்திருந்தார் கவிஞர் மரபின்மைந்தன் ம.முத்தையா. அதை அட்டைப்பட சிறப்புப் பேட்டியாக - அப்போது அவர் ஆசிரியராக இருந்த 'தன்னம்பிக்கை' மாத இதழில் விரிவாக வெளியிட்டிருந்தார். அந்த இதழ் தொலைந்து விட்டது. அதே போன்று ராஜ் டி.வியில் திருமதி நிர்மலா பெரியசாமி எடுத்த ஒரு மணி நேரப் பேட்டியை வாங்கி வைக்கவில்லை. கே.டிவி-யில் ஒவ்வொரு வாரமும் அரை மணிநேரம் வீதம் மூன்று வாரங்களுக்கு ஒளிபரப்பிய பேட்டியையும் அவர்களிடம் வாங்கவில்லை.

ஒருமுறை லண்டன் தமிழ்த் தொலைக்காட்சிக் குழுவினர் தமிழகம் வந்திருந்தபோது எமது வீட்டிற்கு வந்து பல முன்னேற்பாடுகளைச் செய்து ஒரு மணிநேரம் பேட்டியெடுத்தனர். ஒளிபரப்பானதைப் பார்த்த லண்டன் நண்பரொருவர் அப்பேட்டி குறித்து என்னிடம் லண்டனிலிருந்து தொலைபேசியில் தெரிவித்தார். கனடா நாட்டிற்கு நிகழ்ச்சிகளில் பங்கேற்கச் சென்றபோது அங்கு இரண்டு தனியார் தொலைக்காட்சி நிலையங்கள் வெவ்வேறு கோணங்களில் எம்மைப் பேட்டியெடுத்தன. இரண்டுமே நிலையங்களுக்கு அழைத்துச் செல்லப்பட்டு முறையாக அளிக்கப்பட்ட நீண்ட பேட்டிகள்.

அதேபோல் லண்டன் தனியார் வானொலி நிலையத்தார் இலங்கைப் பிரச்சினை உச்சகட்டத்தில் இருந்த நேரத்தில் லண்டனிலிருந்தவாறே இங்கிருந்த எம்மிடம் ஒரு மணிநேரத் தொலைபேசி பேட்டியெடுத்தனர். அது முழுக்க முழுக்க இலங்கைத் தமிழ் மக்களின் பிரச்சினைகள் சார்ந்த அரசியல் பேட்டி.

சீனா சென்றிருந்தபோது சீன அரசு வானொலியின் தமிழ் ஒலிபரப்பு நிலையத்தலைவர் நான் தங்கியிருந்த அறைக்கே வருகை புரிந்து எம்மை நிலையத்திற்கு அழைத்துச் சென்றதோடு அவரே எம்மிடம் ஒன்றரை மணிநேர பேட்டியெடுத்தார். நிலையத் தலைவர் நன்றாகத் தமிழ் பேசும் ஒரு சீனப் பெண்மணி. அப்பேட்டி சீனப் பயணத்தை அடிப்படையாகக் கொண்டதோடு மற்ற முக்கிய அம்சங் களையும் உள்ளடக்கிய முழுமையான பேட்டியாகும்.

அது பல கட்டங்களாகப் பிரித்து தொடராக ஒலிபரப்பப்பட்டுள்ளது. அதனைக் கேட்ட இங்குள்ள சீனத்தமிழ் வானொலி நேயர்கள் பலர் என்னிடத்தில் தெரிவித்தனர். இலக்கிய நிகழ்வுகளில் பங்கேற்க சிங்கப்பூர் சென்றிருந்தபோது அந்நாட்டின் அரசு வானொலி நிலையத்தாரின் ஏற்பாட்டில் நிலையத்திற்குச் சென்று பேட்டியளித்துள்ளேன்.

இப்படி எத்தனையோ பேட்டிகள் அவ்வப்போது அளிக்கப்பட்டிருந்தாலும் அவற்றையெல்லாம் வாங்கி வைக்கவில்லை.

'அழைத்தார்கள்.... பேட்டி கொடுக்கிறோம்' என்ற அளவில்தான் நினைத்தோமே தவிர இப்படி ஒரு நூல் வெளிவரும், அதற்காக பேட்டிகளைச் சேகரித்து வைத்திருக்க வேண்டும் என்று அப்போது கருதுவதற்கு வாய்ப்பில்லை.

அவ்வப்போது, சில விரிவான பேட்டிகள் வெளியாகும் போதெல்லாம் அவற்றை சிறு நூலாக வெளியிடுமாறு சில நண்பர்கள் கருத்துத் தெரிவித்தார்கள். ஈரோடு புத்தகத் திருவிழா குறித்த பேட்டிகளை மட்டும் தனியாகத் தொகுத்து வெளியிட்டால் வேறு ஊர்களில் புதிதாகப் புத்தகத்திருவிழா நடத்துபவர்களுக்குப் பயன்படும் என்றும் சிலர் கூறினார்கள். அதற்கான வாய்ப்போ சூழலோ அப்போது ஏற்படவில்லை.

ஒருமுறை அரியலூர் மாவட்டம் செந்துறையைச் சேர்ந்த தமிழ்ச் சங்கச் செயலாளர் வே.குமரவேல், அவ்வூரின் தமிழ்ச் சங்கத் தொடக்க விழாவில் உரையாற்ற என்னை அழைத்தார், அந்நிகழ்ச்சியில் பங்கேற்றேன். அப்போதே என்னுடைய பேட்டியொன்றை வீடியோவில் பதிவு செய்ய விரும்புவதாகவும் ஏற்கனவே தமிழறிஞர் தெ.ஞானசுந்தரம், பெரியாரியல் அறிஞர் வே. ஆனைமுத்து ஆகியோரின் நேர்காணல்களைப் அவ்வாறு பதிவு செய்துள்ளதாகவும் தெரிவித்தார். அவர்களின் ஆளுமை, அனுபவம், வயது போன்றவற்றைக் குறிப்பிட்டு அவற்றைப் பதிவு செய்தது பாராட்டத்தக்கதென்றும் நம்முடைய பேட்டி குறித்துப் பிறகு யோசிக்கலாம் என்றும் கூறித் தவிர்த்தேன். இது நடந்து 5, 6 ஆண்டுகளுக்கும் மேலாயிற்று.

இடைப்பட்ட இந்த 5, 6 ஆண்டுகளில் செந்துறையில் மக்கள் சிந்தனைப் பேரவையின் கிளை உருவானது, அவ்வூர் நண்பர்கள் பேரவையின் வேறு நிகழ்வுகளுக்காக ஈரோடு வந்து சென்றது, வேறு பல நிகழ்ச்சிகளில் உரையாற்ற அழைக்கப்பட்டு நானும் அவ்வூர் சென்றது போன்றவையே அவர் கேட்டுக்கொண்ட நேர்காணலுக்கு இசைவு தெரிவிக்கக் காரணங்களாக அமைந்தன.

நண்பர் வே.குமரவேல், மூன்று, நான்கு முறை ஈரோடு வந்து வீடியோவில் மணிக்கணக்கில் பதிவு செய்த நேர்காணல்கள் இத்தொகுப்பில் அரசியல், சமூகம், பொது என்ற மூன்று தலைப்புகளில் சிறப்பு நேர்காணல்களாக இடம் பெற்றுள்ளன.

வீடியோவில் பதிவு செய்யப்பட்ட நேர்காணல்களில் சிலவற்றைச் செழுமைப்படுத்தும் விதத்தில் என்னிடம் கூடுதலான தகவல்களைக் கேட்டறிந்தும், அவசியம் இடம் பெறவேண்டிய கேள்விகள் விடுபட்டிருந்தால் அவற்றிற்கான பதில்களை நேரில் பெற்றும் இந்நேர்காணல்களில் தக்க இடங்களில் இணைத்துள்ளார்.

இவரின் சிறப்பு நேர்காணல்களோடு தொலைக்காட்சி மற்றும் வானொலிகளில் வெளிவந்துள்ள சில நேர்காணல்களையும் இத்தொகுப்புக்காக எழுத்து வடிவாக்கியுள்ளார். இத்தகைய சீரிய முயற்சியை மேற்கொண்ட நண்பர் வே.குமரவேல் அவர்களுக்கு மனமுவந்த நன்றியைத் தெரிவித்துக் கொள்கிறேன்.

நேர்காணல்களின் தொகுப்பு நூலொன்று கொண்டு வரும் எண்ணம் தொடக்கத்தில் எமக்கு இல்லையாயினும் நண்பர்களின் முன்முயற்சியால் அவ்வாறு கொண்டுவர முடிவான பிறகு அது செம்மையானதாகத் திகழ வேண்டுமென்பதில் தனிக்கவனம் செலுத்தினேன்.

இந்நூலை வெளியிடுவதற்காக அழைக்கப்பட்டிருந்த தமிழக அரசுச் செயலாளர் முனைவர் வெ.இறையன்பு ஐஏஎஸ் அவர்களிடம் வெளியீட்டு விழாவிற்கு முன்பு இந்நூலின் பிரதி அளிக்கப்பட்டிருந்தது. அந்நூலை ஒருமுறைக்கு இருமுறை வாசித்து விட்டதாகக்கூறிய அவர், நூலின் உள்ளடக்கத்தை மிகவும் நெகிழ்ச்சியுடன் பாராட்டினார். "நூலில் உங்களால் சொல்லப்பட்டிருக்கும் சில நாயகர்களின் செயல்கள் வியப்பூட்டுபவையாக இருக்கின்றன. அத்தகைய சிறந்த மனிதர்களின் தோற்றம் எப்படி இருந்திருக்கும் என்று கற்பனை செய்து பார்த்தேன். அவர்களின் புகைப்படங்கள் இந்நூலில் இடம்பெற்றால் உங்களால் வர்ணிக்கப்படுகிற அத்தகைய அரிய நிகழ்ச்சிகளுக்கு உயிர் கிடைக்கும்" என்று தெரிவித்தார்.

தக்கநேரத்தில் அளிக்கப்பட்ட இந்த ஆலோசனையை ஏற்று படங்கள் தேடும்படலம் தொடங்கியது.

நெஞ்சில் நிறுத்திப் போற்றத்தக்க - அதே நேரம், படிக்கும்போது வாசகர்களின் மனக்கண் முன் பளிச்சென்று முகம் தெரியும் ஆளுமைகளை இயன்றவரை தவிர்த்து, அதிகம் முகமறியப்படாதவர்களின் படங்களே பெரும்பாலும் இத்தொகுப்பில் சேர்க்கப்பட்டுள்ளன. அதிலும் மறைவெய்தியவர்களின் படங்களே அதிகம் இடம்பெற்றுள்ளன.

ஆலோசனை நல்கிய வெ.இறையன்பு அவர்களுக்கு நெஞ்சார்ந்த நன்றியைத் தெரிவித்துக் கொள்கிறேன்.

அரசியல், இலக்கியம், சமூகவியல், தமிழியல் போன்ற பல தளங்களில் ஆழத்தடம் பதித்து, தமிழகத்தின் மதிக்கத்தக்க மூத்த ஆளுமையாக விளங்குகிற ஐயா பழ.நெடுமாறன் அவர்கள் இந்நூலுக்கு சிறந்ததொரு அணிந்துரையை உளப்பூர்வமாக வழங்கியுள்ளார்.

அணிந்துரை வழங்கிய உலகத்தமிழர் பேரமைப்பின் தலைவர் ஐயா பழ.நெடுமாறன் அவர்களுக்கு மனமார்ந்த நன்றியைத் தெரிவித்துக் கொள்கிறேன். ஐயாவின் அணிந்துரை இந்நூலுக்கு முத்திரையென்றால் அது மிகையில்லை.

பேட்டி எடுத்தவர்கள் அனைவரையும் நான் இப்போது தனித் தனியாக நினைத்துப் பார்க்கிறேன். பெரும்பாலானோர் மிகுந்த சிரத்தையெடுத்தனர். உரிய தயாரிப்புகளோடு வந்து முறையாகப் பேட்டியெடுத்தனர். இதில் இடம் பெற்றுள்ள பேட்டிகளில் சில அட்டைப்படப் பேட்டிகளாக இதழ்கள் வெளியிட்டவை. இதழ்களுக் காகவும் ஊடகங்களுக்காகவும் பேட்டியெடுத்த அனைவருக்கும், அவற்றை அந்தந்த கால கட்டத்தில் வெளியிட்ட இதழ்கள், ஒலிபரப்பிய வானொலிகள், ஒளிபரப்பிய தொலைக்காட்சி நிலையங்கள் அனைத்திற்கும் மனமுவந்த நன்றியைத் தெரிவித்துக்கொள்கிறேன்.

இந்த நேர்காணல் தொகுப்பு முழுமைபெற்று வெளிவருவதற்குப் பலரின் உணர்வுப் பூர்வமான உதவியும் ஒத்துழைப்பும் இருந்துள்ளது.

சென்னையில் பதிவான பெரும்பாலான நேர்காணல்களுக்கு என்னோடு அந்தந்த நிலையங்களுக்கு அப்போதே உடன் வந்தவர் மக்கள் சிந்தனைப் பேரவையின் செயலாளரும் திரைப்பட இயக்குனரு மான நண்பர் ந.அன்பரசு அவர்கள். பதிவான நேர்காணல்களை அவரே முயன்று நிலையத்தாரிடமிருந்து பின்னர் பெற்றிருக்கிறார். அவற்றை இதுவரை ‘எதற்கும் இருக்கட்டுமே’ என்று பாதுகாத்து வைத்திருந்திருக் கிறார். எமது பேட்டிகள் இடம்பெற்ற சில இதழ்களையும் வெளிவந்த போதே வாங்கி வைத்துள்ளார். இவற்றோடு காலவரிசைப்படுத்துதல், பேட்டியெடுத்தவர்களின் பெயர் மற்றும் தேதிகளைக் கண்டறிதல், புகைப்படங்கள் சேகரித்தல் உள்ளிட்ட இந்நூலாக்கப் பணிகள் பலவற்றிலும் தனது பங்களிப்பைச் செலுத்தியுள்ள நண்பர் ந.அன்பரசு அவர்களுக்கு நன்றி.

சில நேர்காணல்களைப் பதிவு செய்து வைத்திருந்த ராம்ஜி வீடியோஸ் நண்பர் வி.ராம்ஜி, கவின் ஆடியோஸ் ஜி.ரமேஷ், தட்டச்சு செய்த எஸ்.எஸ்.கிராபிக்ஸ் பி.எல்.செந்தில்குமார் ஆகியோருக்கு நன்றி.

நேர்காணல்கள் தொகுப்பில் கூறுவது கூறல் பல சமயங்களில் தவிர்க்கமுடியாததாக இருக்கும். இத்தொகுப்பில் அந்த நோக்கத்தில் கவனிக்கப்பட்டு இயன்றவரை கூறுவது கூறலைத் தவிர்க்க முயற்சி யெடுக்கப்பட்டுள்ளது. அவ்வாறான சில நேர்காணல்கள் இத்தொகுப்பில் இடம் பெறாமலேயே தவிர்க்கப்பட்டுமுள்ளது. அப்படி வருகிறபோது இயன்றவரை ஒரு நேர்காணலில் மட்டும் அப்பகுதி இடம் பெறுமாறு பார்த்துக் கொள்ளப்பட்டது. அதையும் மீறி வருகிற கூறுவது கூறலை இடம், பொருள், ஏவல் கருதித் தவிர்க்க முடியவில்லை.

இந்நூலை நேர்த்தியாகப் பதிப்பித்துள்ள கீர்த்திமிக்க நியூ செஞ்சுரி புக் ஹவுஸ் லிமிடெட் புத்தக நிறுவனத்திற்கும், அதன் மேலாண்மை இயக்குனர் திரு.சண்முகம் சரவணன் அவர்களுக்கும் ஊழியர்களுக்கும் நன்றியைத் தெரிவித்துக் கொள்கிறேன்.

ஈரோடு

அன்புடன்,

21.7.2017

த.ஸ்டாலின் குணசேகரன்

அணிந்துரை

தமிழகம் அறிந்த சிறந்த சிந்தனையாளரும், எழுத்தாற்றல் நிறைந்த வரும், மக்களை ஈர்க்கும் பேச்சாற்றல் மிக்கவருமான தோழர் த. ஸ்டாலின் குணசேகரன் அவர்கள் இதழ்களுக்கும் ஊடகங்களுக்கும் அளித்த செவ்விகளின் தொகுப்பு அடங்கிய நூலினைப் படித்துப் பார்த்தேன்.

இதழ்களுக்குக் கட்டுரைகள் எழுதினால்கூட அவற்றை அனுப்பு வதற்கு முன் திருத்தவும், அனுப்பிய பிறகு அச்சேறுவதற்கு முன்கூட திருத்த முடியும். ஆனால், வானொலி, தொலைக்காட்சி ஆகியவற்றிற்கு அளிக்கும் நேர்காணல் நேரடியாக மக்களுக்குப் போய்ச் சேர்வதால் திருத்துவதற்கு வாய்ப்பில்லை. கேள்வி கேட்கப்படும் அந்தக்கணமே அவற்றிற்குரிய பதிலைக் கூறவேண்டியிருக்கும். கேள்வியாளர்கள் சிலர் வேண்டுமென்றே சீண்டிவிட்டுக் கோபத்தைக் கிளறி நம்மைத் தடுமாறச் செய்து அவர்கள் எதிர்பார்க்கும் பதிலைப் பெற்றுவிடுவார்கள். எனவே, எந்தக் கட்டத்திலும் நிதானம் இழக்காமலும், கோப வயப்படாமலும் பதில் அளிப்பது மிகத் தேர்ந்த கலையாகும். அந்தக் கலை தோழர் ஸ்டாலின் குணசேகரன் அவர்களுக்குக் கைவந்த கலை என்பதை இந்நூல் எடுத்துக்காட்டுகிறது.

கேள்வி கூர்மையாக இருந்தால் பதிலும் செழுமையாக அமையும். முன் தயாரிப்பில்லாத கேள்வி, பதில் கூறுவோரைச் சலிப்படையச் செய்யும். ஆனால், இந்த நூல் நெடுகிலும் அவர் அளித்திருக்கிற பதில்கள் படிப்போரைச் சிந்திக்கச் செய்து மகிழ்விக்கின்றன. பல இடங்களில் இதுவரை யாரும் அறிந்திராத புதிய செய்திகளைத் தெரிவித்து அவர் பதிலளித்திருக்கும் முறை நிச்சயமாகப் படிப்போரை ஈர்க்கும் என்பதில் ஐயமில்லை.

எடுத்துக்காட்டாக விடுதலைப் போராட்ட வீராங்கனை கடலூர் அஞ்சலையம்மாள் அவர்களின் குடும்பத்தினரைப்பற்றிய செய்திகள், கொடிகாத்த குமரன் சென்ற ஊர்வலத்திற்கு தலைமை தாங்கிய திருப்பூர் தியாகி பி.எஸ். சுந்தரம் குறித்த செய்திகள், நேதாஜியின்

இந்திய தேசிய இராணுவத்தில் பெண்கள் பிரிவின் தலைவியாக விளங்கிய கேப்டன் இலட்சுமி, ஜானகித் தேவர் ஆகியோரைப் பற்றிய செய்திகள் நமது கண்களைக் குளமாக்குகின்றன.

அறிவு வேள்வி நடத்தும் தவச்சாலை என ஈரோடு புத்தகத் திருவிழா குறித்து அமைப்பாளரான அவரது கருத்து அவரது புனிதமான தொண்டிற்கு எடுத்துக்காட்டாகும். எங்கே புத்தகங்கள் புறக்கணிக்கப் படுகின்றனவோ, அங்கே மனிதம் புறக்கணிக்கப்படுகிறது, என்ற கருத்து புத்தகத் திருவிழாவின் நோக்கத்தை வெளிப்படுத்தும் கருத்தாகும். தமிழ்நாட்டில் நடைபெறும் புத்தகக் கண்காட்சிகளில் காணமுடியாத ஒரு சிறப்பு ஈரோடு புத்தகத் திருவிழாவின்போது நான் காண நேர்ந்தது. வெளிநாடுகளில் வாழும் தமிழர்களின் ஆக்கங்களைத் திரட்டி அதற்கெனச் சிறப்பான இடம் ஒதுக்கித் தந்ததோடு மட்டுமல்ல; அவர்களின் படங்களையும் நூல்களையும் அங்கே வைத்திருந்தது எனது நெஞ்சத்தைத் தொட்டது.

'வரலாறு என்பது வளரும் தன்மையுள்ளது' என்னும் தலைப்பில் அவர் அளித்துள்ள நேர்காணலில் சிந்து சமவெளி நாகரிகம் பல்லாயிரம் ஆண்டுகளுக்கு முற்பட்டது. ஆனால், அம்மக்கள் இரும்பின் பயன் பாட்டை அறியாதவர்கள். கொங்கு மண்டலத்தில் நொய்யல் ஆற்றங்கரையில் உள்ள கொடுமணல் நாகரிக மக்கள் இரும்பின் பயன்பாட்டை நன்கறிந்தவர்கள். அதுமட்டுமல்ல ரோமாபுரியோடு வணிக உறவு கொண்டிருந்தார்கள் என்பதை வரலாற்று முக்கியத்துவம் உணராதவர்கள்கூட புரிந்துகொள்ளும் வகையில் விரிவாகவும் விளக்கமாகவும் அவர் அளித்துள்ள பதில்கள் பாராட்டத்தக்கவை யாகும்.

'சுயமரியாதையே குடியரசுக் கொள்கையின் அடித்தளமாகும்' என்ற தலைப்பில் அவர் அளித்த வானொலி நேர்காணலில் பின்வரும் கருத்தை முன் வைக்கிறார். 'குடியரசு என்ற கண்ணோட்டம் துளிர்க்கத் தொடங்கியப் பிறகுதான் மனிதனுக்கு சுயமரியாதையோடு வாழும் வாய்ப்பு கிடைக்கத் தொங்குகிறது. மனிதகுலம் கொஞ்சம் கொஞ்சமாக முன்னேறிக்கொண்டிருக்கிறது என்பதற்கான அடையாளம் தான் குடியரசுச் சிந்தனை. முடியாட்சி இருக்கிற காலத்தில் குடியரசுச் சிந்தனை திடீரென வெடித்துக் கிளம்ப முடியாது' என்று கூறுகிறார்.

நமது நாட்டில் குடியரசுத் தத்துவம் தோன்றி வளர்ந்த வரலாற் றையும், நமது அரசியல் அமைப்புச் சட்டம் உருவான வரலாற்றையும் இன்றைய தலைமுறையினர் உணரும் அளவிற்கு விளக்கமாகக் கூறியுள்ள பாங்கு பாராட்டத்தக்கது.

மக்களாகிய நுகர்வோருக்கு உள்ள உரிமைகள் என்ன என்ன? பாதுகாப்பு என்ன என்ன? என்பதைக் குறித்து பாமர மக்களும் புரிந்துகொள்ளும் வகையில் அவர் அளித்துள்ள நேர்காணல் மக்களுக்கு சிறந்த வழிகாட்டும் நேர்காணலாகும்.

பேச்சு, எழுத்து, ஆய்வு, களப்பணி, புத்தகத் திருவிழா, மக்கள் சிந்தனைப் பேரவையின் தொண்டு மற்றும் அவர் சார்ந்திருக்கிற பொதுஉடைமை இயக்கப் பணிகள், தொழிற்சங்கப் பணிகள், இவற்றின் காரணமாக வழக்கறிஞர் தொழிலையே முற்றிலுமாகத் துறந்து மக்கள் தொண்டிற்குத் தன்னை ஒப்படைத்துக்கொண்டு தேனீ போலச் சுறுசுறுப்பாக இயங்கிக்கொண்டிருக்கும் தோழர் ஸ்டாலின் குணசேகரன் அவர்களின் சிந்தனைச் செறிவுள்ள கருத்துகள் அடங்கிய இந்நூல் இளைய தலைமுறைக்கு வழிகாட்டும் சிறந்த நூலாகும்.

பழ.நெடுமாறன்
தலைவர், உலகத்தமிழர் பேரமைப்பு

தொகுப்பாசிரியர் உரை

1975க்குப் பிறகு பிறந்த என்னைப்போன்ற இளைஞர்கள் பலருக்கு காங்கிரஸ், காந்தி, காமராஜர், கக்கன் என்பதெல்லாம் கொஞ்சம் சுவாரஸ்யம் குறைந்த சமாச்சாரமாகவே இருந்தது. நான் பதினோராம் வகுப்பு, பன்னிரெண்டாம் வகுப்பு படித்துக் கொண்டிருந்த காலத்தில் ஏறத்தாழ 500 மாணவர்களில் ஓரிரு மாணவர்கள் மட்டுமே நூலகத்தைப் பயன்படுத்தி வந்தோம்.

ஒரு மாலை நாளிதழில் நான் பணியாற்றிக் கொண்டிருந்தேன். காலை 7 மணி முதல் மதியம் 3 மணி வரைதான் வேலை. ஆகவே பொழுது போக வேண்டும் என்பதற்காக - என் சம்பளம் குறைவாக இருந்தாலும் சென்னையின் பல பகுதிகளிலும் நடக்கும் கூட்டங்களுக்குச் செல்வேன்.

2001 முதல் 2010 வரை பல கூட்டங்களை நான் பார்த்திருக்கிறேன். சினிமா பார்க்கப் பணம் வேண்டுமே, நேரமாகிவிட்டதே, இடம் கிடைக்கவேண்டுமே என்ற பதட்டம் - பரபரப்பெல்லாம் இலக்கியக் கூட்டங்களுக்குப் போகும் போது தேவையில்லை.

தேனீரும் பிஸ்கட்டுகளும் கொடுத்து நம்மை மரியாதையோடு அழைத்து அமர வைப்பார்கள்.

தலைநகரின் பல இடங்களுக்கும் போன அனுபவத்தில் சொல் கிறேன், வந்தவர்களேதான் வந்து கொண்டிருப்பார்கள். இளைஞர் களையோ பெண்களையோ புதியவர்களையோ பார்ப்பது அரிது.

முதலில் பொழுதுபோக வேண்டும் என்பதற்காகக் கூட்டங்களுக்குப் போக ஆரம்பித்த நான் சில பேச்சாளர்களின், எழுத்தாளர்களின் அறிவாற்றலால் ஈர்க்கப்பட்டு அவர்களின் ஆய்வுக் கண்ணோட்டத்தாலும் சுவைமிகுந்த சொல்லாட்சியாலும் கவரப்பட்டு மாலை நேரப் பல்கலைக் கழகங்களுக்குப் போவது என்பது ஒரு பழக்கமாகவும் கடமையாகவும் ஆகிவிட்டது.

கல்லூரியிலும் மூன்று ஆண்டுகளில் மிகக்குறைவான மாணவர்கள் மட்டுமே நூலகத்தைப் பயன்படுத்தி வந்தோம். என் வயது ஒத்தவர்களில் நான் அறிந்திருக்கும் அளவுக்கு அரசியல்வாதிகள், இலக்கிய கர்த்தாக்கள், சொற்பொழிவாளர்கள் மற்ற மாணவர்களுக்குத் தெரியாது.

பெரும்பாலும் வரலாற்று வகுப்பு என்பது ஊரைச் சுற்றுவதற்கும் அரட்டை அடிப்பதற்கும் திரைப்படங்களுக்குப் போவதற்கும் தான் பயன்பட்டது. திரைப்படங்களில் காட்டுவது உண்மைதான். தமிழ், வரலாறு போன்ற பாடங்களை நடத்துகிறவர்கள் கேலிக்குரியவர்களாக, நகைச்சுவைப் பாத்திரங்களாகத்தான் கருதப்பட்டார்கள். அப்படி இருக்கக்கூடாது. அது தவறுதான். ஆனால் நான் நடந்ததைத்தான் சொல்கிறேன்.

திராவிட இயக்கப் பேச்சாளர்களுக்கு செல்வாக்கும் வரவேற்பும் பிரமாதமாக இருந்தது. தேசிய இயக்கத்தின், பொதுவுடமை இயக்கத்தின் சொற்பொழிவாளர்கள் மக்களை அவ்வளவாக ஈர்க்கவில்லை.

படிக்கப்படிக்க பல்வேறு கூட்டங்களையும் கேட்கக்கேட்க என் சிந்தனையில் முன்பிருந்த போக்கு தலைகீழாக மாறியது.

2001 முதல் 2010 வரை இரு நாளிதழிலும் ஒரு வார இதழிலும் பணியாற்றினேன். அங்கும் நூலகங்களைப் பயன்படுத்துவது இலக்கியக் கூட்டங்களுக்குச் செல்வது சிலருக்கு மட்டுமே பழக்கமாக இருந்தது.

காந்தி நூல்கள் வெளியீட்டு விழாவில் குறிப்பெடுப்பதற்கு ஒரு நோட்டுப்புத்தகமும் ஒரு எழுதுகோலும் கொடுத்தனர். சரி! ஏதாவது கவிதை எழுதலாம், வசனம் எழுதலாம் என்று வாங்கி வைத்துக் கொண்டேன்.

இந்தக் கூட்டத்தில் த. ஸ்டாலின் குணசேகரன் அவர்கள் 'தமிழகத்தில் காந்தியடிகள்' என்ற தலைப்பில் மிக அற்புதமாகப் பேசினார். சரித்திரத்தின்மீது ஒரு ருசியை ஏற்படுத்தும்படி விடுதலைப் போராட்டக் காலத்தை கண் முன்னால் காட்சியாக்கும் வகையில் அவருடைய வீர உரை அமைந்திருந்தது, வரலாறு என்பது செத்துப் போய் கிடக்கும் பிணமல்ல. ரத்தமும் சதையும் உள்ள உயிரோவியம். நமக்கு வழிகாட்டும் அமரகாவியம் என்பதை அவரது உரை சொல்லாமல் சொல்லியது.

2011-ஆம் ஆண்டு அவரை செந்துறைச் செம்மொழி தமிழ்ச் சங்கத் தொடக்க விழாவுக்கு அழைத்து வந்தோம். 'விடுதலை வேள்வியில் தமிழகம்' என்ற தலைப்பில் ஒன்றரை மணி நேரம் பேசினார்.

ஒரு மனிதனின் மீது முதன்முதலாக ஏற்படும் மதிப்பு வாழ்நாள் முழுவதும் தொடரும். அலைபேசியில், தவறிய அழைப்பைப் பார்த்து

என்னோடு தொடர்பு கொண்டார். அவரது உதவியாளர் மூலமாக எனக்கு 'சுதந்திரச் சுடர்கள்' என்ற தலைப்பில் ஏற்கனவே அவர் நிகழ்த்தியிருந்த விடுதலைப் போராட்டம் தொடர்பான சொற்பொழிவுகளின் ஒலிப்பேழை களை அனுப்பிவைத்தார். என்னிடம் நீண்ட நேரம் பேசி நான் யார் என்பதையும் நான் என்ன சிந்திக்கிறேன் என்பதையும் ஒரு வழக்கறிஞருக்கே உரிய கூர்மையான கவனத்தோடு புரிந்து கொண்டார். இந்தப் பொறுப்புணர்ச்சியும் அணுகுமுறையும் எனக்குப் பிடித்திருந்தது.

தமிழகத்தில் வாழும் முதன்மையான அறிஞர்கள் சிலரை சந்தித்து விரிவாகப் பேசிப் பதிவு செய்து அதைப் புத்தகமாகக் கொண்டு வரவேண்டும் என்று விரும்பினேன். பழ.நெடுமாறன், தெ.ஞானசுந்தரம், வல்லிக்கண்ணன், தி.க.சி., வே. ஆனைமுத்து, திருவாரூர் தங்கராசு, கோவை ஞானி, க.திருநாவுக்கரசு, தியாகு, த.ஸ்டாலின் குணசேகரன் போன்றவர்களைச் சந்திக்கத் தீர்மானித்திருந்தேன்.

ஈ.வெ.கி.சம்பத், கவிஞர் கண்ணதாசன், எழுத்தாளர் ஜெயகாந்தன், தவத்திரு குன்றக்குடி அடிகளார், அதற்கும் முந்தைய தலைமுறையைச் சேர்ந்த அறிஞர் அண்ணா, இலக்கியப் பேராசான் ஜீவா இப்போது நம்மிடையே வாழ்ந்து கொண்டிருக்கிற பேராசிரியர் தெ.ஞானசுந்தரம், தா.பாண்டியன் போன்றவர்களின் பெரும்பான்மையான சிறந்த உரைகளை இளைய தலைமுறையினர் கேட்டு உள்வாங்கிக் கொள்ள சிறந்த ஒலிப்பதிவுகள் இல்லையே என்பது எனக்கு மிகப்பெரிய வருத்தமாக இருந்தது. இன்றும் கூட பல அறிஞர்களுக்கு நல்ல ஒலிப்பதிவுகள் இல்லாதது கவலைக்குரிய ஒன்று.

இருட்டு இருட்டு என்று இயம்புவதை நிறுத்திவிட்டு அகல்விளக்கை ஏற்றுவது யார்? புலம்பலை விடுத்து பூனைக்கு மணியைக் கட்டுவது யார் என்று புரியாமல் இருந்த வேளையில் பூனைக்கு அல்ல, சிங்கத்திற்கே மணியைக் கட்டினான் சிந்தனைப் பேரவைத் தலைவன் ஈரோட்டில்.

சுதந்திரப் போராட்டக் காலத்தை விரிவாகப் பதிவு செய்திருக்கிறீர் களே! பெற்ற சுதந்திரத்தைப் பேணிக்காக்க முடியாமல் போய்விடுமோ என்று கருதுகிற அளவுக்கு பல பிரச்சினைகள் இன்று மண்டிக்கிடக்கிறதே அவை குறித்து உங்கள் கருத்து என்ன என்று அவரைப் பலமுறை பேட்டி கண்டேன்.

சென்ற தலைமுறையைச் சேர்ந்த பலரை 'பராசக்தி' குணசேகரன் இழுத்திருக்கிறார். ஸ்டாலின் குணசேகரனும் அவரைப் பெற்றவர்களும் கூட அப்படிப்பட்ட பாத்திரங்களால் ஈர்க்கப்பட்டவர்கள்தான். நான்

அந்த பராசக்தி குணசேகரனால் ஈர்க்கப்படவில்லை. இந்த 'பாதை தெரியுது பார்' குணசேகரனால் ஈர்க்கப்பட்டேன்.

இந்த நேர்காணல் புத்தகத்தைத் தயாரிக்க உதவிய மக்கள் சிந்தனைப் பேரவையின் சென்னை மாவட்டச் செயலாளர் ந.அன்பரசு, அரியலூர் மாவட்டத் தலைவர் ஜா. தினகரன், செயற்குழு உறுப்பினர் ஜோதி, வேல்முருகன், பத்திரிகையாளர் வே.ராஜவேல், செந்துறை ஒன்றியச் செயலாளர் வை.மருதவாணன், வெ.கடம்பன், மு.சுப்பிரமணியன், நினைவில் வாழும் தங்க. வேலாயுதம் போன்ற நண்பர்கள் அனைவருக்கும் வாசகர்களுக்கும் என் நன்றி, வணக்கம்.

அன்புள்ள
வே. குமரவேல்
தொகுப்பாசிரியர்

பொருளடக்கம்

1. இந்தப்போராட்டம் அர்த்தமுள்ளது; இந்த வரலாறு ஆழமானது! 1
2. அன்று பெயரில் ஜாதி இருந்தது; மனதில் இல்லை! 17
3. உருவான வேலூர்ப் புரட்சியும் கருவான கோவைக் கிளர்ச்சியும் 25
4. வரலாற்று வைபவத்திற்கு வாருங்கள் 37
5. ஈரோடு புத்தகத் திருவிழா - ஈர்க்கும் குவிமையம் 45
6. தலைவர் என்பவர் தலைமைத் தொண்டனாக இருக்க வேண்டும் 49
7. பாதுகாக்கின்ற பொறுப்பும் வளர்க்கின்ற கடமையும் 54
8. பத்திரிகை சுதந்திரமும் பத்திரிகை தர்மமும் 57
9. கடந்தகால இந்தியாவைப் படிப்போம் எதிர்கால இந்தியாவைப் படைப்போம் 59
10. ஈழப் பிரச்சினையில் நழுவிச் செல்லும் போக்கைக் கடைப்பிடிக்கக் கூடாது! 72
11. நாங்கள் விடுதலைப் போராளிகள் 78
12. திரைகடலோடி... திரவியம் தேடி...! 88
13. சமூகத்தின் கடைக்கோடியில் உள்ள மனிதனும் அறிவு வெளிச்சம் பெறவேண்டும் 93
14. நாட்டை நல்ல திசைக்கு இட்டுச் செல்பவை புத்தகங்களே! 100
15. மக்களுக்காகச் சிந்திப்போம்... மக்களைச் சிந்திக்க வைப்போம்... 110
16. உள்ளாட்சித் தேர்தல் கற்பித்த பாடம் 118
17. ஈழப்பிரச்சினை தமிழகத்தில் எதிரொலிக்கத்தான் செய்யும் 121
18. அரசியல்வாதிகள் தொடர்புடைய வழக்குகளில் நிபுணத்துவம் பெற்ற அதிகாரிகள் தங்கள் திறமைகளைக் காட்ட அனுமதிக்கப்படுவதில்லை 129

19. இந்தியப் பணத்தில் 40 சதவிகிதம் மும்பையில் மட்டுமே புழங்குகிறது.	137
20. பொது சுத்திகரிப்பு நிலையமே நிரந்தரத் தீர்வு	144
21. மிகச்சிறந்த புத்தகங்களே சிந்தனையைச் செம்மைப்படுத்தும்	153
22. புத்தகங்களின் மீது மக்களுக்கு தீராத ஆர்வம் ஏற்பட வேண்டும்	163
23. யார் குற்றவாளி?	167
24. தமிழ் இனத்தை அழிக்கவா ஆயுதம் கொடுத்தோம்?	182
25. தேர்தல் காலத்தில் மக்கள் தங்கள் சுயமரியாதையை வெளிப்படுத்த வேண்டாமா?	185
26. புத்தகச் சந்தையில் பொதுமக்களின் பங்களிப்பு	204
27. பெருமைமிகு ஈரோடு	219
28. எங்கே புத்தகங்கள் புறக்கணிக்கப்படுகிறதோ அங்கே மனிதம் புறக்கணிக்கப்படுகிறது	229
29. அறிவு வேள்வி நடக்கும் தவச்சாலை	234
30. அனைத்து மக்களும் அறிந்து கொள்ள வேண்டிய குடியரசுதினச் செய்தி என்ன?	242
31. நோபல் பரிசுக் கமிட்டியே வெட்கித் தலைகுனிந்தது...	249
32. நெம்புகோல்களே புத்தகங்கள்	258
33. ஈரோட்டோடு நின்று விடுகிற இயக்கமல்ல மக்கள் சிந்தனைப் பேரவை	267
34. எல்லைகளைக் கடந்த ஈரோடு புத்தகத் திருவிழா	270
35. சுயமரியாதையே குடியரசுக் கொள்கையின் அடித்தளம்	273
36. குறையான சேவையே குறைபாடான சேவைதான்	296
37. பெரும் வரலாறு படைத்த பெண்கள்	308

சிறப்பு நேர்காணல்கள்

38. கடமையும் உரிமையும் இரண்டு கண்கள்	315
39. வரலாறு என்பது வளரும் தன்மையுள்ளது	381
40. சட்டம் வென்றது தர்மம் தோற்றது	419

சன் தொலைக்காட்சி - 12 பிப்ரவரி, 2001

இந்தப்போராட்டம் அர்த்தமுள்ளது;
இந்த வரலாறு ஆழமானது!

இன்றைய 'வணக்கம் தமிழகம்' பகுதியில் சிறந்த வரலாற்று ஆய்வாளரும் சொற்பொழிவாளருமான திரு த.ஸ்டாலின் குணசேகரன் அவர்களைச் சந்திக்கிறோம்.

'விடுதலை வேள்வியில் தமிழகம்' என்ற அரிய பெரிய சரித்திர முக்கியத்துவம் வாய்ந்த புத்தகத்தை கடின உழைப்பாலும் திடசித்தத்தாலும் உருவாக்கியுள்ளீர்கள். வீரபாண்டிய கட்டபொம்மன், வ.உ.சி போன்ற தலைவர்களை நமக்குத் தெரியும். நமக்குத் தெரிந்த தலைவர்களைப் பற்றிய தெரியாத செய்திகளைப் பதிவு செய்திருக்கிறீர்களா? இல்லை தெரியாத பல வீரர்களின் குறிப்புகளைச் சொல்லியிருக்கிறீர்களா?

நமக்குத் தெரிந்த விவரங்கள் குறைவாகவும் நமக்குத் தெரியாத செய்திகள் அதிகமாகவும் இருக்கும். தெரியாத விவரங்களுக்கு முக்கியத்துவம் கொடுத்திருக்கிறேன். வெளிச்சத்திற்கு வராமல் இருக்கிற எத்தனையோ வரலாற்றுக் குறிப்புகள் தமிழ்நாட்டில் இருக்கின்றன. மிக அற்புதமான தியாகங்களைச் செய்த சாதாரண மனிதர்கள் பலர் இருந்திருக்கின்றனர்.

பிரபலத் தலைவர்களைப் போலவே அதிகநாட்கள் ஜெயிலில் இருந்து, பெரிய சித்திரவதைகளை அனுபவித்த, விதிவிலக்காகத் திகழக்கூடிய மாமணிகள் பலர் இருந்துள்ளனர். அவர்களைத் தேடிப் பிடித்து அவர்களைச் சார்ந்த யாரேனும் ஒருவர் அந்தத் தியாகிகளை ஹைலைட் செய்தாலொழிய அவர்களைப் பற்றிய தகவல்கள் வெளியே தெரிவதில்லை.

அப்படி அவர்களைச் சார்ந்தவர்கள் யாரும் இல்லையென்றாலோ அல்லது அவர்கள் ஏழை எளியவர்களாக இருந்தாலோ அவர்களைப் பற்றி யாருக்கும் புரிவதில்லை. சார்ந்தவர்கள் யாரும் இல்லாதவர் களுக்கு நாமே சார்ந்தவர்களாக இருந்து, அவர்களை நேரில் சந்தித்து

வாய்மொழியாக அவர்களின் அனுபவங்களைக் கேட்டறிந்து கொண்டு வந்திருக்கிறோம்.

அவர்களில் பலர் இறந்து போனவர்களாக இருந்தால் டாக்கு மென்ட் எனப்படுகிற ஆவணங்களின் அடிப்படையிலும் ஆய்வாளர்கள், எழுத்தாளர்களின் ஆலோசனையின் பேரிலும், தேவைப்பட்டால் ஆவணக்காப்பகத்திற்குச் சென்றும் சரிபார்த்து சரித்திரத்தில் அவர்களைப் பதிவு செய்திருக்கிறோம்.

மொத்தம் இந்தப்புத்தகங்கள் எத்தனை பாகங்கள் கொண்டது? எத்தனை பக்கங்கள் உடையது?

இந்த நூல் மூன்று பாகங்கள் கொண்டது. இப்பொழுது இரண்டு பாகங்கள் வெளிவரவுள்ளன. 1,200 பக்கங்கள் உடையவை. நூறு கட்டுரைகளாக வருகின்றன. சில முக்கியத் தலைவர்களைப் பற்றியும் அதிகம் வெளிச்சத்திற்கு வராத மனிதர்கள் குறித்தும் வருகின்றன. நபர்களைப்பற்றி மட்டுமல்ல, முக்கியமான நிகழ்ச்சிகள், போராட்டங்கள் அடிப்படையிலும் கட்டுரைகள் இடம்பெற்றுள்ளன.

சில பெயர்களைச் சொல்ல முடியுமா?

கடலூர் அஞ்சலையம்மாள் அவர்களைச் சொல்லலாம். 'தெய்வத் தாய்' அஞ்சலையம்மாள் என்றுதான் அவர்களைச் சொல்வார்கள். குள்ளமாக இருப்பார். அவர்கள் குடும்பமே ஜவஹர்லால் நேரு குடும்பத்தைப்போல தியாகம் செய்த குடும்பம். எடுத்துக்காட்டாகச் சொல்லவேண்டுமானால் ஆறு அல்லது ஏழு முறை அவர்கள் ஜெயிலுக்குப் போயிருக்கிறார்கள். ஒருமுறை அவர்கள் சிறைக்குச் செல்லும்போது நிறைமாதக் கர்ப்பிணியாக இருந்தார். இன்னும் ஒரு 15 அல்லது 20 நாட்களில் டெலிவரி ஆகிவிடும் என்கிற நிலை. இருந்தாலும் நீதிபதி தீர்ப்பு கூறியபிறகு சிறைக்குப் போய்விடுகிறார். பிறகு விடுப்பில் வெளியே வருகிறார்.

ஒருமாத விடுப்பில், 15 நாட்களில் குழந்தை பிறந்து விடுகிறது. இப்பொழுது ஒரு புதிய பிரச்சினை. அவர் ஒருவராக வந்தார். இப்பொழுது இருவராக இருக்கிறார்கள். ஆகவே என்ன செய்வது என்று நீதிபதியிடம் போகிறார்கள். "நீங்கள் விருப்பப்பட்டால் அந்தக் குழந்தையையும் எடுத்துக்கொண்டு உள்ளே போகலாம். அல்லது குழந்தையை வெளியே விட்டுவிட்டும் போகலாம். ஆக நீங்கள் உள்ளே போகத்தான் வேண்டும்" என்று அந்த நீதிபதி சொல்ல, கடைசியாக அந்தக் கைக்குழந்தையோடு ஜெயிலுக்குப் போகிறார்.

அங்கே ஜெயிலில் இருந்தவர்கள் அந்தக் குழந்தைக்கு ஜெயசிம்மன் என்று பெயர் வைத்திருக்கிறார்கள். அந்தத் தாயோடு அந்தக் குழந்தையும் 5 ஆண்டு காலம் சிறையிலே இருந்திருக்கிறது. இன்னொரு சம்பவம் 'நீலன் சிலை அகற்றும் போராட்டம்'. அந்தப் போராட்டத்திலும் அஞ்சலையம்மாள் பங்கு கொள்கிறார். கைது செய்யப்பட்டு நீதிபதியின் முன்னால் நிறுத்தப்படுகிறார். அம்மாக்கண்ணு என்கிற அவரின் பெண் குழந்தையும் அந்தப் போராட்டத்தில் கலந்து கொள்கிறது.

தியாகி
கடலூர் அஞ்சலையம்மாள்

அந்தப் பெண்ணைப் பார்த்து நீதிபதி கேட்கிறார்: "நீ அம்மா கூட சும்மா வந்தியா? இல்ல போராட்டத்துல கலந்துக்க வந்தியா?" அதற்கு அந்தப் பெண் குழந்தை, "அம்மா கூடத்தான் வந்தேன். ஆனால் போராட்டத்தில் கலந்து கொள்ளத்தான் வந்தேன்" என்று கூறியது.

சின்னப்பொண்ணு...

"ஆமாங்க. சின்னப்பொண்ணு. ஒன்பது வயது, "உன்னை ஜெயிலில் போடுவோம்" என்றார்கள். "பரவாயில்லை போகிறேன்" என்று அவள் சொல்ல, தாயை ஒரு சிறையிலும் மகளை ஒரு சிறையிலும் அடைத்தனர். அதாவது தனியாக சிறுமியர் சிறைச்சாலையில். அது மட்டுமல்ல, அஞ்சலையம்மாளின் கணவர் முருகப்பரும் தியாகி.

ஒருமுறை காந்தியடிகள் வந்தபொழுது அம்மாக்கண்ணுவைப் பார்க்கவேண்டும் என்று சொல்லி அழைத்து வரச்சொல்லி ஆசீர்வதித்து, லீலாவதி என்று பெயரை மாற்றி வார்தாவில் இருக்கிற ஆசிரமத்திற்கே அழைத்துக்கொண்டார். அந்த லீலாவதிதான் பெரிய சுதந்திரப் போராட்ட வீரராக அறியப்பட்ட ஜமதக்னியின் துணைவியானார். ஜமதக்னி சிறையில் இருந்தபோது அவரை இவர் அடிக்கடி பார்க்கப் போக காதல் அரும்பி திருமணத்தில் முடிந்தது. அந்தக்குடும்பமே இந்த நாட்டுக்காக தியாகம் செய்த பெரிய குடும்பம். இதைப்போல தமிழகம் முழுவதும் நிறையப்பேர் இருக்கிறார்கள்.

இந்தத் தகவல்களையெல்லாம் எப்படிச் சேகரிக்கிறீர்கள்?

சம்பந்தப்பட்ட குடும்பத்தினரைச் சென்று சந்திப்போம். இன்றும் எஞ்சி இருப்போரைச் சந்திப்போம். சக விடுதலைப் போராட்ட வீரர் களைப் பார்ப்போம்.

இதை அவசர அவசரமாகவும், ஆதாரப்பூர்வமாகவும், தெளிவாகவும், இப்போதே தயாரிக்க வேண்டும், தாமதப்படுத்தலாகாது என்று நினைத்ததற்கு காரணம், இன்னும் ஒரு 10 ஆண்டு காலம் கழித்து இந்தியாவில் சுதந்திரப் போராட்ட வீரர்களே இருக்கமாட்டார்கள். அவர்கள் நீண்டகாலம் வாழவேண்டும் என்பதுதான் நமது ஆசை. ஆனால் இயற்கை? கொஞ்சம் முன்னால் கலந்துகொண்டவர்கள் எல்லாம் படிப்படியாகக் குறைந்துகொண்டு வருகிறார்கள். ஆகவே அப்படிப் பட்டவர்களை யெல்லாம் பெரும் முயற்சியெடுத்து நேரில் சந்தித்தேன். ஒரு வேளை நாம் தேடிச்சென்ற நபர்கள் காலமாகியிருந்தால் அவர்களது குடும்பத்தினரை, உடன் போராடியோரை, உடன் சிறையில் இருந்தவர்களை, அக்கம்பக்கத்தில் இருந்தவர்களை விசாரித்து அறிந்து கொள்கிறோம். துண்டுப்பிரசுரங்கள், மாவட்ட அளவில் வெளிவந்துள்ள நூல்கள், மலர்கள், இயக்க வெளியீடுகள், ஆவணக் காப்பகங்களிலுள்ள பழைய ஆவணங்கள் ஆகியவற்றை வைத்துச் சரி பார்க்கிறோம்.

விடுதலைப் போராட்ட வீரர்களின் பட்டியலை எவ்வாறு தயாரித்தீர்கள்?

அதற்கும் நாம் சுதந்திரப்போராட்ட வீரர்களிடம்தான் செல்ல வேண்டும். அவர்களில் இன்னமும் ஒரு பத்து, இருபது முக்கியமானவர்கள் இருக்கிறார்கள். முதியவர்கள் 85 வயது, 90 வயதைக் கடந்தவர்கள் இன்னும் சிலர் இருக்கிறார்கள். நல்ல நினைவாற்றலும் சொல்லும் திறனும் படைத்தவர்கள். இதில் இன்னொரு சிக்கல் என்னவென்றால் வயதாக வயதாக நினைவாற்றல் குறையும், பேசும் தன்மை குறையும். ஆகவே எவ்வளவு விரைவாக இந்தப்பணியைச் செய்ய முடியுமோ அவ்வளவு சீக்கிரம் இதைச் செய்துவிடவேண்டும் என்று நினைத்தேன். அந்தத் தியாகியரை அணுகி உங்களுடன் போராடிய சகவீரர்கள் யார் யார்? மறக்க முடியாத நிகழ்வுகள் ஏதேனும் இருக்கிறதா? பெரிய தலைவர்களைச் சந்தித்த அனுபவங்கள், சிறைச்சாலையில் கிடைத்த அனுபவங்கள், அந்த ஊரில் அந்த வட்டாரத்தில் நடைபெற்ற அரசியல் கிளர்ச்சிகள் குறித்தெல்லாம் கேட்டுப்பதிவு செய்தோம்.

அப்படி நீங்கள் சந்தித்த விடுதலைப் போராட்ட வீரர் ஒருவரைப் பற்றியும் அவர் கூறிய சம்பவத்தைக் குறித்தும் ஒன்றைச் சொல்ல முடியுமா?

விடுதலைப்போராட்ட வீரர்கள் சங்கத்தின் மாநிலத்தலைவர் தியாகி பி.ராமசாமி அவர்கள் திருப்பூரில் இருக்கிறார். அவரிடம் திருப்பூரில் கோவை மாவட்டத்தில் உள்ள சுதந்திரப்போராட்ட வீரர்களைப்பற்றி கேட்டோம். திருப்பூர் குமரனை நமக்கெல்லாம் தெரியும். இப்பொழுது ஊர்வலம் என்றால் 1000 பேர் 2000 பேர் போவதுதான் ஊர்வலம் என்று நினைத்துக் கொண்டிருக்கிறோம்.

ஆனால் அன்று ஒரு 10 பேர்தான் ஊர்வலமாகப் போயிருக்கிறார்கள். அந்த ஊர்வலகத்திற்கு பி.எஸ்.சுந்தரம் என்பவர் தலைமை ஏற்றிருக்கிறார். திருப்பூர் குமரன் பங்கேற்ற ஊர்வலம்.

அந்த பி.எஸ். சுந்தரத்தைப் பற்றிச் சொல்ல வேண்டுமென்றால் அவரது தாயாரும் தியாகி. அவர்கள் கர்நாடக மாநிலம் பெங்களூரில் நந்திஹில்சில் காந்தியடிகள் தங்கியிருந்த போது மரியாதை நிமித்தம் பார்ப்பதாகத்தான் சென்றார்கள். காந்தியடிகளை யார் பார்த்தாலும் போராட்டத்திற்கும் சமூகநிர்மாணப் பணிகளுக்கும் அவரிடம் நிதியளிப்பது வழக்கம்.

ஒரு ஐந்து ரூபாயைக் கொடுத்திருக்கிறார்கள். இது போதாது என்று காந்தி சொல்லியிருக்கிறார். “எங்களிடம் இருப்பது இவ்வளவுதான். ஊருக்குப் போய் வேண்டுமானால் அனுப்புகிறோம். நாங்கள் சாதாரண தொழிலாளிகள்தான்” என்று அந்த அம்மா கூறியிருக்கிறார்.

‘இல்லையில்லை, உங்களுக்கு ஒரு மகன் இருப்பதாகச் சொன்னீர்கள் அல்லவா? அவரை தேசச் சேவைக்காக அர்ப்பணியுங்கள்’ என்று அந்த அம்மையாரிடம் காந்தி கூறியிருக்கிறார்.

காந்தியடிகளின் அந்தக் கோரிக்கையை நிறைவேற்றும் பொருட்டு அந்த அம்மையாரால் தேசத்திற்காக அர்ப்பணிக்கப்பட்ட இளைஞன் தான் பி.எஸ்.சுந்தரம்.

தியாகி பி.எஸ்.சுந்தரம்

திருப்பூரில் அவர் தலைமையில் நடந்த அந்த ஊர்வலத்தில் கடுமையாகத் தாக்கப்பட்டு 19 இடங்களில் எலும்புமுறிவுக்கு ஆளாகி செத்துவிட்டார் என்று காவல்துறையால் தூக்கி எறியப்பட்டவர்தான் பி.எஸ்.சுந்தரம். பிறகு மருத்துவமனையிலிருந்து அவர் வெளியே வந்து எழுதியதுதான் திருப்பூர் குமரன் வரலாறு. அச்சிறுநூல் அவரால் எழுதப்படவில்லை என்றால் திருப்பூர் குமரன் வரலாறு நமக்குத் தெரியாமலேயே போயிருக்கும். ஒரு நிகழ்ச்சியை ஒட்டி இன்னொரு நிகழ்ச்சி. நாம் தயாரித்து வருகிற இந்த நூலைப்பற்றிக் கேட்டவுடன் தியாகி பி.ராமசாமி அவர்கள் பல இடங்களுக்கும் சென்று விவரங்களைக் கேட்டறிந்து உதவி புரிந்தார்.

பி.எஸ்.சுந்தரம் தலைமை ஏற்றுச்சென்ற அந்த ஊர்வலத்தில் சென்ற 8 பேர் இறந்து விட்டனர். ஒருவர்தான் உயிருடன் இருக்கிறார்.

அவர் பெயர் அப்புக்குட்டி. அவர் எங்கிருக்கிறார் என்று தெரிய வில்லை. பலரிடம் விசாரித்தும் அவரது இருப்பிடம் குறித்து சரியான தகவல் கிடைக்கவில்லை.

'விடுதலை வேள்வியில் தமிழகம்' நூலைப் பற்றிய முன்வெளி யீட்டுத் திட்ட விளக்கக்கூட்டம் ஈரோட்டில் ஒரு பள்ளிக்கூடத்தில் உள்ள ஒரு வகுப்பறையில் விடுமுறை நாளன்று நடைபெற்றது. அந்தக் கூட்டத்தில் நான் இந்த விவரங்களையெல்லாம் எடுத்துச் சொல்லிக் கொண்டிருந்தேன். பி.எஸ்.சுந்தரம், அவர் தலைமையில் நடந்த ஊர்வலம் பற்றியெல்லாம் சொல்லிவிட்டு, அதில் கலந்துகொண்ட ஒன்பதுபேர் குறித்து நான் உச்சகட்டத்தில் உரையாற்றிக்கொண்டிருந்த போது "அந்த ஒன்பது பேரில் எட்டுபேரைப் பற்றிய விவரங்கள் தெரிந்துவிட்டன. இன்னும் ஒருவரைப்பற்றிய செய்தி தெரியவில்லை. அந்த ஒருவர்தான் அன்று நடந்த ஊர்வலத்தில் கலந்து கொண்டவர்களில் இன்றும் உயிருடன் இருப்பவர்" என்று நான் சொன்னவுடன், முன் வரிசையில் அமர்ந்திருந்த ஒரு பெரியவர் தன் கைத்தடியை ஊன்றி எழுந்து, பிறகு அந்தக் கைத்தடியைத் தூக்கியெறிந்து விட்டு அவருக்கு முன்னால் போடப்பட்டிருந்த 'டெஸ்க்'கில் தனது இரண்டு கைகளையும் ஓங்கி அடித்து 'அது நான்தான்' என்றார்.

தியாகி ஏ. அப்புக்குட்டி

"அய்யா உங்கள் பெயர் அப்புக்குட்டியா?" என்று கேட்டேன். அதுவரை நான் பெயரைச் சொல்லவில்லை. "ஆமாம் தம்பி" என்றார். நான் மட்டுமல்ல, அந்த சபையே அதிர்ந்து திகைத்து விட்டது. மெய்மறந்து என்ன செய்வது என்று தெரியாமல் இரண்டு நிமிடங்கள் அமைதியாக நின்றுவிட்டுப் பிறகு சிறிது நேரம் பேசி என் உரையை முடித்தேன். கூட்டம் முடிந்த உடன் "அய்யா! எங்கே இருக்கிறீர்கள்? இங்கே எப்படி வந்தீர்கள்" என்றேன். "என் உறவினர் வீடு இங்குதான் உள்ளது. செய்தித் தாளில் இன்றைய நிகழ்ச்சி பற்றிய விவரங்களில் இந்தக் கூட்டத்தைப்பற்றிப் படித்தேன். உடனே என் பேத்தியை அழைத்துக்கொண்டு இந்தக்கூட்டத்திற்கு வந்தேன்" என்றார். அவரிடமும் பல செய்திகளைக் கேட்டறிந்தேன். ஒரு ஊர்வலத்திலேயே இத்தனை மறக்க முடியாத சம்பவங்கள் என்றால், இதைப்போல எத்தனையோ நிகழ்ச்சிகள், நினைவுகள் உண்டு.

விடுதலைப் போராட்டத்தில் இளைஞர்களின் ஈடுபாட்டைப் பற்றி குறிப்புகள் உள்ளதா?

நிறைய இருக்கிறது. 15 வயதில் 16 வயதில் எல்லாம் போராடி இருக்கிறார்கள். 9 வயதில் பாரதியார் கவிதை பாடியிருக்கிறார் என்று படிக்கிறோம். இது சாத்தியமா, நம்பமுடியுமா என்று நாம் யோசிக்கும் படியான பல நிகழ்ச்சிகள் நடைபெற்றுள்ளன. 15 வயது, 16 வயது பிள்ளைகள் பெரும்பாலும் விளையாட்டுப் பிள்ளைகளாகத்தான் இருப்பார்கள், அவ்வளவாக விவரம் தெரியாதவர்களாகத்தான் இருப்பார்கள் என்றும் சீரியசான அரசியல் விடுதலையைப் பற்றி இவர்களுக்கு என்ன தெரிந்து விடப்போகிறது என்றும்தான் நாம் நினைப்போம். ஆனால் அப்படி அல்ல. வேறுமாதிரியான கால கட்டம் அது. விடுதலை நெருப்பு கனன்று கொண்டிருந்த நேரம்.

அன்றிருந்த இளைஞர்களின் நெஞ்சில் வீரதீர சாகசச் செயல்கள் ஏதாவது செய்ய வேண்டும் என்ற ஏக்கம் எப்போதும் இருந்தது. மதுரை மீனாட்சியம்மன் கோயிலில் நான்கு ராஜ கோபுரங்கள் உள்ளன. விண்ணை முட்டும் அற்புதமான கோபுரங்கள். அந்த கோபுரங்களின் உச்சியில் தேசியக்கொடியை ஏற்ற வேண்டும் என்று பிரகடனப்படுத்து கிறார்கள் சில இளைஞர்கள். இதை அறிந்தவுடன் காவல்துறை பந்தோபஸ்து போடப்பட்டுவிட்டது.

கோயிலின் பின்புறம் பெரிய மதில் சுவர் இருக்கிறது. யாரும் ஏற முடியாத அளவுக்கு உயரமான, அகலமான மதில் சுவர். இரவில் சுவரை ஒட்டி வளர்ந்துள்ள ஒரு தென்னைமரத்தின் உச்சிக்கு ஏறி குருத் தோலையைப் பிடித்துக்கொண்டு கொஞ்சம் கொஞ்சமாக மரத்தை ஆட்டி ஆட்டி மதில் சுவருக்கு நேராக தென்னை மரம் வளைந்த போது மதிற் சுவற்றின் மீது குதித்தனர். குதித்தது ஒருவர் அல்ல; இரண்டு மூன்று பேர் அவ்வாறு குதிக்கிறார்கள். கீழே காவலர்கள் போய்வந்து கொண்டு இருக்கிறார்கள்.

கோபுரத்தின் அடிப்பகுதிக்கு சென்று விட்டார்கள். நிமிர்ந்து பார்த்தால் உச்சி எங்கே இருக்கிறது என்றே தெரியவில்லை. கொஞ்சம் தொலைவில் நின்று பார்த்தால்தான் தெரியும். ஒட்டிய பகுதியில் நின்று பார்த்தால் தெரியாது. மிக நீண்ட காலத்திற்கு முன்பு கட்டியது. கோயில் கோபுரத்தில் உள்ள சாமி சிலைகளின் கையை காலைப் பிடித்துக் கொண்டு ஏறும் பட்சத்தில் அவைகள் உடைந்து கீழே விழுந்தால் எலும்பு கூடத் தேறாது. அவ்வளவு உயரம். கொடியைக் எடுத்துக்கொண்டு உயிரைத் துச்சமாக மதித்து உச்சிக்குப் போகிறார்கள்.

தியாகி
ஐ.மாயாண்டி பாரதி

நான்கு கோபுரங்களிலும் கலசங்களில் மூவர்ணக் கதர்க்கொடி கட்டப்படுகிறது. இதைச் சொல்லிக்கொண்டு வந்த தியாகி ஐ.மாயாண்டி பாரதியிடம் கேட்டேன்: "எப்படிங்கய்யா இவ்வளவு துணிச்சலோடு ஏறினார்கள். உயிரைப் பற்றிய பயமில்லாமல் பாதுகாப்பில்லாமல்..." அதற்கு அவர் "சாமி கை கொடுத்தது, கால் கொடுத்தது, தோள் கொடுத்தது, தலை கொடுத்தது" என்று ராகம் போட்டு பாடிக் காட்டினார். ஏனென்றால் அவர்கள் கோபுரத்தில் ஏறும் போது சாமி சிலைகளின் தோள்மீதும் கால்மீதும் தலைமீதும் கையையும் காலையும் மாற்றி மாற்றி வைத்துத் தானே ஏறினார்கள். ஆகவே இருபொருள்பட அழகாக அப்படிக் கூறினார். இரவு கொடிகளைக் கோபுரக் கலசத்தில் கட்டிவிட்டு இறங்கி விட்டனர்.

அடுத்த நாள் காலையில் 6 மணி 7 மணி வாக்கில், தண்ணீர் எடுக்கச் செல்லும் பெண்கள், பால்வாங்கச் செல்லும் பெண்கள், வேலைக்குப் போகும் ஆண்கள் எனப்பலரும் நான்கு கோபுரவாயில்களிலும் அந்தக் கதர்க் கொடியைப் பார்த்துவிட்டு ஆர்ப்பரிக்கின்றனர். குடங்களையும் மற்ற பாத்திரங்களையும் கீழே வைத்துவிட்டு அண்ணாந்து பார்த்து கைத் தட்டுகின்றனர். ஒரு கோபுர வாசலில் எழுப்பிய கரவொலியும் ஆரவாரமும் நான்கு கோபுர வாசலிலும் பரவியது. மக்களிடம் இயல்பாக இருந்தது தேசிய உணர்ச்சி.

இதே மதுரையில் 1942-ல் ஐந்து பள்ளி மாணவர்கள் ஆகஸ்ட் போராட்டத்தில் துப்பாக்கிச் சூட்டுக்குப் பலியாகி இறந்திருக்கிறார்கள். அவர்களது புகைப்படங்களை அவர்களது வீட்டிற்குச் சென்று வாங்கி நமது நூலில் வெளியிட்டுள்ளோம்.

தனி நபர்களை கொண்டு வந்ததோடு இப்படிப்பட்ட பொதுவான சம்பவங் களையும் பதிவு பண்ணியிருக்கிறீர்கள்.

ஆமாங்க! இன்னும் வெளியில் தெரியாமல் இருக்கிற தனி நபர்கள் நிறைய இருக்கிறார்கள். பஞ்சாப் சிங்கம் பகத்சிங்கை நாம் எல்லோரும் அறிவோம். ஆனால் தமிழ்நாட்டில் வாழ்ந்த 18 வயதே நிரம்பிய ராமுத்தேவரை எத்தனை பேருக்குத் தெரியும்? இந்திய தேசிய ராணுவத்தின் ஒற்றர்படையில் இருந்தவர்.

நீர் மூழ்கிக் கப்பல் வருகிறது. அது கடலுக்கு மேலே நீருக்கு மேலே மெல்ல வருகிறது. எட்டிப் பார்ப்பதைப் போல தெரிகிறது.

கரையிலிருந்து பார்க்கும் போது இங்கிருந்த வெள்ளைப் போலீஸ் படை அதைக் கண்டுபிடித்து அதில் இருந்த ஐந்து பேரைக் கைது செய்து அலிப்பூர் சிறையில் போடுகிறது. பிறகு சென்னை சிறைச் சாலைக்கு மாற்றலாகிறார்கள். நாடு விடுதலையாவதற்கு மூன்று ஆண்டுகளுக்கு முன்பு 7.7.44ஆம் தேதி சென்னை சிறைச்சாலைக்குள் ஒரே நாளில் ஐந்துபேரும் தூக்கிலிடப்பட்டிருக்கிறார்கள். அதில் ஒருவர் இந்த ராமுத்தேவர் என்கிற 18 வயது இளைஞன்.

இன்னொரு முக்கியமான விஷயத்தை நீங்கள் முன்வைத்திருக்கிறீர்கள். இந்திய சுதத்திரப்போராட்டத்திற்கே தமிழ்நாடுதான் முன்னிலை வகித்திருக் கிறது என்று குறிப்பிட்டிருப்பதற்கு ஆதாரங்கள் உள்ளதா?

விடுதலைப்போரே தமிழ்நாட்டில்தான் தொடங்கியது என்பது, நாம் தமிழ்நாட்டில் பிறந்துவிட்டோம் என்பதற்காகவோ, தமிழகத்தை எப்படியாவது பெருமைப்படுத்தி விட வேண்டும் என்பதற்காகவோ சொல்லப்பட்டதல்ல. அது உண்மை. 1857 ல் தான் முதல் விடுதலைப் போர் நடந்ததாகச் சொல்கிறார்கள். ‘சிப்பாய்க் கலகம்’ என்று அழைக்கப்பட்டது. அது வடநாட்டில் நடந்தது. நமது பாடத்திட்டங் களிலும் அதுதான் இருக்கிறது.

முதல் சுதந்திரப்போர் எப்போது நடைபெற்றது என்ற கேள்விக்கு 1857 என்று மாணவர்கள் பதிலளிப்பார்கள். ஆனால் அதே நேரத்தில் அந்த 1857 போராட்டத்தைக் குறைத்து மதிப்பிட்டுவிடமுடியாது. மிகப்பெரிய கிளர்ச்சி. ஆனால் அதற்கும் 50 ஆண்டுகளுக்கு முன்பே தமிழ்நாட்டில் புரட்சி நடைபெற்றது என்பதற்கான அசைக்க முடியாத ஆதாரங்கள் இருக்கின்றன. 1755 லிருந்தே உதாரணங்களைச் சொல்லலாம்.

பூலித்தேவன் தொடக்க காலத்தில், அதற்குப் பிறகு முத்துவடுக நாதர், வேலு நாச்சியார் என்று வரிசையாக வருகிறது. முத்துராமலிங்க சேதுபதி மன்னர். பல ஆண்டுகள் சிறையிலிருந்த அரசர் அவர். இதற்குப் பிறகு மருது சகோதரர்கள், வீரபாண்டிய கட்டபொம்மன், ஊமைத்துரை, செவத்தையா என்று பெரிய பட்டியல். இதில் குறிப்பிடத்தக்க ஒன்றைச் சொல்ல வேண்டுமென்றால் 1800 மற்றும் 1801 ஆகிய காலகட்டம்.

சரித்திரவியல் நிபுணர் கே.ராஜய்யன் ‘சௌத் இன்டியன் ரெபலியன்’ என்று ஒரு புத்தகம் எழுதியிருக்கிறார். ‘தென்னிந்தியப் புரட்சியாளர்கள்’ என்ற ஆய்வு நூலை 1971 லேயே எழுதி வெளியிட்டிருக்கிறார். திண்டுக்கல்லுக்குப் பக்கத்தில் விருப்பாச்சி என்கிற இடத்தில் கோபால நாயக்கர் என்பவரது தலைமையில் தென்னிந்தியா முழுவதும் சங்கிலித் தொடர் போன்ற ஒரு மாபெரும் கூட்டணி உருவாகியிருக்கிறது.

திப்புசுல்தான் மகன்கள், தீரன் சின்னமலை, மருது சகோதரர்கள், வீரபாண்டிய கட்டபொம்மனின் தம்பி ஊமைத் துரை, செவத்தையா மற்றும் தமிழகத்தின் வடபகுதியில் உள்ள சிலர் சேர்ந்து கூட்டணி அமைத்து கடுமையாகப் போராடியிருக்கிறார்கள். இதனால் நூற்றுக் கணக்கான பேர் தூக்கிலிடப்பட்டிருக்கிறார்கள். ஒரே மரத்தில் தாத்தா, பேரன், சகோதரர்கள் என்று ஒரே குடும்பத்தைச் சேர்ந்தவர்களை தூக்கிலிட்டிருக்கிறார்கள். 10 பேர், 15 பேர் ஒரே மரத்தில் தூக்கிலிடப் பட்டிருக்கிறார்கள். நூற்றுக்கணக்கானோர் பலியிடப்பட்ட யுத்தம் அப்போது நடந்துள்ளது.

விருப்பாச்சியில் தொடங்கி பெருந்துறை, ஈரோடு, கோயம்புத்தூர் வரை சென்று முடிகிறது அந்தப்போராட்டம். 1857ஆம் ஆண்டுக்கு 50 ஆண்டுகளுக்கு முன்பே தமிழ்நாட்டில் விடுதலைப் போராட்டங்கள் தொடங்கிவிட்டன என்பதற்கு ஏராளமான சான்றுகள் இருக்கின்றன. நூற்றுக்கணக்கானவர்கள் அந்தக் கிளர்ச்சிகளில், சமரில் வீரமரணம் எய்தியிருக்கிறார்கள்.

தளபதி சுந்தரலிங்கம் சாதாரணமான ஆள் அல்ல... ஒரு பெரிய வெடிகுண்டுக் கிடங்கு. அந்த வெடிமருந்துக்கிடங்கை தன் மனைவி யுடன் மேலிருந்து குதித்து தீக்கிரையாக்குகிறார். இந்தப் போராட்டம் அர்த்தமுள்ளது. இந்த வரலாறு ஆழமானது

விடுதலைப் போராட்டங்களைப் பற்றி தமிழிலும் ஆங்கிலத்திலும் பல நூல்களும் திரைப்படங்களும் வந்திருக்கின்றன. அப்படி இருக்கும்போது 50 ஆண்டுகள் கழித்து நீங்கள் இப்படி ஒரு முயற்சியில் ஈடுபட என்ன காரணம்?

சிறுவயதிலிருந்தே எனக்கொரு ஆர்வம் இருந்தது. விடுதலைப் போராட்டங்களின் மீதும் அந்தக்கால கட்டத்தின் மீதும் ஈடுபாடு இயல்பாகவே இருந்தது. பாரதி மாணவர் மன்றம், பகத்சிங் இளைஞர் மன்றம் போன்ற அமைப்புகளை ஈரோட்டில் நடத்திக் கொண்டிருந்தேன். அனைத்திந்திய மாணவர் பெருமன்றத்தில் அங்கம் வகித்து முக்கியமான ஊழியனாகப் பணியாற்றிக் கொண்டிருந்தேன். இதனால் பல ஊர்களுக்குச் செல்ல வேண்டியதிருந்தது. பலரையும் பார்த்து உரையாடும் சூழல் வாய்த்தது. பல செய்திகளைக் கேள்விப்பட்டேன். பல கடிதங்களைப் படித்தேன். இவையெல்லாம் நெஞ்சை உலுக்கு வதாக இருந்தன. நெகிழ்ச்சியும் எழுச்சியும் ஊட்டக்கூடியதாக இருந்தன. பழைய தலைவர்கள், தியாகிகள் நேரடியாகக் கூறியவையும் என் மனதில் தாக்கத்தை ஏற்படுத்தின.

1986ஆம் ஆண்டு வடக்கே பாட்னாவில் வீராங்கனை கல்பனா தத் அவர்களைச் சந்தித்தேன். இந்தியா முழுவதும் அறியப்பட்ட பகத்சிங்கைப்போல, பெண்களில் கல்பனா தத்தைச் சொல்லலாம்.

ஒருவாரகாலம் அவர்களோடு தங்கி இருந்து அவரிடம் அவரின் சாகசம் நிறைந்த வரலாற்றுச் செய்திகளைக் கேட்டறிந்தேன். பிறகு 'ஜீவா முழக்கம்' இதழுக்காக சுதந்திரதின மலர்த் தயாரிப்பதற்காக நேதாஜியின் ஐ.என்.ஏ-வில் 'ராணி ஜான்ஸி ரெஜிமெண்ட்' என்கிற பெண் படைத் தளபதியாக விளங்கிய கேப்டன் லட்சுமி அவர்களை கான்பூரில் போய் சந்தித்தேன்.

அந்தப் பெண்கள் படைப்பிரிவில் ஜானகிதேவர், லட்சுமி நாயுடு போன்ற எத்தனையோ தமிழ்ப் பெண்கள் அணிவகுத்தனர். அந்தப் படையில் 80 சதவிகிதப் பெண்கள் தமிழ்ப் பெண்கள் என்பது குறிப்பிடத்தக்கது.

கேப்டன் லட்சுமி அவர்களது கணவர் ஷேகல். பஞ்சாப் மாநிலத்தைச் சேர்ந்தவர். 50 ஆண்டுகளுக்குப் பிறகும் கேப்டன் லட்சுமி நல்ல தமிழில் பேசினார். ஏனென்றால், தமிழ்நாட்டோடு எந்தத்தொடர்பும் இல்லாமல் வடபுலத்திலேயே 50 ஆண்டுகளுக்கும் மேலாக வசித்தவர். அவரது இல்லத்திலேயே தங்கி அவரது அனுபவங்களைப் பதிவு செய்து கொண்டு வந்தேன்.

நமது பாட்டன், முப்பாட்டன், நமது தந்தையார் எவ்வளவு கஷ்டப்பட்டு சொத்துச் சம்பாதித்தார்கள், எப்படியெல்லாம் வியர்வை சிந்திப் பாடுபட்டார்கள், எப்படியெல்லாம் உழைத்தார்கள் என்பதைக் கொஞ்சம் கொஞ்சமாகவும் முழுமையாகவும் மகனுக்கும் மகளுக்கும் பேரன் பேத்திகளுக்கும் நாம் பக்குவமாகச் சொல்லவேண்டிய முறையில் சொன்னால்தான் அவர்களுக்கு அச்சொத்தின் அருமை பெருமையெல்லாம் புரியும். நமது சொத்தை அப்போதுதான் நல்ல புரிதலோடும் உணர்வோடும் பாதுகாப்பார்கள். அதைப்போல இந்த நாட்டை நமது முன்னோர்கள் உயிரைக் கொடுத்து உடல் பொருள் ஆவியைக் கொடுத்து எவ்வாறு பாடுபட்டு உழைத்து உருக்குலைந்து நமது தேசத்தை உருவாக்கினார்கள், கட்டிக்காத்தார்கள், மீட்டு எடுத்தார்கள் என்பதையெல்லாம் இந்தத் தலைமுறைக்கு விரிவாகவும் நுட்பமாகவும் எடுத்துச் சொன்னால்தான் இன்றைக்கு எழுந்துள்ள அபாயங்களிலிருந்து இந்த நாட்டைக் காக்கமுடியும்.

நாட்டுப்பற்றும் மொழிப்பற்றும் இளைஞர்களிடம் மேலோங்க வேண்டும். மாநிலம் முழுவதும் கூட்டங்கள் போட்டு இதை மக்களிடம் சொற்பொழிவின் வழியாகவும் கொண்டுபோய்ச் சேர்க்கிறோம்.

உங்களுக்கு முன் இந்த முயற்சி நடைபெறவில்லையா?

நடைபெற்றிருக்கின்றன. ஆங்கிலத்திலும் தமிழிலும் சில நூல்கள் வந்திருக்கின்றன. இருந்தாலும் புதிதாகக் கிடைத்த தகவல்களோடும்,

ஆதாரங்களோடும் அறிஞர்கள் பலரின் அசைக்கமுடியாத சான்றுகளடங்கிய ஆய்வுக் கட்டுரைகளாகக் கொண்டு வரவேண்டும் என்று முனைந்தேன். எல்லாவற்றையும் விட வெறும் புத்தகமாக மட்டுமில்லாமல் ஒரு தேசபக்த இயக்கமாக இது பரவ வேண்டும் என்று அரிதின்முயன்று இதனைச் செய்திருக்கிறோம்.

இப்பொழுது நீங்கள் வெளியிடும் புத்தகத்தில் நூற்றுக்கணக்கானோரைப் பற்றிய குறிப்புகள் இடம் பெறுகின்றன என்றும் கூறினீர்கள். இதில் பெரும்பாலானவர்களின் புகைப்படங்கள் பதிவு செய்யப்பட்டிருக்கின்றனவா?

ஒவ்வொரு கட்டுரைக்கும் ஒவ்வொரு தலைப்பு கொடுத்திருக்கிறோம். புகைப்படம் இல்லாத தலைப்புகளே இல்லை. போட்டோக்களுக்கு தனி முக்கியத்துவம் கொடுத்திருக்கிறோம். இரண்டாண்டுகள் இதற்காகவே செலவிட்டிருக்கிறோம்.

எமது சொந்த ஊர் ஈரோடு. ஈரோட்டைச் சேர்ந்த தியாகி எம்.ஏ.ஈஸ்வரன் 10 ஆண்டுகளுக்கு மேல் ஜெயிலில் இருந்திருக்கிறார். இந்தியாவில் அவர் போகாத சிறைச்சாலைகளே குறைவு என்று சொல்லக்கூடிய அளவுக்கு பல ஜெயில்களுக்குப் போய் வந்தவர். மதுரையில் காந்தி தமிழர்களின் நிலையைப் பார்த்து அரைநிர்வாணக் கோலம் பூண்டார் அல்லவா, அந்தச்செய்தியை நாளிதழ்களில் படித்தவுடன் தன் கால்களில் உள்ள செருப்புகளைக் கழற்றியவர்தான். இனி இந்தியாவுக்கு விடுதலை கிடைக்கும் வரை காலணிகளை அணியமாட்டேன் என்று வெறும் காலுடன் வாழ்ந்தவர்.

தியாகி எம்.ஏ. ஈஸ்வரன்

நாட்டுக்கு விடுதலை கிடைக்கும் வரை திருமணமும் செய்து கொள்ள மாட்டேன் என்று உறுதியேற்றுக் கொண்டார். ஆனால் விடுதலை பெற்ற போது அவருக்கு மிகவும் வயதாகி விட்டதால் அதற்குப் பிறகு திருமணமே செய்து கொள்ளவில்லை. அந்தக் காலத்திலேயே செயின்ட்ஜோசப் காலேஜில் இண்டர்மீடியட் படித்தவர். சுதந்திரப் போரில் ஈடுபட இருப்பதால் கல்லூரிப்பட்டம் தேவையில்லை என்று எழுதிக் கொடுத்து விட்டு வந்தவர். கடைசி வரை ஏழ்மையில் வாழ்ந்து இறந்தவர். அவருடைய புகைப்படம் கிடைக்கவில்லை. சிரமப்பட்டுத் தேடிப்பார்த்தோம். சீத்தாராம்சிங் என்ற தியாகி வெளியிட்ட பழையமலர் ஒன்று கிடைத்தது. இந்த சீத்தாராம்சிங் ஈரோடு மாவட்ட விடுதலைப் போராட்ட வீரர்கள் சங்கத்தலைவராக இருந்தவர். இவர் வெளியிட்ட மலரில் தியாகி

எம்.ஏ.ஈஸ்வரன் அவர்களது படம் இருந்தது. மிகவும் மங்கலாக இருந்தது. ஆகவே எவ்வளவோ முயன்றும் படத்தைப் புதுப்பிக்க இயலவில்லை.

தியாகி
எம். சீத்தாராம்சிங்

சீத்தாராம்சிங் பஞ்சாபைச் சேர்ந்தவரல்ல. நீண்ட காலத்திற்கு முன்பே அவரது முன்னோர்கள் வடமாநிலத்தில் இருந்து தமிழகத்திற்கு வந்து தமிழர்களோடு இரண்டறக் கலந்த ராஜபுத்திரக் குடும்பத்தைச் சார்ந்தவர். அவர் வெளியிட்ட அந்த மலரை எடுத்துக்கொண்டு அவரைப் பார்க்கப் புறப்பட்டேன். ஈரோடு மாவட்டத்தில் உள்ள திங்களூருக்கு அருகில் வெட்டயங்கிணறு என்ற ஊரில் அவரது வீடு இருக்கிறது. அங்கு போனால், அவர் உடல்நிலை சரியில்லாமல் பெருந்துறை மருத்துவ மனையில் சேர்க்கப்பட்டிருப்பதாகத் தகவல் கிடைத்தது. சரி என்று மருத்துவமனைக்குப் போனால் அங்கே தன்னந்தனியாகப் படுத்திருக்கிறார். பெரிய தியாகி. இந்த நாட்டிற்காகப் பாடுபட்ட வீரர்களில் ஒருவராக இருந்தவர். யாருமே அவருடன் இல்லை. நான் வந்ததைச் சொன்னவுடன் மிகவும் சந்தோஷப்பட்டு எனது கையைப் பிடித்து அவரது கரங்களோடு வைத்துக்கொண்டார். நான் விடுதலைப் போராட்ட வரலாற்று நூலை உருவாக்குவது குறித்து மகிழ்ச்சி தெரிவித்த அவர் தாரை தாரையாகக் கண்ணீர்விட்டார். சுடுதண்ணீரைப் போல அது என் கைகளில் ஓடுகிறது. ஆற்றமாட்டாத அவருடைய உணர்வைப் புரிந்து கொள்ள முடிந்தது.

அவருக்கு உடல் நிலை சரியில்லாததால் அவருடைய மகன் சென்னையிலிருந்து வந்திருக்கிறார். சாப்பாடு வாங்கிக்கொண்டு அவருடைய மகன் மட்டும் வந்தார். நானே என்னை அவரிடம் அறிமுகப்படுத்திக் கொண்டு சொன்னேன். “அப்பா ஒரு மலர் அந்தக் காலத்தில் வெளியிட்டிருக்கிறார். அதில் தியாகி ஈஸ்வரன் அவர்களது படம் மிகவும் மங்கலாக இருக்கிறது. அப்பா மலர் தயாரித்ததால் ஈஸ்வரனின் ஒரிஜனல் படம் உங்கள் வீட்டில்தான் எங்காவது இருக்கும். கொஞ்சம் தேடிக்கொடுங்கள்” என்றேன்.

“தியாகி ஈஸ்வரன் அவர்களுக்குத் திருமணமாகியிருந்தால் மகன் அல்லது மகள் போன்றோரிடம் அவரது புகைப்படமிருந்திருக்கும். அவருக்குத் திருமணமும் ஆகவில்லை. சரி அவர் கொஞ்சம் வசதியான வராக இருந்தால் அவரே கூட புகைப்படங்களையும் நூல்களையும் பாதுகாத்திருக்க முடியும். அந்த அளவுக்கு அவர் வசதியானவரும் அல்ல. என்ன செய்வது? அதனால் தான் அப்பாவிடம் கேட்கலாம் என்று

வந்தேன். இங்கு வந்தால் இப்படி இருக்கிறது. ஏன் அப்பாவுக்கு என்ன உடம்புக்கு? எத்தனை நாட்களாக மருத்துவமனையில் இருக்கிறார்" என்ற போதுதான் அவரது மகன் சொன்னார்:

"20 நாட்களாக இங்குதான் இருக்கிறார். ஒரு காரணமும் இல்லை. அவருடைய உடலில் ரத்தமில்லை. இரத்தம் கொடுக்கவேண்டும் அவ்வளவுதான்" என்றார்.

"என்ன கொடுமை இது. நாட்டுக்காக இரத்தம் சிந்தியவருக்குக் கூட ரத்தம் கொடுக்க இந்தச் சமூகத்தில் ஆள் இல்லையா?" என்று கேட்ட போது, "இல்லை, அவரது ரத்தம் அரிய வகையைச் சேர்ந்தது. எங்கள் குடும்பத்தில் இருக்கிற யாருக்கும் இல்லை. கஷ்டப்பட்டு தேடிக் கொண்டிருக்கிறோம். கிடைத்து விடும்" என்றார்.

"உங்கள் வேலையை என்னிடம் கொடுங்கள். என்னுடைய புகைப்படம் தேடுகிற வேலையை உங்கள் வீட்டில் நீங்கள் பாருங்கள்" என்று சொல்லிவிட்டு இரத்தம் தேடுவதற்கு ஈரோடு வந்து முயற்சி எடுத்தேன். நம்ம அப்பாவுக்காக எங்கிருந்தோ வந்த ஒருவன், இவ்வளவு துடிப்பாக ரத்தம் சேகரிக்கச் செல்கிறானே என்று அவரும் மிகுந்த முனைப்போடு வீடெங்கும் அலசி ஆராய்ந்து பார்த்தார். மூலை முடுக்கெல்லாம் தேடி இரவு முழுவதும் பார்த்து வீட்டில் உள்ள எல்லா புகைப்படங்களையும் கொண்டுவந்துவிட்டார்.

நானும் ஈரோடு ரத்த தான சங்கத்திடம் சென்று முறையிட்டு இரண்டு பேரை ரத்தம் கொடுக்கப் பெருந்துறை மருத்துவமனைக்கு அழைத்து வந்துவிட்டேன். தியாகியும் சிரித்துக்கொண்டே படுத்திருக் கிறார். இரத்தம் கொடுக்க வந்த இருவருக்கும் பரிசோதனைகள் நடைபெற்றன. அவர்கள் வந்து எங்களுக்கு அருகில் நிற்கின்றனர். "தியாகி ஈஸ்வரனது படம் இதுவா பாருங்கள்" என்று ஒவ்வொன்றாக எடுத்து அவரிடம் காட்டிக்கொண்டிருக்கிறோம். கடைசியாக "இதோ இதுதான் ஈஸ்வரன் படம்" என்று ஒரு படத்தைச் சுட்டிக்காட்டினார். அது வீட்டின் ஒரு மூலையில் பானையில் வைத்திருந்ததால் கசங்கி இருந்தது. அதை வாங்கி நான் எனது பாக்கெட்டில் வைத்துக் கொண்டேன்.

"சரி, ரத்தம் கொடுக்க ஏற்பாடு செய்யலாம்" என்று மருத்துவரை அழைக்க மேலே செவிலியர்கள் சென்றார்கள். டாக்டர் கீழே வந்து கொண்டிருக்கிறார். ரத்தம் கொடுப்பதற்கு ஆட்கள் தயாராக இந்தப் பக்கம் நின்று கொண்டிருக்கிறார்கள். திடீரென்று தியாகியைப் பார்த்தால் இறந்துகிடக்கிறார். பெரிய அதிர்ச்சி. எதிர்பாராத அதிர்ச்சி. கொஞ்ச நேரத்திற்கு முன் சிரித்துப் பேசிக் கொண்டிருந்தார். இப்போது

இறந்துவிட்டார். படம் நம்முடைய கையில் கிடைத்துவிட்டது. ஆனால் அவரது உயிர் போய்விட்டது. படத்தைக் கொடுப்பதற்காகவே உயிரைக் கையில் பிடித்துக் கொண்டு, இதற்காகவே இருந்ததைப் போல இருந்திருக்கிறாரே? என்று நான் கவலை கொள்ளும்படி இந்தச் சம்பவம் நடந்து முடிந்தது.

சில தியாகிகளின் குடும்பத்திலேகூட அவர்களின் புகைப்படங்கள் இல்லாத சூழ்நிலையெல்லாம் உண்டு. வெளியில் எங்காவது தேடித் தான் பிடிக்கவேண்டியிருந்தது. 300 படங்கள் இதில் இடம் பெற்றுள்ளன. ஆனால் மொத்தத்தில் சுமார் 2000 படங்கள் சேகரித்தோம்.

நீங்களே நல்ல எழுத்தாளர்தானே, ஏன் இதில் வெவ்வேறு எழுத்தாளர்களது கட்டுரைகள் இடம்பெற்றிருக்கின்றன?

நாமே எழுதத் தொடங்கினால் அதற்கு நீண்ட காலம் பிடிக்கும். எல்லா தியாகிகளையும் சந்தித்து பேட்டி காணவேண்டும். புகைப் படங்களைத் தொகுக்க வேண்டும். இப்படிப் பல பணிகள் தொடர்ந்து இருந்தன. இன்னொன்று சார்புத்தன்மை வந்துவிடக் கூடாது. ஆகவே மூத்த எழுத்தாளர்கள், பேராசிரியர்கள், ஆய்வாளர்கள், எழுத்தாளர்கள் இப்படிப்பட்டவர்களைத் தேர்வு செய்து எழுதச் சொன்னோம். உதாரணத்திற்கு, வெறும் ஆறுமணிநேரமே நடைபெற்ற ‘வேலூர்ப் புரட்சி’ 1806-ம் ஆண்டு நடந்தது. வட இந்தியாவில் 1857 ல் நடந்த புரட்சிக்கு ஒத்திகை போல நடைபெற்றது. பேராசிரியர் பி.சின்னையன் வேலூர்ப் புரட்சி குறித்து டாக்ட்ரேட் பண்ணியவர். ஆகவே அதைப் பற்றி அவரை எழுதச் சொன்னோம்.

நேரடியாக தியாகிகளே எழுதிய கட்டுரைகளும் இடம் பெற்றுள்ளன. உதாரணம் ஐ.மாயாண்டி பாரதி. நானும் அதில் கட்டுரை எழுதியிருக்கிறேன். விடுதலைப் போராட்டக் காலத்தில் வெளிவந்த நாவல்கள் பற்றியும் சுதந்திரப்போரில் கலந்துகொண்ட எழுத்தாளர்கள், கலைஞர்கள் குறித்தும் மூத்த எழுத்தாளர்கள் பதிவு செய்துள்ளனர். எடுத்துக்காட்டாக வல்லிக்கண்ணன் அவர்களது கட்டுரை. கேப்டன் லட்சுமியைப் பற்றி எழுத்தாளர் ராஜம் கிருஷ்ணன் எழுதியுள்ளார். பாண்டிச்சேரியைச் சேர்ந்த விடுதலைப் போராட்டத் தலைவர் வ.சுப்பையாவைப் பற்றி எழுத்தாளர் பிரபஞ்சன் எழுதியுள்ளார்.

அடிப்படையில் நீங்கள் ஒரு வழக்கறிஞர். இந்தப் பெரும் பணிச்சுமையால் உங்கள் தொழில் பாதிக்கப்படவில்லையா?

பாதித்திருக்கிறது. பெரும் பாதிப்பு ஏற்பட்டிருக்கிறது. ஆனால் மிகப்பெரும் மனநிறைவு கிடைத்திருக்கிறது. 6 ஆண்டுகாலம் இதற்காக நான் செலவிட்டிருக்கிறேன்.

துப்பாக்கித் தோட்டாவுக்கு இரையானார்கள். தூக்கில் தொங்கினார்கள். மனைவி மக்களை இழந்தார்கள். சொத்து சுகங்களை இழந்திருக்கின்றனர், எல்லாவற்றையும் இழந்து சிறைக்கொட்டடியில் வாடியோர் பல்லாயிரக்கணக்கானோர். அவர்களுக்கு இது ஒரு காணிக்கை.

வழக்கறிஞர் தொழிலை நாளைக்கு கூடச் செய்யலாம். மாபெரும் தியாகிகளின் அர்ப்பணிப்பு உணர்வுக்கு முன்னால் எனது ஆறு ஆண்டுகால வருமான இழப்பு என்பது பெரிதல்ல. வருங்காலத் தலைமுறைக்கு, இளைஞர்களுக்கு இதைத் தெரியப்படுத்தவேண்டும். ஒரு சிறு அதிர்வையாவது நாடு முழுவதும் ஏற்படுத்தவேண்டும்.

பள்ளி பள்ளியாக, கல்லூரி கல்லூரியாகச் சென்று உரைகள் மூலமாக உயரிய நோக்கத்தை உண்டாக்க வேண்டும். பழைய உணர்வையும் பண்பாட்டையும் எப்படியாவது ஏற்படுத்தி விட வேண்டும் என்ற வேட்கை நமக்கு உண்டு.

தமிழ்நாட்டிற்காக ஒரு ரெக்கார்டைத் தயாரித்துக் கொடுத்ததற்கு மிக்க நன்றி.
"நன்றி வணக்கம்."

சந்திப்பு: ரமேஷ் பிரபா, உமா பத்மநாபன்

அம்பலம் - ஜூன், 2001

அன்று பெயரில் ஜாதி இருந்தது; மனதில் இல்லை!

'விடுதலை வேள்வியில் தமிழகம்' என்ற நூலின் இரண்டு பாகங்கள் விரைவில் வெளிவர உள்ளன. தில்லியில் உள்ள அரசு ஆவணக் காப்பகத்தில் 'தமிழகத்திலிருந்து சுதந்திரப் போராட்டத்தில் ஈடுபட்டவர்களின் பங்கு பற்றிய ஆவணங்கள் பெரிதாக இல்லையே' என்ற போது 'மாநில அரசு தரவில்லை; தந்தால் வைக்கிறோம்' என்று பதில் வந்தது. இதைக் கேட்டு அரசு ரீதியாக யாரும் இத்தனை ஆண்டுகளாகச் செய்யாத முயற்சியில் தனி மனிதராக ஈரோட்டு வழக்கறிஞர் த.ஸ்டாலின் குணசேகரன் ஈடுபட்டுள்ளார். கடந்த 6 வருடங்கள் இதற்காகப் பல இடங்களில் சுற்றித் திரிந்தலைந்து திரட்டிய தகவல்களை இரண்டு தொகுதிகளாக அவர் வெளிக் கொணர்கிறார்.

இந்த நூலில் பலதரப்பட்ட தகவல்கள், இன்று நம்பப்பட்டு வரும் சில தகவல்களுக்கு மாற்றாகவும், சில முற்றிலும் புதிதாகவும் இருக்கும் என நம்பமுடிகிறது. இந்த நூலைத் தயாரித்த ஸ்டாலின் குணசேகரன், அம்பலம் வலைத்தளத்திற்கு பிரத்தியேகமாக வழங்கிய பேட்டி இங்கே இடம் பெறுகிறது. இந்தப் பேட்டி, வெளியாக உள்ள நூல் பற்றிய முன்னோட்டம் மட்டுமே!

இனி ஸ்டாலின் குணசேகரன்...

உங்கள் நிஜப்பெயர் 'ஸ்டாலின் குணசேகரன்' தானா?

பெற்றோர் இட்ட பெயர் குணசேகரன் மட்டும்தான். பள்ளிப் பருவத்திலேயே அனைத்திந்திய மாணவர் பெருமன்றம் என்ற அகில இந்திய மாணவர் அமைப்பிலும் சேர்ந்து இயங்கி வந்தேன்.

அப்போது பள்ளி விடுமுறை நாட்களில் மாணவர் பயிற்சி வகுப்பு நடக்கும். அவ்வகுப்பில் மாலை நேரத்தில், அதில் பங்கேற்றவர்கள் சிலர் எழுந்து பேசுவோம். பொதுவுடைமைத் தலைவர்களைப் பற்றியும் அவர்கள் சார்ந்த கருத்துகள் பற்றியும் பயிற்சி வகுப்பு

மேடையில் ஆவேசமாகப் பேசுவேன். அதை வைத்து தோழர்கள் 'ஸ்டாலின்' என்று அழைத்தனர். முகாம் முடிவதற்குள் எல்லோருமே 'ஸ்டாலின்' என்று அழைக்கத் தொடங்கினர். அந்த முகாமில் என்னை 'ஸ்டாலின்' என்று அடிக்கடி அழைத்தவர்களில் அன்றைய இளைஞர் பெருமன்றச் செயலாளர் து.ராஜா அவர்களும் ஒருவர்.

இது தோழர்கள் வைத்த பெயர்தான். பிறகு எல்லோராலும் ஸ்டாலின் என்று அழைக்கப்பட்டதால் குழப்பத்தைத் தவிர்க்க த.ஸ்டாலின் குணசேகரன் என்றே என் பெயரை பின்னர் கெஜட்டிலும் மாற்றிப் பதிவு செய்து கொண்டேன்.

'விடுதலை வேள்வியில் தமிழகம்' என்ற நூல் உருவாகக் காரணம் என்ன?

சுதந்திரப் போராட்டத்தைப் பற்றி ஆரம்பத்திலிருந்தே பெருமதிப்பு கொண்டு பல கட்டுரைகளை நான் எழுதியிருக்கிறேன். ஒருமுறை 'சிட்டகாங் புரட்சி'யை நடத்திய கல்பனா தத் அவர்களை நேரில் சந்தித்தபோது, 'விடுதலைப் போராட்டத்தில் மறைக்கப்பட்ட, மறுக்கப்பட்ட பகுதிகள் இருக்கின்றன. அதை வெளியில் கொண்டு வர வேண்டும்' என்றார். அது என் மனதில் பொறியை உண்டாக்கியது. அதிலிருந்து என் தேடல் அதிகமாயிற்று. சுதந்திரப் போராட்டத்தில் பங்காற்றியவர்களை நாம் மறந்து விட்டோம். அதேபோல் சுதந்திர நாடு என்று சொல்லிக் கொள்ளும்படி இப்போதைய செயற்பாடுகள் இல்லை. அதனால் இந்த நாட்டை மீட்க நம் முன்னோர்கள் போராடிய போராட்டத்தின் மகத்துவம் அடுத்த தலைமுறைக்குத் தெரிய வேண்டும் என்பதற்காக இந்த நூலைத் தயாரிக்க ஆரம்பித்தேன்.

கல்பனா தத்

பலரால் இறந்துபோனவராக அப்போது கருதப்பட்ட 'கேப்டன் லட்சுமி' அவர்களை எப்படிச் சந்தித்தீர்கள்?

தமிழ்நாட்டைச் சேர்ந்த சுதந்திரப் போராட்டத் தியாகிகள் உட்பட கேப்டன் லட்சுமி பற்றி விசாரித்த போது, அவர் 'இறந்திருக்கலாம்' என்றும் 'இறந்து விட்டதாக நினைக்கிறேன்' என்றும் சிலர் சொன்னார்கள். எனது விசாரிப்புக்கு எவரிடமிருந்தும் திட்டவட்டமான பதில் கிடைக்கவில்லை. நான் அத்தோடு நிற்கவில்லை. ஒரு நாள் ஜனநாயக மாதர் சங்கத்தின் தலைவி மைதிலி சிவராமனை சென்னையில் அவரது வீட்டிற்குச் சென்று சந்தித்தேன். கேப்டன் லட்சுமி பற்றி

அவரிடம் விசாரித்ததில் கேப்டன் லட்சுமி கான்பூரில் இருப்பதாகத் தெரிவித்தார். துப்பாக்கி ஏந்திப் போராடிய பெண். அதுவும் தமிழ்ப் பெண் என்பதும் அவர் இன்னும் உயிரோடு இருக்கிறார் என்பதும் எனக்குப் பெரும் மகிழ்ச்சியையும் ஆர்வத்தையும் ஏற்படுத்தியது. ஒரு தொலைபேசி எண்ணைக் கொடுத்து 'இதுதான் கேப்டன் லட்சுமியின் தொடர்பு எண். ஆனால், நான் அவருடன் தொடர்பு கொண்டு நீண்ட நாட்கள் ஆகி விட்டன' என்றார்.

அதன் பிறகு நான் ஈரோடு வந்து அந்த எண்ணுக்குத் தொடர்பு கொண்டேன். முதலில் யார் யாரோ இந்தியில் பேசினார்கள் பிறகு கேப்டன் லட்சுமியிடம் போன் தரப்பட்டது. நீண்ட நாட்களாக அவருக்கு தமிழ்நாட்டுடன் தொடர்பில்லை என்ற காரணத்தாலும், வட இந்தியாவிலேயே செட்டிலாகி விட்டவர் என்பதாலும் நான் அவரிடம் எனது ஊர், பெயர் எல்லாம் சொல்லி அறிமுகப்படுத்திக் கொண்டு ஆங்கிலத்திலே பேச ஆரம்பித்தேன். உடனே அவர் "ஈரோட்டுக் காரர் தானே... நல்லா தமிழ் தெரிஞ்சிருக்கணுமே... தமிழிலேயே பேசுங்கள்" என்றார். எனக்கு மிகுந்த ஆச்சர்யமாக இருந்தது.

அதன் பிறகு கான்பூருக்கே சென்று அவரது இல்லத்தில் அவரைச் சந்தித்தேன். மூன்று நாட்கள் அவருடனே இருந்தேன். வயது முதிர்ந்த நிலையிலும் ஏழை மக்கள் வாழும் குடிசைப் பகுதிக்குச் சென்று மருத்துவச் சேவை புரிந்த அவரது கடமையுணர்ச்சியையும் மகத்தான பண்பையும் உடனிருந்து கவனித்தேன்.

இந்திய தேசிய ராணுவத்தில் பெண்கள் படை ஆரம்பிக்கப்பட்டது எப்படி?

கேப்டன் லட்சுமி என்னிடம் கூறியதை அப்படியே உங்களுடன் பகிர்ந்து கொள்கிறேன்.

சென்னையில் மருத்துவக் கல்வியை முடித்த கையோடு, உறவினர்கள் சிலரைப் பார்ப்பதற்காக கேப்டன் லட்சுமி சிங்கப்பூர் செல்கிறார். பிறகு அங்கேயே தற்காலிகமாகத் தங்கி மருத்துவராகத் தொழிலைத் தொடங்கு கிறார். இந்தச் சமயத்தில் நேதாஜி சிங்கப்பூரில் பேசிய இரண்டு மூன்று கூட்டங்களில் அவரது உரையைத் தொடர்ச்சியாகக் கேட்கிற வாய்ப்புக் கிடைக்கிறது. அந்த உரைகள் கேப்டன் லட்சுமியின் மனதில் பெரும் அதிர்வை உண்டாக்கி, வாழ்வின் கடைசி நாள் வரை அவரைப் பின்பற்ற வேண்டும் என்ற எண்ணத்தை உருவாக்குகிறது.

கேப்டன் லட்சுமி

உடனே, நேதாஜியோடு நேரில் பேச வேண்டும் என்று முடிவெடுத்து அதற்கான முயற்சியில் இறங்குகிறார். நேதாஜியை நேரில் சந்திக்கும் வாய்ப்புக் கிடைக்கிறது. அந்தச் சந்திப்பில் கேப்டன் லட்சுமியை சில நிமிடங்கள் பேசவிட்டு பின்னர் நேதாஜி, சமுதாயத்தில் பெண்கள் அடக்கி வைக்கப்பட்டிருப்பது குறித்தும், அதையும் மீறி அவர்கள் போர்க்களத்தில் இறங்க வேண்டிய நிர்ப்பந்தம் குறித்தும், ஏறத்தாழ 5 மணி நேரம் நெகிழ்ச்சியோடு விவரிக்கிறார்.

இந்திய தேசிய ராணுவத்தில் 'ராணி ஜான்ஸி ரெஜிமெண்ட்' எனும் பெண்கள் படை ஆரம்பிப்பதற்கு இந்தச் சந்திப்பே அடித்தளமாக இருந்துள்ளது.

'விடுதலை வேள்வியில் தமிழகம்' என்று சுதந்திரப் போரில் போரிட்ட தமிழர்களைப் பற்றி மட்டும் நூல் வெளியிட என்ன காரணம்?

ஆரம்பத்தில் கட்டுரைகள், சிறு புத்தகங்கள் எழுதுவதற்காகவும், பொதுவான வரலாற்று ஆர்வத்தாலும் டெல்லியில் உள்ள ஆவணக் காப்பகத்திற்குப் போனபோது 85,000 புகைப்படங்கள் கொண்ட டில்லி அரசு ஆவணக் காப்பகத்தில் நான் முதலில் சென்று பார்த்தபோது ஐந்தாறு படங்களே தமிழ்நாட்டுப் படங்கள்... ஒரு வெளிநாட்டுக் காரர் இந்திய சுதந்திரப் போரைப் பற்றி அறிய அந்த அரசு ஆவணக் காப்பகத்திற்கு வந்தால்... சுதந்திரப் போருக்கும் தமிழர்களுக்கும் சம்பந்தம் ஏதுமில்லை என்றேகூட நினைப்பார். ஒரே ஒரு படம் வ.உ.சிதம்பரனார் படம். அதுவும் நிழற்படம் எத்தனையோ இருந்தும் வரையப்பட்ட பழைய படமே அங்கிருந்தது. அது அவர்கள் தவறு அல்ல. யாருமே அதைப் பற்றி அறியவுமில்லை. அக்கறை காட்டவும் இல்லை...

மற்ற மாநிலத்தைச் சேர்ந்த விடுதலைப் போராட்ட வீரர்கள் குறித்த தொகுப்புகள் தேதி வாரியாகவும், போட்டோக்களை முறையாகப் பாதுகாத்து வைத்திருந்ததையும் கண்டேன். அங்கு கேட்டபோது தமிழ்நாட்டிலிருந்து கொடுக்கவில்லை, கொடுத்தால் வைக்கத் தயாராக இருக்கிறோம் என்றார்கள். அப்போது எனக்குத் தோன்றியது, நமது மாநிலத்திலிருந்து சுதந்திரத்திற்காக போராடியவர்களை மக்களும் மறந்து விட்டார்கள். ஆட்சிக்கு வந்தவர்களும் மறந்து விட்டார்கள், என்று. அதனால் தமிழ்நாட்டில் அவை பற்றிய முழுமையான தகவல் திரட்டும் வேலையைச் செய்தேன்.

விடுதலைப் போராட்டத்தில் வங்காளிகளின் பங்கு பற்றி அவ்வளவு படமும், செய்திகளும் ஆவணங்களாக இருக்கும்போது, தமிழர்களின் வரலாறு ஏன் அங்கு இல்லை? விடுதலைப்போர் தமிழகத்தில்தான்

ஆரம்பமாகியது. முதன் முதலில் விடுதலை உணர்வுடன் சண்டையை ஆரம்பித்தவனே தமிழன்தான். இதைக்கூட இன்றுவரை குழந்தைகளின் பாடப்புத்தகத்தில் ஆரம்பித்து, எல்லா மட்டத்திலும் முறையாகவும் தெளிவாகவும் சொல்லவில்லை.

விடுதலைப்போராட்டத்தின் ஆரம்பம் என சிப்பாய்க் கலகம்தானே முன் வைக்கப்படுகிறது?

1857இல் நடந்த சிப்பாய்க் கலகத்திற்கு முன்னால், 1800-க்கும் முன்பே பூலித்தேவன், வீரபாண்டிய கட்டபொம்மன் போன்றவர்கள் போராட்டத்தை ஆரம்பித்திருக்கிறார்கள். 1800-1801இல் விருப்பாச்சி திண்டுக்கல் கோபால நாயக்கர் தலைமையில் நடந்தது போராட்டம். ஊமைத்துரை, சின்ன மருது, பெரியமருது, எல்லோரும் போராளி களாகத்தான் வாழ்ந்திருக்கிறார்கள். 1806இல் நடந்த வேலூர்ப் புரட்சியில் நூற்றுக்கணக்கானோர் செத்திருக்கிறார்கள். மதுரையிலிருந்து கோயம்புத்தூர் வரையிலும் சண்டை நடந்துள்ளது. இவையெல்லாம் பாடப்புத்தகத்தில் சரியாகச் சொல்லப்படவில்லை. விடுதலைப் போராட்டத்தின் ஆரம்பமாக 1800இல் கோபால நாயக்கர் தலைமையில் நடந்தது, 'விருப்பாச்சி- திண்டுக்கல் கலகம்'. அந்தப் போராட்டத்தைச் சிறப்பாகக் குறிப்பிட வேண்டும்.

நீங்கள் படித்த, கேள்விப்பட்ட ஆய்வுகளில் உள்ள சமூகத்திற்கும், இப்போது உள்ள சமூகத்திற்கும் ஏதும் வேறுபாட்டை உணர்கிறீர்களா?

நிச்சயமாக! அந்தக் காலத்தில் யாரையும் பேர் சொல்லிக் கூப்பிடுவதில்லை. சாதியைச் சொல்லித்தான் கூப்பிடுவார்கள். தேவரே! முதலியாரே! பிள்ளைவாள், இப்படி சிநேகமாகக் கூப்பிடுவார்கள். இப்போது யாரும் அப்படிக் கூப்பிடுவது இல்லை. ஆனால் சாதிச் சங்கங்கள், சாதிக்கட்சிகள், சண்டைகள் ஏராளமாக இருக்கின்றன.

நீங்கள் சந்தித்த சுதந்திரப் போராட்டத் தியாகிகளிடம் இப்போதைய நாட்டு நிலவரம் குறித்த பார்வை எப்படியுள்ளது?

பெரும்பாலான தியாகிகள் இன்றைய சூழல், நிகழ்வுப்போக்குகள் குறித்த செயற்பாடுகளின் மேல் விரக்தியாகத்தான் இருக்கிறார்கள். எதற்காக நாம் போராடினோம் என்பதை எல்லாரும் இவ்வளவு சீக்கிரமாக மறந்துவிட்டார்கள் என்று கருதுகிறார்கள். என்னால் மறக்க முடியாத மனிதர் பாஸ்யம் என்கின்ற ஆர்யா. அவரை நான் சந்திக்கப் பலமுறை முயன்றும் முடியாமல் போய்விட்டது. நான் தனியாகப் போனபோது "என்ன பத்திரிகை நீங்கள்? எழுதி என்ன செய்யப் போகிறீர்கள்? எழுதி என்ன ஆகப்போகுது?" என்று என்னுடன்

சண்டைக்கு வந்து விட்டார். அவருக்குத் தெரிந்தவருடன் போய்ப் பேசியபோது, "50 வருடமாகி விட்டது நாங்கள் போராடி! ஒரு சாதாரண விஷயமான நதிநீர் இணைப்பைக்கூட இப்போதைய அரசியல் வாதிகளால் செய்ய முடியவில்லை. மக்கள் போராட்டம் நடத்த வேண்டாமா! நடத்தினாலும் உங்களால் உயிர் இழப்பு இல்லாமல் எந்தப் போராட்டமும் நடத்த முடியாது. பத்திரிகையில் மறுநாள் ஒவ்வொரு இடத்திலேயும் இறந்தவர்களை பற்றிய விவரம் கொடுப்பார்கள். அந்தப் போராட்டம் நடத்தியது எதற்காக என்பதையும் மறந்துவிடுவார்கள். 50 வருட சுதந்திரம், பெற்றுக் கொடுக்க வேண்டிய எதையும் மக்களுக்குப் பெற்றுக் கொடுக்கவில்லை. மாறாக ஆட்சிக்கு வந்தவர்கள் நிறையப் பெற்றிருக்கிறார்கள். இதை நினைக்க அவமானமாக இருக்கிறது. அதனால்தான் நான் யாருடனும் பேசுவதில்லை" என்றார்.

உங்கள் வரலாற்று நூலில் சாத்வீகமாகப் போராடியவர்களையும், ஆயுதமேந்திப் போராடியவர்களையும் பிரித்து அறியப்படவில்லையே?

ஏன் பிரிக்க வேண்டும்? ஒவ்வொருவருக்கும் போராட்ட வழிமுறை களில் வித்தியாசம் இருக்கலாம். ஆனால் அவர்கள் ஒரே இலக்கை நோக்கித்தான் பயணப்பட்டார்கள். கள்ளுக்கடை மறியல் போராட்டத்தில் கள்ளுக் குடிக்கப்போனவர்களை கையெடுத்துக் கும்பிட்டு கள்ளுக் குடிக்கப் போகவேண்டாம் என்று சொன்னவர்களை போலீஸ் தடியால் அடித்துக் காயப்படுத்தினார்கள். ஒவ்வொருவராக அடியை வாங்கிக் கொண்டும் போராட்டம் நடத்தினார்கள். இப்போது போராட்டம் நடத்தும் குழுக்கள் அவர்களுக்குள்ளேயே போரிடுகிறார்கள். ஆனால், விடுதலைப் போராட்டக் காலத்தில் சாத்வீகம், ஆயுதப் போராட்டம் என்ற இரண்டு தரப்பினரும் ஒருவரையொருவர் தாக்கிக்கொள்ள வில்லை. இலக்கை நோக்கி போராடுவதிலேயே குறியாக இருந்தார்கள்.

முன் வெளியீட்டுத் திட்டத்தில் எவ்வளவு பேர் சேர்ந்துள்ளார்கள்?

நான் இந்தப் புத்தகத்தை ஆரம்பிக்கும்போது முறையான திட்டத்துடன்தான் தொடங்கினேன். ஆனால் அது இவ்வளவு பெரிய அளவில் நாளுக்கு நாள் வளர்ந்து உருவெடுக்கும் என்று எதிர்பார்க்க வில்லை. காலத்திற்கும் நிற்க வேண்டிய நூல் என்பதால் அதனை மிகுந்த தரத்துடன் கொண்டுவர முடிவு செய்தேன். அதற்கு அதிகப் பொருட்செலவு ஆகிறது.

என்னை அறியாமல் அரிய நிகழ்வுகள், சந்தித்த நபர்கள் என்று எல்லாம் சேர்ந்து என்னை இதற்குள்ளே முழுமையாக இழுத்துச்

சென்றுவிட்டது. 1000 பேர்களுக்கும் மேல் ரூபாய் 150/- வீதம் முன் வெளியீட்டுத் திட்டத்தில் பணம் கொடுத்துள்ளார்கள். இப்போது இதன் விலை 500/- ஆகிறது. முன் பணம் கொடுத்தவர்களிடம் மேலும் கோரிக்கை வைப்பதாக இருக்கிறேன். பத்திரிகைகள் ஆதரவு பக்கபலமாக இருக்கிறது. பார்க்கலாம்!

இந்த நூல் பற்றிய செய்திகளை தமிழக அரசு எந்த வகையில் எடுத்துக் கொண்டது?

சென்ற ஆட்சியில்தான் புத்தகம் முடிவுற்றது. நான் ஆட்சியாளரையோ, அரசியல் கட்சியினரையோ இது தொடர்பாக அணுகவில்லை. முதலில் இருந்த அரசில், சட்டசபையிலேயே 'விடுதலை வேள்வியில் தமிழகம்' நூல் குறித்து விவாதிக்கப்பட்டது. திருப்பூர் சட்டமன்ற உறுப்பினர் கே.சுப்பராயன் முன்வைத்த கருத்தைத் தொடர்ந்து இந்நூல் குறித்து முதலமைச்சர் கலைஞர் மு.கருணாநிதி விரிவாகப் பேசினார். இந்தப் புத்தகத்தை அரசே ஏற்று வெளியிடும் என்றும் அறிவித்துள்ளார். இப்போது ஆட்சி மாறிவிட்டது. நல்ல செய்தியை எதிர்பார்த்துக் கொண்டிருக்கிறேன். தமிழகத்தின் தேசியத் தலைவர்களுள் ஒருவரான பாரத ரத்னா சி.சுப்பிரமணியம் அவர்கள் மறைவதற்கு முன்பு கடைசியாக எழுதிய அணிந்துரை இந்தப் புத்தகத்திற்குத்தான்.

'பாரத ரத்னா'
சி. சுப்பிரமணியம்

அணிந்துரை பெறுவதற்காக அவர் வீட்டுக்கு நாம் சென்றிருந்த போது உடல் முடியாத நிலையிலும் கைத்தடியை ஊன்றிக் கொண்டே வாசல் வரை வழியனுப்ப வந்தவர், "நீ இளைஞனப்பா... நாங்கள்லாம் விடுதலைப் போராட்டத்துல ஈடுபட்டு, விடுதலை கிடைச்சப்போ இது மாதிரி எல்லாத்தையும் பதிவு பண்ணணும்னு ஏதேதோ நினைச்சோம். நாங்க பண்ணல... ஆனா, நீ அதைச் செஞ்சு கொண்டு வந்து குடுத்து அதுக்கு நான் அணிந்துரை எழுதியிருக்கிறேன்." என்றார். நெகிழ்ந்து போன நிலையில் "ஆயுள் உள்ள அளவுக்கும் என்னோட ஆசீர்வாதம் உன்னோட இருக்கும்..." என்று சொன்னார். அப்படிச் சொன்னவர் அத்தோடு நிற்கவில்லை, "என்னோட ஆயுள் உள்ள வரைக்கும் இல்லப்பா, உன்னோட ஆயுள் உள்ள வரைக்கும்னு சொன்னேன்" என்றார். அதிகம் வாய் திறந்து பேசாதவர், 'ரிசர்வ் டைப்' என்று சொல்லப்படுகிறவர் இவ்வாறு நெகிழ்ச்சியோடு வாழ்த்தி அனுப்பி வைத்தார். காரணம்,

இந்த நூலையும் இதற்கான முயற்சியையும் அவர் நன்கு உணர்ந்து உள்வாங்கிக் கொண்டது தான் என்று நினைக்கிறேன்.

கலைஞரிடம் கொடுத்தபோது கேட்ட கேள்வி 'பெரியார் உள்ளே இருக்கிறாரா' என்பதுதான்? பெரியார் மட்டுமல்ல, சுதந்திரப் போராட்டத்தில் கலந்து கொண்ட பாரதிதாசன், சிங்காரவேலர் உள்ளிட்ட எல்லோரின் பெயரையும் சொல்லி அவர்களும் இடம்பெற்றுள்ளதாகச் சொன்னேன். சந்தோஷமாகச் சிரித்து, என் எண்ணத்தைச் சரியாகப் புரிந்து கொண்டுள்ளீர்கள் என்று சொன்னார். அருமையான அணிந்துரை எழுதிக்கொடுத்துள்ளார். மூப்பனார் பார்த்து 'நாங்கள் கொண்டுவர வேண்டியது' என்று பாராட்டினார். தமிழகத் தலைவர்களின் ஆதரவு இந்த நூலுக்கு இருக்கிறது.

நீங்கள் வக்கீல் தொழில் பார்த்துக்கொண்டு இதைச் செய்ய முடிந்ததா?

இந்தப் பணியை முழுமையாகத் தொடங்கிய பின்னர் கடந்த ஆறு வருடங்களாக நான் வக்கீல் தொழில் செய்யவில்லை. எடுத்த செயலை முழுமையாகச் செய்து முடிக்க வேண்டுமென்ற எண்ணம் எனக்கு எப்போதும் உண்டு. அதுவும் தமிழ்நாட்டைச் சேர்ந்த விடுதலைப் போராட்ட வீரர்களின் குடும்பத்தினரைத் தேடிப் போன போது அவர்களின் குடும்பங்கள் படும் கஷ்டங்கள் சொல்ல முடியாதவையாக இருக்கின்றன. நாட்டு விடுதலைக்காக தங்கள் வாழ்வை அர்ப்பணித்த எத்தனையோ பேரின் குடும்பங்கள் இன்று மிக மோசமான நிலையில் இருக்கின்றன. இதை அனைவரும் புரிந்து கொள்ள வேண்டும். இன்னொன்று, நாட்டுக்காக இவ்வளவு கஷ்டப்பட்டவர்கள் இருக்கும் போது என் ஆறு வருட வக்கீல் தொழில் இழப்பு ஒன்றும் பெரிதாக எனக்குத் தெரியவில்லை.

சந்திப்பு: ஆர்.டி. பாஸ்கர்

ஜெயா தொலைக்காட்சி - 02 ஆகஸ்ட், 2004

உருவான வேலூர்ப் புரட்சியும் கருவான கோவைக் கிளர்ச்சியும்

இன்று நமது நிலையத்திற்கு 'காலைமலர்' நிகழ்ச்சிக்காக சிறந்த சொற்பொழிவாளரும் வரலாற்று ஆராய்ச்சியாளருமாகிய திரு.ஸ்டாலின் குணசேகரன் அவர்கள் வருகை புரிந்திருக்கிறார். அய்யா வணக்கம்.

வணக்கம்!

இந்த மாதம் ஆகஸ்ட் மாதம். நீங்கள் 'விடுதலை வேள்வியில் தமிழகம்' என்ற நூலைத் தயாரித்திருக்கிறீர்கள். ஆந்திராவின் பங்கு, கேரளாவின் பங்கு, விடுதலைப்போரில் மராட்டியம் என்றெல்லாம் புத்தகங்கள் வந்திருக்கிறதா? தமிழகம் என்று குறிப்பிட்டு இவ்வளவு விரிவான நூலைக் கொண்டுவரவேண்டிய அவசியம் என்ன?

நல்ல கேள்வி. நமது இந்தியத் திருநாட்டின் வரலாற்றை, குறிப்பாக விடுதலைப் போராட்ட வரலாற்றை ஆய்வு செய்வதற்காக மாணவர்களோ அல்லது யாரேனும் பெரியவர்களோ வெளிநாட்டிலிருந்து வட இந்தியாவுக்கு வந்து ஆய்வு செய்கிறார்கள் என்று வைத்துக் கொள்வோம். பம்பாய், கல்கத்தா, பஞ்சாப், குஜராத் போன்ற மாநிலங்களில் உள்ள நூலகங்களுக்கும் சென்று ஆய்வுப் பணியில் ஈடுபடுகிறார்கள் என்று வைத்துக் கொள்வோம், பாராளுமன்ற நூலகம் உட்பட! வெளிநாட்ட வரை விடுங்கள், வடஇந்தியாவைச் சேர்ந்த இளம்தலைமுறையினர் தீவிரமான ஆய்வை மேற்கொள்கின்றனர் என்று வைத்துக்கொள்வோம்.

ஆவணக் காப்பகங்களிலும் நூல்நிலையங்களிலும் என்ன இருக்கிறது தெரியுமா? என்ன நிலைமையில் சூழல் இருக்கிறது என்றால், இந்திய விடுதலைப் போராட்டத்தில் தமிழ்நாட்டைச் சேர்ந்தவர்கள் ஈடுபடவில்லையோ அல்லது குறிப்பிடத்தகுந்த பங்கைச் செலுத்த வில்லையோ என்பதைப் போன்ற தோற்றம் இருக்கிறது.

வங்காளிகளைப் பற்றி நிறைய செய்திகள் இருக்கின்றன. பஞ்சாபியர் களைப் பற்றி பற்பல தகவல்கள் உள்ளன. வட இந்தியாவைச் சேர்ந்த

சுதந்திரப் போராட்ட வீரர்களைப்பற்றி ஏராளமான குறிப்புகள் மலை போல் குவிந்து கிடக்கின்றன. எத்தனை எத்தனையோ புகைப்படங்கள் சேகரித்து வைக்கப்பட்டிருக்கின்றன. தமிழகத்தைச் சார்ந்த விடுதலைப் போராட்ட வீரர்களைப் பற்றிய ஆதாரங்களும் ஆவணங்களும் நூற்றுக்கு இருபது சதவிகிதம்கூட இல்லை. புகழ்மிக்க தியாகிகள் தலைவர்களைப் பற்றிக் கூட இல்லை.

இல்லை, ஆகவே இல்லை என்றால் பரவாயில்லை. இருக்கிறது! ஆனால் இல்லை. இந்த நிலைமையும் சூழலும் தான் விடுதலைப் போராட்டத்தில் தமிழர்களின் பங்கை முழுமையாகத் தொகுக்க வேண்டும் என்ற கருத்தை எமக்குள் உருவாக்கியது.

தேவையான ஆதாரங்கள் ஆவணங்கள் கிடைத்ததா, குறிப்பிடத் தகுந்த அளவுக்கு?

வியக்கத்தக்க அளவுக்கு கிடைத்துள்ளன. தமிழர்களைத் தலை நிமிர்ந்து நிற்கச் செய்யும் அளவுக்கு அசைக்க முடியாத ஆதாரங்களைக் கொண்ட சரித்திரப் புதையல்கள் அவை.

மகாத்மா காந்தி, ஜவகர்லால் நேரு, நேதாஜி, பகத்சிங் போன்ற தலைவர்களை அறிவோம். இந்திய அளவிலே எடுத்துப் பார்த்தால் தமிழ்நாட்டின் பங்கு ஓரளவுக்கு கூட ஆவணமாக இல்லை. தமிழ்நாடு முழுவதும் அங்கும் இங்கும் ஆராய்ந்து பார்த்தால், சான்றாதாரங்கள். ரத்தமும் சதையுமாக இருக்கக்கூடிய ஆவணப்பதிவுகள் நிறைய இருக்கின்றன என்பது புரிந்தது.

இன்றைக்கும் நீங்கள் ஏடுகளில், பாடப்புத்தகங்களில் பார்த்தால், முதல் இந்திய சுதந்திரப்போர் என்று சிப்பாய் கலகத்தை 1857இல் நடந்த ராணுவவீரர்கள் புரட்சியைத்தான் குறிப்பிட்டிருப்பார்கள். நாம் ஆய்வு செய்து பார்த்தால் 1857-க்கு முன்பு விடுதலைப் போராட்டமே நடக்கவில்லையா அல்லது அதற்குச் சமமான அளவு நடக்கவில்லையா, ஒரு வலுவான விடுதலைப் போராட்டம் நடக்கவில்லையா என்று பார்த்தால், நடந்திருக்கிறது. அப்படி நடந்த இடம் தமிழ்நாடாகவும் இருக்கிறது.

1799ஆம் ஆண்டு திப்புசுல்தான் ஆண்டுகொண்டிருந்த பொழுது பிரான்ஸ் தேசத்திலிருந்து நெப்போலியன் போனபர்ட் படை எடுத்து வந்து திப்புசுல்தானோடு இணைந்து இங்கு இருக்கிற பிரிட்டிஷ் படைகளைத் தாக்க வேண்டும் என்ற ஒரு திட்டம் இருந்தது. ஆனால் நெப்போலியன் வரமுடியாத ஒரு துரதிர்ஷ்டவசமான சூழ்நிலை ஏற்பட்டது. ஆகவே தனித்துப் போராட வேண்டிய கட்டாயம் திப்புசுல்தானுக்கு ஏற்பட்டது.

1799இல் நடந்த போரில் திப்புசுல்தான் மரணமடைந்தார். அதற்குப் பிறகு வெள்ளையர்கள் தெற்கே படையெடுத்து வந்தார்கள். அவர் களை எதிர்த்து வீர பாண்டிய கட்டபொம்மன் போரிட்டார், பிடிபட்டார். தூக்கிலிடப்பட்டார். அவர் 1799இல் தூக்கில் தொங்கிய இடம் தமிழ்நாடு தான். திப்புசுல்தான் போரில் மரணமடைந்தார்; வீரபாண்டிய கட்டபொம்மன் தூக்கிலிடப்பட்டார்.

இவர்கள் இருவரும் மரணமடைந்தவுடன் நிறையப் புரட்சிக் குழுக்கள் தோன்றின. இதற்கு மையப்பகுதியாக பழனி இருந்தது. கட்டபொம்மனின் சகோதரர்கள் செவத்தையா, ஊமைத்துரை போன்றவர்களும் விடுதலை யுத்தத்தில் பங்கு கொண்டார்கள். சிவகங்கைச் சீமையில் மருது சகோதரர்கள். மறக்க முடியாத மணிமணிகளான அண்ணன்தம்பிகள். பிறகு பல தனிமனிதர்கள் தொடர்ந்து இயங்கி பல புரட்சிக்குழுக்களை நடத்தி வந்தார்கள்.

அந்தப் புரட்சிக் குழுக்களெல்லாம் பழனிக்குப் பக்கத்தில், திண்டுக்கல்லுக்கு அருகில் உள்ள காடுகளில் கோபாலநாயக்கர் என்பவர் தலைமையில் கலந்து பேசுகிறார்கள். ஒரு வியூகம் வகுக்கிறார்கள். ஒரு மாபெரும் திட்டத்தைத் தயாரிக்கிறார்கள். அதற்கு ‘பழனி சதித்திட்டம்’ என்கிறார்கள் வரலாற்றில். இது 1800 வாக்கில் நடைபெறுகிறது.

இதைத் தமிழ்நாட்டோடு நிறுத்தக்கூடாது என்பதற்காக பக்கத்து மாநிலமான மலையாளத் தேசத்திலும் புரட்சிக்குழுவை வைத்துக் கொண்டிருந்த கேரளவர்மன் என்பவரோடு தொடர்பு கொண்டார்கள். மராட்டிய மண்ணிலே சிற்றரசனைப்போல விளங்கிய தூந்தாஜிவாக் என்பவரோடும் கூட்டணி அமைக்கப் பேச்சு நடத்தினார்கள்.

மூன்று குழுக்கள் போய் கேரளாவிலும் மராட்டிய மாநிலத்திலும் பேச்சுவார்த்தை நடத்தி அவர்களை இணங்க வைக்கிறார்கள். “நீங்கள் தமிழ்நாட்டிற்கு படைகளோடு வரவேண்டும். கோயமுத்தூரை இலக்காக வைத்திருக்கிறோம். எப்படியும் கோவையை ஆங்கிலேயர் களிடமிருந்து விடுவித்துக் கைப்பற்றவேண்டும்” என்று வலியுறுத்து கிறார்கள். இறுதியாக அவர்களும் இணங்கிவிட்டார்கள்.

இன்றைக்கும் நீங்கள் ஆவணக் காப்பகத்திலே பார்க்கலாம். தமிழகத்திலே இருக்கிற பாளையக்காரரர்கள், ஜமீன்தார்கள், நாட்டாமைக்காரர்களுக்குக் கடிதம் கொடுத்திருக்கிறார் மராட்டிய மன்னன் தூந்தாஜிவாக்.

மலையாள தேசத்திலே கேரளவர்மன், மராட்டியத்திலே தூந்தாஜிவாக், கர்நாடகத்தில் கிருஷ்ணப்பநாயக்கர், ஹெக்டே

இவர்களெல்லாம் ஒன்றாகச் சேர்ந்து ஒரு மாபெரும் கூட்டணி அமைக்கிறார்கள். கோயமுத்தூரை நோக்கி படையெடுக்கிறார்கள். முறையான தயாரிப்பு, திட்டமிட்டு இயங்குதல், தேவையான ஆயுதங்கள், இடம், பொருள், ஏவல் என்று எத்தனையோ காரணங்கள், அம்சங்கள் இருக்கிறதல்லவா? அதில் ஏதோ ஒரு திட்ட, நுட்பக்கோளாறால் அந்தப்போர் தோல்வியடைந்து விடுகிறது. 'கோவைப்புரட்சி' என்று இதை சரித்திரம் குறிப்பிடுகிறது. இது 1800 மற்றும் 1801ஆம் ஆண்டுகளில்.

1857ஆம் ஆண்டுதான் முதல் விடுதலைப்போர் நடைபெற்றதாக எழுதி வைத்திருக்கிறார்களே, அதற்கு 55 ஆண்டுகளுக்கு முன்பு நடந்த இந்த கோவைப்புரட்சிக்கு என்ன பெயர்? அதற்கும் சில ஆண்டுகளுக்கு முன்பு பூலித்தேவன், நெற்கட்டும்செவ்வலில் களம் கண்டார். மருது சகோதரர்கள் அவர்களது குடும்பத்தோடு தூக்கிலிடப்படுகிறார்கள். ராமநாதபுரம் ராஜாவும் தூக்கில் போடப்படுகிறார். தீரன் சின்னமலை சங்ககிரியில் சகோதரரோடு தூக்கிலிடப்பட்டு விடுகிறார். ஊமைத்துரையும் செவத்தையாவும் பாஞ்சாலங்குறிச்சியிலே தூக்கிலிடப்படுகிறார்கள்.

முத்துராமலிங்க சேதுபதி மன்னர் மொத்தமே 48 ஆண்டுகாலம் தான் வாழ்ந்தார். அதில் 24 ஆண்டுகாலம் சிறையிலிருந்திருக்கிறார். தமிழ்நாட்டைச் சேர்ந்தவர்.

சத்தியமங்கலம், தாராபுரம், கோயமுத்தூர் போன்ற பகுதிகளில் ரோட்டோரம் உள்ள மரங்களில் ஆயிரக்கணக்கானோர் தூக்கிலிடப் பட்டிருக்கிறார்கள். ஒருவர் இருவர் அல்ல. புரட்சிக்குழுக்களிலே இருந்தவர்கள் தூக்கில் போடப்பட்டிருக்கின்றனர். இவர்கள் தேசபக்தர்கள், தியாகிகள்.

1806ஆம் ஆண்டு வேலூர்ப் புரட்சி வருகிறது. நான் போகிற போக்கில் ஏதோ கதை சொல்வதாகக் கருதவேண்டாம். இந்தியாவின் வரலாற்றுப் பேராசிரியர்களில் குறிப்பிடத்தக்க ஒருவர் டாக்டர் கே.ராஜய்யன். அவர் 'சௌத் இண்டியன் ரெபிள்யன்' 'தென்னிந்திய புரட்சியாளர்கள்' என்று புத்தகம் எழுதியிருக்கிறார். பல ஆண்டுகள் ஆய்வு செய்து எழுதியிருக்கிறார்.

1971ஆம் ஆண்டே இந்தப்புத்தகம் வெளி வந்துவிட்டது. இதுவரை இதையாரும் மறுக்கவில்லை. 1806ஆம் ஆண்டு வேலூர் புரட்சி. வெறும் 6 மணி நேரம் நடந்த புரட்சிதான். இரவு இரண்டு மணிக்கு தொடங்கிய புரட்சி காலை 7, 8 மணிக்கு முடிந்து விடுகிறது.

திப்பு சுல்தானின் வாரிசுகள்தான் வேலூர் கோட்டைக்குள் வைக்கப்பட்டிருக்கிறார்கள். என்ன காரணங்களுக்காகப் புரட்சி நடந்தது? வேறு ஒன்றும் இல்லை. 1857ஆம் ஆண்டு ஏற்பட்ட புரட்சி எதற்காக நடந்ததோ அதே காரணம்தான் 1806ஆம் ஆண்டு நடந்த வேலூர்ப் புரட்சிக்கும் காரணம்.

சிப்பாய்கள் அணிந்திருக்கிற தொப்பிகளில் மாட்டுக்கொழுப்பு பூசப்பட்டிருப்பதாக வதந்தி பரவியது. பன்றிக்கொழுப்பு பூசப்பட்டிருப்பதாகவும் புரளி கிளம்பியது. இந்துக்களும் முஸ்லீம்களும் ராணுவ வீரர்களாக இருக்கிறார்கள். இந்துக்களுக்கு மாட்டுக்கொழுப்பு ஆகாது; முஸ்லீம்களுக்கு பன்றிக்கொழுப்பு ஆகாது.

காதிலே கடுக்கன் போடக்கூடாது என்றார்கள். அப்போதெல்லாம் இந்துக்கள் காதிலே கடுக்கன் அணிந்திருப்பார்கள். முகத்தைச் சவரம் செய்துகொள்ளச் சொன்னார்கள். முஸ்லீம்கள் முகம் முழுக்க சவரம் செய்து கொள்ளமாட்டார்கள். இதற்கு எதிராக சிப்பாய்கள் பாய்ந்தார்கள். அவர்களிடம் சம்பளம் வாங்கிக் கொண்டிருந்தவர்கள் தான். ராணுவவீரர்கள்-ராணுவ உயர் அதிகாரிகளை எதிர்த்துப் போராடினார்கள். அந்த ராணுவ உயரதிகாரிகள் ஆங்கிலேயர்கள் - அந்த ராணுவ வீரர்கள் இந்தியர்கள். குறிப்பாக இந்துக்களும் முஸ்லீம்களும்.

இந்த ஐந்துமணிநேரப் புரட்சியில் தமிழ்நாட்டில் கொல்லப்பட்டவர்கள் சுமார் 3 ஆயிரம் பேர். இந்த வேலூர்ப் புரட்சியை மட்டும் தனியே எடுத்துக்கொண்டு ஒரு பேராசிரியர் ஆய்வு செய்து நூல் எழுதினார். பேராசிரியர் பி.சின்னையன் என்பவர்தான் அவர். ராணி வேலுநாச்சியார் இருந்தார். பல மொழிகளை அறிந்தவர். படை நடத்தியவர். இப்படி பல குறிப்புகளைச் செய்திகளைச் சொல்லிக் கொண்டே போகலாம். இவ்வளவும் தமிழ்நாட்டில்தானே நடந்தது? இதையெல்லாம் ஏன் அவர்கள் குறிப்பிடவில்லை. அவ்வளவும் 1857க்கு முன்பு நடந்தது. 1857க்குப்பிறகு நடந்தவற்றில் இந்திய அளவில் பதிவுசெய்யப்படாமல் போனது. பாதுகாக்காமல் போன வரலாறு எத்தனையோ இருக்கிறது! தமிழ்நாடு என்று எடுத்துக்கொண்டது ஏன் என்பதற்காகச் சொன்னேன்.

பதிவு செய்யப்பட்டு மறைந்து போன செய்திகளும் பதிவு செய்யப்படாமல் விட்டுப்போன செய்திகளும் இருக்கின்றன அல்லவா?

பெயர் தெரிந்த பெரிய தியாகிகளைப் பற்றி நாம் இதுவரை தெரிந்து கொள்ளாத செய்திகளும் உண்டு; பெயர் தெரியாத பல தனிமனிதர்களின் வணங்கத்தக்க தியாகங்களும் உண்டு. ராஜபாளையம

அதில் ஒன்று. முன்னாள் சென்னை ராஜதானியின் முதல்வராக இருந்த குமாரசாமிராஜா தலைமையில் போராட்டம் நடந்தது. பிரிமியர் ஆஃப் பிரசிடென்சி என்பார்கள். சென்னை மாகாணப் பிரதமர் என்று சொல்வார்கள். பின்னாளில் அந்தப்பதவிக்கு வந்த ராஜபாளையம் குமாரசாமி ராஜா தலைமையில் விடுதலைப் போராட்டக் காலத்தில் ஒரு குழு போராடியது. அவர்கள் கைது செய்யப்பட்டார்கள். உடனே ராஜபாளையம் பகுதியில் மட்டும் காங்கிரஸ்கட்சி தடை செய்யப்பட்டது.

144 தடைவிதிக்கப்பட்டது. நான்கு பேர் ஒன்றாகச் சேர்ந்து நிற்கக்கூடாது, பேசக்கூடாது. மூவர்ணக்கொடி எங்கும் ஏற்றக்கூடாது என்று தடை. ஸ்பெசிஃபிக் கவர்ண்மென்ட் ஆர்டர். இன்றைக்கும் ஆவணக் காப்பகத்தில் இருக்கிறது.

தன்னெழுச்சியாக, 'காந்தி' அரங்கசாமிராஜா என்றழைக்கப்பட்ட தேசபக்தர் தலைமையில் ஐந்து ஆறுபேர் சேர்ந்து ஒரு ஊர்வலத்தை நடத்துகிறார்கள். முதலில் ஒரு நான்கைந்து பேர் கொண்ட குழு முன்னேறிச் செல்கிறது. அவர்கள் கைது செய்யப்படுகிறார்கள். அடித்து நொறுக்கப்படுகிறார்கள். சித்திரவதை செய்யப்படுகிறார்கள் என்பது தெரிந்தும், அடுத்த குழு அரங்கசாமி ராஜா தலைமையில் ஊர்வலமாகப் புறப்படுகிறது.

அந்தக் குழுவிலே முதலில் சென்ற இரண்டு பேரைப் பொறுக்கி எடுத்துப் புரட்டி எடுக்கிறார்கள். நையப் புடைக்கிறார்கள். அடி என்றால் சாதாரண அடி கிடையாது. அவர்களை லாரியில் ஏற்றிக்கொண்டு போய் ஊர் எல்லையைத்தாண்டி நான்கைந்து கிலோமீட்டருக்கும் அப்பால் போட்டுவிட்டு வந்துவிட்டார்கள்.

"வந்தேமாதரம் என்று கோஷிக்கிறாயா" "ஊர்வலமா போகிறாய்?" என்று வீசி எறிந்துவிட்டு வந்துவிட்டார்கள். அவர்கள் இருவரும் எழுந்து நிற்க முடியாமல் ஒருவரையொருவர் பிடித்தபடி மெல்ல எழுந்து தடுமாறி நொண்டி நொண்டி மெதுவாக நடந்து ஊருக்குள் வருகிறார்கள்.

தியாகி
'காந்தி' அரங்கசாமி ராஜா

மாலை மயங்குகிற நேரம். சாயந்தரம் ஆறு மணி. இவர்கள் வந்துவிட்டார்கள் என்கிற செய்தி காட்டுத்தீயைப் போல ஊரெங்கும் பரவுகிறது. மக்கள் திரளுகிறார்கள். இதைக் கேள்விப்பட்டதும் மேலும் ஆத்திரமடைந்த போலீசார் மறுபடியும் தாக்கி காவல் நிலையத்துக்கு அழைத்துச் செல்கிறார்கள். ஒரு பெஞ்சில் உட்கார வைத்து லத்தியால் அடிக்கிறார்கள். வரிவரியாக அந்த இடத்தில் தழும்புகள் தெரிகின்றன. அந்தத்

தழும்புகளில் ரத்தம் தேங்கி நிற்கிறது. அப்படி தோல் பழுத்து ரத்தம் தேங்கிப்போய் நிற்கிற இடத்தில் கீழே கிடக்கிற மணலை எடுத்து அப்படியே போடுகிறார்கள்.

பொடிமணலைப் போட்ட இடத்தில் கயிற்றை வைத்து இறுக்கிக் கட்டுகிறார்கள். எவ்வளவு எரிச்சல் ஏற்பட்டிருக்கும்? எவ்வளவு மரணபயம் ஏற்பட்டிருக்கும்? ரத்தக்கசிவு ஏற்பட்டு உடல் புண்ணான நிலையிலும் 'வந்தேமாதரம்!' 'மகாத்மா காந்திக்கு ஜே' என்றுதான் கூறினார்களே தவிர, தன்னுடன் வந்தவர்களைக் காட்டிக் கொடுக்க வில்லை.

திருப்தியடையாமல் தலைகீழாகக் கட்டித் தொங்கவிட்டு அடிக்கிறார்கள். பிறகு வெறுத்துப்போய், போலீஸ் ஜீப்பில் கால்களைக் கட்டி நாயை இழுத்துக்கொண்டுபோவது போல் போகிறார்கள். இப்படி எத்தனையோ பேரின் தியாகங்கள் வெளியில் தெரியாமல் இருக்கின்றன.

விடுதலைப் போராட்டத்தில் இதழ்கள், நாடகங்கள், கலைஞர்கள் கூட பங்கேற்றிருக்கிறார்கள் அல்லவா?

இதழ்களின் பங்கு அற்புதமானது. எழுத்தாளர்கள், கலைஞர்களின் பங்களிப்பு மறக்க முடியாதது. பெண்களுக்கு பங்கு இருக்கிறது. தொழிலாளர்களுக்கு பங்கு இருக்கிறது. ஏதோ மன்னர்களைப் பற்றி தலைவர்களைப் பற்றி அவர்களது பிறப்பு, வளர்ப்பு, இறப்பு செய்தி களை மட்டும் குறிக்கப்பட்டுள்ளதாகக் கருதவேண்டாம். சாமானியர் களின் சரித்திரமும் உரிய முக்கியத்துவம் அளித்து குறிப்பிடப்பட்டுள்ளது.

தலைவர்கள், தனிநபர்கள் மட்டுமல்லாமல் பொருள்வாரியாகவும் தகவல்கள் திரட்டித் தரப்பட்டுள்ளன. விடுதலைப்போரில் இதழ்கள், நூல்கள், சிறுகதைகள், நாடகங்கள், கலைஞர்கள், கடற்படை எழுச்சி, ஆகஸ்ட்புரட்சி போன்ற பொருள்களிலும் நிறையச் செய்திகள் சேகரிக்கப்பட்டுள்ளன. பொதுவாக ஒரு புத்தகம் என்பது போல் இல்லாமல் விடுதலைப் போராட்டக் கலைக்களஞ்சியம் என்பதைப் போல பல அரிய தகவல்களை உள்ளடக்கி உருவாக்கியுள்ளோம்.

1. தியாகிகளை நேரடியாகச் சந்தித்து அவர்கள் வாய்மொழி மூலமாக குறிப்புகளைத் திரட்டியது.
2. தியாகிகளின் வீடுகளிலும் உறவினர், நண்பர்களிடமும் புகைப் படங்களைச் சேகரித்தது.
3. பழைய ஏடுகள், மலர்கள், இதழ்கள், துண்டறிக்கைகளை ஆய்வு செய்தது.

4. உரிய ஆவணங்களைப் பார்ப்பது, அரசு ஆவணக் காப்பகங்களில் உள்ள ஆவணங்களோடு ஒப்பு நோக்கியது.

5. பழம்பெரும் எழுத்தாளர்கள், சமூகசேவகர்கள், தலைவர்கள், மூத்த பேராசிரியர்கள் ஆய்வாளர்களிடம் தகவல்கள் கேட்பது, கலந்துரையாடியது, கட்டுரைகள் கேட்டது.

6. தனியார் நூல்நிலையங்களில் தேடியது.

7. கேப்டன் லட்சுமி, கல்பனா தத் போன்ற வடஇந்தியாவில் வசிக்கும் சுதந்திரப் போராட்ட வீரர்களுடன் சில நாட்கள் உடனிருந்து பேசிப்பெற்ற தரவுகள்.

என்று பல்வேறு கோணங்களிலும் முறைகளிலும் இந்த வரலாற்று ஆவணத்தை உருவாக்கினோம். இயன்றவரை அறிவியல் அணுகு முறையோடு இவற்றைப் பதிவு செய்தோம்.

விடுதலைப் போரில் வீராங்கனைகள், சிறைச்சாலைக் கொடுமைகள், விடுதலைப் போரில் சதி வழக்குகள் என்கிற தலைப்புகளிலும் நிறைய தகவல்கள் உள்ளன. இதழ்கள், நாடகங்கள் என்று ஒரே வரியில் குறிப்பிடுவது சிரமம். சங்கரதாஸ் சுவாமிகள், விஸ்வநாததாஸ் என்று நிறையப்பேரைச் சொல்லலாம்.

வெ. சாமிநாத சர்மா

டி.கே.எஸ் சகோதரர்கள் 'பாணபுரத்து வீரன்' என்கிற நாடகத்தை நடத்தினார்கள். அதை எழுதியவர் வரலாற்றறிஞர் வெ.சாமிநாதசர்மா. ஸ்காட்லாந்து விடுதலைக்குப் போராடிய மாவீரன் ராபர்ட் புரூஸ் சரித்திரத்தை உள்வாங்கிக் கொண்டு 'பாணபுரத்து வீரன்' என்ற நாடகத்தை எழுதினார். டி.கே. எஸ் சகோதர்கள் நடத்திய இந்த நாடகம் தடைசெய்யப்பட்டுவிட்டது. உடனே 'தேசபக்தி' என்று தலைப்பை மாற்றி இதே நாடகத்தைத் தொடர்ந்து நடத்தினார்கள் டி.கே.எஸ். சகோதரர்கள்.

1931 ம் ஆண்டு மார்ச் 23 ம் தேதி நாட்டில் பெரும் சோகம் அரங்கேறியது. பகத்சிங், ராஜகுரு, சுகதேவ் மூன்று பேரும் லாகூர் சிறையில் தூக்கிலிடப்பட்ட நாள். இந்தக் காலகட்டத்தில்தான் 'தேசபக்தி' நாடகம் நடத்தப்படுகிறது. நாடகம் அரங்கேற்றப்படுகிறது. முதல் சீன். ஒரு பொதுக்கூட்டம் நடைபெறுகிறது. டி.கே.சண்முகம் பேசுகிறார். கனல் தெறிக்கும் உரை. அந்தக்காலத்தில் பெரும்பாலும் புராண நாடகங்கள்தான். ஆகவே அந்தப் பின்னணியில்தான் தேச பக்தியை முன் வைத்தார்கள்.

புராணத்திற்கும் பொருந்துகிற வகையில் நடைமுறை அரசியலையும் புரிந்து கொள்ளுகிற முறையில் வசனங்களை வைத்திருந்தார்கள். நாடகத்தில் முதல்காட்சியில் டி.கே.சண்முகம் பொதுக்கூட்ட மேடையில் உணர்ச்சி ததும்ப உரையாற்றிக் கொண்டிருக்கும் போது கீழே அமர்ந்திருந்த மக்கள் எழுந்து நின்று 'வந்தே மாதரம்' 'மகாத்மா காந்திக்கு ஜே' என்று முழக்கமிட்டனர்.

இரண்டு, மூன்று காட்சிகள் கடந்த பிறகு பாணபுரத்து வீரன் தூக்கிலிட அழைத்து வரப்படுகிறான். தூக்குமேடையில் ஏறி நிற்கிறான். கழுத்தில் கயிறு மாட்டப்படுகிறது. கீழே பலகையைப் பிடித்து இழுக்கும் சீன். கதாநாயகன் மிகுந்த உணர்ச்சிவசப்பட்டு தாம் ஒரு பாத்திரம் என்பதையும் மறந்து பேசிக் கொண்டிருக்கிறான். தூக்குக் கயிற்றை முத்தமிடவேண்டும். முதுகில் ஒரு கொக்கி போல கயிற்றால் கட்டிவைத்திருப்பார்கள். அந்தக்கொக்கியில் தான் கயிறு மாட்டப் பட்டிருக்கும். கழுத்தில் கயிறு சும்மா காட்சிக்காக மாட்டப்பட்டிருக்கும். பின்னால் முதுகில் உள்ள கொக்கிக் கயிற்றில்தான் தொங்கவேண்டும்.

ஆவேசமாகப் பேசி தத்ரூபமாக நடித்ததால் முதுகில் கொக்கியைப் போட மறந்துவிட்டார். நாடகத்தை இயக்கியவரும் சொல்ல மறந்து கதையில் லயித்து விட்டார். பலகையைப் பிடித்து இழுப்பவரும் அதை மறந்துவிட்டார். நிஜமாகவே தூக்கில் தொங்கிவிட்டார். எடை தாங்காமல் கழுத்தில் வலி உயிர்போகிறது. உடலை விட்டு உயிர் போகத் தொடங்கிவிட்டது. துடியாய்த் துடிக்கிறார். கீழே அமர்ந்து நாடகம் பார்த்துக் கொண்டிருந்தவர்களெல்லாம் எழுந்து நின்று "பாரத்மாதாக்கீ ஜே" என்று முழங்குகிறார்கள்.

பகத்சிங்கை நினைத்துக்கொண்டு மக்கள் உரத்த குரலில் முழங்கி னார்கள். ஏனென்றால் பகத்சிங் தூக்கிலிடப்பட்ட காலம் அது. ஆகவே நாடகத்தில் அப்படிப்பட்ட சீன் வைக்கப்பட்டது. அந்தக்காட்சியின் வசனங்களையும் பாடல்களையும் பொதுவுடமை இயக்கத்தலைவர் ஜீவா அவர்கள்தான் அமைத்துத் தந்தார். அடித்தால் எழும் பந்துபோல அந்த அனல் பறக்கும் வீரஉரையைக் கேட்ட மக்கள் சிலிர்த்தெழுந் தெழுந்தனர்.

அது சரி, தூக்கில் தொங்கியவரின் நிலைமை என்ன ஆவது? ஒரு நிமிடத்தில் சுதாரித்துக்கொண்ட நாடக இயக்குனர் ஓடிச்சென்று கட்டிப் பிடித்துத் தூக்கினார். பிறகு எல்லோரும் ஓடிவந்து கயிற்றைக் கழற்றிப் படுக்கவைத்தனர். நல்லவேளை உயிர் இருந்தது. மயக்கமாகி விட்டார் கதாநாயகன். கொஞ்சநேரம் கழித்து மூர்ச்சை தெளிந்தது. அப்படித் தூக்கில் தொங்கிய நடிகர்தான் எஸ்.வி.சகஸ்கரநாமம். பலகையை இழுக்கிற ஆளாக நடித்தவர் டி.என்.சிவதாணு.

எஸ்.எஸ்.விஸ்வநாததாஸ், மதுரகவி பாஸ்கரதாஸ், கே.பி.சுந்தராம்பாள், 'நவாப்' ராஜமாணிக்கம், கே.பி. ஜானகியம்மாள், எஸ்.ஜி. கிட்டப்பா இப்படி இன்னும் எத்தனை எத்தனையோ பேர். அவர்களெல்லாம் காசுக்காக நடித்தவர்கள் அல்ல; இந்த தேசத்திற்காக நடித்தவர்கள். விஸ்வநாததாஸ் மட்டும் 29 முறை சிறை சென்றிருக்கிறார். முருகன் வேடத்தில் அவர் மயில் மேல் அமர்ந்து நடித்துக் கொண்டிருந்த போதே உயிர் பிரிந்துவிட்டது. அதே கோலத்தில் மயில்மேல் அமர்ந்த படியே அவரது இறுதி ஊர்வலம் சென்னையில் நடைபெற்றது. இப்படி ஏராளமானோர் அர்ப்பணிப்புணர்வோடு காரியமாற்றியிருக்கிறார்கள்.

திரைப்படத்தின் பங்களிப்பு பற்றி...

ஏ.கே. செட்டியார்

ஏ.கே.செட்டியார் என்று ஒருவர் இருந்தார். மிகவும் சுவையான குணாம்சம் கொண்டவர். ஜப்பானில் உள்ள டோக்கியோவில் புகைப்படக் கலையைப் படித்தவர். நல்ல செல்வந்தர். அந்தக் காலத்திலேயே ஜப்பான் போய் போட்டோகிராபி பயின்றவர். அமெரிக்காவில் உள்ள நியூயார்க் போய் திரைப்படக்கலை பயின்று பட்டம் பெற்றிருக்கிறார்.

ஹிட்லருடைய அந்தரங்கமான புகைப்படக் காரரோடு நெருங்கிய நட்புடையவராக இருந்திருக்கிறார். லண்டனுக்குச் செல்கிறார். தென்னாப்பிரிக்காவில் காந்தி போராட்டம் நடத்தியபொழுது உடனிருந்து உதவியவர் போலக் என்கிற வெள்ளையர். அவர் ஒரு யூதர், வழக்கறிஞர். அவரைச் சந்திக்கிறார் ஏ.கே.செட்டியார்.

'நான் திரைப்படக்கலை பயின்றிருக்கிறேன். போட்டோகிராபியும் தெரியும். ஓரளவு உலகின் பல நாடுகளுக்கும் சென்றிருக்கிறேன். எனக்கு தேசப்பற்று இருக்கிறது. குறிப்பாக காந்தி பற்றிய ஆவணப்படம் எடுக்க வேண்டும்' என்றெல்லாம் போலக்கிடம் பேசிக்கொண்டிருக்கிறார் ஏ.கே.செட்டியார். உடனே போலக்கிற்கு ஒரு பொறி தட்டுகிறது. என்னிடம் கூட 1913இல் தென்னாப்பிரிக்காவில் எடுக்கப்பட்ட காந்தியின் படம் ஒன்று இருக்கிறது. அப்போது 1940ஆம் ஆண்டு. அந்தப்படத்தைப் போட்டுப் பார்க்கிறார். பிறகு இந்தியா வருகிறார்.

காந்தியைப் பற்றி ஒரு படம் எடுக்கவேண்டும் என்று நினைக்கிறார். யாரோ ஒருவர் தன் சொந்தப் பணத்தைப் போட்டு காந்தியின் தண்டி யாத்திரையைப் படமெடுத்து வைத்திருக்கிறார். அவர் ஏ.கே.செட்டி யாரைப் பற்றிக் கேள்விப்பட்டு தான் எடுத்த படத்தை அவரிடம்

கொண்டு வந்து கொடுக்கிறார். சத்தியாகிரகம், போர்பந்தரில் அடிபட்டது, தண்டியாத்திரை, பம்பாயில் நடக்கிற போராட்டம், போலீஸ் தடியடி இதையெல்லாம் சினிமா பிலிமில் எடுத்து வைத்திருக்கிறார். 2000 அடிகள்.

இதையெல்லாம் தொகுத்து ‘மகாத்மா காந்தி வாழ்க்கைப்படம்’ என்று ஒரு திரைப்படத்தை ஏ.கே.செட்டியார் உருவாக்குகிறார். இந்த ஆவணப்படம் சிறந்தமுறையில் எடுக்கப்பட்டிருக்கும். சுவாரஸ்யமாகவும் இருக்கும், மக்களுக்கு எழுச்சியூட்டும்படியும் இருக்கும். இந்தப் படத்தை 1940-ம் ஆண்டு எடுத்தார். தமிழ்நாடு முழுவதும் திரையிட்டுக் காண்பித்தார்.

‘மகாத்மா காந்தியின் வாழ்க்கைப்படம்’ என்ற இந்தச் சினிமாவில் டி.கே.பட்டம்மாள் பாடியிருக்கிறார். மூத்த எழுத்தாளரும் விடுதலை வீராங்கனையுமான வை.மு.கோதைநாயகி, தியாகியும் தமிழறிஞருமான சா.கணேசன் போன்றோர் பின்னணிக் குரல் கொடுத்திருக்கின்றனர்.

இன்னும் சொல்லலாம். ‘தியாகபூமி’ டைரக்டர் கே.சுப்பிரமணியம் அவர்களைப்பற்றி குறிப்பிடலாம்.

பிரமிப்பூட்டும் தகவல்கள் இருந்தாலும் நீங்கள் வியந்து பார்க்கும் தியாகிகள் இருப்பார்கள். அவர்களைப்பற்றி...

அவ்வாறு ஒவ்வொன்றையும் பிரித்துப் பார்க்க இயலாது. ஒவ்வொரு சம்பவமும் முக்கியமானதுதான். தியாகிகளில் குறிப்பாக வஉசி, பாரதியார், சுப்பிரமணிய சிவா போன்றவர்களின் பங்கு அபாரமானது.

விடுதலைக்குப் பாடுபடும் தியாகிகளில் குறிப்பிடத் தகுந்தவர்களை கைது செய்தால், நான்கு பேருக்கு முன்னால் அவமானப்படுத்துவதை ஒரு வழக்கமாக வைத்திருந்தனர் ஆங்கிலேயர்கள். பெண் தியாகிகளையும் அவ்வாறு செய்திருக்கின்றனர். மொட்டையடித்து, கரும்புள்ளி செம்புள்ளி குத்தி கழுதைமேல் ஏற்றி ஊர்வலம் விட்டதும் உண்டு. இதையெல்லாம் பார்த்து அஞ்சி பொதுமக்கள் சுதந்திரப் போராட்டத்தில் ஈடுபடக் கூடாது என்பதுதான் அவர்களின் திட்டம்.

இதுவரை எழுத்தில் வடிக்கப்படாத பல நிகழ்வுகள் வரலாற்றில் உண்டு. வெள்ளை வெறியர்களால் கற்பழிக்கப்பட்ட பெண்கள் பலர் இந்தியாவில் இருந்தனர். ஆய்வாளர்களால் நிரூபிக்கப்பட்ட உண்மை.

ஒரு முக்கியமான தியாகியைப் பிடித்து உட்கார வைக்கின்றனர். ஒரு பெண்ணை அழைக்கின்றனர். அழைத்தால் போகவேண்டும். அன்றைக்கு இருந்த சூழ்நிலை அப்படி. அந்தப் பெண்ணிடம் சாணத்தை

பெரிய பாத்திரத்தில் கரைக்கச் சொல்கின்றனர். அப்படிக் கரைத்த சாணத்தை அந்தத் தியாகியின்மீது ஊற்றச்சொல்கின்றான் இன்ஸ்பெக்டர்.

அந்தப்பெண் என்ன செய்கிறாள் என்றால், அப்படிச்சொன்ன இன்ஸ்பெக்டரின் தலைமீது சாணிக்கரைசலைக் கொட்டுகிறாள். அதற்குப்பிறகு அந்தப் பெண்ணுக்கு என்ன கொடுமை நடத்திருக்கும் என்பதை நான் சொல்ல வேண்டியதில்லை. தான் சித்திரவதை செய்யப் படுவோம் என்று தெரிந்துதான் அந்தப்பெண் அவ்வாறு செய்தாள். இந்தத் தேசத்தின் அவமானச் சின்னமாக இருக்கும் வெள்ளையர்களைத் தான் அவமதிக்க வேண்டுமே தவிர, தியாகிகளை மதிக்கவேண்டும் என்று பல மகளிர் தங்கள் வீரத்தை விவேகத்தைக் காட்டினார்கள்.

பிரமிப்பூட்டும் தியாகி என்று நீங்கள் கேட்டதால் சொல்கிறேன். வ.உ.சியைப்போன்ற உயர்ந்த தியாகியை பார்ப்பதரிது. அவர் அனுபவிக்காத துன்பமில்லை; அவர் அடையாத சித்திரவதை இல்லை.

சந்திப்பு: முரளி மருதாச்சலம்

‘எஸ்’ தொலைக்காட்சி, சிவகிரி - ஜூலை, 2006

வரலாற்று வைபவத்திற்கு வாருங்கள்

ஈரோடு நகரத்திற்கு புதிய வரவாக சென்ற ஆண்டு புத்தகக்காட்சியை ஏற்பாடு செய்தீர்கள். ஒரு திருமண மண்டபத்திலே நடத்தினீர்கள். இந்த முறை எவ்வாறு நடத்த திட்டமிட்டிருக்கிறீர்கள்? மக்களுடைய வரவேற்பு எப்படி இருக்கிறது?

சென்ற முறை நடைபெற்ற புத்தகத் திருவிழாவில் ஏறத்தாழ ஒன்றரை லட்சம்பேர் கலந்து கொண்டனர். ஒன்றே முக்கால் கோடி ரூபாய்க்கு புத்தகங்கள் விற்றிருக்கின்றன. தேர்ந்தெடுக்கப்பட்ட 75 பதிப்பகங்கள் அரங்குகள் அமைத்திருந்தன. மக்களுடைய வரவேற்பு நன்றாக இருந்தது. மகிழ்ச்சியோடு கலந்து கொண்டார்கள். இந்த முறை வ.உ.சி திடலுக்கு மாற்றியிருக்கிறோம். 150 கடைகள் அமைக்கப்பட இருக்கின்றன.

சரிக்கு சரி உயர்ந்திருக்கிறது. முதல்முறையாக சென்ற ஆண்டு நடத்தியதற்கு எழுச்சிகரமான வரவேற்பு இருந்தது குறிப்பிடத்தக்கது.

இந்த முறை மேலும் ஒரு ஆறுமாத காலத் தயாரிப்பு இருந்தது. ஆக்ரா, அலகாபாத், டெல்லி, ஹைதராபாத், பெங்களூர், மும்பை, கல்கத்தா போன்ற நகரங்களிலே இருக்கக்கூடிய ஆங்கிலப் பதிப்பாளர்களும் கலந்து கொள்கிறார்கள்.

சென்றமுறை ஈரோடு நகர மக்களுக்காக நடத்தப்பட்டது. இந்தத்தடவை விரிவுபடுத்தப்பட்டுள்ளதே, விளம்பர ஏற்பாடுகள் எப்படி இருக்கும்?

அதாவது இந்த முறை ஸ்டால்களை மட்டும் அதிகப்படுத்தவில்லை. ஈரோடு மாவட்டம் முழுவதும் தாளவாடியிலிருந்து தாராபுரம் வரை விளம்பரப் படுத்தியிருக்கிறோம். துண்டறிக்கைகளை விநியோகிக்க இருக்கிறோம். பத்திரிகையாளர்களையும் ஊடகவியலாளர்களையும் அழைத்து விளக்கியிருக்கிறோம். பிரஸ்மீட்டிற்குப் பிறகு அநேகமாக எல்லா பத்திரிகைகளிலும் தொலைக்காட்சிகளிலும் ஈரோடு புத்தகத் திருவிழாச் செய்திகள் இடம்பெற வழிவகை செய்யப்பட்டுள்ளது. எங்கள் உறுப்பினர்களே கூட ‘இந்த அளவுக்கு,

இரண்டு மடங்காக விரிவுபடுத்தக்கூடிய அளவிற்கு ரிஸ்க் எடுக்க வேண்டுமா? மக்கள் வருவார்களா? ஆதரவு கிடைக்குமா? படிப்படியாக கொஞ்சம் கொஞ்சமாக அதிகரிக்கலாமே' என்று தங்கள் கருத்தை, ஐயப்பாட்டைச் சொன்னார்கள். ஆனாலும் நம்பிக்கையோடு அடுத்த அடியை மிக உறுதியோடு எடுத்து வைத்திருக்கிறோம். மாவட்டம் முழுவதிலும் உள்ள மக்களின் பேராதரவு இதற்கு நிச்சயமாகக் கிடைக்கும்.

மக்கள் சிந்தனைப்பேரவையின் சார்பாக மூன்று முழக்கங்களை முன்வைத்திருக்கிறோம்.

1. இல்லந்தோறும் நூலகம் 2. நூலகம் இல்லாத ஊரில் குடியிருக்க வேண்டாம். 3. நல்ல நூல்களே நல்ல நண்பர்கள்.

சென்ற ஆண்டு இம்மூன்று முழக்கங்களை முன் வைத்துச் செயலாற்றியதைப்போல, கூடுதலாக இந்த ஆண்டு 'கொங்கு மண்டலம் அறிவுக் களஞ்சியம்' என்ற முழக்கத்தை முன்வைத்து அண்டை மாவட்டங்களான கரூர், நாமக்கல், சேலம், கோவை, நீலகிரி போன்ற மாவட்டங்களிலும் விளம்பரம் செய்திருக்கிறோம்.

தமிழ்நாட்டில் புத்தகக்கண்காட்சி என்று சொன்னால் சென்னைப் புத்தகக் கண்காட்சி கடந்த 29 ஆண்டுகளாக நடைபெற்று வருகிறது. அதற்குப்பிறகு நெய்வேலியில் நடக்கிறது. இந்த இரண்டும் பெரிய அளவில் நடைபெறக்கூடிய புத்தகக் கண்காட்சிகள். இதற்கு அடுத்த படியாகத்தான் ஈரோடு புத்தகத் திருவிழா இருந்தது. இனி வரும் காலங்களில் இந்திய அளவில் ஈரோடு புத்தகத் திருவிழா தரத்தோடும் சிறப்பம்சங்களோடும் நடத்துவதற்கான ஆயத்தப்பணிகளில் ஈடுபட உள்ளோம்; ஈடுபடத் தொடங்கி விட்டோம். ஈடுபட்டு வருகிறோம்.

இன்றைக்கு மற்ற மாவட்டங்களில்கூட ஈரோடு புத்தகத் திருவிழா பற்றி பேசப்படுகிறது. சிறப்பு நிகழ்ச்சிகள் குறித்துச் சொல்லுங்கள்.

"ஆகஸ்ட் 5 ம் தேதி தொடங்குகிறது. காலை 11 மணிக்கு திறப்பு விழா நிகழ்ச்சியில் ஈரோடு நகரமன்றத்தலைவர் மா. சுப்பிரமணியன், மத்திய அமைச்சர்கள் சுப்புலட்சுமி ஜெகதீசன், ஈவிகேஎஸ் இளங்கோவன், மாநில அமைச்சர்கள் என்.கே.கே.பி. ராஜா, மு.பெ.சாமிநாதன், நமது மாவட்ட ஆட்சித் தலைவர் முனைவர் த.கார்த்திகேயன் மாவட்ட காவல்துறைக் கண்காணிப்பாளர் சோனல் மிஸ்ரா ஆகியோர் கலந்து கொள்கிறார்கள். முதன்மைக்கல்வி அலுவலர் பி.குப்புசாமி அவர்களும் தென்னிந்தியப் புத்தகப் பதிப்பாளர் மற்றும் வெளியீட்டாளர்கள் சங்கத்தலைவர் காந்தி கண்ணதாசன் ஆகியோரும் பங்கேற்று வாழ்த்துரை வழங்குகிறார்கள்.

தினசரி மாலை நிகழ்ச்சிகள் பற்றி...

அது மிகவும் குறிப்பிடத்தகுந்தது. சென்ற ஆண்டுகூட 'இலக்கியக் கூட்டத்திற்கு மக்கள் வருவதில்லை. புத்தகக்கண்காட்சிக்கு வந்தவர்கள் தான் சொற்பொழிவு கேட்டார்கள்' என்று சிலர் சொன்னார்கள். ஆனால் அப்படி இல்லை. மக்கள் மிகவும் ஆர்வத்தோடும் ஈடுபாட்டோடும் தான் இலக்கிய உரைகளைக் கேட்க வருகிறார்கள்.

இந்த ஆண்டு முதல்நாள், அதாவது தொடக்கவிழாவுக்கு அடுத்த நாள் இலக்கியச் செல்வர் குமரிஅனந்தன் அவர்கள் பேசுகிறார். அதே போல 'வானம்பாடி' கவிஞர் மு.மேத்தா, பேராசிரியர் கு.ஞானசம்பந்தன், கவிஞர் நந்தலாலா போன்ற நல்ல நாவலர்களும் கருத்துச்செறிவோடு உரையாற்றக்கூடிய சொற்பொழிவாளர்களும் வருகிறார்கள். சென்ற ஆண்டு கவிக்கோ அப்துல்ரகுமான் அவர்களது தலைமையில் கவியரங்கம் நடைபெற்றது. அதேபோல இந்த ஆண்டு பேராசிரியர் அப்துல்காதர் அவர்கள் தலைமையில் பட்டிமன்றம் நிகழ இருக்கிறது. தமிழுக்குப்பெருமை சேர்த்த ஞானபீடவிருது பெற்ற எழுத்தாளர் ஜெயகாந்தன் அவர்களும் சிந்தனையைத் தூண்டும் சிறந்த சொற்பொழிவாளர் தா.பாண்டியன் அவர்களும், முன்னாள் துணைவேந்தர் கல்வியாளர் வா.செ. குழந்தைசாமி அவர்களும், தமிழ்ப்பல்கலைக்கழகத் துணைவேந்தர் சி.சுப்பிரமணியன் அவர்களும், தவத்திரு குன்றக்குடி பொன்னம்பல அடிகளார் அவர்களும் கலந்து கொள்வது மக்களுக்கு மிகவும் பயனுள்ளதாக விளங்கும்.

இரவு சுமார் 8.30 மணிவரை சொற்பொழிவு என்பது திட்டம். கண்காட்சி நேரம் ஒன்பது முப்பது மணிவரை நீட்டிக்கக் காரணம், அதற்குப்பிறகு ஒரு மணிநேரம் இருக்கிற காரணத்தால் மறுபடியும் ஒருமுறை புத்தக அரங்கத்திற்குள் சென்று நூல்களை வாங்குவோருக்கு வசதியாக இருக்க வேண்டும் என்பதற்காகத் தான்.

குடும்பத்தோடு வருகை தர வேண்டும் என்று அனைவரும் நினைக்கத்தக்க அளவுக்கு இலக்கிய நிகழ்ச்சிகளும் புத்தக அரங்கமும் அமைக்கப்படுகின்றனவா?

நீங்கள் குடும்பத்தோடு என்று சொன்னதும் எனக்கு நினைவிற்கு வருகிறது. பல்வேறு பகுதிகளில் இருந்து மக்கள் தங்கள் துணைவிய ரோடும் குழந்தைகளோடும் பேரப்பிள்ளைகளோடும் வருகின்ற சூழலும், உரைகளைக் கேட்டு மகிழ்ந்து ரசிக்கிற பாங்கும், திரும்பிப் போகும்போது இரண்டு கைகளிலும் புத்தகப்பைகளோடு அவர்கள் நூல்களை குழந்தைகளைப்போல தூக்கிச்செல்கிற காட்சியும் கண்கொள்ளாக்காட்சியாக இருக்கும்.

தொலைக்காட்சியின் ஆதிக்கம் நிகழும் நாட்களில், படிக்கும் பழக்கம் பரவலாக குறைந்தே காணப்படுகிற வேளையில் எப்படி புத்தகத் திருவிழா நடத்துகிற துணிச்சல் உங்களுக்கு ஏற்பட்டது?

தொலைக்காட்சியின் தாக்கம் இருப்பது உண்மைதான். கணினி வந்திருப்பதும் உண்மைதான். அவை ஒரு வீச்சையும் வீரியத்தையும் உண்டாக்கி இருக்கின்றன என்பதை மறுக்கமுடியாது. ஆனால் புத்தகத்தைப் படித்தால் ஏற்படக்கூடிய நிறைவு இருக்கிறதே அதை வேறு எவற்றாலும் கொடுக்கமுடியாது. புத்தகம் வாசிப்போரின் எண்ணிக்கை குறைந்துவிட்டது என்ற கூற்றை முழுமையாக ஏற்றுக் கொள்ளமுடியாது.

ஈரோடு புத்தகத்திருவிழாவைப் பொறுத்தவரை தேசியத் தரத்தோடு நடத்த முயன்று வருகிறோம். இதை நடத்துவதற்குத் தனித் துணிச்சல் வேண்டும் என்பதைவிட சமூகத்தின் முன்னேற்றத்தைக் கருதிச் செய்கிறோம் என்பதுதான் முக்கியம்.

நமது மாவட்டத்தில் சுமார் 400 கல்வி நிறுவனங்கள் இருக்கின்றன. நாங்கள் என்ன செய்தோமென்றால் ஏழெட்டுக் குழுக்களை ஏற்பாடு செய்து அக்கல்வி நிறுவனங்கள் அனைத்திற்கும் வேண்டுகோள் கடிதமொன்றைக் கொடுத்து, பிறகு அறிவிப்புப் பலகையில், நோட்டீஸ் போர்டில் ஒட்டுவதற்கு, எழுதிப்போடுவதற்கு ஏற்பாடுகள் செய்து நிறைவேற்றினோம்.

தலைமை ஆசிரியர்களை, பேராசிரியர்களை, முதல்வர்களை, தாளாளர்களை சந்தித்திருக்கிறோம். 'உங்கள் மாணவர்களை அழைத்து வாருங்கள். உங்கள் ஆசிரியர்களை வரச்சொல்லுங்கள். உங்கள் நிறுவனத்தில் உள்ள நூலகத்திற்குப் புத்தகங்கள் வாங்குங்கள்' என்று சொல்கிறோம். சுமார் 40-க்கும் மேற்பட்ட பள்ளிக்கூடங்களுக்குப் போய் ப்ரேயரில் பேசினோம். தலைமை ஆசிரியரிடம் அனுமதி கேட்டு, மாவட்ட முதன்மைக்கல்வி அலுவலரின் அனுமதி பெற்று போய்ப் பேசினோம். அவரும் அனைத்துப் பள்ளிகளுக்கும் கடிதம் கொடுத்தார், அறிவிப்புக் கொடுத்தார்.

மாணவர்கள் நன்றாகத்தான் கேட்கிறார்கள். அவர்கள் மீது குறை சொல்ல முடியாது. 'புத்தகங்களின் முக்கியத்துவம் என்ன?' என்பதை அவர்களுக்கு எடுத்துரைக்க வேண்டும். மோகன்தாஸ் கரம்சந்த் காந்தி மகாத்மாவாக உயர்ந்ததற்கு எது காரணம்? 'கடையனுக்கும் கடைத் தேற்றம்' (அன் டு தி லாஸ்ட்) என்ற ஒரு புத்தகம். நெல்சன் மண்டேலா "என்னை உருவாக்கியது மகாத்மா காந்தியின் 'சத்தியசோதனை' என்ற புத்தகம்தான்" என்று சொல்லியிருக்கிறார். இதைப்போன்ற மறக்க

முடியாத சம்பவங்களையெல்லாம் நாங்கள் பள்ளியிலே நடைபெறும் வழிபாட்டுக்கூட்டங்களிலே சென்று பேசுகிறோம். ஆகவே இப்படிப் பட்ட நல்ல புத்தகங்களை வாங்க வேண்டுமானால் நீங்கள் புத்தகத் திருவிழாவுக்கு வரவேண்டும் என்று சொல்லி அழைக்கிறோம்.

ஸ்டால்களுக்குள்ளே சென்று பார்வையிடவேண்டும். பார்த்தால் மட்டும் போதாது. தலைப்புகளையெல்லாம் வாசிக்கவேண்டும். நூல்களையெல்லாம் புரட்டிப்பார்க்கவேண்டும். முன்னுரையைப் படிக்கவேண்டும். கடைசிப்பக்கத்தையோ நடுப்பக்கத்தையோ கொஞ்சம் எடுத்துப் படித்துப்பார்க்கவேண்டும். பின் அட்டையில் நூலைப்பற்றி எழுதப்பட்டுள்ள குறிப்புகளைப் பார்க்க வேண்டும். என்றெல்லாம் எடுத்துச் சொல்கிறோம்.

மிகப்பெரும் பொருட்செலவு ஆகுமே. இவ்வளவையும் எப்படி சமாளிக்கிறீர்கள். கடைகளுக்கான வாடகைப் பணத்தைக் கொண்டு ஈடுகட்டுகிறீர்களா?

இல்லையில்லை. வாடகை வருகிறது. அதை வைத்துக்கொண்டு புத்தகத்திருவிழாவை நடத்த முடியாது. அது மிகவும் குறைவான தொகை. மக்கள் எந்தத்தடையும் இடையூறுமின்றி புத்தகத் திருவிழாவுக்கு வரவேண்டும். முதலில் அவர்களை எப்படியாவது ஈர்க்க வேண்டும். நடத்துவதில் எவ்வளவோ சிரமம் இருக்கிறது. சிரமத்தைப் பற்றி அதிகம் யோசித்தால் மக்களிடத்தில் வாசிப்புப் பழக்கத்தை வளப்படுத்த முடியாது.

சென்ற ஆண்டு ஒன்றே முக்கால்கோடி ரூபாய்க்கு புத்தகங்கள் விற்றிருக்கின்றன. பதிப்பாளர்கள் விற்றார்கள். லாபமடைந்தார்கள். மக்கள் சிந்தனைப் பேரவை லாபமடையவில்லை. புத்தகத் திருவிழாவால் ஒன்றரை லட்ச ரூபாய் கைப்பிடிப்பு. லாபநட்டம் பார்த்து இது நடத்தப்படவில்லை. சமுதாயத்திற்கு லாபம் ஏற்பட வேண்டும் என்று இதனைச் செய்திருக்கிறோமே தவிர, இந்த இயக்கத்திற்கு லாபம் கிடைக்க வேண்டுமென்றோ அல்லது தனிப்பட்ட ஒரு மனிதருக்கு லாபமேற்பட வேண்டுமென்பதோ நமது நோக்கமில்லை.

நாங்கள் நன்கொடையாக யாரிடமும் போய்க் கேட்பதில்லை. ஸ்பான்சர்கள்தான் கேட்கிறோம். துண்டறிக்கை அடித்துக்கொடுங்கள், உங்கள் நிறுவனத்தின் பெயரையும் அதில் போட்டுக்கொள்ளுங்கள் என்று சொல்லி அவர்களிடம் கேட்கிறோம். 'ஊர்கூடித் தேர் இழுப்போம் வாருங்கள்' என்று வேண்டுகோள் வைக்கிறோம். நல்லுள்ளம் படைத்தவர்கள் உதவுகிறார்கள்.

நாட்டில் எவ்வளவோ விளம்பரங்கள் செய்கிறார்கள். நாம் ஏன் நூல்களுக்கு விளம்பரம் செய்யக்கூடாது என்று கொங்கு மண்டலத்தின் பல்வேறு திசைகளிலும் விளம்பரத்தை விரிவுபடுத்தியிருக்கிறோம். கடினமான முயற்சியில் இறங்கியிருக்கிறோம்.

படிப்பாளிகளுக்கும் படைப்பாளிகளுக்கும் மட்டும்தானா புத்தகக் கண்காட்சி. பாமர மக்களுக்கு இல்லையா?

முழுமுதற் காரணமே சாமானிய மக்கள், பாட்டாளிமக்கள் பயன்பெறவேண்டும் என்பதற்காகத்தான். 5 ரூபாய், 10 ரூபாய், 20 ரூபாய்க்கெல்லாம் நல்ல நல்ல நூல்கள் இருக்கின்றன. தரமான சின்னச்சின்ன புத்தகங்கள், பொன்மொழிகள், வாழ்க்கை வரலாற்று நூல்கள் கிடைக்கின்றன. வாசிப்பதற்கு பட்டதாரியாக இருக்கவேண்டு மென்ற அவசியம் இல்லை; படிக்கத்தெரிந்தால் போதும். எழுத்துக் கூட்டி வாசிக்கத் தெரிந்தால் போதும். இது நமக்காகத்தான் நடத்தப் படுகிறது என்ற எண்ணத்தோடும், உரிமையோடும் வரவேண்டும்.

இதெல்லாம் படித்தவர்கள் தொடர்புடைய விஷயம் என்று நினைக்கக்கூடாது என்று சொன்னோம். அவர்களை ஆதரவாகப்பேசி அரவணைத்துத்தான் அழைத்துவரவேண்டும்.

இந்த நேர்காணலின் மூலமாக நேயர்களுக்கு நீங்கள் சொல்ல விரும்புவது என்ன?

எல்லோரும் புத்தகத்திருவிழாவிற்கு வாருங்கள். உறவினர் களையும் நண்பர்களையும் அழைத்து வாருங்கள். இந்துக்களுக்கு பண்டிகைகள் இருக்கின்றன; இஸ்லாமியர்களுக்கு நோன்புகள் உள்ளன; கிறித்துவர்களுக்கு புனிதவிழாக்கள் வருகின்றன. தனித்தனிச் சாதியினருக்கும் தனித்தனி சமயத்தினருக்கும் தனித்தனியாக பண்டிகைகளும் சுபகாரியங்களும் நிகழ்கின்றன. புத்தகத்திருவிழாவை அனைத்து சாதி, மத, மொழி, கட்சிகளைச் சேர்ந்தோரும் தங்கள் அனைவருக்குமான திருவிழாவாக ஏற்றுக்கொண்டு திரளாக வரவேண்டும். ஆசிரியர்கள் நல்ல நூல்களை மாணவர்களுக்குப் பரிந்துரை செய்ய வேண்டும். மாணவர்களையும் அழைத்துவர வேண்டும்.

விடுதலை கிடைத்து 57 ஆண்டுகள் ஆகியிருக்கின்றன. நாம் எந்த அளவுக்கு முன்னேறியிருக்க வேண்டும்? நாம் எந்த அளவுக்கு உயர்ந்திருக்கவேண்டுமோ அந்த அளவுக்கு உயர்ந்திருக்கிறோமா? மேன்மை பெற்றிருக்கிறோமா என்றொரு கேள்வியை எழுப்ப வேண்டியதிருக்கிறது.

நமக்கு பத்தாயிரமாண்டு பாரம்பரியம் இருக்கிறது. நம்மளவுக்கு வரலாறு இல்லாத நாடுகள், ஒரு 400 ஆண்டுகள் 500 ஆண்டுகளே

வரலாறு உள்ள குட்டிக்குட்டி நாடுகள்கூட, சின்னச்சின்ன தேசங்கள்கூட நம்மை மிஞ்சி நிற்கின்றனவே.

உலகு தழுவிய இலக்கியங்களை, உலகத்தில் ஆற்றல் மிக்க தலைவர்களாகத் திகழ்ந்தவர்களின் சரித்திரத்தை, அறிவியல் கண்டு பிடிப்புகளை, விஞ்ஞானிகளின் வாழ்க்கை வரலாற்றை, அவர்களுக்கு ஏற்பட்ட சோதனைகளை, தன்னம்பிக்கையோடு முன்னேறி சாதனை படைத்தவர்களின் பின்புலத்தையெல்லாம் புத்தகங்களின் மூலம் ப்டித்தறிந்து பயன்பெற வேண்டும்.

நம் நாட்டின் வரலாற்றையும் வளர்ந்த நாடுகளின் வரலாற்றையும் வாசித்து ஒப்பிட்டுச் சிந்தித்துச் செயல்படத் தொடங்கினால் உலகின் உச்சிக்கு இந்தியா உயரும் என்பதில் எந்தச் சந்தேகமும் இல்லை. இளைஞர்களுக்கெல்லாம் விடிவெள்ளியாக இருந்த மாவீரன் பகத்சிங் நூற்றாண்டுவிழா நடக்கும் இந்தத் தருணத்தில், இளைஞர்கள் அனைவரும் நாட்டுப்பற்றோடும் சமுதாயச் சிந்தனையோடும், இலக்கிய ஈடுபாட்டோடும் வளரவேண்டுமானால் சிறந்த நூல்களைப் பயிலவேண்டும். மிகச்சிறந்த புத்தகங்களைக் கற்கவேண்டும்.

பகத்சிங்கை கடைசியாகத் தூக்கில் போட அழைத்தபோது, “கொஞ்சம் இருங்கள், ஒரு புத்தகத்தின் கடைசி அத்தியாயத்தைப் படித்துக் கொண்டிருக்கிறேன்” என்றான். ஒரு புத்தகத்தின் அருமையை மகத்துவத்தை அந்த 23 வயது இளைஞன் உணர்ந்திருக்கிறான் என்பதை நாம் இந்த வேளையில் எண்ணிப்பார்க்க வேண்டும்.

அரசுப் பள்ளிக்கூடங்கள் பலவற்றில் நூலகமே இல்லை. அப்படியே இருந்தாலும் அதிக அளவில் புத்தகங்கள் இருப்பதில்லை. அப்படி இருக்கும்போது ‘பெற்றோர் ஆசிரியர் கழகங்கள்’ முயற்சி எடுத்துப் பள்ளி நூலகங்களுக்குக் கணிசமான அளவுக்கு புத்தகங்கள் வாங்க புத்தகக் கண்காட்சிக்கு வரவேண்டும். அரசுப்பள்ளி நூலகத்திற்கு அன்பளிப்பாக அவற்றை வழங்க வேண்டும்.

தனியார் கல்லூரிகள் சில, அங்கு பணியாற்றும் பேராசிரியர் களைக் குழுவாக சென்னைக்கு அனுப்பி, அங்கு நடைபெறும் புத்தகக் கண்காட்சியில் நூல்களைத் தேர்வு செய்து வாங்கி வர ஏற்பாடுகள் செய்கின்றன. அரசுப் பள்ளி மற்றும் கல்லூரிகளிலும் இதைப்போல ஆசிரியர்கள் குழு ஈரோடு புத்தகத் திருவிழாவுக்கு வரவேண்டும்.

புத்தகத்திருவிழா நடத்துவது மட்டுமே மக்கள் சிந்தனைப் பேரவையின் குறிக்கோள் அல்ல. ஆண்டு முழுவதும் அரிய பல நிகழ்ச்சிகளை நடத்தி வருகிறது. பல சேவைத் திட்டங்களை

நிறைவேற்றிக் கொண்டிருக்கிறது. அறப்பணி ஆற்றிவரும் ஆசிரியர் களுக்குப் பாராட்டுவிழா, பரிசளிப்பு, கருத்தரங்கம், பாரதி விழா இதைப்போல இன்னும் பல.

'ஆசிரியர்கள்தான் இந்த நாட்டின் இரண்டாவது சுதந்திரப் போராட்ட வீரர்கள்' என்றார் பேராசிரியர் வா.செ.குழந்தைசாமி. ஆசிரியர்கள் நினைத்தால் இந்தச் சமுதாயத்தை, இந்த நாட்டை முன்னேற்ற வழிவகை செய்ய முடியும்.

ஒவ்வோராண்டும் ஒரு துறையில் முத்திரை பதித்த ஒருவரைத் தேர்ந்தெடுத்து பாரதி விருதளித்து கௌரவிக்கிறோம். அந்த விழாவில் ஓர் ஆளுமையின் படம் திறந்துவைக்கப்படும். அவரைப் பற்றி வரலாற்றுச் சுருக்கமும் இடம்பெறும். பாரதியியல் தொடர்புள்ள ஒருவர் ஒரு மணி நேரம் உரையாற்றுவார். பாரதி இறுதிப்பேருரை நிகழ்த்திய கருங்கல் பாளையம் நூலகத்திலிருந்து பாரதி நினைவு ஜோதி ஊர்வலமாக மாணவர்களால் எடுத்துவரப்படும்.

தொழில்முனைவோருக்கான பயிற்சி முகாம். மாணவர்களுக்கான பல்வகைப் பயிலரங்கங்கள், ஆயிரம் மாணவர்களைத் தேர்வு செய்து அவர்களை மிகச்சிறந்த குடிமக்களாக பயிற்றுவிக்கின்ற செயல்திட்டம். இப்படி பல ஆக்கபூர்வமான இயக்கங்களை நடத்தி வருகிறோம். நன்றி வணக்கம்.

சந்திப்பு: எஸ்.கே. கார்த்திகேயன்

உங்கள் நூலகம் - ஆகஸ்டு, 2006

ஈரோடு புத்தகத் திருவிழா - ஈர்க்கும் குவிமையம்

'தேச விடுதலையும் தியாகச் சுடர்களும்', 'விடுதலை வேள்வியில் தமிழகம்' ஆகிய நூல்களின் தொகுப்பாசிரியரும் 'ஜீவா முழக்கம்' வெளியிட்ட இந்திய சுதந்திரப் பொன்விழா மலர் ஆசிரியரும், ஈரோடு மக்கள் சிந்தனைப்பேரவையின் தலைவருமான த.ஸ்டாலின் குணசேகரனை உங்கள் நூலகத்திற்காகச் சந்தித்தோம்.

பொதுவாக சென்னை, நெய்வேலியைத் தவிர மற்ற புத்தகக் காட்சிகள் வெற்றி பெற்றதாக யாரும் சொல்லவில்லை. ஈரோடு புத்தகத் திருவிழாவை நடத்த வேண்டும் என்ற எண்ணம் எப்படி ஏற்பட்டது?

எங்கள் மாவட்டத்தில் அந்தியூருக்கு அருகில் குருநாதசாமி கோயில் என்ற புராதனப் புகழ் மிக்க கோயில் இருக்கிறது. இந்தக் கோயிலில் ஆண்டுக்கு ஒரு முறை அழைப்பிதழ் ஏதுமின்றி, அறிவிப்புகள் ஏதுமின்றி நாட்டின் பல்வேறு பகுதி மக்கள் கூடுவார்கள். நாள் கணக்காகத் தங்குவார்கள். அதற்கு ஒரே காரணம் இங்கு கூடுகிற குதிரைச் சந்தைதான்.

இந்தச் சந்தைக்கு வட மாநிலங்களிலிருந்து பல்வேறு ரகக் குதிரைகள் வரும். வட மாநில மக்களும் கலந்து கொள்வர். இதை வேடிக்கை பார்க்க பல்வேறு ஊர்களிலிருந்து நிறைய குதிரைப் பிரியர்களும், அந்தப் பகுதி மக்களும் வருவர். இதைக் கேள்விப்பட்டு நானும் நேரில் சென்று பார்த்திருக்கிறேன். ஒவ்வொரு ஆண்டும் சென்னைப் புத்தகக் காட்சியில் நான் நிறையப் புத்தகங்களை வாங்கி இருக்கிறேன். மேலும் நெய்வேலி, பெங்களூர், டெல்லி, கல்கத்தா புத்தகக் காட்சிகளைப் பார்த்திருக்கிறேன். இந்தப் புத்தகக் காட்சிகளால் கிடைத்த உந்துதல், நம்பிக்கை, குருநாதசாமி கோயிலில் கூடிய மக்கள் கூட்டம் எல்லாம் சேர்ந்து மக்கள் சிந்தனைப் பேரவையின் மூலமாக புத்தகத் திருவிழாவை நடத்தக் காரணங்களாக அமைந்தன.

மக்கள் சிந்தனைப் பேரவையின் செயல்பாடுகள் பற்றி...

ஈரோடு மாவட்டத்தில் பெயர் பெற்ற ஒரு பொதுநல அமைப்பாக மக்கள் சிந்தனைப் பேரவை இருக்கிறது. அறிஞர்கள், ஆய்வாளர்கள்,

சிந்தனையாளர்கள், படைப்பாளிகள், கலைஞர்கள் என்று பல்திறன் கொண்டவர்களும் இதில் உறுப்பினர்களாகவும், நிர்வாகிகளாகவும் உள்ளனர். இந்த அமைப்பு தொடர்ந்து பத்து ஆண்டுகளாகச் செயல் பட்டு வருகிறது.

மேலும் மக்கள் சிந்தனைப் பேரவை சார்பில் நல்ல நூல்களை வெளியிடுதல், பகுதி தோறும் நூலகங்களை உருவாக்குதல், வாசகர் வட்டங்களை ஏற்படுத்துதல், நூல் விமர்சனக் கூட்டங்கள் நடத்துதல் போன்ற புத்தகங்கள் சார்ந்த செயல்பாடுகளில் ஈடுபடுகிறோம்.

எங்கள் மாவட்டத்தில் மாணிக்கம்பாளையம் என்ற கிராமம் இருக்கிறது. அதுதான் எனது சொந்த ஊர். அந்த ஊரைத் தத்து எடுத்திருக்கிறோம். அங்குள்ளவர்களுக்கு குறைந்தபட்சக் கல்வி, அனைவருக்கும் தொழில், சுற்றுப்புறச் சூழல் ஆகிய விஷயங்களில் கவனம் செலுத்தி வருகிறோம்.

அந்த ஊரில் நான்கு லட்ச ரூபாய் செலவு செய்து நூலகம் ஒன்றைக் கட்டி, அதற்கென ஆயிரக்கணக்கான தரமான புத்தகங்களை வாங்கி ஒப்படைத்துள்ளோம். நூலகம் மிகவும் பயனுள்ள வகையில் இயங்கி வருகிறது. இப்போது அரசு நூலகமாகச் செயல்பட்டு வருகிறது.

இந்த வருடப் புத்தகத் திருவிழா ஏற்பாடுகள் பற்றி...

இந்த வருடம் ஈரோடு நகரப் பேருந்து நிலையத்திற்கு அருகில் வ.உ.சி. மைதானத்தில் நடைபெறுகிறது. வெட்டவெளி மைதானத்தில் நடைபெறும் இந்தப் புத்தகத் திருவிழா புது அனுபவமாக இருக்கும்.

மேற்கூரை பி.வி.சி மற்றும் தகடுகளாலும், ஒவ்வொரு அரங்கும் பிளாட்பாரம் வசதியுடனும் நடை வழிப்பாதையில் புழுதி பறக்காமல் இருக்க வழி முழுவதும் ‘காயர் மேட்’ அமைக்கப்படவும் உள்ளது. நுழைவுக் கட்டணம் எதுவுமில்லை. இந்த ஆண்டு தேர்ந்தெடுக்கப் பட்ட தரமான பதிப்பாளர்கள் மற்றும் விற்பனையாளர்கள் பங்கு கொள்ளும் 150 அரங்குகள் அமைக்கப்படவுள்ளன.

இந்த ஆண்டு புத்தகத் திருவிழாவை நோக்கி மக்களை வர வைப்பதற்கான செயல்பாட்டுத் திட்டங்கள் குறித்துக் கூறுங்களேன்?

இப்போது உடனடியாக ஐந்து லட்சம் துண்டறிக்கைகள் வெளியிடப் பட்டுள்ளன. கொங்கு மண்டலப் பகுதி முழுவதும் சுவர் விளம்பரம் செய்து வருகிறோம்.

நகரத்தில் இருக்கும் பள்ளிகளில் உள்ள பேருந்துகளைக் கொண்டு கிராமப்புறப் பள்ளி மாணவர்களைக் கூட்டி வந்து புத்தகக் காட்சிகளைப் பார்வையிட விரிவான ஏற்பாடுகள் செய்துள்ளோம். ஒரு திரைப்பட இயக்குனரை வைத்து ஈரோடு புத்தகத் திருவிழா குறித்த குறும்படம் ஒன்று எடுத்து, உள்ளூர்த் தொலைக்காட்சிகளில் ஒளிபரப்ப ஏற்பாடு செய்யப்பட்டுள்ளது. பேருந்து நிலையம், ரயில் நிலையங்களில் ஓடிக்கொண்டிருக்கும் தொலைக்காட்சிப் பெட்டிகளில் இந்த ஆண்டின் ஈரோடு புத்தகத் திருவிழா பற்றிய குறும்படம் திரையிடப்பட வுள்ளது.

பள்ளி, கல்லூரிகளில் நடத்தப்படும் வழிபாட்டுக் கூட்டங்களில் (Prayer) அந்தந்த நிர்வாக அமைப்புகளின் அனுமதி பெறப்பட்டு, நடக்க இருக்கும் புத்தகத் திருவிழாவைப் பற்றி மாணவர்களுக்கு எடுத்துரைக்கவுள்ளோம்.

சமூக நல அமைப்புகள், சேவை அமைப்புகள், ஆசிரியர், அரசு ஊழியர் அமைப்புகள், விவசாயம் மற்றும் வியாபார அமைப்புகள், அனைத்துத் தொழிற்சங்க அமைப்புகள், பொதுமக்கள் போன்ற அனைத்துப் பிரிவினரின் கவனத்தையும் ஈரோடு புத்தகத் திருவிழாவை நோக்கி மையப்படுத்தும் வேலையில் ஈடுபட்டுள்ளோம்.

மக்கள் சிந்தனைப் பேரவையின் உறுப்பினர்கள் வீடு வீடாகச் சென்று துண்டறிக்கைகள் கொடுத்து, ஈரோடு புத்தகத் திருவிழாவுக்கு மக்களை அழைக்கின்றனர்.

அனைத்துத் தொழிற்சங்கக் கூட்டங்களிலும் ஆட்டோ ஸ்டாண்டு களிலும் ஈரோடு புத்தகத் திருவிழா பற்றிய விளம்பரம் செய்து வருகிறோம்.

All Roads lead to Rome என்பது போல் எல்லாத் தரப்பினரையும் ஈர்க்கும் வண்ணம் ஈரோடு புத்தகத் திருவிழா ஒரு குவிமையமாக அமைய வேண்டும் என்று கருதிச் செயல்படுகிறோம்.

புத்தகத் திருவிழாவை ஈரோடு மக்கள் எப்படி எதிர்கொள்கிறார்கள்?

போன வருடம் ஈரோடு புத்தகத் திருவிழாவில் காந்திஜியின் ‘சத்தியசோதனை’ புத்தகம் விற்பனையில் சாதனை படைத்தது. சமூக மாற்றத்திற்கு அடித்தளம் இடுகிற ஏராளமான நூல்களை மக்கள் விரும்பி வாங்குகின்றனர்.

நாங்கள் தரமான பதிப்பாளர்களைத் தேர்வு செய்கிறோம். டெல்லி, ஆக்ரா, அலகாபாத் போன்ற நகரங்களில் உள்ள ஆங்கிலப்

பதிப்பாளர்களும், தமிழ்ப் பதிப்பாளர்களும் மற்றும் விற்பனையாளர்களும் கலந்து கொள்கின்றனர். வளர்ச்சியடைந்த நாடுகள் எவ்வாறெல்லாம் வளர்ந்திருக்கிறது என்பதை நம் நாட்டு இளைஞர்கள், வளர்ச்சியடைந்த நாடுகளில் இருந்து வந்த நூல்களை வாசித்து அறிந்து கொள்ள வேண்டும். பண்பாடு, பாரம்பரியம், வரலாறு ஆகியவற்றுக்கு பெயர் போன இந்தியத் திருநாடும், வளர்ச்சியடைந்து உலகத்தின் உச்சிக்கு உயர்த்தப்படுவதற்கு இந்திய இளைஞர்கள் அந்தத் திசை நோக்கிச் செயல்பட வேண்டும், சிந்திக்க வேண்டும்.

எங்கெல்லாம் உலகில் நல்ல கருத்துகள் இருக்கின்றனவோ அவற்றை யெல்லாம் உள்வாங்கி நம்மை வளர்த்துக்கொள்ள வேண்டும். சுருங்கச் சொன்னால் இந்த விஷயத்தில் உலகமயமாக்கல் வரவேற்கத்தக்கது. இந்தச் சிந்தனைகளை அடிப்படையாகக் கொண்டே ஈரோடு புத்தகத் திருவிழா நடத்தப்படுகிறது. இதற்கு மக்களிடையே மிகுந்த வரவேற்பிருக்கிறது.

புத்தகத் திருவிழாவின் அனுபவம் மக்களிடம் மாற்றத்தை ஏற்படுத்தி உள்ளதா?

வெறும் புத்தகத் திருவிழாவை ஆண்டுக்கொருமுறை நடத்தினால் மட்டும் போதாது. இடையில் கருத்தரங்குகள், விழிப்புணர்வுக் கூட்டங்கள், பயிலரங்குகள் என்று இடைவிடாமல் நடத்திக் கொண்டேயிருந்தால் தான் மக்களிடம் ஒரு நல்ல மாறுதலை எதிர்பார்க்க முடியும்.

பல்லாயிரக்கணக்கான புத்தகங்களை ஒரே இடத்தில் அரிதின் முயன்று திரட்டி வைத்து ஆண்டுதோறும் புத்தகக் காட்சியைத் தொடர்ந்து நடத்தினால், இன்னும் பத்து ஆண்டுகள் கழித்து ஒரு மௌனப் புரட்சி ஏற்படலாம். ஈரோடு புத்தகத் திருவிழாவிற்குப் பிறகு பல வீடுகளில் சிறு நூலகம் உருவாகி இருக்கிற செய்தி எங்களை உற்சாகமாக்கி மேலும் புதிய சிந்தனைகளோடு செயல்பட வைத்திருக் கிறது.

சந்திப்பு: எஸ். சண்முகநாதன்

இனிய நந்தவனம் - செப்டம்பர், 2006

தலைவர் என்பவர் தலைமைத் தொண்டனாக இருக்க வேண்டும்

அரசியல்கட்சி சார்பற்ற பொதுநல அமைப்பான மக்கள் சிந்தனைப் பேரவையின் தலைவரும், 'விடுதலை வேள்வியில் தமிழகம்' என்ற நூலின் தொகுப்பாசிரியரும், சிந்தனையாளருமான திரு த.ஸ்டாலின் குணசேகரன் அவர்களுடன் ஈரோட்டில் நடந்த புத்தகத் திருவிழாவின் கோலாகலத்தில் இனிய நந்தவனத்திற்காக இளைப்பாறியதிலிருந்து...

குடும்பப் பின்னணியும், சூழலும் தங்களது முயற்சிக்கு உரமேற்றினவா?

எனது குடும்பமே பொதுவுடைமை இயக்கத்தைச் சார்ந்தது என்பதால் என் தந்தையுடன் அடிக்கடி கூட்டங்களுக்குச் செல்வேன். அதனால் சிறுவயதிலேயே சமூக ஈடுபாடு எனக்குள் உருவானது. எனது ஒவ்வொரு முயற்சிக்கும் எனது தந்தையின் அணுகுமுறை ஊக்கமளித்தது. என் சிந்தனைக்கும், கருத்தோட்டத்திற்கும் வீட்டில் முழு ஒத்துழைப்புக் கிடைத்தது.

எப்பொழுதிலிருந்து சமூகத்தோடு தங்களைப் பிணைத்துக் கொண்டீர்கள்?

எனக்கு 10 வயதாக இருக்கும்போது 32 மாணவர்களை வைத்து 'மாணவர் முன்னேற்ற சங்கம்' என்ற அமைப்பைத் தொடங்கினேன். இவ்வமைப்பு 2 ஆண்டுகள் செயல்பட்டது. பின்னர் மாணவரல்லாத-வேலைக்குச் செல்கிற இளைஞர்களையும் இணைத்து 'பாரதி இளைஞர் மன்றம்' தொடங்கப்பட்டது. இப்படியாக 36 ஆண்டுகள் தொடர்ந்து இடையறாது பல்வேறு அமைப்புகளை நிறுவியும், ஒருங்கிணைத்தும் செயல்பட்டு வருகிறேன்.

நான் அடிப்படையில் விவசாயக் குடும்பத்தைச் சேர்ந்தவன். வெறுமனே மேற்பார்வை செய்து உழைப்பைப் பெறுவதைவிட நேரடியாக உழைப்பைச் செலுத்த வேண்டும் என்று விரும்புவேன். சிறு வயதிலேயே பெட்ரோமாக்ஸ் லைட் வைத்து, கல்லைத்

தூக்கிக்கொண்டு வேறோரிடத்தில் போடுவது, முள் செடிகளை அகற்றுவது, என மன்றத்திற்காக வேலை செய்து விட்டு இரவு 11 மணிக்கு மேலாக வீட்டுக்குச் செல்வேன். மற்ற பெற்றோர்களைப் போல 'இந்நேரம் வரை என்ன பண்ணின?' என்று அதட்டாமல், 'நாளைக்குப் பள்ளிக்கூடம் இருக்கு. வீட்டுப்பாடம் படிச்சாச்சா?' என்று திட்டவோ செய்யாமல் இவ்வேலைகளுக்கு என்னைச் சுதந்திரமாக விட்டதுதான் எனக்கான உத்வேகமாக இருந்தது. அதற்காக கல்வியில் சோடை போகவில்லை. பாரதி மன்றத்தில் பாரதி விழாவினை நடத்துவது, குழந்தைகளுக்கானப் போட்டிகள் வைப்பது என்று செயல்பட்டோம். செலவுகள் எல்லாவற்றையும் மன்ற இளைஞர்களே ஏற்றுக் கொண்டோம். அதன் பிறகு பகத்சிங் இளைஞர் மன்றம், இளைஞர் எழுச்சி இயக்கம் பிறகு 'மக்கள் சிந்தனைப் பேரவை' தொடங்கப்பட்டது.

சிறுவயதிலேயே தலைவராகச் செயல்பட்ட அனுபவம் எப்படியிருந்தது?

தலைமை ஏற்பதென்றால் 'நீ அதைச்செய், நீ இதைச்செய்' என்று கூறுவதல்ல. தலைவர் என்பவர் தலைமைத் தொண்டனாகவும் செயல்படுபவரே என்ற சிந்தனை சிறு வயதில் இருந்து இன்றுவரை இருக்கிறது. தலைவர் என்பவர் தனித்த மனிதரல்லர். அதற்கு மாறாக மிகச்சிறந்த முறையில் ஊழியம் செய்பவர். நேரடியான உழைப்பைச் செலுத்துபவர்.

சிறுவயதில் பொதுக்கூட்டத்தில் பேசிய அனுபவம் பற்றிச் சொல்லுங்களேன்?

சிறுவயதில் பல பொதுக்கூட்டங்களிலும், மேடைகளிலும் பேசியிருக்கிறேன். ஆனால் அப்பொழுதே மேடையில் பேசுவதாய் இருந்தாலும்கூட, வால் போஸ்டர் ஒட்டுவது, தட்டிகள் கட்டுவது, கூட்டங்களுக்குப் பேச வருபவர்களின் பெட்டிகளைத் தூக்கிச் செல்வது, தேநீர் வாங்கி வருவது போன்ற வேலைகளையும் எந்தத் தயக்கமும் இன்றி ஈடுபாட்டுடன் செய்வேன். அதாவது, ஒரு கடைநிலை ஊழியனாய் தன்னார்வத்துடன் சந்தோஷமாக அனைத்து வேலைகளையும் செய்வேன்.

அப்பொழுது படித்த பத்திரிகைகள் பற்றி கூறுங்களேன்?

நான் முதலில் படித்த பத்திரிகை 'ஜனசக்தி'தான். இலக்கிய இதழ்களான சாந்தி, தாமரை, சோவியத் நாடு, சோவியத் பலகனி ஆகியவை எங்கள் வீட்டுக்கே தொடர்ந்து வரும். எதையும் நான் தேடிப்போனதில்லை. எனது சூழல் அவ்வாறாக அமைந்திருந்ததே அதற்குக் காரணம். அன்றைய தலைவர்கள் பாடப்புத்தகங்களைவிட

பாடம் சொல்லித்தரும் மனிதர்களாக இருந்திருக்கிறார்கள். தலைவர்கள் நடந்துகொள்ளும் முறையே மிகுந்த ஆச்சரியத்தை ஏற்படுத்தியது. தலைவர்களின் பெயர்கள் ஏற்படுத்திய தாக்கம், அவர்களை நேரில் பார்க்கும் போது அவர்களின் எளிமை வியப்பாகத் தோன்றியது.

தலைவர்கள் சாதாரணமாக நடந்து கொண்டது ஈர்ப்பை ஏற்படுத்தியதா?

மகத்தான மனிதர்களை நேரில் பார்க்கும் வாய்ப்புக் கிடைத்ததில் நான் கற்றுக்கொண்டது நிறைய. அவர்களிடம் கொஞ்சமும் தலைக்கனம் இல்லை. 'நான்' என்ற அகங்காரம் இல்லை. அவர்களது பெட்டியைத் தூக்கினால், சின்னப் பையன் கரங்களில் சுமையா? என்று தங்களது சுமைகளைத் தாங்களே எடுத்துக் கொள்வார்கள். தலைவர் என்றால் 10 பேர் புடைசூழ வந்திறங்கியவுடன் ஒரு கூட்டமாய் மாலை யணிவிக்க என்று சினிமாவிலும், மற்ற இடங்களிலும் பார்த்துப் பார்த்து பழகியதில் இருந்து இவர்கள் வித்தியாசமாக நடந்து கொண்டது எனக்கொரு ஈர்ப்பை ஏற்படுத்தியது. பெரிய மனிதர்களெல்லாம் அடக்கமாக இருப்பதைப் பார்த்து, இயல்பாகவே அத்தகைய பண்பு களுடன் இருக்கவேண்டும் என்ற கருத்து எனக்குள் என்னையறியாம லேயே உருவாயிற்று.

பாரதி, பகத்சிங் என்ற அமைப்புகளில் இருந்து மாறுபட்டு மக்கள் சிந்தனைப் பேரவை தோன்றியது எப்படி?

பாரதி இளைஞர் மன்றத்தில் இலக்கியம் மட்டுமே இருந்தது. பாரதியே ஒரு ஸ்பிரிட்தான். மேலும், பகத்சிங் இளைஞர் மன்றத்தில் ஒலிம்பிக் ஜோதியை சின்னமாக வைத்திருந்தோம். தியாகஜோதி என்பது அதன் பெயர். ஒவ்வொரு கிராமமாகச் சென்று தலித் மக்களுக்காக சேவை செய்வோம். இரண்டு, மூன்று நாட்களுக்கும் மேலாக அங்கேயே தங்கியிருந்து சேவை செய்வோம். பகத்சிங் இளைஞர் மன்றம் ஈரோட்டில் மிகப்பெரிய அளவுக்குப் பிரபலமானது.

பாரதி, பகத்சிங் என்று தனித்தனி அமைப்பாக வைத்துக் கொள்வதை விட எல்லா அமைப்புகளையும் ஒன்றிணைத்து ஒரே அமைப்பாக மாற்ற முடிவு செய்து மக்கள் சிந்தனைப் பேரவையைத் தோற்று வித்தோம். மக்கள் சிந்தனைப் பேரவை தொடங்கி 10 ஆண்டுகள் ஆகிவிட்டன. அதற்கான வித்து விழுந்து 30 ஆண்டுகள் ஆகிவிட்டன.

மக்கள் சிந்தனைப் பேரவையின் தொடர்ச்சியான நிகழ்வுகள் என்னென்ன?

ஒவ்வொரு ஆண்டும் மார்ச் 23ம் தேதியன்று, பகத்சிங் தூக்கிலிடப்பட்ட முக்கிய நிகழ்வினை மக்களிடம் நினைவு கூர்வது, அதைப்பற்றிப் பேசுவது என்று பெரிய அளவில் ஒரு எழுச்சியை

ஏற்படுத்துகிறோம். நாட்டுப்பற்று மிக்கவர்களுக்கு இது நெஞ்சிலிட்ட நெருப்பு மாதிரி. டிசம்பர் 11இல் பாரதி விழாவினை ஏற்பாடு செய்து பாரதி விருது வழங்கும் விழாவாக மட்டுமின்றி ஆக்கப்பூர்வமான பெரிய கருத்தரங்கமாக- விழிப்புணர்வு ஏற்படுத்தும் நோக்கத்தோடு செயல்படுகிறோம். இச்சிறப்பு நிகழ்ச்சி மூலம் மக்கள் மனதில் நல்லதொரு சிந்தனையை விதைக்கச் செய்கிறோம்.

உலக எழுத்தறிவு தினத்தை முன்னிட்டு தங்கள் அமைப்பின் செயல்பாடு எத்தகையது?

உலக எழுத்தறிவு தினமான செப்டம்பர் 8இல் வீடுவீடாகச் சென்று நூலக உறுப்பினர்களைச் சேர்க்கிறோம். இதுவரை 1200 பேர் எங்கள் ஊர்ப்புற நூலகத்தில் உறுப்பினர்களாகச் சேர்ந்து இருக்கிறார்கள். இதுவரை 10,000க்கும் மேற்பட்ட நூல்களை நூலக மையங்களுக்கு அன்பளிப்பாக வழங்கியிருக்கிறோம். அன்றைய தினம் மட்டுமின்றி அனைத்து நாட்களிலும் நூலகத்திற்கு வருவோரின் எண்ணிக்கையைப் பெருக்கும் விதமான செயலாக்கங்களை மேற்கொள்கிறோம். மாணிக்கம்பாளையத்தை தத்தெடுத்து அக்கிராமத்தை முன்மாதிரி கிராமமாக மாற்றுவதற்கான நடவடிக்கைகளில் ஈடுபட்டு வருகிறோம்.

மாணிக்கம்பாளையத்தை முன் மாதிரி கிராமமாக மாற்றுவதற்கு வேறென்ன முயற்சிகள் மேற்கொண்டு வருகிறீர்கள்?

அனைத்து வகையிலும் முன்னேற்ற வேண்டும். இன்னும் 6 ஆண்டுகளுக்குள் 10ம் வகுப்பிற்குக் கீழ் படித்தவர்கள் யாரும் இல்லை என்ற நிலையை உருவாக்குவதென்றும், வீட்டுக்கு ஒரு நூலகம் அமைக்க வேண்டுமென்றும், நீர், கல்வி, சுகாதாரம், சுற்றுச்சூழல் ஆகியவற்றில் தன்னிறைவு பெற்ற கிராமமாக அது முன்னேறுவதற்கான செயல்களைச் செய்து வருகிறோம்.

உங்களைப் பாதித்தவர்கள் பற்றி கூறுங்களேன்?

பெண் பகத்சிங் என்றழைக்கப்படும் கல்பனா தத் அவர்களை 1986இல் பாட்னாவில் சந்தித்தேன். அவரது வாழ்க்கை வரலாற்றை அவரது வாய்மொழியாகவே தெரிந்துகொண்டேன். வாழும் வரலாறாக இருக்கும் அவர்களைப் போன்றவர்களைத் தேடிச் சென்று சந்திப்பதில் எனக்குப் பெரும் விருப்பம். நேதாஜியின் படைத் தளபதிகளுள் ஒருவரான கேப்டன் லட்சுமியை கான்பூரில் சந்தித்து உரையாடினேன். சிறுவயதிலிருந்தே முக்கியமான தலைவர்களின் சிறப்புமிக்க சொற்பொழிவுகளை ஆர்வமுடன் கேட்டிருக்கிறேன். ஒவ்வொரு கட்டத்திலும் மதிக்கத்தக்க தமது செயல்களால் என்னைப் பாதித்தவர்கள் பலர் இருக்கிறார்கள்.

இன்றைய இளைஞர்கள் செல்லும் பாதை எப்படியிருக்கிறது...?

அவர்கள் தனக்கான பாதையைத் தேர்ந்தெடுக்கத் தெரிந்து கொண்டு அதன்படிச் செயல்படுகிறார்கள். ஆனால் சமூகத்திற்காக தனது பங்கைச் செலுத்தத் தவறுகிறார்கள். தான் முன்னேறுவதில் முனைப்புக் காட்டுகிறார்கள், அது பாராட்டுக்குரியதே. அதோடு சேர்ந்து சமூகச் சிந்தனையும் அவர்களுக்கு உருவாக வேண்டும். திட்டமிட்டுச் செயல்படுகிறார்கள். சொல்லும் விதத்தில் சொன்னால் வழிநடத்தும் விதத்தில் வழி நடத்தினால் இளைஞர்கள் மிகச்சிறந்த முறையில் தன்னையும் பாதுகாத்துக்கொண்டு தேசத்தையும் பாதுகாக்க முன்வருவார்கள்.

இளைஞர்கள் கவர்ச்சிக் கண்ணியில் சிக்குகிறார்களே?

கவர்ச்சி என்பதற்கு ஒரு உதாரணம் சொல்கிறேன். டாக்டர் அப்துல்கலாம் வேளாண் பல்கலைக் கழகத்திற்கு உரையாற்ற வருகை புரிந்தார். அவர் வருவது உள்ளரங்கத் திரையில் தெரிந்தது. அரங்கில் இருக்கின்ற அனைத்துத் துறை சார்ந்த ஆசிரியர்கள், மாணவர்கள் அனைவரும் எழுந்து நின்று கரகோஷம் செய்தனர். உள்ளே வந்து அவர் இருக்கையில் அமர்ந்த பின்னரே மற்றவர்கள் அமர்ந்தனர். குடியரசுத் தலைவர் என்பதாலா? சிறப்பு விருந்தினர் என்பதாலா...? இல்லை... அவர் மீது இளைஞர்களுக்கு இருக்கிற கவர்ச்சி. என்ன கவர்ச்சியெனில், இந்தியா 2020ல் உலகின் உச்சத்திற்கு வரும் என்ற நம்பிக்கையை விதைத்தாரே, அந்த நம்பிக்கை மீதான கவர்ச்சி. நம்பிக்கை, நாட்டுப்பற்று, சமூகச் சிந்தனை ஆகியவையும், காட்சிக்கு எளிமையாகவும் கடுஞ் சொல்லற்றவராகவும் இருக்கிறாரே அதுவும் தான் மக்களுக்கு அவர் மீது உண்டான கவர்ச்சிக்குக் காரணம்.

இளைஞர்களை வழிநடத்த வேண்டுமென்று நினைக்கிறீர்களா?

விவேகானந்தர் சொல்கிறார், வழிநடத்த ஏராளமானோர் தேவை என்று. இளைஞர்கள்மீது அசைக்க முடியாத நம்பிக்கை இருக்கிறது. இந்த நம்பிக்கை எதிர்காலத்தில் இந்தியாவைத் தூக்கி நிறுத்தும் தூண்களாக இளைஞர்களை மாற்றும். மாணவர்கள் அடிப்படையில் நல்லவர்களாக இருக்கிறார்கள். அவர்களை வல்லமையுள்ளவர் களாகவும், தேசபக்தி உள்ளவர்களாகவும் மாற்றும் பொறுப்பு சமூகத்தின் கையில் உள்ளது. கடுமையாக முயற்சித்தால் கண்டிப்பாகக் கைகூடும்.

சந்திப்பு: பாரதி கிருஷ்ணன்

ஜேசி ரோட் - ஜனவரி, 2007

பாதுகாக்கின்ற பொறுப்பும் வளர்க்கின்ற கடமையும்

அரசியல் கட்சி சார்பற்ற பொது நல அமைப்பான 'மக்கள் சிந்தனைப் பேரவை'யின் தலைவர் திரு த. ஸ்டாலின் குணசேகரன் அவர்கள் நம் 'ஜேசிரோட்' இதழுக்கு தன், சிந்தனையைப் பகிர்ந்து கொள்கிறார்.

அய்யா வணக்கம்! சென்றமுறை உள்ளாட்சித் தேர்தல் பற்றி எமது ஏட்டுக்கு கருத்தளித்தீர்கள். இந்த இதழில் தமிழின் பெருமையைப் பற்றியும், கணினிக்கு ஏற்ப இந்தக் காலத்திற்கும் பொருந்திப்போகிற அதன் தனிச் சிறப்பு குறித்தும் கூறுங்களேன்...

உலகில் மொத்தமுள்ள மொழிகளின் எண்ணிக்கை சுமார் ஆறாயிரம். இவற்றுள் இலக்கண இலக்கிய வளம் கொண்ட மொழி களின் எண்ணிக்கை சுமார் மூவாயிரம். இந்த மூவாயிரம் மொழிகளில் ஈராயிரம் ஆண்டுகளுக்கு முற்பட்ட மொழிகள், இலக்கண வளம், இலக்கியச் செல்வம் ஆகியவற்றைக்கொண்ட மொழிகள் என தேர்வு செய்ததில் வெறும் ஆறு மொழிகள் மட்டுமே இவ்விலக்கணங்களுக்கு உட்பட்டு விளங்குகின்றன.

இலத்தீன், கிரேக்கம், ஹிப்ரூ, சீனம், சமஸ்கிருதம் மற்றும் தமிழ் ஆகிய ஆறு மொழிகளே மேற்கண்டவாறு உலக மொழிகள் அனைத்திலு மிருந்து தேர்வு செய்யப்பட்ட மொழிகள்.

இந்த ஆறு மொழிகளிலும் சீனம், தமிழ் ஆகிய இரண்டு மொழி களைத் தவிர மீதமுள்ள நான்கு மொழிகளும் கால ஓட்டத்தில் வழக்கிழந்து போய்விட்ட நிலை உருவாக்கியுள்ளது. இந்த நான்கு மொழிகளில் இரண்டொரு மொழிகள் கொஞ்சம் கொஞ்சமாக மீண்டும் உயிர்பெற்று வருகின்ற சூழலும் உருவாகிக் கொண்டுள்ளதாக அறிகிறோம்.

எது எப்படி இருப்பினும் தமிழ், சீனம் ஆகிய இரண்டு மொழிகள் தான் கோடிக்கணக்கான மக்களால் பேசப்படும் உயிரோட்டமான

மொழிகளாக உள்ளது. இந்த இரண்டு மொழிகளிலும் தமிழ் மொழியின் அமைப்பு இன்றைய காலத்தின் தேவையைப் பூர்த்தி செய்யும் விதத்தில் விளங்குகின்றது.

கணினிக்குப் பொருந்துகின்ற அளவிற்கு எளிதான வடிவமைப்பு கொண்டதாக உள்ளது. "எதிர்காலத்தில் கணினி என்ற கருவி கண்டு பிடிக்கப்படும். அதற்கு ஏற்ப எழுத்தை எளிமையாக வடிவமைக்கலாம்" என்று எவரும் செய்யவில்லை எனினும் இயல்பாக அப்படி அமைந் திருப்பது தனிச்சிறப்பாகும்.

உலக அளவில் தமிழ்மொழியின் நிலைமை எவ்வாறு உள்ளது?

இன்றைய நிலையில் உலகம் முழுமையிலும் வாழும் இந்தியர் களில் தமிழர்கள் முக்கியமானவர்கள். தமிழ்மக்களின் உலகு தழுவிய மொத்த எண்ணிக்கை ஏழரைக்கோடியாகும். இதில் ஒன்றரைக் கோடிப் பேர் தமிழக எல்லைகட்கு வெளியே உலகின் பல நாடுகளில் வாழ்கின்றனர்.

தமிழர்கள் உலகில் ஐம்பதுக்கும் மேலான நாடுகளில் வாழ்கின்றனர். தமிழர்கள் ஒரு மொழியினர், பல நாட்டினர்.

பிரிட்டிஷ் பிராட்காஸ்டிங் கார்ப்பரேஷன் (பிபிசி) வானொலி நிறுவனம் இந்திய மொழிகளில் இந்தி, தமிழ் ஆகிய இரண்டு மொழி களில் மட்டுமே ஒலிபரப்புகிறது.

சீன வானொலி நாற்பத்து மூன்று மொழிகளில் ஒலிபரப்புகிறது. இந்திய மொழிகளில் இந்தி, தமிழ் ஆகிய இரண்டு மொழிகளில் மட்டும்தான் ஒலிபரப்புகிறது.

யுனேஸ்கோ நிறுவனம் 'யுனேஸ்கோ கூரியர்' என்ற மாத இதழை அண்மைக்காலம் வரை முப்பதுக்கும் மேற்பட்ட மொழிகளில் வெளியிட்டு வந்தது. இந்திய மொழிகளில் இந்தி, தமிழ் ஆகிய இரண்டு மொழிகளில் மட்டும்தான் இவ்விதழ் வெளியிடப்படுகிறது.

இலங்கை, சிங்கப்பூர் ஆகிய இரு நாடுகளில் 'தமிழ்' ஆட்சி மொழியாகவும், தேசிய மொழியாகவும் உள்ளது.

தமிழ், இந்திய நாட்டில் தமிழ் மாநிலத்தில் ஆட்சி மொழியாக உள்ளது. மலேசியா, மொரிஷியஸ் போன்ற பல நாடுகளில் 'தமிழ்' அங்கீகரிக்கப்பட்ட மொழியாக உள்ளது. சிங்கப்பூரில் தமிழ் அதிகாரத்துவ மொழிகளில் ஒன்றாக உள்ளது.

இவ்வளவு பெருமைகள் இந்திய மொழிகளிலேயே தமிழ் மொழிக்கு மட்டும்தான் உண்டு. ஏன்? இன்னும் துல்லியமாகக்

கணக்கெடுத்துச் சொல்லப்போனால் உலக அளவில் சில மொழிகளுக்கு மட்டும்தான் உண்டு.

கீர்த்தி மிக்க தமிழ் மொழியைக் காத்திடவும், வளர்த்திடவும் உங்கள் ஆலோசனையாக ஏதேனும் கூற விருப்பமா?

பழமை வாய்ந்த கலை, பண்பாடு, பாரம்பரியம் என்பன இயற்கை நமக்களித்த கொடை, நாம் எப்பாடுபட்டாலும் புதிதாக உருவாக்கிவிட முடியாது. எவ்வளவு விலை கொடுத்தாலும் வாங்கிவிட முடியாது. உலகிலேயே ஒரு சில இனக்குழுக்களுக்கு மட்டும்தான் விலை மதிக்க முடியாத இந்தச் செல்வம் உண்டு.

'யாதும் ஊரே யாவரும் கேளிர்' என்ற கணியன் பூங்குன்றனாரின் ஒற்றைவரி நமது விரிந்து பரந்த விசாலமான தமிழர்களின் பெரும் போக்கை வெளிச்சம் போட்டுக் காட்டுகிறது.

நாம், இவ்வளவு பாரம்பரியமும், பெருமையும், வளமையும் கொண்ட மொழிக்குச் சொந்தக்காரர்கள். இம்மொழியைப் பாதுகாக்கின்ற பொறுப்பினையும் வளர்க்கின்ற கடமையினையும் எக்காரணத்தைக் கொண்டும் நம்மால் தட்டிக்கழித்து விடமுடியாது.

சந்திப்பு: இரா. சிவசண்முகம்

ஜேசி ரோட் - மே, 2007

பத்திரிகை சுதந்திரமும் பத்திரிகை தர்மமும்

மதுரையில் 'தினகரன்' நாளிதழ் அலுவலகம் தாக்கப்பட்ட செய்தி நம் நாட்டில் மட்டுமல்ல, ஐரோப்பிய நாடுகள் பலவற்றிலும், தொலைக்காட்சி மூலமாகக் காட்டப்பட்டுள்ளது.

இது குறித்து த.ஸ்டாலின் குணசேகரன் தெரிவித்த கருத்துகள்.

'பத்திரிகை சுதந்திரம்' என்பதன் பொருள்தான் என்ன?

செய்தி காட்டுத்தீபோல பரவுவதை விட்டுவிட்டு 'தீயே' அலுவலகம் முழுக்கப் பரவியிருக்கிறது. அத்தீயின் ஜுவாலைகள் மூன்று உயிர்களைக் கருக்கிக் கொன்றிருக்கிறது. வெளியான செய்திக்கும், செத்து மடிந்த மூவருக்கும் என்ன தொடர்பிருக்கிறது?

இம்மூவரைத் தனியாகக் குறிவைத்துக் கொன்று முடிக்கவில்லையென்பது உண்மை என்றாலும், இத்தகைய நடவடிக்கைகளால் மனித உயிர்கள் சேதப்படும் என்று தெரிந்து செய்யப்பட்ட காரியம் என்பதில் சந்தேகமில்லை. மனித உயிர்கள் அவ்வளவு மலிவாகப் போய் விட்டன.

செய்தியின் மீது அதிருப்தியிருந்தால், அதனை ஜனநாயக நெறிமுறைகளுக்கு உட்பட்டுத்தான் வெளிப்படுத்தவேண்டுமேயன்றி, காட்டுத்தர்பார் வடிவத்தில் அல்ல. நாட்டின் இறையாண்மைக்கும், சட்டத்திற்கும், எதிராகத் தொடுக்கப்பட்ட சவால் என்பதில் இருவேறு கருத்து இருக்க முடியாது.

நடைபெற்ற நிகழ்ச்சி அரசியல் துறையில் நடைபெற்ற ஆரோக்கியமற்ற போக்கையும் சேர்த்து வெளிப்படுத்தியுள்ளது. கொள்கைகள், கோட்பாடுகள், இலட்சியங்கள் என்பவற்றிற்கு இடமின்றி, வெறும் பணம், பதவி, ஆள்சேர்த்தல் போன்றவையே இன்று அரசியலில் மேலோங்கி நிற்கிறது.

இதழ்களுக்கும் பொறுப்பு வேண்டாமா?

பத்திரிகைச் சுதந்திரம் மட்டுமல்ல, பத்திரிகைத் தர்மமும் கேலிக்குரியதாக உருவெடுத்துவிட்டது. 'தினகரன்' இதழ் வெளியிட்ட கருத்துக் கணிப்பு எதன் பொருட்டு வெளியிடப்பட்டது? அத்தகைய கருத்துக் கணிப்புகள் சமூகத்திற்கு என்ன பயன்பாட்டை உருவாக்கப் போகிறது? அவ்வகையான கருத்துக் கணிப்புக்களிலும், அந்தரங்க அரசியலும் தனிப்பட்ட எதிர்பார்ப்புகளும் உள்ளடங்கியிருக்கின்றன.

இது போன்ற குறுக்கு வழிகளை பத்திரிகைகள் கைவிட வேண்டும். அதே போன்று "நான், நான்தான், நான் மட்டுமேதான்" என்ற சிந்தனைப் போக்குக்குள் சிக்குண்டு கிடக்கிற மீடியாக்கள் தங்களைப் பற்றி சுயமாகப் பரிசீலிக்க வேண்டும்.

விடுதலைப் போராட்ட காலத்திலும், நாடு விடுதலை பெற்ற பின்னரும், கண்ணியத்தோடும், மக்கள் பிரச்சினைகளுக்கு முக்கியத்துவம் கொடுத்தும், கொலை, கொள்ளை, கற்பழிப்பு, வன்முறை என்ற கொடுமைகளை சுவாரஸ்யமாக வர்ணித்து மகிழும் வன்மம் இல்லாமலும் உலவி வருகிற இதழ்கள் இருந்து கொண்டுதான் இருக்கின்றன. அவற்றை மக்கள் தேடிச் சென்று ஆதரவு கொடுக்கும் நிலை உருவாக வேண்டும்.

அரும்பாடுபட்டு, பெரும் தியாகம் செய்து நமது முன்னோர்கள் கருத்துரிமையை - பத்திரிகைச் சுதந்திரத்தைப் பெற்றுக் கொடுத்திருக்கிறார்கள். அதை ஓரளவு அரசாங்கம் பாதுகாத்து வந்தாலும் கூட, பத்திரிகைத் தர்மத்தை யாரும் போராடிப் பெற்றுத் தரமுடியாது, சம்பந்தப்பட்ட ஏடுகள்தான் தன்னளவில் பத்திரிகைத் தர்மத்தைக் கடைப்பிடிக்க வேண்டும். மனச்சாட்சியோடும் பொறுப்புணர்ச்சி யோடும் நடந்துகொள்ள வேண்டும். லாப நோக்கம் மட்டுமே பிரதானம் என்று இருந்துவிடக்கூடாது. இறுதியாக... மக்களின் தரத்தை உயர்த்துவதற்காகத்தான் ஊடகங்கள் தேவையே தவிர, மலிவான நடவடிக்கைகள் மூலம் தங்களையும் தாழ்த்திக் கொண்டு மக்களையும் தாழ்த்துகிற உரிமை எவருக்கும் கிடையாது.

பத்திரிகைச் சுதந்திரம் பாதுகாக்கப்பட வேண்டும்! பத்திரிகைத் தர்மம் பின்பற்றப்பட வேண்டும்! சுதந்திரமும், தர்மமும் ஒரு நாணயத்தின் இரண்டு பக்கங்கள்.

சந்திப்பு: இரா. சிவசண்முகம்

புத்தகம் பேசுது - ஆகஸ்ட், 2007

கடந்தகால இந்தியாவைப் படிப்போம் எதிர்கால இந்தியாவைப் படைப்போம்

'விடுதலை வேள்வியில் தமிழகம்' எனும் பிரமாண்டமான வரலாற்றுப் பணியை தன்னந்தனிப் போராளியாய் தொகுத்துக் காட்டியவர் த.ஸ்டாலின் குணசேகரன். வரலாற்றுப் பார்வையை அறிவியல் முறையில் வளர்த்துக்கொண்டு அயராது உழைத்து, ஆயிரக்கணக்கான மைல்கள் பயணித்து ஏராளமான விடுதலைப் போராளிகளைச் சந்தித்த அந்த அனுபவப் பாதையை எலும்பும் சதையுமாய் நம் கண்முன் வைக்கிறார்... 'புத்தகம் பேசுது' வாசகர்களுக்காகவே பிரத்யேகமாக அளித்த இந்த நேர்காணல் சுதந்திர வைர விழா ஆண்டு ஆகஸ்டு இதழுக்கு மகுடமாய் அமைகிறது. திரித்துத் திணிக்கப்பட்ட விடுதலைப் போராட்ட வரலாற்றைத் தோலுரிக்கிறது.

வணக்கம். 2007ஐ முதல் இந்திய சுதந்திரப் போரின் 150வது ஆண்டு என நாடு முழுதும் அனுசரிக்கப்படுகிறது... உங்கள் மனநிலை எப்படி இருக்கிறது... எப்படி உணர்கிறீர்கள்?

100வது ஆண்டைக் கொண்டாடினார்கள். பிறகு 125 ஆண்டுகளான போது அப்போதைய ஜனாதிபதி ஆர்.வெங்கட்ராமன் 'சிப்பாய்க் கலகம்' எனும் தபால் தலை கூட வெளியிட்டார். இப்போது 150வது ஆண்டுக்கு 'முதல் இந்திய சுதந்திரப்போர்' என வடநாட்டில் யாத்திரை, படங்கள் திறப்பு, நினைவுச் சின்னங்கள் அமைத்தல், சிலைகள் வைத்தல் என நாடெங்கும் எழுச்சி வந்துள்ளது. அதை நான் குறைத்து மதிப்பிடவோ குறைகூறவோ மாட்டேன். ஆனால் முதல் சுதந்திரப் போர் என்பது அதுதானா என்பதுதான் என் கேள்வி. 1857 புரட்சியை நாம் எழுச்சியோடு நினைவு கூர்வோம். ஆனால் முதல் இந்திய சுதந்திரப் போராட்டம் என அதைக் குறிப்பிடுவதை வரலாற்றுப் பிழை என்று சுட்டிக்காட்ட வேண்டியுள்ளது. 1970 களிலேயே டாக்டர் கே.ராஜய்யன் எனும் வரலாற்றியல் அறிஞர் தக்க ஆதாரங்களோடு The South Indian Rebellion *எனும் தனது ஆய்வு நூலில், 1857க்கும் முன்னாலேயே எப்படி தென்னிந்தியாவில் பிரிட்டிஷ் ஏகாதி*

பத்தியத்திற்கெதிராக மக்கள் திரண்டெழுந்தார்கள் என்பதை ஆணித்தரமாக நிரூபித்துள்ளார்.

அந்த நூலில் அவர் குறிப்பிடுவது என்ன?

1857க்கும் முன்னால் செல்வீர்களேயானால் 1806ம் ஆண்டின் 'வேலூர்ப் புரட்சி' மிகப்பெரிய சம்பவம். அதற்கும் 1857 புரட்சி ஏற்பட்ட சூழலுக்கும் நிறைய ஒற்றுமையைப் பார்க்கிறோம். காரணிகள் ஒரே தன்மையுடையதாகவும் இருந்தன.

இந்துக்கள் புனிதமாய் வழிபட்ட பசுவின் கொழுப்பு கலந்த ரவைகள், இஸ்லாமியர் வெறுத்த பன்றி நரம்பு போட்ட துப்பாக்கிகள்தான் கலகத்திற்கு காரணம் என இன்றும் பாடப்புத்தகங்கள் கூறுகின்றனவே?

அது உண்மையல்ல.

அப்படியானால் சிப்பாய்கள் புரட்சி செய்ய எந்தத் துப்பாக்கியைப் பயன்படுத்தினார்கள்?

The South Indian Rebellion *நூல் மட்டுமல்ல; பல வரலாற்றாளர்கள் கூறும் காரணம், கிறித்துவ மதத் திணிப்பு என்பதுதான்... இந்து அடையாளமான திருநீறு பூச அனுமதி மறுப்பு, இசுலாமிய அடையாளமான தாடி வைக்க அனுமதி மறுப்பு, இவற்றைவிட கிறித்துவ பூசை முறைகளுக்கு அனைவருமே கட்டுப்பட வேண்டுமென்ற உத்தரவு. இவையோடு... மக்களைச் சுரண்டுவதும் மனித உரிமைப் பறிப்பும், கொடிய அடக்குமுறைகளும், 1806ம் ஆண்டு வேலூர்ப் புரட்சிக்கும் 1857ம் ஆண்டு வடநாட்டில் நடந்த புரட்சிக்கும் பொதுக்காரணிகளாக இருந்தன. 1806க்கும் முன்னால் 1800,1801ல் வேலுநாச்சியார், கோபால நாயக்கர், மருது சகோதரர்கள், தீரன் சின்னமலை என அனைத்துக் குறுநில மன்னர்களும் பாளையக்காரர்களும் திரண்டு பெரும்படையோடு ஆங்கிலேயரை எதிர்கொண்ட 'கோவைப் புரட்சி' முறியடிக்கப் பட்டதே, அது முதல் சுதந்திரப் போர் இல்லையா... ஏன், அதற்கும் முன் வீரபாண்டிய கட்டபொம்மன், பூலித்தேவன், திப்புசுல்தான் ஆகியோரெல்லாம் வீரப்போர் புரிந்ததை எதில் சேர்ப்பீர்கள்? மாவீரன் நெப்போலியன், திப்புசுல்தானுக்கு ஆதரவாய் தன் படைகளை அனுப்பிடத் தயாரானதற்கு ஆதாரங்கள் உள்ளன. ஏனோ பின் பிரெஞ்சுப் படைகள் வந்துசேரவில்லை. அந்த சீரங்கப்பட்டணம் போரை முதல் இந்திய சுதந்திரப்போர் என ஏன் குறிப்பிடுவதில்லை... 1857ல் நடந்தது புரட்சிதான். ஆனால், அது முதல் புரட்சி அல்ல... முதல் புரட்சி என்பது பற்றிப் பேசப்போனால் 1806ல் நடந்த 'வேலூர்ப் புரட்சி'யை வடநாட்டவர்கள் திறந்த மனதோடு ஒப்புக்கொள்ள வேண்டும். அது நடந்தது வெளியே வரவில்லை; வடநாட்டில் அதன்*

தாக்கம் இம்மியளவு கூட கிடையாது; அது புரட்சி அல்ல என்று வாதிட்டால், 1857ல் நடந்த வட இந்தியப் புரட்சியின் தாக்கம் கடுகளவு கூட தமிழ்நாட்டில் இல்லாமலே போனது என்பதும் உண்மைதான்... எனவே 1857 புரட்சியை நாம் குறைத்து மதிப்பிட வேண்டாம்... அதே சமயம் 1806ன் வேலூர்ப் புரட்சியை ஒப்புக்கொள்ள வைக்க வேண்டும்... அதற்கு முன்பு நடைபெற்ற கோவைப் புரட்சியை இதுவரை யாரேனும் மறுத்துள்ளனரா? முன்பு கிடைத்ததை வைத்து வரலாறு எழுதப்பட்டு இருக்கலாம். இப்போது புதிய ஆதாரங்கள் கிடைத்துள்ளனவே... வரலாற்றை மறு ஆய்வு செய்து மாற்றி அமைப்பதன் மூலம்தான் அதை ஒரு அறிவியலாக நாம் பேணிட முடியும்.

இப்படி வரலாற்றின் மீது ஆழமான புரிதலும் ஆர்வமும் உங்களுக்கு ஏற்பட்டது எப்போது... எங்கு ஆரம்பித்தீர்கள்...?

பொதுவுடைமைக் கட்சியில் மிகுந்த ஈடுபாடு கொண்டிருந்த என் தந்தை கே.தங்கமுத்து, நான் ஆறாம் வகுப்பு படிக்கும் போதே 10வது வயதில் 'குழந்தைகளுக்கான குட்டிக் கதைகள்' எனும் நூலை வாங்கிக்கொடுத்து வாசிக்கும் பழக்கத்தை ஏற்படுத்தினார். பள்ளிக்கூட பாடப்புத்தகங்களோடு வேறு நல்ல புத்தகங்களையும் வாசிக்க வேண்டும் எனும் பழக்கம் வந்தது. அப்படி ஐந்தாம் வகுப்பிலிருந்து ஆறாம் வகுப்பு போகவேண்டிய கோடை விடுமுறையில்தான் முதல் புத்தகம் படித்தேன்.

எங்கள் ஊர் மாணிக்கம்பாளையம். சிறு கிராமம். அது இன்று நகரத்தின் பகுதியாய் ஆகிவிட்டது. அங்கே 32 மாணவர்களைக் கொண்டு முதலில் 'மாணவர் முன்னேற்ற சங்கம்' என்று ஒன்றைத் தொடங்கினோம். பிறகு பாரதியார் கவிதைகளைப் படிக்கப் படிக்க பாரதி மீது ஏற்பட்ட பெருந்தாக்கத்தால் அதை 'பாரதி மாணவர் மன்றம்' என்று வைத்தோம்... பிறகு அதை 'பாரதி இளைஞர் மன்றம்' என்றாக்கி, எழுச்சியோடு பாரதி விழா நடத்தத் தொடங்கினோம். இப்படி பாரதி வழியாக வரலாற்றோடு தொடர்பு வந்துவிட்டது. அதுமட்டுமல்ல... என் அப்பாவின் அப்பா... தாத்தா... குடுமியும் கடுக்கனுமாக இருப்பார்... மேலுக்கு சட்டை கிடையாது. துண்டு தான் போட்டிருப்பார். ஒரு விவசாயி. அவர் 90 வயதிற்கும் மேல் வாழ்ந்தார். பல சிறு வயது அனுபவங்களை அவரிடம் ஆவலோடு கேட்டுத் தெரிந்து கொள்வேன். என்னோடு மகிழ்ச்சியாகப் பேசுவார்.

புத்தகம் படிக்கும் பழக்கம் பின் வளர்ந்திருக்க வேண்டுமல்லவா?

அதற்குத்தான் வருகிறேன்... ஒரு நூறு புத்தகம், அந்த வயதிலேயே சிறியதொரு ஷெல்ஃபில் வீட்டில் வைத்து வாசிக்கத் தொடங்கி

பகத்சிங்-புரட்சிகர வரலாறு... பாரதி பாடல்கள், பல புரட்சியாளர்களின் வாழ்க்கை வரலாறு என எடுத்து வாசிப்பதில் ஏற்பட்ட ஈடுபாடு... கலைமகள் கல்வி நிலையம்... ஈரோட்டில் ஒரு பெயர் பெற்ற கல்வி நிறுவனம் அது. அதன் தாளாளர் 'ஐயா' என அனைவராலும் அன்போடு அழைக்கப்படும் எஸ்.மீனாட்சி சுந்தர முதலியார், மிகச்சிறந்த கல்வியாளர். அந்நாட்களிலேயே பெண் கல்விக்காக அயராது குரல் கொடுத்தவர். அவர் எங்களையெல்லாம் ஐந்தாம் வகுப்பில் காந்தியின் 'சத்தியசோதனை' புத்தகத்தைக் கட்டாயமாக வாங்க வைத்து, வாரத்திற்கு ஒரு அத்தியாயம் வாசிக்க வைத்தார்... அப்படி வாசிக்க வாசிக்க ஒரு வரலாற்று உணர்வு எனக்கும் தெரியாமல் எனக்குள் அப்போது ஊட்டப்பட்டது. ஆனால், நான் பி.யூ.சி.யிலும், பி.எஸ்.ஸியிலும் கணிதம் தான் எடுத்துப் படித்தேன். காரணம் கல்லூரி பிரின்சிபாலின் துறை கணக்கு. பள்ளி இறுதிக்குப் பின் அப்போது எலெக்டிவ் பாடமாக கணக்கு எடுத்துப் படித்து நல்ல மதிப்பெண் பெற்றிருந்ததாலும், தனிப்பட்ட முறையில் அவருக்கு என் மீது இருந்த அன்பினாலும் அவர் தன் துறையான கணக்குப் பாடத்தை எடுக்கும் படி கூறினார். என்னை விட்டிருந்தால் வரலாறோ பொருளாதாரமோ இலக்கியமோதான் எடுத்துப் படித்திருப்பேன்... ஆனால், அப்படி எடுக்கப்பட்ட கணக்கில்கூட நான் முயற்சியெடுத்துத் தேர்ச்சியுற்ற பிறகு சட்டக் கல்லூரிக்குச் சென்றேன்.

ஈரோட்டில் நீங்கள் ஆண்டுதோறும் எடுக்கும் 'பாரதி விழா' அப்போதே தொடங்கி விட்டதா?

அதற்கும் சில ஆண்டுகளுக்கு முன்னதாகவே தொடங்கி விட்டது. பாரதி இளைஞர் மன்றத்தோடு தொடங்கி விட்டது. 1976-ல் பகத்சிங் இளைஞர் மன்றம். அதைச் சொல்வதே இன்பம். வீதி வீதியாக

ஊர் ஊராகச் சென்று நான் பகத்சிங்கின் வீர வரலாற்றை எடுத்து இயம்புவேன். என்னைப் பொருத்தவரை பாரதியும் பகத்சிங்கும் இரண்டு கண்கள். 'மக்கள் சிந்தனைப் பேரவை' அந்த யோசனையில் உதித்ததுதான். பள்ளிப் பருவத்திலேயே பாரதி விழா எடுக்கத் தொடங்கினோம். இப்போது எனக்கு 48 வயது ஆகிறது. பல ஆண்டுகளாக ஒவ்வொரு வருடமும் டிசம்பர் 11ஐ எட்டயபுர விழா விற்குச் சற்றும் குறைவின்றிக் கொண்டாடி... பாரதியியல் தொடர்புள்ள ஒருவருக்கு ஆண்டுதோறும் பாரதி விருதும் வழங்கி

வருகிறோம். இன்னும் சொல்லப்போனால் எட்டயபுரத்திற்கு அடுத்துக் கூடும் ஒரு மக்கள் விழா ஈரோடு பாரதி விழா.

பாரதி தனது வாழ்வின் இறுதிப் பேருரை நிகழ்த்தியது ஈரோட்டில் அல்லவா?

யானை மிதித்து பாரதி இறந்து போனான் என்று பொதுவாகக் கூறப்படுவதில் உண்மையே கிடையாது. இதைப் பலமுறை நான் பல இடங்களில் சுட்டிக்காட்டி இருக்கிறேன். பாரத்தசாரதி கோயில் யானை பாரதியைத் தள்ளிவிட்டது. அது ஒரு சாதாரண நிகழ்ச்சி. அது யாருக்கும் நடக்கக் கூடியதே. உடனே நோய்வாய்ப்பட்டு படுத்த படுக்கை ஆகி விட்டதாக சினிமாவில்கூட காட்ட முற்படுகிறார்கள். உண்மையில் யானைச் சம்பவத்திற்கும் தனது மரணத்திற்கும் நடுவில் பாரதி ஈரோடு வந்து கருங்கல்பாளையம் என்ற பகுதியில் உள்ள ஒரு வாசக சாலையில் பேருரை நிகழ்த்தினார். உண்மையில் யானை மிதித்திருந்தால் எப்படி ஈரோடுக்கு வந்து அவர் உரை நிகழ்த்த முடியும்? அதுவும் ஒரு எழுச்சிப் பேருரை. அதுவே அவரது வாழ்வின் இறுதி உரை. உரையின் தலைப்பு என்ன தெரியுமா? ‘மனிதனுக்கு மரணமில்லை’ என்பது. அவருக்கு ஏற்பட்டது, உடல் நலக்குறைவால் ஏற்பட்ட மரணம்தான். சிகிச்சை அளித்துக் கொள்வதில் கூட கவனம் செலுத்தாமல் மருத்துவத்திற்குக் கூட செலவு செய்து கொள்ளாமல் போய் அவர் இறந்து விட்டார். ஆனால், ஈரோட்டில் அவர் நிகழ்த்தியது எப்பேர்ப்பட்ட எழுச்சியுரை. முகம்மது நபியின் இறுதி உரையை உலகமே போற்றுகிறது. ‘சிகாகோ உரை’ என்று விவேகானந்தருக்கு வரலாறு மகுடம் சூட்டுகிறது. ஷேக்ஸ்பியர் மரணித்த இடத்தை புனிதப் பூங்காவாக்கி வணங்கித் தலை சாய்க்கிறது. ஆபிரகாம் லிங்கன் உரையை, மரணமடைந்த இடத்தைப் பெட்டகமாகப் பேணுகிறது. ஆனால் நம் தமிழ்ப் பெருங்கவிஞன் பாரதியின் எழுச்சிமிகு இறுதி உரையை உலகம் அறியவில்லை... ஏன்? தமிழனுக்கு வரலாறு உண்டு; வரலாற்று உணர்வு இல்லை. வரலாற்றைப் பேணும் பழக்கம் இல்லை. தனது தந்தை... தாய்... அவர்களுடைய தந்தை... தெரியும். ஆனால் அதற்கு முந்தைய தனது இறந்த கால குடும்ப சந்ததியின் பெயரை ஞாபகம் வைக்கும் பழக்கம் கூட இல்லை... பாரதியின் இறுதி உரையை நாம் உலகமெல்லாம் அறியும்படி செய்ய வேண்டும்... அந்தக் கடமை நமக்கு உள்ளது.”

உங்களுடைய வரலாறு சார்ந்த இந்த இயங்குதளத்திற்கும் நீங்கள் சார்ந்த இயக்கத்திற்குமான தொடர்பு எத்தகையது... உங்கள் செயல்பாடுகளுக்கு இயக்கம் சாதகமாய் இருந்ததா, இருக்கிறதா?

நான் இயக்கத்தோடே வளர்ந்தவன். இயக்கம் சார்ந்தே வந்தவன்... அதன் மையக்கரு வரையில் வந்து விட்டவன்... நான் சொல்கிறேன்.

இயக்கம் ஒரு பல்கலைக்கழகம்... அது எனக்குக் கற்றுத் தந்தது ஏராளம்... கட்சிக்காரரர்கள் வறட்டுச் சிந்தனையாளர்களாகவும் அழகியல் சிந்தனையே இல்லாதவர்களாகவும் பொதுவாகச் சித்தரிக்கப்படு கிறார்கள். அது உண்மை அல்ல. கட்சிக்கு உள்ளே இருந்து செயல் படாமல் தத்துவ வியாக்யானம் மட்டும் செய்து வாழ்வது ஒரு ரகம். நேரடியாகக் களத்தில் இறங்குவது இன்னொரு ரகம். இரவு முழுவதும் போஸ்டர் ஒட்டுவது... சுவர் எழுத்துப் பிரச்சாரம், தட்டி எழுதுவது... என் 15 வயது முதலே தொடங்கி விட்டது அது. ஊர் முழுவதும் இரவெல்லாம் சுவர்களை சுவரொட்டிகள், எழுத்துகள் என நிரப்பிவிட்டு நாலு, நாலரைக்கு ஈரோடு பஸ் நிலையம் வருவோம்... போகச் சொல்லி உற்சாகப்படுத்தவில்லை என்றாலும், ஏன் போனாய் எங்கே போனாய் எனக் கேட்பதோ, இயக்கம் தொடர்பாக உழைப்பதற்குத் தடையோ வீட்டில் கிடையாது. காலையில் முதல் வண்டிகள் பேருந்து நிலையத்திலிருந்து வெளியேற வேகம் கொள்ளும்போது, ஏற்கனவே பசை தடவி வைத்துள்ள போஸ்டரை வண்டியின் வேகத்திற்கு இணையாக கூடவே ஓடி பின்னால் மடாரென்று ஒரே நொடியில் ஒட்டுவது... ஊரெங்கும் செய்தி சென்றடையும்போது அதில் கிடைக்கும் திருப்தியே அலாதி. சுமார் பத்து ஆண்டுகள் இப்படி நான் வால்போஸ்டர் ஒட்டி இருக்கிறேன். அதில் எக்ஸ்பர்ட்டும் ஆகிவிட்டேன்... எழுநூறு சுவரொட்டிகளை இப்படி இரண்டுபேர் சரளமாக ஒட்டிப் பேரானந்தம் அடைவோம்... இதைத் தவிர பேரணி, உண்ணாவிரதம், போராட்டம், கோவைச் சிறையில் 17 நாட்கள் சிறைவாசம், ஜெயகாந்தன் சொற்பொழிவுக்கு ஏற்பாடு செய்வது எனத் தொடர்ந்தது. ஆனால், வாசித்ததைவிட அதிகம் நெஞ்சில் தைத்தது, கட்சி அலுவலகத்தில் செய்தித்தாள்களை விரித்துப் படுத்திருக்கும்போது, எங்கள் ஊர் முனிசிபல் தொழிலாளர் சங்கத்தின் தலைவர் மு.நடேசன் எனும் பெரியவர் படிப்பறிவே இல்லாதவர்... சத்தமாக மெட்டெடுத்து பாரதி முதல் தொ.மு.சி.ரகுநாதன் வரை வகைவகையான அவர்களது பாடல்களை மனப்பாடமாக அவர் பாடிக் கேட்டதுதான். ஒரு ஆயிரம் கவிதைகளாவது அவருக்கு மனப் பாடமாகத் தெரிந்திருந்தது... அவரை நான் பிடித்துக்கொண்டேன்... எனக்கு அப்போது 15 வயது, 17 வயது... அவருக்கு 70 வயது. நான் சேர்ந்து பாடினால் உற்சாகமடைந்து பாடுவார். சில பாடல்களை ஓரிரு நாளில் மனப்பாடம் செய்து சொல்லிக்காட்டி அவரை அசத்தி இருக்கிறேன். தொ.மு.சி. ரகுநாதனே நேரில் அவர் சொல்லக் கேட்டு அதிசயித்துப் போயிருக்கிறார். அவ்வளவு அற்புதமாய் தோழர் மு.நடேசன் கவிதைகளை மனப்பாடமாகக் கொட்டுவார்.

'விடுதலை வேள்வியில் தமிழகம்' நூலின் வேலைகள் தொடங்கிய காலத்தையும் அதுகுறித்த ஆர்வம் ஏற்பட்ட சூழலையும் விவரிக்க முடியுமா?

வரலாற்றோடு தொடர்புடைய பல கட்டுரைகளை ஜனசக்தியின் நடுபக்கக் கட்டுரைகளாக ஏற்கனவே - 25 வயது முதலே எழுதி வருபவன் நான். பின்னர் இன்னொரு கட்டத்தில் இந்திய சுதந்திரத்தின் பொன் விழாக் கொண்டாட்டங்களின் ஒரு பகுதியாக 'ஜீவா முழக்கம்' இதழுக்கு ஒரு சிறப்பு மலர் தயாரிக்க என்னைப் பணித்தார்கள். மலர் என்றால் ஒரு குழு அதைத் தயாரிப்பதுதான் முறை என்று நான் சொன்னேன். ஜீவா முழக்கம் ஆசிரியர் தா.பாண்டியன், பொறுப்பாசிரியர் மு.பழனியப்பன் ஆகியோர், குழு தேவையில்லை; நீங்களே 'ஒரு நபர் குழு'வாக இருந்து தயார் செய்யுங்கள் எனப் பணித்து விட்டார்கள். ஆறு மாதம் அந்த மலர்த் தயாரிப்பில் ஈடுபட்ட போது கிடைத்த ஆச்சரியமான, அதிர்ச்சி தரக்கூடிய அனுபவங்கள் என் நெஞ்சில் விடுதலை வேள்வி குறித்த சிந்தனையை மேலும் தூண்டி விட்டன.

அது சம்பந்தமாய் நூலகத்திற்குள்ளும் கருவூலங்களுக்குள்ளும் குறிப்பெடுக்க நுழையாமல், வரலாற்று நபர்களைச் சந்திக்க, வித்தியாசமாய் சிந்தித்தது ஏன்?

எனக்கு சிறுவயது முதற்கொண்டே நேரில் சென்று பல மைல்கள் பிரயாணம் செய்து எழுத்தாளர்களை, மனதுக்குப் பிடித்த, பாதித்த ஆளுமைகளைச் சந்தித்துப் பேசுவது, அவர்களோடு தங்கி ஒரு நாளாவது கழித்துவிட்டு வருவது எனும் பழக்கம் இருந்தது. மலர்த் தயாரிப்பின் போதும், நூல் எழுதிய போதும் நான் கருவூலங்களில், நூலகங்களில் குறிப்பு எடுக்காமல் இல்லை... ஆனால் அதைவிட அந்தத் தியாகி களை நேரில் சந்தித்து உரையாடி, பேட்டி கண்டு வரலாற்றை ஆவணங் களுடன் சேர்த்துத் தொகுக்க நான் விரும்பினேன்.

அதற்காக நீங்கள் சந்தித்த முதல் நபர் யார் என்று சொல்ல முடியுமா?

கேப்டன் லட்சுமி... ஆனால் நேரில் சந்தித்து அவர்களிடமே விஷயங்களைக் கேட்கும் ஆர்வத்தில் கல்பனா தத், பி.சி.ஜோஷியின் துணைவியார் எனச் சிலரை ஏற்கனவே சந்தித்திருந்தேன்... கேப்டன் லட்சுமி அவர்கள் கான்பூரில் இருந்தார்கள். தமிழகத்திலிருந்து சென்று ஐம்பது வருடங்கள் ஆகி விட்டிருந்தன... அவரது மகள்களும் வட நாட்டிலேயே செட்டில் ஆகிவிட்டார்கள்... தமிழ் மறந்திருக்கும் எனத் தொலைபேசியில் நான் ஆங்கிலத்தில் பேச, என்னைச் சிலிர்க்க வைத்தபடி கணீரென்று அந்தத் தியாகச் செம்மல் தமிழிலே தெளிவாகப் பதில் கொடுத்தார்கள். அப்போது அவர் 'எதற்கு நீங்கள் வர வேண்டும், ஒரு கட்டுரைக்காக இத்தனை தொலைவு வரவேண்டாம், உங்களுக்குத்

தேவையானது அனைத்தையும் நானே அனுப்பி வைக்கிறேன்' என்றவாறு அரை மணி நேரம் தொலைபேசியில் என்னை வரவிடாமல் செய்ய முயன்றார்கள். நான் பிடிவாதமாக அங்கே கான்பூர் சென்றேன். ஆங்கிலத்தை வைத்தே சமாளித்து எப்படியோ வீடு போய்ச் சேர்ந்த என்னை வாசலில் நின்று வரவேற்று உபசரித்து என்னையும் அழைத்துக்கொண்டு வெளியே கிளம்பினார்கள்... பழைய பியட் கார் அது... ஏதேதோ பேசி விளக்கியபடி சென்றார். இசுலாமிய ஏழைப் பெண் நோயாளிகளுக்கு அவர்கள் இருப்பிடம் தேடிச்சென்று என்னையும் வைத்துக்கொண்டு ‘நீ பாட்டுக்கு உரையாடலாம்... நான் பாட்டுக்கு வைத்தியம் செய்வேன்...' என இன்னொரு மதர் தெரசாவைப் போல செயலில் இறங்கினார்.

சுதந்திரப் போராட்டம் முடிந்தும் தன் பணி இன்னுமிருக்கிறது என உழைத்த அவரின் மேல் எனக்கு மேலும் மரியாதை கூடிவிட்டது. இரண்டு மூன்று நாட்கள் அவரது வீட்டிலேயே தங்கியிருந்து இரவு பகல் அவரோடு பேசி பேட்டியை முடித்துத் திரும்பும்போது அவர் சொன்னது இன்னும் நினைவிருக்கிறது... ‘ரொம்ப தேங்க்ஸ்... ஒரு ஐம்பது ஆண்டுகளுக்குப் பிறகு தமிழ்ப் பெண் என்று என்னை அங்கீகரித்துத் தேடி வந்ததற்கு... நம் தமிழ் நாட்டுக்குச் சென்று அங்கே சொல்லுங்கள்... இந்திய தேசிய ராணுவத்தில் அன்று போர் புரிந்த பெண்களில் 80%-க்கும் மேல் தமிழ்ப் பெண்கள்' என்று - இவ்வாறு சொல்லி வழியனுப்பினார்.'

அதன்பின் ஐ.மாயாண்டி பாரதியை சந்தித்து 9 மணிநேரம் பேட்டி கண்டேன். அவ்வாறு உருவாக்கப்பட்ட சுதந்திரப் பொன் விழா மலருக்கு அன்று நல்ல வரவேற்புக் கிடைத்தது... தினமணியிலிருந்து ஆசிரியர் என்னை அழைத்து “அனைத்து மலரிலும் நன்றாக வந்துள்ளதென”ப் பாராட்டியதும் நினைவு கூரத்தக்கது. அவர்களும் பொன்விழா மலர் கொண்டு வந்திருந்தார்கள்.

‘விடுதலை வேள்வியில் தமிழகம்' இத்தனை பெரிய முயற்சியாகவே கருக்கொள்ளப்பட்டதா அல்லது ஏதோ சிறிதாகத் தொடங்கிப் பின் பெரிதாக வளர்ந்து விட்டதா?

யோசிக்கும்போதே பெரியதாக யோசிக்கப்பட்டதுதான். மதுரை எழுத்தாளர் கு.சேதுராமன், மனைவி, மக்கள், குடும்பம் இல்லாதவர்... ஈரோட்டில் ஒரு விடுதியில் நிரந்தரமாகத் தங்கியிருந்தார். அவரோடு பல சமயம் மனதில் பட்டதைப் பேசிக் கொண்டிருப்பதுண்டு. ஒருமுறை இந்த வரலாற்று நூல் ப்ராஜக்ட் குறித்து மனம் விட்டுக் கூறினேன். ஒரு மூன்று மணி நேரம் நான் பேசினேன். அவர் வாயே

திறக்கவில்லை. ப்ராஜக்ட் கண் முன்னால் அப்படியே விரிவடைந்து விட்டது... அவர் எதுவுமே கூறவில்லை. 'டீ குடிக்கவும் முறுக்கு சாப்பிடவும்தான் வாயைத் திறப்பீரா... ஒரு வார்த்தை பேச வாய் திறக்கமாட்டீரா' என வேடிக்கையாகக் கேட்டேன்... பிறகு கடைசியில் வாயைத் திறந்தார்.

என்ன சொன்னார்?

'உன் ப்ராஜக்ட் வராது' என்று சொல்லிவிட்டார். 'வந்தால்...?' என கேட்டேன். நெடுநேரம் யோசித்தார். பிறகு... "அப்படியே வந்தால், அந்தமான் சிறைச்சாலையில் 10 ஆண்டுகள் அடைக்கப் பட்டிருந்தால் என்ன பெருமையோ அந்தப் பெருமை உனக்குக் கிடைக்கும்" என்றார்.

உண்மைதான்... ஆனால் உங்களது 'விடுதலை வேள்வியில் தமிழகம்' வருவதற்கு முன்னும் சில முயற்சிகள் உண்டு அல்லவா?

ம.பொ.சி. 'விடுதலைப் போரில் தமிழகம்' என ஒரு புத்தகம் எழுதினார். தவிர தமிழில் இது சம்பந்தமான மற்ற முயற்சிகள் என்று பார்த்தால் ஒன்றிரண்டு தொகுப்புகள் தனி வரலாறுகள் எனக்கூட கிடையாது.

நூல் எப்படி வர வேண்டுமென திட்டமிட்டீர்கள்?

தனிப்பட்ட வரலாறாக மட்டுமின்றி, ஒரு களஞ்சியமாய் வர வேண்டுமென விரும்பினேன். தனி மனிதர்கள் தவிர விடுதலைப் போரில் தமிழ் இதழ்கள், தமிழ்ச் சினிமா, தமிழ்ச் சிறுகதைகள், நாவல்கள், நிகழ்கலைகள் எனப் பரந்துபட்டு வர வேண்டுமென விரும்பினேன்... ஆகஸ்ட் புரட்சி... இந்திய தேசிய ராணுவத்தில் தமிழர் பங்கு, 1919 முதல் 1924 வரை தீவிர காந்தியத்தை முன்வைத்த தந்தை பெரியார். 'கள்ளுக்கடை மறியலை நிறுத்த என்னால் முடிவெடுக்க முடியாது... ஈரோட்டில் உள்ள இரண்டு பெண்கள்தான் முடிவெடுக்க வேண்டு'மென காந்தி சொல்லுமளவு... வீச்சோடு செயல்பட்ட பெரியார், காந்தியை பின் மறுத்துரைத்தது... வைக்கம் போராட்டம், அந்நியத் துணிகளைக் கொளுத்துதல் என எல்லாம் வரவேண்டும்... அனைத்தையும் வாழ்த்திய பாரதிகூட காங்கிரஸ் கட்சி பற்றி ஏதுமே எழுதவில்லை. ஆனால், பாரதிதாசன் காங்கிரஸ் கட்சியைப் போற்றி எழுதியவர்... சுதந்திரப் போரில் அவரது பங்கும் மகத்தானது. எதிலும் எதற்கும் சார்புத் தன்மையோடு சொல்லக்கூடாது எனத் தீர்மானித்தேன். பொது நிலையில் நின்று பேசுவதென்ற முடிவுடன் தான் பணியைத் தொடர்கிறேன்.

அந்தப் புத்தகம் எழுத எத்தனைப் பேரைச் சந்தித்தீர்கள்?

ஆயிரக்கணக்கானவர்களது தொடர்போடு 300 பேரைப் பேட்டி கண்டேன். அதில் 100 பேர் சுதந்திரப் போராட்ட வீரர்கள்... அவர்களில் பலர் இப்போது உயிரோடு இல்லை.

எப்படி அவர்களைக் கண்டுபிடித்தீர்கள்...? உதாரணமாக, சிறு சம்பவமாகக் கூட வரலாறு நினைக்காத கடலூர் அஞ்சலையம்மாள் போன்றவர்களின் பின்புலத்தை அறிந்து எப்படி முழு விவரத்தையும் சேகரிக்க முடிந்தது?

ஏற்கெனவே பலவிதமாய் வந்துள்ள பலவகைப்பட்ட வரலாற்றுத் தொடர்புடைய செய்திகளை தேடித் தேடி வாசித்தேன். ஒரு சிலரைப் பற்றி எதுவுமே இருக்காது. பெயர் மட்டுமே கிடைக்கும். தேடி ஓடுவேன். ஒரு சிலர் பற்றி நாலு வரி இருக்கும். ஆனால் சென்று அதுபற்றி ஆய்வு செய்தால் 400 வரிகள் எழுதுமளவு செய்திகள் இருக்கும்... இது நேரடி கள ஆய்வு... ‘அவர் சொல்லிவிட்டார், இவர் சொல்லி விட்டார்’ என்று அப்படியே எழுதி விட முடியாது. ஆவணங் கள், ஆதாரங்கள் தேவை. ஆவணக் காப்பகத்து விஷயங்களோடு ஒத்துப்போகவும் வேண்டும். எழுத்தில் ஒரு வீச்சும் இருக்க வேண்டும்... அது உண்மையாகவும் இருக்க வேண்டும்.

அவ்வாறான சந்திப்புக்களின்போது அதிர்ச்சி தரும் சம்பவங்கள் ஏதாகினும் உண்டா?

நிறைய உண்டு... அதைத் தனிப் புத்தகமாகப் போடலாம். ஒரு சுதந்திரப் போராட்ட வீரரைச் சந்திக்கக் காலையிலேயே அவர் வீட்டுக்குச் சென்று விட்டேன்... அவரோடு உரையாடத் தொடங்கினேன்... எடுத்த உடன் எதுவுமே கிடைக்காது. மணிக்கணக்கில் பொறுமையாக அனைத்து வகையான விஷயங்களையும் பேசப் பேசத்தான் சிறுகச் சிறுக விஷயம் கிடைக்கும். அவருக்கு ஒரு பேரன்... காலையில் டிபன் சாப்பிட்டு விட்டு வேலைக்குக் கிளம்பினார்... நாங்கள் உரையாடிக் கொண்டிருந்தோம்... மதியம் உணவுக்கு வீட்டுக்கு வந்தார். அப்போதும் அதே நிலையில் உரையாடிக் கொண்டிருந்தோம். சாப்பிட்டு முடித்து மறுபடியும் வேலைக்குப் போய் விட்டார்... பிறகு மாலையில் வீடு திரும்பினார்... அப்போதும் அதே நிலையில் பேட்டி தொடர்ந்து கொண்டிருந்தது... தாத்தாதான் அவருக்கு டீ போட்டுக் கொடுத்தார்... எல்லாம் முடிந்து நான் கிளம்பினேன்... அதுவரை நான் யார் என்றோ... என்ன விசயம் என்றோ அந்தப் பேரன் எதுவுமே கேட்கவில்லை... நாலு வார்த்தை சம்பிரதாயத்திற்குக்கூட என்னிடம் பேசவும் இல்லை... வழியனுப்ப வாசல் வரை வந்த தாத்தாவிடம் இதுபற்றி கேட்டேன். ‘என்னைப் பொருத்த எதுவும் இப்படித் தான் தம்பி... கையில்

சம்பாத்தியம் இல்லை... எனக்கு மதிப்பு வீட்டில் இவ்வளவுதான்... செத்தாலும் கூட பரவாயில்லை... எங்கிருந்தோ நீங்கள் வந்திருக் கிறீர்கள்... நாட்டுக்குத் தெரிந்த என் அருமை கூட வீட்டுக்குத் தெரிய வில்லை' என்று கண்ணீர் மல்கக் கூறியபோது என் மனம் நெகிழ்ந்து விட்டது. மாபெரும் மனிதர்களின் வாழ்க்கை வரலாற்றை வெளியில் கொண்டுவந்து பதிவு செய்தேனே. இப்படி ஒரு பேறு யாருக்கு வாய்க்கும்...?

இப்படி அலைந்து திரிந்து வரலாற்றைச் சேகரித்த நாட்களில் உங்கள் வீட்டில் ஒத்துழைப்பு எப்படி இருந்தது?

குடும்ப ஒத்துழைப்பைப் பற்றி குறை எதுவும் கூற முடியாது... இத்தனைக்கும் தொழிலில் நல்ல வளர்ச்சி கண்டிருந்த வழக்குரைஞன் நான்... சிறு வயதிலேயே சீனியர் அந்தஸ்து பெறுகிற வாய்ப்பு கிடைத்தது. இப்படிப் பலரைச் சந்தித்த கதைகளை நான் என் துணைவியாரோடு பகிர்ந்து கொள்வேன்.

நினைத்தபடி புத்தகம் வந்ததா...? வெளியிட பதிப்பகம் ஏதும் முன்வரவில்லையா?

எனக்கு ஒரு விஷயத்தில் பிடிவாதம் இருந்தது. உள்ளடக்கம் மிக அடர்த்தியாக இருக்க வேண்டும். அதுபோலவே அச்சும் அமைப்பும் மிக மிகத் தரமாகவும் நேர்த்தியாகவும் வரவேண்டும் என்பதே அது... அதனால் பிரச்சினை... நானே வெளியிட வேண்டி வந்தது... நிவேதிதா என் மகள்... அவள் பெயரில் பதிப்பகம் ஆரம்பித்தேன். இதற்காக முன்வெளியீட்டுத் திட்டம் மூலம் பணம் திரட்ட முயன்றோம்... உத்திரப் பிரதேசத்திலிருந்து காகிதம் வரவழைத்தோம். அமெரிக்க அச்சுக்கு இணையான தரம் வர வேண்டுமென நினைத்தோம்... வந்தது. முதலமைச்சர் எனும் முறையில் கலைஞர் அவர்களிடம் ஒரு முன்னுரையும், வரலாற்று அறிஞர் எனும் முறையில் பேராசிரியர் கே.ராஜய்யன் அவர்களிடம் ஒரு அணிந்துரையும் வாங்கினோம். வெளியீட்டு விழா பற்றி கடைசியாகத் திட்டமிட்டோம்... எனக்கு கேப்டன் லட்சுமிதான் வெளியிட வேண்டுமென விருப்பம்... புத்தகம் தயாரித்ததற்கு நிகரான மகிழ்ச்சி கேப்டன் லட்சுமி வந்தது. பலரும் சொன்னார்கள், காமராசர் அரங்கத்திலே வைத்து விட்டீர்களே, கூட்டம் வருமா என்று... அரங்கத்தின் வெளியேயும் ஜனத்திரள். உள்ளேயே 2000 பேருக்கு மேல் இருந்தார்கள்... முதல் சில வரிசைகள் சுதந்திரப் போராட்ட வீரர்களுக்கு... கதர்க்குல்லா தைத்து ஆளுக்கு ஒன்று புதிதாய்த் தந்தோம்... வரிசை வரிசையாக வெள்ளைத் தொப்பி மரியாதை... கேப்டன் லட்சுமி அரங்கில் நுழைந்தபோது அரங்கமே எழுந்து நின்று மரியாதை செய்ததையும் அவர் கடைசி வரை கதர்க் குல்லாவைக் கழட்டாமல் அணிந்திருந்ததையும் மறக்கவே முடியாது.

புத்தகம் வெளிவந்ததும் அதன் வீச்சு எப்படி இருந்தது?

புத்தகத்தை வாசித்து... நேரில் நான் சென்றபோது, வாசல் வரை வந்து வழியனுப்பிய 'பாரத ரத்னா' சி.சுப்பிரமணியம் 'என் உயிர் போனாலும் என் ஆசீர்வாதம் உன்னோடு என்றும் இருக்கும்' என்று கூறினார். அவரின் அணிந்துரை இந்நூலுக்கு முத்திரை போன்றது. பலவகையில் புத்தகம் அங்கீகரிக்கப்பட்டது. தமிழருவி மணியன் சொன்னார், மும்பை போனபோது அங்கே சாப்பாட்டு மேசை மேலே இந்த புத்தகம் ஒரு குடும்பத்தில் இருந்ததாம். கேட்டபோது ராமாயணம் வாசிப்பது போல சப்தமாய் ஒவ்வொரு நாளும் இதிலிருந்து ஒரு அத்தியாயம் படிப்போம் என்றார்களாம்... இன்னொரு அனுபவம்... வரலாற்றுப் பேராசிரியர் தம்பதி இருவருமே முனைவர் பட்டம் முடிந்த வரலாற்று ஆசிரியர்கள். இப்படி ஒரு புத்தகம் இருப்பதே தெரியாது எனக் கூறிவிட்டார்கள்... அப்படியும் உண்டு.

அரசு செய்த உதவி என்ன?

நூலகத்துறை 600 ரூபாய் மதிப்பு கொண்ட இரு பாகங்களையும் முதல் பாகம் ரூ.80க்கும் இரண்டாம் பாகம் ரூ.100க்கும் எடுப்பதாக (இரண்டும் ஒரே அளவு பக்கங்கள் கொண்டவை) கடிதம் அனுப்பினார்கள். புத்தகத்தை நூலகங்களுக்கு எடுக்காமல் இருக்க இது ஒரு வழி. பிறகு நானும் விண்ணப்பிக்கவில்லை. இன்று வரை நூலகமும் அதை வாங்கவில்லை!

தியாகிகள் என்னை மகன் போல பாவித்தார்கள்... படுத்த படுக்கையாகி 10 நாட்கள் பேச்சு மூச்சில்லா நிலையில், 'ஸ்டாலின் வந்திருக்கிறான்' என்றதும் எழுந்து பேசியவர்கள்... 'நீ நல்லா இருப்பா...' என வாழ்த்தியவர்கள் உண்டு. அது ஒரு இயக்கம்... புத்தகம் அல்ல... நாடெங்கும் எடுத்துச் செல்ல வேண்டும். நந்தலாலா திருச்சியில் ஒரு கூட்டத்தில் புத்தகத்தை பிரமாதமாக ஆய்வு செய்து பேசியதைப் பதிவு செய்து வரச் செய்து கேட்டேன்... அதுபோன்ற விமர்சனங்கள், மிகுந்த மகிழ்ச்சியை அளிப்பனவாய் உள்ளன.

வரலாற்றுப் பணியைத் தொடர்ந்து செயல்படுத்த நீங்கள் எடுத்த அடுத்த முயற்சி என்ன?

'விடுதலைப் போராட்ட ஆய்வு மையம்' எனும் ஒரு மையத்தை ஏற்படுத்தி இருக்கிறோம். விடுதலைப் போராட்டம் குறித்து இதுவரை அச்சில் வெளிவந்த அனைத்தும் அங்கே கிடைக்கும். மேற்கொண்டு ஆய்வு செய்பவர்கள் பயன்படுத்தலாம்... பிறகு, 'சுதந்திரச் சுடர்கள்' என மாதம் ஒரு சொற்பொழிவு நடத்திடக் கேட்டார்கள்... 15 மாதங்கள் பதினைந்து தலைப்புகளில் பேசி இருக்கிறேன். கடைசி வரையில்

பலர் வந்து கேட்டிருக்கிறார்கள். அது ஒரு நூலாக வெளிவருகிறது... மேலும் ஜனசக்தியில் தினந்தோறும் தொடர்ந்து வெளியான சிறு கட்டுரைகளும் நூல்களாக வெளிவருகின்றன... ஒரு லட்சம் மாணவர்களைச் சந்திப்பதென முடிவெடுத்து இதுவரை இரண்டரை லட்சம் மாணவர் களைச் சந்தித்து இருக்கிறேன். விடுதலைப் போராட்டத்தில் காளியம்மாள் எனும் பெண்ணோடு அவளது குழந்தையும் மடிந்ததை ஒரு பள்ளியில் குறிப்பிட்டுப் பேசினேன். பேச்சு முடிந்து வந்து கொண்டிருந்த போது ஏழாவது வகுப்பு மாணவி ஒருத்தி இடைமறித்து 'ஒரே அழுவாச்சியா வந்துருச்சு சார்' எனக் கூறி அழுததையும்... என் உரையின் சாரத்தை அப்படியே மடமடவென எழுதி அந்தத் தாளில் என் கையெழுத்து வாங்கிய பதினோராம் வகுப்பு மாணவியையும், தீரன் சின்னமலை பற்றிப் போட்டி வைத்த ஒரு இடத்தில் பங்கேற்ற சுமார் 500 மாணவர் களுமே 'விடுதலை வேள்வியில் தமிழகம்' நூலிலிருந்து தீரன் சின்னமலை பற்றிய ஆய்வுக் கட்டுரையின் ஜெராக்ஸ் பிரதிகள் வைத்திருந்ததையும் மறக்கவே முடியாது.

வரலாற்றை எப்படிப் போதிக்க வேண்டும்?

வரலாறு என்பது நிகழ்வுகளால் ஆனது... மக்கள் பங்களிப்புகளால் வளர்ந்தது... அது தனிமனித ஆக்கம் அல்ல... விடுதலைப் போராட்டத்தில் வெளியே வராத பல சங்கதிகள் உண்டு... போலீஸ் அராஜகம் அவற்றில் ஒன்று... விடுதலைப் போராளிகளைப் பிடிப்பதும் அவர்களைப் பொது இடத்தில் அவமானப்படுத்துவதும் தொடர்ந்து கடைபிடிக்கப்பட்ட ஒன்று. தேவகோட்டையில் அப்படி ஒரு சம்பவம் உண்டு... போலீஸ் பிடித்த ஒரு சுதந்திர போராட்ட வீரரின் மீது ஊற்ற சாணியைக் கரைத்து, அவ்வழியே சென்ற பெண்மணி ஒருத்தியையே விட்டு அவர் மீது அதை ஊற்றச் சொல்கிறான் ஒரு போலீஸ் அதிகாரி. அப்பெண்மணி வாளியை எடுத்து அதை சுதந்திரப் போராளி மீது ஊற்றாமல் போலீஸ் அதிகாரி தலையிலேயே ஊற்றினாராம்... பிறகு அவளுக்கு என்ன முடிவு ஏற்பட்டிருக்கும்... அப்படி ஆகுமென்று அறிந்தேதான் அவள் செய்திருப்பாள்... இதைக் கதைகளாக்கி வரலாற்றில் மாணவர்களை ஒரு அங்கமாக்க வேண்டும்.

அடுத்த வேலை என்று எதைக் கருதுகிறீர்கள்...

சமூகப் போராளிகளின் வரலாற்றை எழுதித் தொகுக்க வேண்டும்... உலகத் தலைவர்தம் வரலாற்றை... வரலாற்றுப் பாதையைப் புத்தகமாக்க வேண்டும். 'விடுதலை வேள்வியில் தமிழகம்' மூன்றாம் பாகம் தயாராகிக் கொண்டிருக்கிறது... விரைவில் மூன்று பாகங்களும் சேர்ந்து இந்தியிலும் ஆங்கிலத்திலும் வெளிவரவுள்ளன.

சந்திப்பு: இரா. நடராசன்

தினக்குரல் - இலங்கை, 16 செப்டம்பர், 2007

ஈழப் பிரச்சினையில் நழுவிச் செல்லும் போக்கைக் கடைப்பிடிக்கக் கூடாது!

இலங்கைத் தமிழர்கள் அன்றாடம் சுட்டுக் கொல்லப்படுகின்ற, அகதிகளாக இடம் பெயர்கின்ற, வதைபடுகின்ற செய்தி தமிழக மக்கள் மத்தியில் பெரும் மனக்கவலையை உருவாக்கியிருக்கிறது. இவ்வாறானதொரு நிலைமையில் நழுவிச் செல்லும் போக்கை கடைப்பிடிப்பதற்கு தமிழகத்தில் எவருக்கும் உரிமை கிடையாது என்று இந்திய கம்யூனிஸ்ட் கட்சியின் தமிழ்நாடு மாநில நிர்வாகக் குழு உறுப்பினரும், ஈரோட்டை மையமாகக் கொண்டு செயல்படும் மக்கள் சிந்தனைப் பேரவை என்ற அரசியல் கட்சி சார்பற்ற நிறுவனத்தின் தலைவருமான சட்டத்தரணி த.ஸ்டாலின் குணசேகரன் தெரிவித்தார்.

கொழும்பு பண்டார நாயக்கா சர்வதேச மாநாட்டு மண்டபத்தில் நடைபெற்ற ஒன்பதாவது சர்வதேச புத்தகக் கண்காட்சியில் பங்கேற்பதற்காக கொழும்புக்கு வருகை தந்த ஸ்டாலின் குணசேகரன் ஞாயிறு தினக்குரல் நாளிதழுக்கு வழங்கிய விசேட பேட்டியில் மேலும் தெரிவிக்கப்பட்டுள்ளதாவது:

உங்கள் வருகையின் நோக்கமென்ன?

கொழும்பில் நடைபெற்று வரும் ஒன்பதாவது சர்வதேசப் புத்தகக் கண்காட்சியை பார்வையிடவும் இதில் இடம்பெற்றுள்ள நல்ல, வித்தியாசமான, புதுமையான அம்சங்களைக் கண்டறிவதற்காகவும் வந்துள்ளேன். அத்துடன் இலங்கைத் தமிழ் எழுத்தாளர்களின் பங்களிப்பு குறித்து ஆழமாகத் தெரிந்து கொள்வதற்காகவும் இங்குள்ள தமிழ் அறிஞர்களைச் சந்திப்பதற்காகவும் வந்துள்ளேன்.

நீங்கள் இங்கு சந்தித்தவர்கள் கூறிய விடயங்களை எவ்வாறு புரிந்து கொண்டீர்கள்?

சர்வதேசப் புத்தகக் கண்காட்சியைப் பார்வையிட்டது முதல் படைப்பாளிகள், அறிஞர்களைச் சந்தித்ததில் மனதில் பதிந்த அம்சம்

இலங்கையில் ஏராளமான தமிழ்ப் படைப்பாளிகள் உள்ளனர். அவர்கள் உயிரோட்டமான மிகச்சிறந்த படைப்பாளிகளாகக் காணப்படுகின்றனர். அவற்றையெல்லாம் தமிழ்நாட்டு வாசகர்கள், குறிப்பாக இலக்கிய அன்பர்கள் முழுமையாக உள்வாங்கிக் கொள்வது மிகவும் அவசியம் என்று உணர்கின்றேன். இங்குள்ள படைப்பாளிகள் காகிதங்களிலிருந்து கற்றுக் கொள்பவர்களல்ல. நமது அன்றாட வாழ்க்கை அனுபவங்களை அடித்தளமாகக் கொண்டு எழுதுபவர்கள்.

இங்கு வணிகமயமாக்கல் என்பதைவிட அறிவுமயமாக்கல் என்பதுதான் மேலோங்கிக் காணப்படுகின்றது. இங்குள்ள படைப்பாளி களுக்கு சமூக உணர்வு நிரம்பி வழிகிறது. இதனை நாம் ஒரு பாடமாக எடுத்துக் கொள்ள வேண்டுமென்று விரும்புகின்றேன்.

இலங்கையின் தற்போதைய அரசியல் நிலவரங்கள், ஈழத்தமிழர் போராட்டம் தொடர்பான உங்கள் நிலைப்பாடு என்ன?

இலங்கையின் தலைநகர் கொழும்பை மேலோட்டமாகப் பார்க்கின்ற போது அமைதி நிலவுவதாகத் தோற்றமளிக்கப்பட்டாலும் இங்குள்ள தமிழ் மக்கள் அனைவரது அடிமனதிலும் இனந்தெரியாத பீதியும் அச்சமும் பதற்றமும் இருப்பதை என்னால் நன்கு உணர முடிகிறது.

அழகும் எழிலும் வளமான பெரும் செல்வங்களும் நிறைந்த இந்த நாட்டில் நிலவும் இந்தச் சூழல் இலங்கையின் எதிர்கால முன்னேற்றத் திற்கும் அபிவிருத்திக்கும் பெரும் தடையாகவுள்ளது என்று கருதுகின்றேன். சிங்கள மக்களுக்கும் தமிழ் மக்களுக்குமிடையில் பொதுவான நல்லுறவு இருப்பதை என்னால் உணர முடிகின்றது. அரசியல் உள்ளிட்ட வேறுபல காரணங்களால் மாத்திரமே இவர்கள் பிளவுபடுத்தப்படுகின்றார்கள்.

இலங்கைத் தமிழர் உரிமைப் போராட்டம் தொடர்பான உங்கள் நிலைப்பாடென்ன?

இலங்கையிலுள்ள தமிழர்களுக்கு பிறப்பாலும் இயல்பாகவும் சிங்கள மக்களுக்குரிய அனைத்து வகையான நியாயமான உரிமைகளும் இருக்கின்றன. அவர்கள் இந்த நாட்டைச் சேர்ந்தவர்கள். மொழி காரண மாகவும் கலை, கலாசார பண்பாட்டு விழுமியங்கள் தொடர்பாகவும் தமிழ் நாட்டில் வாழும் தமிழர்களுக்கும் இலங்கைத் தமிழர்களுக்கும் உறவும் அன்பும் இருக்கலாமே தவிர, நாடு என்று பார்க்கும் போது இலங்கைத் தமிழர்கள் இலங்கையைத் தாய்நாடாகக் கொண்டவர்கள். இங்கு ஆட்சி அதிகாரத்திலிருப்பவர்கள் அந்தக் கண்ணோட்டத்தில் தான் அவர்களின் பிரச்சினைகளை அணுக வேண்டும். ஒரு நிரந்தர

அமைதிக்கான தீர்வை, நோக்கை இலங்கை அரசு சிந்திக்க வேண்டிய தருணம் தற்போது தோன்றியுள்ளது என்றே நான் கருதுகின்றேன்.

இலங்கைத் தமிழர்களின் போராட்டம் அவர்கள் தற்போது எதிர்கொண்டுள்ள நெருக்கடியான நிலவரங்கள் தொடர்பாக தமிழக மக்களின் உணர்வலைகள் தற்போது எவ்வாறு உள்ளன?

இலங்கைத் தமிழர்கள் அன்றாடம் வதைபடுகின்ற, சுட்டுக் கொல்லப் படுகின்ற அகதிகளாக தமது உடைமைகளை இழந்து இடம் பெயர்ந்து அவஸ்தைப்படுகின்ற செய்திகள் தமிழக மக்கள் மத்தியில் பெரும் மனக்கவலையை உருவாக்கியுள்ளது. இது மனிதநேயத்தின் அடிப்படையிலும் ஒரே மொழி பேசுபவர்கள் என்றும் உருவான உணர்வாகும். அதே நேரம், இலங்கைத் தமிழர்களின் போராட்டத்தை வழிநடத்திச் சென்ற பல தலைவர்கள் வரிசையாக கொல்லப்பட்ட செய்தி குழப்பத்தையும் அதிர்ச்சியையும் தமிழக மக்கள் மத்தியில் ஏற்படுத்தியது. இருப்பினும் எஞ்சியுள்ள தலைவர்கள் இலங்கைத் தமிழர்களின் உரிமைகளை வென்றெடுக்க சரியான வழிகாட்டலை உருவாக்கி அவர்களுக்கு நிரந்தர அரசியல் தீர்வு காணப்பட்டு இலங்கையில் நிறைவான அமைதி தோன்ற வேண்டுமென்பதே தமிழக மக்களின் விருப்பமாகும்.

உலகத் தமிழர்களின் தலைவரென்று மகுடம் சூட்டிப் பெருமைப் படும் கலைஞர் மு.கருணாநிதியின் ஆட்சியதிகாரமே தமிழகத்தில் தற்போது உள்ளது. அதனைவிட இந்திய மத்திய அரசாங்கத்திலும் பலமான அரசியல் சக்தியாக அவரது தலைமையின் கீழான திராவிட முன்னேற்றக் கழகம் உள்ளது. எனினும் இலங்கைத் தமிழர் பிரச்சினை தொடர்பான விடயத்தில் ஒரு நழுவல் போக்கை ஏன் அவர் கடைப்பிடிக்கிறார்?

இலங்கைத் தமிழர்களின் பிரச்சனைகள் தொடர்பான விடயத்தில் நழுவிச் செல்லும் போக்கைக் கடைப்பிடிப்பதற்கு தமிழகத்தில் யாருக்கும் உரிமை கிடையாது. தமிழகத்தில் ஆட்சிப் பொறுப்பிலுள்ள வர்கள் இந்திய மத்திய அரசுக்கு இலங்கையின் தற்போதைய நிலைமைகள் தொடர்பான மிகச் சரியான நிலைப்பாட்டை தெரிவிக்க வேண்டும். இந்திய மத்திய அரசு இது குறித்து நடுநிலையுடன் கூடிய நியாயமான தீர்வொன்றைக் காண்பதற்கு தமிழகத்திலுள்ள அனைத்து அரசியல் சக்திகளும் உறுதுணை புரியவேண்டும்.

இது மிகச் சிக்கலான பிரச்சினை. மிகுந்த நிதானத்துடன் அதே சமயத்தில் வலுவான உறுதியுடனும் செயல்படவேண்டும். அதற்குத் தகுந்தாற் போன்று தனது அரசியல் பலத்தையும் செல்வாக்கையும் தமிழக அரசு பயன்படுத்த வேண்டும். இதைவிடுத்து இலங்கைத்

தமிழர்களை ஆதரிக்கின்றோம் என்ற போர்வையில் மேலோட்டமான அறிக்கைகள் விடுவதிலும் சிறுசிறு உதவிகள் செய்வதன் ஊடாகவும் நிரந்தரத் தீர்வொன்றைக் காண்பது கடினம் என்பதே எனது நிலைப் பாடாகும்.

இலங்கையின் உள் விவகாரங்களின் நீண்ட காலத் தொடர்புகளை - குறிப்பாக இலங்கைத் தமிழர்களின் ஆயுதப் போராட்ட வரலாறு மற்றும் இலங்கை இந்திய ஒப்பந்தம் என்பவற்றில் நேரடித் தொடர்புகளைப் பேணிவந்த இந்திய மத்திய அரசு அண்மைக் காலங்களில் மௌனமான நிலைப்பாட்டைக் கடைப்பிடிப்பதன் உள்நோக்கமென்ன?

ஓர் அர்த்தமுள்ள இராஜதந்திரமிக்க மௌனம் ஏற்றுக்கொள்ளப் படலாமே தவிர, நழுவல் காரணமான மௌனத்தை ஏற்றுக் கொள்ள முடியாது. மத்திய அரசின் மௌனம் எத்தகையது என்று எனக்குத் தெரியவில்லை. இருப்பினும் இந்திய மத்திய அரசுக்கு இலங்கைப் பிரச்சினை தீர்வு குறித்து அதிகப் பொறுப்பும் கடமையுமுள்ளது.

இது குறித்த இந்திய மத்திய அரசின் முழுக் கவனமும் நவீனமயப் படுத்தப்பட வேண்டும். அவ்வாறு எடுக்கும் நடவடிக்கை இலங்கை அரசுக்கு எதிரான நடவடிக்கையாக இந்திய அரசும் கருதிக் கொள்ள வேண்டியதில்லை. இலங்கை அரசும் எடுக்க வேண்டிய தேவை யில்லை. ஒரு நேர்மைமிக்க சகோதர நாட்டின் மனப்பூர்வமான மனித நேய முயற்சியாக அது அமைதல் வேண்டும்.

இலங்கைத் தமிழர்களின் பிரச்சினைகள் தொடர்பில் இந்திய கம்யூனிஸ்ட் கட்சியின் தற்போதைய நிலைப்பாடு என்ன?

இந்திய கம்யூனிஸ்ட் கட்சி இலங்கைத் தமிழர் பிரச்சினைக்கு நீதியான, நேர்மையான, நிரந்தர அரசியல் தீர்வொன்று காணப்பட வேண்டுமென்பதையே அன்று தொடக்கம் வலியுறுத்தி வருகின்றது. எக்காரணத்தைக் கொண்டும் எந்தச் சூழலிலும் தமிழர்கள் என்ற காரணத்தால் மாத்திரம் அப்பாவி மக்கள் பாதிக்கப்படுவதை இந்திய கம்யூனிஸ்ட் கட்சி ஏற்றுக்கொள்ளாது. மாறாக அவ்வாறான அடக்கு முறைகளில் ஈடுபடுபவர்களை அது கடுமையாகக் கண்டிக்கிறது.

சிங்களவர்களும் தமிழர்களும் இங்குள்ள ஏனைய சமூகத்தினரும் ஒற்றுமையாகவும், நிம்மதியாகவும் அமைதியாகவும் வாழும் இலங்கையைத் தான் இந்திய கம்யூனிஸ்ட் கட்சி விரும்புகிறது. அந்த அமைதி நிலைக்கத்தக்கதாக இருக்க வேண்டுமே தவிர, நீறுபூத்த நெருப்பாக அமைந்து விடக்கூடாது.

இலங்கைத் தமிழர்கள் அடக்குமுறைக்கு உள்ளாக்கப்படுவதை கண்டிப்பதாகக் கூறும் உங்களது கட்சி இலங்கையில் தொடரும் மோதல்களை மேலும் ஊக்குவிக்கும் வகையில் இலங்கை அரசுக்கு இந்தியா ஆயுத உதவிகளை வழங்குவதை கண்டிக்காமல் மௌனமாக பார்த்துக் கொண்டிருப்பது ஏன்?

இந்திய கம்யூனிஸ்ட் கட்சி மத்திய அரசில் பங்கு வகிக்கா விட்டாலும் கட்சியின் நிலைப்பாட்டை மத்திய அரசிடம் தொடர்ந்து வலியுறுத்தி வருகிறோம். அங்கு நிலவும் வேறுபல அரசியல் காரணங் களால் மத்திய அரசுக்கு எதிராக கடும் நடவடிக்கையில் ஈடுபடும் நிர்ப்பந்தம் கம்யூனிஸ்ட் கட்சிக்கு உருவாகியுள்ளது. அப்பாவி மக்களை கொன்றொழிப்பதற்கு எந்த அரசுக்கும் இந்தியா ஆயுத உதவி வழங்குவதை இந்திய கம்யூனிஸ்ட் கட்சி ஏற்றுக்கொள்ளாது.

இலங்கைத் தமிழர் பிரச்சினைகள் தொடர்பாக தமிழக ஊடகங்கள் பல உண்மைக்குப் புறம்பான செய்திகளையும் திரிவுபடுத்தப்பட்ட தகவல்களையும் வழங்கும் போக்கொன்று காணப்படுகின்றமைக்கு என்ன காரணம்?

தமிழகத்தைப் பொறுத்தவரை திட்டமிட்டுத் திசை திருப்புபவர் களும் உள்ளனர். தங்கள் அரசியல் லாபங்களுக்காக இலங்கைத் தமிழர் பிரச்சினையைப் பயன்படுத்துபவர்களும் உள்ளனர். அதுமட்டுமன்றி இடையிடையே அறிக்கை விடுபவர்களும் உள்ளனர். அங்குள்ள மக்களிடம் செல்வாக்குப் பெறும் நோக்கில் சம்பிரதாயப் பூர்வமாக இலங்கைப் பிரச்சினை குறித்துப் போராட்டம் நடத்துபவர்களும் உள்ளனர். எது எப்படியிருப்பினும் இலங்கையில் நடந்து கொண்டிருக்கின்ற அனைத்து நடவடிக்கைகளையும் ஆழமாக ஆய்வு நோக்கில் தமிழக ஊடகத்துறை கற்றுக்கொள்ளுவது அவசியமெனக் கருதுகின்றேன்.

இதற்கு அரசியல் நேர்மையும் சமூக உணர்வும் மனித நேயமும் அவசியமாகின்றது. எல்லா வேறுபாடுகளையும் மறந்து இலங்கையில் நடைபெறுகின்ற பிரச்சினைகள் குறித்து உளப்பூர்வமாக சிந்தித்துத் தீர்வினைத் தேட வேண்டியது ஒவ்வொருவரின் பொறுப்புள்ள கடமை யாகும். அவ்வாறு உண்மையாகச் செயல்படவில்லையெனில் நாம் வரலாற்றுக்கு துரோகமிழைத்தவர்களாகிவிடுவோம்.

இலங்கைத் தமிழ் வாசகர்கள் ஆர்வலர்கள், தமிழகப் படைப்பிலக்கியங்கள் மீது கொண்டுள்ள பற்று, தேடல், ஆர்வம் என்பன தமிழகப் படைப்பிலக்கிய கர்த்தாக்களிடமோ அல்லது வாசகர்களிடமோ அருகிக் காணப்படுவதற்குக் காரணமென்ன?

இலங்கைத் தமிழ் படைப்பாளர்கள், படைப்பிலக்கியங்கள் தொடர்பான புரிதலை தமிழக வாசகர்களுக்கு முழுமையாக எடுத்துச்

செல்கின்ற கடமை தமிழ்நாட்டிலுள்ள ஊடகங்களுக்கும் இலக்கிய அமைப்புகளுக்கும் உள்ளதாக உணர்கின்றேன்.

ஒரு காலத்தில் பாரதி, பாரதிதாசன், தமிழ் ஒளி, கல்கி, திரு.வி.க., தொ.மு.சி.ரகுநாதன், புதுமைப்பித்தன், நா.வானமாமலை, ஜெயகாந்தன் உள்ளிட்ட பெரும் படைப்பாளிகள் தமிழகத்தில் இருந்துள்ளனர். இப்போதும் நிறைய படைப்பாளிகள் தமிழகத்தில் உருவாகியுள்ளனர். இருப்பினும் கைலாசபதி, கா.சிவத்தம்பி போன்ற தமிழ்ப் படைப்புலக ஆய்வாளர்களையும் திறனாய்வாளர்களையும் தமிழகம் உருவாக்கவில்லையென்ற ஆதங்கமும் உள்ளது.

இங்குள்ள படைப்பாளிகள் தமிழகத்தில் அறியப்படுவது உடனடித் தேவையாகும். அது ஒரு இயக்கமாக எடுத்துச் செல்லப்பட வேண்டும். அதன் முதற்கட்டமாக 2008ஆம் ஆண்டு நடக்கவிருக்கும் ஈரோடு புத்தகத் திருவிழாவில் இலங்கைப் படைப்பாளர்கள் அனைவரையும் ஒருங்கே அறிமுகப்படுத்தும் நோக்கில் 'உலகத் தமிழர் படைப்பரங்கம்' என்ற ஒரு தனி அரங்கத்தையே உருவாக்கத் திட்டமிட்டுள்ளோம்.

அத்துடன் தமிழ்நாடு முழுவதும் இலங்கைத் தமிழ்ப் படைப்பு களை எடுத்து செல்லவும் மக்கள் சிந்தனைப் பேரவை தனித்தனியான திட்டங்களைச் செயற்படுத்தவுள்ளது.

சந்திப்பு: பி. ரவிவர்மன்

புதிய பார்வை - அக்டோபர், 2007

நாங்கள் விடுதலைப் போராளிகள்

ஈரோட்டைச் சேர்ந்த வழக்கறிஞரும் சிறந்த பேச்சாளருமான த.ஸ்டாலின் குணசேகரன் 'விடுதலை வேள்வியில் தமிழகம்' போன்ற அரிய தொகுப்பு நூலைக் கொண்டு வந்தவர். பகத்சிங் பெயரில் தனியே மன்றம் தொடங்கியவர். பகத்சிங் வாழ்ந்த இடங்களுக்குச் சென்று திரும்பிய அவர் பகத்சிங் குறித்து நம்மிடம் பகிர்ந்து கொள்கிறார்:

பகத்சிங் விடுதலைக்குப் போராடிய வீரர்! அது மட்டும்தான் அவரது அடையாளமா?

பகத்சிங் கனவு கண்ட சுதந்திரம் வேறு. அவரது கனவு வெள்ளையனை வெளியேற்றுதல் மட்டும் அல்ல. முதல் கட்டமாக அரசியல் விடுதலை கிடைத்தது. ஆனாலும் பகத்சிங் சிந்தித்த பொருளாதார, சமூக விடுதலை கிடைக்கவேண்டும் என்ற நோக்கில்தான் இப்பொழுதும் பகத்சிங் நினைவு நாளை கொண்டாடிக்கொண்டு இருக்கிறோம். பகத்சிங் கருத்துகளையும், அவரது வரலாற்றையும் பள்ளி, கல்லூரி மாணவர்கள் மத்தியில் வலுவாக எடுத்துச்சொல்லிப் பரப்பி வருகிறோம்.

பகத்சிங் பிறந்து வளர்ந்தபோது இருந்த அரசியல் சூழ்நிலையைச் சொல்லுங்கள். அவரது குடும்பமே தேசபக்தி குடும்பம் என்றும் அவருடைய அப்பா, சித்தப்பா அனைவருமே நாட்டிற்குத் தொண்டு புரிந்தவர்கள் என்றும் கூறுகிறார்களே?

பகத்சிங்கின் நாட்டுப்பற்று என்பது அவருக்கு முன் மூன்றாவது தலைமுறையிலிருந்தே தொடர்ந்து வருவது. பகத்சிங்கின் தந்தைவழி தாத்தா அர்ஜுன் சிங் மிகுந்த நாட்டுப்பற்று மிக்கவர். அவர் நாட்டுப் பற்றாளர்களுக்கு புகலிடம் அளிப்பது, அவர்களைப் பாதுகாப்பது, அவர்களுக்கு உணவளிப்பது இதுபோன்ற செயல்களில் ஈடுபட்டு வந்திருக்கிறார். அர்ஜுன் சிங் மனைவியின் பெயர் செயகவ். அர்ஜுன் சிங்கிற்கு மூன்று ஆண்மக்கள். முதல் மகன் கிஷன் சிங், இரண்டாவது மகன் அஜீத் சிங், மூன்றாவது மகன் ஸ்வரண்சிங். இவர்களில் முதல் மகன் கிஷன் சிங்கின் புதல்வர்தான் பகத்சிங். பகத்சிங்கின் சித்தப்பா

அஜீத் சிங், லாலா லஜபதிராயிடம் மிக நெருங்கிய தொடர்புடையவர். இருவரும் மிக நெருங்கிய தோழர்கள்.

1905ஆம் ஆண்டு இந்தியாவில் வங்கப் பிரிவினை மிகப்பெரிய கொந்தளிப்பை ஏற்படுத்தியது. இந்து-முஸ்லிம்கள் இடையே வெள்ளையர்கள் மிகப்பெரிய பிரிவினையை ஏற்படுத்தினார்கள். 1885 ஆம் ஆண்டு காங்கிரஸ் பேரியக்கம் தொடங்கப்பட்டது. அது இந்திய வரலாற்றில் மிக முக்கியமான நிகழ்வாகும். அதற்குப் பிறகு இந்தியாவில் நடந்த மிக முக்கியமான சம்பவம் 1905 இல் நடந்த வங்கப் பிரிவினை. அது வங்கத்தில் மட்டும் எதிரொலிக்கவில்லை. கன்னியாகுமரி வரை அந்தப் பிரச்சினை கொந்தளிப்பை உண்டாக்கியது. அது மிகப்பெரிய தாக்கத்தையும் திருப்புமுனையையும் ஏற்படுத்தியது. நாடு முழுவதிலும் மாற்றத்தையும் எழுச்சியையும் ஏற்படுத்தியது. அதன் விளைவாகத்தான் 'வந்தே மாதரம்' இயக்கம் உருவானது. அரவிந்தர் போன்றவர்களின் இயக்கமும் உருவானது.

பஞ்சாபிலும் இதுபோன்ற எழுச்சி தோன்றிய காலக்கட்டத்தில் தான் பகத்சிங் 7.10.1907 இல் பிறந்தார். அப்பொழுது பஞ்சாபில் 'ஆள் தூக்கிச் சட்டம்' என்பதற்கு எதிராக கிளர்ச்சி நடந்த சமயம். அந்தக் காலகட்டத்தில் பகத்சிங் தந்தையார் மற்றும் இரண்டு சித்தப்பாக்களும் ஆக மூன்று பேரும் சிறையில் அடைக்கப்பட்டனர். அந்த அளவிற்கு அது ஒரு தேசபக்தக் குடும்பம். அவர்கள் இந்தியச் சிறைகளில்கூட அடைக்கப்படவில்லை. பர்மா சிறையில் அடைக்கப்பட்டனர். சிறையிலிருந்து வெளிவந்த பிறகு, பகத்சிங்கின் சித்தப்பா அஜீத் சிங் வெளிநாடு சென்றார். இந்திய சுதந்திரத்திற்காக அவர் வெளிநாடுவாழ் இந்தியர்களை ஒன்றுதிரட்டி, வெளிநாட்டினரின் ஆதரவையும் தேடும் பணியில் ஈடுபட்டார். திரும்பவும் அவர் சொந்த ஊருக்கு வரவில்லை. கடைசி சித்தப்பா ஸ்வரண்சிங் சிறையிலேயே உயிர் விட்டார்.

சிறையிலிருந்து வீட்டுக்குத் திரும்பி வந்தவர் பகத்சிங் தந்தை கிஷன்சிங் மட்டுமே. தந்தையார் சிறையிலிருந்து வீட்டுக்குத் திரும்பி வந்த அதே நாளில் பிறந்தான் பகத்சிங்.

பகத்சிங்கின் அம்மா கர்ப்பம் தரித்திருந்த ஆரம்ப நாட்களிலேயே அவர் தந்தை சிறை சென்று மகன் பிறக்கும் நாளில்தான் திரும்புகிறார். 'பகத்' என்றால் அதிர்ஷ்டம் என்று பொருள். அவரது குடும்பம் நாட்டுப்பற்று மிகுந்த குடும்பம் என்பது மட்டுமல்லாமல் நாட்டின் நலத்திற்காக பாதிக்கப்பட்ட குடும்பம் என்பதாலேயே, அவைகளை எல்லாம் கேட்டுக் கேட்டு வளர்ந்த பகத்சிங்கிடம் 12 வயதிற்குள்ளேயே நாட்டுப்பற்று என்பது ஒரு நெருப்பாகக் கனன்று கொண்டிருந்தது.

1919 ஆம் ஆண்டில் பகத்சிங்கிற்கு 12 வயது இருக்கும்பொழுதுதான் மிகக்கொடுமையான ஜாலியன் வாலாபாக் படுகொலை ஜெனரல் டயர் என்பவனால் கொடூரமாக நடத்தப்பட்டது. இன்றைய நாள் வரை நாம் அவனை 'ஜெனரல்' டயர் என்று அழைத்துக்கொண்டிருக் கிறோம். உண்மையில் 'கொலைகாரன் டயர்' என்றுதான் சொல்ல வேண்டும். 'ரத்தக் காட்டேறி டயர்' என்றுதான் சொல்ல வேண்டும் அவனை. 'மனநோயாளி டயர்' என்று கூடச் சொல்லலாம். நிராயுத பாணிகளாக இருந்த மக்களைச் சுட்டுக் குவித்தான் அவன்.

பல தலைவர்களை விடுதலைப் போராட்டத்தில் பங்கு கொள்ளத் தூண்டியது அந்தச் சம்பவம். பகத்சிங் வாழ்க்கையிலும் மிகப்பெரிய தீவிரத்தை ஏற்படுத்தியது அச்சம்பவம். பள்ளி சென்ற சிறுவன் பகத்சிங்கை ஒருநாள் நெடுநேரம் காணவில்லை. வெகு தாமதமாக வீட்டுக்குத் திரும்புகிறான். முகத்தை இறுக்கமாக வைத்தபடி வீட்டுக்குள் நுழைந்தபொழுது அவன் சகோதரிகள் 'ஏன் இப்படி இருக்கிறாய்?' என்று கேட்க அவன் சொல்கிறான் 'ஜாலியன் வாலாபாக்கில் நடந்த சம்பவம் பற்றிக் கேள்விப்பட்டேன். வகுப்பில் இருக்கப் பிடிக்கவில்லை. தியாகிகள் மாண்டு விழுந்த அந்த இடத்திற்குப் போய், அவர்களின் ரத்தம் தோய்ந்த மண்ணில் மண்டியிட்டு உறுதிமொழி எடுத்துக்கொண்டு அந்த மண்ணையும் இதோ எடுத்து வந்திருக்கிறேன்' என்று ரத்த மண் படிந்த இரண்டு பொட்டலங்களைத் தன் சகோதரிகளிடம் கொடுத்தான் பகத்சிங். ஜாலியன் வாலாபாக் படுகொலை அவன் மனதில் ஒரு நெருப்பை உண்டாக்கியிருந்தது.

மேலும் கத்தார் சிங் வாழ்க்கை வரலாறும் பகத்சிங்கை மிகுந்த தேசப்பற்றுடையவனாக மாற்றியமைத்தது.

பகத்சிங் இப்படி உணர்ச்சி வசப்பட்டு காரியமாற்றலாமா? இதனால் என்ன லாபம்? யாருக்கு நட்டம்? பகத்சிங் அவசரப்பட்டு விட்டார். என்று சில காந்தியவாதிகள் சொல்கிறார்களே?

சற்று வளர்ந்த பிறகு பகத்சிங் லாகூரில் இருந்த தேசியக் கல்லூரியில் சேர்கிறான். அக்கல்லூரி லாலா லஜபதிராயால் ஏற்படுத்தப் பட்டது. அங்கு நாட்டுப்பற்றை வளர்க்கக் கூடிய நல்ல சூழல் அமைந் திருந்தது. அக்கல்லூரியில் விடுதலை உணர்வு கொண்ட வித்யாளங்கர் என்ற பேராசிரியர் இருந்தார். அவரிடம் பகத்சிங் தனது உள்ளக் கிடக்கைகளையும் மனக்குமுறல்களையும் வெளிப்படுத்தினான். அந்தப் பேராசிரியர் நெகிழ்ந்து போனார். பகத்சிங்கிற்கு புரட்சிகரக் குழுக்களையும் அதன் தலைவர்களையும் அறிமுகப்படுத்துவதன் மூலம் பகத்சிங்கை இன்னும் மெருகேற்ற முடியும் என நினைத்தார். அதனால்

அவனை சசின் சன்யாள் என்ற புரட்சிகர குழுத்தலைவரிடம் அறிமுகப் படுத்தினார். அதே தேசிய கல்லூரியில்தான் சுகதேவ், எஸ்பால், பகவதிசரண் போன்ற புரட்சிச் சிந்தனை கொண்டவர்கள் படித்துக் கொண்டு இருந்தார்கள். அக்கல்லூரி நூலகத்தில் ஏராளமான புரட்சிகர நூல்கள் இருந்தன. பகத்சிங் நிறையப் படித்தான்.

பகத்சிங்கைப் பற்றி பலரும் நினைப்பது அவன் உணர்ச்சி வசப்பட்டு தூக்குமேடைக்குப் போனவன் என. அவன் அப்படிப் பட்டவன் அல்ல. அவனைப்பற்றி ஆழமாகப் படித்தால் அவன் உணர்ச்சி வசப்பட்டவன் அல்ல என்பது தெரியும். அவன் உணர்வுப் பூர்வமானவன்; சித்தாந்தப் பயிற்சி பெற்றவன். பத்திரிக்கையாளன்; கட்டுரையாளனாகவும் இருந்தான் பகத்சிங். அவன் கவிதைகள் எழுதியிருக்கிறான். உலகத்தின் சிறந்த புத்தகங்களைப் படித்திருக் கிறான். பல பேராசிரியர்களுடன் விவாதம் செய்திருக்கிறான். அவனைவிட மூத்த புரட்சியாளர்கள் கூட அவனது அறிவாற்றலையும், தலைமைத் தன்மையையும் பார்த்து வியந்திருக்கிறார்கள். பகத்சிங் வெறும் உணர்ச்சிவசப் படுபவன் அல்ல. “இந்துஸ்தான் சோசலிஸ்ட் ரிபப்ளிக்கன் ஆர்மி” போன்ற அமைப்புகளையெல்லாம் தோற்று விக்கிறார்கள். சந்திரசேகர் ஆசாத் தலைமை தாங்கி எல்லோரையும் ஒருங்கிணைத்து நடத்தி வருகிறார். அவரின் தொடர்பு பகத்சிங்கிற்குக் கிடைக்கிறது.

ஜாலியன்வாலாபாக் படுகொலை மட்டும்தான் அவனை கொந்தளிக்க வைத்ததா? வேறு பல அரசியல் நிகழ்ச்சிகளும் காரணங்களாக அமைந்தனவா?

1928 ஆம் ஆண்டு சைமன் குழு இந்தியாவுக்கு சுதந்திரம் வழங்குவது தொடர்பாகப் பேசுவதற்கு வந்தது. அதில் இந்தியர் ஒருவர்கூட இடம் பெறாததால் நாடு முழுவதும் மிகப்பெரிய போராட்டம் நடந்தது. லாகூரில் இந்துஸ்தான் சோசலிஸ்ட் ரிப்பப்ளிகன் ஆர்மி சார்பில் நடந்த போராட்டத்தை லாலா லஜபதிராய் தலைமையேற்று நடத்தினார். அப்போராட்டத்தில் லாலா லஜபதிராய் காவல்துறையால் பலமாகத் தாக்கப்பட்டு கீழே விழுந்தார். மருத்துவமனையில் சேர்க்கப்பட்டு பிறகு இறந்துவிட்டார். அவர் இந்தியவிடுதலைப் போராட்டத்தின் திரிசூலங்களில் ஒருவர். திரிசூலம் என்று பாலகங்காதர திலகர், லாலா லஜபதிராய், விபின் சந்திரபால் ஆகியோர் அழைக்கப்பட்டு வந்தனர். லாலா லஜபதிராய் இளைஞர்களின் எழுச்சித் தளபதியாகவும், தொழிற்சங்கத் தலைவராகவும் இருந்தவர்.

1920-ஆம் ஆண்டு தொடங்கப்பட்ட முதல் இந்தியத் தொழிற்சங்கத்தின் தலைவர் லாலா லஜபதிராய். அவர் சிறந்த பேச்சாளர், தொழிற்சங்கத்

தலைவர். அதன் பிறகு 1925 ஆம் ஆண்டில்தான் இந்தியாவிற்குப் பொதுவுடைமை இயக்கம் வருகிறது. அவர் கொல்லப்படுவதற்குக் காரணமாக இருந்தவர்கள் இரண்டு வெள்ளைக்கார உயர் போலீஸ் அதிகாரிகள்.

ஒருவனின் பெயர் சாண்ட்ரஸ். மற்றொருவன் ஸ்காட். இந்த இருவரையும் கொல்ல வேண்டும் என புரட்சிகரக் குழுவில் முடிவு எடுத்து திட்டம் தீட்டுகிறார்கள். சாண்ட்ரஸ் மட்டும் காவல் நிலையத்திற்கு வருகிறான். மோட்டார் பைக்கில் வரும்பொழுது அவனைச் சுட்டுக்கொல்கிறார்கள். ஸ்காட் அங்கே வரவில்லை. சுட்டுக்கொன்ற பிறகு சாண்ட்ரஸ் அருகில் அங்கே ஒரு துண்டுப் பிரசுரம் கிடக்கிறது. அதில் 'தனிமனிதனைக் கொல்வது எங்கள் நோக்கம் அல்ல. எங்கள் எழுச்சி மிக்க தலைவரைக் கொன்ற காரணத்தாலும் எங்கள் இளைஞர்களின் அச்சத்தைப் போக்கி அவர்களிடம் நம்பிக்கை ஏற்படுத்தவும் இதைச் செய்தோம்' என்று எழுதப்பட்டு இருந்தது. அதன் பிறகு சந்திரசேகர் ஆசாத், பகத்சிங் அனைவரும் தலைமறைவானர்கள். அதன் பிறகு பல சம்பவங்கள் நடக்கின்றன. கக்கோரி என்ற இடத்தில் ரயிலில் எடுத்துச்செல்லப்பட்ட அரசின் கஜானாவைக் கைப்பற்றி, அந்தப் பணத்தை புரட்சிகரப் பணிகளுக்கு உபயோகப்படுத்துகிறார்கள். பொதுமக்களுக்கும் அந்தப் பணத்தைக் கொடுக்கிறார்கள். பிறகு நடந்த மிக முக்கிய சம்பவம் டெல்லி மத்திய சட்டமன்றத்தில் குண்டு எறிந்தது. இன்றைய பாராளுமன்றம் அன்றைய மத்திய சட்டமன்றமாக இருந்தது. பூதகேஷ்வர் தத், பகத்சிங் இருவரும் அங்கே மேல்பகுதியில் இருந்து பார்க்கிறார்கள். கீழே வட்டவடிவில், சைமன் உள்பட பல பேர் அமர்ந்து விவாதித்துக் கொண்டிருக்கையில் குண்டு எறிகிறார்கள். புகைமண்டலம் கிளம்புகிறது. அவர்கள் நினைத்திருந்தால் தப்பித்து இருக்கலாம். தப்பிக்கவில்லை. இருவரும் கைது செய்யப்பட்டார்கள்.

சிறையில் அடைக்கப்பட்டார்கள். வழக்குகள் நடந்தன. விசாரணை வெறும் நாடகமாகவே நடத்தப்பட்டது. அதனால் நீதிமன்றத்தில் நடைபெறும் விசாரணையை ஒரு பிரச்சார இயக்கமாக்கினான் பகத்சிங். அவன் முழுமையாக விசாரணைக்கு ஒத்துழைக்கவில்லை. உள்ளே நுழையும்போதே கோஷம் போடுதல், சிவப்புத் துண்டணிந்து வருதல், லெனின் பிறந்த நாளுக்கு இனிப்பு வழங்குதல் இப்படியாகச் செய்து நாடு முழுவதும் இருந்த இளைஞர்களுக்கு எழுச்சியூட்டினான். 'சாவை சந்தோசமாக ஏற்றுக்கொள்கிறோம்' என்பது அவர்களது முக்கிய கோஷமாக விளங்கியதால் இளைஞர்களிடையே இருந்த அச்சத்தைப் போக்குவதாக அவர்களது நடவடிக்கைகள் இருந்தன. வழக்கு விசாரணையை பகத்சிங் மற்றும் அவரது தோழர்கள் அவ்விதம்

பயன்படுத்திக்கொண்டு நாட்டில் எழுச்சியை உண்டாக்கினார்கள். இந்தியா மற்றும் உலகம் முழுவதிலும் உள்ள பத்திரிகைகளில் இது பற்றிய கருத்துகள் வந்துகொண்டேயிருந்ததால் அது பெரிய விழிப்புணர்வை ஏற்படுத்தியது.

பகத்சிங் குண்டு எறிந்தபோது அத்துடன் ஒரு துண்டுப் பிரசுரத் தையும் அங்கே வீசியிருந்தார்கள். அதில் 'இந்த குண்டு வெடிக்கும், சப்தம் உண்டாக்கும். யாரையும் கொல்லாது' என எழுதப்பட்டு இருந்தது.

காரணம் நமது தலைவர்களான வித்தர்பாய் பட்டேல் முதலியோர் அங்கு இருந்தனர். ஆனாலும் குண்டு போட்டு வெடித்த சப்தம் கேட்டவுடன் வெள்ளைக்காரர்கள் அனைவரும் பயந்து ஓடிப்போய் கழிப்பறை மற்றும் வெவ்வேறு அறைகளில் ஒளிந்து கொண்டார்கள். லாகூர் சிறைச்சாலையில் பகத்சிங், ராஜகுரு, சுகதேவ், அஜய்குமார் கோஷ், ஜதீன்தாஸ் உள்ளிட்ட சிலர் சிறைச்சாலையில் உண்ணாவிரதம் இருந்தனர்.

பகத்சிங் கைது செய்யப்பட்டவுடன் அடுத்தடுத்து சிறைச்சாலையில் என்ன நடந்தது? சிறையில் நடைபெற்ற நிகழ்ச்சிகள் இந்திய இளைஞர்கள் மத்தியில் ஓர் அதிர்வை உண்டாக்கியதாகச் சொல்லப்படுகிறதே?

அது இந்திய வரலாற்றில் மிக முக்கியமான சம்பவம். அரசியல் மற்றும் அரசியல் சாரா கைதிகளுக்கு சிறையில் நடந்த சித்ரவதை, சட்டமீறல்கள், சிறைக்கொடுமைகள், மனித உரிமை மீறல்கள் இவைகளைக் கண்டித்து அந்த உண்ணாவிரதம் நடத்தப்பட்டது. அந்த உண்ணா விரதம் இன்றுவரை மிகவும் முக்கியத்துவம் வாய்ந்தது. பத்துநாட்களுக்குப் பிறகு அனைவரையும் தனித்தனி அறைகளில் அடைத்து உண்ணாவிரத்தை முறியடிப்பதற்காக அவர்கள் முன்பு சட்டியில் தண்ணீருக்கு பதிலாக பாலை ஊற்றி வைப்பார்கள். பகத்சிங் அறையிலும் அப்படி வைத்தார்கள். வெள்ளை அதிகாரிகள் வெளியே நின்று குரூரமாகப் பார்த்துச் சிரித்தபடி நின்றிருந்தார்கள். பகத்சிங் பால் வைக்கப்பட்ட அந்த சட்டியைக் கையில் எடுத்தான். ஆவேசமாக சிறைக்கம்பிகளின் வழியே மோதி உடைக்க, அது வெள்ளை அதிகாரி களின் முகத்தில் தெறித்தது. இப்படியாகத் தண்ணீர்கூட குடிக்காமல், சிறு பருக்கையும் உண்ணாமல் அறுபத்து மூன்று நாட்கள் உண்ணா விரதம் இருந்தனர். அறுபத்து மூன்றாவது நாளில் ஜதீந்திர நாத் தாஸ் என்ற வங்காளி மிகவும் உடல் நலம் பாதிக்கப் பட்டார். அவர் வெடிகுண்டு செய்வதிலும் அதைக் குறிபார்த்து எறிவதிலும் நிபுணர். உடல் தளர்ந்த அவரைக் காவலர்கள் வெளியே தூக்கி வந்து எல்லோரும் பார்க்கும்படியாக பெஞ்சில் கிடத்தி அவரது மூக்கின் வழியே பிளாஸ்டிக் டியூப் செருகி, பாலை உள்ளே செலுத்த முயற்சி

செய்தனர். டியூப் உரசி உரசி அவரது மூக்கில் ரத்தம் வழிந்தது. உண்ணாவிரதத்தை முறியடிக்க காவல்துறையினர் செய்த இந்தச் செயலை முறியடிப்பதற்காக தன் கைகளை விடுவித்துக்கொண்டு

ஜதீந்திரநாத் தாஸ்

ரத்தத்திலும், முகத்திலும் மொய்த்த ஈக்களை தனது இரண்டு கைகளால் அடித்து அவற்றை வாயில் போடுகிறார். அதன் காரணமாக வாந்தி எடுக்கிறார். பாலும் ரத்தமும் கலந்து அவற்றை வாந்தியாக வெளியே துப்பிவிட்டு அந்த இடத்திலேயே இறக்கிறார் ஜதீந்திரநாத் தாஸ். சிறைச்சாலைக்கு வெளியே பல ஆயிரக்கணக்கான இளைஞர்கள் ஜதீந்திரநாத் தாஸின் உடல்நிலை மோசமாக இருப்பதாகக் கேள்விப்பட்டு, ஜதீந்திரநாத் தாஸை வெளியே விடச்சொல்லி கூடிவிட்டார்கள். அவர்களிடம் ஜதீந்திரநாத் தாஸின் இறந்த உடலை வெள்ளை அரசாங்கக் காவலர்கள் எந்தச் சடங்கும் செய்யாமல் ஈவு இரக்கமற்று ஒப்படைத்தார்கள். "ஜதீந்தாஸை வெளியேவிடு, ஜதீந்தாஸை வெளியே விடு" என்று கோஷமிட்ட, இளைஞர்களின் கையில் அவரது செத்த உடலை, "இதோ ஜதீந்தாஸ்" என்று தந்தார்கள் என்றால் என்ன கொடுமையான சம்பவம் அது!

நேதாஜி சுபாஷ் சந்திரபோஸ் அறுநூறு ரூபாய் பணம் தருகிறார். இளைஞர்கள் மூலம் ஜதீந்திரநாத் தாஸ் உடலை லாகூரிலிருந்து கல்கத்தாவுக்குக் கொண்டு வருகிறார்கள். கல்கத்தாவில் ஜதீந்திரநாத் தாஸ் 'சாகச வீரன்' என்று பெயர் பெற்று விளங்கியவன்.

நேதாஜி சுபாஷ் சந்திரபோஸ் தலைமையில் ஐந்து லட்சம் பேர் திரண்டார்கள். நேதாஜி வாழ்க்கையில் அது மிகவும் முக்கியமான சம்பவம். ஜதீந்திரநாத் தாஸின் இறுதி ஊர்வலத்திற்கு வந்த அந்தத் திரளான கூட்டம் ஒரு மகத்தான தேசபக்த இயக்கமாகவே மாறியது.

நீதிமன்றத்தில் பகத்சிங்கை நிறுத்தியபோது அங்கே அவன் நிகழ்த்திய உரை, சரித்திரப் பிரசித்தி பெற்றதாயிற்றே...

பகத்சிங், ராஜகுரு, சுகதேவ் மூவருக்கும் தூக்கு தண்டனை அளிக்கப்படுவதாகத் தீர்ப்புச் சொல்லப்பட்டது. நீதிமன்றத்தில் பகத்சிங் சொன்னான்: "எங்களைத் தூக்கிலிட்டுக் கொல்லக் கூடாது. முகத்தை கறுப்புத்துணியால் மூடி, கைகளைப் பின்புறம் இணைத்துக்கட்டி தூக்கிலிட்டுக் கொல்லப்படுவதற்கு நாங்கள் சராசரிக் குற்றவாளிகள்

அல்ல. நாங்கள் விடுதலைப் போராளிகள். அதனால் எங்களுக்கு உரிய மரியாதை கொடுக்க வேண்டும்.”

“என்ன மரியாதை கொடுக்க வேண்டும்?” என்று நீதிபதி கேட்க, பகத்சிங் சொல்கிறான், “ஒரு பெரிய மைதானத்தில் எங்கள் மூன்று பேரையும் நிற்க வைத்து, எங்களின் எதிரே மூன்று பீரங்கிகளையும் நிறுத்துங்கள். அந்த பீரங்கிகளிலிருந்து பீறிட்டுவரும் குண்டுகள் எங்களது நெஞ்சங்களைப் பிளக்கட்டும். அதிலிருந்து பெருகி வழியும் ரத்தத்தை பாரத மாதா குடிக்கட்டும். அதற்குப் பிறகாவது டமாரச் செவிடாக இருக்கும் இந்திய இளைஞர்களின் காதுகள் திறக்கட்டும்.”

1931 ஆம் ஆண்டு மார்ச் 24 ஆம் தேதி பகத்சிங்கிற்கு ‘தூக்கு’ என்பது உறுதிசெய்யப்பட்டது. ஆனால் மார்ச் 23 ஆம் தேதி மாலை நேரத்தில் சிறை அதிகாரிகளும் காவலர்களும் உள்ளே ஒவ்வொரு அறையாகக் கைதிகளை உள்ளே அடைத்துச் சாத்துகிறார்கள். அப்பொழுது அங்கு கைதியாக இருந்த வீரேந்திரா என்ற பத்திரிகையாளர் போலீஸ் அதிகாரியிடம் ‘வழக்கமாக 6 மணிக்குத்தானே அறையை அடைப்பீர்கள். இன்று ஏன் 4 மணிக்கே அடைக்கிறீர்கள்?’ என்று கேட்கிறார். அப்பொழுது ஒரு தகவல் கிடைக்கிறது. நாடு முழுவதும் லட்சக்கணக்கான இளைஞர்கள் பகத்சிங்கை விடுதலை செய்யச் சொல்லி கிளர்ச்சி செய்து கொண்டிருக்கிறார்கள். ஒருவேளை அவர்கள் சிறையை உடைத்து உள்ளே நுழைந்து பகத்சிங்கை மீட்டுக்கொண்டு போய் விடுவார்களோ என அஞ்சி மார்ச் 23 ஆம் தேதி மாலை நேரத்தில் பகத்சிங்கைத் தூக்கில் போட வாய்மொழி உத்தரவு பிறப்பிக்கப்பட்டு, அது உடனே நிறைவேற்றப்படவிருக்கிறது என்று அந்தத் தகவல் சிறையிலிருந்த அனைத்துக் கைதிகளுக்கும் பரவியது. தூக்கிலிடுதல் வழக்கமாக காலை நேரத்தில்தான் நடக்கும். குளிர்காலம் என்றால் காலை எட்டுமணி. வெயில் காலம் என்றால் காலை ஏழு மணி. மாலை நேரத்தில் தூக்கிலிடப் போவது தெரியாமல் பகத்சிங் அறையில் புத்தகம் படித்துக்கொண்டிருந்தான். தகவலைச் சொல்ல உள்ளே நுழைகிறார் ஒரு அதிகாரி. அவர் ஒரு சீக்கியரும்கூட பகத்சிங்கிடம் அவர் “உன்னைத் தூக்கில் இடப்போகிறார்கள் எழுந்து வா” என்கிறார். பகத்சிங் அமைதியாக அவரிடம் “நான் இந்தப் புத்தகத்தின் கடைசி அத்தியாயத்தைப் படித்துக் கொண்டிருக்கிறேன். இதோ முடித்துவிட்டு வருகிறேன்” என்கிறான்.

அந்த அதிகாரி பரிதாபமாக அவனிடம், “உனது கடைசி அத்தியாயமே முடியப்போகிறது” என்கிறார். அவர் பகத்சிங்கிடம் கருணையுடன் “உனது உயிர் இன்னும் சிறிது நேரத்தில் பிரியப்போகிறது.

உன் சகோதரனைப்போல உன்னிடம் சொல்கிறேன். இரண்டு நிமிடம் கடவுளைப் பிரார்த்தித்துக்கொள்" என்கிறார். பகத்சிங் அவரிடம் "உங்களை என் தந்தையைப்போல பார்க்கிறேன். உங்கள் அன்பைக் கண்டு தலைவணங்குகிறேன். ஆனால் நான் கடவுளை வணங்கப் போவதில்லை. காரணம், நான் இதுவரையில் கடவுளை ஒருமுறைகூட வணங்கியதில்லை. இப்பொழுது கடவுளை வணங்கினால் 'பகத்சிங் சாவைக்கண்டு கடைசி நேரத்தில் ஒரு நிமிடமாவது அஞ்சினான்' என்று எதிர்கால வரலாறு சொல்லும். அதனால் உங்களது கோரிக்கையை என்னால் ஏற்கமுடியாது" என்று சொல்லிவிட்டான்.

இதெல்லாம் எப்படி வெளியே தெரிந்தது?

இதை அந்த அதிகாரியே தன் கட்டுரையில் குறிப்பிட்டு எழுதி உள்ளார். தூக்கில் போடுவதற்காக பகத்சிங், ராஜகுரு, சுகதேவ் மூன்று பேரையும் அழைத்து வருகிறார்கள். சிறைச்சாலை அமைதியாக இருக்கிறது. பகத்சிங் 'இன்குலாப்' என்று பெரு முழக்கம் இட்டுச் சொல்ல அதைத் தொடர்ந்து ராஜகுரு, சுகதேவ் இருவரும் 'ஜிந்தாபாத்' என்று ஓங்கி முழக்கம் இடுகிறார்கள். அம்முழக்கத்தை அப்படியே அந்தச் சிறைச்சாலையில் கைதிகளாக இருந்த ஆறாயிரம் பேரும் திரும்ப எதிரொலித்து முழங்குகிறார்கள்.

'புரட்சி ஓங்குக' என்று பொருள் கொண்ட அம் முழக்கத்தை ஒலித்தவாறே மூவரும் தூக்குமேடையை நோக்கிப் போகிறார்கள்.

பகத்சிங் இறந்தபிறகு நடந்த முக்கிய நிகழ்ச்சிகள்?

அவர்கள் மூவரும் தூக்கிலிடப்பட்ட தகவல் தெரியாமல் பகத்சிங்கை விடுதலை செய்யச்சொல்லி சிறைக்கு வெளியே அன்றைய இரவு முழுவதும் கிளர்ச்சி செய்துகொண்டு இருந்தார்கள், ஆயிரக் கணக்கான இளைஞர்கள்.

இரவு முழுவதும் கோபத்தில் லாகூரில் இளைஞர்கள் சுற்றிக் கொண்டு இருக்கிறார்கள். அப்பொழுது சட்லெஜ் நதிக்கரையில் நெருப்பு எரிவது தெரிந்து சில இளைஞர்கள் அங்கே செல்கிறார்கள். அங்கே பகத்சிங், ராஜகுரு, சுகதேவ் ஆகிய மூவரின் பிணங்களையும் போலீஸார் எரியூட்டிக்கொண்டிருந்தனர். இளைஞர்கள் வருவதை அறிந்து போலீஸார், வெந்தும் வேகாதுமிருந்த மூவரின் உடல்களையும் சட்லெஜ் நதியில் தூக்கி வீசிவிட்டு ஓடிவிடுகிறார்கள்.

இப்படியாக சட்டத்திற்குப் புறம்பாக, நீதிமன்றத் தீர்ப்பிற்குப் புறம்பாக, அவர்களது கடைசி ஆசையைக் கூட நிறைவேற்றி

வைக்காமல் பகத்சிங், ராஜகுரு, சுகதேவ் மூவரும் தூக்கிலிடப் பட்டார்கள். இது நடந்தது 1931 ஆம் ஆண்டு மார்ச் 23 ஆம் தேதி மாலை லாகூர் சிறைச்சாலையில். பகத்சிங் உடல் எரிக்கப்பட்ட இடம் உசைனி வாலா என்ற இடத்தில் இருக்கிறது. இன்றும் அது வரலாற்று முக்கியத்துவம் மிக்க இடமாகக் கருதப்பட்டு வருகிறது. பட்டாபி சீதாராமய்யா என்ற அறிஞர்தான் காங்கிரஸ் இயக்கத்தின் வரலாற்றை எழுதியவர். அவர் அகில இந்திய காங்கிரஸ் கமிட்டித் தலைவர் தேர்தலில் நேதாஜியை எதிர்த்து நின்றவர். பட்டாபி காந்தியடிகளின் வேட்பாளர். பட்டாபி தோல்வி அடைந்தார். 'பட்டாபியின் தோல்வி எனது தோல்வி' என்று காந்தியடிகள் சொன்னார். மகாத்மா காந்தியின் அன்புக்குப் பாத்திரமான பட்டாபி சீதாராமய்யா எழுதிய 'காங்கிரஸ் இயக்கத்தின் வரலாறு' நூலில் சொல்லியிருக்கிறார், 'இந்திய விடுதலைப் போராட்டத்தில் மகாத்மா காந்தியடிகளுக்கு இணையான பிரசித்தி பெற்ற ஒரு சுதந்திரப் போராட்ட வீரர் பகத்சிங்' என்று.

சந்திப்பு: மணா

ஜனசக்தி - 2008

திரைகடலோடி... திரவியம் தேடி...!

அனுபவங்கள் நம்மைத் தேடிவருவது ஒரு வகை. அனுபவங்களைத் தேடி நாம் போவது இன்னொரு வகை. இதில் இரண்டாவது வகைக்காரர் ஈரோடு மக்கள் சிந்தனைப் பேரவையின் தலைவர் த.ஸ்டாலின் குணசேகரன்.

இவர் சமீபத்தில் மேற்கொண்ட பயணம் - கடல் கடந்து இலங்கையை நோக்கி; கொழும்பில் நடைபெற்ற சர்வதேசப் புத்தகக் கண்காட்சியை நோக்கி!

கொழும்பில் நான்கு நாட்கள் தங்கியிருந்து அங்கு நடந்த புத்தகக் கண்காட்சியை அலசி ஆராய்ந்து விட்டு, அடுத்தாண்டு ஈரோடு புத்தகக் கண்காட்சியை மேலும் மெருகேற்றும் ஏராளமான ஐடியாக்களுடன் ஊர் திரும்பியுள்ளார். அந்த அனுபவங்களை த.ஸ்டாலின் குணசேகரன் நம்முடன் இங்கே பகிர்ந்து கொள்கிறார்.

கொழும்பு சர்வதேசப் புத்தகக் கண்காட்சியை யார் நடத்துகிறார்கள்? எங்கு, எப்போது, எப்படி நடத்தப்படுகிறது?

ஒன்பதாவது கொழும்பு சர்வதேசப் புத்தகக் கண்காட்சி செப்டம்பர் 8 ஆம் தேதி தொடங்கி 16 ஆம் தேதி வரை நடைபெற்றது. 'ஸ்ரீ லங்கா புக் பப்ளிஷர்ஸ் அசோசியேஷன்' என்ற அமைப்பின் சார்பில் இக்கண்காட்சி நடத்தப்பட்டது. கடந்த 2001 முதல் தான் சர்வதேசப் புத்தகக் கண்காட்சியாக அவதாரமெடுத்துள்ளது. அதற்கு முன்பு அது தேசிய அளவிலான கண்காட்சி தான்.

கண்காட்சி நடந்த இடம் இருக்கிறதே, அது பிரம்மாண்டமானது. கொழும்பிலேயே மிகப்பெரிய வளாகம். ஊரின் மையப்பகுதியில் சுமார் 40 ஏக்கர் நிலப்பரப்பில் அமைந்துள்ள 'பண்டாரநாயகா' மற்றும் 'ஸ்ரீமாவோ பண்டாரநாயகா' என்ற பெயர்களைத் தாங்கிய இரட்டை அரங்குகளில் தான் இந்தக் கண்காட்சி எழுச்சியுடன் நடைபெற்றது.

1976 ஆம் ஆண்டு அணிசேரா நாடுகளின் மாநாடு கொழும்பில் நடப்பதற்கு ஏதுவாக 1973இல் இந்த இரட்டை அரங்குகளை இனாமாகக் கட்டிக் கொடுத்திருக்கிறது, சீனா. அதை அங்கு சிலைகளாய் சிரித்துக் கொண்டிருக்கும் மாசேதுங்கும் சூயென்லாயும் உறுதிப் படுத்திக் கொண்டிருக்கிறார்கள்.

பண்டாரநாயகா என்ற டிரஸ்ட் தான் இந்த வளாகத்தை நிர்வகித்து வருகிறது.

புத்தகக் கண்காட்சிக்கு மக்களை வரவழைப்பதற்கு சிறப்பு ஏற்பாடுகள் செய்யப்படுகின்றனவா?

இந்தப் புத்தகக் கண்காட்சியைக் காண தினசரி பல்லாயிரக் கணக்கானோர் திரண்டனர். அப்படி வெளியூர்களில் அல்லது வெளிநாடுகளில் இருந்து வருபவர்கள் திருதிருவென விழித்துக் கொண்டு நிற்கக் கூடாதென்பதற்காக சிறப்பு பஸ்களுக்கும் ஏற்பாடு செய்யப்பட்டிருந்தது; நம்மூர் ‘திருவிழா ஸ்பெஷல்’ போல.

ஊருக்கு உள்ளேயும் வெளியேயும் அந்த ‘ஷட்டில் சர்வீஸ் பஸ்கள்’ தயாராக நிறுத்தப்பட்டிருக்கும். அதில் ஏறி உட்கார்ந்தால் புத்தகக் கண்காட்சி நடக்கும் வளாகத்தின் வாசலில் பயணிகளை இறக்கி விட்டு, திரும்பவும் பழைய இடத்திற்கே போய் நிற்கும்.

பிரத்யேகமாக தபாலாபீஸ், வெளிநாட்டு கரன்சிகளை உடனடியாக மாற்றத்தக்க வகையில் வங்கி, டெலிபோன் பூத்கள், இன்டர்நெட் மையங்கள் மட்டுமின்றி நிறைய பீஸா சென்டர்களும் காஃபி பப்களும் உண்டு; மேற்கத்திய வாடையை நிறைய வீசிக் கொண்டு!

இலங்கைவாசிகள் தவிர சீனர்கள், ஜப்பானியர்கள் கணிசமான அளவுக்கு கண்காட்சிக்கு வந்திருந்ததைக் காணமுடிந்தது. ஆனால் இந்தியாவில் இருந்து வந்தவர்கள் என்று பார்த்தால் சொற்பம்தான்.

ஈரோடு புத்தகத் திருவிழாவைப் போலவே இங்கும் அனுமதி இலவசம். நூல் வெளியீட்டு விழாவும் உண்டு.

அதே போல், கண்காட்சி அரங்க வளாகத்தில் பள்ளிக் குழந்தை களுக்கு ஓவியப் போட்டி வைக்கிறார்கள்.

வளாகத்திற்குள் ஆங்காங்கே பொம்மலாட்டங்கள், தெரு நாடகங்கள் போன்ற கலை வடிவங்களும் அதுபாட்டுக்கு நடந்து கொண்டிருக்கும். வெறும் குஷிப்படுத்தும் சமாச்சாரங்களாக இல்லாமல் சமூக, பொருளாதார, இலக்கிய விஷயங்களைத் தெரியப்படுத்துபவை யாகவும் அவற்றின் மையக்கருத்துரு அமைந்திருப்பது சிறப்பம்சம்.

அங்கு நடப்பது சர்வதேசப் புத்தகக் கண்காட்சி. அப்படியென்றால் எந்தெந்த மொழிப் புத்தகங்கள் அங்கு அதிகம் இடம்பெறுகின்றன? அரங்குகளின் அமைப்புமுறை எவ்வாறு உள்ளது?

அங்கு 400 க்கும் மேற்பட்ட ஸ்டால்கள் அமைக்கப்பட்டிருந்தன. அவற்றில் 75 சதவீதம் சிங்களம் மற்றும் ஆங்கிலப் புத்தகங்களின் ஸ்டால்களே. ஆங்கிலத்திற்கென்று தனியாக எடுத்துக்கொண்டால் 10 முதல் 15 சதவீதம் ஸ்டால்கள். மீதிதான் தமிழ். குறிப்பாகச் சொல்லப்போனால், 'பூபாளசிங்கம் புக் டெப்போ', 'சேமமடு புஸ்தக நிலையம்', 'குமரன்', 'ஜெயா' ஆகிய அந்நாட்டின் பிரபலமான தமிழ்ப் புத்தக நிறுவனங்கள் 4 மட்டுமே ஸ்டால்கள் அமைத்திருந்தன. தமிழகத்தில் வெளியான தமிழ்ப் புத்தகங்கள், சிங்களம் உள்ளிட்ட இதர மொழி ஸ்டால்களில் வைத்து அவற்றின் மூலமே விற்கப்பட்டதைக் காண முடிந்தது.

அதுமாதிரியே, சீன, ஜப்பானிய புத்தகங்களும் விற்கப்பட்டன. மொழிபெயர்ப்பு நூல்கள் கணிசமாகக் காணப்பட்டன. இந்தியாவில் இருந்து நேஷனல் புக் டிரஸ்ட், கேம்பிரிட்ஜ் உள்ளிட்ட சில ஆங்கிலப் புத்தக நிறுவனங்களின் ஸ்டால்கள் மட்டும் கண்ணில் பட்டன. இந்தக் கண்காட்சியில் ஒவ்வொரு புத்தகத்திற்கும் அதன் விலையில் குறைந்த பட்சம் 20 சதவீதம் தள்ளுபடி தர வேண்டுமென்பது எழுதப்படாத சட்டமாக இருந்தது.

அடுத்தது, சிங்களப் புத்தகங்களின் வடிவமைப்பு மிகவும் நேர்த்தியாகவும், வசீகரமாகவும் காட்சியளிக்கின்றன. சிங்களப் பிரசுரத்துறை ஆரோக்கியமான பாதையில் சென்று கொண்டிருப்பதாகவே தோன்று கிறது.

கொழும்பு சர்வதேசப் புத்தகக் கண்காட்சியின் சிறப்பம்சங்களாக எவற்றைக் கருதுகிறீர்கள்?

அடுத்தாண்டு, 10ஆவது சர்வதேசப் புத்தகக் கண்காட்சி, 2008 செப்டம்பர் 20 முதல் 29ஆம் தேதி வரை நடைபெறுமென்று தேதியை நிர்ணயித்து அதையும் இப்போதே போர்டு வைத்து விளம்பரப் படுத்தியும் விட்டார்கள்.

இலங்கை அரசு ஒவ்வொரு ஆண்டும் செப்டம்பர் மாதத்தை 'இலக்கிய மாதம்' என்று அறிவித்துள்ளது. இந்தப் புத்தகக் கண்காட்சியும் செப்டம்பர் மாதத்திலேயே ஆண்டுதோறும் நடத்தப்பட்டு வருகிறது.

இந்தக் கண்காட்சியை இலங்கை அரசு நடத்தவில்லையென்றாலும் கண்காட்சியின் வெற்றிக்கு அரசு மறைமுகமாகப் பெரிதும் உதவுகிறது

என்றே சொல்லலாம். கல்வி நிறுவனங்களுக்கு நூலகங்களுக்காக ஒதுக்கும் நிதியை அரசு, ஒவ்வொரு ஆண்டும் இந்தப் புத்தகக் கண்காட்சி நடக்கும் செப்டம்பர் மாதத்தில்தான் ரிலீஸ் செய்கிறது. அதனால் நாட்டில் உள்ள பெரும்பாலான பள்ளிகள், கல்லூரிகள் இந்தக் கண்காட்சியில் புத்தகங்களை வாங்கிக் குவிக்கின்றன.

எழுத்தாளர்களுக்குப் பாராட்டு! படைப்பாளிகளுக்குப் பரிசு என்றெல்லாம் அங்கு வழங்குகிறார்களா?

ஒவ்வொரு ஆண்டும் புத்தகக் கண்காட்சியின் போது சிறந்த சிங்கள நாவலாசிரியரைத் தேர்வு செய்து அவருக்கு ரூ.5 லட்சம் (இலங்கை கரன்சி தான்) பரிசளிக்கிறார்கள். தனியார் மட்டுமின்றி அரசு சார்பாகவும் அந்நாட்டில் வழங்கப்படும் பரிசுத் தொகைகளில் அதிகபட்சமான பரிசுத்தொகை இதுதானாம். ஆனால், இந்தப் பரிசளிப்பெல்லாம் சிங்கள எழுத்தாளர்களுக்கு மட்டும்தானாம். சக பிரஜைகளான (இலங்கை) தமிழ் எழுத்தாளர்களை ஒதுக்குவது எந்த விதத்தில் நியாயமென்று தெரியவில்லை!

அதேபோலதான், சிங்கள மொழியின் பிரபலமான எழுத்தாளர் களின் பெயர்ப் பட்டியலை மாத்திரம் அவர்களைப் பற்றிய முழு விவரக்குறிப்புகளுடன் ஆங்கிலம் மற்றும் சிங்களத்தில் எழுதிக் கண்காட்சி வளாகத்தில் போர்டுகளாக வைத்து விளம்பரப்படுத்து கிறார்கள். அங்கு தமிழ் மொழிக்கு குறைவான முக்கியத்துவம் தரப்படுவது கண்டு மனம் கனக்கவே செய்கிறது.

கொழும்புப் புத்தகக் கண்காட்சியில் உங்களுக்குக் கிடைத்த அனுபவமென்ன?

கொழும்புப் புத்தகக் கண்காட்சி பிரம்மாண்டமானது தான். சர்வதேச முத்திரை தாங்கியதுதான். அரங்க அமைப்பிலோ, வேறு சில உள்கட்டமைப்புகளிலோ சற்று வித்தியாசம் கூட இருக்கலாம். அவை வெளிப்போக்கானவை. அந்தந்த சமூக, பொருளாதார, கலாச்சாரக் காரணிகளால் ஏற்படுத்தப்பட்டவை.

கொழும்புக்கும் கொழும்புப் புத்தகக் கண்காட்சிக்கும் நான் போனது இதுவே முதல் தடவை. அந்த அனுபவத்தை உள்வாங்கி அதைக் கொண்டு இனி வரும் ஆண்டுகளில் ஈரோடு புத்தகத் திருவிழாவை மேலும் பட்டை தீட்டப்பட்ட வைரமாக ஜொலிக்கச் செய்ய வேண்டுமென்பதுதான் விசேஷமான காரணம்.

புத்தகக் கண்காட்சி என்பதை வெறும் வர்த்தக நிகழ்ச்சியாக - ஒரு சடங்குப் பூர்வமான நிகழ்ச்சியாக அல்லாமல் உணர்வுப்பூர்வமாக - உயிரோட்டமாக - சேவை மனப்பான்மையுடன் மக்கள் சிந்தனைப்

பேரவை தொடர்ந்து 3 ஆண்டுகளாக ஈரோட்டில் வெற்றிகரமாக நடத்தி வருவதை அனைவரும் அறிவர்.

தனிப்பட்ட முறையில் அல்லாமல் மக்கள் சிந்தனைப் பேரவையின் சார்பாகவும், கொங்கு மண்டலத்தின் லட்சக்கணக்கான புத்தக விரும்பி களின் - புத்தகக் கண்காட்சி அபிமானிகளின் பிரதிநிதியாகத் தான் கொழும்பு புத்தகக் கண்காட்சிக்குப் போய் வந்துள்ளேன். 2008 ஆம் ஆண்டு ஈரோடு புத்தகத் திருவிழாவிலேயே அது பிரதிபலிக்கப் போகிறது பாருங்கள்.

சந்திப்பு: விஜய்சாய்

மக்கள் தொலைக்காட்சி - 25 ஜூலை, 2008

சமூகத்தின் கடைக்கோடியில் உள்ள மனிதனும் அறிவு வெளிச்சம் பெறவேண்டும்

தமிழின் முன்னணி சொற்பொழிவாளர்கள் மற்றும் எழுத்தாளர்களில் ஒருவரும் சிறந்த சமூகசேவகரும் களப்பணியாளர்களில் ஒருவருமான மக்கள் சிந்தனைப்பேரவைத் தலைவர் திரு த.ஸ்டாலின் குணசேகரன் அவர்கள் ஈரோடு புத்தகத் திருவிழாவின் ஒருங்கிணைப்பாளர். இன்றைய 'ஜன்னலுக்கு வெளியே' நிகழ்ச்சியில் அவரோடு உரையாடுகிறோம்.

வணக்கம், பள்ளி மற்றும் கல்லூரி மாணவர்களிடையே படிக்கும் பழக்கம் குறைந்திருக்கிறது. ஆகவே அவர்களைக் கவர அமைப்பு ரீதியாக என்ன செய்திருக்கிறீர்கள்.

ஒவ்வொரு பள்ளி மற்றும் கல்லூரிகளில் சென்று ஆசிரியர்களிடம் மாணவர்களிடம் பேசுகிறோம். புத்தகங்களின் முக்கியத்துவம் பற்றியும் புத்தகத் திருவிழாவுக்கு வரவேண்டிய அவசியம் என்ன என்பது குறித்தும் அவர்களிடம் எடுத்துக் கூறுகிறோம். துண்டறிக்கைகளைக் கொடுக்கிறோம். அவர்கள் கேட்பதற்கு பதிலளிக்கிறோம். ஈரோடு புத்தகத் திருவிழாவிற்கு ஆசிரியர்கள் மற்றும் மாணவர்கள் வருகை அதிகமாக இருக்கிறது. மேலும் அதனைப் பெருக்குவதற்கு சில திட்டங்களைப் பிரகடனப்படுத்தியிருக்கிறோம். அதில் ஒன்று உண்டியல் திட்டம். பல்லாயிரக்கணக்கான உண்டியல்களை வாங்கி மாணவர்களுக்கு கொடுத்திருக்கிறோம். 'புத்தகச் சேமிப்பு உண்டியல் 2009' என்று அதில் ஸ்டிக்கர் ஒட்டப்பட்டிருக்கும்.

250 ரூபாய்க்குமேல் நூல்கள் வாங்கும் மாணவர்களுக்கு 'நூல் ஆர்வலர்' என்ற சான்றிதழை அங்கேயே கொடுக்கிறோம்.

என்.எஸ்.எஸ். மாணவர்களையெல்லாம் தேர்வு செய்து அவர்களுக்கு சிறப்புப் பயிற்சி கொடுத்து தன்னார்வலராக புத்தகத் திருவிழா நடந்து முடியும் வரை அவர்கள் தொண்டர்களாக விளங்கவும் ஏற்பாடு செய்திருக்கிறோம்.

பொதுவாக இப்படிப்பட்ட புத்தகக்கண்காட்சிகளில் பெரிய பதிப்பகங்களின் தலையீடு அதிகமாக இருப்பதாக ஒரு குற்றச்சாட்டு இருக்கிறதே?

ஈரோடு புத்தகத் திருவிழாவைப் பொறுத்தவரை சிறிய பதிப்பகம், பெரிய நிறுவனம் என்றெல்லாம் வேறுபாடு பாராட்டுவதில்லை. எங்களிடம் இதுவரை எந்தப் பெரிய பதிப்பகங்களும் ஆதிக்கம் செலுத்த முற்பட்டதில்லை. எங்களுக்கு எல்லாப் பதிப்பாளர்களும் ஒன்றுதான். உதாரணத்திற்கு கடைகளை நாங்கள் குலுக்கல் முறையில் தான் ஒதுக்குகிறோம். எந்தெந்த அரங்குகள் யார் யாருக்கு ஒதுக்க வேண்டும் என்பதைக் குலுக்கல் முறையில்தான் தேர்ந்தெடுக்கிறோம். பெரிய பதிப்பகத்திற்கு கடைசியில் கூட அரங்கு அமையும் வாய்ப்புள்ளது. சிறிய பதிப்பகத்திற்கு முதல்வரிசையில் கிடைக்கலாம். எல்லா நிறுவனங்களையும் சமமாகவே பாவிக்கிறோம்.

இதேபோன்ற புத்தகக் கண்காட்சிகளில் கடைசியாக விண்ணப்பிக்கின்ற பதிப்பகங்கள் புறக்கணிக்கப்படுவதாக செய்திகள் வருகின்றதே.

பொதுவாக அப்படி இருக்கலாம். ஆனால் புறக்கணிக்கப்படுகிறது என்ற சொல் பொருத்தமானது அல்ல. ஈரோடு புத்தகத் திருவிழாவைப் பொருத்தவரை கடைசியாக வந்தாலும் முதலில் வந்தாலும் இறுதியாக முடிவெடுக்கும்போது எந்தெந்தப் பதிப்பகங்கள் வந்தால் நன்றாக இருக்கும், சரியாக இருக்கும் என்கிற அடிப்படையிலும் தான் தேர்வு செய்யப்படுகின்றது. இன்னொரு காரணம், இடவசதி எந்தளவுக்கு இருக்கிறது? போதுமான அளவுக்கு இருக்கிறதா? என்பதை வைத்தும் முடிவு செய்யப்படுகிறது. இதற்கென்று ஒரு குழு இருக்கிறது. பல்வேறு வரைவுகளையும் காரணிகளையும் வைத்தே அவர்கள் எந்தெந்தப் பதிப்பகங்களை அழைக்கலாம் என்று பரிந்துரைக்கிறார்கள். எடுத்துக்காட்டாக ஆண்டுதோறும் புதியபுதிய நூல்களைக்கொண்டு வருகிறார்களா? அரிய புத்தகங்கள் அவர்களிடம் இருக்கின்றனவா? தரமான தாள், நேர்த்தியான அச்சு, கவர்ந்திழுக்கும் கட்டமைப்புடன் நூல் தயாரிக்கப்பட்டுள்ளதா? புத்தகத்தின் தகுதி மட்டுமல்ல அந்தப் புத்தகங்கள் அடுக்கி வைக்கப்பட்டுள்ள முறை, நூல்களை வைத்திருக்கிற ஸ்டேண்டு எனப்படுகிற நிலைகள் தரமானதாக நன்றாக இருக்கிறதா? இலாபநோக்கம் மட்டுமின்றி மிகச்சிறந்த இலக்கிய வரலாற்று நூல்களை, சிறந்த படைப்புகளை சமூக மாற்றத்திற்குப் பயன்படும் ஆய்வுகளை வெளியிடுகிறார்களா என்று பல்வேறு கோணங்களிலும் பல்வேறு வரையறைகளிலும் பதிப்பகங்கள் தேர்வு செய்யப்படுகின்றன. மற்றபடி முதலில் வருகிறார்களா, கடைசியில் வருகிறார்களா? பெரிய நிறுவனமா சிறிய பதிப்பாளரா என்றெல்லாம் ஆராயப்படுவதில்லை.

நல்ல முயற்சி. சொற்பொழிவுக் குறுந்தகடுகள் விற்பனை அரங்கம் பற்றி...

தமிழ்மொழி குறித்து, இலக்கியம் குறித்து, உலக இலக்கியம் குறித்து, சமுதாயத்தைப்பற்றி, சரித்திரத்தைப்பற்றி, பண்பாட்டைத் தழுவி இதுபோன்ற இன்னும் பல அம்சங்கள் குறித்து சிறந்த தமிழ்ச் சான்றோர்கள் சொற்பொழிவு நிகழ்த்தியிருக்கிறார்கள். அதில் சிலர் இறந்துவிட்டனர். பலர் இன்றும் இருக்கின்றனர். மக்கள் சிந்தனைப் பேரவையில் தொடக்க காலம் முதல் இன்றுவரை பல சான்றோர்கள் உரையாற்றியுள்ளனர். அவை அனைத்தும் பதிவு செய்யப்பட்டுள்ளன. அப்படி ஒலி ஒளிப்பேழைகளாகப் பதிவு செய்யப்பட்டுள்ள சொற்பொழிவுகள் குறுந்தகடு வடிவத்தில் விற்பனைக்கு வைக்கப்பட்டுள்ளன. ஏனென்றால் பயணத்தின் போதும் பல்வேறு இடங்களிலும் கேட்பதற்கு வசதியாக காரில் போகிறவர்கள் கேட்டுக் கொண்டே போகலாம். புத்தகங்கள் மூலமாக மட்டும் என்றில்லாமல் இப்படியும் ஒரு அறிவு அனுபவத்தைத் தரலாம். படிப்பையும் பட்டறிவையும் இப்படிப்பட்ட வடிவத்திலும் வழங்கலாம் என்று ஆடியோ, வீடியோ குறுந்தகடுகள் அரங்கை உருவாக்கியிருக்கிறோம்.

ஈரோடு புத்தகத் திருவிழாவின் நோக்கம், இலக்கு என்ன?

முழுமையாகவே சமூக நோக்கம்தான். நுழைவுக்கட்டணம் இல்லை என்று சொல்வது அதற்காகத்தான். மிகச்சிறந்த நூல்கள், அரிய நூல்கள் மக்களுக்கு அதிக அளவில் கிடைக்கவேண்டும் என்பதுதான் எங்கள் நோக்கம். சாதாரணமாக கடைகளில் அரசு மற்றும் தனியார் நூல் நிலையங்களில் அனைத்து வகையான நூல்களும் கிடைப்பதில்லை. சென்னை போன்ற இடங்களுக்குச் சென்று அலைந்து திரிந்து வாங்கவேண்டும். ஆகவே அந்தக் குறையைப் போக்கவேண்டும். குறிப்பாக ஈரோடு மாவட்டம் மற்றும் கொங்கு மண்டலத்திற் காகவாவது இத்தகைய வாய்ப்பை ஏற்படுத்தவேண்டும். அதனால் தான் பேருந்துநிலையத்திற்கு அருகில் உள்ள வ.உ.சி பூங்காவிலே இதை ஏற்பாடு செய்திருக்கிறோம். வாசிப்புப் பழக்கம் மேம்பட வேண்டும். மக்களின் பண்பாடு உயரவேண்டும். இதனால் வருங்காலம் சிறக்கும். குறிப்பாக இளைய சமுதாயம் பயன் பெறவேண்டும். பாடத்திட்டங்களுக்கு அப்பால் வேலை வாய்ப்பு, தொழில் நுட்பக் கல்விக்கு வெளியே கடல் போல் காணப்படுகிற மொழிவளத்தை எதிர்வரும் தலைமுறை ஏற்று நாடும் வீடும் பயன்பெற வேண்டும் என்பதுதான் நமது தொலைநோக்குக் கொள்கை.

நுழைவுக் கட்டணம் இல்லாமல் நடத்துவது சிரமமில்லையா?

சிரமம்தான்! ஆனால் சிரமமில்லாமல் சிகரமில்லை. ஒட்டுமொத்த சமூகமும் உயரவேண்டும், சாதாரண மக்கள் ஏழை எளியவர்கள்கூட

எந்தவிதமான கூச்சமும் மனத் தடையும் மனோ ரீதியான தயக்கமும் இன்றி, இயல்பாக உள்ளே வரவேண்டும். உலகத்தைப் பார்க்கவேண்டும். சமூகத்தின் கடைக்கோடியில் இருக்கின்ற மனிதனும் அறிவு வெளிச்சத்தைப் பெறவேண்டும் என்பதே அதற்குக் காரணம்.

ஒரு செய்தி வந்திருக்கிறது. மதுரையில் புத்தகக் கண்காட்சி நடைபெறாது. அதற்கான இடம் இல்லை என்று சொல்கிறார்கள். இதற்காக அரசாங்கத்திடம் ஏதாவது முறையீடு செய்யலாமில்லையா?

மதுரை புத்தகக்கண்காட்சியைப் பற்றி இது குறித்த தகவல் எதுவும் எனக்கு வரவில்லை. அரசாங்கத்திடம் நாம் முறையிடலாம். புத்தகக் கண்காட்சிக்கு சிறப்பு ஏற்பாடுகள் செய்யப்படவேண்டும். ஏற்கனவே அரசின் சார்பாக ஓரிரண்டு மிகச் சிறு சலுகைகள் இருக்கின்றன. இதுபோல இன்னும் என்னென்ன வாய்ப்புகள், சலுகைகள் அரசிடம் பெற முடியுமோ அதற்காகக் கோரிக்கை வைக்கலாம்.

பள்ளி கல்லூரி மாணவர்களைக் கவர சில திட்டங்களை அறிவித்துள்ளதைப் போல பொதுமக்களை ஈர்க்க ஏதேனும் திட்டமிட்டிருக்கிறீர்களா?

ஈரோடு மாவட்டம் மட்டுமின்றி கொங்குமண்டலம் முழுவதும் பல வடிவங்களிலும் விளம்பரங்கள் செய்திருக்கிறோம். பேச்சுப் போட்டி, கட்டுரைப்போட்டி இவற்றையெல்லாம் நடத்தி புத்தகத் திருவிழா மேடையிலேயே பரிசு கொடுத்திருக்கிறோம். மக்களுக்கு வாசிப்பின் மீது மேலும் ஆர்வத்தை உருவாக்கும் வகையில் நாள்தோறும் மாலை 6 மணிக்கு தமிழ்நாட்டின் புகழ்மிக்க சொற் பொழிவாளர்கள், இலக்கியவாணர்கள், கலைஞர்கள், எழுத்தாளர்கள், கவிஞர்கள், அறிஞர் பெருமக்களைத் தனித்தனித் தலைப்புகள் கொடுத்து உரையாற்ற ஏற்பாடு செய்திருக்கிறோம். சுமார் ஐந்தாயிரம், பத்தாயிரம், சில நாட்கள் 15 ஆயிரம் பேர் கூட தினசரி நடைபெறுகிற மாலைநேர சொற்பொழிவு நிகழ்ச்சிக்கு வருகிறார்கள்.

மக்கள் சிந்தனைப் பேரவையின் தலைவராக இருக்கிறீர்கள். அதன் கடந்த காலச் செயல்பாடுகள் பற்றி...

மக்கள் சிந்தனைப்பேரவை என்ற அமைப்பு தொடங்கப்பட்டு ஏறத்தாழ பதினோரு ஆண்டுகள் ஆகின்றன. பாரதி விழாவை டிசம்பர் 11ம்தேதி தொடர்ந்து கொண்டாடி வருகிறோம். பாரதியின் பிறந்த நாளாகிய டிசம்பர் 11ம் தேதியை மாற்றமாட்டோம். மண்டபம் கிடைக்கவில்லை என்பதற்காகவோ அல்லது பெரியதலைவர் வருகிறார், வேறு தேதியில் மாற்றி வைத்துக்கொள்ளலாம் என்று தேதியை எக்காரணத்தை முன்னிட்டும் மாற்றுவதில்லை. ஞாயிற்றுக்

கிழமையாக இருந்தால்தானே கூட்டம் வரும் என்று ஞாயிற்றுக் கிழமையில் வைப்பதில்லை. தொடர்ந்து அதே டிசம்பர் 11ல் நடத்திவருகிறோம். சான்றோர் யாரேனும் ஒருவருக்கு பாரதிவிருது அளிக்கிறோம்.

விஞ்ஞானியாக இருக்கலாம். சமூகசேவகராக இருக்கலாம். வரலாற்று அறிஞராகத் திகழலாம்.

இப்படி எத்துறையைச் சேர்ந்தவராகவும் இருக்கலாம். பாரதியின் வழியைப் பின்பற்றும் ஆளுமைகளுக்கு விருதளிக்கிறோம். அதேவிழாவில் சமூகத்திற்குச் சிறந்த பங்களிப்புச் செய்து மறைந்த ஒருவரின் படமும் திறந்து வைக்கப்படும். அந்த ஆளுமையின் சிறப்பு களைப் பற்றி சில நிமிடங்கள் ஓர் அறிஞர் உரை நிகழ்த்துவார். பிறகு ஒரு தலைப்பில் சான்றோர் ஒருவர் உரையாற்றுவார். ஊர்வலமாக எடுத்துவரப்படும் பாரதி ஜோதி பாரதிவிருது பெறும் அறிஞரின் கையில் வழங்கப்படும். அதேபோல பகத்சிங் நினைவு நாள் மார்ச் 23ம் தேதி கொண்டாடப்படும். வெறும் கொண்டாட்டமாக சடங்காக அல்லாமல் கருத்தரங்கம் நடத்தி விழிப்புணர்வை ஏற்படுத்துகின்ற வகையில் நடத்தி வருகிறோம்.

தங்களிடம் பயிலும் மாணவர்களை நூறு சதவிகிதத் தேர்ச்சி பெறப் பாடுபடுகிற அரசுப்பள்ளி ஆசிரியர்களுக்குப் பாராட்டுவிழா நடத்தி விருதுகள் வழங்கப்படுகின்றன.

எல்லா ஊர்களிலும் கல்வி நிறுவனங்களிலும் வாசகசாலை ஏற்படுத்தப்பட வேண்டும். முக்கியமாக அது உயிரோட்டமாகவும் இருக்க வேண்டும் என்பதுதான் எங்கள் நோக்கம். புத்தகத் திருவிழாவும் நூலகமும் முழுமையாகப் பயன்படுத்தப்பட வேண்டும். தொழில் முனைவோருக்கான பயிலரங்கம், இளைஞர்களுக்கான பயிற்சிக் கூடம். கல்லூரிகள் மற்றும் பள்ளிகளில் சென்று சொற்பொழிவாற்றுவது, விழிப்புணர்வை ஏற்படுத்துவது, நல்ல குடிமக்களாக மாணவர்களை உருவாக்க உழைப்பது இப்படிப் பல்வேறு வகையில் மக்கள் சிந்தனைப்பேரவை செயல்பட்டு வருகிறது.

ஈரோடு புத்தகத் திருவிழாவைப் பொறுத்தவரை தமிழ்ப் பதிப்பகங்களுக்கு எவ்வாறு முன்னுரிமை அளிக்கப்படுகிறது?

ஆங்கிலப் புத்தக நிறுவனத்திற்கும் தமிழ்ப்பதிப்பகத்திற்கும் கட்டண விகிதம் என்று பார்த்தால் சரிபாதி குறைவு. 50 சதவிகிதம் குறைவு. அதோடு ஏறக்குறைய 75 சதவிகிதத்திற்குமேல் தமிழ்ப் பதிப்பாளர்களுக்கே கடைகள் ஒதுக்கப்படுகின்றன. மேலும் இந்த

ஆண்டு முதல் 'தமிழர் வரலாற்று அரங்கம்' என்று ஓர் அரங்கை மக்கள் சிந்தனைப் பேரவையே ஏற்பாடு செய்திருக்கிறது.

தமிழர்களுக்கு வரலாறு இருக்கிற அளவுக்கு வரலாற்று உணர்வு இல்லை. நமது தொன்மையான வரலாற்றைச் சொல்லக்கூடிய, பண்பாடு சார்ந்த, இசை, இலக்கியம் தொடர்பான வரலாற்று நூல்களை திறனாய்வுப் புத்தகங்களை அந்த சரித்திர அரங்கத்தில் வைக்கிறோம். 'உலகத்தமிழர் படைப்பரங்கம்' என்று சொல்லக்கூடிய மற்றொரு அரங்கத்தையும் அமைத்திருக்கிறோம்.

தமிழகத்திற்கும் இந்தியாவிற்கும் வெளியே இருக்கக்கூடிய தமிழர்களின் படைப்புகளை அங்கே பார்வைக்கு வைக்கிறோம். குறிப்பாக இலங்கையைச் சேர்ந்தவர்கள் பலர் சிறந்த எழுத்தாளர்களாக, படைப்பாளர்களாக, திறனாய்வாளர்களாக, தமிழறிஞர்களாகத் திகழ்கின்றனர். சென்ற ஆண்டு கொழும்பிலே சர்வதேசப் புத்தகக் கண்காட்சி நடைபெற்றது. ஏழு நாட்கள் நான் அங்கே தங்கியிருந்து அந்தப் புத்தகச் சந்தையில் பங்கேற்றேன். அங்கே சில நுட்பங்களை, நுணுக்கங்களை நான் பார்த்தேன். சில அனுபவங்கள் கிடைத்தன. அங்கே மிகச்சிறந்த படைப்புகளை உருவாக்கி வருகிறார்கள். தமிழ் நாட்டுப் படைப்பாளர்களை அவர்கள் அறிந்த அளவுக்கு, இலங்கையைச் சேர்ந்த படைப்பாளர்களை நாம் இன்னும் உணரவில்லை என்ற மனத்தாங்கல் அவர்களுக்கு இருக்கிறது. அது நியாயமான வருத்தம். ஆகவே 'உலகத் தமிழர் படைப்பரங்கம்' என்ற ஒரு சிறப்பு அரங்கத்தை ஈரோடு புத்தகத் திருவிழாவில் உருவாக்கி அங்கே இலங்கை, மலேஷியா, சிங்கப்பூர், கனடா, அமெரிக்கா, இங்கிலாந்து, ஆஸ்திரேலியா உள்ளிட்ட பிற நாடுகளில் வசிக்கும் தமிழர்களின் படைப்புகளை வைக்கிறோம்.

மக்கள் சிந்தனைப் பேரவையின் எதிர்காலத் திட்டங்கள், குறிக்கோள்கள் பற்றிக் கொஞ்சம் கூறமுடியுமா?

நிறைய இருக்கிறது. கொங்குமண்டலம் தழுவிய படைப்பாளி களைப் பற்றிய ஒரு களஞ்சியம். கொங்கு மண்டலத்தில் வாழும் படைப்பாளிகளின் புகைப்படம், இதுவரை அவர்கள் வெளியிட்டுள்ள நூல்கள், அவற்றைப் பற்றிய குறிப்புகள், அந்தப் படைப்பாளியின் முகவரி போன்றவை அந்தக் களஞ்சியத்தில் இடம் பெறும். ஒரு பெரிய தொகுப்பாகக் கொண்டு வரவேண்டும். இணையதளம் ஒன்றும் ஏற்பாடு செய்ய வேண்டும். இறந்து போனவர்கள் மட்டுமின்றி இப்பொழுது இருக்கிற அறிஞர்கள், கவிஞர்கள், படைப்பாளிகள்,

வளர்ந்து வரக்கூடிய படைப்பாளர்கள் பலர் இருக்கின்றனர். அவர்களும் இதற்குள் அடங்குவார்கள்.

அடுத்த கட்டமாக தமிழகம் எங்கும் உள்ள படைப்பாளிகளின் படைப்புகள் பற்றியும் இதுபோல செய்யவேண்டும்.

மக்கள் சிந்தனைப் பேரவையின் இலட்சியங்கள் வெல்ல மக்கள் தொலைக்காட்சியின் சார்பில் எங்கள் வாழ்த்துகளைத் தெரிவித்துக் கொண்டு விடைபெறுகிறோம். நன்றி வணக்கம்.

நன்றி வணக்கம்.

சந்திப்பு: பிரசாந்த்

கோடை பண்பலை - 27 ஜூலை, 2008

நாட்டை நல்ல திசைக்கு
இட்டுச் செல்பவை புத்தகங்களே!

வணக்கம்! வாசிப்புப் பழக்கம் வளர வழிவகைகள் என்ன என்று இன்றைய 'வானவில்' நிகழ்ச்சியில் நாம் கலந்துரையாட இருக்கிறோம். இதற்காக ஈரோடு மக்கள் சிந்தனைப் பேரவையின் தலைவர் த.ஸ்டாலின் குணசேகரன் அவர்கள் நம்மிடையே வந்திருக்கிறார். இன்றைக்குப் படிக்கும் பழக்கம் வளர்ந்திருப்பதை விட பார்க்கும் பழக்கம்தான் இளைஞர்களிடையே பெருகியிருப்பதைப் புரிந்து கொள்ள முடிகிறது.

ஓர் அறிஞர் கூறினார்: "எப்பொழுதுமே நல்ல நூல்களுக்கிடையே தான் எனது காலத்தைக் கழிக்க விரும்புகிறேன்" என்றார். ஆனால் இன்றைக்கு உள்ள சூழ்நிலை 'எப்பொழுதுமே தொலைக்காட்சிப் பெட்டிக்கு முன்பே என் காலத்தைக் கழிக்க விரும்புகிறேன்' என்று சொல்லக்கூடியவர்கள் தான் இருப்பார்கள் போலிருக்கிறது. ஒரு காலத்தில் படிக்க வேண்டும், தெரிந்துகொள்ள வேண்டும் என்ற பேராவல் மக்களிடையே மிகுந்திருந்தது. ஆனால் இன்றைக்கு குறைந்திருப்பதாகவே தெரிகிறது. மென்மேலும் கற்கவேண்டும். மீண்டும் மீண்டும் படிக்கவேண்டும். பாடத்திட்டங்களைத் தாண்டியும் பயில வேண்டும் என்ற எண்ணத்தை விதைப்பதற்காகவே ஈரோடு புத்தகத்திருவிழா நடத்தப்படுகிறது. திரு.ஸ்டாலின் அவர்கள் ஏதோ வெறும் பேச்சாளர், எழுத்தாளர் மட்டுமல்ல. அதையும் தாண்டி அவர் ஒரு செயற்பாட்டாளர், மக்களிடம் வாசிப்பு குறித்த விழிப்புணர்வை ஏற்படுத்தி வருபவர்.

வணக்கம் திரு.ஸ்டாலின் அவர்களே.
    வணக்கம்

எழுத்துப்பணிகளெல்லாம் முடிந்துவிட்டதா? எப்படி இருக்கிறது?
    தொடர்ந்து கொண்டிருக்கிறது. முடியக்கூடிய பணியா அது?

அந்த மாதிரி எழுதிக்கொண்டிருக்கலாமே. தொடர்ந்து எழுதினீர்கள் என்றால் பரிசு பெறலாம், விருது பெறலாம், உங்கள் வருமானத்தையும் உயர்த்திக் கொள்ளலாம். ஏதேனும் தொழில் புரியலாம். விடுதலைப் போராட்டம் தொடர்புடைய வரலாறு சம்பந்தமான நல்ல நூல்களை எழுதி வருகிறீர்கள். பேசி வருகிறீர்கள். அதையே தொடர்ந்து செய்து உங்களை நீங்கள் வளர்த்துக் கொள்ளலாமே! அதையெல்லாம் விட்டு விட்டு புத்தகக் கண்காட்சி, பாரதி விழா என்று ஏன் கஷ்டப்படுகிறீர்கள்?

நாம் எழுதினால் மட்டும் போதாது. அப்படி எழுதியதை மக்களைப் படிக்க வைக்க வேண்டும். நாம் எழுதியதைப் படித்தால் மட்டும் போதாது; பிறர் எழுதிய நல்ல பல நூல்களையும் மக்களிடம் கொண்டு போய்ச் சேர்க்கவேண்டும். நாட்டில் நல்ல நல்ல புத்தகங்கள் லட்சக் கணக்கில் இருக்கின்றன. மொழிபெயர்க்கப்பட்ட நூல்கள் நிறைய வெளிவந்திருக்கின்றன. நல்ல நல்ல பதிப்பகங்கள் பல இருக்கின்றன. அவற்றில் உள்ள சிறந்த புத்தகங்களை மக்கள் படிக்கவேண்டும்.

முதலில் அவர்களை வரவழைக்க வேண்டும். அடுத்து அவர்களை வாங்கவைக்க வேண்டும். பிறகு அவர்களை வாசிக்க வைக்க வேண்டும் அடுத்து அவர்களை யோசிக்க வைக்கவேண்டும்.

இதுதான் எங்கள் திட்டம், நோக்கம். ஏனென்றால் சமுதாய மாற்றத்திற்கு புத்தகங்களே அடித்தளமாக அமையும். மக்களிடையே மாற்றத்தை ஏற்படுத்துவதற்கும் நாட்டிலே முன்னேற்றத்தைக் கொண்டு வருவதற்கும் நூல்களே காரணங்களாகவும் கருவிகளாகவும் இருந்திருக் கின்றன என்பதற்குச் சரித்திரமே சாட்சி. வாசிக்கவேண்டும் அந்தப் பழக்கம் வளர வேண்டும்.

'கண்டதைப் படிப்பவன் பண்டிதனாவான்' என்று சொல்லியிருக்கிறார்கள். நீங்கள் என்னவென்றால் 'எல்லாவற்றையும் வாசிக்க வேண்டாம். தேர்ந்தெடுத்துப் படிக்க வேண்டும்' என்று சொல்கிறீர்களே?

"கண்டதைப் படிப்பவன் பண்டிதன் ஆவான்" என்று அறிஞர்கள் அந்தக்காலத்தில் சொன்னார்கள் என்றால், அப்பொழுது வந்த நூல்கள் அனைத்துமே நல்ல நூல்களாகவே இருந்தன. திருக்குறள், சிலப்பதி காரம், சங்கஇலக்கியம், நன்னெறி, நாலடியார், ஆத்திச்சூடி, அறநெறிக் களஞ்சியம், நீதிநூல்கள், நிகண்டுகள், அருஞ்சொற்பொருள் அகராதிகள் என்று செறிவுடைய - அறிவை விரிவு செய்கிற நூல்களே காணுமிட மெல்லாம் நிறைந்திருந்தன. கண்ட இடங்களிலெல்லாம் இருந்தன. ஆகவே 'கண்டதைப் படிப்பவன் பண்டிதனாவான்' என்று சொன்னார்கள். ஏனென்றால் தேர்வு செய்துதான் நல்ல புத்தகங்களைக் கொண்டு வந்தார்கள்; ஆனால் இன்று புத்தகங்கள் வந்த பிறகுதான் நல்ல நூல்களைத் தேட வேண்டியதிருக்கிறது.

உலகம் இயந்திர மயமாகி விட்டது. சமூகம் உலக மயமாகி விட்டது. நிற்க நேரமில்லாத சூழ்நிலையில் படிப்பது, அதுவும் தேர்ந்தெடுத்துப் படிப்பது சாத்தியம்தானா?

படிக்கிற ஆர்வம் மட்டும் மனதில் எழுந்துவிட்டால் இதெல்லாம் ஒரு கேள்வியே அல்ல. உதாரணமாக 1985-ல் சோவியத் யூனியன் செல்லும் வாய்ப்பு எனக்குக் கிடைத்தது. ரயில் நிலையத்தில் எஸ்க்க லேட்டர் என்று சொல்கிறார்களே அந்த எஸ்க்கலேட்டரில் முதல் படியில் கால்வைத்ததுமே படிக்கத் தொடங்கிவிடுவார்கள். அங்குள்ள எஸ்க்கலேட்டர்கள் மிக நீளமானவை; உயரமானவை. கடைசிப் படிக்குப் போக இரண்டு நிமிடம் ஆகும். அதுவரை ஏன் சும்மா இருக்க வேண்டும் என்று படிப்பார்கள். மறுபடியும் ரயிலில் ஏறியதும் நூலை எடுத்துப் படிக்கத் தொடங்கி விடுகிறார்கள். ஒரு மணிநேரமோ இரண்டு மணி நேரமோ தன்னுடைய இடத்திற்குப் போகும் வரை படித்துக்கொண்டே இருக்கிறார்கள். ஆகவே நல்ல புத்தகங்களை வாசிப்பதற்கு இடம், பொருள், ஏவல் என்றெல்லாம் இல்லை. எங்கெல்லாம் வாய்ப்பிருக்கிறதோ, நேரமிருக்கிறதோ, அங்கெல்லாம் படிக்கவேண்டும்.

ஈரோட்டிலிருந்து தங்கவேல் பேசுகிறேன். எங்க ஊரு அய்யாவுக்கு வணக்கம். இப்ப நான்கு ஆண்டுகளாகத்தான் புத்தகக் கண்காட்சி நடத்தி வருகிறோம். இப்பத்தான் வாசிப்பு பழக்கம் குறஞ்சிபோச்சா? அதுக்கு முன்ன நல்லா இருந்ததாமா?

நல்ல விஷயம் எப்பொழுது தொடங்கினால் என்ன? தொடங்கி விட்டோம். இனிமேல் அதை எப்படி நன்றாக நடத்துவது, மேலும் சிறப்பாக எவ்வாறு கொண்டு செல்வது என்பதில்தான் நமது கவனம் இருக்கவேண்டும்.

அய்யா என்னைப்போல் தொழிலாளியாக இருப்பவர்கள். சுயதொழில் செய்பவர்களுக்கு இருக்கும் பிரச்சினையில் படிக்க நேரம் கிடைக்குமா?

எடுத்துக்காட்டாக ஆட்டோ டிரைவர்கள் இருக்கிறார்கள். ஒரு சவாரிக்கு போய் வந்ததும் அடுத்த சவாரி வரும்வரை ஒரு மணிநேரமோ அரைமணிநேரமோ பின் சீட்டில் உட்கார்ந்து ஒரு புத்தகத்தை வைத்துக்கொண்டு படிக்கலாமா இல்லையா? வங்கிக்குப் போகிறோம் அல்லது ஒருவரைத்தேடி ஒரு அலுவலகத்திற்கோ அல்லது அவரது வீட்டிற்கோ செல்கிறோமென்றால் அங்கே காத்திருக்கும் சொற்ப நேரத்தில்கூட ஐந்து பக்கமோ பத்து பக்கமோ படிக்கலாம்.

புத்தகங்களைத் தாண்டி இக்காலத்தில் சி.டியைப் போட்டுப் பார்த்து படிக்கும் பழக்கம் வந்துவிட்டதே...

புத்தகங்கள் வேண்டும். புத்தகங்களைப் புறக்கணிக்க இயலாது. அதே நேரத்தில் குழந்தைகளுக்கும் மாணவர்களுக்கும் ஏராளமான சி.டி.க்கள் விற்பனைக்குக் கொண்டு வரப்படுகின்றன. கல்வி தொடர்பான எல்லாப் பாடங்களுக்கும் பயன்படக்கூடிய சி.டி.கள் சில அரங்குகளில் கிடைக்கின்றன. உதாரணமாக கலிங்கப்போர் என்றால், கலிங்கப் போர் எப்படி இருக்கும் என்று காட்சிவடிவில் காட்டப்படுகிறது அனிமேஷனில். இப்படிப்பட்ட எஜுகேஷனல் சி.டி.க்கள் எத்தனையோ வருகின்றன. மாணவர்களுக்குப் பாடங்கள் எளிதில் நெஞ்சில் பதிய இப்படிப்பட்ட முயற்சிகள் உதவும்.

மருவத்தூரிலிருந்து தமிழ்ச்செல்வன் பேசுகிறேன் அய்யா. வாசிப்புப் பழக்கம் வளர ஆசிரியர்களின் பங்கு அவசியம். ஆகவே அதைப் பற்றி கூறுங்கள்.

பெற்றோர்கள் சொன்னால் கூட மாணவர்கள் கேட்க மாட்டார்கள். ஆசிரியர்கள் சொன்னால் அப்படியே கேட்பார்கள். தலைமை ஆசிரியர்கள் சங்கம், இடைநிலை ஆசிரியர்கள் சங்கம், மேல் நிலைப் பள்ளி, உயர் நிலைப்பள்ளி ஆசிரியர்கள் சங்கம், தமிழாசிரியர்கள் சங்கம், முதுகலைப் பட்டதாரி ஆசிரியர்கள் சங்கம் என்று பல சங்கங்கள் உள்ளன. அவர்களையெல்லாம் அழைத்து விவாதித்தோம்.

வகுப்பறைகளில் மாணவர்களை வார்த்தெடுக்கிறபோது அவர் களுக்கு நல்ல நல்ல புத்தகங்களைப் பரிந்துரைக்கவேண்டும். தினம் தோறும் சிறந்த நூல்களை கொஞ்சம் கொஞ்சமாகப் படித்துவர ஊக்கப் படுத்த வேண்டும். தூண்டுதல் வேண்டும். பாடத்திட்டத்தைத் தாண்டி இன்று என்ன படித்தீர்கள், நேற்று என்ன படித்தீர்கள், விடுமுறைகளில் என்ன வாசித்தீர்கள்? நூல் நிலையத்திற்குச் சென்றீர்களா? என்று அவர்களோடு உரையாடி உரையாடி அவர்களை உயர்ந்த மனிதர்களாக உருவாக்க உழைக்க வேண்டும்.

நான் ஈரோடு கலைமகள் கல்வி நிலையத்தில் படித்தேன். நான்காம் வகுப்பு, ஐந்தாம் வகுப்பு படித்துக் கொண்டிருந்த போதே ஐயா மீனாட்சி சுந்தரமுதலியார் அவர்கள் அந்தக் கல்வி நிலையத்தின் நிறுவனர், பள்ளியைத் தோற்றுவிப்பதற்கு முன்பே வேறு பள்ளிகளில் ஆசிரியராகவும் தலைமையாசிரியராகவும் விளங்கிய அனுபவம் மிக்கவர். எங்களுக்கு வெள்ளிக் கிழமை தோறும் 'சத்தியசோதனை' என்ற மகாத்மாவின் சுயசரிதையைப் பாடமாக நடத்துவார். ஒவ்வொரு

'ஐயா'
எஸ்.மீனாட்சி சுந்தர முதலியார்

வெள்ளிக் கிழமையும் இரண்டு பாரா அல்லது ஒன்றிரண்டு பக்கங்கள் என்று எடுத்துக் கொண்டு பாடமாக நடத்துவார். 2 மணிநேரம் வகுப்பு எடுப்பார். சின்னக்குழந்தைகள் தானே இவர்களுக்கு என்ன புரியும்? என்று பார்க்க மாட்டார். அவருக்கு 70க்கும் மேல் வயது அப்போது. அவர் இருமொழிச் சொற்கொண்டல். ஆங்கிலத்திலும் தமிழிலும் அற்புதமாகப் பேசக்கூடியவர். அந்தப் பேச்சாற்றலைப் பயன்படுத்தி காந்திஜியின் நூலை ஒவ்வொரு அத்தியாயமாக நடத்தினார். நெஞ்சில் அது மறக்கமுடியாத ஓவியமாகப் பதிந்தது. ஆர்வத்தை உண்டாக்கியது.

வழிபாட்டுக் கூட்டங்களில், பிரேயரில் நல்ல புத்தகங்களை நீங்கள் பரிந்துரை செய்யலாம். நூல்களின் தேவையைச் சொல்லலாம். அந்த நூல்களில் உள்ள முக்கியமான சில அம்சங்களைப் படித்துக் காட்டலாம். விவரிக்கலாம். சுவாரஸ்யமான கூறுகளை விரித்துரைத்தால்தான் மாணவர்கள் அந்தப் புத்தகத்தின்பால் ஈர்க்கப்படுவார்கள். அந்த நூலை எழுதிய படைப்பாளர் பட்ட துயரங்கள், அதை உருவாக்க அந்த எழுத்தாளர் பட்டபாடு போன்றவற்றையும் எடுத்துச் சொல்லலாம்.

குழந்தைகள் படிப்பதற்கேற்ற முறையில் குறைந்த விலையிலான புத்தகங்கள்கூட நிறைய இருக்கின்றனவா?

விலை குறைந்த நூல்கள் என்று நீங்கள் சொன்னதும் ஞாபகத்திற்கு வருகிறது. சென்ற ஆண்டு ஈரோடு புத்தகத் திருவிழாவில் ஒரே ஒரு ரூபாய்க்கு ஒரு புத்தகம். 'விவேகானந்தர் பொன்மொழிகள்' என்கிற புத்தகம். காலை 11 மணிக்குத் தொடங்கி இரவு 9.30 மணிக்குள் 7 ஆயிரம் புத்தகங்களுக்கு மேல் விற்றுத் தீர்ந்திருக்கிறது ஒரே நாளில். அதேபோல இரண்டு மூன்று ரூபாய்க்கெல்லாம் நூல்கள் இருக்கின்றன. ஐந்து ரூபாய்க்கு எத்தனையோ நல்ல நூல்கள் வந்திருக்கின்றன. நியூட்டனின் வாழ்க்கை வரலாறு, தாமஸ் ஆல்வா எடிசனின் வாழ்க்கை வரலாறு என்பதைப் போன்ற அறிவியல் அறிஞர்களின், அரசியல் தலைவர்களின் வரலாறுகள் மலிவு விலையில் மலைபோல் குவிந்து கிடக்கின்றன. மாணவர்கள் வாங்கக்கூடிய அளவில் விலை குறைந்த, தரம் நிறைந்த சிறிய நூல்கள் ஏராளம்.

மாணவர்களுக்கு பொதுவான புத்தகங்களை வாசிக்கும் பழக்கத்தை ஏற்படுத்த அரசுப் பள்ளிகளில் 'புத்தகப் பூங்கொத்து' என்கிற திட்டத்தை அரசு செயல்படுத்துகிறதே...

அரசு கொடுத்திருக்கிறது. நாம் அதை மாணவர்களுக்கு முறையாக வழங்குகிறோமா? அதைத் தான் பீரோவில் வைத்து விடுகிறோமே. கணக்குக் காட்ட வேண்டும் அல்லவா. தலைமை ஆசிரியரின் அறையில் கூட கண்ணாடி பீரோக்களில் அழகாகப் புத்தகங்கள் அடுக்கப் பட்டிருக்கும். பள்ளி நூலகத்தில் ஆண்டுதோறும் ஸ்டாக் வெரிஃபிகேசன் பண்ண வேண்டும். ஆகவே அதை விட்டு விடுங்கள். குழந்தைகள் தாங்களாகவே வாங்குவதற்கு, அவர்களிடம் ஆசிரியர்கள் புத்தகங்களைப் பற்றிச் சொல்வதற்கு உரிய விஷயங்களைத் தான் இப்பொழுது பேசிக் கொண்டிருக்கிறோம்.

உரையாடல் ஒருமனிதனை என்னவிதமாக மாற்றுகிறது, வாசிப்பு ஒருவரை எந்த முறையில் இயக்குகிறது என்பது முக்கியமானது. படிப்பது, எழுதுவது என்பதெல்லாம் ஒரு மனிதனை முழுமையாக்குகிறது என்கிறீர்கள், நீங்கள் படைப்பாளராகவும் இருக்கிறீர்கள்; படிப்பாளராகவும் திகழ்கிறீர்கள். மனிதனை சிறந்த மனிதனாக மாற்றுவது வாசிப்பு என்று சொல்கிறீர்கள். அந்த வாசிப்பு எப்படி இருக்க வேண்டும்?

சமுதாயம் சார்ந்து சிந்திப்பவர்களுக்கும் செயலாற்றுகிறவர் களுக்கும் வாசிப்பது என்பது பெருமகிழ்ச்சிக்கு உரிய செயலாகும். எழுதப்பட்ட புத்தகங்களைப் படிக்கும்போது முதலில் அதில் உள்ள நல்ல கருத்துகள் இதயத்தில் பதிகின்றன. பிறகு அது ஒரு தாக்கத்தை ஏற்படுத்தி பலரிடம் பகிர்ந்துகொள்ளும் உரையாடலாக அது மாறுகிறது.

சில சமயங்களில் எழுதப்பட்டது ஒரு மாதிரியாக இருந்தாலும் அது நமக்கு வேறு ஒரு கோணத்தில் புரிதலை ஏற்படுத்தும். எழுத்தாளரின் சிந்தனை நமக்குப் பயன்படும். மிகப்பெரும் தலைவர்களெல்லாம் சிறந்த வாசிப்பாளராக இருந்திருக்கிறார்கள். உலகப்புகழ்பெற்ற தலைவர்கள், சமுதாயத்தையே தலைகீழாக மாற்றிப்போட்ட தளபதிகள், புரட்சியாளர்களெல்லாம் மிகச்சிறந்த வாசிப்பாளர்களாக இருக்கிறார்கள். நாட்டையே திசைதிருப்பிய புத்தகங்கள் உண்டு. தேசத்தின் தலையெழுத்தையே மாற்றிய நூல்களெல்லாம் இருக்கின்றன.

நீங்கள் கூட 'வரலாற்றுப்பாதையில்' என்ற உங்கள் நூலில் எழுதியிருக்கிறீர்கள் ஒரு புத்தகம் ஒரு யுத்தம் என்று.

அந்தப் புத்தகம் பார்த்தீர்களென்றால் ஹேரியட் பீச்சர்ஸ்டோவ் என்கிற பெண்மணி எழுதியது. அவர் அமெரிக்க தேசத்தைச் சேர்ந்தவர்.

சின்சினாட்டி என்ற புகழ்மிக்க நகரத்திலே பிறந்தார். அவரது தந்தை ஒரு மதபோதகர். அவர் தூரத்தில் ஒரு சர்ச் வைத்திருக்கிறார். அதில் ஒரு சமயக் கல்லூரி நடத்தி வந்தார். அங்கிருந்த கறுப்பர்கள், அடிமைகள் மிகவும் துன்புறுத்தப்பட்டார்கள், கொடுமைப்படுத்தப்பட்டார்கள். பல நேரங்களில் கொலை செய்யப்பட்டார்கள். அந்த அளவுக்கு வெள்ளைவெறியர்கள், நிறவெறியர்கள் ஆதிக்கம் செலுத்தினார்கள்.

அப்படிப்பட்ட நேரத்தில், புதர்மண்டிக்கிடந்த - தூரத்தில் மரம் செடி கொடிகளுக்கும் புதர்களுக்கும் உள்ளே இருந்த அந்தக் கல்லூரியில் தஞ்சம் புகுவார்கள் இந்த அடிமைகள். அதைப் பார்த்துக் கொண்டே வளர்ந்தாள் அந்த பீச்சர்ஸ்டோவ் என்ற பெண்மணி. இது அவளுடைய உள்ளத்தைப் பாதித்தது. அவர்கள் படுகின்ற துன்பத்தை நினைத்து வருந்தினாள். காலப்போக்கில் ஒரு சின்ன நிகழ்ச்சி. ஒரு குழந்தையை ஒரு வெள்ளைவெறியன் அடிமையாக்க நினைக்கிறான். அந்தக் குழந்தையை தாயிடமிருந்து பிரிக்க முற்படுகிறான். அந்தத் தாய் தப்பித்து ஓடுகிறபோது ஒரு நதி குறுக்கே ஓடுகிறது. அந்த ஆற்றுநீர் பனியால் உறைந்து ஐஸ்கட்டியாகி கெட்டித்தன்மையோடு இருக்கிறது. அதன் மீது ஓடிவருகிறாள். இவர்களால் துரத்த முடியவில்லை. அதற்குப்பிறகு இந்தப் பெண்மணியிடம் வந்து சேருகிறாள் அந்தத்தாய். இதையெல்லாம் பார்த்தும் கேட்டும் பரிதவிக்கிறாள் ஸ்டோவ். இதற்கிடையே ஸ்டோவின் குழந்தை ஒன்று இறந்து விடுகிறது. மழலைச் செல்வத்தை இழந்த அன்னை அடையும் ஆற்ற மாட்டாத துன்பத்தையும் அனுபவிக்கிறாள் ஸ்டோவ்.

ஹேரியட்
பீச்சர் ஸ்டோவ்

எல்லாம் சேர்ந்து, தன் உணர்வுகளையெல்லாம் கொட்டி ஒரு தொடர்கதையை புனைகிறாள் ஸ்டோவ். 'அங்கிள் டாம்ஸ் கேபின்' என்கிற அந்தப்புதினம் ஓர் இதழில் தொடராக வருகிறது. அவர் ஒரு பயிற்சி பெற்ற எழுத்தாளரல்ல. ஆனால் தனது மனவருத்தத்தை வெளிக்காட்டவே அவ்வாறு எழுதினார். என்ன நடந்தது என்றால், இந்தத் தொடர் புத்தகமாக வெளிவந்த போது அமெரிக்க நாட்டில் பெரும் தாக்கத்தை ஏற்படுத்தியது. இரண்டு பாகங்களாக அந்தப் புத்தகம் வெளி வந்தது. இரண்டே நாளில் 10 ஆயிரம் பிரதிகள் விற்றுத்தீர்ந்தன. ஒரே ஆண்டில் 3 லட்சம் பிரதிகள் விற்பனையானது. ஒரு கட்டத்தில் ஆப்ரகாம்லிங்கன் சொன்னார்: "ஸ்டோவ் எழுதிய புத்தகம்தான் உள்நாட்டு யுத்தத்தை உருவாக்கியது." என்று.

அந்தப்புத்தகம்தான் ஒரு பெரிய மாற்றத்தை ஏற்படுத்தியது. ஹேரியட் ஸ்டோவின் பேரன் பேத்திகள் பிற்காலத்தில், "கொடுமைகள் தாங்க முடியாமல் வேறு நாட்டுக்குத் தப்பிச் சென்று விட்டார்கள் அல்லவா அந்த அடிமைகள், அவர்களைப் பற்றி எழுதிய அந்த நூலுக்குக் கிடைத்த வரவேற்பு, பிரமாண்டமான தீ கொழுந்து விட்டு எரிவது போல் இருந்தது. எதிர்ப்பின்றி அதிலிருந்து கிளம்பிய உணர்ச்சிகள் அலையலையாக வந்து மோதியது. வானமெல்லாம் அதன் ஜோதி தான். கடலலையையும் கடந்து சென்றது. உலகம் முழுவதும் இதைப் பற்றித்தான் பேசியது" என்று சொன்னார்கள்.

விருதுநகரிலிருந்து மதுபாலா பேசுகிறேன், வணக்கம் சார். நான் 11ம் வகுப்பு படிக்கிறேன். நான் எந்த மாதிரியான நூல்களை வாசிப்பது?

எனக்கு 11 வயதாக இருந்தபோது எனது தந்தையார் 'குழந்தை களுக்கான குட்டிக்கதைகள்' என்ற நூலை வாங்கிக் கொடுத்தார். அதுதான் எனக்கு முதன்முதலாக பரிசாகக் கிடைத்த புத்தகம். அந்தப் புத்தகத்தில் 'பொய்யன்' என்றொரு கதை இருந்தது, 'இரண்டு நண்பர்கள்' என்றொரு கதை இருந்தது. இன்றைக்கும் எனக்கு நன்றாக நினைவு இருக்கிறது. டால்ஸ்டாய் எழுதிய நூல். ஆனால் எளிய நடையில் குழந்தைகள் படித்தால் புரிந்து கொள்ளக்கூடிய முறையில் சுருக்கமாவும் தெளிவாகவும் எழுதப்பட்டிருந்தது. 5 ரூபாய்தான் அந்தப்புத்தகம் அப்பொழுது.

அந்த நூலை நான் வாசித்துவிட்டு என் தாத்தாவிடம் போய் முழுமையாகச் சொன்னேன். தாத்தாதான் பேரனுக்குக் கதை சொல்ல வேண்டும். ஆனால் பேரனான நான் என் தாத்தாவுக்குக் கதை சொன்ன சம்பவம் அதனால் நடந்தது. எதனால்? அந்தக்கதை என் நெஞ்சில் ஆழமாகப் பதிந்ததால். சமீப காலத்தில் அது போன்ற புத்தகங்கள் நிறைய வெளிவந்திருக்கின்றன.

ஒன்றைச் சொல்வார்கள். ஒரு விஷயத்தை நாம் சாதாரணமாகப் பார்க்கிறோம். அதே விஷயத்தை விஞ்ஞானி உற்றுப் பார்க்கிறான். ஒரு படைப்பாளன் உணர்ச்சியோடு பார்க்கிறான் என்பார்கள். ஆகவே மதுபாலா குழந்தைகளுக்கான குட்டிக் கதைகள், வரலாற்றுக் கதைகள் போன்றவற்றைப் படிக்கலாம்.

அடுத்த நேயர் இணைப்பில் இருக்கிறார்...

வணக்கம் சொல்லுங்கய்யா...

அய்யா வணக்கம் புதுக்கோட்டை மாவட்டத்திலிருந்து திருக்கோகர்ணம் பாபு பேசுகிறேன். எல்லோருக்கும் மூளை இருக்கிறது. ஆனால் சிலருக்கு மட்டும் ஏன் புத்தகத்தை எடுத்தாலே தூக்கம் வருகிறது. புத்தகம் என்றாலே வெறுப்பாக

இருக்கிறது. உளவியல் நிபுணர்கள் இதை மூளைச்சோம்பேறித்தனம் என்கிறார்கள். இந்த மூளைச் சோம்பலை, சலிப்பை விரட்ட என்ன செய்வது?

படிப்பின் மீது அக்கறையை உண்டு பண்ணுவதற்கு அவரவர்க்குத் தகுந்ததுபோல் பேசவேண்டும். கிராமத்திலே உள்ள சிறுவர்கள், நகரத்திலே வளரும் சிறுவர்கள், விளையாட்டின் மீது ஆர்வமுள்ள பிள்ளைகள் என்று பலதரப்பட்டவர்கள் இருக்கிறார்கள். புத்தகத்தை அப்படியே கொடுத்தால் படிக்கமாட்டார்கள். அந்தப்புத்தகத்தில் உள்ள அம்சங்களை சுவைபட எடுத்து அவர்களுக்குச் சொல்ல வேண்டும். இத்தனை கருத்துகள் இந்த நூலில் இருக்கிறதா என்று அவர்களது ஆர்வத்தைத் தூண்டும் வகையில் உரையாட வேண்டும். படிக்கின்ற மனநிலைக்கு அவர்களைத் தயார் படுத்த வேண்டும்.

ஆசிரியர்கள் தான் மாணவர்களை அட்டென்ஷனுக்கு கொண்டு வர வேண்டும். அவர்களின் கவனத்தை ஈர்க்கிற அளவுக்கு மனதை ஒருமுகப்படுத்தக்கூடிய ஆற்றலோடு விஷய ஞானம் உடையவராக ஆசிரியர்கள் முதலில் விளங்கவேண்டும். அதற்குத் தகுந்ததுபோல தயாரித்துக்கொண்டு வரவேண்டும். 'நேற்றைக்கு நடத்தியதை எடுத்துப் படி' என்று சொல்லிவிட்டு உட்கார்ந்திருக்கக் கூடாது. ஆசிரியருக்கும் ஆர்வமிருக்கவேண்டும். மற்றதெல்லாம் பிறகுதானே.

கதை போலச் சொன்னால் அவர்களுக்கு நிச்சயம் புரியும். படங்கள், கதைகள் இப்போது சி.டி.க்கள் வந்திருக்கின்றன.

அய்யா எங்க ஊருக்கும் நீங்கள் வந்து புத்தகத் திருவிழாவை நடத்தினீர்கள் என்றால் நன்றாக இருக்கும்.

மதுரையில் நடக்கிற புத்தகக்கண்காட்சிக்கு செல்லுங்கள். அங்கு நடத்துகிறவர்களிடம் உங்கள் கருத்துகளைத் தெரிவியுங்கள்.

நான் என்ன நினைக்கிறேன் என்றால் வாராவாரம் நூல் நிலையத்திற்கு அழைத்துச்சென்று ஒரு மணிநேரம் இரண்டுமணிநேரம் மாணவர்களை உள்ளே விட்டு விட வேண்டும். கல்விச்சுற்றுலா இருக்கிறதே அதைப்போல. நூலகப் பாடவேளை, லைபரரி பீரியேட் இருக்கிறதே தவிர, யார் நூலகத்திற்குப் போகிறார்கள்?

நூல்நிலையங்களுக்கு மிகுந்த முக்கியத்துவம் கொடுக்கவேண்டும். வாசகசாலைக்குச் சென்று படிக்க வேண்டும் என்று ஆசிரியர்கள்தான் மாணவர்களை அனுப்பிவைக்க வேண்டும்.

அய்யா சேலத்திலிருந்து திருவள்ளுவர் பேசுகிறேன். சுய முன்னேற்றப் புத்தகங்கள் படிக்க விரும்புகிறேன். மொழிபெயர்ப்பு நூல்களைப்

படித்திருக்கிறேன். தமிழில் எழுதப்பட்ட தன்னம்பிக்கை நூல்களில் யாருடையதைப் படிக்கலாம்.

தொடக்ககாலத்தில் அப்துற்ரஹீம் என்பவர் பல தன்னம்பிக்கை நூல்களை எழுதினார். அண்ணன், தம்பிக்கு எழுதுவதைப் போலவும், தந்தை-மகனுக்கு அறிவுரைகள் ஆலோசனைகள் வழங்குவது போலவும் எழுதியிருப்பார். மறுபதிப்பு வந்திருக்கிறது. அதற்குப்பிறகு டாக்டர் எம்.எஸ்.உதயமூர்த்தி எழுதிய நூல்கள் குறிப்பிடத்தக்கவை. தமிழிலே நிறையப்பேர் எழுதியிருக்கிறார்கள்.

அய்யா வணக்கமுங்க. ஈரோடு மாவட்டம் கோட்டைக்காட்டுவலசுலேர்ந்து பேசுறங்கய்யா. எங்க ஊர்ல நூலகம் வைச்சு மக்கள அதுல ஈர்க்கறதுக்கு ஒரு ஆலோசனை சொல்ல முடியுங்களா?

சாதாரண மக்கள், பாமரமக்கள், பாட்டாளிகளும் படிக்க முடியும். விவசாயிகள், தொழிலாளிகள் அனைவரும் படிக்க முடியும், படிக்க வேண்டும். அதிகம் படிக்காதவர்களும் நூல்களைப் படித்தால் பெரிய பெரிய காரியங்களைச் செய்யமுடியும். புகழ்பெற்ற எழுத்தாளர் ஜெயகாந்தன், ஐயா ம.பொ.சி, பெரியார், காமராஜரெல்லாம் கல்லூரி சென்று படிக்காதவர்கள்தான். ஆனால் பள்ளி, கல்லூரியில் படிக்க வில்லையே தவிர, நூல் நிலையங்களில், வீடுகளில், சிறைச்சாலைகளில் படித்தவர்கள், சமுதாயத்தைப் படித்தவர்கள், மனிதர்களைப் படித்தவர்கள், படித்தவர்கள் சொல்வதை நாள்தோறும் கேட்டுக் கேட்டு உள்வாங்கிக் கொண்டு சுயமாக சிந்தித்தவர்கள்.

ரொம்ப கஷ்டப்பட்டு, சிரமப்பட்டு இந்தப் புத்தகத் திருவிழாவை நடத்துகிறீர்கள். வேறுபல சமூகப் பணிகளிலும் தீவிரமாக ஈடுபடுகிறீர்கள். எப்படி உங்கள் குடும்பத்தினர் இதை ஏற்கிறார்கள்? அவர்களுடைய ஒத்துழைப்பு எவ்வாறு இருக்கிறது?

முழுமையாக ஒத்துழைக்கிறார்கள். என்னுடைய தந்தையார் காலத்திலிருந்தே எக்கள் குடும்பம் பொதுவுடைமை இயக்கக் கொள்கைகளை ஏற்றுக்கொண்ட குடும்பம். ஏற்கனவே 6 ஆண்டுகாலம் 'விடுதலை வேள்வியில் தமிழகம்' நூலுக்காக வழக்கறிஞர் தொழிலை-விட்டுவிட்டு வந்தேன். இப்பொழுதும் தொடர்ந்து சமுதாயப் பணிகளில் ஈடுபட்டு வருகிறேன். என்னுடைய கருத்தோட்டத்தோடு இணைந்து உடன்பட்டு இருப்பதால் அவர்களும் என்னோடு ஒத்துழைக்கிறார்கள். புத்தகத்திருவிழா போன்ற நிகழ்வுகளில் அவர்களுக்கும் ஈடுபாடு ஏற்பட்டுள்ளது. அதனால் அவர்களின் ஆதரவும் ஒத்துழைப்பும் முழுமையாக இருக்கிறது. அந்தப் பக்குவம் அவர்களுக்கு உள்ளது.

வாழ்த்துகள்! நன்றி! வணக்கம்!

நெறியாள்கை: மகா சோமஸ் கந்தமூர்த்தி

கலைஞர் தொலைக்காட்சி - 29 ஜூலை, 2008

மக்களுக்காகச் சிந்திப்போம்...
மக்களைச் சிந்திக்க வைப்போம்...

'சந்தித்த வேளையில்' நிகழ்ச்சியில் இன்று மீண்டும் உங்களைச் சந்திப்பதில் மகிழ்ச்சி. இன்று நாம் சந்திக்கப் போகும் சிறப்பு விருந்தினர் மக்கள் சிந்தனைப் பேரவையின் தலைவர், த.ஸ்டாலின் குணசேகரன் அவர்கள்.

வணக்கம். மக்கள் சிந்தனைப் பேரவையின் நோக்கமென்ன? அதன் செயல்பாடுகளைப் பற்றிச் சொல்லுங்கள்.

'மக்களுக்காகச் சிந்திப்பது; மக்களைச் சிந்திக்க வைப்பது' என்பது மக்கள் சிந்தனைப் பேரவையின் அடிப்படை நோக்கம்.

'மக்களுக்காகச் சிந்திப்பது, மக்களைச் சிந்திக்க வைப்பது' என்கிற குறிக்கோளுடன் செயல்படுவதற்கு எடுத்துக்காட்டாக ஒன்றைச் சொல்ல இயலுமா?

புத்தகத்திருவிழா, பாரதிவிழா, ஆசிரியர்களுக்குப் பாராட்டுவிழா என்பதை வெற்று விழாக்களாக சடங்குப்பூர்வமான விழாக்களாக நடத்தாமல் மாபெரும் விழிப்புணர்வூட்டும் மாநாடாக, நற்சிந்தனை யைப் பரப்பும் கருத்தரங்கமாக நடத்தி வருகிறோம்.

10 நாட்கள் ஆசிரியர்களுக்கான சங்க இலக்கியப் பயிலரங்கத்தை சிறப்பாக நடத்தினோம். 42 தலைப்புகளில் 42 தமிழறிஞர்கள் கருத்துரை வழங்கினர்.

பல ஊர்களுக்கும் பள்ளி, கல்லூரிகளுக்கும் சென்று சொற்பொழிவாற்றி வருகிறீர்கள். விடுதலைப் போராட்ட கால செயல்வீரர்கள் பற்றியும் வரலாறு குறித்தும் பேசும்போது மாணவர்கள் விருப்பத்தோடு கவனிக்கிறார்களா?

இளம் தலைமுறைக்கு நாட்டுப்பற்று, மொழிப்பற்று, சமூக உணர்வு, சமுதாயச் சிந்தனை, தொண்டு மனப்பான்மை போன்றவற்றை உருவாக்கத் தொடர்ந்து பல தளங்களில் பணியாற்றி வருகிறோம்.

'அந்தக் காலத்தில் மாணவர்கள், இளைஞர்கள் சொற்பொழிவு கேட்டது போல இந்தக் காலத்தில் கேட்க மாட்டார்கள். நகைச்சுவை யாகப் பேசினால்தான் கேட்பார்கள். இல்லையென்றால் ஒரு மணிநேரம் ஒன்றரை மணி நேரமெல்லாம் உட்கார்ந்து கேட்க மாட்டார்கள், கிளுகிளுப்பு, கலகலப்பூட்டுவது போல பேசினால்தான் கேட்பார்கள்' என்று ஒரு கருத்து நிலவுகிறது.

நான் 25 ஆண்டுகளுக்கும் மேல் பள்ளி, கல்லூரிகள், பல்கலைக் கழகங்கள், பயிலரங்குகள், கருத்தரங்குகளில் பேசி வருகிறேன். தனித் தலைப்புகளிலும் உரையாற்றி வருகிறேன். பட்டமளிப்பு விழாக் களிலும் பேசி வருகிறேன். எல்லா இடத்திலும் மாணவர்கள் கவனமாகக் கேட்கிறார்கள். நகைச்சுவையாகப் பேசுவது ஒரு திறமை தான். மறுப்பதற்கில்லை. ஆனால் சீரியசாக சிந்தனையைத் தூண்டுகிற வகையில் சொற்பொழிவாற்றினாலும் ஆர்வத்தோடு கேட்கிறார்கள். அந்த ஈடுபாடும் கவனமும் அவர்களின் கண்களில் தெரிகிறது. ஆகவே ஆழமான கருத்தை அழுத்தம் திருத்தமாக எடுத்துரைத்தால் கேட்க மாட்டார்கள் என்பதை ஏற்றுக்கொள்ள இயலாது.

பெரும்பாலும் என்ன மாதிரியான தலைப்புகளில் பேசுவீர்கள்?

வரலாறு, இலக்கியம், மொழியியல், அறிவியல் அறிஞர்களின், பெரும் தலைவர்களின் வாழ்க்கை வரலாறுகள் போன்ற பொருள்களில் பேசுவேன். சமூகம் சார்ந்த தலைப்புகளில் பேசுவேன்

கடந்த 10 ஆண்டுகளாகச் செயல்பட்டுவரும் மக்கள் சிந்தனைப் பேரவையின் சாதனைகளாக எவற்றைக் குறிப்பிடுவீர்கள்?,

இல்லந்தோறும் நூலகம்.
நூலகமில்லா ஊரில் குடியிருக்க வேண்டாம்
நல்ல நூல்களே நல்ல நண்பர்கள்

என்ற முப்பெரும் முழக்கங்களை முன்வைத்து செயல்பட்டு வருகிறோம். ஈரோடு ஒரு வணிகநகரம். யார் படிப்பார்கள்? படிப்பதற்கு யாருக்கு நேரம் இருக்கிறது? காலையில் எழுந்தவுடன் வேலைக்குச் சென்று விடுவார்கள். இரவுதான் வருவார்கள். யார் வாசிப்பார்கள்? என்று தொடக்கத்தில் கேள்விகளை எழுப்பினார்கள்.

சென்னைக்கு அடுத்தபடியாக திருச்சி, கோவை, மதுரை போன்ற ஊர்கள்தான் பெரிய ஊர்கள். அங்கேயே நடத்த முடிய வில்லை. அதற்கு அடுத்த நிலையிலுள்ள ஈரோட்டில் நடத்த முடியுமா? அப்படியே அதை நடத்தினாலும், தொடர்ந்து ஒவ்வொரு ஆண்டும் நடத்த முடியுமா? என்றும் கேட்டார்கள்.

'மூன்றாண்டுகளுக்கு ஒருமுறை நடத்தலாம் 200 ஸ்டால்கள் வேண்டாம். 50 அல்லது 75 கடைகள் போதும். மக்கள் வருவார்களா, வாங்குவார்களா என்பது தெரியவில்லை,' என்றெல்லாம் சொன்னார்கள். அவர்கள் சொன்னதை நான் தவறு என்று சொல்லவில்லை. இதற்கு முன்பு ஏற்பட்ட அனுபவங்கள், ஈரோடு மாவட்டத்தின் மக்கள் தொகை போன்றவற்றை மனதில் கொண்டுதான் அவர்கள் அவ்வாறு எச்சரித்தார்கள். ஆனாலும் நாங்கள் அழுத்தமான ஆர்வத்தோடும் நம்பிக்கையோடும் இந்தத் திட்டத்தைத் தொடங்கினோம்.

இவ்வளவு பேர் இவ்வளவு சொல்லியும் எப்படி உங்களுக்கு இதில் துணிவும் விருப்பமும் ஏற்பட்டது?

படிப்பதற்கு நேரமில்லை என்று சொல்பவர்களிடம் நேர நிர்வாகத்தை எடுத்துரைப்பது. முன்னேற்றத்திற்கும் வளர்ச்சிக்கும் நூல்கள் எவ்வாறு துணையாக இருக்கிறது, அடிப்படையாக இருக்கிறது என்பதை மக்களிடம் விளக்க வேண்டும். படிக்க விருப்பமில்லை, வாசிக்க ஆர்வமில்லை என்றால் படிப்பின்பால் ஈடுபாட்டை ஏற்படுத்தவேண்டும். வாசிப்பின்மீது நேசிப்பை உருவாக்க வேண்டும். ஆகவே அதற்கு என்ன செய்வது என்ற அஸ்திவாரப்பணிகளில் பல்வேறு உத்திகளைக் கடைப்பிடித்து வேலை செய்தோம்.

ஏதோ நடத்துகிறோம் அதை வெற்றிகரமாக நடத்த வேண்டும் என்பது நமது நோக்கமல்ல. நமது நோக்கம் என்பது தொலைநோக்கம். நமது பார்வை என்பது தொலைநோக்குப் பார்வை. ஆகவே ஈரோட்டை மட்டுமே பேஸ்பண்ணி நடத்தாமல் கொங்கு மண்டலம் தழுவிய முறையில் இது நடத்தப்படுகிறது. நிலப்பகுதியின்படி பார்த்தால் ஈரோடு கொங்கு மண்டலத்திற்கு மையமாகத் திகழ்கிறது.

முதலில் 75 ஸ்டால்களைப் போட்டோம், பிறகு சரிக்குச்சரி அதிகரித்து 150 ஸ்டால்களைப் போடும்போது பதிப்பாளர்கள்கூட அச்சம் தெரிவித்தனர். ஓடுமா? விற்பனை குறைந்து விடும், என்றார்கள்.

ஏனென்றால் வணிகம் பரவலாக்கப்படுகிறது அல்லவா? ஆகவே, 'நண்பர்களை வைத்து திரும்பத்திரும்ப கூட்டங்களைப்போட்டு, தைரியமாக வாருங்கள். ஈரோடு மாவட்டம் மட்டுமல்ல, கொங்கு மண்டலம் முழுவதும் விளம்பரம் செய்யப் போகிறோம். விளம்பரம் செய்யப் போகிறோம். நுழைவுக் கட்டணம் இல்லை. அனுமதி இலவசம். பள்ளி, கல்லூரிகளுக்குத் தனிக்கவனம் செலுத்துகிறோம்' என்று விளக்கிச் சொன்னோம்.

மூன்றாம் ஆண்டு மூன்று கோடி ரூபாய்க்கு புத்தகங்கள் விற்பனை ஆனது. அடுத்த ஆண்டு மூன்றே முக்கால் கோடி. சென்ற ஆண்டு 7 கோடி ரூபாய்க்கு நூல்கள் விற்கப்பட்டிருக்கின்றன.

சரி! என்ன மாதிரியான புத்தகங்கள் விற்றிருக்கின்றன? ஜோதிடம், வாஸ்து சாஸ்திரம், எண் கணிதம், சமையல் கலை போன்ற புத்தகங்களா? சினிமாப் புத்தகங்களா? என்று சிலர் கேட்டார்கள். புத்தகக் க்ண்காட்சி முடிந்தபிறகு அதை மதிப்பீடு செய்வதற்காக ஒரு கூட்டத்தை நடத்திய பொழுது எங்களுக்கு சில நல்ல செய்திகள் கிடைத்தன. நல்ல புத்தகங்கள், தரமான நூல்கள் அதிகமாக விற்றிருக்கின்றன.

தனிநபரின் பாத்திரம் எப்படி இருக்கிறது? தனி நபரின் அனுபவம். ஒருநாள் பார்த்து விட்டுப் போவார்கள், அடுத்த நாள் வந்து வாங்குவார்கள். ஒரு நாள் வந்து வாங்குவார்கள், இன்னொரு நாள் வந்து இன்னும் கொஞ்சம் வாங்குவார்கள். இந்தப் பிரிவினரைப் பற்றிக் கொஞ்சம் பேசலாமா?

உள்ளபடியே நீங்கள் குறிப்பிட்ட இந்த விஷயத்தைப் பேசியே ஆக வேண்டும். தனிநபர் வகிக்கும் பாத்திரம் என்பது மிக முக்கியமானது. ஒரு பேராசிரியர் இருக்கிறார், அவருடைய மனைவியும் பேராசிரியர். அவர் சொன்னார்:

'எங்கள் வீட்டில் நூலகமெல்லாம் கிடையாது. கல்லூரி நூலகம், பொது நூலகத்தைப் பயன்படுத்துவதுண்டு. பாட சம்பந்தமான புத்தகங் களைத் தவிர வேறு நூல்கள் எங்கள் இல்லத்தில் இல்லாமல் இருந்த நிலை இருந்தது. ஆனால் ஈரோடு புத்தகத் திருவிழாவுக்கு வந்து சென்ற பிறகு நாங்கள் புத்தகங்களைச் சேகரிக்கத் தொடங்கி விட்டோம். இப்பொழுது எங்கள் வீட்டில் 4000 நூல்களைக் கொண்ட வீட்டுநூலகம் உருவாகிவிட்டது. தினம்தோறும் பயன்படுத்துகிறோம்' என்றார்.

ஏதோ பேராசிரியர்கள் மட்டும்தான் இவ்வாறு சொல்வதாக கருத இயலாது. மாணவர்கள், பல்வேறு துறைகளைச் சேர்ந்தவர்களும் இதே போன்ற கருத்துகளை தெரிவிக்கின்றனர்.

நீங்கள் ஒரு எழுத்தாளரும் கூட! விடுதலைப் போராட்ட கால கட்டத்தை இளைய தலைமுறைக்கு எடுத்துக்கூறும் வகையில் உரையாற்றி வருகிறீர்கள். நூல்களை எழுதி வெளியிட்டிருக்கிறீர்கள். இந்த எண்ணம் உங்களுக்கு எப்படி ஏற்பட்டது?

இந்தியாவின் விடுதலைப் போராட்டம் மிகவும் தனித்தன்மையோடு நடைபெற்றிருக்கிறது. மற்ற நாடுகளில் நடந்ததைவிட வித்தியாசமாக நடந்திருக்கிறது. இந்தியா முழுவதும் என்ன தோற்றம் இருக்கிறது என்றால், ஏதோ தமிழகம் விடுதலைப் போராட்டத்தில் ஈடுபடவே யில்லை என்பதைப் போலவும், வெள்ளையர்களுக்கு நாமெல்லாம் வெண்சாமரம் வீசியதைப் போலவும் ஒரு சித்திரம் இருக்கிறது. இயல்பாகவே உருவாகியிருக்கிறது அல்லது திட்டமிட்டு உருவாக்கப் பட்டிருக்கிறது. போதிய அளவுக்கு தமிழகத்தின் பங்கு எடுத்துக் கூறப்படவில்லை அல்லது இருட்டடிப்பு செய்யப்பட்டிருக்கிறது.

1857-ல் நடந்த சிப்பாய்ப் புரட்சி இருக்கிறதே அதைத்தான் முதல் இந்திய சுதந்திரப்போர் என்று குறிப்பிட்டு வருகிறார்கள். இன்றைக்கும் நம்முடைய குழந்தைகளின் பாடப்புத்தகத்தை வாங்கிப் பாருங்கள். முதல் விடுதலைப்போர் என்பது 1857ல் நடைபெற்றதாகத்தான் இருக்கும். ஆனால் அதற்கு முன்பே 1806-ம் ஆண்டே வேலூர்ப் புரட்சி நடைபெற்றிருக்கிறது. பேராசிரியர் பி.சின்னையன் என்பவர் வேலூர்ப் புரட்சியை ஆராய்ந்து தனது பி.எச்.டி. ஆய்வேட்டைச் சமர்ப்பித் திருக்கிறார்.

அந்தப் புத்தகத்தை நீங்கள் வாசித்தால் 1857-ல் நடந்த புரட்சியின் அனைத்து அம்சங்களும் 1806-ம் ஆண்டு புரட்சியிலும் நடந்திருப்பது தெரியவரும். ஆறுமணி நேரம் நடந்த புரட்சி. இவர்களும் ராணுவ வீரர்கள்தான், அவர்களும் ராணுவ வீரர்கள்தான். சரி! அடுத்த வரலாற்றுச் சிறப்பு மிக்க நிகழ்வு என்ன?

1806-ம் ஆண்டுக்கு முன்பே இதே தமிழ்நாட்டில் 1800 மற்றும் 1801-ம் ஆண்டுகளில் நடைபெற்ற புரட்சியாகும். இதைப் பேராசிரியர் கே.ராஜய்யன் 'சௌத் இன்டியன் ரெபில்லியன்' என்ற அருமையான நூலில் தெளிவுடன் எழுதியிருக்கிறார். எல்லாம் ஆதாரங்களுடன் கூடியது, ஆய்வு பூர்வமானது. கோவைப் புரட்சியைக் குறிப்பிட் டிருக்கிறார். அதில் எத்தனையோ பேர் தூக்கிலிடப்பட்டிருக்கிறார்கள். ஒரே மரத்தில் ஏழுபேர் தூக்கிலிடப்பட்டிருக்கிறார்கள்.

1799-ல் வீரபாண்டிய கட்ட பொம்மன் அதற்கும் சற்று முன்பும் பின்பும் பூலித்தேவன், வேலுநாச்சியார், மருதுபாண்டியர்கள், தீரன் சின்னமலை.

தீரன் சின்னமலையும் அவரது சகோதரரும் சங்ககிரியில் தூக்கிலிடப் பட்டனர். மருது சகோதரர்கள் தூக்கிலிடப்பட்டனர். வீரபாண்டிய கட்டபொம்மன் தூக்கிலிடப்பட்டார். ஊமைத்துரையும் தூக்கிலிடப் பட்டார். அனைவரும் தூக்கில் போடப்பட்டிருக்கிறார்கள். போருக்குப் பிறகே எல்லோரும் தூக்கிலிடப் பட்டிருக்கிறார்கள்.

இவையெல்லாம் சான்றுகளோடும் அசைக்க முடியாத ஆதாரங் களோடும் ஆய்வாளர்கள் நிறுவிய விவரங்கள். காங்கிரஸ் பேரியக்கம் தொடங்கப்படுவதற்கு முன்பும் நடந்திருக்கிறது. தோற்றுவிக்கப்பட்ட பிறகு 1905-ல் சுதேசி இயக்கம்.

விடுதலைப் போராட்டத்தில் வ.உ.சியின் பங்கு சாதாரணமானதல்ல; காந்தியடிகள் என்றால் இந்தியா. அதை நாம் மறுக்கவில்லை ஏற்றுக்கொள்கிறோம். ஆனால் வட இந்தியர்கள் வ.உ.சியை முழுமையாக உணரவில்லை.

1917-ம் ஆண்டு சோவியத்தில் புரட்சி நடக்கிறது. 1925-ம் ஆண்டு இந்தியாவில் பொதுவுடைமை இயக்கம் பூக்கிறது. 1920-ல் அகில இந்திய அளவில் முதன்முதலில் தொழிற்சங்கம், ஏஐடியுசி தோன்றியது. 1917-ல் சோவியத் புரட்சி வெடித்த பிறகுதான் இந்தியாவிலும் உலகெங்கிலும் அதன் தாக்கம் பரவுகிறது. ஆனால் 1908-ல் வெள்ளைக்காரன் ஆரம்பித்திருந்த கோரல்மில்லில் வேலைநிறுத்தம், தூத்துக்குடி கோரல் மில்லில் 1000 பேர் போராடி இயக்கம் கண்டு வெற்றி பெறுகிறார்கள். ஒப்பந்தம் கையெழுத்தாகிறது. இதை முன்னெடுத்து வெற்றிகரமாக நிறைவேற்றியவர் வ.உ.சி. அவருக்கு எது முன்னுதாரணமாக இருந்தது?

தொழிலாளர்கள் முதன்முதலாக அரசியல் காரணங்களுக்காகப் போராடியது திலகருக்காகத்தான் என்று படிக்கிறோம். நாம் அதைக் குறைத்து மதிப்பிடவில்லை. ஆனால் அதற்கு முன்பே வ.உ.சிக்காக தூத்துக்குடி, திருநெல்வேலி, பாளையங்கோட்டைப் பகுதிகளில் தொழிலாளர்கள் பல்லாயிரக் கணக்கானோர் திரண்டு போராடியிருக் கிறார்கள். வ.உ.சி கைது செய்யப்பட்டதைக் கண்டித்து அரசியல் ரீதியாகத் தெருவில் இறங்கினார்கள். வ.உ.சியின் வரலாறு எப்பேர் பட்ட வரலாறு? தமிழன் தலை நிமிர்ந்து நிற்பதற்கு வ.உ.சி என்ற ஒரு மனிதனின் வரலாறு போதுமானது.

பாலகங்காதர திலகர், விபின் சந்திர பாலர், லாலா லஜபதிராய் இந்த மூவரும் இந்திய விடுதலைப் போராட்டத்தின் திரிசூலம் என்றழைக்கப்படுகிறார்கள். காந்தியடிகளுக்கு முன்பு இந்திய சுதந்திர யுத்தத்தை முன்னெடுத்துச் சென்ற மூவர்தான் இவர்கள். அதே காலகட்டத்தில் தானே தமிழகத்தின் திரிசூலமாகத் திகழ்ந்த வ.உ.சி, சுப்பிரமணிய சிவா, மகாகவி பாரதியார் வாழ்ந்தார்கள். இந்த மூவரும் அந்த மூவர் பேசப்பட்ட அளவுக்கு இந்தியாவில் பேசப்பட்டார்களா? அல்லது தமிழகத்தில் தான் அவர்களுக்குரிய வரலாற்று முக்கியத்துவத் துடன் பேசப்படுகிறார்களா?

சாமானிய மக்கள் போராடியிருக்கிறார்கள். தனிமனிதர்கள் போராடியிருக்கிறார்கள், அடித்தட்டு மக்கள் கிளர்ச்சியில் ஈடுபட்டி ருக்கிறார்கள். அத்தனையையும் வெளிக்கொண்டு வந்து இந்தியா முழுவதும் தமிழர் வரலாறு குறித்த அதிர்வலைகளை ஏற்படுத்த வேண்டும் என்பதற்காகவே 'விடுதலை வேள்வியில் தமிழகம்' நூலை மிகுந்த சிரமப்பட்டுக் கொண்டு வந்தோம்.

'வரலாற்றுப் பாதையில்' என்றொரு நூலை இயற்றி இருக்கிறீர்கள், அதைப்பற்றி சொல்லுங்கள்.

'ஜனசக்தி' நாளிதழில் அன்றாடம் ஒரு கட்டுரை என்று நூறு நாட்கள் எழுதினேன். ஒரு நூலைப் பற்றிய வரலாறு, ஒரு

விஞ்ஞானியைப் பற்றிய சரித்திரம், ஒரு கண்டுப்பிடிப்பின் கதை, ஒரு சிற்பம்... அதைப்பற்றிய வரலாறு இப்படி பல தன்மைகளைக் கொண்ட கட்டுரைகள்தான் 'வரலாற்றுப்பாதையில்' என்ற இரண்டு பாகங்களாக வெளிவந்த நூல்.

பொதுவாக வரலாற்றைப் பற்றியே பேசியும் எழுதியும் வருகிறீர்கள். குறிப்பாக வரலாற்றின் மீது பற்று ஏற்பட என்ன காரணம்?

பொதுவாக நமக்கு வரலாறு இருக்கிற அளவுக்கு வரலாற்றுச் சிந்தனை இல்லை; வரலாற்று உணர்வில்லை. ஒரு 500 ஆண்டுகால வரலாறு உள்ள நாடுகள்கூட புராதனப் பொருள்களையும் சரித்திரத்தையும் போற்றிப் பாதுகாக்கும்போது 10 ஆயிரம் ஆண்டு கால வரலாற்றுப் பின்புலம் உள்ள நமக்கு ஏன் அந்த உணர்வில்லை? தஞ்சைப் பெரியகோயில், கங்கைகொண்ட சோழபுரம் போன்ற பழம்பெரும் கோயில்கள்போல வேறு எந்த நாட்டில் அற்புதமான கட்டிடக்கலை இருக்கிறது? ஆகவே இப்படிப்பட்ட சூழல்தான் எனக்கு சரித்திரத்தின் மீது பேரார்வத்தை மூட்டியது. அடிப்படையில் நான் கணித மாணவன். பிறகு சட்டம் பயின்று வழக்குரைஞர் ஆனேன்.

வரலாற்றைப் பேசினால் எல்லோரும் என்ன சொல்வார்கள் என்றால் 'பழம்பெருமை பேசி இனிமேல் என்ன ஆகப்போகிறது?' என்பார்கள்.

பழம்பெருமைகளைச் சொல்வது மட்டுமே வரலாறு அல்ல. மகான் அரவிந்தர் சொல்லியிருக்கிறார், 'எந்த நாட்டில் வரலாற்றுப் பெருமிதம் உள்ள இளைஞர்கள் இருக்கிறார்களோ - எந்த நாட்டில் நிகழ்காலம் குறித்த கவலையுள்ள இளைஞர்கள் அதிகமாக இருக்கிறார்களோ - எந்த நாட்டில் எதிர்காலம் குறித்து கனவைத் தாங்கிய இளைஞர்கள் அதிகமாக இருக்கிறார்களோ அந்த நாட்டின் வளர்ச்சியை யாராலும் தடுத்து நிறுத்திவிட முடியாது' என்று.

வரலாற்றை வெறும் புராணமாக - சம்பிரதாயங்களையும் சடங்கு களையும் கொண்ட சாஸ்திரங்களாக நாங்கள் பார்க்கவில்லை. விஞ்ஞானக் கண்ணோட்டத்தோடு - அறிவியல் பார்வையோடு வரலாற்றை வாசிக்க வேண்டும் என்று விரும்புகிறோம். ஆகவேதான் 'கடந்த கால இந்தியாவைப் படிப்போம், எதிர்கால இந்தியாவைப் படைப்போம்' என்ற முழக்கத்தை முன்வைத்திருக்கிறோம்.

கடந்த கால வரலாற்றைப் படித்தால்தான் எதிர்கால வரலாற்றைப் படைக்க முடியும். நமக்கு இருக்கிற திருக்குறள் வேறு யாருக்கு இருக்கிறது? நமக்கு உள்ள சங்க இலக்கியம் வேறு யாருக்கு இருக்கிறது?

பழம் பெருமை பேசுவது அல்ல நமது நோக்கம். அந்த அற்புதமான ஆழமான வரலாற்றிலும் இலக்கியத்திலும் உள்ள கருத்துகளை இளைஞர்களின் இதயத்தில் உறுதியாகவும் நுட்பமாகவும் பதியச் செய்ய வேண்டும். அந்த வரலாற்றிலும் இலக்கியத்திலும் உள்ள கருத்துகளைக் கடைபிடித்து அவர்கள் வாழவேண்டும். வெற்றி பெற வேண்டும். ஆகவே பெருமிதத்திற்காக அல்ல.

வரலாற்றைத் தனித்துப் பார்க்கக் கூடாது. பொழுதுபோக்கு அம்ச மல்ல வரலாறு. அது படிப்பினை. வரலாற்றில் நல்லதும் இருக்கிறது கெட்டதும் இருக்கிறது. நல்லதை எடுத்துக் கொள்ளுங்கள். தீயதை விட்டு விடுங்கள். கட்டபொம்மனைப் பேசும்போது காட்டிக் கொடுத்தவனையும் பேசுகிறோமல்லவா?

காட்டிக்கொடுத்தவன் வரலாற்றில் நிற்கமாட்டான், இகழப்படு வான் என்பது தெரிகிறதல்லவா? தீமை செய்தவன், உதவி செய்யாதவன் கயவனாகத்தான் பார்க்கப்படுவான். வரலாற்றில் வாழ மாட்டான். நல்லவனே எஞ்சி நிற்பான் என்பது தெரிகிறதல்லவா?

பாரதியாரின் ஊர்வலத்தில் 20 பேருக்கும் கீழ் தான் கலந்து கொண்டார்கள் என்பதைப் பார்க்கும்போது இன்றைக்கு இல்லை யென்றாலும் வரலாறு உரியவர்களை வாழ்த்தும் என்று புரிகிற தல்லவா? ஆகவே நல்லது செய்யும்பொழுது நாலுபேர் புகழ்வார்கள். ஆயிரம்பேர் கூட வருவார்கள் என்று எதிர்பார்க்கக்கூடாது என்பது புலப்படுகிறதல்லவா? தூயவனாக, நேர்மையாளனாக வாழ்ந்தால் இப்பொழுது நமக்குப் பரிசு கிடைக்கத் தேவையில்லை. இன்று பாராட்டவில்லையென்றாலும் எதிர்காலத்தில் நினைத்துப் பார்க்கும் என்று எண்ணிப் பார்க்கிறான் என்றால் வரலாறு தெரியாமல் எப்படி நினைத்துப் பார்க்க முடியும்?

மக்கள் சிந்தனைப் பேரவையின் எதிர்காலத்திட்டம்

"சமுதாயத்தில் மறுமலர்ச்சியை - மாற்றத்தை ஏற்படுத்துவதுதான்"

"மதிப்பெண்களைப் பெற்றால் மட்டும் போதாது. வாழ்க்கையின் மதிப்பீடுகளைப் பெறவேண்டும்."

"பண்புமிக்க சமுதாயத்தை உருவாக்க வேண்டும். படிக்காத மனிதன் இருக்கக் கூடாது. சிறிய ஊராக இருந்தாலும் நூல் நிலையம் இருக்க வேண்டும்."

"நாட்டுப்பற்றும் மொழிப்பற்றும் இளைஞர்கள், மாணவர்களிடையே ஏற்படவேண்டும்."

சந்திப்பு: ரமேஷ்பிரபா

ஜேசி ரோட் - நவம்பர், 2008

உள்ளாட்சித் தேர்தல் கற்பித்த பாடம்

அரசியல் கட்சி சார்பற்ற பொதுநல அமைப்பான 'மக்கள் சிந்தனைப் பேரவை'யின் தலைவரும், 'விடுதலை வேள்வியில் தமிழகம்' என்ற தொகுப்பின் நூலாசிரியருமான திரு. த.ஸ்டாலின் குணசேகரன் நம் 'ஜேசிரோட்' இதழுக்குத் தன் சிந்தனையைப் பகிர்ந்து கொள்கிறார்.

அய்யா வணக்கம்! நடந்து முடிந்த உள்ளாட்சித் தேர்தல் பற்றி உங்கள் அபிப்பிராயத்தைச் சொல்லுங்கள்?

நடைபெற்று முடிந்த உள்ளாட்சித் தேர்தலில் ஏற்கனவே நடைமுறையில் இருந்து வந்த தேர்தல் முறை மாற்றப்பட்டுள்ளதை அனைவரும் அறிவோம். பேரூராட்சி, நகராட்சி மற்றும் ஊராட்சி ஒன்றியம், மாவட்ட ஊராட்சி ஆகிய அனைத்து அமைப்புக்களுக்குமான தலைவரை, தேர்ந்தெடுக்கப்பட்ட வார்டு உறுப்பினர்களே தேர்வு செய்துள்ளனர். சென்ற தேர்தல்வரை தலைவரை நேரடியாக வாக்காளர்களே வாக்களித்து தேர்ந்தெடுக்கும் உரிமையிருந்தது. வாக்காளருக்கு வழங்கப்பட்டிருந்த உரிமை இந்த முறை பறிக்கப் பட்டுள்ளது. ஜனநாயகத்தின்மீது உண்மையாகவே நம்பிக்கை வைத்துள்ள அனைவருக்கும் இச்செயல் வருத்தத்தையும் கோபத்தையும் உண்டாக்கியுள்ளது.

இத்தகைய மாற்றத்தைக் கொண்டு வந்தவர்கள் முன் வைத்த வாதம் மிகவும் சொத்தையானதாகும். அரசியலின் அரிச்சுவடியைக் கற்காதவர்கள் கூட ஒப்புக்கொள்ள முடியாத வாதமாகும். இதை தேர்தலுக்கு முன்பு விரும்பியோ விரும்பாமலோ பல அரசியல் கட்சிகள் ஒப்புக் கொண்டுள்ளனர். அவ்வாறு ஒப்புக்கொண்டவர்களும் இப்போது பதில் சொல்லும் நிலையில் உள்ளார்கள்.

பெரும்பான்மை உறுப்பினர்களின் கட்சி எதுவோ அதே கட்சியைச் சார்ந்தவர் தலைவராக இருந்தால் தான் நிர்வாகம் சீராக நடைபெறும், தீர்மானங்கள் நிறைவேறும், பிணக்குகள் இருக்காது. திட்டங்கள் செயலுக்கு வரும் என்றெல்லாம் அடுக்கடுக்காகக் காரணங்கள் சொல்லப்பட்டது.

உள்ளாட்சித் தேர்தலில் நடந்த குளறுபடிகள் குறித்து...

உறுப்பினர்களுக்கான தேர்தல் வார்டுகளில் அம்மாதிரி நடைபெற்றது. வெற்றி பெற்ற உறுப்பினர்கள் பல இடங்களில் விலை பேசப்பட்டார்கள். வெற்றிபெறும் வாய்ப்புள்ள - தலைவருக்குப் போட்டியிடக் கூடும் என நம்பப்படும்படியான உறுப்பினர்களை கீழேயே, வார்டு மட்டங்களிலேயே தோற்கடிப்பதற்கு வியூகங்கள் வகுக்கப்பட்டன.

பெரும்பான்மை உறுப்பினர்களைக் கொண்ட கட்சியின் சார்பில் தலைவர் தேர்வு செய்யப்பட்டால் பிரச்சினையில்லை என்று வாதிட்டவர்கள், கூட்டணிக் கட்சிக்கு ஒரு உறுப்பினர் இருந்தாலும் மீதமுள்ள தோழமைக் கட்சிக்குப் பெரும்பான்மையிருந்தாலும் அந்த ஒரு உறுப்பினர் மற்ற பெரும்பான்மை உறுப்பினர்களால் வாக்களிக்கப்பட்டு தலைவராக்கப்படுவார் என்று தேர்தலின்போது சத்தியம் செய்தார்கள். இவ்வாறு ஒரு கட்சியைச் சார்ந்தவர்கள் சிறுபான்மையாக இருக்கும்போது பெரும்பான்மை உறுப்பினர்கள் சிறுபான்மையாக இருந்தாலும் பரவாயில்லை. இது கட்சியின் கட்டளை என்று ஏற்றுக்கொண்டார்களா? ஏற்றுக்கொள்ளவில்லை. ஏற்றுக்கொள்ளவும் மாட்டார்கள்.

எந்த வகையில் பார்த்தாலும் மக்களால் நேரடியாக, தலைவர் தேர்ந்தெடுக்கப்படுவதுதான் ஆரோக்கியமான ஜனநாயகம். உறுப்பினர் மூலம் தலைவர் தேர்தல் ஊழல், மோசடி, குழு மனப்பான்மை, சாதிய உணர்வு, சட்ட விரோதம், வன்மம், பழிவாங்கும் மனப்பான்மை போன்ற பலவிதமான படுமோசமான அம்சங்கள் தலைதூக்குவதற்கு வித்திட்டுள்ளது. 'இது இப்படியாகும் என்று நாங்கள் எதிர்பார்க்கவில்லை' என்ற வாதத்தை எந்தத் தரப்பிலிருந்து யார் எழுப்பினாலும் அது ஏற்புடையதன்று.

கள்ள ஓட்டு, வாக்குச் சாவடியைக் கைப்பற்றுவது, மக்களைச் சுதந்திரமாக வாக்களிக்க விடாமல் தடுப்பது போன்றவற்றை ஜனநாயக விரோதக் குற்றமாக மட்டுமல்லாது தேச விரோதக் குற்றமாகத்தான் பார்க்க வேண்டும்.

தேர்தல் ஆணையமும் சமூக நல அமைப்புகளும் இந்த அவலங்களை நினைத்து நொந்துகொண்டிருப்பதை விட இதற்கு என்ன மாற்று, இந்த சிக்கலுக்கு என்ன தீர்வு என்று யோசிக்கலாமே?

இனிவரும் தேர்தல்களில் எந்தச் சூழலிலும் யார் நினைத்தாலும் கள்ள வாக்களிக்க முடியாத அளவுக்கு தேர்தல் ஆணையம் சில புதிய அம்சங்களைப் புகுத்தத் தீவிரமாக முயற்சிக்க வேண்டும். உலகத்தில்

எத்தனையோ அதிசயிக்கத்தக்க மாற்றங்கள் நிகழ்ந்து கொண்டிருக்கிற போது ஜனநாயகத்தை நிலைநிறுத்த தேர்தல் ஆணையம் புதிய, புரட்சிகரமான, விஞ்ஞானப்பூர்வமான - யார் நினைத்தாலும் அசைக்க முடியாத, தவறு செய்ய நினைப்பவர்களை 'கிடுக்கிப்பிடியில்' மாட்ட வைக்கிற விதிகளை வகுக்க வேண்டும். அந்த விதிகளை தயவு தாட்சண்யமின்றி அமல்படுத்த வேண்டும். தேர்தலில் ஆளும் கட்சி, எதிர்க்கட்சி என்றெல்லாம் பாகுபாடு பாராட்டக்கூடாது. காவல் துறையின் கண்ணியம் கேலிக்குரியதாகி விட்டது. இதை அவர்கள் தான் சிந்திக்க வேண்டும். சட்டம் ஒழுங்கைப் பாதுகாக்கக் காவல் துறையா? சட்டத்தைக் காலில்போட்டு மிதித்துத் துவம்சம் செய்பவர் களைப் பாதுகாக்கக் காவல்துறையா? என்ற கேள்விக்கு அவர்கள்தான் பதில் சொல்ல வேண்டும்.

அரசியல் கட்சி சார்ந்து சிந்திக்காவிட்டாலும் மக்கள் சார்ந்து சிந்திக்க வேண்டியது அவசியமாகும். யார் செய்தாலும் தவறு தவறுதான் என்று பொதுமக்கள், சமூக அமைப்புகள் பொதுநிலையில் நின்று ஜனநாயகத்தைப் பாதுகாக்க உரத்த குரல் கொடுப்பது காலத்தின் கட்டாயமாகும்.

சந்திப்பு: இரா. சிவசண்முகம்

ஜீ தமிழ் தொலைக்காட்சி - 20 ஜனவரி, 2009

ஈழப்பிரச்சினை தமிழகத்தில் எதிரொலிக்கத்தான் செய்யும்

நிகழ்ச்சிக்கு உங்களை வரவேற்பதில் மிகவும் மகிழ்ச்சியடை கிறோம். பிரச்சினைகளின் பல்வேறு கோணங்களை விருப்பு வெறுப்பின்றி பார்ப்பதுதான் 'முதல்குரல்' நிகழ்ச்சியின் நோக்கம். சிக்கல்களுக்குத் தீர்வை நாங்கள் முன்வைக்கவில்லை. இது ஆரோக்கியமான விவாதத்தின் தொடக்கம்தான். இலங்கைப் பிரச்சினை தொடர்பாக முதல்வர் மு.கருணாநிதி வெளியிட்டுள்ள அறிக்கையில் முன்னாள் முதல்வர் ஜெயலலிதாவின் 'அரக்கு மாளிகை சதி'யை தாம் புரிந்துகொண்டிருப்பதாக கூறியுள்ளார். டாக்டர் ராமதாஸ், திருமாவளவன் போன்றவர்கள் நடத்தும் போராட்டங்களால் அரசுக்கு நெருக்கடி உருவாகுமா? இதுபற்றிப் பேசுவதற்காக நமது அரங்கத்திற்கு இந்திய கம்யூனிஸ்ட் கட்சியைச் சேர்ந்த திரு.த.ஸ்டாலின் குணசேகரன் அவர்களும் திமுகவின் தலைமை நிலையச்செயலாளர் டி.கே.எஸ். இளங்கோவன் அவர் களும் வந்திருக்கிறார்கள்.

வணக்கம்! முதல்வரின் அறிக்கையை நீங்கள் எப்படிப் பார்க்கிறீர்கள்?

ஸ்டாலின் : இப்பொழுது தமிழ்நாட்டில் ஒரு பெரிய நெருக்கடி உருவாகியிருக்கிறது. இப்படிப்பட்ட ஒரு அறிக்கையை விடுவதற்கு ஒரு நிர்பந்தம் உருவாகியிருக்கிறது என்றே நான் கருதுகிறேன். ஏனென்றால் இப்போது திருமாவளவன் உண்ணாவிரதம், தமிழகத்தில் ஏற்பட்டுள்ள எழுச்சி, அங்கே ஈழத்தில் கடைசிக் கட்டமாகத் தமிழர்கள் போராடிக் கொண்டிருப்பது, நாள்தோறும் அவர்கள் செத்துக் கொண்டிருப்பது, ஆயிரக்கணக்கில் அவர்கள் வீழ்ந்து மடிவது தமிழகத்தையே உலுக்கிக்கொண்டிருக்கிறது. அதன் பிரதிபலிப்பு இங்கே இருக்கத்தான் செய்யும். அவ்வளவு வலுவான உறவு இருக்கும்போது, அங்கே அழுகைச் சத்தம் கேட்டால் இங்கும் அழுகை இருக்கத்தான் செய்யும்.

பிரணாப்முகர்ஜி இலங்கைக்குச் செல்லாதது வேதனை அளிப்பதாகவும் அதே அறிக்கையில் முதலில் கருணாநிதி கூறியிருக்கிறார். விடுதலைச் சிறுத்தைகள், பாட்டாளிமக்கள் கட்சி போன்றவை தன்னிச்சையாகப் போராட்டங்களை அறிவிப்பதும் மகிழ்ச்சியளிப்பதாக இல்லை என்று குறிப்பிட்டிருக்கிறார். திமுகவின் நிலைதான் என்ன?

டி.கே.எஸ். இளங்கோவன்: அனைத்துக் கட்சிக் கூட்டத்தில் முடிவெடுத்ததைப்போல சர்வகட்சிக் குழுவினர் சென்று பிரதமரையும் உள்துறை அமைச்சரையும் சந்தித்துச் சொல்லிவிட்டு வந்திருக்கிறோம். மிக விரைவாக பிரணாப்முகர்ஜி கொழும்பு சென்று போரை நிறுத்த வலியுறுத்தவேண்டும் என்று கூறினோம். ஆனால் இதுவரை அவர் போகாதது எங்களுக்கு வருத்தத்தைத் தரக்கூடிய ஒன்றுதான். வெளியுறவுத்துறைச் செயலரை அனுப்பியிருப்பதாக அவர்கள் சொல்கிறார்கள். இது எந்தப் பயனைத் தரும் என்று எங்களுக்குத் தெரியவில்லை. தமிழர்கள் செத்துக் கொண்டிருக்கிறார்கள். ஒவ்வொரு இடமாக நாடோடிகளைப்போல ஓடிக் கொண்டிருக்கிறார்கள் என்பது வருத்தத்திற்கு உரிய நிகழ்வு. அதே நேரத்தில் தீவிரமாக இங்கே போராடுவதும் பேசுவதும் மறியல் செய்வதும் எந்த அளவுக்கு விளைவுகளை ஏற்படுத்தும் என்று எனக்குப் புரியவில்லை.

சிங்கள அரசுக்கு எதிராகப் பேசிய பேச்சுக்களைவிட, காங்கிரசைத் தனிமைப்படுத்த வேண்டும் என்கிற குரல்தான் மேலோங்கி இருந்ததாக கருணாநிதி கூறியுள்ளார். இலங்கைப் பிரச்சினையை தங்கள் அரசியல் லாபத்திற்கு எதிர்கட்சிகள் பயன்படுத்துவதாக நீங்கள் நினைக்கிறீர்களா?

ஸ்டாலின்: அனைத்துக்கட்சிக் கூட்டத்தில் ஈழப் பிரச்சினையில் அணுகுமுறைகளில் மாறுபட்ட கருத்து சில கட்சிகளுக்கு இருந்தாலும் ஏகமனதாகத் தீர்மானம் இயற்றப்பட்டது. உடனடியாக ஈழப்போரை நிறுத்தவேண்டும் என்று எல்லாக் கட்சிகளும் ஒரே குரலில் ஒன்றுபட்டு முழங்கின. இதெல்லாம் சாதாரணமானதுதானே என்று நினைத்து விடக்கூடாது என்பதற்குத்தான், சட்டமன்றத்திலும் தீர்மானம் நிறைவேற்றினோம். சட்டமன்றத்தில் இயற்றப்பட்ட தீர்மானத்தை மத்திய அரசு சாதாரணமாக எடுத்துக் கொள்ளக்கூடாது, எடுத்துக் கொள்ள முடியாது.

சாதாரணமாக அரசியல் இயக்கங்கள் நடத்துகிற மாநாடுகளில் நிறைவேற்றப்பட்ட தீர்மானம் என்றால் அலட்சியமாகக்கூட இருக்கலாம். ஆனால் சட்டமன்றத்தில் நிறைவேற்றப்பட்ட தீர்மானம் அதுவும் ஒருமனதாக இயற்றப்பட்டது. இந்தப்பிரச்சினையை அலட்சியமாகக் கருதமுடியாது. பல்லாயிரக்கணக்கானோர் செத்து

விழுந்துகொண்டிருக்கிறார்கள். மேலேயிருந்து குண்டுமழை பொழிகிறது. அநியாயம், அக்கிரமம், அப்பட்டமான சர்வாதிகாரம், பாசிசம், பயங்கரவாதம் தலைவிரித்தாடுகிறது. ஆகவே போரை நிறுத்தவேண்டும். 'போரை நிறுத்து' என்று ஒருவரி சொல்லமுடியா விட்டால், மத்திய அரசால் அதைக்கூட சொல்ல முடியாவிட்டால் நாடெங்கும் வேதனை வெளிப்படத்தானே செய்யும்.

பாட்டாளி மக்கள் கட்சியை குறை சொல்வது, 'அரக்கு மாளிகை சதி' என்றெல்லாம் கூறுவது மத்திய அரசின் மெத்தனப்போக்கை ஆதரிப்பதாகத் தானே இருக்கும்?

டி.கே.எஸ். இளங்கோவன்: மத்திய அரசு மெத்தனமாக இருக்கிறது என்ற புகாரை நான் மறுக்கவில்லை. வெளியுறவுத்துறை அமைச்சரை அனுப்பவேண்டும் என்ற எங்கள் கோரிக்கையை ஏற்றுக்கொள்வதாக அவர்கள் கூறிய பிறகும் இதுவரை அனுப்ப வில்லை. அதே நேரத்தில் இது வேறொரு நாட்டுப்பிரச்சினை. இதில் நாம் எந்த அளவு தலையிடமுடியும் என்ற எண்ணமும் மத்திய அரசுக்கு இருப்பதாகத் தெரிகிறது. இது எந்த நாட்டுப் பிரச்சினையாக இருந்தாலும் அங்கே ஒரு இனப்படுகொலை நடப்பதை தடுத்து நிறுத்தவேண்டும் என்று சொல்வதுதான் நாகரீகமான ஒரு நாட்டுக்கு அடையாளம் என்பது என்னுடைய கருத்து.

இலங்கைச் சிக்கலில் முரணான கருத்துடைய அதிமுகவையும் காங்கிரசையும் தனிமைப்படுத்த வேண்டும் என்று திருமாவளவன் பேசியிருக்கிறார். ஈழப்பிரச்சினையில் ஒத்த கருத்துடைய கட்சிகளை திமுகவுடன் ஒரேயணியில் இணைக்க திருமா கூறிய கருத்து சரியாக இருக்குமா?

ஸ்டாலின்: திமுகவும் முதல்வர் கருணாநிதி அவர்களும் எடுக்கின்ற முயற்சிகளில் எங்களுக்கு எந்தக் கருத்துவேறுபாடும் கிடையாது. அவர்தான் தமிழகத்தின் முதல்வர். தமிழகமக்களின் தேர்ந்தெடுக்கப்பட்ட தலைவர். அதனால்தான் அனைத்துக் கட்சிக் கூட்டத்திலும் கலந்துகொண்டோம். சட்டமன்றத்தில் தீர்மானத்தை ஆதரித்தோம். டெல்லிக்குச் சென்று அழுத்தம் திருத்தமாக முறையிட் டோம். அரசியல் கருத்துகளிலே தேர்தல் களத்திலே மாறுபட்டு நின்றாலும் இலங்கைப் பிரச்சினையிலே அரசு எடுக்கிற முயற்சிகளுக்கு ஆதரவளிக்கிறோம். ஒன்றுபட்டு நிற்கவேண்டும். ஒரே குரலை எழுப்பவேண்டும் என்பதிலே மாறுபட்ட நிலை இல்லை.

அதே சமயத்தில் மத்தியமந்திரி சபையில் திமுக அங்கம் வகிக்கிறது. தமிழகத்தைப் பொறுத்தவரை சரிபாதிப் பேர் திமுகவினர் அமைச்சரவையில் இருக்கின்றனர். 40 நாடாளுமன்ற உறுப்பினர்கள்

வெற்றி பெற்றுச் சென்றிருக்கின்றனர். நூறு சதவிகித வெற்றியை தமிழ்நாட்டில் பெற்று அங்கே சென்றுள்ள 40 எம்.பிக்களின் தயவில்தான் மத்திய அரசாங்கம் நடைபெறுகிறது. இப்போது கொடுத்துள்ள அழுத்தம் போதாது.

பிரணாப் முகர்ஜி அங்கே செல்லவில்லை என்பது மட்டுமல்ல, அங்கே சென்ற வெளியுறவுத்துறை செயலர் இலங்கை ராணுவ அதிகாரி களைப் பாராட்டிவிட்டு வந்திருக்கிறார். அவர் ராஜபக்சேவைப் பார்த்தது, பேசியது, ராணுவ அதிகாரிகளைப் பார்த்துப் பாராட்டியது எல்லாம் செய்தித்தாள்களில் விவரமாக வெளிவந்திருக்கிறது. உலகத்திலேயே உங்கள் ராணுவத்தைப்போல ஒரு ராணுவம் கிடையாது என்று பாராட்டி விட்டு வந்திருக்கிறார். ஏதோ இந்தியாவில் இருக்கிற ராணுவமெல்லாம் இரண்டாம் தரமான ராணுவம் என்பதைப்போல ஒரு சித்திரத்தை உருவாக்கி விட்டு வந்திருக்கிறார்.

'பிரணாப் முகர்ஜி இலங்கைக்குப் போகாதது வேதனையளிக்கிறது' என்பது மிகவும் சாதாரணமாக இருக்கிறது. இதைவிடத் தீவிரமாக எதிர்ப்பைக் காட்டியிருக்க வேண்டும் என்று சொல்கிறீர்களா?

ஸ்டாலின்: மிகவும் சாதாரணமானது. சம்பிரதாயமானது. மேம்போக்கானது. மிகவும் பக்கத்தில் இருக்கிற இலங்கைக்குப் போகாததைச் சாதாரணமாக எடுத்துக்கொள்ள முடியாது.

மூன்றாவது முறையும் ஆட்சியை இழக்கத் தயார் என்பது பிரச்சினையை திசைதிருப்பும் செயலா? தொண்டர்களை திருப்திப் படுத்தப் பேசப்பட்டதா?

டி.கே.எஸ். இளங்கோவன்: முதலில் நெருக்கடி நிலையை எதிர்த்ததால் ஆட்சியை இழந்தோம். பிறகு விடுதலைப் புலிகளுக்கு ஆதரவாக இருந்தார்கள் என்று குற்றம் சாட்டப்பட்டு ஆட்சியை இழந்தோம். அதே நிலை மீண்டும் வரக்கூடாது என்பதுதான் அதன் நோக்கம்.

356-ஐப் பயன்படுத்தி மீண்டும் ஆட்சியைக் கலைக்க முடியுமா?

ஸ்டாலின்: மத்திய அரசை ஆட்சியை இழக்க வைக்கிற தகுதி நமது முதல்வருக்கு இருக்கிறது.

அப்படி இருக்கும் போது முதலமைச்சரின் அறிக்கை திசை திருப்புகிற நடவடிக்கை தானே!"

டி.கே.எஸ். இளங்கோவன்: ஆட்சிக்குக் கொடுத்து வரும் ஆதரவை திமுக விலக்கிக்கொண்டால் ஆட்சி கவிழும். ஆனால் ஆட்சி

இருந்தால்தானே அவர்களிடம் முறையிட்டு நாம் கேட்பதைப் பெறமுடியும். ஆட்சியில்லாத நிலையிலே அடுத்த நடவடிக்கை என்ன என்பது கேள்விக்குறியாகிவிடும்.

ஸ்டாலின்: மத்தியிலே இருக்கிற அரசு தொடர்ந்தால்தான் நாம் வைக்கிற கோரிக்கை அல்லது கோரிக்கையை நாம் வைக்கமுடியும் என்பது வேறு. அது நேற்று வரை இருந்த நிலைமை. இன்று இருக்கிற நிலைமை கடந்த சில நாட்களாக இருக்கிற, நடக்கிற கொடுமை என்பது வேறு. படிப்படியாக நாம் கோரிக்கை வைத்து கொஞ்சம் கொஞ்சமாக நாம் வேண்டுகோள் விடுத்து, கவன ஈர்ப்பு செய்து, அழுத்தம் கொடுத்து நினைவூட்டல் செய்து, கடிதங்கள் எழுதிக் கொண்டு இருக்கிற சூழல் அல்ல இது.

நாம் கருணாநிதி மீது நம்பிக்கை வைத்திருக்கிறோம். ஆனால் மத்திய அரசின் மீது அவர் வைத்திருக்கும் நம்பிக்கை என்பது வேடிக்கையாக இருக்கிறது என்றும் மருத்துவர் ராமதாஸ் பேசியிருக்கிறார். ஆனால் அவரும் மத்திய அரசிலே அங்கம் வகிக்கிறார். இது என்ன வேடிக்கை?

டி.கே.எஸ். இளங்கோவன்: எதிர்க்கட்சியாக இருந்தால் என்ன வேண்டுமானாலும் செய்யலாம். எந்தப் போராட்டம் வேண்டு மானாலும் நடத்தலாம். ஆனால் ஆளுங்கட்சியாக இருந்தால் அது கத்திமேல் நடப்பதைப் போன்றது. நாங்கள் மாநிலத்திலே ஆளுங்கட்சி, மத்தியிலே இருக்கிற அரசிடம்தான் பல அதிகாரங்களும் இருக்கின்றன. கூட்டணி மாறுவதற்கு இப்போதே பா.ம.க அச்சாரமிடுகிறதா என்பதைப்பற்றி எனக்குத் தெரியாது. ஆனால் எங்களைப் பொருத்தவரை இது ஒரு சங்கடம்தான்.

ஏற்கனவே ஒரு சில இந்திய கம்யூனிஸ்ட் கட்சித்தோழர்கள் உயிர்த் தியாகம் செய்திருக்கின்றனர். சமூக விரோதிகளால் கொலை செய்யப்பட்டிருக்கின்றனர். இப்படிப்பட்ட நிலையில் 'இலங்கைப் பிரச்சினையில் இளைஞர்கள் உயிர்த் தியாகம் செய்வதற்குத் தயாராக இருக்க வேண்டும்' என்று தா.பாண்டியன் பேசியிருப்பதற்கு என்ன காரணம்? இலங்கையில் சொன்னால் பரவாயில்லை. இங்கே தமிழ்நாட்டில் இளைஞர்கள் அதற்குத் தயாராக வேண்டும் என்று சொல்வதன் பொருள் என்ன?

ஸ்டாலின் : 63 நாட்கள் உண்ணா நோன்பு இருந்து ஜதீன்தாஸ் என்பவர் உயிர் விட்டார், இந்திய விடுதலைப் போராட்டத்தில். தமிழ்நாடு என்று பெயர்சூட்ட வேண்டுமென்று சங்கரலிங்க நாடார் உண்ணாவிரதம் இருந்து உயிர் துறந்தார். இப்படிப் பல உதாரணங்கள் இருக்கின்றன. வன்முறை வழிகளில் இறங்கித்தான் உயிர்விட வேண்டும் என்பதில்லை. அறப்போரிலும் உயிர்விடலாம்.

போராட்டத்தைக் கூர்மைப்படுத்த வேண்டும் என்பதற்காக அப்படிச் சொன்னார். ஆயுதம் தாங்கித்தான் போராடவேண்டும் என்று அவர் சொல்லவில்லை. உலகத்தின் கவனத்தை ஈர்க்க வேண்டும். இந்த விஷயத்தில் இந்தியாவின் பார்வையைத் திசை திருப்ப வேண்டும் என்பதற்காகத் தான் அப்படிக் கூறினார்.

பாலஸ்தீனம் வெளிநாடா இல்லையா? யாசர் அராபத்தை எத்தனை முறை பிரதமர் ஆரத்தழுவியிருக்கிறார்? பாலஸ்தீனத்திற்கு ஆதரவாக இந்தியா எத்தனை முறை பேசியிருக்கிறது? பங்களாதேஷ் வெளிநாடா இல்லையா? ஈராக் வெளிநாடா இல்லையா? அமெரிக்கா வெளிநாடா இல்லையா? அவர்களுக்காக இந்தியா குரல் கொடுக்கிறதே? பாகிஸ்தானுக்கு கிரிக்கெட் விளையாடப் போகக்கூடாது என்கிறவர்கள், இலங்கைக்கு கிரிக்கெட் விளையாடப் போகலாம் என்று சொல்வது ஏன்? தமிழர்கள் இந்தியர்கள் என்று மத்திய அரசு கணக்கிலெடுத்துக் கொள்ளாமல் இருப்பதை இங்கிருக்கிற முதல்வர் கணக்கிலெடுத்துக் கொள்ளவேண்டும்.

திருமாவளவன் அதிமுகவை ஒதுக்க வேண்டும் என்று கூறுவதும், காங்கிரஸ் தங்கபாலு, 'இங்கிருக்கிற சகஜநிலையை இது பாதித்து விடக்கூடாது' என்று கூறுவதும் முதல்வரின் இந்த அறிக்கையும் ஒன்றுக்கு ஒன்று ஒத்துப் போகிறதா? காங்கிரசுக்கு உடன்பட்டுப் போவது போல இருக்கிறதா?

ஸ்டாலின்: காங்கிரசுக்கு - மத்திய அரசுக்கு தமிழக முதல்வர் உச்சகட்ட அழுத்தம் கொடுக்கவில்லை என்பதைத்தான் இது காட்டுகிறது.

ஈழத்திலிருக்கிற கொடுமைகளையும் துயரங்களையும் கூறுகிற போதெல்லாம் புலிகள் புலிகள் என்று காங்கிரஸ் சொல்வதையே திமுகவும் சொல்கிறது. இது சரியான பார்வையா?

ஸ்டாலின்: "நிச்சயமாக இது சரியான பார்வை கிடையாது. 1983 லிருந்து இன்று வரை 25 ஆண்டுகாலமாக சுமார் ஒரு லட்சம் பேர் அங்கே இறந்திருக்கிறார்கள். கொல்லப்பட்டிருக்கிறார்கள். இப்போது உச்சகட்டமாக போர் நடந்துகொண்டிருக்கிறது. இப்படிப்பட்ட நேரத்தில் விடுதலைப் புலிகள் ஆதரவா-இல்லையா என்பது விவாதமில்லை. 'போரை நிறுத்து' 'போர் நிறுத்தம்' 'இங்கிருந்து ராணுவ உதவிகளைச் செய்யாதே' என்பது ஒன்றுதான் ஏகோபித்த குரலாக மனிதநேயமிக்கவர்களின், மனிதாபிமானங்களின் குரலாக இருக்க முடியும். சித்தாந்த வேறுபாடுகளையோ, சிறந்தது எது என்பதனையோ பேசுகின்ற நேரமா இது? அங்கே உயர்மட்ட ராணுவத் தொழில்நுட்ப அதிகாரிகள் இருவர் செத்திருக்கிறார்கள், அடிபட்டிருக்

கிறார்கள். அவர்கள் இந்தியர்கள் என்று கண்டுபிடித்துப் போட்டிருக்கிறார்களே! செய்தி வந்திருக்கிறதே! யார் அவர்களை அனுப்பியது? எந்த அரசாங்கம் அவர்களை அனுப்பியது? தமிழர்களுக்கு எதிராக அவர்களை ஏவிவிட்டது யார்?

1956 லிருந்து இலங்கைத் தமிழர்களுக்காக பல்வேறு தீர்மானங்களை நிறைவேற்றியிருப்பதாகச் சொல்கிறீர்கள். ஆனால் அவற்றில் எதுவுமே நடைமுறைக்கு வரவில்லை என்று தா.பாண்டியன் சொல்கிறார். இதுபற்றி உங்கள் கருத்து.

டி.கே.எஸ். இளங்கோவன்: அதற்குக் காரணம் இது மத்திய அரசாங்கம் கையிலெடுத்து செயல்படவேண்டிய பிரச்சினை. நாங்கள் வற்புறுத்திக் கொண்டிருக்கிறோம்.

இந்தப் பிரச்சினையால் திமுகவுக்கும் காங்கிரசுக்கும் பிளவு ஏற்பட வாய்ப்பு இருக்கிறதா?

டி.கே.எஸ்.இளங்கோவன்: இங்கிருக்கிற கட்சிகளின் நிலைகளை வைத்துப் பார்க்க இயலாது. நாங்கள் அப்படி நினைக்க வில்லை.

ஸ்டாலின்: மத்திய அரசின் கையில் அந்தப் பிரச்சினை இருப்பதாகச் சொல்கிறார். ஆனால் மத்திய அரசே இப்போது இவர்களின் கையில் இருக்கிறது. இடதுசாரிகள் வெளியேறி விட்டார்கள். நிறையப் பேர் வெளியே வந்துவிட்டார்கள். இப்போது மத்திய காங்கிரஸ் அரசைத் தூண் போல தாங்கிக் கொண்டிருப்பது திமுகதான். இந்தச் சூழ்நிலையிலேயே மத்திய அரசை நிர்பந்திக்க முடியவில்லை யென்றால் வேறு எப்போது நிர்ப்பந்திக்க முடியும்?

தமிழையும் தமிழர்களையும் சமாதி கட்டியிருப்பார்கள். விடுதலைச் சிறுத்தைகளும், பா.ம.க.வும் தான் தமிழகத்தைக் காத்துக் கொண்டிருக்கிறது என்று ஈழத்தமிழர்களுக்காக நடைபெற்ற உண்ணாவிரதப் பந்தலில் டாக்டர் ராமதாஸ் உரையாற்றி இருக்கிறாரே.

ஸ்டாலின்: அது அவருடைய கருத்து.

இது குறித்து இந்திய கம்யூனிஸ்ட் கட்சியின் கருத்து என்ன?

ஸ்டாலின்: கம்யூனிஸ்ட் கட்சி என்பது இந்திய நாடு முழுவதும் இருக்கிற இயக்கம். மூன்றாண்டுகளுக்கு ஒருமுறை அதன் மாநாடு கூட்டப்படுகிறது. அந்த அரசியல் மாநாட்டில் எதிர்கால அரசியல் திசைவழி குறித்துத் தீர்மானிக்கப்படுகிறது. கடந்த முறை ஹைதராபாத்தில் நடைபெற்ற மாநாட்டில் எல்லா மாநிலத்தவர்களும்,

எல்லா மொழியினரும் கூடினர். அகில இந்திய அளவில் மட்டுமல்ல அனைத்துலகப் பிரதிநிதிகள் பலரும் கலந்து கொண்டனர். அந்த மாநாட்டில் ஈழத்தமிழர்களுக்கு ஆதரவாக வலுவான தீர்மானம் நிறைவேற்றப்பட்டுள்ளது.

'அரக்கு மாளிகை சதி' என்பது அதிமுகவுக்கு ஆதரவாக இவர்கள் அணிவகுக்கப் பார்க்கிறார்கள் என்பதையெல்லாம் நீங்கள் எப்படிப் பார்க்கிறீர்கள்?

ஸ்டாலின்: ஈழம் பற்றி எரிந்து கொண்டிருக்கிறது. இந்தப் பிரச்சினையை தங்கள் அரசியல் ஆதாயத்திற்காகப் பயன்படுத்திக் கொள்பவர்களை துரோகிகள் என்றுதான் சொல்ல வேண்டும்.

உங்களுக்கும் அ.தி.மு.க.வுக்கும் ஈழச்சிக்கலில் வேறுபட்ட பார்வை இருக்கிறது. இப்படிப்பட்ட சூழலில், 'முன்னாள் முதல்வர் ஜெயலலிதாவைச் சந்தித்து நிலைமையை விளக்குவேன்' என்று தா.பாண்டியன் கூறியிருக்கிறாரே.

ஸ்டாலின்: கருத்து மாறுபாடு இருக்கிறது என்பதற்காகவே ஒருவரைச் சந்திக்கவே கூடாது என்பதெல்லாம் இல்லை. முடியாதது என்று ஒன்றும் இல்லை. முயற்சி செய்வதில் தவறில்லை. நமது கருத்திற்கு, கொள்கைக்கு ஆதரவாகப் பிற இயக்கத்தினரைக் கொண்டு வர அவர்களிடம் விளக்கமளிக்கச் செல்வதில் தவறொன்றுமில்லை.

மனமார்ந்த நன்றி!

சந்திப்பு: சுதாங்கன், ஜென்ராம்

ஜீ தமிழ் தொலைக்காட்சி - 05 மார்ச், 2009

அரசியல்வாதிகள் தொடர்புடைய வழக்குகளில் நிபுணத்துவம் பெற்ற அதிகாரிகள் தங்கள் திறமைகளைக் காட்ட அனுமதிக்கப்படுவதில்லை

மத்திய புலனாய்வு நிறுவனம் மைய அரசின் பேச்சைக் கேட்டு செயல் படக்கூடாது என்று உச்சநீதி மன்றம் கண்டனம் தெரிவித்துள்ளது.

முலாயம்சிங் சொத்துக் குவிப்பில் இந்தச் சம்பவம் நடை பெற்றிருக் கிறது. மைய அரசின் கைப்பாவையாகப் புலனாய்வுத்துறை செயல் படுவதாக விமர்சனம் எழுந்துள்ளது. இது குறித்து விவாதிப்பதற்காக காங்கிரஸ் கட்சியின் சட்டமன்ற உறுப்பினர் விடியல்சேகர் அவர் களும் இந்திய கம்யூனிஸ்ட் கட்சியின் தேசியக்குழு உறுப்பினர் த.ஸ்டாலின் குணசேகரன் அவர்களும் நமது அரங்கிற்கு வந்திருக் கிறார்கள். 'முதல்குரல்' நிகழ்ச்சியின் சார்பாக அவர்களையும் நேயர் களையும் வருக, வருக என்று வரவேற்கிறோம்.

மத்தியப் புலனாய்வு நிறுவனம் நடுவண் அரசின் கைப்பாவையாகச் செயல்படுவது புதிதல்ல. இப்பொழுது நடத்திருக்கிற மாற்றத்தைச் சொல்லுங்கள்.

ஸ்டாலின்: தேசிய புலனாய்வு நிறுவனம் மத்திய அரசின் கைப் பாவையாக இருப்பது புதிதல்ல என்று நீங்களே சொல்லிவிட்டீர்கள். இப்பொழுது நடந்திருக்கிற மாற்றம் என்னவென்றால் உச்சகட்டமாக இருக்கிறது. உயர் நீதிமன்றத்தைச் சேர்ந்த இரண்டு நீதிபதிகள் ஒன்றாக இணைந்து கடவுள்தான் காப்பாற்ற வேண்டும் என்று கூறியிருக் கிறார்கள். அதாவது மத்திய அரசாங்கமும் மத்திய சட்ட அமைச்சகமும் கூறியபடிதான் அல்லது அவர்களது அறிவுரையைப் பெற்றுத்தான் இதுபோன்ற மனுக்களை இந்த இடத்தில் சமர்ப்பிக்கிறீர்கள் என்று சொன்னால் - அங்கே அனுமதி பெற்றுதான் இங்கே வருகிறீர்கள் என்று சொன்னால் 'நம்மைக் கடவுள்தான் காப்பாற்றவேண்டும்' என்று சொல்லியிருக்கிறார்கள்.

அதுமட்டுமல்ல, கடைசிநேரத்தில் கோபால் சுப்பிரமணியம் என்று சொல்லக்கூடிய ஏற்கனவே சிபிஐயின் வழக்கறிஞராக

இருந்தவரை திடீரென்று மாற்றியிருக்கிறார்கள். இது பெரும் வியப்பை அளிக்கிறது என்றும் கூறியிருக்கிறார்கள். மோகன் பராாசரனைத் திடீரென்று போட்டதற்கு என்ன காரணம்? இதில் இருக்கிற மர்மம் என்ன? இது 'சாதாரண ஒரு பொது நல வழக்குதான்' என்றாலும் இது முறைப்படி விசாரிக்கப்பட்டு, உச்சகட்டத்திலிருக்கும்போது அரசியல் ரீதியான நெருக்கடி கொடுக்கப்பட்டிருக்கிறது.

முலாயம் சிங் யாதவ் காங்கிரசுக்கு ஆதரவாக இருக்கவேண்டும். ஏனென்றால் ஏற்கனவே மாயாவதிக்கும் அதுதான். அவருக்கு மிகப் பெரிய பரிசு கொடுக்கப்பட்டது. அரசுக்கு மிகப்பெரிய பரிசு கொடுக்கப் பட்டது. அரசுக்கு நெருக்கடி ஏற்பட்டபோது அவர் கை கொடுத்தார். அதனால் அவருக்கு மிகப்பெரிய சலுகைகள் கொடுக்கப்பட்டன. அது போன்றதொரு பரிசை முன்கூட்டியே கொடுத்து அவர்கள் பக்கம் ஈர்த்துக் கொள்வதற்காக, கல்யாண்சிங் பக்கம், மற்றவர்கள் பக்கம் அவர்கள் போகாமல் பார்த்துக் கொள்வதற்காக, அவருக்கு ஒரு நிர்ப்பந்தமும் நெருக்கடியும் கொடுப்பதற்குத்தான் இது செய்யப் பட்டிருக்கிறது என்பதை நீதிபதிகளே உணர்ந்துதான் இப்படி சொல்லி யிருக்கிறார்கள் என்று நான் நினைக்கிறேன்.

தாஜ் வணிக வளாக வழக்கு மாயாவதிக்கு எதிராக வந்தபொழுது இதே மாதிரிதான் நடந்தது. முலாயம் சிங் யாதவ் சொத்துக் குவிப்பு வழக்கு வருகிறபோதும் இப்படித்தான் நடக்கிறது. காங்கிரஸ் கட்சி தங்கள் அரசியல் ஆதாயத்திற்காக இதுபோன்ற வழக்குகளைப் பயன்படுத்துகிறதா?

விடியல் சேகர்: தவறு. காங்கிரஸ் அரசு அப்படியெல்லாம் தலையிடுவதில்லை. சி.பி.ஐ என்பது ஒரு தனிப்பட்ட அமைப்பு. நீதிமன்றம் தன் கடமையைச் செய்திருக்கிறது. சுதந்திரத்திற்குப் பிறகு இந்தியா முழுவதும் எந்த மாநிலத்தில் எந்தப் பிரச்சினை ஏற்பட்டாலும், 'வழக்கை சிபிஐக்கு மாற்ற வேண்டும்' என்கிறார்கள் என்றால் அந்த அளவுக்கு சிபிஐ என்பது சுயேச்சையான அமைப்பாக- யாருடைய தலையீடும் இன்றி செயல்படுவதாகத்தான் பொருள். காங்கிரஸ் கட்சியைப் பொறுத்தவரை இப்படிப்பட்ட வேலைகளைச் செய்ய வேண்டும் என்ற அவசியமில்லை.

அரசியல் ரீதியாக லாபமடையவேண்டும் என்றால் மறைமுகமாக செயல்படலாம். ராஜதந்திர முறையில் பணியாற்றலாம். இப்படி வெள்ிப்படையாகச் செயல்படவேண்டிய அவசியம் என்ன வந்தது?

முழுப் பூசணிக்காயைச் சோற்றில் மறைப்பதைப் போல, முலாயம்சிங் சொத்துக்குவிப்பு வழக்கு என்பது ஒரு விஸ்வநாதன் சதுர்வேதி என்பவர் தொடுத்த ஒரு பொது நலவழக்கு, சுப்ரீம்

கோர்ட்டில் இதைக் கொடுக்க வேண்டும் என்று சிபிஐயே சொல்கிறது. முலாயம்சிங் உங்கள் பக்கம் இருந்தபோது இப்போது அவர் உங்கள் பக்கம் இல்லையென்றவுடன் நீங்களே அதை சிபிஐக்கு அனுப்புவது தெளிவாகத் தெரியவில்லையா?

விடியல் சேகர்: விதிகளை மீறி ஒன்றும் தலையிடவில்லை.

உண்மையிலேயே காவல்துறை, புலனாய்வுத்துறை போன்ற நிறுவனங்கள் இந்தியாவில் சுதந்திரமாகச் செயல்படுவதாகச் சொல்ல முடியுமா?

ஸ்டாலின் : "உண்மையிலேயே நமது இந்தியாவில் காவல்துறை, புலனாய்வுத்துறை, நீதித்துறை போன்றவை மிகத் திறமைமிக்க துறைகள்தான். உலகத்தின் பல நாடுகள் பார்த்து வியக்கக்கூடிய வகையில் பல திறன்மிக்க அதிகாரிகள் இந்த அமைப்புகளில் இருக்கிறார்கள் என்பதில் ஐயமில்லை. உலகமே பார்த்து வியக்கத்தக்க வகையில் பல கொலை வழக்குகளில் நடவடிக்கைகள் எடுக்கப் பட்டுள்ளன.

ஒன்று ஒரு மாநிலம் சம்பந்தப்பட்ட வழக்காக இருக்கவேண்டும். அல்லது இரண்டு மூன்று மாநிலங்கள் தொடர்புடையதாக இருக்க வேண்டும். இதுவோ ஒரு பொது நலவழக்கு. இதை சி.பி.ஐயிடம் ஒப்படைக்கிறார்கள். 'நீங்கள் இதை விசாரிக்க வேண்டும். விசாரணை செய்து அறிக்கை சமர்ப்பிக்க வேண்டும்' என்று சொல்கிறார்கள். 'அந்த விசாரணை அறிக்கையை நீங்கள் சுப்ரீம் கோர்ட்டிலேயே அளிக்க வேண்டும்' என்ற விண்ணப்பத்தை சி.பி.ஐ.தான் போடுகிறது.

அந்த விண்ணப்பத்தைப் பார்த்துக் கொண்டிருக்கும்போதே - அது நிலுவையில் இருக்கும்பொழுதே திடீரென்று அந்த சொலிசிடர் ஜெனரலும் மாற்றப்படுகிறார். இன்னொரு மனு 'நாங்கள் வாபஸ் பெற்றுக் கொள்கிறோம்' என்று. நிபுணத்துவம் பெற்ற அதிகாரிகள் இருக்கிறார்கள் என்பது உண்மை. ஆனால் அரசியல் முக்கியத்துவம் பெற்ற வழக்குகளில் அதிகாரிகள் தங்கள் திறமையைக் காட்ட அனுமதிக்கப்படுவதில்லை, பல கொலை வழக்குகளில் திறமையாக செயல்பட்ட குற்றவாளிகளுக்குத் தண்டனை பெற்றுக் கொடுத்திருக் கிறார்கள் நமது அதிகாரிகள். ஆனால் அரசியல்வாதிகள் தொடர் புடைய வழக்குகளில் மட்டும் அரசியல்வாதிகளின் சித்து விளை யாட்டுக்குப் பலியாகிறார்கள். அது ஆளும் கட்சியினரின் விருப்பு வெறுப்புக்குத் தகுந்தாற்போல செயல்படுவதின் மர்மம் என்ன? அதிலும் இந்த வழக்கு என்பது பளீச்சென்று தெரிகிறது.

விடியல் சேகர்: "முலாயம்சிங் யாதவ் அவர்களது மகன் அளவுக்கு அதிகமாகச் சொத்துச் சேர்த்திருக்கிறார், செல்வத்தைக் குவித்திருக் கிறார்கள். அதற்கான தண்டனையை அவர்கள் அனுபவிப்பது

நியாயம், நீதிமன்றம் நடவடிக்கை எடுக்கிறது. அந்த அடிப்படையில் அவர் தண்டிக்கப்பட்டிருக்கிறார். தண்டிக்கப்படவேண்டும். மற்றபடி இதில் அரசியல் தலையீடு ஏதுமில்லை. காங்கிரஸ் கட்சி மட்டும் ஆண்டால் நீங்கள் சொல்லலாம். நடைபெறுவது கூட்டணி ஆட்சி. திமுக இருக்கிறது பாமக இருக்கிறது. எப்படி காங்கிரசை மட்டும் சொல்ல முடியும்?

சட்டம் தன் கடமையைச் செய்கிறது என்கிறார் விடியல் சேகர் இதைப்பற்றி நீங்கள் என்ன நினைக்கிறீர்கள்?

ஸ்டாலின்: அவர்களே விண்ணப்பித்த ஒன்றை வாபஸ் பெற வேண்டிய அவசியம் என்ன? சாதாரண ஆட்கள் அல்ல. உச்ச நீதி மன்றத்தில் வந்து ஆஜராகக்கூடிய வழக்கறிஞர்கள் மோகன்பராசரனோ சுப்பிரமணியனோ சாதாரண வழக்கறிஞர்கள் அல்ல. 'ஏதோ தெரியாமல் போட்டு விட்டோம். வாபஸ் வாங்கிக் கொள்கிறோம்' என்று சொல்கிற சாதாரண கீழ்நிலை வழக்கறிஞர்கள் அல்ல.

சாதாரணமாக கீழ்கோர்ட்டுகளில்கூட அவ்வாறு நிகழ்வதில்லை. அப்படி இருக்கும்போது இந்திய அளவில் புகழ்பெற்ற வழக்கறிஞர்கள் வாபஸ் பெற்றால் எல்லோருக்கும் சந்தேகம் வருமல்லவா? அவர்கள் போட்ட வழக்கை வாபஸ் பெற்றுக் கொள்வதற்கு வலுவான காரணம் சொல்லப்பட வேண்டுமல்லவா? மோகன் பராசரன் எழுந்து சொன்ன போது நீதிபதிகள் சிலிர்த்து எழுந்தார்கள். ஏன் அந்த இடத்தில் அவர்கள் கடுமையாகக் குறுக்கிட்டார்கள்?

'சட்ட அமைச்சகத்திடம் நாங்கள் ஒப்புதல் கேட்டிருக்கிறோம்?' என்றபோது, 'நாங்கள் இங்கு இருக்கும்போது சட்ட அமைச்சகத்திடம் நீங்கள் ஏன் ஒப்புதல் கேட்டீர்கள்! என்ன காரணம்? அதற்கும் உங்களுக்கும் என்ன லிங்க்? சி.பி.ஐ என்பது தன்னிச்சையாக சுயேச்சையாகச் செயல்பட வேண்டிய அமைப்பல்லவா? அதற்கு இன்டிப்பெண்டன்ட் அய்டன்டட்டி இருக்கிறதல்லவா?

விடியல் சேகர்: தன்னிச்சையான அமைப்புதான். ஆனால், கூட்டாட்சித் தத்துவத்தோடு ஜனநாயக முறைப்படி செயல்படும் ஒரு நாட்டில், சட்ட அமைச்சகத்திடமும் கலந்துபேசவேண்டும். சட்ட அமைச்சகம் என்பது காங்கிரஸ் கட்சியின் கிளை அல்ல. அது ஒரு நிர்வாக அமைப்பின் அங்கம். அது ஒரு துறை, துறை சார்ந்த ஆட்சி அதிகார அடுக்குகளில் அதுவும் ஒரு துறை. ஆகவே துறை ரீதியான அமைப்பிடம் கருத்துகளைக் கேட்பது ஒரு மரபு. ஆகவே அந்த அடிப்படையில் கேட்கப்பட்டிருக்கலாம்.

அந்த சட்டத்துறையின் அமைச்சர் காங்கிரஸ் கட்சியைச் சேர்ந்தவரல்லவா? சி.பி.ஐ. தன்னிச்சையான அமைப்பு என்கிறோம். ஆனால் தேர்தல் ஆணையம் போல அது சுயேச்சையாக செயல்படவில்லையே? அரசின் கட்டுப்பாட்டிற்குள் செயல்படுவதைப் போல் அல்லவா இருக்கிறது?

ஸ்டாலின்: 'எல்லாமே அரசின் கீழ்தான் இருக்க வேண்டும். அரசுக்குள் இருப்பது வேறு, அரசின் கட்டுப்பாட்டில் இருப்பது வேறு. இப்போது நீதிமன்றம் இருக்கிறது. அது தன்னிச்சையான அமைப்புதான். இது ஒன்றும் பெரிய பிரச்சினையில்லை. அவர்கள் ஏற்கனவே அமைத்ததை மாற்றவேண்டாம் என்று நீதிமன்றம் கருதுகிறது. அவ்வளவுதான். நீங்கள்தான் நீதிமன்றத்திடம் சமர்ப்பிக்க வேண்டும்' என்றீர்கள். இன்று நீங்களே 'இல்லையில்லை சமர்ப்பிக்க வேண்டாம். மனுவை வாபஸ் வாங்கிக் கொள்கிறோம்' என்றால் அதற்கு என்ன அர்த்தம்?

'நீங்கள் விசாரித்தால் அது நேர்மையாக - நடுநிலையோடு இருக்கும். அதையே நாங்கள் பார்த்துக்கொண்டால் இன்றைய அரசியல் சூழலுக்கு எங்களுக்கு அது சாதகமாக இருக்கும்' என்று தானே அதற்குப் பொருள்.

விடியல் சேகர்: நீதிமன்றம் தன்னிச்சையான அமைப்பு என்று அவரே சொன்னார். சுயேச்சையான - ஜனநாயக பூர்வமான அமைப்பு. ஆகவே அதே நீதிமன்றம் இந்த வழக்கை ஆரம்பத்திலிருந்து திரும்பவும் விசாரிக்கலாம். நாங்களே பார்த்துக் கொள்கிறோம் என்று சொல்லலாமே. சட்ட மன்றம், நாடாளுமன்றம், நிர்வாக அமைப்பு, நீதித்துறை. இந்த மூன்று அமைப்புகளில் நீதித்துறையே உயர்ந்ததாகக் கருதப்படுகிறது. சட்டமன்ற நாடாளுமன்றங்களுக்கும் நீதித் துறைக்கும் முரண்பாடுகள் ஏற்படும்போது கூட சட்டமன்றம் ஒதுங்கி நின்று நீதிமன்றத்தின் கருத்துகளைக் கேட்கிற நடைமுறை இருக்கிறது.

நீதிமன்றம் உறுதியாக இந்த வழக்கிலே ஏதாவது சொல்லுமானால் அதைக் கேட்க காங்கிரஸ் அரசு தயாராக இருக்கிறது.

நெருக்கடிநிலை முடிவுக்கு வந்ததும் ஜனதா அரசு இந்திரா காந்தியை கைது செய்யச் சொல்லி அழுத்தம் கொடுத்தபோது லஷ்மிநாராயண் போன்ற அதிகாரிகள் 'அதற்கான முகாந்திரம் எதுவும் இல்லை' என்று அரசின் உத்தரவை மறுத்தார்கள். அதற்குப்பிறகு கைது செய்தார்கள். அதுவேறு காரணங்களுக்காக. ஆனால் இன்று அதேபோல அதிகாரிகள் மறுத்துப் பேசினால் இன்றைய ஆட்சி அதை எவ்வாறு எதிர்கொள்ளும்?

விடியல்சேகர்: காங்கிரஸ் கட்சி அதிகாரிகளை மதிக்கிற கட்சி, ஜனநாயகத்திலே நம்பிக்கையுள்ள கட்சி. 60 ஆண்டு காலத்திலே நீங்கள் இதைப் பார்க்கலாம்.

2007 மார்ச்சில் சி.பி.ஐ. மனு செய்கிறது. கோர்ட்டில்தான் பண்ண வேண்டும் என்று. நம்பிக்கை வாக்கெடுப்பு ஜூலை 2008. இது வரை சட்ட அமைச்சகம் எந்தக் கேள்வியும் கேட்காமல், டிசம்பர் 2008ல் சொல்வதற்கு உள்நோக்கம் இருக்கிறதா? - இல்லையா?

விடியல் சேகர்: காலதாமதம் என்பது வழக்குத் தொடுப்பதற்கான தகவல்களைத் திரட்டுவதற்கும், இது சம்பந்தமான செய்திகளைச் சேகரிப்பதற்காகவும் இருக்கலாம். அரசியல் சாயம் பூசவேண்டாம்

அரசியல் தலையீடு எதுவும் இல்லை என்கிறாரே சேகர்?

ஸ்டாலின்: நண்பர் விடியல் சேகரும் ஒரு வழக்கறிஞர்தான். நானும் ஒரு வழக்கறிஞர்தான். அவருக்கு நன்றாகத் தெரியும். இப்பொழுது மாவட்ட நீதி மன்றங்களில் பப்ளிக் பிராசிக்யூட்டர் - அரசு வழக்கறிஞர்களை நியமிப்பது ஆளும் கட்சி. ஆளும் கட்சியினர் தான் தனக்கு வேண்டியவர்களை - தனக்கு வேண்டிய திறமைமிக்க வழக்கறிஞர்களை அரசு வழக்கறிஞர்களாக நியமிப்பது வழக்கம். அரசு வழக்கறிஞர் அங்கே இருக்கிறார் அல்லவா, அவருக்கு அறிவுறுத்தல் செய்ய வேண்டியது காவல்துறை.

காவல்துறையின் சார்பில்தான் அரசு வழக்கறிஞர் ஆஜராகிறார். ஆனால் அந்த அரசு வழக்கறிஞரை நியமித்தவர்கள் நிர்ப்பந்தம் செய்வார்கள். அந்த நிர்ப்பந்தத்தில் என்ன சொல்லப்படுகிறது? கொலைக்குற்றவாளிகள் எவ்வாறு ஜாமீனில் விடப்படுகிறார்கள் என்ற விவரம் அவருக்கு நன்றாகவே தெரியும். நேரடியாகத் தெரியாது. ஆனால் நிர்ப்பந்தம். இந்த நிர்ப்பந்தங்களைப் பற்றி தெளிவாகத் தெரிந்தால்தான் புறச்சூழலை வைத்துப் புரிந்து கொண்டதால்தான் அந்த நீதிபதிகள் அவ்வாறு கூறியுள்ளனர்.

விடியல் சேகர்: மற்ற கட்சிகள் எப்படியோ தெரியாது. ஆனால் காங்கிரஸ் கட்சியைப் பொறுத்தவரை, இப்பொழுது சென்னை உயர்நீதிமன்றம் இருக்கிறது. காங்கிரஸ்கட்சி எந்த வழக்கறிஞரை யாவது நியமித்திருக்கிறதா? ஈரோடு மாவட்டத்தில் மத்திய அரசின் பல துறைகள் இருக்கின்றன. காங்கிரஸ் தலையிட்டு தனக்கு வேண்டிய வழக்கறிஞர்களை அமர்த்தியிருக்கிறதா? காங்கிரஸ் அவ்வாறு செய்யவில்லையே என்ற வருத்தம் கூட எங்களுக்கு உண்டு. காங்கிரஸ் கட்சியைப் பொறுத்தவரை வழக்கறிஞர் நியமனத்தில், நீதித்துறை விவகாரங்களில் தலையிடுவதில்லை.

ஸ்டாலின்: அவர் சொன்னதையெல்லாம் நான் ஏற்றுக் கொள்கிறேன். அதே நேரத்தில், அகில இந்திய அளவில் இருக்கிற ஒரு ஆட்சியைப் பாதுகாப்பதற்காக, ஒரு பெரிய அரசியல்வாதியை, முன்னாள் முதலமைச்சர் சமாஜ்வாதி கட்சியின் தலைவர் அவருடைய

இரண்டு மகன்கள், ஒரு மருமகள் இந்த வழக்கில் குற்றம் சாட்டப் பட்டிருக்கிறார்கள். அக்யூஸ்ட் அவரும் அவரது மகன்களும் ஒரு மருமகளும்.

இப்பொழுது ஆட்சிக்கு நெருக்கடி. ஏன் என்றால் இடதுசாரிகள் வெளியே வந்து விட்டார்கள். ஆட்சி கவிழும் அபாயம். ஆகவே ஆட்சிக்கு முட்டுக் கொடுக்க வேண்டிய அவசியம் ஏற்பட்டு விட்டது. ஆட்சியை எப்படியாவது காப்பாற்ற வேண்டும். 'ஆட்சியைக் காப்பாற்றி னீர்கள் அல்லவா. உங்கள் வழக்கை நீர்த்துப் போக வைக்கிறேன் மாயாவதி அவர்களே. யாமிருக்க பயமேன்' அதேபோல இப்பொழுது முன்கூட்டியே பரிசு! நிர்ப்பந்தம், அச்சுறுத்தல் எல்லாம் கலந்த பரிசு அது.

விடியல்சேகர்: என்னுடைய கேள்வியெல்லாம் முலாயம்சிங் அவர்களும், அவரது குடும்பத்தினரும் அளவுக்கு அதிகமாக சொத்து சேர்த்திருக்கிறார்களா? இல்லையா

ஸ்டாலின்: நிச்சயமாக! விஸ்வநாதன் சதுர்வேதி என்பவர் சாதாரணமானவர் அல்ல. உச்சநீதிமன்றத்தில் வழக்கறிஞர். அவர் ஒரு பொது நல வழக்கு கொடுத்திருக்கிறார் உச்ச நீதி மன்றத்தில். சொத்து சேர்த்தார் என்பதில் இரண்டு கருத்துக்கு இடமில்லை. சொத்து சேர்த்த ஒருவரை ஏன் காப்பாற்றுகிறீர்கள் என்பதுதான் கேள்வி.

மத்திய அரசின் கருத்தறிந்து சிபிஐ முலாயம்சிங்கிற்கு உதவுவதாக நீங்கள் சொல்கிறீர்கள்.

ஸ்டாலின்: ஆமாம்

ஆனால் அமர்சிங், சிபிஐயின் மனுவில் 288 தவறுகள் இருக்கிறன்றன என்று சொல்கிறாரே!

ஸ்டாலின்: சிபிஐ என்பது விசாரணை செய்யக்கூடிய ஒரு ஏஜென்சி. உச்ச நீதிமன்றமும் அதற்குத்தான் வழிவகை செய்திருக்கிறது.

'நீங்கள் வந்து விசாரித்துக் கொடுங்கள்' என்று சொல்லியிருக்கிறது. அப்படி விசாரித்த அறிக்கையை யாரிடம் சமர்ப்பிக்க வேண்டும் என்று கூறியிருக்கிறது. இதுதான் கேள்வி. விசாரித்த அறிக்கையை நீதிமன்றத்திடம் அளித்தீர்களா? - இல்லை அரசிடம் அளிக்கிறீர்களா? சிபிஐயே மனுப்போட்டு 'நாங்கள் நீதிமன்றத்திடமே அளிக்கிறோம்' என்று சொல்லிவிட்டார்கள். 'சரி அளித்து விடுங்கள்' முடிந்து போனது. அவ்வளவுதானே விஷயம்.

இதில் ஏன் சட்ட அமைச்சகம் தலையிடுகிறது? வாபஸ்பெறுவதற்கு கொடுக்கப்பட்ட நிர்ப்பந்தம் என்ன? அழுத்தம் என்ன? என்ற கேள்வி நாடு பூராவும் கேட்கவேண்டிய தேவையே எழுந்திருக்காதே!

சிபிஐ மத்திய அரசின் கைப்பாவயாக இருக்கிறதா? இல்லையா? என்பதையும் காங்கிரஸ் அரசின் நடவடிக்கைகளையும் காலம் கவனித்துக் கொண்டு தான் இருக்கும். இந்த நிகழ்ச்சிக்கு வருகை தந்து சிறப்பித்தமைக்கு உங்கள் இருவருக்கும் நன்றி. நேயர்களுக்கு வணக்கம்.

நன்றி வணக்கம்!

சந்திப்பு: சுதாங்கன், ஜென்ராம்

ஜீ தமிழ் தொலைக்காட்சி - 02 ஏப்ரல், 2009

இந்தியப் பணத்தில் 40 சதவிகிதம் மும்பையில் மட்டுமே புழங்குகிறது.

'முதல்குரல்' நிகழ்ச்சிக்கு அன்புடன் வரவேற்கிறோம். காங்கிரஸ் கட்சி தேர்தல் அறிக்கையை வெளியிட்டிருக்கிறது. இதுகுறித்து நம்மிடையே பேச காங்கிரஸ் பேரியக்கத்திலிருந்து பீட்டர் அல்போன்ஸ் அவர்களும் இந்தியக் கம்யூனிஸ்ட் கட்சியிலிருந்து த.ஸ்டாலின் குணசேகரன் அவர்களும் வந்திருக்கிறார்கள். வணக்கம்.

ஆட்சியிலிருக்கும் போது குளோபலிசேசன், லிபரலைசேசன் என்று சொல்லி, உலகவங்கி நிர்ப்பந்தத்தின் காரணமாக இலவசங்களோ மானியங்களோ கொடுக்கக்கூடாது என்று சொல்வார்கள். ஆனால் இப்பொழுது வெளியிடப் பட்டுள்ள காங்கிரசின் தேர்தல் அறிக்கையைப் பார்த்தால் அவர்களின் ஆட்சிக்கும் இந்த தேர்தல் அறிக்கைக்கும் எந்த சம்பந்தமுமில்லை என்பதைப் போல இருக்கிறதே.

ஸ்டாலின்: தேர்தல் காலங்களில் எல்லாக் கட்சிகளுமே தேர்தல் அறிக்கை வெளியிடுவது வழக்கம். சிறிய கட்சிகள்கூட தேர்தல் அறிக்கை வெளியிடும். ஆனால் காங்கிரஸ் கட்சியின் தேர்தல் அறிக்கையை அவ்வாறு நாம் பார்க்க முடியாது. அதற்கொரு தனி முக்கியத்துவம் இருக்கிறது. ஏனென்றால் 150 ஆண்டுகாலம் ஏகாதிபத்தியத்தை எதிர்த்த இயக்கம் காங்கிரஸ் பேரியக்கம். அதன்பிறகு 60 ஆண்டுகாலம் ஆட்சிப் பொறுப்பில் இருந்த அனுபவமும் அந்தக் கட்சிக்கு இருக்கிறது. பி.ஜே.பி.யைத்தவிர மீதியுள்ள கட்சிகள் எல்லாம் காங்கிரசிலிருந்து பிரிந்து சென்றவர்கள் தான். அப்படிப்பட்ட முதிர்ச்சியுடைய கட்சியின் தேர்தல் அறிக்கையைப் பார்த்தால் பழுத்த அனுபவமுடைய, தேர்ச்சியுடைய பக்குவப்பட்ட நிலைமையை அந்த தேர்தல் அறிக்கை காட்டவில்லை.

பீட்டர்: ஒரு ஜனநாயக நாட்டில் உடனுக்குடன் சீர்திருத்தங்களை மிக விரைவாக நிறைவேற்ற இயலாது. சீனாவில் ஒரு இடத்தில்

தொழிற்சாலை கட்டவேண்டுமானால் உடனே எல்லோரும் இடத்தைக் காலி செய்து கொண்டு போய்விடுவார்கள். யாரும் எதிர்த்துப் போராட முடியாது, வாதாட முடியாது, நீதிமன்றத்திற்குப் போகமுடியாது. ஆனால் இந்தியாவில் அப்படி இல்லை. மேற்கு வங்கத்திலே கார் கம்பெனியை டாடாவால் அமைக்க முடிந்ததா? நண்பர் ஸ்டாலின் சொன்னார் எங்கள் பழமையைப்பற்றி. நன்றி. எங்கள் அரசுக்கு அவர்கள் ஆதரவு அளித்திருக்கிறார்கள். ஆகவே எங்கள் சாதனைகளில் அவர்களுக்கும் பங்கு இருக்கிறது.

விவசாயத்திற்கு எந்த நல்ல சலுகைகளும் வழங்கப்படவில்லை. விவசாயிகள் தற்கொலை செய்து கொள்கிறார்கள் என்று உங்கள் கட்சியின் பிரச்சாரத்திலே தொடர்ந்து சொல்லி வருகிறீர்கள்.

ஸ்டாலின்: விவசாயிகள் பெரும் துன்பத்திற்கு ஆளானது மட்டு மல்ல. 70 ஆயிரம்கோடி கடன்தொகை தள்ளுபடி செய்யப்பட்ட பிறகும் 5 ஆயிரம் விவசாயிகள் தற்கொலை செய்திருக்கிறார்கள் என்று நம்பத்தகுந்த புள்ளி விவரங்கள் சொல்கின்றன.

இன்சூரன்ஸ் துறையில் ஏற்கனவே 23 சதவிகிதம்தான் அன்னிய நேரடி மூலதனம் இருந்தது. இப்போது 49 சதவிகிதமாக உயர்த்தப் பட்டுள்ளது. 23 சதம் இருந்தபோது 10 சதம்தான் ஓட்டிங்ரைட் இருந்தது. இப்போது 49 சதவிகிதமாக இருந்தால் 49 சதமாக ஓட்டிங்ரைட் உயர்ந்து விடும். இது அந்தத்துறையையே கபளீகரம் செய்வதில் முடியும். 2 சதவிகிதத்தில் வெளிநாட்டுக்காரன் ஆதிக்கம் நிகழ்த்தி விடுவான்.

'பொதுத்துறை நிறுவனங்கள் இந்தியாவின் கோயில்கள்' என்றார் நேரு. அந்தப் பொதுத்துறை நிறுவனங்களில் அன்னிய முதலீடுகளைக் கொண்டு வந்து அவற்றைத் திவாலாக்குகிற முயற்சி தற்பொழுது நடைபெற்றுக் கொண்டிருக்கிறது.

விவசாயத்தை ஆதாயமுள்ள தொழிலாக்குவோம் என்று சொல்லி யிருக்கிறீர்கள்.

பீட்டர்: ஒரே இரவில் மிகப்பெரிய மாற்றத்தை இந்தியாவில் கொண்டு வந்துவிட முடியாது. சீனாவில் இன்று வேளாண்மை லாபகரமாக இருக்கிறது. என்ன காரணம்? விவசாயம் தொழில் மயமாக்கப் பட்டிருக்கிறது. அக்ரி கல்ச்சர், இன்டஸ்ட்ரியல் கல்ச்சராக மாற வேண்டும். அங்கே விவசாயிகளையெல்லாம் இடம் பெயர்ந்து சென்று ஒரு ஆலையில் போய் ஒரு மாதம் பயிற்சி எடுத்துக் கொள்ளுங்கள் என்றால் செய்வார்கள். ஒரு தொழிற்சாலையிலுள்ள தொழிலாளர்களை வேளாண்மை செய்யப் பயிற்சி எடுத்துக் கொண்டு விவசாயம்

செய்யுங்கள் என்றால் செய்வார்கள். நோ ஆர்க்யுமெண்ட். ஆனால் இங்கே அது முடியுமா?

நவீனக் கருவிகளையும் பயன்படுத்துகிறார்கள். நாங்கள் இன்று ரெக்கார்டு பிரேக் பண்ணியிருக்கிறோம். மகாராஷ்டிராவிலே எடுத்துக் கொள்ளுங்கள் விவசாயத்தில். அதே போல இடதுசாரிகள் ஆளும் மேற்கு வங்கத்தையும் எடுத்துக் கொள்ளுங்கள். மேற்கு வங்கத்தில் ஸ்டேட் சப்போர்ட்டடு பிரைசே கிடையாது.

ஸ்டாலின்: ஒரு முக்கியமான மையப் புள்ளிக்கு வந்திருக்கிறார். பரவலாக்கத்தைப் பற்றி பேசுகிறார். இரண்டு மாநிலங்களை ஒப்பிட்டுச் சொல்கிறார். நாடு முழுவதும் பொருளாதாரத்தைப் பரவலாக்க வேண்டும் என்று சொல்கிறார். அவர்களுடைய அரசாங்கமே இப்பொழுது ஒரு குறிப்பைச் சொல்லி இருக்கிறது.

மும்பை மாநகரத்தில் மட்டும் இந்தியா முழுவதும் புழங்கக்கூடிய பணத்தில் 40 சதவிகிதம் புழங்குகிறது. ஒரே மாநிலத்தில் அல்ல, ஒரே ஒரு மாநகரத்தில் மட்டும் இந்தியப் பணத்தில் 40 சதவிகிதம் புழங்குகிறது. மும்பை மாநகரத்தில்! இமயம் முதல் குமரிவரை, மாநகரம் முதல் கிராமம் வரை புழங்க வேண்டிய பணம் ஏன் ஒரு நகரத்தில் மட்டும் முடங்கியிருக்கிறது? அப்படிப்பட்ட பொருளாதாரக் கொள்கை என்ன விளைவை ஏற்படுத்தும்!

பெரிய விஷயங்களுக்குப் போக வேண்டாம். ஏராளமான புள்ளி விவரங்களையும் பேச வேண்டாம். ஒரே ஒரு சின்ன விஷயத்தை எடுத்துக் கொள்ளுவோம். பெண்களுக்கு 33 சதவிகித இட ஒதுக்கீடு. இது 15 வது தேர்தல், அடுத்து 16வது தேர்தல் வரப்போகிறது. காமன் மினிமம் புரோகிராமில் எல்லா அம்சங்களிலும் பெண்களுக்கு 33 சதவிகிதம் கொடுக்க வேண்டும் என்று கேட்டிருக்கிறோம். நாடாளுமன்றத்தில் இந்த 33 சதவிகித இட ஒதுக்கீட்டை எதிர்த்தது யார்? தடுத்தது யார்?

எடுத்துக்காட்டாக, 'எஸ்.சி.எஸ்.டி எம்ளாய்மெண்ட் ஆக்ட்' 2008 டிசம்பர் மாதத்தில் புதிதாகக் கொண்டு வந்திருக்கிறார்கள். இரண்டே நிமிடத்தில் மாநிலங்களவையில் எந்த எதிர்ப்பும், எந்தக் கருத்தும் இல்லாமல் அந்தச் சட்டம் நிறைவேறிவிட்டது. இன்னும் சொல்லப் போனால் அங்கு அமர்ந்திருக்கிற அனைத்து நாடாளுமன்ற உறுப்பினர் களுக்குக்கூட தெரியாத அளவுக்கு விரைவாக நிறைவேறிவிட்டது.

நாடு முழுவதுமிருக்கிற ஐ.ஐ.டி, ஐ.ஐ.எம் போன்ற பெரிய உயர்கல்வி நிறுவனங்கள், அதோடு சேர்ந்து 54 பொதுத்துறை நிறுவனங்கள் இவற்றில் பணியாற்றக் கூடிய தலித் மக்கள்,

பழங்குடியின மக்கள் போன்றவர்களுக்கு காலம் காலமாகக் கிடைத்து வந்த பிரதிநிதித்துவத்தை, உரிமையை ஒரே மசோதாவின் மூலம் நிர்மூலமாக்கி விட்டது இன்றைய காங்கிரஸ் அரசு.

பீட்டர்: ராஜீவ் காந்தி காலத்தில்தான் நாடு கணினி மயமாக்கப் பட்டது. அன்றைக்கு பி.ஜே.பி. அதையெல்லாம் எதிர்த்தது. டிராக்டர் கொண்டு வந்தபோது கேரளாவில், மேற்கு வங்கத்தில் எதிர்த்தார்கள். அதைப்போல தென்னை விவசாயத்தில் புதிய உபகரணங்களைக் கொண்டு வந்த போது கேரளாவில் இடதுசாரிகள் எதிர்த்தார்கள். இன்று ஐயோ அன்றே கொண்டு வராமல் விட்டுவிட்டோமே என்று சொல் கிறார்கள்.

நண்பர் குணசேகரன் போன்ற இடதுசாரி தோழர்களின் நல்ல எண்ணத்தை நான் எப்போதுமே கொசின் பண்றதில்லை. பரவலாக்கத்தைப் பற்றிச் சொன்னார். இன்றைக்கு எல்லோருடைய கையிலும் செல்போன் இருக்கிறது. பால் விற்கிறவர்கள், கோழிகளை எடுத்துச் செல்கிறவர்கள்கூட மொபட்டில் போகிறார்கள். எல்லோரிடமும் மோட்டார் சைக்கிள்களும் செல்போன்களும் இருக்கின்றன. இதெல்லாம் நாம் ஏற்றுக்கொண்டுள்ள பொருளாதாரத் திட்டத்தின் விரிவாக்கம்தான்!

ஸ்டாலின்: உலகப் பொருளாதாரத்தில் வீழ்ச்சி ஏற்பட்டது. பல நாடுகளில் மந்த கதியும் வீழ்ச்சியும் ஏற்பட்டபோது கூட இந்தியாவை அது பாதிக்கவில்லை என்றால், அதற்குக் காரணம் இடது சாரிகள்தான். காங்கிரஸ் அரசு முழுவீச்சில் உலக மயமாக்கல் முயற்சியில் ஈடுபட்ட போது அதைப் பல்வேறு வகைகளிலும் தடுத்து நிறுத்தினோம்.

ஸ்டாலின் அவர்கள் குறிப்பிடுவதைப்போல உலகப் பொருளாதார வீழ்ச்சியில் நாம் அதிகமாக பாதிக்கப்படாததற்கு நமது பொதுத்துறை நிறுவனங்கள் தானே காரணம்?

பீட்டர்: அந்தக் கிரடிட்டை கம்யூனிஸ்ட் கட்சிகளுக்குத் தருவதற்குத் தயாராக இருக்கிறோம். ஆனால் நாம் என்ன உணர வேண்டுமென்றால் நம்முடைய பொருளாதாரமோ சூழ்நிலைகளோ 30 ஆண்டுகளுக்கு முன்பு இருந்ததைப்போல இல்லை. நம்மிடம் மிகப்பெரிய மனிதவளம் இருக்கிறது. உலகத்தின் எந்த நாடும் நம்மைப் பிடித்துத் தள்ளி விட முடியாது. தந்திரமாகவோ தொழில் நுட்பத் தாலோ வீழ்த்த இயலாது. என்ன சொல்லி இவர்கள் எங்கள் ஆட்சிக்கு அளித்து வந்த ஆதரவை விலக்கினார்கள்? அந்த ஒரு பயன்பாட்டைச் சொல்லித் தேர்தலைச் சந்திக்கத் தயாரா?

அமெரிக்காவோடு நாங்கள் உடன்பாடு போடுகிறோம் என்று சொல்லி இவர்கள் விலகினார்கள். இன்றைக்கு பிரான்சோடு போட்டிருக்கிறோம்.

ஸ்டாலின்: இவர்கள் திட்டமிட்டு உருவாக்குகிற பிரச்சாரம் என்னவென்றால், 'அமெரிக்கா கம்யூனிஸ்ட்டுகளுக்கு எதிரி. அமெரிக்க ஏகாதிபத்தியத்தை கம்யூனிஸ்ட்டுகள் எதிர்ப்பார்கள். ஆகவே, அமெரிக்காவோடு நாங்கள் என்ன செய்தாலும் இவர்கள் எதிர்ப்பார்கள்' என்பதுபோல் காங்கிரஸ் பிரச்சாரம் செய்கிறது. அமெரிக்காவோடு ஒப்பந்தம் போடுவதை நாங்கள் எதிர்க்கவில்லை. யுரேனியம் கொண்டு வருவதையும் நாங்கள் எதிர்க்கவில்லை.

அமெரிக்காவோடு செய்து கொண்ட உடன்பாட்டில் உள்ள சில ஷரத்துக்கள் இந்திய இறையாண்மைக்கு எதிராக இருக்கின்றன. ஒப்பந்தத்தில் உள்ள கூறுகள் நிபந்தனைகள் - அம்சங்கள் நம்மை அடிமைப்படுத்துவதை நம்மால் ஏற்க முடியாது. அது இந்திய இறை யாண்மைக்கு எதிராக இருக்கின்றன. அமெரிக்க ராணுவத்தோடு தொடர்பு படுத்துகிறது. ஆகவே அப்படிப்பட்ட உடன்படிக்கை தேவையில்லை.

சோவியத் நாட்டுடன் எத்தனையோ உடன்பாடுகள் செய்திருக் கிறோம். எந்த நிபந்தனையாவது இருந்ததா? இப்போது அமெரிக்கா வோடு போட்டுள்ள ஒப்பந்தத்தில் நம்மை நிர்ப்பந்தம் செய்கிற ஒரு அம்சம் உள்ளது. அமெரிக்கா எந்த நாட்டின் மீது போர் தொடுத்தாலும் நாம் கண்ணை மூடிக்கொண்டு அமெரிக்காவை ஆதரிக்க வேண்டும். மனதளவில் சற்றும் விருப்பம் இல்லையென்றாலும் அமெரிக்காவின் நிலையை ஆதரித்துத்தான் ஆக வேண்டும்.

விஞ்ஞானிகளுக்கோ அறிவியல் கண்டுபிடிப்புகளுக்கோ கம்யூனிஸ்ட்டுகள் எதிரிகள் அல்ல. கம்யூனிஸ்ட் கட்சியின் கொள்கைகளே விஞ்ஞானக் கோட்பாடுகளைக் கொண்டதுதானே.

பீட்டர்: நமக்கு முன்பே சீனா அமெரிக்காவோடு ஒப்பந்தம் போட்டிருக்கிறது. 'மனித உரிமைகளைப் பேணிப் பாதுகாப்போம்' என்று அதில் சொல்லியிருக்கிறது. திபெத்தில் நாங்கள் இப்படித்தான் நடந்து கொள்வோம் என்றெல்லாம் உத்திரவாதம் கொடுத்திருக் கிறார்கள். நமது முதல் நியூக்லியர் உலை பிரான்சோடு போட்டிருக் கிறோம். அமெரிக்க உடன்பாட்டை 3 ஆண்டுகளுக்கு முன்பாக நாம் போட்டிருந்தோமானால் இன்றைக்கு 20 ஆயிரம் மெகாவாட் மின்சாரம் நமக்குக் கிடைத்திருக்கும்.

மூன்று மாதத்தில் 1000 மெகாவாட் உற்பத்தி செய்யப்போகிறோம் கூடங்குளத்தில். நான் ரஷ்யாவைக் குறை சொல்லவில்லை. ஆனால் ரஷ்யாவிடம் யுரேனியம் இல்லை.

ஆகவே அமெரிக்கா முழுமையாக முடித்துத் தரும் என்கிறீர்கள். காங்கிரஸின் தேர்தல் அறிக்கையில் நாட்டு நலன் சார்ந்து சுயேச்சையான வெளியுறவுக் கொள்கை என்று கூறுகிறீர்கள். அமெரிக்காவோடு சேர்ந்து ராணுவக்கூட்டு ஒப்பந்தம்வரை போவதுதான் சுயேச்சையான வெளியுறவுக் கொள்கையா?

பீட்டர்: ஒரு காலத்தில் அமெரிக்காவை அன்டச்சபல்லாக கருதுவதுதான் சோசலிசக்கொள்கை என்ற தவறான புரிதல் நிலவியது. அமெரிக்காவின் பொருளாதாரம் என்பது ஜனநாயகத்தன்மையுடையது என்ற எண்ணம் இன்றைக்கு வந்திருக்கிறது. உலக வளர்ச்சிக்கு உதவும் வண்டிகளை முன்னால் நின்று இழுக்கும் இழுப்பு இயந்திரமாக அமெரிக்கா இருக்கிறது. காரணம், அதனிடம் உள்ள தொழில் நுட்பமும் பொருளாதார வளமும் என்பதை யாரும் மறுக்க முடியாது.

இன்றைக்கு இஸ்லாமிய நாடுகள்கூட, அமெரிக்காவின் மதவாத நிலைப்பாட்டை ஏற்றுக் கொள்ளவில்லையே தவிர - சில விஷயங்களில் இல்லாமிய நாடுகள் அமெரிக்காவை எதிர்த்தாலும், அமெரிக்க ஒத்துழைப்பையோ, அதனுடைய ஆதரவையோ புறக்கணிக்க இயலவில்லை. ஆகவே நாம் 'யார் சரி' என்று பார்ப்பதில்லை 'எது சரி' என்று பார்க்கிறோம். ரஷ்யாவோடு இருந்த, இருக்கிற உறவும் செல்வாக்கும் அமெரிக்காவோடும் நமக்கு ஏற்படவேண்டும். அதுதான் சிறந்த நடுநிலையான பொருளாதாரப் பார்வையாக இருக்க முடியும்.

இலங்கை இனப்பிரச்சினை குறித்து காங்கிரஸ் தேர்தல் அறிக்கையில் இருப்பதை நீங்கள் எப்படிப் பார்க்கிறீர்கள்?

ஸ்டாலின்: ஏதோ அதைப்பற்றி போகிறபோக்கில் இரண்டுவரி இருக்கிறதே தவிர, தெளிவாக இல்லை. இந்தியக் கம்யூனிஸ்ட் கட்சியின் தேர்தல் அறிக்கையில் மிகத்தெளிவாக குறிப்பிட்டிருக் கிறோம். கம்யூனிஸ்ட் கட்சி என்பது குண்டுச் சட்டிக்குள் குதிரை ஓட்டிக் கொண்டிருக்கும் கட்சி அல்ல. சர்வதேசப் பார்வையுள்ள இயக்கம். அதுவும் தேசிய இயக்கம்தான். நண்பருக்கு அந்தக் கட்சியின் மீது மரியாதை இருப்பதும் எனக்குத் தெரியும்.

போர் உடனடியாக நிறுத்தப்படவேண்டும். கம்யூனிஸ்ட்கட்சியின் தேர்தல் அறிக்கையை அகில இந்தியச் செயலாளர் தோழர் ஏ.பி.பரதன் வெளியிட்டுப் பேசியிருக்கிறார். இந்திராகாந்தி பயன்படுத்திய

வார்த்தையைச் சொல்லியிருக்கிறார். இந்தியக் கம்யூனிஸ்ட் கட்சி வெளியிட்டுள்ள அந்த எலக்ஷன் மேனிஃபெஸ்டோவில், 'இலங்கையில் அன்றாடம் தமிழ் மக்கள் கொன்று குவிக்கப்படுகிறார்கள்' என்ற வாசகம் இடம் பெற்றுள்ளது. காங்கிரஸ் கட்சியின் தேர்தல் அறிக்கையில் இப்படிப்பட்ட சொற்றொடர் இருக்கிறதா?

இலங்கைப் பிரச்னை குறித்து காங்கிரஸ் கட்சியின் மேனிஃபெஸ்டோவில் க்ளியரா இல்லயே, அதைப்பற்றிச் சொல்லுங்கள்...

பீட்டர் அல்போன்ஸ்: இலங்கையைப் பொறுத்த வரைக்கும் காங்கிரஸ் கட்சியின் கடந்தகாலச் செயல்பாட்டைப் பார்த்தவர்கள் அதனுடைய நேர்மையையும் நல்லெண்ணத்தையும் சந்தேகிக்க மாட்டார்கள். இலங்கைப் பிரச்னையில் இன்றைக்கு முதல் தேவை என்னவென்றால், ஆயுதம் வைத்திருக்கிற எல்லோரும் ஆயுதங்களைக் கீழே போடுவோம் என்று சொன்னால் ஒழிய அந்த நாட்டில் நிரந்தர அமைதிக்கு வழி கிடையாது.

அரசு உட்பட...?

பீட்டர்: ஆம், அரசு உட்பட! யுத்தத்தை நிறுத்த வேண்டும். அதில் மாற்றுக் கருத்துக் கிடையாது. இலங்கை அரசிடம் போரை நிறுத்துங்கள் என்று சொல்லுகிற அதே நேரத்தில், விடுதலைப்புலிகளிடத்திலே ஆயுதங்களைக் கீழே போடுங்கள் என்று தான் கேட்கிறோம்...

இதுவரை உங்கள் நேரத்தை எங்களோடு ஒதுக்கியமைக்காக உங்கள் இருவருக்கும் எங்கள் மனமார்ந்த நன்றியைத் தெரிவித்துக் கொள்கிறோம். வணக்கம்.

சந்திப்பு: சுதாங்கன், ஜென்ராம்

ஜீ தமிழ் தொலைக்காட்சி - 05 மே, 2009

பொது சுத்திகரிப்பு நிலையமே நிரந்தரத் தீர்வு

ஈரோடு மக்களவைத் தொகுதியில் ஆறு சட்டமன்றத் தொகுதிகள் உள்ளன. குமாரபாளையம், காங்கேயம், தாராபுரம், ஈரோடு மேற்கு, ஈரோடு கிழக்கு, மொடக்குறிச்சி என்பவை அவை. புதியதாக உருவாக்கப்பட்டுள்ள ஈரோடு நாடாளுமன்றத் தொகுதியில் விவசாயம் அதிகமா? தொழில் அதிகமா?

ஸ்டாலின்: *ஈரோடு தொழில் நகரம். ஜவுளி என்றாலே ஈரோடுதான். ஆகவே இங்கே விவசாயம் இல்லை என்றோ அல்லது விவசாயம் குறைவாக இருப்பதாகவோ கருதிவிடக்கூடாது. பரவலாக விவசாயமும் நடைபெறுகிறது. புகழ்மிக்க தொழில் நிறுவனங்கள் ஈரோட்டில் இருக்கின்றன. நெல், கரும்பு, தென்னை, மஞ்சள் போன்றவை வேளாண்மை செய்யப்படுகின்றன. குறிப்பாக மஞ்சள்.*

கொங்கு மண்டலப்பகுதியில் பொள்ளாச்சியைத் தவிர ஈரோடு, கோயமுத்தூர், திருப்பூர் ஆகிய மூன்று நாடாளுமன்றத் தொகுதிகளையும் காங்கிரசுக்குத் தி.மு.க ஒதுக்கியிருக்கிறதே என்ன காரணம்? தி.மு.க இங்கே வெற்றிபெற முடியாது என்கிற நினைப்பில் உங்களுக்கு ஒதுக்கி விட்டார்களா?

விடியல் சேகர்: *அப்படி அல்ல. ஈ.வி.கே.எஸ். இளங்கோவன், கார்வேந்தன், பிரபு ஆகிய முக்கியத் தலைவர்கள் இந்தத் தொகுதிகள் வேண்டும் என்றுதான் கேட்டுப் பெற்றிருக்கிறார்கள்.*

விசைத்தறிகள் இந்தத் தொகுதியில் பரவலாக இருக்கின்றன. இவையாவும் மின்சாரத் தட்டுப்பாட்டால் பெரிதும் பாதிக்கப்பட்டிருப்பதாகச் சொல்கிறார்கள். எப்படிப்பட்ட நிலைமை இருக்கிறது?

ஸ்டாலின்: *மின்வெட்டு என்பது மிகவும் சாதாரணமான பிரச்சனை அல்ல. இப்பொழுது நடைபெறப்போகிற தேர்தலில் மிக முக்கியமான கூறாக அது இருக்கும். அதிகாரப் பூர்வமாக நாள்தோறும் இரண்டு மணிநேரம் மின்வெட்டு என்று சொல்கிறார்கள். ஆனால் நடைமுறையில் 4 மணிநேரத்திற்கு மேல் மின்வெட்டு இருக்கிறது.*

ஜவுளித்தொழில் முடங்கிக் கிடக்கிறது. மின்சாரத் தட்டுப்பாடு மட்டுமல்ல, மின் கட்டணம் 2007 செப்டம்பரிலிருந்து 2008 செப்டம்பர் வரை கணக்கிட்டு எந்த மாதம் அதிகமாக பயன்படுத்தப்பட்டிருக் கிறதோ, அந்த மாதத்தில் உள்ள அளவைக் கணக்கிட்டுக் கொண்டு, அதற்குமேல் இப்போது யாரும் மின்சாரத்தைப் பயன்படுத்தக் கூடாது என்று அரசு அறிவித்துள்ளது.

வெளிநாடுகளில் சொல்வார்கள் 'பிரொடியூஸ் தி புரொடியூசர்ஸ்' என்பார்கள். 'உற்பத்தியாளர்களை உற்பத்தி செய்' என்பார்கள். ஆனால் இன்றைக்கு உள்ள நிலைமை என்ன தெரியுமா? ஈரோடு மட்டுமல்ல தமிழகம் முழுவதும், 'உற்பத்தியாளனை முடக்கி வை' என்கிற சூழல்தான் நிலவுகிறது.

இந்த ஊரைச் சேர்ந்த இளங்கோவன் கடந்த காலத்தில் ஜவுளித்துறை அமைச்சராக இருந்தார். அவர் என்ன செய்திருக்கிறார்?

விடியல் சேகர்: கைத்தறிப் பூங்காக்கள் அமைத்திருக்கிறார். ஜவுளிப் பூங்கா அமைத்திருக்கிறார். ஈரோட்டிலே, குமார பாளையத்திலே அதற்கான பணிகள் இடம் தேர்வு செய்யப்பட்டு நடைபெற்று வருகின்றன. நாடா இல்லாத தறிக்கான பூங்காக்கள் அமைக்கப்பட உள்ளன. சென்னிமலையில் கைத்தறி ஏற்றுமதி மண்டலம் என்ற ஒன்று அமைக்கப்பட்டு வருகிறது. அண்ணன் ஸ்டாலின் அவர்கள் தவறான தகவலைச் சொல்கிறார் என்று நினைக்கிறேன். 2 மணி நேரம்தான் மின்வெட்டு 4 மணி நேரம் இல்லை. என் கவனத்திற்கு வந்தால் சரி செய்து தருகிறேன்.

ஸ்டாலின்: சரி செய்யலாம். தேர்தலுக்குப் பிறகு...

இனி மக்களுடைய கருத்தைக் கொஞ்சம் கேட்போம்...

மக்கள் கருத்துகள்:

'விவசாயப் பொருள்களுக்கு நல்லவிலை, கட்டுபடியாகக் கூடிய விலை கிடைக்காததால் பெருமளவிலான விளைபொருள்கள் தேங்கிக் கிடக்கின்றன. இதுதான் முதன்மையான பிரச்சினை.'

'சாயக்கழிவு பிரச்சினையால் குடிநீர் பாதிப்பு, நிலம் மற்றும் சுற்றுச் சுழல் பாதிப்பு ஏற்பட்டுள்ளது'

'விவசாயிகளை இனம் பிரித்து கடன் தள்ளுபடி செய்வது'

'ஈரோட்டின் சுற்றுச்சாலை, காவிரிப்பாலம், மேம்பாலம் போன்றவை இன்னும் அமைக்கப்படாதது.'

'மஞ்சள் வணிகத்திற்காகப் பாதுகாப்பகம் கட்டப்படாதது'

'எப்போதும் மின் பாதிப்பால் ஏற்பட்டிருக்கும் தொழில் முடக்கம்'

'தொகுதியில் இருக்கும் இரண்டு ஜவுளிப் பூங்காக்களுமே பராமரிப்பின்றி இருப்பது'

சாயக்கழிவுகள் ஆற்றில் கலப்பதாக கூறுகிறார்கள். இதற்காக சுற்றுச் சூழல் ஆர்வலர்களும் விவசாயிகளும் நீதி மன்றத்திற்குச் சென்று சில ஆலைகளும் மூடப்பட்டிருப்பதாகச் சொல்கிறார்கள். இன்று அங்கு வேலை இழந்த தொழிலாளர்களின் நிலைமை என்ன?

ஸ்டாலின் : *சாயக்கழிவுப் பிரச்சினை என்பது மிகப் பெரிய சாபக்கேடு. சாயப்பட்டறைகள் ஏராளமாக இருக்கின்றன. காலிங்க ராயன் வாய்க்கால் நீர் ஏறத்தாழ 20 ஆயிரம் ஏக்கர் பாய்கிறது. அதுபோக லோயர் பவானி பிராஜெக்ட். காவிரியின் ஓரத்தில் ஈரோடு இருக்கிறது. அத்தனையும் காவிரியில் கலக்கிறது. சாக்கடையிலும் சாயத்தண்ணீர் வருகிறது. நிலத்தடிநீர் வீணாகிறது. இதற்கொரு மாற்று யோசனையை அங்கிருக்கிற விவசாயிகளும் வியாபாரப் பெருமக்களும் கூறினார்கள்.*

ஒரு பொது சுத்திகரிப்பு நிலையம் வேண்டும் என்கிறோம். இது எத்தனையோ மேல் நாடுகளில் இருக்கிறது. இந்தியாவில் கூட பல பகுதிகளில் இருக்கிறது. ஈரோடு போன்ற தொழில் வளம் கொழிக்கும் இடங்களில் அரசே பொது சுத்திகரிப்பு நிலையத்தை அமைக்க வேண்டும். மாசுக் கட்டுப்பாட்டு வாரியம் என்ன சொல்கிறது என்றால், ஒவ்வொரு தொழிற்சாலையும் சுத்திகரிப்பு வேலையை அவர்களே பார்த்துக் கொள்ள வேண்டும். தொழில் நடத்தக் கூடியவர்கள், ஏற்கனவே பல லட்சரூபாய் கடன் வாங்கி தொழில் நடத்தக் கூடியவர்கள் கோடிக்கணக்கான ரூபாய் போட்டு மாசுக் கட்டுப்பாட்டைச் செய்ய முடியாது.

விரும்பவில்லை என்பது வேறு விஷயம். விரும்பினாலும் முடியாது. அப்பொழுது என்னதான் செய்வது? ஒரு பொது சுத்திகரிப்பு நிலையம் அமைத்து அந்த இடத்திற்கு அத்தனை சாயக்கழிவு நீரையும் கொண்டு வந்து, அந்தப் பொது சுத்திகரிப்பு ஆலையிலிருந்து குழாய் மூலமாக எடுத்துச் சென்று கடலிலே கலக்க வேண்டும் என்று பொறியாளர்கள் சொல்கிறார்கள். அந்தக் காரியத்தைச் சுலபமாகச் செய்யலாம். முதலாளிகள் லாபமடைகிறார்கள் அல்லவா, அவர்களிடம் மின்சாரக் கட்டணத்தை மாதாமாதம் பெற்றுக் கொள்வதைப்போல, அவர்கள் விடுகின்ற சாயத் தண்ணீரின் அளவைப் பொறுத்து கட்டணத்தை நிர்ணயித்துப் பெற்றுக்கொள்ளலாம்.

2006 தி.மு.க தேர்தல் அறிக்கையில் இது குறித்து சொல்லப்பட்டிருக்கிறது. சட்ட மன்றத்திலும் 700 கோடிக்கான திட்டம் ஒன்றைத் தாக்கல் செய்தார்கள். இப்போதும் மக்களவைக்கான தேர்தல் அறிக்கையில் அது இருக்கிறது?

ஸ்டாலின் : தேர்தல் அறிக்கையிலே தெளிவாக இருக்கும். திமுக தலைவர் பிரச்சாரத்திற்கு வந்தபோது கூட பொது சுத்திகரிப்பு நிலையம் கட்டப்படும் என்று சொன்னார். இதுவரை அஸ்திவாரம் கூடக் கட்டப்பட வில்லை.

அதற்கு என்ன காரணம்?

விடியல் சேகர்: ஒன்று காங்கேயம் பகுதியில் இருக்கிறது திருப்பூர் சாயக்கழிவு. இரண்டு பெருந்துறையில் இருக்கிற சிப்காட் பகுதி சாயக்கழிவு, மூன்று அண்ணன் குறிப்பிட்டதைப் போன்று காலிங்கராயன் கால்வாயை ஒட்டி இருக்கிற சாயக்கழிவு.

இந்த மூன்று இடங்களில் இருந்தும் வருகிற சாயக்கழிவு நீரை இணைத்து பொது சுத்திகரிப்பு நிலையம் அமைக்கப்பட வேண்டும் என்ற கோரிக்கையை சட்டமன்றத்தில் நானும் திருப்பூர் சட்டமன்ற உறுப்பினர் கோவிந்தசாமி, இந்திய கம்யூனிஸ்ட் கட்சி சிவபுண்ணியம் எல்லோரும் முன் வைத்தோம். தனியார் நிறுவனம் ஒன்று அளித்த அறிக்கையை முன்வைத்து சட்டமன்றத்தில் பேசி முதல்வரிடம் ஒரு திட்டத்தையும் பெற்றோம். 368 கிலோ மீட்டர் தூரம் செல்லவேண்டும் என்ற வரைவுகூட இடம் பெற்றிருந்தது. இதனை தொழில் நுட்ப அடிப்படையில் எவ்வாறு கொண்டு செல்வது என்பது குறித்து டிடி ஐ ரிப்போர்ட் கேட்பதற்காக மாசுக் கட்டுப்பாட்டு வாரிய அதிகாரி பாலகிருஷ்ணன் தலைமையில் ஒரு கமிட்டியை அரசு நியமித்தது. அதை மேற்பார்வை செய்வதற்காக தமிழகத் திட்டத் துறையின் செயலாளர் அவர்களைப் போட்டு அதில் உறுப்பினர்களாக திருப்பூர் மற்றும் ஈரோடு மாவட்டத்திலுள்ள சாயத்தொழில் சம்பந்தப்பட்ட அனைத்துப் பிரிவிலுள்ள பிரதிநிதிகளையும் நியமித்து அந்தத் திட்டம் தயார் நிலையில் இருப்பதாக அறிகிறோம்.

அந்த ரிப்போர்ட்டிலே 15 சதவிகிதப் பங்குத் தொகையை மாநில அரசு செலுத்தும். மத்திய அரசு 25 சதவிகிதம் பங்குத் தொகையைக் கொடுக்கும். மீதியுள்ள 60 சதவிகிதத்தை தொழிலதிபர்கள், பல்வேறு தொழில் அமைப்புகள் போன்றவை போட வேண்டும் என்று அறிவித்தார்கள். 60 சதவிகிதம் என்று கேட்ட உடனே தொழில் அதிபர்கள் பின்வாங்கி விட்டார்கள். ஆகவே அந்தத் திட்டம் இப்போது செயல்படாத நிலையில் இருக்கிறது.

நடைமுறைச் சிக்கல்கள் மற்றும் கால தாமதம் இவற்றை யெல்லாம் கணக்கிட்டால் 1000 கோடிகளுக்கு மேல் போகும். இதையறிந்தவுடன் திருப்பூர் முதலாளிகள் திரும்பிப் போய் விட்டனர். பிறகு நான் திருப்பூர் சட்டமன்ற உறுப்பினருடன் கலந்துபேசி சட்ட மன்றத்திலே கவன ஈர்ப்புத் தீர்மானத்தைக் கொண்டு வந்தோம்.

ஸ்டாலின்: இவர்களுடைய கூட்டணிதான் மத்தியிலும் மாநிலத்திலும் ஆளுகிறது. இது தொழிலதிபர்களை மட்டும் பாதிக்கிற விஷயமல்ல. இது தொழிலதிபர்களுக்கான பிரச்சினை மட்டுமல்ல. சாதாரண மக்களின், உழைக்கின்ற, கூலி வேலைசெய்கிற இலட்சக்கணக்கான மக்களின் வாழ்வாதாரப் பிரச்சினை. நிலத்தடி நீர் கெட்டு விட்டது. குடிக்கின்ற தண்ணீர் விஷமாகிவிட்டது. விவசாயம் செய்கிற நிலம் பாழாகிக் கொண்டிருக்கிறது. ஆயிரக்கணக்கான ஆண்டுகளாக நமது முன்னோர் பாதுகாத்துப் பண்படுத்திய உயிர்ச் செல்வமான மண் மாசுபடுகிறது. தரம் குறைகிறது. வசதியானவர்கள் பாட்டில் தண்ணீர் வாங்கிக் குடிக்கலாம். ஏழை எளிய மக்கள் பணம் கொடுத்து தண்ணீர் வாங்கும் நிலைமையில் இருக்கிறார்களா?

சுத்திகரிக்கப்படாத தண்ணீரை வெளியே விடும் ஆலைகளை மூட உச்ச நீதிமன்றம் உத்தரவிட்டிருக்கிறது அல்லவா?

ஸ்டாலின்: சில ஆலைகள் மூடப்படும். சில ஆலைகள் திறக்கப்படும். அதற்கான காரணம் உங்களுக்குத் தெரியும்.

விடியல் சேகர்: நீதிமன்ற ஆணை ஒருபுறம். இந்தப் பிரச்சினையில் கம்யூனிஸ்ட் கட்சியினர் இரட்டைவேடம் போடுகின்றனர். சாயக் கழிவால் நிலமெல்லாம் கெட்டு விட்டது என்று ஒருபுறம். சாயக் கழிவுப் பிரச்சனையால் ஏதாவது ஒரு ஆலையை மூடினால் உடனே 'தொழிலாளர்களின் வேலை வாய்ப்பைப் பறித்து விட்டார்கள்' என்று அறிக்கை வரும்.

ஸ்டாலின்: நிரந்தரத் தீர்வைத்தான் எதிர்பார்க்கிறோமே தவிர, ஆலைகளை மூடுவதையல்ல. காங்கிரஸ் கட்சியின் அகில இந்தியத் தொழிற்சங்கம் - தேசியச் சிந்தனையுள்ள தொழிலாளர்கள், நாங்கள் வலியுறுத்துகிற அதே கோரிக்கையை முன்வைத்துப் போராடுகிறார்களே அவர்களும் ரெட்டை வேடம்தான் போடுகிறார்களா?

இதிலே இருக்கிற சூட்சமத்தைச் சொல்ல வேண்டுமென்றால், தனக்குப் பிடிக்காத, தான் விரும்பாத ஆலையை பூட்டி சீல் வைக்கச் சொல்வது! அதற்குப்பிறகு பணம் வருமென்றால் ஆலையைத் திறக்கச் சொல்வது என்பது சில இடங்களில் இருக்கிறதா இல்லையா?

தொழிலாளர்களும் பாதிக்கக்கூடாது, தொழிலும் பாதிக்கக்கூடாது. தொழிற்சாலை இழுத்துப் பூட்டப்படுமானால் இன்னும் 10 ஆண்டுகளுக்கு கூட முதலாளி சாப்பிடலாம். ஆனால் தொழிலாளி அடுத்த வாரமே சாப்பிட முடியாது.

நிலத்தடி நீரும் பாதிக்கக்கூடாது. விவசாயம் அழியக்கூடாது. தொழிலாளிகளும் வேலை இழக்கக்கூடாது என்றுதான் ஒரு நியாயமான அரசாங்கம் நினைக்க வேண்டும். ஒட்டு மொத்த சமுதாயமும் பயன் பெற வேண்டும். யாருக்கும் இழப்பு நேரக் கூடாது என்று சொன்னால் அதைச் செய்யவில்லை. இவர்களது அரசுக்கு 1000 கோடி என்பது பெரிய பிரச்சனையா? முதலீடு செய்யும் தொகையை கொஞ்சம் கொஞ்சமாக ஆலை முதலாளிகளிடம் வசூல் செய்து கொள்ளக்கூடாதா?

மக்கள் என்ன சொல்கிறார்கள் என்று பார்ப்போம்.

மக்கள் கருத்து:

'கரும்புக்கு நல்ல விலை கிடைக்கவில்லை. நெல்லுக்கும் கட்டு படியான விலை கிடைக்கவில்லை. நெல் குவின்டாலுக்கு 1500லிருந்து 2000 வரை கிடைக்க வேண்டும். ஒரு டன் கரும்புக்கும் அதேபோல 2000 வரை தேவை. வேறு வழியில்லை. இடுபொருள்களின் விலை உயர்ந்து விட்டது. அதுதான் காரணம்.'

'தென்னை விளைவிப்பதற்கு ஆள் இல்லை. பருப்பு விலை குறைந்து விட்டது. கள்கட்டுவதற்கு மத்திய அரசோ மாநில அரசோ அனுமதி கொடுத்தால் நல்லது.'

'மின்வெட்டால் விவசாயிகளும் தொழிலாளிகளும் மிகவும் பாதிக்கப்படுகிறார்கள்'

'விலைவாசி இப்படி இருந்தால் நாங்கள் எப்படி பிழைப்பது?'

'சாயக்கழிவு பிரச்சினை பெரும் பிரச்சினை'

'போக்குவரத்துச் சிக்கல் அதிகமாகி இருக்கிறது. விபத்துக்கள் அதிகமாகி வருகின்றன. இதற்கொரு மாற்றத்தை தீர்வை கொண்டு வரவேண்டும்'

'தேர்தல் சமயத்தில் சொல்வார்கள். பிறகு மறந்துவிடுவார்கள்.'

முதலில் பேசியவர் சொன்னார். 'நெல்லுக்கும் கரும்புக்கும் நல்ல விலை கிடைக்கவில்லை' என்று. தி.மு.கவிலும் காங்கிரசிலும் இருக்கிற விவசாயப் பெருமக்கள்கூட உங்களோடு சேர்ந்து போராடுகிறார்களே!

ஸ்டாலின்: இந்தப் பிரச்சினை என்பது நாட்டையே உலுக்கிக் கொண்டிருக்கிற பெரிய உயிர்ப் பிரச்சினை. கொங்கு மண்டலத்தை மட்டுமல்ல தேசத்தையே ஆட்டிப் படைக்கின்ற சிக்கல். விவசாய சங்கத்திற்கே ஈரோடுதான் மையம். ஈரோட்டைச் சேர்ந்த விவசாய சங்கத்தினர் தமிழக விவசாயிகள் அனைவரையும் ஒருங்கிணைத்தனர். மனதிற்குள் திராவிட இயக்கப்பற்றுள்ள, மனதில் தேசிய இயக்க ஈடுபாடுள்ளவர்கள்கூட மத்திய மாநில அரசுகளின் நெல், கரும்பு தொடர்பான நிலைபாட்டைக் கண்டித்து சாலைகளில் இறங்கிப் போராடினார்கள், உண்ணாவிரதம் இருந்தார்கள்.

கரும்புக்கு 1550ரூபாய் விலை நிர்ணயம் செய்ய வேண்டும் என்று மத்திய அரசால் நியமிக்கப்பட்ட குழுவான ‘வேளாண் விளைபொருள் நிர்ணயக் குழு’ பரிந்துரை செய்தது. ஒரு டன்னுக்கு 1550 ரூபாய்க்கு குறைவாக கொடுத்தால் கட்டுப்படியாகாது. கரும்புத் தொழில் நடத்த முடியாது என்று சொன்னார்கள். ஆனால் டன்னுக்கு காங்கிரஸ் அரசு 811 ரூபாய்தான் கொடுத்தது. காங்கிரஸ் அரசாங்கமே நியமித்த ஒரு குழுவின் பரிந்துரையை காங்கிரஸ் அரசாங்கமே உதாசீனம் செய்து விட்டது.

2007-ம் ஆண்டு 811 ரூபாய் உயர்த்தாமல் கொடுத்தார்கள். 2008-ம் ஆண்டு 812 என்று கூட உயர்த்தவில்லை.

சென்வாட் வரி நீக்கப்பட்டிருக்கிறது.

விடியல் சேகர்: சென்வாட் வரி நீக்கப்பட்டதற்கு வரவேற்பு கிடைத்திருக்கிறது. இதன் மூலம் தொழில் வளர வாய்ப்பு இருக்கிறது. நெல்லுக்கும் கரும்புக்கும் விலையை உயர்த்தி வழங்க வேண்டும் என்பதிலே கருத்து வேறுபாடு இல்லை. ஆனால் அண்ணன் சார்ந்துள்ள கட்சியினர் நெல்லுக்கும் கரும்புக்கும் நியாயவிலை கிடைக்க வேண்டும் என்றும் போராடுவார்கள். மறுபுறம் அரிசி விலை, சர்க்கரைவிலை உயர்ந்தாலும் போராடுவார்கள்.

ஸ்டாலின்: பிரச்சினைகளைப் பற்றிய விவாதத்தை வேறு வகையில் திசை திருப்பக்கூடாது, கடைசியாக ஒரு தனியார் சர்க்கரை ஆலையில் 1270 ரூபாய் கொடுத்திருக்கிறார்கள். லாபத்திற்காக மட்டுமே வைத்திருக்கக்கூடிய ஒரு தனியார் தொழிற்சாலையே 1270 ரூபாய் கொடுக்க ஒப்புக்கொண்ட பிறகு, மக்கள் நலனே பெரிது என்று கருத வேண்டிய ஒரு அரசு, குழு பரிந்துரைத்த அந்தக் குறிப்பை காதிலே கூட போட்டுக் கொள்ளாமல் 811 ரூபாயை அப்படியே வைத்திருந்தால் என்ன நியாயம்?

இதற்கு என்ன பதில் சொல்கிறீர்கள்?

விடியல் சேகர்: தனியார் வழங்குகிற 1270 ரூபாயை மத்திய அரசும் வழங்கவேண்டும் என்று நாங்கள் தொடர்ந்து குரல் கொடுப்போம்.

ஸ்டாலின்: மத்திய அரசு 10 லட்சம் டன் சர்க்கரையை இப்பொழுது இறக்குமதி செய்கிறது. சென்ற ஆண்டு கட்டுபடியாகக் கூடிய விலை கொடுக்காததால் பல விவசாயிகள் கரும்பு பயிரிடவில்லை. ஏறத்தாழ 30 சதவிகிதம் கரும்பு உற்பத்தி குறைந்து விட்டதாக அரசாங்கப் புள்ளி விவரம் கூறுகிறது. இப்பொழுது ஆலை முதலாளிகள் என்ன சொல்கிறார்கள் தெரியுமா? 1500 ரூபாய் கொடுத்திருக்கலாமே! அரவைக்காவது கரும்பு வந்திருக்குமே - அரவைக்கும் கரும்பு வரவில்லை சர்க்கரை உற்பத்தியும் நடக்க வில்லை. சர்க்கரை உற்பத்தி நடந்திருந்தால் வரி கிடைத்திருக்கும். வரி கிடைத்திருந்தால் அரசுக்கு வருமானம் கிடைத்திருக்கும்.

விடியல்சேகர்: ஆலை முதலாளிகளோடு 3 நாட்கள் பேச்சு வார்த்தை நடத்தினோம். இந்திய கம்யூனிஸ்ட், மார்ச்சிஸ்ட் நண்பர்களும் கலந்து கொண்டனர். படாத பாடுபட்டும் முடியவில்லை

ஸ்டாலின்: அவ்வளவு பாடு அங்கே பட்டதை உங்கள் அரசிடம் சொல்லி 1500 வாங்கிக் கொடுத்திருக்கலாமே?

விடியல்சேகர்: அதுதான் நடைமுறைச் சிக்கல், சர்க்கரை விலை உயரும். விலைவாசி உயர்வுக்கும் நீங்கள் போராட்டம் நடத்துவீர்கள்.

ஸ்டாலின்: வெளிநாட்டு விவசாயிகளுக்கு அதிகப் பணம் கொடுத்துத்தானே 10 லட்சம் டன் இறக்குமதி செய்கிறீர்கள். அந்த வெளிநாட்டு விவசாயிகளுக்கு கொடுக்கக்கூடிய பணத்தை நம் நாட்டு விவசாயிகளுக்குத் தரக் கூடாதா?

டீசல் விலை உயருகிறது. விவசாயிகளுக்கு டீசல் தேவை. ஏனென்றால் மின்வெட்டு. உலகம் முழுவதும் டீசல் விலை ஏறிவிட்டது. அதனால்தான் இங்கும் ஏற்றுகிறோம் என்றீர்கள். உலகம் முழுவதும் டீசல் விலை இறங்கியது. அங்கே இறங்கிய அளவுக்கு இங்கே இறக்கப்பட்டதா? இல்லை.

பருத்தி ஏற்றுமதிக் கொள்கையினால் நேரடி விளைவு இருக்கிறதா? இது தொழில் முடக்கத்தை ஏற்படுத்தியுள்ளதா?

ஸ்டாலின்: கண்டிப்பாக பாதிப்பை ஏற்படுத்தி இருக்கிறது. ஜவுளித்தொழில்தானே இங்கே அதிகமாக நடைபெறுகிறது. ஜவுளிச்

சந்தை கொண்டு வருகிறோம் என்று சொன்னார்கள். மத்திய ஜவுளி அமைச்சர்தான் இப்போது வேட்பாளராக இருக்கிறார். தமிழகம் முழுவதும் மட்டுமல்ல அயல் மாநிலங்களில் இருந்தும் ஏராளமானோர் ஈரோட்டிற்கு வருகின்றனர். நடக்க இடமில்லாத அளவுக்கு நடுரோட்டில் சந்தை நடக்கிறது. இரவில் நடக்கிறது. இன்று நேற்றல்ல பல ஆண்டுகளாக நடக்கிறது. இவர்கள் ஆட்சிக்கு வருவதற்கு முன்பு என்ன சொன்னார்கள்?

'ஜவுளிச்சந்தை உருவாக்கப்படும். ஏற்றுமதி செய்வதற்கு தனியான ஏற்பாடு செய்யப்படும்' என்று தெளிவாகச் சொன்னார்கள். ஆனால் ஜவுளிச்சந்தை ஈரோட்டில் உருவாக்கப் பட்டுவிட்டதா? சரி! மஞ்சளுக்கென்று தனியாக வளாகம் உருவாக்கப்பட்டுவிட்டதா?

ஈரோடு நாடாளுமன்றத் தொகுதியில் யாருக்கு வெற்றி வாய்ப்பு இருக்கிறது.

ஸ்டாலின்: கணேசமூர்த்தி அவர்களுக்குத்தான். சென்ற முறை நடந்த ஆறு சட்டமன்றத் தொகுதி முடிவுகளையும் அலசிப்பார்த்தால் அந்த முடிவுக்குத்தான் வர வேண்டிதாயிருக்கிறது. இயற்கையாகவே கொங்கு மண்டலத்தின் அரசியல் அடித்தளத்தையும் போக்கையும் ஆழமாக அனைத்துக் கோணங்களிலும் ஆய்வு செய்தாலும் இம் முடிவுக்கே தான் வரவேண்டியிருக்கும்.

சேகர்: இவர்களுடைய அணிக்கு யார் பிரதமர்? பிரதமர் யார் என்றே தெரியாத அணியிடம் இந்த நாட்டைக் கொடுத்தால் என்ன ஆகும்?

ஸ்டாலின்: யார் இந்த நாட்டை ஆளுவது அல்லது எந்தக் குடும்பம் இந்த நாட்டை ஆளுவது என்பதை விட எந்தக் கொள்கை இந்த நாட்டை ஆளுவது? எந்த மாதிரியான இலட்சியங்கள் நடைமுறைப் படுத்தப்படுகிறது? எந்தக் கோட்பாடுகள் ஆளுகின்றன என்பதுதான் மிக முக்கியம்.

சந்திப்பு: சுதாங்கன், ஜென்ராம்

உங்கள் நூலகம் - ஆகஸ்ட், 2009

மிகச்சிறந்த புத்தகங்களே சிந்தனையைச் செம்மைப்படுத்தும்

டி.வி.சீரியல், கம்ப்யூட்டர் கேம்ஸ், இன்டர்நெட்... என்று எத்தனை காக்கைகள்! மாய்மாலங்கள் செய்து கண்கட்டு வித்தைகளைக் காண்பித்து 'புத்தக வாசிப்பு' என்கிற ஆக்கப் பூர்வமான நல்ல பழக்கத்தை நம்மிடம் இருந்து பறித்துக்கொண்டு போய் பாழ்படுத்தத்தான் எத்தனை காக்கைகள்!

இரும்புக்கை மாயாவிகளிலும், 'அம்புலிமாமா'க்களிலும், ருஷ்ய நாட்டு மொழிபெயர்ப்புக் குட்டிக்கதைகளிலும் மூழ்கி மகிழ்ந்த பையன்களும், 'அலைஓசை'களிலும் ஜெயகாந்தனிலும் லயித்திருந்த அப்பா அம்மாக்களும் இன்று இல்லை. டிவி. மெகா சீரியல்களுக்குத் தங்களின் பொன்னான நேரத்தை அடமானம் வைத்துவிட்டு காலவிரயம் என்ற வட்டியையும் செலுத்திக் கொண்டிருக்கிறார்கள்.

இந்தச் சூழலில், அருகி வரும் புத்தக வாசிப்பு எனும் உயரிய வழக்கத்தை மீட்டெடுத்து உயிர்ப்பிக்கப் பெரும் பிரயத்தனம் செய்யும் பகீரதன்களில் த.ஸ்டாலின் குணசேகரன் குறிப்பிடத் தக்கவர். மக்கள் சிந்தனைப் பேரவை என்கிற அமைப்பின் மூலம் சமூக நோக்குள்ள பல செயல்களைச் செய்து வருபவர் இந்த ஈரோட்டுக்காரர். ஈரோடு புத்தகத் திருவிழா இவரது தனி அடையாளம் என்றால் அது மிகையில்லை.

பொதுவாக சென்னையைத் தவிர அதாவது தாம்பரத்தைத் தாண்டினால் 'படிப்பாளிகளுக்குப் பஞ்சம்; புத்தகங்கள் போணி யாகாது' என்கிற 'மெட்ரோபாலிடன் மாயை'யை உடைத்தெறிந்த பிடிவாதக்காரர் இவர். ஸ்டாலின் குணசேகரன், தான் தலைவராக இருக்கும் மக்கள் சிந்தனைப் பேரவை மூலம் ஈரோடு புத்தகத் திருவிழாவைப் பார்த்துப் பார்த்துச் செதுக்கி செம்மைப்படுத்தியபடி நடத்துகிறார், ஒரு ஆத்மார்த்தமான சிற்பியைப் போல.

தற்போது, 5வது ஆண்டாக நடந்து வரும் ஈரோடு புத்தகத் திருவிழாவில் 'பிஸி'யாக இருக்கிறார் மனிதர். ஓயாத தொலைபேசி

அழைப்புகள்; மாலை நேர சொற்பொழிவுக்கு வரும் அறிஞர்களை கவனித்தல்; விறுவிறுப்பாக வியாபாரம் ஆகிக் கொண்டிருக்கும் அரங்குகளைச் சுற்றிச் சுற்றி வந்து கவனித்தல். கணக்கு வழக்குகள்; நிறைகுறைகளுக்குப் பதிலளிப்பு... இப்படிப் பம்பரமான வேலைப் பளுவுக்கு மத்தியில், புத்தகத் திருவிழா பரபரப்புகளுக்கு நடுவில் நமக்காக நேரத்தை ஒதுக்கி நேர்காணல் தந்தார் ஸ்டாலின் குணசேகரன். பொறுமையாக, ஆணித்தரமாக பதில்களை அள்ளி வழங்கினார். சரி, இனி அவரிடம் போவோமா...

வெற்றிகரமான வழக்கறிஞர்-பாரம்பரியமிக்க ஒரு அரசியல் இயக்கத்தில் பொறுப்பான நிர்வாகி-நாடறிந்த பேச்சாளர்-சிறந்த எழுத்தாளர்-தீராத புத்தகக் காதலர்-சமூக அக்கறையுள்ள ஒரு அமைப்புக்குத் தலைவர்... என்று பன்முகங்கள் உங்களுக்கு உள்ளது. மெத்தப் படித்த குடும்பப் பின்னணி கொண்டவரா நீங்கள்?

அப்படியெல்லாம் இல்லை. எங்களது குடும்பம் விவசாயக் குடும்பம். எனது பெற்றோர் உயர்நிலைப் படிப்பைக் கூட தொடாத வர்கள். எங்கள் அய்யனுக்கு (தாத்தா) எழுதப்படிக்கவே தெரியாது. பிறந்து வளர்ந்தது சிறு கிராமம். ஈரோடு பக்கம் மாணிக்கம்பாளையம். இப்போது வேண்டுமானால் எங்கள் ஊர் ஈரோட்டின் புறநகராக ஆகியிருக்கலாம். அந்தக் காலத்தில் ஈரோடே எங்களுக்கு கோயமுத்தூர், சேலம் போல வெளியூராகத் தான் இருந்தது என்றால் பார்த்துக் கொள்ளுங்கள். அப்போது, அந்தளவுக்குச் சரியான குக்கிராமம்.

அப்படியானால், உங்களின் இன்றைய விஸ்வரூபத்திற்கு வித்து?

எனது தந்தை கே.தங்கமுத்து அவர்கள்தான். அவர் பெரிய படிப்பெல்லாம் படிக்காவிட்டாலும் நல்ல புத்தக வாசிப்பாளராக இருந்தார். சமூகத்தொண்டில் ஈடுபாடு கொண்டிருந்தார். முற்போக்குச் சிந்தனையில் ஊறியிருந்தார். அவருக்குப் பொதுவுடைமை சித்தாந்தத்தில் ஈர்ப்பு ஏற்பட்டுப் பொதுவுடைமை இயக்கத்திற்குத் தன்னை அர்ப்பணித்துக் கொண்டவர். புத்தக வாசிப்புப் பழக்கம்தான் அவர் எனக்குள் போட்ட முதல் விதை எனலாம். பாடப் புத்தகங்களைத் தவிர பிற அறிவார்ந்த நல்ல புத்தகங்களையும் படிக்கவேண்டும் என்று அடிக்கடி கூறுவார்.

பள்ளிப் பருவத்தில் உங்கள் புத்தக வாசிப்பின் வீரியம் எப்படி? அந்த அரை டவுசர் காலத்தில் காமிக்ஸ் கதைகள் ஈர்த்திருக்குமே?

அப்படியெல்லாம் சொல்லிவிட முடியாது. காமிக்ஸ் புத்தகங்களைப் படித்ததுண்டு. ஆனாலும் நான் பள்ளிப் பருவத்தில் இருந்தே

'சீரியஸான' வாசிப்பாளனாகத்தான் இருந்து வந்திருக்கிறேன். சும்மா ஜாலிக்காக என்றில்லாமல் படிக்கும் புத்தகங்கள் மூலம் அறிவை அபிவிருத்தி செய்து கொள்ளவேண்டும் என்ற தீவிரப் போக்கு அந்தப் பால்ய பருவத்தில் இருந்தே என்னுடன் வளர்ந்து வந்திருக்கிறது. தேச வரலாறு, தலைவர்களின் வாழ்க்கை வரலாறு, அறிவியல் கண்டு பிடிப்புகள், பயணக்கட்டுரைகள் என்று தேடித்தேடிப் படித்தேன்.

அந்த வகையில் உங்களுக்கு முதலாவதாக அறிமுகமான நூல்?

மகாத்மா காந்தியின் 'சத்திய சோதனை'. அப்போது நான் ஈரோடு கலைமகள் பள்ளியில் படித்துக்கொண்டிருந்தேன். அந்தப் பள்ளியின் தாளாளராக இருந்த தேசபக்திமிக்க மதிப்பிற்குரிய ஐயா மீனாட்சி சுந்தர முதலியார் அவர்கள் பள்ளியில் மாணவர்களுக்கு 'சத்திய சோதனை' நூலை வாசித்து வகுப்பெடுப்பார். அந்த 'சத்திய சோதனை' நூல் என்னுள் ஏற்படுத்திய தாக்கத்தை இப்போதும்கூட என்னால் வார்த்தை களால் விவரிக்க முடியாது. பிறகு 'சத்திய சோதனை' புத்தகத்தை 'ஒரே மூச்சில் படித்தேன்' என்பார்களே அப்படியொரு வேகத்தில் படித்து முடித்தேன்.

வாசிப்பு தொடர்பாக பள்ளிப்பருவத்தில் சுவாரஸ்யமான சம்பவம் ஏதாவது?

எனது தந்தை பொதுவுடைமை இயக்கத்தைச் சேர்ந்தவராதலால் வீட்டில் அந்த இயக்கம் தொடர்பான பத்திரிகைகள் இருக்கும். அதில் ஒன்றுதான் 'சாந்தி' என்ற பத்திரிகை. எஸ்.ஏ.முருகானந்தம் என்ற கம்யூனிஸ்ட் தலைவர் நடத்திய இதழ் அது. ஒரு சமயம், அந்த இதழில் வந்திருந்த கவிதை ஒன்று அப்போது எனக்கு மிகவும் பிடித்திருந்தது. நான் அப்போது கலைமகள் பள்ளியில் ஐந்தாம் வகுப்பை முடித்துவிட்டு ஈரோடு செங்குந்தர் பள்ளியில் ஆறாம் வகுப்பில் சேர்ந்திருந்த புதிது.

ஒருநாள் அந்த 'சாந்தி' இதழை பள்ளிக்குக் கொண்டு போயிருந்தேன். வகுப்பு ஆரம்பிக்காத நிலையில், அந்த இதழை வெளியே எடுத்து படித்துக் கொண்டிருந்தேன். அதைக் கண்ட வகுப்பாசிரியர் சாலமன் கோபமடைந்து அந்த 'சாந்தி' பத்திரிகையை வெடுக்கென பறித்து சுக்கு நூறாகக் கிழித்து வீசியெறிந்துவிட்டார். சாலமன் வாத்தியார் கிழித்துத் தூர எறிந்தாலும் அந்த 'சாந்தி' இதழில் வெளியாகியிருந்த அந்தக் கவிதை இன்றளவும் என் நெஞ்சோடு நெருக்கமாகவே இருந்து வருகிறது. அது, 1972ஆம் ஆண்டு வர வேண்டிய நாடாளுமன்றத் தேர்தலை நாடாளுமன்றத்தைக் கலைத்துவிட்டு 1971 இலேயே இந்திரா காந்தி தேர்தலைக் கொண்டு வந்து விட்ட சூழலில் எழுதப்பட்ட கவிதை.

உங்களுக்கு அரசியல், சமூகம் குறித்த உணர்வு எந்த வயதில் உருவாயிற்று?

நான் முதலில் சொன்ன பதிலுக்கும் நீங்கள் இப்போது கேட்ட கேள்விக்கும் நிறைய சம்பந்தம் உண்டு. இதே கேள்வியைத்தான் கவிஞர் கே.ஜீவபாரதி என்னிடம் ஒருமுறை கேட்டார். ஜீவபாரதியும் நானும் நெருங்கிய குடும்ப நண்பர்கள். அப்போது சென்னை செல்கிற போதெல்லாம் நாங்கள் இருவரும் எங்காவது ஒரு இடத்தில் சந்தித்து நீண்ட நேரம் அரசியல், இலக்கியம் என்று பல விஷயங்களைப் பேசிக் கொண்டிருப்போம்.

அப்படி ஒருநாள் கடற்கரையில் மாலை மங்கி இருள் சூழ்ந்த சூழலில் நெடுநேரம் பேசிக்கொண்டிருந்தோம். ‘உங்களுக்கு அரசியல் ஆர்வம் எந்த வயதில் ஏற்பட்டது?’ என்ற கேள்வியை பேச்சுவாக்கில் கேட்டார்.

அப்போது அவருக்கு நான் ஆறாம் வகுப்புப் படித்துக் கொண்டிருந்த போது ‘சாந்தி’ இதழில் படித்த அந்தக் கவிதையை மடமடவென்று தங்குதடையில்லாமல் சொல்லி முடித்தேன்.

எழுபத்தி ரெண்டினிலே
எதிர்பார்த்த தேர்தலின்று
எப்படியோ வந்திருச்சு பாருங்க - பெருங்
கொழுத்த மனிதர்களும்
பழுத்த உருவங்களும்
பட்டிதொட்டி எல்லாம் வந்தாங்க - நம்ப
பட்டினியை ரொம்பச் சொன்னாங்க

காலமெல்லாம் பாடுபட்டும்
கால்வயிற்றுக் கஞ்சியின்றிக்
காலத்தை ஓட்டுகிறோம் பாருங்க - சிலர்
காலுமேலே காலு போட்டு
நாலுவகை உணவை உண்டு
நாட்டைக் கெடுக்கிறான் பாருங்க - அவங்க
கூட்டை ஒடைக்கத் தீர்ப்புக் கூறுங்க!

சிண்டிக்கேடு சிவசேனா
சீரழிந்த சுதந்திரா
ஓரணியில் சேர்ந்திருச்சு பாருங்க - இந்தக்
கூறுகெட்ட கூட்டணியைக்
கூண்டோடு அழித்துவிட
முற்போக்கணிக்கே ஓட்டுப் போடுங்க- நல்
செழிப்போடு வளர்ந்திடும் நம் நாடுங்க!

இந்தக் கவிதை முழுவதையும் கொஞ்சம் சத்தம் போட்டு ஏற்ற இறக்கத்துடன் சொன்னேன். சொல்லிவிட்டு, இந்தக் கவிதை மிகவும் பிடித்துப்போய் திரும்பித் திரும்பப் படித்ததால் அப்போதே மனப்பாடமாகிவிட்ட தகவலையும், இந்த இதழை பள்ளிக்கு எடுத்துச் சென்று வகுப்பறையிலும் படித்ததால் ஆசிரியர் கிழித்தெறிந்த சம்பவத்தையும் ஒரு கதை போல் எடுத்துச் சொன்னேன்.

'நீங்கள் கவிஞர் என்பதால் நீங்கள் கேட்ட கேள்விக்கு கவிதையிலேயே பதில் சொல்லிவிட்டேன். நீங்கள் கேட்ட கேள்விக்கு இக்கவிதையிலேயே பதில் இருக்கிறதல்லவா? ஆறாம் வகுப்பு படிக்கிறபோது எனது 11ஆவது வயதில் அரசியலிலும் தமிழிலும் கவிதையிலும் ஆர்வமிருந்திருந்தால் மட்டும் தானே இக்கவிதை தானாக மனப்பாடமாயிற்று. வம்பு பண்ணி சிரமப்பட்டுப் படிக்கிற எத்தனையோ பாடல்கள் மனப்பாடமாவதில்லை. ஈடுபாட்டோடும் உணர்வோடும் படித்ததால் அது அன்று மனப்பாடமானது மட்டுமல்ல இன்று வரை ஒரு சொல்கூட மறக்காமல் இருக்கிறது' என்று சொன்னேன்.

சொல்லிமுடிக்கும் வரை மிகவும் உன்னிப்பாகக் கவனித்து வந்த கவிஞர் "அந்தக்கவிதையை யார் எழுதியது?" என்று கேட்டார். "எனக்குத் தெரியாது. அப்போதெல்லாம் கவிதைகளைத்தான் படிப்பேனே தவிர கவிஞர் யாரென்று பார்ப்பதில்லை" என்றேன்.

அந்த மணல் வெளியில் திடீரென்று எழுந்து நின்று "அதை நான் தான் எழுதினேன்!" என்றார் கவிஞர். நான் அதிர்ந்தே போய்விட்டேன். "என்ன சொன்னீர்கள்? அது 1971 இல் வந்த கவிதை. அப்போது உங்களுக்கு என்ன வயது?" என்று கேட்டேன். "எனக்கு அப்போது வயது குறைவுதான். இருப்பினும் நான் எழுதிய கவிதைதான் சாந்தி இதழில் வெளிவந்த இப்போது நீங்கள் சொன்ன கவிதை" என்று உணர்ச்சி பொங்கச் சொன்னார் ஜீவபாரதி.

சொன்னதோடு மட்டுமல்லாமல் அந்தக் காலத்தில் எழுதப்பட்ட கவிதையை அடுத்த இரண்டு நாட்களில் தபாலில் எனக்கு அனுப்பி வைத்து விட்டார்.

எதிர்பாராத 'திகில் திருப்பம்' என்பார்களே, அந்த உணர்ச்சி இந்த சம்பவத்தில் எனக்கு ஏற்பட்டது. அது அவரது கவிதையாக இருக்கக் கூடும் என்று கற்பனையிலும் என்னால் நினைத்துப் பார்க்க முடியவில்லை. பதினோரு வயதில் படித்த தன்னுடைய கவிதையை இத்தனை ஆண்டுகள் கழித்து ஒருவன் உணர்ச்சியுடன் மனப்பாடமாகச் சொல்வதை அவராலும் நம்பவே முடியவில்லை.

ஜீவா, பாரதிதாசன் பட்டுக்கோட்டை, வேலு நாச்சியார், பசும்பொன் முத்துராமலிங்கத்தேவர் போன்றவர்களைப் பற்றிய வரலாற்றை பல கோணங்களில் வெளிக்கொண்டு வந்த கவிஞர் கே.ஜீவபாரதிதான் என்னுடைய முதல் நூலான ‘தேச விடுதலையும் தியாகச் சுடர்களும்’ என்ற நூலை ‘கற்பகம் புத்தகாலயம்’ மூலம் வெளிக்கொண்டு வந்தவர்.

நல்ல அறிவார்த்தமான நூல்களின் வாசிப்பு தான் உங்களைப் பொதுவாழ்க்கைக்கு அழைத்து வந்ததா?

மாவீரன் பகத்சிங் பற்றிய நூல்கள் என்றால் எனக்குச் சிறுவயதில் இருந்தே ஒரு தனி ஈடுபாடு. ‘அஜய்குமார் கோஷ் கட்டுரைகளும் சொற்பொழிவுகளும்’ என்ற நூலில் ‘பகத்சிங்கும் அவரது தோழர் களும்’ என்ற அத்தியாயத்தைப் படித்து நான் தேம்பித்தேம்பி அழுதது இன்னமும் என்னால் மறக்க முடியவில்லை. நான் 10 வயதிலேயே அனைத்திந்திய மாணவர் பெருமன்றத்தில் சேர்த்தேன்.

புத்தகங்களை நாம் மட்டுமின்றி மற்றவர்களும் வாசித்துப் பயன்பெற வேண்டும் என்ற சிந்தனை எனக்குச் சிறுவயதிலேயே உண்டு. அப்போது சில நல்ல நூல்களை நானே பல பிரதிகள் வாங்கி நண்பர்களைத் தேடிச்சென்று கொடுத்துப் படிக்கச் சொல்வேன். வி.எஸ்.கமலா எழுதிய ‘சோவியத் நாட்டில் ஒரு தமிழ் மாணவி’ மற்றும் சோலை அவர்கள் எழுதிய ‘புதிய உலகம்; புதிய பறவைகள்’ என்று சில புத்தகங்களின் பெயர் என் நினைவில் இன்றும் இருக்கின்றது. என் வீட்டில் இப்போது ஆயிரக்கணக்கான புத்தகங்களுடன் ஒரு நூலகமே உள்ளது. சிறுவயதில் வாங்கிச் சேர்த்த புத்தகங்களைக்கூட விட்டு விடாமல் என் நூலகத்தில் சேர்த்து வைத்திருக்கிறேன்.

தமிழகத்தில் உள்ள சிறந்த மேடைப் பேச்சாளர்களின் குறிப்பிடத் தக்க இடத்தை நீங்கள் பெற்றிருக்கிறீர்கள். அதற்கும் உங்களுக்கிருக்கும் ஆழமான புத்தக வாசிப்புதான் காரணமாக இருக்கும். இல்லையா?

ஆம். அதிலென்ன சந்தேகம். புத்தக வாசிப்பின் கொடை தான். நல்ல புத்தகங்களை வாசிக்க வாசிக்க விஷயங்களை நிறைய அறிந்து கொள்ள முடிகிறது. நாம் அறிந்துகொண்டவைகளை மற்றவர்களுடன் பகிர்ந்துகொள்ள முடிகிறது. நிறைய விஷயங்களுடன் நிறையப் பேச வேண்டுமானால் நிறைய படிக்க வேண்டும்.

புத்தகங்கள் மீதிருக்கும் காதல்தான், எழுதுவது என்கிற அடுத்த தளத்திற்கு உங்களை அழைத்துப் போயிருக்க வேண்டும். அது பற்றி கொஞ்சம்?

பேச்சாற்றலை வளர்த்துக்கொள்ள மட்டுமின்றி பத்திரிகை களுக்குக் கட்டுரைகளை எழுதுவதற்கும் புத்தக வாசிப்பு எனக்குப்

பெரிதும் உதவியது. 'விடுதலை வேள்வியில் தமிழகம்' நூல் வெளி வருவதற்கு முன்பே பல இதழ்களில் தொடர்ந்து கட்டுரைகள் எழுதி வந்துள்ளேன். *1986*-ஆம் ஆண்டு பாட்னாவில் கல்பனா தத் அவர்களைச் சந்தித்த அனுபவத்தை அடிப்படையாகக் கொண்டு அப்போதே ஜனசக்தி வார இதழில் நான் எழுதிய இரண்டு பக்கக் கட்டுரையை வெளியிட்டனர். இதெல்லாம் புத்தகம் படித்த காரணத்தாலும் அதற்கு இணையாக மனிதர்களைச் சந்தித்துப் பெற்ற அனுபவங்களாலும் நிகழ்ந்தவையாகும்.

புத்தக நேசிப்பு-வாசிப்பு மற்றும் எழுத்து என்பதைத் தாண்டி புத்தகக் கண்காட்சி என்ற பெரிய கட்டத்திற்குள் நுழைந்தீர்கள். அந்தப் 'பொறி' உங்களுள் ஏற்பட்டதற்குக் காரணம்?

வகைவகையான புத்தகங்களைக் காணவும் வாங்கவும் சென்னை, நெய்வேலி புத்தகக் கண்காட்சிகளுக்குத் தவறாமல் சென்றது உண்டு. டெல்லி, பெங்களூரில் நடக்கும் அகில இந்திய அளவிலான புத்தகக் கண்காட்சிகளுக்கும் போவதுண்டு. இந்நிலையில், 'விடுதலை வேள்வியில் தமிழகம்' புத்தகத்திற்காகச் சென்னை கண்காட்சியில் அரங்கு அமைத்துச் சுமார் 10 நாள் அங்கிருந்துள்ளேள். நல்ல புத்தகங்கள் தனி மனிதச் சிந்தனையை மாற்றியமைக்கும், செம்மைப் படுத்தும் என்பதில் அசைக்க முடியாத நம்பிக்கை கொண்டவன் நான். நமது பாரத தேசம் தொன்மைச் சிறப்புமிக்க நாடு. மகான்களையும், மகாத்மாக்களையும் ஈன்றெடுத்த பூமி. பழம் பெருமையோடு புதுமையும் சேர்ந்து நமது நாடு புதிய வரலாறு படைக்க வேண்டும் என்பது எனது தீராத ஆசை. ஜப்பான், சீனா போன்ற நாடுகளின் முன்னேற்றத்திற்கு அடித்தளமாக விளங்குவது அறிவுச் செல்வமே. பொதுச் சொத்தான அறிவுச் செல்வத்தை அடைய பரந்துபட்ட வாய்ப்பை நமது மக்களுக்கு அளிக்க வேண்டும். உள்நாடு மட்டுமின்றி வெளிநாட்டு தொழில்நுட்பம், அறிவியல், இலக்கியங்களைக் கூறும் புத்தகங்களை நம் மக்களுக்கு கொண்டு வந்து சேர்க்க வேண்டும் என்று மக்கள் சிந்தனைப் பேரவைக்கு ஏற்பட்ட சிந்தனையின் விளைவே ஈரோடு புத்தகத் திருவிழா.

சென்னை, நெய்வேலியைத் தாண்டி பிற நகரங்களிலும் புத்தகக் கண்காட்சியை வெற்றிகரமாக நடத்த முடியும் என்று திடமான நம்பிக்கை எங்களுக்கு இருந்தது. 'கொங்கு மண்டலம் அறிவுக் களஞ்சியம்' என்ற இலக்கோடு நடத்தப்படுகிறது இந்தப் புத்தகத் திருவிழா.

இது குறுகிய வட்டத்திற்கான நிர்ணயமாகத் தோன்றவில்லையா?

எதாவது ஒரு எல்லை இருக்க வேண்டும் என்கிற சம்பிரதாயமான நடைமுறைதானே தவிர, குறுகிய வட்டத்திற்கு உட்பட்டது அல்ல. அறிவு என்பதே பரந்து விரிந்த செல்வம் எனும்போது அந்த அறிவை வளர்க்கும் புத்தகங்களைக் கொண்ட கண்காட்சியை எப்படிச் சுருக்கி எல்லைப் படுத்த முடியும்! கங்கைவெள்ளத்தை சங்குக்குள் அடக்கி வைக்க முடியுமா என்ன? சிறிய வட்டத்தில் சிறப்பாகச் செய்யலாம் என்பதுதானே தவிர வேறில்லை. ஈரோடு என்பது புத்தகங்களுக்கான சந்தையாக இருக்க வேண்டும். ஒவ்வொரு ஆண்டும் ஆகஸ்ட் மாதம் என்றாலே அது ஈரோடு புத்தகத் திருவிழா மாதம் என்ற நிலைமை உருவாக வேண்டும் என்ற நோக்கில் நாங்கள் செயல்பட்டு வருகிறோம்.

ஊர்தோறும் நூலகங்களை அமைத்தல் என்ற இலக்கில் மக்கள் சிந்தனைப் பேரவை செயலாற்றி வருகிறது. இதில் முதற்கட்டமாக ஈரோடு மாணிக்கம்பாளையம் நூலகத்தைக் கூறலாம். 4 ஆண்டுகளாக அரசுக்கு மனு செய்தும் பலனில்லாததால், மக்கள் சிந்தனைப் பேரவை சார்பில் நூலகத்திற்குக் கட்டிடம், 6 ஆயிரத்திற்கும் மேற்பட்ட புத்தகங்கள் மற்றும் நூலகத்திற்குத் தேவையான மேசை நாற்காலி உள்ளிட்ட உபகரணங்கள் என்று மொத்தம் சுமார் ரூ.5 லட்சம் செலவில் மாணிக்கம்பாளையம் ஊர்ப்புற நூலகம் சிறப்பாக உருவாக்கப்பட்டு அரசிடம் ஒப்படைக்கப்பட்டு இப்போது அந்த நூலகம் செவ்வனே செயல்பட்டு வருகிறது. அத்தோடு நிற்காமல் வீடு வீடாகச் சென்று 1500க்கும் மேற்பட்டோரை நூலக உறுப்பினர்களாகவும் சேர்த்துள்ளது மக்கள் சிந்தனைப்பேரவை.

அதே போல் மகாகவி பாரதியார் இறுதிப் பேருரை நிகழ்த்திய ஈரோடு கருங்கல்பாளையம் நூலகத்தைப் புதுப்பிக்கவும் மக்கள் சிந்தனைப் பேரவை முக்கியப் பங்காற்றியுள்ளது. அந்த நூலகத்தைச் சீர்படுத்த அரசுக்குக் கோரிக்கை விடுத்தும் பலனில்லாத நிலையில், அந்த நூலகத்தில் பாரதி இறுதியாக ஆற்றிய பேருரை குறித்து நான் 'ஜனசக்தி' நாளிதழில் கட்டுரை எழுதியிருந்தேன். அதைப் படித்த அப்போதைய ஈரோடு மாவட்ட ஆட்சியரும் புத்தகப் பிரியருமான த.உதயசந்திரன் அவர்கள் உடனடியாக நடவடிக்கையில் இறங்கினார். ரூ.20 லட்சம் செலவில் அந்த நூலகம் புதுப்பிக்கப்பட்டும், புதிய கட்டிடம் கட்டப்பட்டும் புதுப்பொலிவூட்டப்பட்டது. 2007ம் ஆண்டு டிசம்பர் 11ம் தேதி அமைச்சர் தங்கம் தென்னரசு அவர்கள் திறந்து வைத்தார். அந்த நூலகத்தின் தரமும் உயர்த்தப்பட்டது. கோரிக்கை மனுக்கள் செய்யாததை ஒரு கட்டுரை நிகழ்த்திக் காண்பித்துவிட்டது. அந்த கருங்கல்பாளையம் நூலகத்தில் மகாகவி பாரதியின் வாழ்க்கை

வரலாறு தொடர்பான நூற்றுக்கும் அதிகமான அபூர்வப் புகைப் படங்களும் பாரதி தொடர்புள்ள ஏராளமான நூல்களும் மக்கள் சிந்தனைப் பேரவை சார்பில் வைக்கப்பட்டுள்ளன. பின்னர், இந்த நூலகத்திற்குப் பாரதியாரின் பேத்தி திருமதி.விஜயபாரதியையும் வரவழைத்தோம். அங்கு அவர் உணர்ச்சிமயமாகி மனம் நெகிழ்ந்து பேசியது மறக்க முடியாதது.

வெளிநாடுகளுக்குச் சென்று புத்தகக் கண்காட்சியைப் பார்த்த அனுபவம் உண்டா?

இலங்கையின் தலைநகர் கொழும்பில் கடந்த 2007ம் ஆண்டு செப்டம்பர் மாதம் நடைபெற்ற பிரமாண்டமான 9வது கொழும்பு சர்வதேசப் புத்தகக் கண்காட்சியை நேரில் பார்த்திருக்கிறேன். அங்கு 400க்கும் மேற்பட்ட அரங்குகள் அமைக்கப் பட்டிருந்தன. அவற்றில் 75 சதவீதம் சிங்களம் மற்றும் ஆங்கிலப் புத்தகங்கள் இடம் பெற்ற அரங்குகளே. தமிழுக்கென்றால் ‘பூபாளசிங்கம் புக் டெப்போ’ ‘சேமமடு புஸ்தக நிலையம்’ ‘குமரன் புத்தக இல்லம்’, ‘ஜெயா’ ஆகிய அந்நாட்டின் பிரபலமான தமிழ்ப் புத்தக நிறுவனங்கள் 4 மட்டுமே அரங்குகள் அமைத்திருந்தன. தமிழகத்தில் வெளியான தமிழ் புத்தகங்கள் அங்கு அரங்குகள் அமைத்திருந்த சிங்களம் உள்ளிட்ட இதர மொழி அரங்குகளில் வைத்து அவற்றின் மூலமே விற்கப்பட்டதைக் காண முடிந்தது.

முதலாவது ஈரோடு புத்தகத் திருவிழா நடத்திய போது சிரமங்கள் எதாவது?

சிரமங்கள் இருக்கத்தானே செய்யும்! சற்று கூடுதலாக உழைக்க வேண்டியிருந்தது. நுட்பத்துடன் செயலாற்ற வேண்டியிருந்தது. ஆர்வமும் ஈடுபாடும் இருந்ததால் சிரமங்கள் பெரியதாகப்படவில்லை. அதைவிட, மக்கள் மீதிருந்த நம்பிக்கை எங்களை ஊக்கமுடன் செயல்பட வைத்தது எனலாம்.

இவ்வாண்டு ஈரோடு புத்தகக் கண்காட்சிக்கு 5 வயதாகிறது. முதலில் இருந்து இந்த ஐந்து வரை வளர்ச்சி எப்படி?

மிகச்சிறந்த வளர்ச்சி. பதிப்பகத்தார் மற்றும் விற்பனையாளர் களிடம் ஒட்டிக்கொண்டிருந்த தயக்கத்தை அகற்றி, தெம்பூட்டினோம். அதன் விளைவு, அடுத்த ஆண்டு ஈரோடு புத்தகத் திருவிழா பிரமாண்டமான ஈரோடு வ.உ.சி. பூங்கா மைதானத்திற்கு இடம் மாறும் அளவுக்கு விரிவடைந்தது. அரங்குகள் எண்ணிக்கை இரட்டிப்பானது. 3ம் ஆண்டு 156 ஆகவும், 4ம் ஆண்டு 158ஆகவும் 5ம் ஆண்டான இந்த ஆண்டு அரங்குகளின் எண்ணிக்கை 167 ஆகவும் உயர்ந்துள்ளது.

வடமாநிலப் பதிப்பகத்தார்களும் பங்கு கொள்கின்றனர். அரங்குகளின் எண்ணிக்கையில் நாங்கள் திட்டவட்டமாக இருக்கிறோம். ஈரோடு புத்தகத் திருவிழாவில் பங்கேற்க பதிப்பகத்தார்கள், விற்பனையாளர்கள் பெரும் ஆர்வம் காட்டி வருகிறார்கள். ஆனாலும் தரமான நல்ல நூல்களுக்கு மட்டுமே ஈரோடு புத்தகத் திருவிழாவில் இடம் அளிப்பது என்ற கொள்கையில் நாங்கள் சமரசம் செய்துகொள்ளத் தயாராக இல்லை. எனவே, அத்தகைய தரமான நூல்களை வெளியிடும் மற்றும் விற்பனை செய்யும் நிறுவனங்களுக்கு மட்டுமே இடம் அளிப்பதில் திட்டவட்டமாக இருக்கிறோம். வசதிகளுக்குக் கொஞ்சமும் குறைவில்லை. கேண்டீன் உண்டு. பார்வையாளர்கள் கையில் கொண்டு வரும் லக்கேஜ்களை இலவசமாக வைத்துவிட்டுப் போக பொருட்கள் பாதுகாப்பு அறையும் உண்டு.

வெறும் புத்தகத் திருவிழாவை நடத்துவதால் மட்டுமே ஒரு மண்டலம் அறிவுக்களஞ்சியமாக மாறி விடும் என்று எண்ணி நாங்கள் செயல்படவில்லை. நல்ல புத்தகங்கள் மூலம் மக்களின் சிந்தனையைத் தூண்டி அதன் மூலம் சமுதாய மாற்றம் ஏற்படச் செய்யும் சிறு பங்களிப்பே எங்கள் செயல்.

'மக்களுக்காகச் சிந்திப்போம்; மக்களைச் சிந்திக்க வைப்போம்' என்பதே மக்கள் சிந்தனைப் பேரவையின் தாரக மந்திரம்.

சந்திப்பு: ஆர். விஜயசாய்

தினமணி கதிர் - 2 ஆகஸ்ட், 2009

புத்தகங்களின் மீது மக்களுக்கு
தீராத ஆர்வம் ஏற்பட வேண்டும்

சென்னைப் புத்தகக் கண்காட்சியைப் போலவே ஈரோட்டில் கடந்த ஐந்தாண்டுகளாக புத்தகத் திருவிழாவை வெற்றிகரமாக நடத்தி வருகிறது மக்கள் சிந்தனைப் பேரவை என்கிற அமைப்பு. புத்தகத் திருவிழாவை வெறும் புத்தகம் விற்கும், வாங்கும் நிகழ்வாக இல்லாமல், ஒரு மக்கள் இயக்கமாகவே நடத்தி வருகிறது அது. மக்கள் சிந்தனைப் பேரவையின் தலைவர், நிறுவனர் ஸ்டாலின் குணசேகரனைச் சந்தித்து ஈரோடு புத்தகத் திருவிழாவைப் பற்றிக் கேட்டோம்.

முதல் புத்தகத் திருவிழாவை நடத்தும்போது பதிப்பாளர் மற்றும் மக்களுடைய ஆதரவு எப்படி இருந்தது?

2005-ல் இந்தப் புத்தகத் திருவிழாவை ஒரு திருமண மண்டபத்தில் 75 அரங்குகளுடன் நடத்த முடிவு செய்தோம். ஆனால் இதற்கு புத்தகப் பதிப்பாளர்கள், விற்பனையாளர்களிடம் இருந்து போதுமான வரவேற்பு இல்லை. அதற்குக் காரணம் ஈரோடு ஒரு வணிகநகரம், சிறியது, மக்கள் தொகை குறைவு, அதிகமாகப் புத்தகங்கள் வாங்க மாட்டார்கள் என்றெல்லாம் அவர்கள் நினைத்ததுதான்.

இந்த எண்ணத்தை மாற்ற நாங்கள் பலமுறை புத்தகப் பதிப்பாளர்கள் மற்றும் விற்பனையாளர்கள் கூட்டங்களை சென்னையில் நடத்தினோம். அதன் விளைவாக அவர்கள் தயங்கித் தயங்கி முதல் புத்தகத் திருவிழாவில் பங்கெடுத்தனர்.

ஆனால் புத்தகத் திருவிழா மிகப்பெரிய வெற்றியை அடைந்தது. எதிர்பார்த்ததைவிட அதிக அளவு புத்தகங்கள் விற்பனையாகின.

அடுத்தடுத்த புத்தகத் திருவிழாக்களில் என்னென்ன மாற்றங்களைச் செய்தீர்கள்?

அடுத்த ஆண்டு இரண்டாவது புத்தகத் திருவிழாவை ஈரோட்டில் உள்ள வ.உ.சி. பூங்காவில் திறந்த வெளி மைதானத்தில் நடத்தினோம். இந்த ஆண்டு 156 அரங்குகள் என முடிவு செய்தோம்.

முதலாண்டுப் புத்தகத் திருவிழா வெற்றி என்றாலும் அரங்குகளை அதிகமாக்கியதால் புத்தகப் பதிப்பாளர்கள், விற்பனையாளர்கள் புத்தகத் திருவிழாவில் பங்கெடுக்கத் தயங்கினார்கள். முதலாண்டைப் போலவே இரண்டாம் ஆண்டும் புத்தகத் திருவிழா மாபெரும் வெற்றி அடைந்தது.

புத்தகத் திருவிழாவை நடத்துவதால் மக்கள் சிந்தனைப் பேரவைக்குப் பொருளாதார ரீதியாக லாபம் தானே?

புத்தகத் திருவிழாவை நாங்கள் வணிக நோக்கத்துடன் நடத்துவ தில்லை.

புத்தகத் திருவிழாவுக்கு வருகை தரும் மக்களிடம் இதுவரை நுழைவுக் கட்டணம் எதையும் வசூலிக்கவில்லை. புத்தகத் திருவிழாவில் பங்கேற்கும் பதிப்பாளர்கள், விற்பனையாளர்களிடம் அரங்குகளுக்காக வாங்கும் கட்டணம் புத்தகத் திருவிழாவின் செலவினங்களில் பாதியை ஈடுசெய்யவே போதாது. மக்கள் சிந்தனைப் பேரவையின் உறுப்பினர்கள், ஆதரவாளர்கள் தரும் நன்கொடைத் தொகையை வைத்துத்தான் கடந்த மூன்று ஆண்டுகளாகப் புத்தகத் திருவிழாவைச் சமாளித்தோம். நான்காம் ஆண்டுப் புத்தகத் திருவிழாவில் இருந்துதான் வரவும் செலவும் ஒன்றையொன்று ஈடுகட்டும் வகையிலான சிறப்பு முயற்சிகள் எடுக்க வேண்டும். லாபநோக்கம் சிறிதும் இன்றித்தான் புத்தகத் திருவிழா நடத்திவருகிறோம்.

புத்தகத் திருவிழாவில் பங்கேற்கும் பதிப்பாளர்கள், விற்பனையாளர்கள் பெரும்பாலும் வெளியூர்களில் இருந்தே வருவார்கள். அவர்களுக்கு என்ன வசதி செய்து தருகிறீர்கள்?

புத்தகத் திருவிழாவில் பங்கேற்கும் பதிப்பாளர்கள், விற்பனை யாளர்கள் தங்குவதற்கென்று மக்கள் சிந்தனைப் பேரவையின் செலவில் பெரிய திருமண மண்டபங்களை ஏற்பாடு செய்து அதில் அனைத்து வசதிகளையும் ஏற்படுத்தித் தருகிறோம்.

பதிப்பாளர்கள், விற்பனையாளர்களுக்கு அரங்குகளை ஒதுக்குவதற்கு என்ன அளவுகோல் வைத்திருக்கிறீர்கள்?

புத்தகத் திருவிழாவில் பதிப்பாளர்களுக்கு, விற்பனையாளர் களுக்கு அரங்குகள் ஒதுக்குவதில் நாங்கள் எந்தச் சார்புத்தன்மையும் பார்ப்பதில்லை. நல்ல, பயனுள்ள புத்தகங்களை வெளியிடுபவருக்கே, விற்பனை செய்பவருக்கே அரங்குகளை ஒதுக்கித் தருகிறோம். ஒருவருக்கு இரண்டு அரங்குகளுக்கும் மேல் ஒதுக்குவதில்லை.

ஒன்றிரண்டு புத்தகங்களை வெளியிட்ட பதிப்பாளருக்கு அரங்குகளை எப்படி ஒதுக்குவீர்கள்?

சென்ற ஆண்டு அருமையான 3 புத்தகங்களைப் பதிப்பித்த ஒரு பதிப்பாளர் எங்களை அரங்கு வேண்டி அணுகினார். ஆனால் அவருக்கு ஒதுக்கினால் அதைப்போல நிறையப் பேர் கேட்பார்கள். அவரைப் போல நல்ல நூல்களைப் பதிப்பித்த பதிப்பாளர்களின் நூல்களையும் சேர்த்து விற்பனை செய்வதானால் அவருக்கு அரங்கு தருவதாக உறுதியளித்தோம். அவரும் 200 தலைப்புகளைத் தேடிப் பிடித்துக் கொண்டு வந்துவிட்டார். அவருக்கு அரங்கு ஒதுக்கினோம். அவருக்கும் மகிழ்ச்சி. எங்களுக்கும் மனநிறைவு.

தமிழ்நாட்டின் பல ஊர்களிலும் புத்தகத் திருவிழாக்கள் நடைபெறுகின்றன. அவற்றுக்கும் ஈரோடு புத்தகத் திருவிழாவிற்கும் என்ன வித்தியாசம்?

ஈரோடு புத்தகத் திருவிழாவுக்கும் பிற ஊர்களில் நடக்கும் புத்தகக் கண்காட்சிகளுக்கும் நிறைய வேறுபாடுகள் உள்ளன.

ஒரு புத்தகத் திருவிழா முடியும்போதே அடுத்த ஆண்டு புத்தகத் திருவிழாவின் தேதியை முடிவு செய்து கடைசி நாள் மேடையில் அறிவித்து விடுகிறோம். அன்றிலிருந்து அடுத்த ஆண்டுப் புத்தகத் திருவிழாவுக்கான பணிகள் ஆரம்பமாகிவிடுகின்றன.

மக்கள் சிந்தனைப்பேரவையில் உறுப்பினர்களாக உள்ள பேராசிரியர்கள், கல்லூரி முதல்வர்கள், தாளாளர்கள் துணையுடன் அவர்கள் பணிபுரியும் கல்வி நிலையங்களில் உள்ள மாணவர்களுக்குப் புத்தகம் படிப்பதன் அவசியத்தை வலியுறுத்தும் வகையில் ஆண்டு முழுக்க அவ்வப்போது கூட்டங்களில் பேசுவோம்.

அதுபோல முதன்மைக் கல்வி அலுவலரின் அனுமதியுடன் ஈரோடு மாவட்டத்தில் உள்ள பள்ளிகளில் காலையில் பிரேயர் நடக்கும்போது சென்று மாணவர்களுக்குப் புத்தகம் படிப்பதற்கான விழிப்புணர்வை ஏற்படுத்துவோம்.

ஈரோட்டில் உள்ள ரோட்டரி சங்கம், லயன்ஸ் கிளப் போன்ற அமைப்புக்களில் கூட்டங்கள் நடத்தி புத்தகத் திருவிழாவைப் பற்றிப் பேசுவோம்.

நான் பல்வேறு தொழிற்சங்கங்களில் தலைவராக இருப்பதால் தொழிலாளர் கூட்டங்களில் புத்தகத் திருவிழாவைப் பற்றிப் பேசி விழிப்புணர்வை ஏற்படுத்துகிறேன்.

பல ஆண்டுகளாக நான் பல்வேறு கல்வி நிலையங்களில் நடைபெறும் இலக்கியக் கூட்டங்களில் சொற்பொழிவு நிகழ்த்துவது வழக்கம். மேலும் நான் மாணவனாக இருந்தபோதே பல்வேறு மாணவர் சங்கங்களில் பொறுப்பேற்றுச் செயலாற்றியிருக்கிறேன்.

அனைத்திந்திய மாணவர் பெருமன்றத்தின் மாநிலத்தலைவராக செயல்பட்டிருக்கிறேன். எனவே எனக்கும் கல்வி நிலையங்களுக்குமான தொடர்பு வலுவானது. இப்போதும் அந்தத் தொடர்பு உள்ளது. எனவே புத்தகத் திருவிழாவைப் பற்றி மாணவர்களிடம் பேசுவது எளிதான ஒன்றாக ஆகிவிடுகிறது.

ஆட்டோ ஓட்டுநர்கள் சங்கத்தின் தலைமைப் பொறுப்பில் நான் இருப்பதால் ஈரோடு புத்தகத் திருவிழாவைப் பற்றிய விளம்பர போர்டு களை அவர்கள் மிகுந்த ஆர்வத்துடன் தங்கள் ஆட்டோவின் பின்புறம் கட்டுவதுடன், மிகவும் கவனமாகவும் பார்த்துக் கொள்கிறார்கள்.

‘இல்லந்தோறும் நூலகம்’, ‘நூலகமில்லா ஊரில் குடியிருக்க வேண்டாம்’, ‘நல்ல நூல்களே நல்ல நண்பர்கள்’ போன்ற முழக்கங்கள் உள்ள சுவரொட்டிகளை மக்கள் சிந்தனைப் பேரவை சார்பாக பல்லாயிரக்கணக்கில் அச்சடித்து ஒட்டி விளம்பரம் செய்கிறோம்.

ஒவ்வொரு புத்தகத் திருவிழாவின்போதும் 5 லட்சம் துண்டறிக்கை களை அடித்து மக்கள் சிந்தனைப் பேரவை உறுப்பினர்கள், ஆதரவாளர்கள் மூலமாக வீடுவீடாக விநியோகம் செய்கிறோம்.

இதுதவிர உள்ளூர் தொலைக்காட்சிகளில் புத்தகத் திருவிழாவைப் பற்றிய விளம்பரங்கள் தருகிறோம்.

இவ்வளவு விளம்பரங்கள், முயற்சிகள் செய்து நடத்திய புத்தகத் திருவிழாக்களால் என்ன மாற்றங்களைக் காண்கிறீர்கள்?

புத்தகங்களை மக்கள் படிக்க வேண்டும், அவற்றின் பால் அவர் களுக்குத் தீராத ஆர்வம் ஏற்பட வேண்டும் என்பதற்காக நாங்கள் எடுக்கிற பல்வேறு முயற்சிகளின் காரணமாக ஈரோடு மாவட்டத்தில் புத்தகம் படிப்பது ஒரு வழக்கமாகி வருகிறது. ஈரோட்டைச் சுற்றியுள்ள பகுதிகளில் மட்டுமல்லாமல் சேலம், நாமக்கல், கோவை போன்ற நகரங்களில் இருந்தெல்லாம் ஈரோடு புத்தகத் திருவிழாவிற்காக மக்கள் வேன் வைத்துக்கொண்டு வருகிறார்கள்.

ஈரோடு பகுதியில் மட்டுமல்லாமல் பிற பகுதிகளிலும் புத்தகங்களைப் படிப்பது என்ற அறிவார்ந்த செயல்பாட்டை ஊக்குவிக்க ‘கொங்கு மண்டலம் அறிவுக் களஞ்சியம்’ என்ற முழக்கத்தை முன்வைத்துச் செயல்படுத்திக் கொண்டிருக்கிறோம்.

புத்தகத் திருவிழாவை நடத்திய எங்கள் அனுபவங்களில் இருந்து தெரிந்து கொண்டது என்னவென்றால், ‘நல்ல நூல்களை மக்கள் படிக்க வேண்டும் என்ற சேவை நோக்கத்துடன் செயல்பட்டால், மக்கள் அதைப் புரிந்துகொண்டு பெரிய அளவில் ஆதரவு தருவார்கள்’ என்பது தான்.

சந்திப்பு: ந. ஜீவா

கொங்கு சமுதாய வானொலி - 15 ஆகஸ்ட், 2009

யார் குற்றவாளி?

அன்புள்ள நேயர்களே, கொங்கு பண்பலை வானொலியின் சார்பாக உங்களை அன்புடன் நிகழ்ச்சிக்கு வரவேற்கிறோம். சுதந்திர தினச் சிறப்பு கலந்துரையாடல் நிகழ்ச்சிக்காக த.ஸ்டாலின் குணசேகரன் அவர்கள் நமது நிலையத்திற்கு வந்திருக்கிறார்.

அய்யா வணக்கம்! பொதுவாழ்க்கையில் தங்களுக்கு எப்படி ஆர்வம் ஏற்பட்டது?

கே. தங்கமுத்து

எனது தந்தையார் கே. தங்கமுத்து பொது வாழ்வில் ஈடுபட்டிருந்தவர். பொதுவுடைமை இயக்கத்தில் அங்கம் வகித்தவர். ஊராட்சி மன்றத் தலைமைப் பொறுப்பில் இருந்தார். அறிவியல் வளர்ச்சியை இயன்ற வரை வாழ்வில் பயன்படுத்த வேண்டும் என்ற கருத்துடையவர். அந்தக் கிராமத்தில் இதன் காரணமாக விஞ்ஞானக்கருவிகள் தொடக்கத்திலேயே எங்கள் இல்லத்திற்கு வந்தன.

மின்சாரம், வானொலி, தொலைபேசி, தொலைக்காட்சி, போன்றவை எங்கள் ஊரில் முதல் சுற்றிலேயே எங்கள் வீட்டிற்கு வந்தன. விவசாய பம்புசெட் மோட்டார் வந்தது. விஞ்ஞான விஷயங்களை ஏற்றுப் பயன்படுத்திக் கொள்ள வேண்டும் என்று என்னுடைய தந்தையார் கருதினார். எனது தந்தையார் 5-ம் வகுப்பு வரைதான் படித்திருந்தார். ஆனால் நான் பிறந்தபோதே சுமார் 300 நூல்களைக் கொண்ட புத்தக அலமாரிகள் எங்கள் வீட்டில் இருந்தன.

தனது மகன் பொது வாழ்வில் ஈடுபடுவதையோ பாடப் புத்தகத்தைத் தாண்டி வேறு சில நூல்களை வாசிப்பதையோ பொதுவாக தந்தையர் பலர் விரும்புவதில்லை. ஆனால் என் அப்பா எதையும் என்மீது திணித்ததில்லை. நான் ஈடுபட்ட செயல்கள் எதையும் தடுத்ததில்லை. இது போன்ற இயல்பாக அமையப் பெற்ற குடும்பச் சூழல்தான் பொது வாழ்வில் ஈடுபட எனக்குத் தொடக்கப் புள்ளியாக இருந்திருக்கும் என்று கருதுகிறேன்.

உங்கள் வளர்ச்சிக்குப் பெற்றோரும் ஒரு காரணம் அல்லவா?

நான் 32 மாணவர்களைச் சேர்த்துக்கொண்டு ‘மாணவர் முன்னேற்ற சங்கம்’ ‘பாரதி மாணவர் மன்றம்’ என்று வைத்திருந்தேன்.

ஆறாம்வகுப்பு, ஏழாம்வகுப்பு படிக்கும்போது. அந்தக் காலத்தில் பணம் கட்டி தனது பிள்ளையைத் தனியார் பள்ளியில் படிக்க வைக்கும் எந்தத் தந்தையும் இதுபோன்ற செயல்களை ஏற்பதில்லை. அந்தக் காலத்தில் மட்டுமல்ல இந்தக் காலத்திலும் எந்த தந்தையும் ஏற்பதில்லை. எங்கள் அப்பா இதை ஏற்றது மட்டுமல்ல; எங்கள் நிலத்திலிருந்த பல தென்னைமர ஓலைகளை வெட்டி எங்கள் மாணவர் மன்றம் செயல்பட ஓர் கீற்றுக்கொட்டகை அமைக்க ஒத்துழைத்தார். மாணவர் முன்னேற்ற சங்கத்திற்கு ஓர் அலுவலகம் அமைந்தது.

அந்தக் காலத்தில் அவர் எனக்கு ஒரு கதைப்புத்தகத்தை வாங்கிக் கொடுத்தார். டால்ஸ்டாய் எழுதிய கதைகள். நல்ல வழவழப்பான தாளில் படங்களோடு அச்சிட்டிருந்த அந்த நூல் என்னை வசீகரித்தது. இன்றைக்கு நான் நினைத்துப் பார்க்கிறேன். பாடப்புத்தகத்தைத் தாண்டி ஏதேனும் ஒரு சுவையான நூலை வாங்கிக் கொடுத்தால் அது தான் குழந்தையின் சிந்தையை எவ்வளவு கவர்கிறது?

எங்கள் தாத்தா காசியண்ணருக்கு உழைப்பைத் தவிர வேறு உலகம் தெரியாது. நல்ல கட்டான மீசையும் ஆஜானபாகுவான தோற்றமும் கொண்டவர். நல்ல உயரம். லேசாகக் கூன் விழுந்திருக்கும். உச்சியில் கட்டுக்குடுமி. கட்டிலில் படுத்திருப்பார். திடீரென்று பார்த்தால் தோட்டத்திலோ அல்லது பண்ணையிலோ ஏதேனும் வேலை செய்து கொண்டிருப்பார். கையெழுத்திடுவாரே தவிர வேறொன்றும் எழுதத் தெரியாதவர். அவரது கட்டிலில் விழுந்து புரண்டும் அவரது துண்டைத் தூக்கிப்போட்டும், அவரது கட்டுக் குடுமியை கலைத்துப் போட்டும் நான் விளையாடுவதுண்டு.

வீட்டின் மூத்த பையன், முதல் பேரன் என்பதால் மிகவும் வாஞ்சையோடு எனது விளையாட்டை ரசிப்பார் தாத்தா. டால்ஸ்டாயின் ‘குழந்தைகளுக்கான குட்டிக் கதைகள்’ புத்தகத்தைப் படித்த நான் தாத்தாவிடம் கதை சொல்வேன். அதைக்கேட்கும் தாத்தாவோ விழுந்து விழுந்து சிரிப்பார்.

உங்களுக்கு பெற்றோர் இட்ட பெயர் குணசேகரன். தோழர்கள் வழங்கிய பெயர் ஸ்டாலின். இரண்டு விதமான பெயர்க் குழப்பத்தைத் தவிர்க்கத்தான் ஸ்டாலின் குணசேகரன் என்று வைத்துக் கொண்டதாக அறிகிறோம். அத்தோடு குழப்பம் தீர்ந்ததா?

முற்றிலுமாகத் தீரவில்லை. பெயரை அடிப்படையாக வைத்து சில வேடிக்கையான சம்பவங்கள் கூட நடந்தன. வழக்கறிஞராகத் தொழில் செய்து கொண்டிருந்தபோது என் அலுவலகத்திற்கு எதிரே உள்ள வயதான பிராமணத் தம்பதி ஒருநாள் திடீரென என் அறைக்குள் பிரவேசித்து, “வணக்கம் ஸ்டாலின், வாழ்த்துக்கள்” என்றனர்.

நானும் எனது வாழ்த்துகளைத் தெரிவித்தேன். காரணம் அன்று கிறிஸ்துமஸ்.

சிறிது நேரம் கழித்து எனது அலுவலகத்திற்கு நேர் எதிரில் உள்ள அவர்களது இல்லத்திற்குச் சென்றேன். சேசஷாயி பேப்பர் மில்லில் வேலை செய்தவர் அந்த பிராமணர். அம்மையார் உடனே காபி கொடுத்தார்.

‘சரி, ஏன் இன்று எனக்கு வாழ்த்துக் கூறினீர்கள்’ என்று கேட்டேன்.

‘இல்லை, மதம் எதுவாக இருந்தாலும் நாமெல்லாம் மனுஷங்க தானே! எங்க வீட்டுக்குப் பக்கத்தில் இருக்கிற கிறித்துவர் நீங்கள். ஆகவே கிறிஸ்துமஸ் வாழ்த்துச் சொன்னோம்’ என்றனர்.

நான் சிரித்துக்கொண்டே வந்து விட்டேன். இந்தனைக்கும் அந்தப் படித்த பிராமணர் ஏழெட்டு ஆண்டுகளாகப் பக்கத்து வீட்டுக்காரர்.

சில மாதங்களுக்கு முன்னால் பேராசிரியர் அப்துல்காதர் ஒரு கல்லூரியில் பேசும்பொழுது, ‘நான் முஸ்லீம், இதோ ஸ்டாலின் இருக்கிறார் அவர் கிறிஸ்ட்டியன், இன்னொரு பேச்சாளரைச் சொல்லி அவர் இந்து, நாங்கள் மூவரும் சகோதரர்கள் போல இருக்கிறோம்’ என்று பேசினார். இப்படி இந்தப் பெயரால் வேடிக்கையான சம்பவங்கள் பல நடந்துள்ளன.

உலகப் பொதுவுடைமை இயக்கத் தலைவர்களுள் ஒருவரான ஸ்டாலினை நினைத்து வழங்கப்பட்ட என் பெயரை கிறித்துவ மத அடிப்படையில் வைக்கப்பட்ட பெயரென தவறாக எண்ணிவிட்டனர் பலர்.

இது போன்ற குளறுபடிகள் உங்களுக்கு தர்மசங்கடத்தை ஏற்படுத்தவில்லையா?

இல்லை. தொடக்கத்திலிருந்தே, நான் மதம் சார்ந்தோ, சாதி சார்ந்தோ எவ்வித நடவடிக்கைகளிலும் ஈடுபட்டதில்லை. எனது அணுகுமுறை அனைத்தும் மனிதம் சார்ந்தே இருந்து வந்துள்ளது. என்னைக் கிறித்துவனாக நினைத்தவர்களே கூட ‘ஸ்டாலின்’ என்ற பெயர் ஒன்றை மட்டுமே வைத்துத்தான் அவ்வாறு எண்ணினார்களே தவிர, வேறு எதை வைத்தும் அல்ல.

என்னை நன்றாக அறிந்தவர்களும் நான் பின்பற்றி வரும் கொள்கைகளைப் புரிந்தவர்களும் அவ்வாறு எண்ணுவதற்கு வாய்ப்பில்லை. ஆகவே, இதில் தர்மசங்கடம் ஒன்றுமில்லை.

ஈரோடு புத்தகத் திருவிழாவில் நானும் கலந்து கொண்டேன். கடைசி நாளுக்கு முதல்நாள் சென்றேன். அன்றைக்கு ஒரு இஸ்லாமியர் ராமாயணம், மகாபாரதம் போன்ற இந்து சமய நூல்களை வாங்கிக் கொண்டு வந்து உங்களிடம் காட்டிக் கொண்டிருந்தார். புத்தகத் திருவிழா என்பது சர்வசமயத் திருவிழாவாக விளங்குவதைப் பார்த்தேன்.

அன்றைக்கு என்ன நடந்தது என்றால் ஒரு பெரிய கட்டாக புத்தகங் களைக் கட்டி அவர் எடுத்துக்கொண்டு போய்க்கொண்டிருந்தார். அவரது பெயர் பாஷா. எனக்கு அறிமுகமானவர் தான். ‘என்னென்ன நூல்க஌ெல்லாம் வாங்கிச் செல்கிறீர்கள்.’ என்றேன். அவர் உடனே கட்டைப் பிரித்துக் காட்டினார். அதில் தேவாரம், திருவாசகம், ராமாயணம் போன்ற நூல்கள் இருந்தன. ‘இவற்றை யெல்லாம் நீங்கள் தான் வாங்கிக் கொண்டு போகிறீர்களா இல்லை வேறு யாராவது வாங்கிவரச் சொன்னார்களா’ என்றேன். ‘இல்லையில்லை நான்தான் வாங்கிக்கொண்டு போகிறேன். நாங்கள் இஸ்லாமிய இலக்கியங்க ளெல்லாம் படித்திருக்கிறோம். இவற்றைப் படித்ததில்லை. படித்துப் பார்க்கலாம் என்று வாங்கிக் கொண்டு போகிறோம்’ என்றார். இது அளவற்ற மகிழ்ச்சியைக் கொடுத்தது.

அதேபோல் சென்ற ஆண்டின் இறுதிநாளன்று நரிக்குறவர்கள் கூட்டமாக உள்ளே சென்று நீண்டநேரம் ஒவ்வொரு கடையாக பார்த்துக்கொண்டே போனார்கள். புத்தகங்களையெல்லாம் புரட்டிப் பார்த்தார்கள். இவை போன்ற சம்பவங்கள் ஈரோடு புத்தகத்திருவிழா படிப்படியாக மக்கள் மயமாகி வருவதன் அடையாளங்களாகத் தோன்றுகின்றன.

ஒரு நேயர் இணைப்பில் வருகிறார்...

அய்யா வணக்கம். கோவை பிரபு பேசுகிறேன். நல்லவர்கள், நேர்மையாளர்கள் தொடர்ந்து எவ்வளவுதான் உழைத்தாலும் கஷ்டங்களைத்தான்அடைகிறார்கள். அதே சமயத்தில் இன்னொரு பக்கம் தீயவர்கள் சமூக விரோதிகள் நன்றாகத்தான் இருக்கிறார்கள். ஒரு பெரிய தொகை இல்லாமல் எவ்வாறு சமூகசேவை செய்ய முடியும்?

பெரிய தொகை, அதிக அளவில் நிதி இருந்தால்தான் பொது வாழ்க்கையில் ஈடுபட முடியும், சமூக சேவை செய்ய முடியும் என்று நினைப்பது அறியாமை. அப்படியெல்லாம் எந்தக் கட்டாயமும் இல்லை.

சமூகம் பற்றியான ஒரு தெளிவான புரிதலும் தொலை நோக்குப் பார்வையும் சமூகப் பணியாற்றக் கூடிய எவருக்கும் அவசியம். உலகம் முழுவதிலும் தோன்றிய எந்த சமூக சேவகரும், போராளியும், புரட்சியாளர்களும் கூட எந்தத் தொகையையும் கையில் வைத்துக் கொண்டு சமூகப் பணியாற்றுவதற்கான திட்டங்களைத் தீட்டியதில்லை. வியாபாரத்தில் பார்ப்பது போல் லாப நட்டக் கணக்குப் பார்ப்பது சமூகப் பணிகளில் சாத்தியமில்லை. தொடர்ந்து சோர்வில்லாமல் இடையறாது மக்கள் பணியைச் செய்து கொண்டிருந்தால் அதற்குத் தேவையான நிதி உதவி, எந்த மக்களுக்காகப் பணியாற்றுகிறோமோ அந்த மக்களிடமிருந்தே தானாகக் கிடைக்கும்.

எந்த ஒரு வசதியையும் எதிர்பார்ப்பையும் எண்ணிப் பார்க்காமல் பொதுவாழ்க்கையில் ஈடுபடுகிற ஆயிரக்கணக்கான மனிதர்களை நானறிவேன்.

இரவானால் தங்க ஓர் இடமின்றி நல்ல வசதியான சூழலின்றி நியூஸ் பேப்பர்களை விரித்து, புத்தகங்களை அல்லது செய்தித்தாள் களை கட்டாக எடுத்துத் தலைக்கு வைத்துக்கொண்டு தூங்கி எழுந்து விடியற்காலையில் மறுபடியும் பொதுவாழ்க்கையை - பொதுப் பணிகளைத் தொடரும் எண்ணற்றவர்களை எனக்குத் தெரியும்.

கொங்கு பொறியியல் கல்லூரியின் முதல்வர் பேசுகிறேன், வணக்கம்.

வணக்கம். உங்கள் வளாகத்தில்தானே இருக்கிறோம். உங்கள் அனுமதியோடு இருக்கிறோம். சொல்லுங்க சார்.

நாட்டுப்பற்று இளைஞர்களிடையே குறைந்து வருகிறதே. உங்கள் இயக்கத்தின் சார்பாக அதற்கு ஏதேனும் நடவடிக்கைகள் எடுக்கப்படுகிறதா?

எங்கள் அடிநாதமே அதுதானே! ‘விடுதலை வேள்வியில் தமிழகம்’ என்ற நூலுக்காக 6 ஆண்டுகாலம் செலவிட்டிருக்கிறோம். பாரதிவிழா, ஆசிரியர்களுக்குப் பாராட்டு விழா மட்டுமல்ல - 12 நாட்கள் நடைபெறுகிற புத்தகத்திருவிழா மட்டுமல்ல ஆண்டு முழுவதும் அரிய பல கருத்தரங்குகளை, பயிலரங்குகளை நடத்தி வருகிறோம். ‘எங்கு படிக்கலாம் என்ன படிக்கலாம்’ என்றும் ‘தொழில் முனைவோருக்கான வழிகாட்டும் பயிலரங்குகள்’ போன்றவற்றையும் மாணவர்களுக்கு நடத்தி வருகிறோம்.

ஊழல் எதிர்ப்புக் கருத்தரங்கை நடத்தி இருக்கிறோம். 42 அறிஞர்கள் 42 தலைப்புகளில் உரை நிகழ்த்திய ஆசிரியர்களுக்கான சங்க இலக்கியப் பயிலரங்கத்தை செம்மொழித் தமிழாய்வு நிறுவனத் தோடு இணைந்து நடத்தியிருக்கிறோம்.

கேரள எல்லைக்குள் இருக்கிற முக்காலி என்ற இடத்தில் கேரள அரசு அணைகட்ட முயன்ற நேரத்தில் நீரியியல் நிபுணர் ஆர்.கே.சிவனப்பன், எம்.எஸ். உதயமூர்த்தி ஆகியோரை அழைத்து விழிப்புணர்வு மாநாட்டை நடத்தினோம்.

'இந்தியா: நேற்று இன்று நாளை' என்ற தலைப்பில் கருத்தரங்கம் நடத்தினோம். நேதாஜி சுபாஷ்சந்திரபோஸ் படையில் பெண்படைத் தளபதியாக இருந்த கேப்டன் லட்சுமியை கான்பூரிலிருந்து அழைத்து வந்து மாணவர்களிடையே நாட்டுப்பற்றையும் சமூகக் கண்ணோட்டத்தையும் உருவாக்க முயற்சியெடுத்தோம்.

'சுதந்திரச் சுடர்கள்' என்கிற பொதுத்தலைப்பில் தொடர்ந்து 15 மாதங்கள் ஒவ்வொரு மாதமும் விடுதலைப் போராட்டம் குறித்த தலைப்பில் உரையாற்றினோம்.

தாய்மொழியில் மாணவர்களுக்குப் புரிகிற எளிமையான விதத்தில் பொதுவாக இருக்கிற அன்றாட வாழ்வுக்குத் தேவையான அடிப்படைச் சட்டங்களையாவது அச்சடித்துத் தரவேண்டும். சட்டம் என்றால் வழக்கறிஞர்கள் மட்டுமே சம்பந்தப்பட்டவை என்ற தவறான கருத்து மாற வேண்டும்.

பெருந்துறை திருநாவுக்கரசு பேசுகிறேன். அய்யா வணக்கம்.

வணக்கம். வணக்கம். பெருந்துறை ஒன்றியப் பெருந்தலைவர் அவர்களே! உங்கள் மூலமாக பெருந்துறை ஒன்றியத்திலுள்ள அனைவருக்கும் சுதந்திர தினவிழா வாழ்த்துகளைத் தெரிவித்துக் கொள்கிறேன். நீங்கள் இந்த கொங்கு சமுதாய வானொலிக்கு வந்தது, பார்த்தது எல்லாம் இங்கே புகைப்படங்களாக இருக்கின்றன. மிக்க மகிழ்ச்சி.

கடந்த பல ஆண்டுகளாக புத்தகத்திருவிழாவை நடத்தி வருகிறீர்கள். நீங்கள் எதிர்பார்த்த இலட்சியம் ஓரளவு நிறைவேறி விட்டதா?

அது உடனே நிறைவேறி விடாது. அதற்கு இன்னும் பல ஆண்டுகளாகும். இதுபோல் இன்னும் பல முனைகளில் வேலை செய்ய வேண்டும்.

நான் சமூக சமத்துவத்தை பொருளாதாரச் சமஉரிமையைச் சொல்லவில்லை. புத்தகக் கண்காட்சி நடத்துவதன் நோக்கம் நிறைவேறி விட்டதா என்று கேட்கிறேன்.

புரிகிறது தலைவர் அவர்களே! இன்னும் 20 ஆண்டுகள் 25 ஆண்டுகளாகும் அந்த மாற்றம் வருவதற்கு.

இந்த விடுதலை நாளில் நீங்கள் இளைஞர்களுக்குச் சொல்ல விரும்பும் செய்தி?

10 ஆயிரம் ஆண்டு பாரம்பரியம் உள்ள நாடு நமது நாடு. அந்தப் பெருமிதம் நமது இளைஞர்களுக்கு இருக்கவேண்டும். பழம்பெருமை, தொன்மை, வரலாறு, புராதனம், பரம்பரைப்புகழ், உலகின் முதல் பல்கலைக்கழகம் தோன்றிய இடம் என்பதையெல்லாம் எண்ணிப் பெருமிதம் கொள்கிற அதேநேரத்தில் இன்றைய இந்தியாவை கவனமாக எண்ணிப் பார்த்து மதிப்பிடவேண்டும்.

ஜப்பான் எங்குப் பார்த்தாலும் எரிமலை இருக்கிற நாடு. பூகம்பம் மற்றும் சுனாமி போன்ற இயற்கைச் சீற்ற அபாயமுள்ள நாடு. குட்டித் தீவாக இருக்கிற சிங்கப்பூர் அதிகமாக இயற்கை வளம் இல்லாத நாடு. ஆனால் அந்த தேசம் எவ்வளவு தூரம் முன்னேறியிருக்கிறது. சீனாவை இன்று உலகமே போற்றுகிறது. ஜெர்மன் எப்படி வளர்ந்திருக்கிறது? இஸ்ரேலில் இன்று விவசாயத்தில் பல புதுமைகளைப் புகுத்து கிறார்கள். அதேபோல இன்றைக்கு உலகத்தில் நடக்கிற பல புதுமை களையெல்லாம் உள்வாங்கிக்கொண்டு நமது பாரம்பரியத்தோடு இணைத்து முன்னேற்றத்தைப் படைக்க முடியுமா என்று பார்க்க வேண்டும். அதற்கான திட்டங்களை அவர்களே தீட்டிச் செயல்பட வேண்டும்.

நாம் படித்ததற்காக மகிழ்ச்சியடையலாம். நன்றாகப் படித்து வேலைக்குப்போய் சம்பாதிப்பதற்காக மகிழ்ச்சியடையலாம். ஆனால் நம்மைப்போல எல்லோராலும் படித்து முடிக்க இயலவில்லையே என்று சிந்திக்க வேண்டாமா? 100 இளைஞர்களில் 10 பேர்தான் உயர்கல்வியைத் தொடுகிறார்கள் என்கின்ற புள்ளிவிவரம் அவமான மில்லையா? 100 மாணவர்களில் 90 மாணவர்கள் பல்கலைக் கழகத்தைப் பார்க்காமலேயே போய் விடுகிறார்களே இது என்ன கொடுமை! இவற்றுக்கெல்லாம் நிரந்தரத் தீர்வை நோக்கியும் இளைஞர்கள் சிந்திக்க வேண்டும்.

அய்யா வணக்கம்! கோடைப் பண்பலையில் அறிவிப்பாளராக இருக்கிறேன். நான் என்ன பகிர்ந்து கொள்ள விரும்புகிறேன் என்றால் இன்றைய இளைஞர்களுக்கு சுதந்திரத்தின் அருமை பெருமைகள் புரியவில்லை என்று நினைக்கிறேன். விடுதலை என்பது கட்டுப்பாட்டோடு வாழ்வதற்கும் உழைப்பதற்கான வாய்ப்புகளுக்கும் என்றுதான் எடுத்துக் கொள்ள வேண்டும். ஒழுக்கக்கேடாகத் திரிவதற்குச் சுதந்திரம் கிடைத்ததாகக் கருதக் கூடாது.

உண்மைதான். ஆனால் நான் என்ன நினைக்கிறேன் என்றால் அந்த சுதந்திரத்தைப் பேணிக்காக்கும் வழிமுறைகளை மூத்த தலைமுறை ஒழுங்காக சொல்லித் தரவில்லை என்று கருதுகிறேன். எப்படி

யெல்லாம் கஷ்டப்பட்டோம், கண்ணீர் விட்டோம், துயரமடைந்தோம், வேதனைப்பட்டோம் என்பதைத் திரும்பத் திரும்பச் சொல்லி வளர்க்க வேண்டும்.

நான் எவ்வளவு கஷ்டப்பட்டேன், உன் தாத்தா எவ்வளவு அரும்பாடுபட்டார். உன் பாட்டியும் உங்க அம்மாவும் தூக்கமில்லாமல் எவ்வளவு நாள் பாடுபட்டார்கள். இரண்டு ஏக்கர் நிலம் வாங்க, பயிரிட்டு வளர்க்க - உங்களைப் படிக்க வைக்க எவ்வளவு திண்டாடினோம் எவ்வளவு போராடினோம். ஆடுமாடுகளை வளர்த்தோம் - கோழிகளை வளர்த்தோம். வேலைக்குப் போனாலாவது கூலி கிடைக்கும். அதையும் மறந்துவிட்டு இந்த நிலத்தில் உழைத்தோம். வட்டிக்கு வாங்கினோம் - அடகு வைத்தோம் - அரும்பாடுபட்டோம். அழுதும் தொழுதும் பணியாற்றினோம் என்று குழந்தைகளுக்கு எடுத்துக்கூறி வளர்க்க வேண்டும். அப்பொழுதுதான் அவன் பொறுப்பாக இருப்பான்.

பலர் என்ன நினைக்கிறார்கள் என்றால், 'நான் பட்ட கஷ்டத்தை என் பிள்ளை படக்கூடாது' என்று எதையுமே சொல்லாமல் வளர்க் கிறார்கள். இது தவறு. நாம் பட்ட கஷ்டத்தை நமது குழந்தைகள் படவேண்டாம். ஆனால் நாம் பட்ட துன்பத்தையெல்லாம் நமது பிள்ளைகள் உணரவேண்டும். அவர்களுக்குத் தெரியப்படுத்த வேண்டும். அதே போல விடுதலைப் போராட்ட வீரவரலாற்றை தியாகச் சரித்திரத்தை அதற்காக நம் முன்னோர்கள் பட்ட துன்பத்தையெல்லாம் நமது பிள்ளைகள் உணர வேண்டும் - அவர்களுக்குத் தெரியப்படுத்த வேண்டும்.

200 ஆண்டுகால விடுதலைப் போராட்டத்தை மட்டுமல்ல, 10 ஆயிரமாண்டு பழம்பெருமையை வரலாற்றை அதன் மகிமையை நாம் அணுஅணுவாக ரத்தமும் சதையுமாக உயிர்த் துடிப்புடன் சொல்லித் தரவேண்டாமா? அப்படிச் சொல்லித் தராதது நம்முடைய குற்றமில்லையா?

சேலத்தில் தலைமைஆசிரியர் ஒருவர் நான்கு ஆண்டுகளாக பள்ளி விழாவில் பேச என்னை அழைத்துக் கொண்டிருந்தார். தேதி கொடுக்க இயலவில்லை. எப்படியும் இந்த ஆண்டு சேலத்திற்கு இத்தலைமை ஆசிரியரின் பள்ளிக்குப் போய்விட வேண்டுமென்று ஒரு நாளை அதற்கெனவே ஒதுக்கி குறித்த நேரத்திற்கு முன்பே சென்று விட்டேன். அங்கிருக்கிற ஆசிரியப் பெருமக்களும் கூட்டத்திற்கான ஏற்பாடுகளை மகிழ்ச்சியுடன் செய்து கொண்டிருந்தனர்.

ஏறத்தாழ 3,500 மாணவ மாணவிகள் கூடி இருந்தனர். இரண்டு பக்கத்திலும் இருபால் ஆசிரிய பெருமக்கள் அமர்ந்திருந்தனர். நான்

எனது உரையின் தொடக்கத்திலேயே, "நாட்டுப் பற்று, மொழிப்பற்று, பெண்கல்வி, சுதேசித் தொழில்கள் போன்ற தேசநலன் சார்ந்த கொள்கைகளை விளக்கிப் பேசினேன். அந்த இடத்தில் என் உரையை நிறுத்திவிட்டு அமைதியாக அமர்ந்திருந்த மாணவர்களிடம் ஒரு கேள்வி கேட்டேன். "இனிய தமிழில் பாடிய மகாகவி சுப்பிரமணிய பாரதியாரின் கவிதைத் தொகுப்பு நூல் உங்களில் எத்தனை பேரிடம் இருக்கிறது?" என்று கேட்டு எனது சொற்பொழிவை 2 நிமிடம் நிறுத்திவிட்டு என் பார்வையை சுழலவிட்டேன்.

"நீங்கள் ஒன்றும் அச்சப்பட வேண்டாம். நான் கேள்வி எதுவும் கேட்க மாட்டேன். நீங்கள் அதை முழுமையாகப் படித்தீர்களா என்று கூடக் கேட்க மாட்டேன். 'பாரதியார் கவிதைகள்' என்ற அந்த நூலில் இரண்டே இரண்டு பாடல்களையாவது படித்தீர்களா என்றும் கேட்க மாட்டேன். நீங்கள் வாங்கவில்லையென்றாலும் பரவாயில்லை, உங்கள் தந்தையாரோ தாயாரோ வாங்கி வைத்திருந்தாலும் பரவாயில்லை. உறவினர்கள், நண்பர்கள் யாராவது வாங்கிக் கொடுத்திருந்தாலும் பரவாயில்லை. உங்கள் வீட்டில் இருந்தால் போதும் கை தூக்குங்கள்" என்றேன். "நான் மறுபடியும் சொல்கிறேன் 'பாரதியார் கவிதைகள்' புத்தகத்திலிருந்து உங்களை நான் எந்தக் கேள்வியும் கேட்கமாட்டேன். உங்கள் இல்லத்தில் அந்தப் புத்தகம் இருக்கிறதா? என்பது மட்டும்தான் என் கேள்வி. நீங்கள் எழுந்து நிற்கக்கூட வேண்டாம். கைத் தூக்கினால் மட்டும் போதும்" என்று விவரமாக விரிவாகப் பேசியபிறகு அந்த 3,500 பேரில் ஒரு பத்தே பத்துபேர் மட்டும் கைத்தூக்கினார்கள். அதுவும் முழுமையாகத் தூக்காமல் தயங்கித் தயங்கி பாதி உயரமே கைகளைத் தூக்கினார்கள். அதுவும் சுற்றும் முற்றும் பார்த்து அஞ்சியவாறே தூக்கினார்கள்.

"பரவாயில்லை கைகளைக் கீழே போடுங்கள்" என்று சொல்லி விட்டு என் உரையின் போக்கையே மாற்றி தேசியக்கவி பாரதியின் சிறப்பியல்புகளையும் அவரது பாடல்களின் பண்பாற்றல்களையும் பற்றி ஒரு அரைமணி நேரம் பேசினேன். உணர்ச்சிகரமாகச் சொல்லிவிட்டு - உரையின் தொடக்கத்தில் கேள்வி கேட்டதைப்போல இப்பொழுதும் கேட்டேன்.

"அடுத்த ஆண்டு இந்தப் பள்ளிக்கு நான் வரும்பொழுது எத்தனை பேர் பாரதியார் கவிதைகள் வாங்கி வைத்திருப்பீர்கள்? உங்களில் யார் யாரிடம் பாரதியார் கவிதைகள் இருக்கின்றன என்று கேட்பேன். எத்தனை பேர் கை தூக்குவீர்கள்" என்று கேட்டேன். ஓரிரு நிமிடங்கள் என் பேச்சை நிறுத்தினேன், திரண்டிருந்த 3,500 மாணவர்களும் கைகளைத் தூக்கினார்கள். சிலர் எழுந்து நின்று இரண்டு கைகளையும் தூக்கினர்.

ஆரவாரம் அடங்கியதும் நான், 'இப்பொழுது சொல்லுங்கள், யார் மீது தவறு' என்று கேட்டேன்.

ஆயிரக்கணக்கான ஆண்டுகளுக்கு முன்பு எல்லா துறைகளிலும் நாம் சிறந்து விளங்கினோம். உலகத்திற்கே முன் மாதிரியாகத் திகழ்ந் தோம். கணிதத்திலும், கட்டிடக் கலையிலும், வான சாஸ்திரத்திலும், கடல் கடந்து வாணிகம் செய்வதிலும், பொருளாதாரத்திலும், நிர்வாக நெறி முறைகளிலும், மேலாண்மையிலும், எல்லாவற்றையும்விட மொழி வளத்திலும் சிந்தனைத் திறத்திலும் சிறந்திருந்தோம்; அது தொடர்ந்திருந்தால் இன்று எப்படி இருந்திருப்போம்? அந்தத் தொடர்ச்சியை அறுத்தது யார்?

நான் 30 ஆண்டுகாலமாக தமிழகம் முழுவதும் பள்ளி, கல்லூரி களுக்கு சென்று பேசி வருகிறேன். மாணவர்கள் அன்பானவர்கள், அறிவாற்றல் பெற்றவர்கள். அவர்களைக் குறை சொல்ல இயலாது. சரியாக வழி நடத்தப்படாதது அவர்கள் குற்றமில்லை. அப்படியானால் யார் குற்றவாளி?

அய்யா... தினமணியின் ஈரோடு நிருபர் கிருஷ்ணகுமார் பேசுகிறேன். வணக்கமய்யா!

சொல்லுங்க கிருஷ்ணகுமார். புத்தகக் கண்காட்சி பற்றிய செய்தி களை நாள்தோறும் வெளியிட்டு உதவியமைக்கு 'தினமணி' இதழுக்கும் உங்களுக்கும் எங்கள் நன்றி.

நாங்களும் உங்களுக்கு எங்கள் நல் வாழ்த்துக்களைத் தெரிவித்துக் கொள்கிறோம். எதிர்காலத்தில் அறிவு தான் அனைத்திற்கும் அடிப்படை என்று எப்படிச் சொல்கிறீர்கள்?

ஈரோடு புத்தகத் திருவிழா வெற்றி பெற்றவுடன் அதனுடைய தாக்கம் தமிழகத்தின் பல பகுதிகளிலும் எதிரொலிக்கிறது. பல்வேறு இடங்களிலும் இப்பொழுது சிறிய அளவிலும் பெரிய அளவிலும் புத்தகத் திருவிழாக்கள் நடைபெறத் தொடங்கியுள்ளன. இது நல்ல அறிகுறி. சமுதாய வரலாற்றுச் சுருக்கத்தை உன்னிப்பாக கவனித்தால் நம்மால் ஒரு உண்மையை நன்கு உணர முடியும். ஒரு காலத்தில் ஒரு மனிதனுக்கோ ஒரு குடும்பத்திற்கோ நிலம் இருந்தால் சமூக மரியாதை கிடைத்தது. அதற்கு அடுத்த கட்டத்தில் ஆள்பலமும் பணபலமும் இருந்தால் மட்டுமே மரியாதை என்றிருந்தது. தற்போது இத்தகைய காரணங்களால் மட்டும் சமூகத்தில் மரியாதையோ நல்ல அங்கீகாரமோ கிடைப்பதில்லை. இவற்றை எல்லாம் விட கல்வி, அறிவு, ஆளுமை ஆகியவற்றிருக்குத்தான் சமூக மரியாதை என்ற நிலைமை உருவாகியுள்ளது. இந்தத் திசை நோக்கித்தான் சமூகம்

முன்னேறிக்கொண்டிருக்கிறது. அறிவோடு ஆற்றலும் தனித்திறனும் இவற்றோடும் பண்பும் இணைந்த மனிதர்கள் மட்டுமே மதிக்கப்படும் காலம் உருவாகும்.

ஒரு மனிதனுக்கு படிக்கும் பழக்கம் ஏற்பட வேண்டுமானால் சிறு வயதிலேயே வாசிக்கும் வழக்கத்தை ஏற்படுத்தினால்தான் இயலும் அல்லவா?

கண்டிப்பாக. சிறுவர்களாக இருக்கும் போதே படிக்கும் பழக்கத்தை ஏற்படுத்த வேண்டும். இந்தியாவிலேயே பள்ளி மாணவர்கள் அதிகமாகப் பயன்படுத்தும் புத்தகத் திருவிழா ஈரோடு புத்தகத் திருவிழாதான். அதற்காகத் தனிக்கவனம் செலுத்தி வருகிறோம். இயல்பாக அவர்களே பல நூல்களை ஆர்வமாக எடுத்துப் பயிலும் சூழலை உருவாக்க வேண்டும்.

இளைய தலைமுறை தொலைக்காட்சித் தொடரில் தொலைந்து போய்க் கொண்டிருக்கிறது. இதை மாற்றவேண்டாமா? இது ஆரோக்கியமானதா?

நிச்சயமாக இது நல்ல விஷயமில்லை. ஆனால் தொலைக் காட்சியே கூடாது என்பதும் தவறு. இதோ இப்பொழுது கொங்கு வானொலியில் நான் பேசிக் கொண்டிருக்கிறேனல்லவா! இது நல்ல விஷயம்தானே. இதைப்போன்ற விஷயங்களுக்கு தொலைக்காட்சியைப் பயன்படுத்திக் கொள்ள வேண்டும். விஞ்ஞானக் கண்டுபிடிப்புகளை ஆக்கப்பூர்வமான விஷயங்களுக்குப் பயன்படுத்த வேண்டும்.

சமுதாயத்தை அறிவுக்களஞ்சியமாக மாற்றவேண்டும் என்று உங்களைப் போன்றவர்கள் ஒரு பக்கம் உழைத்துக் கொண்டிருந்தாலும்கூட தந்தைபெரியார் பிறந்த ஈரோடு மாவட்டத்திலேயே ஆன்மீகத்தின் பெயரால் மோசடிகள் நடைபெறுகின்றன; ஏமாற்று வேலைகள் நடைபெறுகின்றனவே?

பகுத்தறிவுப் பகலவன் பெரியார் பிறந்துவிட்ட ஒரே காரணத் திற்காக இந்த மாவட்ட மக்கள் அனைவரும் சீர்திருத்தவாதிகளாக, முற்போக்குக் கொள்கைகளைக் கொண்டவர்களாக இருக்க வேண்டும் என்று எதிர்பார்ப்பது நடைமுறைக்கு ஒவ்வாத கருத்தாகும்.

நமது கருத்தைத் தெளிவாக உறுதியாக அழுத்தம் திருத்தமாக எடுத்துரைக்கலாமேயன்றி வற்புறுத்துவதோ வலியுறுத்துவதோ எனக்கு ஏற்புடையதில்லை.

மனதை ஒருமுகப்படுத்துவது, அகத்திலும் புறத்திலும் தூய்மையைப் பேணுவது, நல்ல தமிழ் வளர்க்கும் மொழிவளம் மிக்க பாடல்களைப் பாடுவது, ஒழுக்கமும் கட்டுப்பாடும் ஓங்கி வளர்வது, தர்மகாரியங்களிலே ஈடுபடுவது போன்ற நற்பணிகள் ஆன்மீகத்தின்

மூலமாக நடைபெறுமானால் அது வரவேற்கத்தக்கது. அதே சமயம் ஆன்மீகம் என்ற பெயரில் மக்களைப் பிளவுபடுத்துவதோ, மக்களிடையே பேதங்களை உருவாக்குவதோ, மதச்சிமிழுக்குள் மனிதர்களை உள்ளடக்கிவிட முயற்சிப்பதோ ஏற்கத்தக்கதல்ல. விவேகானந்தரின் இறையியல் மனிதனை முதன்மைப்படுத்துபவை. குன்றக்குடி அடிகளாரின் அணுகுமுறை பாராட்டப்பட வேண்டியது. மகாகவி பாரதியின், காந்தியடிகளின், செக்கிழுத்த செம்மலின் ஆன்மீகம் வித்தியாசமானவை.

மாமேதை டால்ஸ்டாய், தாகூர், திரு.வி.க. போன்றவர்களின் ஆன்மீகம் மனிதம் சார்ந்தவை. மூட நம்பிக்கைகளை வளர்க்கிற, நேரத்தையும் பொருளாதாரத்தையும் வீணாக்குகிற ஆன்மீகம் தீமையானது; கேடு பயப்பது; புறக்கணிக்கத்தக்கது.

ஒரு சாதியை வெறுப்பது, மற்றொரு மதத்தை வெறுப்பது, பகையைத் தூண்டி வளர்ப்பது, சகமனிதனைத் தீண்டாமல் புறக்கணிப்பது, எதிர்ப்பை வளர்ப்பதற்குப் பெயர் ஆன்மீகமல்ல, அரசியல்!

புத்தகத் திருவிழா போன்ற செயல்பாடுகளால் இன்னும் 25 ஆண்டுகளில் மகத்தான மாற்றம் ஏற்படும் என்று நினைக்கிறீர்களா?

புத்தகத் திருவிழா நடத்துவதால் மட்டும் நாட்டில் மறுமலர்ச்சி ஏற்பட்டு விடாது. இது ஒரு அம்சம். இதுபோல் இன்னும் பல்வேறு அம்சங்கள் இருக்கின்றன. ஆண்டு முழுவதும் வெவ்வேறு தயாரிப்புகளிலும் திட்டங்களிலும் ஈடுபடவேண்டும். பல்வேறு கோணங்களிலும் பல்வேறு துறைகளிலும் இலக்கு நிர்ணயித்துச் செயல்படவேண்டும். புத்தகத்திருவிழாவோடு முடிந்து விட்டது என்று கருதக்கூடாது. இது பல வகையான சமூகப் பணிகளின் தொடக்கம் தான்.

இன்று விடுதலை நாள். சுதந்திரப் போராட்ட வீரர்களின் சரித்திரச் செய்திகளைச் சேகரித்தபோது நடைபெற்ற மறக்கமுடியாத ஏதேனும் ஒரு நிகழ்வு...

நான் மாணவனாக இருந்தபோது - ‘பகத்சிங் இளைஞர் மன்றம்’ என்ற அமைப்பை வைத்து செயல்பட்டுக் கொண்டிருந்தபோது அவினாசியில் அனைத்திந்திய இளைஞர் பெருமன்றத்தின் கோவை மாவட்ட மாநாடு நடைபெற்றது. அம்மாநாட்டில் பிரதிநிதியாக பங்கேற்க ஈரோட்டிலிருந்து நான் சென்றிருந்தேன். அம்மாநாட்டில் எழுத்தாளர் அறந்தை நாராயணன் சிறப்புச் சொற்பொழிவு ஆற்றினார். மறக்க முடியாத உரை அது. பகத்சிங்கைப்பற்றி இரண்டு மணிநேரம் அருமையாகப் பேசினார். பகத்சிங்கிடம் தொடங்கி பகத்சிங்கிடமே முடித்தார். முழுமையாக பகத்சிங் வாழ்வைப் பதிவு செய்தார்.

அறந்தை நாராயணன்

அவர் சென்னை சென்றபிறகு அவருக்கு நான் ஒரு கடிதம் எழுதினேன். 'உங்களது உரை மிகச்சிறப்பாக இருந்தது. மிக உணர்ச்சிகர மாகத் திகழ்ந்தது. பகத்சிங்கைப் பற்றி எழுதி அனுப்பினால் நாங்கள் அதை துண்டறிக்கையாக அச்சிட்டு ஆயிரக்கணக்கில் மக்களுக்கு வழங்கு வோம். ஆகவே எங்களுக்கு எழுத்து வடிவத்தில் அதைத் தருவீர்களா? நாங்கள் 'பகத்சிங் இளைஞர் மன்றம்' என்று ஈரோட்டில் வைத்திருக் கிறோம். அதன் மூலமாக இதைச் செய்ய விரும்பு கிறோம்' என்று நான் எழுதிய கடிதத்திற்கு எந்தப் பதிலும் இல்லை. சில நாட்கள் சென்றபிறகு அதை நினைவூட்டி மறுபடியும் ஒரு கடிதம் எழுதினேன். பதிலில்லை. பிறகு ஓரிரு மாதங்கள் கழித்து ஈரோட்டில் நியூ செஞ்சுரி புக் ஹவுசின் புத்தகக்காட்சி நடைபெற்றது.

நான் பள்ளிக்கூட நேரம்போக மீதி நேரமெல்லாம் என்சிபிஎச் புத்தக அரங்கில் இருப்பேன். அப்பொழுது அங்கு 'மாவீரன் பகத்சிங்' என்று சிறு புத்தகம் இருந்ததைப் பார்த்தேன். எழுதியவர் யார் என்று பார்த்தால் அறந்தை நாராயணன். அவினாசியில் பேசினாரே, நான் கடிதமெழுதினேனே அந்த அறந்தை நாராயணன். ஏற்கனவே பகத்சிங் பற்றி ஒரு நூல் இவர் எழுதியுள்ளார் என்பதை அறியாமல் கடிதம் எழுதிவிட்டோமே என்று நினைத்துக் கொண்டு அந்தப் புத்தகத்தை எடுத்துப் பிரித்துப் பார்த்தேன். 'ஈரோட்டிற்கு அருகேயுள்ளது மாணிக்கம் பாளையம். அந்த ஊரைச் சேர்ந்த ஸ்டாலின் குணசேகரன் என்ற இளைஞனின் இடைவிடாத வேண்டுகோளின் விளைவே இந்தப் புத்தகம்' என்று முன்னுரையில் அச்சிடப்பட்டிருந்தது. எப்படி இருந்திருக்கும் எனக்கு? கடிதம் எழுதினேன் புத்தகம் வந்தது. எல்லையில்லாத இன்ப அதிர்ச்சி. உன் கோரிக்கையை ஏற்று நூலாக எழுதிவிட்டேன் என்று அவர் கடிதம் மூலம் பதிலளிக்கவில்லை. புத்தகத்தின் விலையோ ஒரே ஒரு ரூபாய். நூறு நூல்கள் அடுக்கி வைக்கப்பட்டிருந்தன. நூறையும் வாங்கிச் சென்று எனது நண்பர்கள் அனைவருக்கும் கொடுத்தேன்.

'விடுதலை வேள்வியில் தமிழகம்' நூல் வெளியான பின்பு சென்னையைச் சேர்ந்த ஒரு சாதாரண தொழிலாளி அவரது நண்பரிடத்திலே இருந்த 'விடுதலை வேள்வியில் தமிழகம்' நூலில் ஒரு சில அத்தியாயங் களைப் படித்து மிகவும் ஐக்கியமாகி விட்டார். அளவு கடந்த மகிழ்ச்சி யடைந்திருக்கிறார். அவர் எனக்கு ஒரு கடிதம் எழுதினார்.

'நான் சாதாரணமான நிலையிலுள்ள ஒரு தொழிலாளி. நான் இந்த நூலை வாங்க ஆசைப்பட்டேன் முடியவில்லை. பல பக்கங்களை நண்பர் வீட்டிலே படித்தேன். என்னால் ஆர்வத்தை அடக்க முடியவில்லை. வாங்கவும் வழியில்லை' என்று எழுதிக்கொண்டே வந்தார். ஒரு பாகத்தை அனுப்புங்கள் படித்துவிட்டு திருப்பி அனுப்பி விடுகிறேன். பிறகு அடுத்த பாகத்தை அனுப்புங்கள் அதையும் படித்து விட்டுத் தந்து விடுகிறேன் என்று எழுதியிருப்பார் என்று நினைத்து தொடர்ந்து அவரது கடிதத்தைப் படித்துக்கொண்டே வந்தேன். கடிதத்தின் இறுதிப்பகுதியை வாசித்ததும் அதிர்ச்சியடைந்தேன்.

'காலப் பெட்டகமாகத் திகழும் இந்த நூலை என்னதான் நான் வெளியில் போய் வாசித்தாலும் என்னுடைய வீட்டில் வைத்து தினந்தோறும் அதை எடுத்து சில பக்கங்களை வாசிக்க வேண்டும் என்று எண்ணினேன். சொந்தமாக நமக்கென்று உரியதாக அந்த நூல் இருக்க வேண்டும் என்று விரும்பினேன். ஆனால் வாங்க வசதியில்லை. எனவே எனது ஒவ்வொருநாள் மதிய உணவுக்காக உள்ள ரூபாய் 20ஐ மிச்சப்படுத்தி ஒரு மாதத்தில் 600 ரூபாய் சேகரித்து இந்தப் புத்தகத்தை வாங்கி விட்டேன். எனக்கு மிகவும் மகிழ்ச்சியாக இருக்கிறது' என்று எனக்கு கடிதம் எழுதினார். பட்டினி கிடந்து பணத்தை மிச்சப்படுத்தி நூலை வாங்கியிருக்கிறார். அப்படி ஒரு எளிய ஏழைத் தொழிலாளியின் இதயத்தில் இந்தப் புத்தகம் ஆழமான தாக்கத்தை ஏற்படுத்தியிருக்கிறது. அவர் பட்டம் பெற்றவரல்ல! இப்படிப்பட்ட வாசகர்கள் தான் உண்மையான வாசகர்கள்.

இதைப் பதிப்பிக்க எந்தப் பதிப்பாளரும் முன்வரவில்லை. ஏனென்றால் பெரியநூல். இரண்டு பாகங்கள். அதிக மூலதனம். விற்பனை உத்திரவாதமும் இல்லை. ஆகவே நானே இதனைப் பதிப்பித்தேன். உத்திரப்பிரதேசத்திலிருந்து உயர்தரத் தாள்களை வரவழைத்து நேர்த்தியான தெளிவான எடுப்பான அச்சில் பிரசுரித்தேன், படங்களோடு வெளியிட்டேன். பல ஆண்டுகள் தாக்குப்பிடிக்கிற அளவுக்கு கெட்டித்தன்மையோடு கொண்டு வந்தோம். மிகப்பெரிய மன நிறைவு கிடைத்தது. இது புத்தகமல்ல; தேசபக்த இயக்கம் என்றுதான் கூறி வந்தோம்.

திரைமறைவாக இருந்த பலரை நீங்கள் வெளிக்கொண்டு வந்திருக்கிறீர்கள்!

ஆமாம். ஈரோட்டில் எம்.ஏ.ஈஸ்வரன் என்ற தியாகி இருந்தார். பத்தரை ஆண்டுகள் ஜெயிலில் இருந்திருக்கிறார். நேரு 10 ஆண்டுகள், காமராஜர் 10 ஆண்டுகள், ஈரோடு ஈஸ்வரன் பத்தரை ஆண்டுகள்! நேருவையும் காமராஜரையும் தெரிந்த அளவுக்கு ஈஸ்வரனைத்

தெரியாது அல்லவா? கடைசிவரை திருமணமே செய்து கொள்ளாமல் எளிய வாழ்வை மேற்கொண்டார். இப்படித் தமிழகம் முழுவதும் பலபேர். விடுதலைக்காக தனது குடும்பத்தை, கல்வியை, வேலை வாய்ப்பை, வருமானத்தை, சுகபோகத்தை இழந்தவர்கள் எத்தனை எத்தனைபேர். காலில் செருப்பணியாமல், நல்ல ஆடைகள் இல்லாமல் கஷ்டப்பட்டவர்கள் எத்தனை பேர்? இப்படியெல்லாம் ஏழ்மையிலிருந்த காரணத்தால்தானோ என்னவோ பலர் வெளிச்சத்திற்கே வரவில்லை. அவர்களை வெளிச்சத்திற்கு கொண்டு வருவதன் மூலமாக அவர்களுக்கு எந்த நன்மையும் இல்லை. இந்த நாடு புதிய வெளிச்சத்திற்கு வரும்.

இளைஞர்களுக்கு சுருக்கமாக என்ன சொல்ல விரும்புகிறீர்கள்?

நாட்டிலுள்ள எல்லா சாதியினரும் சகல மதத்தினரும், எல்லா மொழியினரும் கடைக்கோடி மனிதனும் மனமுவந்து இனிமையோடு விடுதலை நாள் விழாவைக் கொண்டாடவேண்டும். அரசும் அதிகாரிகளும் அரசு ஊழியர்களும் தலைவர்களும் அதற்குத் தகுந்ததுபோல் அரவணைத்துச் சென்று அன்போடு பணிபுரிய வேண்டும்.

சகல துறைகளிலும் நாட்டை முன்னணிக்குக் கொண்டு வருவேன் என்று இளைஞர்கள் சபதமேற்க வேண்டும். ஒரு சில துறைகளில் மட்டும் முன்னேறினால் போதாது. எல்லாத் துறைகளிலும் எழுச்சி ஏற்பட்டு உலகின் முதன்மையான தேசமாக இந்தியா திகழ வேண்டும். வளர்ச்சியின் பயன் - முன்னேற்றத்தின் அடையாளம் கிராமத்து கடைக்கோடி மனிதனிடமும் சென்றடைய வேண்டும்.

இரண்டுமணிநேரம் எங்களுக்காக ஒதுக்கியதற்கு நன்றி அய்யா!

நன்றி வணக்கம்!

நெறியாள்கை: பேராசிரியர் கே. தங்கராசு
எஸ். தங்கவேல்

நக்கீரன் – 2 ஜனவரி, 2010

தமிழ் இனத்தை அழிக்கவா ஆயுதம் கொடுத்தோம்?

சீனாவுக்கும் இந்தியாவுக்குமிடையிலான புகைச்சல் இருந்து கொண்டு வரும் இச்சூழலில்தான் சீனாவை ஆளும் சீன கம்யூனிஸ்ட் கட்சி எங்கள் நாட்டுக்கு வாருங்கள், கருத்துப் பரிமாற்றம் செய்து கொள்வோம் என இந்திய கம்யூனிஸ்ட் கட்சிக்கு அழைப்பு விடுக்க சி.பி.ஐ.யின் தேசிய உயர்மட்ட குழுவில் உள்ள ஆனிராஜா தலைமையில் ஸ்டாலின் குணசேகரன், சடா வெங்கடரெட்டி, தினேஸ் வார்னே, ஏ.ஐ.ஓய்.எப்.முருகன், குப்தா, கமலா சதானந்தன் ஆகிய ஏழுபேர் கொண்ட குழு சென்ற 15-ந்தேதி முதல் 22-ந்தேதி வரை சீனா சென்று வந்துள்ளது. இதில் இடம் பெற்ற ஸ்டாலின் குணசேகரனை சந்தித்தோம்.

இந்திய கம்யூனிஸ்ட் கட்சியின் குழுவை சீனாவுக்கு வாருங்கள் என சீன கம்யூனிஸ்ட் கட்சி அழைத்ததின் நோக்கம் என்ன?

சீன கம்யூனிஸ்ட் கட்சியின் அழைப்பு என்பது உலகளாவிய அளவில் கம்யூனிஸ்ட் அமைப்புகளுடன் பரஸ்பரம் நல்லுறவை ஏற்படுத்துவதுதான். குறிப்பாக தனது அண்டை நாடான நமது இந்தியாவில் உள்ள கம்யூனிஸ்ட் கட்சிகளின் மேல் மிகுந்த மரியாதையும் மதிப்பும் வைத்துள்ளது சீன கம்யூனிஸ்ட் கட்சி. ஒரு கம்யூனிஸ்ட் அரசாங்கம் எப்படி செயல்படுகிறது, விவசாயம், கல்வி, தொழில், உற்பத்தி, வளர்ச்சி இவையெல்லாம் எப்படி அங்கு உள்ளது, அடுத்து அவர்களின் முன்னேற்றம் எப்படி நிகழ்ந்து வருகிறது என்பதையெல்லாம் எங்களோடு பகிர்ந்து கொண்டார்கள். அதே போல் கிராமம், நகரம், மக்களின் வாழ்நிலைகளை எங்களை நேரில் காண வைத்தார்கள்.

சீனா கம்யூனிஸ்ட் நாடு. ஆனால் அங்கேயே உலகப் பணக்காரர்களால் நிறுவப்படும் சிறப்புப் பொருளாதார மண்டலங்கள் உருவாக்கப்பட்டுள்ளதே?

உண்மைதான். அங்கு இதுவரை 57 சிறப்புப் பொருளாதார மண்டலங்கள் உருவாக்கப்பட்டுள்ளன. இதைப் பற்றியும் அவர்களிடம்

கேட்டோம். அங்கு இதற்கு பெயர் சிறப்புப் பொருளாதார மண்டலம் அல்ல. 'பொருளாதார வளர்ச்சி மண்டலம்'. எல்லாம் சீனாவின் கட்டுப்பாட்டில்தான். அங்கு நிலம் என்பது அரசுக்குச் சொந்தமானது. இதுவரை அமைத்த 57 பொருளாதார வளர்ச்சி மண்டலங்கள் அனைத்துக்கும் மக்கள் குடியிருப்பையோ, விவசாயத்தையோ காலி செய்யாமல் அதற்கென உள்ள நிலத்தைத்தான் கொடுத்துள்ளார்கள்.

இந்தியாவில் உள்ளதுபோல் சீனாவிலும் லஞ்சம், ஊழல் முறைகேடு என்ற வார்த்தைகள் கேட்கத் தொடங்கியுள்ளதே?

சமீபத்தில் ஊழல் முறைகேட்டில் ஈடுபட்ட சீன கம்யூனிஸ்ட் கட்சியின் முக்கிய நிர்வாகிகள் - ஆட்சிப் பொறுப்பில் இருந்தவர்கள் 14 பேர் மீது குற்றம் நிரூபிக்கப்பட்டதால் அந்த 14 பேருக்கும் மரண தண்டனை நிறைவேற்றப்பட்டதாகவும் மேலும் நூற்றுக்கணக்கானோர் ஆயுள் தண்டனை பெற்றவர்களாகவும் உள்ளவர்கள் என்று வெளிப்படையாகக் கூறினார்கள்.

இந்தியர்களை சீனாக்காரர்கள் எப்படிப் பார்க்கிறார்கள்?

விமான நிலையத்திலிருந்து நாங்கள் தங்கியிருந்த விடுதிக்கு கார் ஓட்டி வந்த ஓட்டுநர் 'நீங்கள் எங்கே இருந்து வருகிறீர்கள்' என்றார். நாங்கள் 'இந்தியாவிலிருந்து' என்றோம். அதற்கு அவர் ஒரு நிமிடம் காரை நிறுத்தி வணக்கம் தெரிவித்தார். 'ஏன்' என்றோம். எங்களின் புத்தர் பிறந்த புண்ணியபூமி இந்தியா என மகிழ்ச்சியோடும் பெருமையோடும் கூறினார். இதே கருத்தைத்தான் நாங்கள் சீன மக்கள் பலரிடமும் காண முடிந்தது.

ஆங்கில மொழி சீனாவில் அரிதாகக் கூட பேசப்படுவதில்லை எனக் கூறப்படுகிறதே?

யெஸ், நோ என்று நாம் சாதாரணமாக பேசும் வார்த்தைகளுக்கு என்ன பொருள் என்றே அவர்களுக்கு தெரியவில்லை. அரசின் உயர் பொறுப்பில் உள்ளவர்கள் கூட ஆங்கிலம் தெரியாதவர்களாக உள்ளார்கள். ஆங்கிலம் பேச வேண்டிய இடத்தில் அதற்கென நாங்கள் மொழிபெயர்ப்பாளர் வைத்துக் கொள்கிறோம். ஆங்கிலம் மட்டுமல்ல, வேறு எந்த மொழிகளையும் படிக்க வேண்டும் என்றோ படிக்கக்கூடாது என்றோ நாங்கள் யாரையும் கட்டாயப்படுத்துவது இல்லை என்றார்கள்.

இந்தியாவின் ஒரு பகுதியான அருணாசலப் பிரதேசத்தை சீனா ஆக்கிரமிப்பது போன்ற விவகாரங்களால் மீண்டும் இந்தியா சீனா இடையே போர் மூளும் என்ற பதட்டம் ஏற்பட்டுள்ளது. அதைப் பற்றி சீனாக்காரர்கள் என்ன கூறுகிறார்கள்?

அருணாசலப் பிரதேசம் மற்றும் காஷ்மீர் போன்ற சிறு சிறு பிரச்சினைகள் உள்ளது என்பதை நாங்கள் மறுக்கவில்லை. இதனால் இந்தியாவின் பகை நாடு என்று சீனாவை கூறுவது தவறு; எல்லாமே பேசித் தீர்க்கக்கூடிய பிரச்சினைகள்தான் என்கிறார்கள்.

இலங்கையில் தமிழ் இனத்தை அழிப்பதற்கு ராஜபக்ஷே அரசுக்கு அதிக ஆயுதங்கள் கொடுத்தது சீன அரசுதானே அதைப் பற்றி பேசினீர்களா?

பேசினோம், இலங்கை அரசு அந்நாட்டின் பூர்வீக குடிகளான தமிழ் மக்களை - சொந்த நாட்டு மக்கள் மீதே போர் தொடுத்து ஆயிரக்கணக்கானோரை கொடூரமாக கொன்றுள்ளது. போர் முழுமையடைந்த பிறகு இப்போது அங்கு போராளிக் குழுக்களென்று எதுவும் இல்லை. ஆனால் இந்த நிலையில் பல லட்சம் மக்களை ஆதரவற்றவர்களாக முள்வேலி முகாம்களில் அடைத்துச் சித்ரவதை செய்து வருகிறதே இது மனித உரிமை மீறல் இல்லையா? அந்நாட்டுக்கு சீனா தான் ஆயுதம் வழங்கியுள்ளது என்ற கடும் குற்றச்சாட்டு உள்ளதே என்றோம். இரு நாடுகளுக்கிடையேயான ஒப்பந்தம் தான் ஆயுதமோ, பொருளாதார ஏற்றுமதி இறக்குமதி என்பது. நாங்கள் எந்தவொரு உள்நாட்டுப் பிரச்சினையிலும் தலையிட்டது கிடையாது. இலங்கையில் மனிதப் பேரவலம், மனித உரிமை மீறல் நடத்துள்ளதையும் இப்போதும் நடந்து வருகிறது என்பதையும் நாங்கள் உள்வாங்கிக் கொள்கிறோம். உங்கள் கருத்தை எங்கள் அரசின் உயர்மட்ட குழுவின் கவனத்திற்கும் கொண்டு செல்கிறோம் என்றார்கள். நாங்கள் அவர்களிடம் பேசியதிலிருந்து இலங்கைப் பிரச்சினையில் இன அழித்தல் மனிதத் துயரத்தை இந்தியா கண்டு கொள்ளாததும், எந்த அழுத்தமும் தராததும் உலகத்தின் கவனத்தை ஈர்க்க முடியாமல், இலங்கையில் நடந்தது ஏதோ உள்நாட்டுப் பிரச்சினை என்றளவில் மட்டுமே சீனா போன்ற நாடுகள் பார்த்துள்ளன.

சந்திப்பு: ஜீவா தங்கவேல்

கொங்கு சமுதாய வானொலி - 11 ஏப்ரல், 2011

தேர்தல் காலத்தில் மக்கள் தங்கள் சுயமரியாதையை வெளிப்படுத்த வேண்டாமா?

'அனைவரும் வாக்களிப்போம்' என்று விழிப்புணர்வு இயக்கம் நடத்துகிறார்கள். நல்லவர்களுக்கு வாக்களிப்போம் என்றும் சிலர் இயக்கம் நடத்துகிறார்கள்.

நல்ல வேட்பாளர்களுக்கு இலக்கணம் எது? அந்த நல்ல வேட்பாளரை நிறுத்தும் இயக்கம் எப்படிச் செயல்படும் என்பதற்கு ஒரு முன்மாதிரி-ஓர் வரைவு அறிக்கை இருக்கிறதா? சரி! அந்த நல்ல வேட்பாளர்களைத் தேர்ந்தெடுத்து நிறுத்துகிற இயக்கத்தின் தலைமைக் குழுவினர் நல்லவர்களாக இருக்க வேண்டாமா? மனிதர்கள் தனிப்பட்ட முறையில் நல்லவர்களாக இருப்பதுடன் அவர்களின் சமூகவியல் கொள்கைகளும் நல்லவையாக இருக்க வேண்டாமா? என்று மக்கள் சிந்தனைப் பேரவைத் தலைவர் கேள்வி எழுப்பியுள்ளார். கொங்கு வானொலிக்கு அவரளித்த நேர்காணல்:

2011ம் ஆண்டு தமிழகத்தோடு சேர்ந்து ஐந்து மாநிலங்களுக்கு சட்ட மன்றத் தேர்தல் நடைபெற இருக்கிறது. இது குறித்த தங்களின் முதல் கருத்தைச் சொல்லுங்கள்.

வருகின்ற 13ம் தேதி சட்டமன்றத் தேர்தல் நடைபெறுகிறது. முடிவுகளை உடனே தெரிவிக்காமல் ஒருமாத காலம் கழித்து வெளியிடுகிறார்கள். உடனடியாக வெளியிட்டால் அதன் பாதிப்பு அல்லது பிரதிபலிப்பு அடுத்த மாநிலங்களிலும் இருக்கும் என்ற எண்ணத்தின் அடிப்படையில் அவ்வாறு ஒரே நேரத்தில் எல்லா தேர்தல் முடிவுகளையும் அறிவிக்கலாம் என்று இருக்கிறார்கள்.

எப்படி இருந்தாலும் நடைபெறப் போகிற மாபெரும் தேர்தல் போர்க்களத்தில் நம் ஒவ்வொருவருக்கும் பங்கு இருக்கிறது என்ற நினைவோடு அனைவரும் தங்கள் ஜனநாயகக் கடமையை ஆற்ற வேண்டும்.

வாக்களிக்க வேண்டியது நம் ஒவ்வொருவரின் உரிமை என்று சொல்கிறார்களே...

வாக்களிப்பது நமது உரிமை மட்டுமல்ல, நம் ஒவ்வொருவரின் கடமை. அந்தக் கடமையை நாம் நிறைவேற்ற வேண்டும். ஏதோ யாரோ வேட்புமனு தாக்கல் செய்கிறார்கள். எங்கோ தேர்தல் நடைபெறுகிறது என்பதைப்போலவும் பலர் இருப்பதை நாம் பார்க்கிறோம். அப்படி அல்ல! நமக்காக, நம் ஊருக்காக, நம் தொகுதிக்காக, நமது நாட்டிற்காக, நம்மை ஆளுவதற்காக, அந்த வேட்பாளருடன் ஒரு இயக்கம் அல்லது கூட்டணி நம் நாட்டை ஐந்து ஆண்டுகள் நிர்வகிப்பதற்காகத் தான் இந்தத் தேர்தல் என்பதை உணரவேண்டும். ஒவ்வொரு தனி மனிதனுக்கும் - நமக்கும் இதில் பங்கு இருக்கிறது என்ற புரிதலோடு வாக்களிக்க வரவேண்டும்.

நம்முடைய தலைவிதியை நிர்ணயிக்கிற ஒரு நிகழ்ச்சிதான் வாக்குப்பதிவு. அடுத்த 5 ஆண்டுகளுக்கு தமிழகம் எப்படி இருக்க வேண்டும் என்பதைப் பற்றி நாம் ஒரு கனவு வைத்திருக்கிறோ மல்லவா, அந்தக் கனவை நிறைவேற்றுவதற்காக - அந்தக்கனவை நனவாக்குவதற்காக வாக்களிக்கவேண்டும்.

அனைவரும் வாக்களிக்கவேண்டும் என்ற அவசியம் இல்லை. விருப்பம் இல்லாதவர்கள் ஓட்டளிக்க வேண்டாம் என்கிறார்களே சிலர்...

சாதாரண மக்கள், சாமானியர்கள், பாமரமக்கள், பாட்டாளிகள், ஏழை எளியவர்கள், கிராமப்புறத்து மக்களுக்கு இருக்கும் விழிப்புணர்வும் ஆர்வமும் படித்தவர்களுக்கு, நகர்ப்புற மக்களுக்கு இருக்கவேண்டாமா? அடித்தட்டு மக்களும், கிராமத்தினரும், நடுத்தர வர்க்கத்தினரும், தொழிலாளிகளும் விவசாயிகளும் திருவிழாவுக்குச் செல்வதைப் போல, பண்டிகையைக் கொண்டாடுவதைப்போல வாக்களிக்க வருகிறார்கள். தங்கள் கருத்துகளை மகிழ்ச்சியோடு பகிர்ந்து கொள்கிறார்கள். வாக்களிக்காமல் இருப்போரைக்கூட 'சீக்கிரம் சென்று வாக்களியுங்கள்' என்று தூண்டுகிறார்கள்.

படித்தவர்கள், மெத்தப் படித்தவர்கள், வசதியுள்ளவர்கள், வாய்ப்புள்ளவர்கள், படகுக் காரில் செல்லக்கூடியவர்கள், வாக்குச் சாவடிக்குச் சென்று வரிசையாக நின்று அங்கு ஒருவர் பின் ஒருவராகச் சென்று ஒரு அரைமணிநேரம் காத்திருந்து வாக்களிப்பதை ஒரு தண்டனையாக நினைத்துக்கொண்டு பலர் ஓட்டுப்போடப் போகாமல் இருக்கிறார்கள். ஒரு சிலர் காலையிலேயே போய் வாக்களிக்க வேண்டுமா? மாலைவரை மகிழ்ச்சியோடு இருந்துவிட்டு, விடுமுறைக் கொண்டாட்டத்தை அனுபவித்துவிட்டு மாலையில் போய் வாக்களிக் கலாமே என்று அசட்டையாக, அலட்சியமாக இருக்கிறார்கள்.

வாக்களிப்பது நம் கடமை. உற்சாகத்தோடும், ஆர்வத்தோடும் சென்று நம் கடமையை நாம் நிறைவேற்ற வேண்டும். வாக்களிக்காமல் இருக்கிற உரிமை நமக்கு கிடையாது என்ற உணர்வு நம் எல்லோருக்கும் இருக்கவேண்டும். ஆகவே வாக்குப்பதிவு என்பதை ஒரு வரலாற்றுப் பதிவாகவே நான் கருதுகின்றேன்.

ஒரு வேட்பாளரை இவர் நம் தொகுதிக்குப் பாடுபடுவார், நம் ஊரின் முன்னேற்றத்திற்குப் பாடுபடுவார் என்று நாம் எவ்வாறு தீர்மானிப்பது?

இதுபற்றி பல்வேறு கருத்துகள் நிலவுகின்றன. வேட்பாளரின் தகுதி பற்றி நிறைய சர்ச்சைகள் விவாதங்கள் நடைபெறுகின்றன. விடுதலைபெற்று 60 ஆண்டுகள் ஆகியும்கூட, அரசியல் கட்சிகள் தங்கள் வேட்பாளர்களை பொறுப்போடும் கவனத்தோடும் அதேசமயம் எச்சரிக்கையோடும் தேர்ந்தெடுப்பதாக நம்மால் உணர முடியவில்லை. எல்லோரும் வாக்களியுங்கள் என்றும் சிலர் இயக்கமே நடத்துகிறார்கள். அப்படியென்றால் நல்லவர்கள் யார்? நல்லவர்கள் எப்படிச் செயல் படுவார்கள், நல்லவர்கள் எப்படிப்பட்டவர்கள் என்பதையெல்லாம் அவர்கள் சொல்ல வேண்டுமல்லவா? அதை அவர்கள் சொல்வதில்லை, நல்லவர்கள் எப்படிச் செயல்படுவார்கள், நல்லவர்கள் இருக்கிற இயக்கம் எப்படி இருக்கும் என்பதற்கு ஒரு மாதிரியை அவர்கள் குறிப்பிடவேண்டுமல்லவா?

வேட்பாளர்கள் நல்லவர்களாக இருக்க வேண்டும் என்பதில் தவறில்லை. அந்த வேட்பாளர்களைத் தேர்ந்தெடுத்து நிறுத்துகிறவர்கள் நல்லவர்களாக இருக்கிறார்களா? என்று நாம் பார்க்க வேண்டும் என்று நான் கருதுகின்றேன். தனிநபர் வகிக்கும் பாத்திரம் என்பதும் மிக முக்கியம்தான். ஆனாலும்கூட இன்றைய தேர்தல் முறையிலும் சூழ்நிலையிலும் அரசியல் நிகழ்வுப் போக்குகள்தான், வேட்பாளர்கள் நல்லவர்களா என்பதையும் மீறி முடிவுகளைத் தீர்மானிக்கின்றன.

ஒவ்வொரு அரசியல்கட்சிகளின் கொள்கைகள், கருத்துகள், தேர்தல் அறிக்கைகள் இவற்றையெல்லாம் புரிந்து கொண்டு வாக்களிப்பார்களா சார்.

ஓர் அரசியல் இயக்கம் எந்தக் கொள்கையைப் பின்பற்றுகிறது, என்ன குறிக்கோளைக் கொண்டிருக்கிறது, எப்படிப்பட்ட செயல் திட்டங்கள் வைத்திருக்கின்றது, அந்த இயக்கத்தின் தொலைநோக்குப் பார்வை என்ன, இவற்றையெல்லாம் அவர்கள் நடைமுறைப்படுத்து கிறார்களா?

அழகாக மேடையில் பேசக்கூடியவர்கள், அற்புதமாக அறிக்கை விடக் கூடியவர்களெல்லாம் நடைமுறையில் அதைப் பின்பற்றுகிறார்களா

என்பதையும் பார்க்க வேண்டும். நல்ல கொள்கை நமக்கு முக்கியம். அந்த நல்ல கொள்கையைத் தாங்கி நிற்கக் கூடிய நல்ல வேட்பாளர்கள் முக்கியம். ஆனால், நல்ல கொள்கையைப் பேசுகிறார்கள், மோசமான வேட்பாளர்கள் என்றால் அவரால் பயனில்லை. அருமையான வேட்பாளர். ஆனால் அழிவுசக்தியைக் கொண்ட கொள்கையை அவரது இயக்கம் பின்பற்றுகிறது என்றால் அதனாலும் பயனில்லை.

நல்ல சிந்தனையுள்ள, நாட்டைப்பற்றி உண்மையாகவே நினைக்கிற கொள்கைகள் உள்ளன என்று நாம் உணர்ந்தால், இப்படிப் பட்ட கொள்கைகளை ஏதேனும் ஒரு கட்சி பின்பற்றுமென்றால், அந்த இயக்கம் நல்ல வேட்பாளர்களை நிறுத்தியிருந்தது என்றால், அந்த மனிதரைத் தேர்வு செய்து வாக்களிக்கலாம் என்பது எனது கருத்து.

அதிகமாக இலவசங்களை யார் கொடுக்கிறார்களோ அவர்களுக்கு வாக்களிக்கிறவர்களைப் பற்றி.

இலவசங்கள் என்பதும் ஒரு விவாதப் பொருளாக இருக்கக்கூடிய பிரச்சினைதான். சுதந்திரம் பெற்று 60 ஆண்டுகளுக்குப் பிறகும் கூட இன்னும் அறியாமை நீடிக்கிறது. கல்லாமை நீடிக்கிறது. நாடு முழுவதுமுள்ள மக்கள் அனைவரும் நன்றாகப் படித்திருக்கிறார்களா? அப்படிப் படிக்கின்ற வாய்ப்பை அவர்கள் பெற்றிருக்கிறார்களா? அனைவரும் பள்ளிக்கும் கல்லூரிக்கும் செல்லக்கூடிய வாய்ப்பைப் பெற்றிருக்கிறார்களா?

கையெழுத்துப் போடத் தெரிந்தவர்கள், எழுத்துக்கூட்டிப் படிக்கத் தெரிந்தவர்களெல்லாம் கல்வியறிவு பெற்றவர்களா?

உண்மையிலேயே நமது நாடு கல்வியில் மிகவும் பின் தங்கி யிருக்கிறது. எழுத்தறிவு உள்ளவர்கள் என்றால் என்ன பொருள் கொள்ளப்படுகிறது? அவர்கள் பெயரை அவரவர் எழுதத் தெரிந்திருக்க வேண்டும். எழுத்துக்கூட்டிப் படிக்கத் தெரிந்திருக்க வேண்டும். இதுதான் நமது நாட்டில் எழுத்தறிவு பெற்றவர்கள் என்பதற்கான இலக்கணம். அப்படிப் பார்த்தாலும்கூட நமது நாடு மிகவும் பின்தங்கிய நிலையில்தான் இருக்கிறது. பல்வேறு பிரச்சினைகளையும் சிக்கல் களையும் மீறி ஒருவன் கல்லூரிக் கல்விவரை சென்றாலும் கூட இந்த நாட்டில் நல்ல போதனா முறை - சிறந்த கல்விக் கொள்கை, தரமான பாடத்திட்டம் இல்லை.

மதிப்பெண்கள் வாங்கலாம். ஆனால் வாழ்க்கையின் மதிப்புகளை அவர்கள் கற்றுத் தருவதில்லை.

வெள்ளைக்காரன் காலத்தில் மெக்காலே என்பவன் வகுத்த கல்வித்திட்டம் இது. தங்களுக்குக் கீழே இந்தியர்கள் எந்தச் சிந்தனையு மின்றி, செக்குமாடுகள் போல, கொத்தடிமைகள் மாதிரி, கூலித் தொழிலாளிகள் போல வேலை செய்ய வேண்டும் என்று இப்பொழுது இருக்கிற கல்விப்பயிற்சி முறையை உருவாக்கினார்கள். குமாஸ்தாக் களை உருவாக்க வேண்டும். கொஞ்சம் கணக்குப் போடத்தெரிந்தவர் களாக, கொஞ்சம் ஆங்கிலம் படிக்கத் தெரிந்தவர்களாக, அங்கு கொஞ்சம் இங்கு கொஞ்சமாகப் பள்ளி விட்டால் வீடு-வீட்டை விட்டால் பள்ளி; வீட்டை விட்டால் அலுவலகம் - அலுவலகத்தை விட்டால் வீடு என்று இயந்திரம் போன்ற மூளைச் செயல்பாட்டையுடைய முறையில், எந்த சிறப்பம்சமும் இல்லாத கல்வித் திட்டத்தை நடைமுறைப்படுத்தினார்கள். 1947-ல் நாம் விடுதலையடைந்தவுடன் வெள்ளைக்காரன் கடைப்பிடித்த பயிற்சிப்பாதையை மாற்ற வேண்டுமா இல்லையா? இந்த மாற்றத்தைக் கடுமையாக, வளமையான முறையில் கொண்டு வரவில்லை.

தேசத்திற்கேற்ற கல்விமுறை வேண்டும். 2,500 ஆண்டுகளுக்கு முன்பே இங்கு ஒரு பல்கலைக்கழகம் இருந்திருக்கிறது. 'தட்சசீலா' என்கிற சர்வகலாசாலை இருந்திருக்கிறது. 2,300 ஆண்டுகளுக்கு முன்பே 'நாளந்தா பல்கலைக்கழகம்' செயல்பட்டிருக்கிறது. உலகெங்கும் பல்கலைக்கழகம் என்றால் வீசை என்ன விலை என்று கேட்கக்கூடிய அந்தக் காலத்திலேயே சிறந்த பல்கலைக்கழகங்களை உருவாக்கிய நாடு நமது நாடு. அப்படிப்பட்ட இந்த நாட்டில் எவ்வளவு தரமான கல்வி, உயர்கல்வி, சிறந்த கல்விமுறை இருந்திருக்க வேண்டும்? வாழ்க்கைக் கல்வி இருக்கிறதா?

கணிதச் சூத்திரம் சொல்லித் தருகிறோம், வாழ்விற்கான சூத்திரத்தைச் சொல்லித் தருகிறோமா? சுயமாகச் சிந்திக்கும் படியான-தானாக யோசிக்கத் தூண்டும் கல்விமுறை இருக்கிறதா? ஏன் இல்லை? சுயமாகச் சிந்திக்க வைக்கும் ஆற்றல் பெற்ற பயிற்சிமுறை இருக்கு மானால் ஐ.ஏ.எஸ், ஐ.பி.எஸ் போன்ற உயர்ந்த கல்வி கற்றவர்களில் பெரும்பாலானோர் ஏன் லஞ்ச லாவண்யங்களுக்கு ஆட்படுகின்றனர். ஐ.ஏ.எஸ், ஐ.பி.எஸ் படிப்பு என்பது காப்பி அடித்துப் படிக்க முடியாது. படித்துத்தான், திறமையைக் காட்டித்தான் தேர்வு பெறமுடியும். பாராட்டத்தக்க விஷயம்தான். உழைத்தால்தான் உயரமுடியும், ஆனால் அவர்கள்கூட படித்து முடித்துவிட்டு சாமானியர்களைப்போல - சாமானியர்களில் கூட பலர் தர்ம நியாயத்திற்குக் கட்டுப்பட்டு நடக்கிறார்கள். ஆனால் உயர்கல்வி கற்று பெரும் பொறுப்புகளுக்கு வந்த பலர் லஞ்ச ஊழல் முறைகேடுகளுக்கு ஆட்பட்டிருக்கிறார்கள்.

என்று நாம் பார்க்கிறோம். அவர்களை உருவாக்கிய கல்விமுறையிலே எவ்வளவு பெரிய குறைபாடு இருக்கிறது?

இந்தக் கல்வித்திட்டம் அவர்களைப் பட்டம் பெற்றவர்களாக உருவாக்கியிருக்கிறது, பக்குவம் பெற்றவர்களாக அவர்களை உருவாக்கவில்லை, சிறந்த மனிதர்களாகத் தயார்படுத்தவில்லை. பண்புமிக்கவர்களாக, பண்பாடு உடையவனாக அவர்களைத் தயாரிக்க வில்லையே? தாய் தந்தையரையும் - தாய் நாட்டையும் நேசிக்கக் கூடியவர்களாக அவர்களைத் தோற்றுவிக்கவில்லையே? சொந்த சகோதரனைப்போல சகோதரிகளைப்போல எண்ணற்றவர்கள் இருக்கிறார்களே, அவர்கள் கல்வியறிவு பெறவில்லையே, நமக்குக் கிடைத்த வாழ்வு அவர்களுக்குக் கிடைக்கவில்லையே, நாம் சாப்பிடுகிற உணவு அவர்களுக்குப் பகிர்ந்தளிக்கப்படவில்லையே என்ற உணர்வு என்றேனும் அவர்களில் பலருக்கு இருந்ததுண்டா?

படித்தவர்கள் தாங்களே மேலும் மேலும் முன்னேறவேண்டும் என்று கருதுகிறார்கள்! தங்கள் பிள்ளைகளே மறுபடியும் மறுபடியும் உயரவேண்டும் என்று நினைக்கிறார்களே தவிர, இந்த தேசம் உயர வேண்டும். இந்த மக்கள் முன்னேற வேண்டும் என்று அவர்களில் பலர் எண்ணவில்லையே ஏன்? நல்ல கல்வி அவர்களுக்குக் கொடுக்கப் பட்டிருந்தால் தரமான படிப்பு அவர்களுக்குச் சொல்லித்தரப் பட்டிருக்குமானால், சிறந்த மனிதர்களாக அவர்கள் உருவாகி யிருப்பார்கள். சிறந்த தேசத்தையும் அவர்கள் உருவாக்கியிருப்பார்கள். ஆகவே கல்வியிலேயே கோளாறு இருக்கிறது! அடிப்படையிலேயே பிரச்சினை இருக்கிறது!

அறியாமை ஒரு பக்கம், கல்வி அறிவின்மை ஒரு பக்கம், கொடுக்கின்ற கல்வியிலும் முறையற்ற நிலை இன்னொரு பக்கம், இத்தனையையும் மீறி வாக்காளர்கள் சிந்திக்க வேண்டும். தேர்தல் நேரத்திலாவது சிந்திக்க வேண்டும். 60 ஆண்டுகளுக்குப் பிறகும் அறியாமை இன்னும் அப்படியே இருக்கிறது. அதை எப்படியாவது நமக்குச் சாதகமாகப் பயன்படுத்திக் கொள்ள வேண்டும் என்று பல அரசியலாளர்கள் நினைக்கிறார்கள்.

இலவசங்கள் ஒரு பக்கம் இருக்க, தங்களுக்கு வாக்களிக்கவேண்டும் என்று பணம் கொடுக்கிறவர்களைப் பற்றியும் அதை வாங்கிக் கொள்கிறவர்களைக் குறித்தும் நீங்கள் என்ன சொல்ல விரும்புகிறீர்கள்?

அறிவுள்ளவர்கள் யாராவது, கொஞ்சமாவது சிந்திக்கக் கூடியவர்கள் யாராவது, கடுகளவாவது வாக்குரிமையின் மகிமையை உணர்ந்த வர்கள் யாராவது பணம் பெற்றுக்கொண்டு வாக்களிப்பார்களா? லஞ்சம்

வாங்கிக்கொண்டு ஓட்டுப்போடுவார்களா? 1000 ரூபாயைக் கொண்டு வந்து கொடுத்து யாராவது தனக்குச் சாதகமாக வாக்களிக்கச் சொன்னால், அதனைப் பெற்றுக் கொள்வார்களா?

இந்த தேசத்தை விலைபேசச் சொல்கிறாயா? இந்த நாட்டையே நான் காட்டிக் கொடுக்க வேண்டுமா? என்றொரு கேள்வி கேட்க வேண்டாமா?

சில அரசியல்கட்சிகள் சொல்லுகின்றன. 'காசு கொடுத்தால் வாங்கிக் கொள்ளுங்கள். அது உங்கள் காசுதான்! ஓட்டை மட்டும் எனக்குப் போட்டு விடுங்கள்' என்று. இது வெட்கக்கேடான நிலை. காசு கொடுக்கிறவனை விரட்டியடியுங்கள் என்று சொல்ல வேண்டாமா? காசு கொடுக்க முற்படக் கூடியவன் நம்மை முட்டாளாகக் கருதுகிறவன், ஏமாளியாக நினைக்கிறான். இருப்பதிலேயே கேவலமான பிறவியாகக் கருதுகிறான். நம்மை சாதாரணமான மனிதனாகக்கூட அவன் நினைக்கவில்லை. அப்படி நம்மை மடையர்களாக நினைப்பவனை நாம் விடலாமா? ஆகவே காசு கொடுத்து வாக்குகளைக் கவர நினைக்கிற கயவர்களை விரட்டியடியுங்கள் என்று சொல்வதுதான் உண்மையான அரசியல் இயக்கம். கொடுத்தால் வாங்கிக் கொள்ளுங்கள் என்று கூறுபவை யோக்கியமான கட்சிகளாக இருக்க முடியாது.

வாங்கிக் கொள்ளுங்கள் என்று சொல்லத் தொடங்கினால், யார் அதிகமாகக் கொடுக்கிறார்களோ அவர்களுக்கு வாக்களிப்பார்கள். எந்தச் சூழ்நிலையிலும் லஞ்சம் வாங்குவதோ கொடுப்பதோ குற்றம்.

ஓட்டுக்காக லஞ்சம் வாங்குவதோ கொடுப்பதோ மாபெரும் குற்றம். தேசத்தையே அவமதிக்கும் குற்றம். தேசத்தைக் கேவலப் படுத்தி இழிவு செய்யக் கருதுகிற அளவுக்குக் குற்றம். நாட்டையே காட்டிக் கொடுக்கத் துணியுமளவுக்குக் குற்றம்.

வேட்பாளரின் கட்சி எப்படிப்பட்டது? அதன் கொள்கைக் கோட்பாடுகள் என்னவென்று முழுமையாகத் தெரிந்துகொண்டு வாக்களிக்க வேண்டும் என்று கூறுகிறீர்களா?

மனசாட்சிக்குட்பட்டு வேட்பு மனு செய்திருக்கிற வேட்பாளர்கள் யார்? அவர்கள் சார்ந்திருக்கிற அரசியல் இயக்கங்கள் எவையெவை என்பதையும் பார்த்து, அந்த அரசியல் இயக்கங்கள் எனனென்ன தத்துவங்களை முன் வைக்கின்றன என்பதைச் சீர்தூக்கிக் கவனித்து, கடந்த பல ஆண்டுகளாக அவர்களும், அவர்கள் கட்சியும் எப்படி யெல்லாம் நடத்திருக்கிறார்கள், ஆக்கப்பூர்வமான காரியங்கள் என்னென்ன நடைபெற்றிருக்கின்றன என்பதை யோசித்து மக்களுக்காக

இதுவரை என்ன சேவை செய்திருக்கிறார்? இப்பொழுது என்ன செய்து கொண்டிருக்கிறார்? இனிமேல் என்ன செய்யப் போவதாகச் சொல்கிறார்?

பதவியால் வருகிற வாய்ப்பை சுயலாபத்திற்காகப் பயன்படுத்த நினைக்கிறாரா இல்லை பதவிவெறி படைத்தவரா? ஒரு எம்.எல்.ஏவாக ஆவதுதான் இவரது வாழ்க்கையின் இலட்சியமா?

சமுதாயத்திற்கு ஏதேனும் செய்ய வேண்டும் என்பதற்காகப் பதவியை ஒரு கருவியாகப் பயன்படுத்த நினைக்கிறாரா அல்லது எம்எல்ஏ என்ற பொறுப்பை மூலதனமாக வைத்து கோடி கோடியாகக் கொள்ளையடிக்கக் கருதுகிறாரா என்று ஆய்வு செய்ய வேண்டாமா? தயவுசெய்து அந்த ஆய்வைப் பொதுமக்கள் செய்ய வேண்டும்.

இலவசங்கள் கொடுப்பது மக்களின் அறியாமையைப் பயன் படுத்திக் கொள்ள நினைப்பவர்கள் செய்யும் காரியம்தான். ஐந்தாண்டுக் காலம் ஆட்சியிலே இருந்தார்களே, அதற்கு முன்பும் ஆட்சியிலே இருந்தார்களே அப்பொழுது செய்த பணிகளை மக்களிடையே சொல்லி வாக்குக் கேட்க வேண்டும்.

ஐந்தாண்டு காலமும் ஒவ்வொரு துறையிலும் நாங்கள் இன்னின்ன சாதனைகளைச் செய்திருக்கிறோம் என்று சொல்லி, அடுத்த 5 ஆண்டு காலத்திற்கு எனக்கு வாய்ப்பளித்தால் மேலும் இன்னின்ன காரியங் களைச் செய்வேன். இந்த 5 ஆண்டுகால அனுபவங்களை வைத்துக் கொண்டு சிறப்பாகப் பணியாற்றுவேன் என்று சொல்வதற்குப் பதிலாக, நான் ஒவ்வொரு வீட்டிற்கும் இலவசமாக அதைக் கொடுத்திருக்கிறேன் இதைக் கொடுத்திருக்கிறேன், என்று சொல்கிறார்கள் என்றால் இவர்கள் எப்படிப்பட்டவர்கள் என்று வாக்காளர்கள் புரிந்துகொள்ள வேண்டும்.

நீங்கள் இத்தனை ஆண்டுகாலமாக ஆட்சியிலிருந்திருக்கிறீர்களே- இந்த மாதிரி சாதாரணமான பொருளைக்கூட மக்கள் தாங்களே வாங்கிக் கொள்ளக்கூடிய பொருளாதாரச் சூழலை நீங்கள் உருவாக்கவில்லை அல்லவா?

இதைப்போன்ற பொருள்களையெல்லாம் அவரவர் தங்கள் மனைவிமார்களோடும், குழந்தை குட்டிகளோடும் தாங்களே கடைகளுக்குச் சென்று, அவரவர்களுக்குத் தேவையான பொருளை அவர்களே வாங்கிக்கொள்கிற ஆரோக்கியமான பொருளாதாரச் சூழ்நிலையை அல்லவா உருவாக்க வேண்டும். அப்பொழுதுதானே வாங்கும் சக்தி இருப்பதாகப் பொருள்.

அனைத்து அரசியல் கட்சிகளும் சிந்திக்க வேண்டியது என்ன? எல்லோருக்கும் நல்ல வேலை, நல்ல தொழில், அதில் நல்ல வருமானம். அந்த வருமானத்தின் மூலமாக நல்ல வாங்கும் சக்தியை உருவாக்க வேண்டும்.

தொழில் வளர வேண்டும், விவசாயம் செழிக்க வேண்டும். விவசாயிகள், தொழிலாளிகள் உயரவேண்டும். சமுதாயத்தில் ஒவ்வொருவரும் தலை நிமிர்ந்து நிற்க வேண்டும். உற்பத்தி பெருக வேண்டும், பொருளாதாரம் மேம்படவேண்டும்.

இலவசமாகத் தருவதை மக்கள் தயக்கமின்றி மகிழ்ச்சியோடு ஏற்றுக் கொள்கிறார்களே...

மக்கள் சிந்தனைப் பேரவையின் சார்பாக வாக்காளர்களுக்கு தேர்தல் விழிப்புணர்வை ஏற்படுத்தவேண்டும் என்ற நோக்கத்தில் பேசிக் கொண்டிருக்கிறேன். நடுநிலைமையோடு எனது கருத்துகளை இங்கே சொல்லிக் கொண்டிருக்கிறேன்.

இலவசத் தொலைக்காட்சி கொடுத்தார்கள். தொலைக்காட்சியை அடுத்த ஜென்மத்தில்கூட வாங்க முடியாது என்பவர்கள் பெற்றுக் கொண்டால் பரவாயில்லை. நான் நன்றாகப் பார்த்தபிறகு சொல்கிறேன். ஏற்கனவே இரண்டு மூன்று தொலைக்காட்சிகள் வீட்டிலே வைத்திருப் பவர்கள் கூட, ரேஷன் கார்டை எடுத்துச் சென்று இலவசத் தொலைக் காட்சியை வாங்கி வருகிறார்கள். வசதி மிக்கவர்களும் பெற்றுக் கொண்டு வந்தார்கள். அவர்கள் வீட்டிலே ஏழெட்டு அறைகள் இருக் கிறது என்றால், அந்த ஏழெட்டு அறைகளிலும் தொலைக்காட்சிகளை வாங்கி வைக்கக்கூடிய அளவுக்கு வசதி படைத்தவர்கள் கூச்சமில்லாமல் வாங்கி வந்தார்கள் என்றால் அத்தகையவர்களின் மனநிலையை என்னவென்று சொல்வது. இவை குறித்த மக்களின் சிந்தனையில் அடிப்படை மாற்றமே தேவைப்படுகிறது. அத்தகைய கண்ணோட்டத்தை மக்களிடையே உருவாக்குவதற்கு சமூக நல அமைப்புகள் ஒன்று சேர்ந்து முயற்சிக்க வேண்டும்.

மக்களுக்கு இலவசங்கள் வழங்கப்படுவதற்கு வேறு காரணங்கள் இருக்கின்றனவா?

இது மக்களையே ஊழல் மயமாக்குகிற முயற்சி. மக்களை ஊழலில், லஞ்சத்தில் பங்குதாரராக்கிவிட்டால், மக்களின் மனசாட்சி உறுத்துமல்லவா! ஆகவே அவர்கள் எதிர்காலத்தில் தவறு செய்தால் தட்டிக் கேட்கும் தார்மீக உரிமையை மக்கள் இழந்து விடுகிறார்கள் அல்லவா?

இந்த சூழ்ச்சியோடுதான் ஆளும் கட்சியும் எதிர்க்கட்சியும் போட்டி போட்டுக் கொண்டு இலவசங்களை வழங்குகின்றன என்று நான் சந்தேகிக்கிறேன்.

இலவசப் பொருள்கள் எல்லாம் மக்கள் அன்றாடம் பயன்படுத்தும் வகையில்தான் இருக்கின்றன. தேவையாகவும் உள்ளன. இதனால் மக்கள் சோம்பேறிகளாகி விட்டார்கள் என்ற கருத்தைப் பற்றி நீங்கள் என்ன நினைக்கிறீர்கள்?

இலவசங்களை வழங்குவதால் சோம்பேறிகளாகிவிட்டார்கள் என்று சொல்ல முடியாது. மக்களுக்கு ஏராளமான நன்மைகள் முறையாகச் செய்யப்பட வேண்டும்.

எல்லா இடங்களிலும் தொழில் முடங்கிக் கிடக்கிறது. விசைத் தறிகளை மூடிவிட்டார்கள். ஜவுளித் தொழில் கேள்விக்குரியதாக மாறிவிட்டது. கட்டுமானப் பொருள்களின் விலை விண்ணைத் தொட்டுவிட்டது.

ஆண்டு முழுவதும் இவ்வளவு பஞ்சு விளையப்போகிறது என்று அரசாங்கம் அறிவித்துவிட்டது. இந்த ஆண்டு இந்தியா முழுவதும் 'இவ்வளவு பஞ்சு விளையப் போகிறது' என்று அவர்கள் நிர்ணயம் செய்து விட்டார்களாம். அதில் ஒரு பகுதி விளைந்தவுடன் அதை விளைய விளைய ஏற்றுமதி செய்துவிட்டார்களாம். பிறகு நடை முறையில் பார்த்தால் விளைச்சல் இல்லையாம். இவர்கள் எதிர்பார்த்த அளவு இல்லையாம். அதனால் விலைவாசி ஏறிவிட்டதாம்.

மஞ்சள் விலை ஏறிவிட்டது. நூலின் விலை சொல்லி மாளாது. ஈரோட்டில் ஈஸ்வரன் கோயில் பகுதியில் ஏறக்குறைய நாற்பது ஐம்பது ஜவுளிக்கடைகள் இழுத்து மூடப்பட்டுள்ளன. நூல் கடைகள் மூடப்பட்டு விட்டன. ஈரோடு ஜவுளி நகரம் அல்லவா! நூல் விலையால் ஈரோடு மட்டுமல்ல, இந்தியா முழுவதும் பாதிக்கப்பட்டிருக்கிறது.

விளைந்த பஞ்சை அரசியலில் முக்கியப் பொறுப்புகளில் இருக்கிற சிலர் பதுக்கி இருக்கிறார்கள். பதுக்குவதையும் எடுக்க முடியாது. விளைந்த பஞ்சையும் வெளிநாட்டிற்கு ஏற்றுமதி செய்து விட வேண்டும்.

யாராவது நம்ப முடியுமா? திருப்பூர், ஈரோடு, கரூர், பள்ளிபாளையம், குமாரபாளையம், சோமனூர், இந்தியாவின் மான்செஸ்டர் என்கிற கோயம்புத்தூர் போன்ற பகுதிகளில் எத்தனை ஆலைகள் இழுத்துப் பூட்டப்பட்டிருக்கின்றன.

திருப்பூரில் 10,000 குழந்தைகளுக்குப் பள்ளிகளில் டி.சி திரும்பக் கேட்கப்பட்டிருக்கின்றன. அந்தக் குழந்தைகளின் பெற்றோர்கள்

வேலையில்லாத காரணத்தால், தென்மாவட்டங்களில் உள்ள தங்கள் சொந்த ஊர்களுக்குத் திரும்பச்செல்லும் காரணத்தால் டி.சி கேட்கப் பட்டிருக்கிறது. பஞ்சம் பிழைக்க வந்தவர்கள் ஆலைகள் மூடப்பட்டதால் தங்கள் சொந்த ஊருக்கே செல்கிறார்கள்.

இவர்களும் இந்த நாட்டைச் சேர்ந்தவர்கள்தானே? இந்த நாட்டைச் சேர்ந்தவர்களுக்காக, இந்த நாட்டில் பதுக்கப்பட்டுள்ள பஞ்சை எடுக்க வேண்டியதுதானே! அரசியல் செல்வாக்கு மிக்கவர்கள் அந்த அரசியல் செல்வாக்கை மக்களின் நன்மைக்குப் பயன்படுத்த வேண்டுமே தவிர, எக்காரணத்தைக் கொண்டும் தன் சொந்தக் காரணங் களுக்காகப் பயன்படுத்தக்கூடாது.

வேட்பாளர்களெல்லாம் தவறான கணக்கை காட்டுவதாகச் சொல்லப்படுகிறதே...

சொத்துக் கணக்கைக் காட்டுவதில் நிறைய குளறுபடிகள் உள்ளன. பலரும் ஒழுங்காகக் கணக்கைச் சொல்வதில்லை. தேர்தல் அறிக்கையில் என்னென்னவோ சொல்கிறார்கள். நாங்கள் தரமான, தகுதிமிக்க வேட்பாளர்களை நிறுத்தியிருக்கிறோம் என்று சொல்லியிருக் கிறார்களா?

ஜாதி, மதம், மொழி, கட்சி வேறுபாடுகளைக் கடந்து அனைவரையும் நேசிக்கக் கூடியவர்களாக, ஊழலற்றவர்களாக, நல்லிணக்கச் சிந்தனை மிக்கவர்களாக மக்கள் ஊழியர்களாக அவர்கள் இருக்கவேண்டும்.

வேட்பாளர்கள் தேர்வில் ஒவ்வொரு அரசியல் கட்சியும் மக்கள் நலன் சார்ந்து நுட்பமாகவும், ஆழமாகவும் தனிக்கவனம் செலுத்த வேண்டும்.

லஞ்சம் வாங்காமல் இருக்கிறார்கள், ஊழல் புரிய மாட்டார்கள், நல்லவர்கள்தான்! ஆனால் வேலை நடக்கவில்லையே. ஆகவே சுறுசுறுப்பாக வேலை நடக்க வேண்டுமென்றால் கொஞ்சம் கொடுத்துத் தானே ஆகவேண்டியதிருக்கிறது என்று சொல்கிறார்களே!

நடைபெற வேண்டிய மக்கள் தொடர்பான பணிகளுக்கும் லஞ்சத் திற்கும் எவ்வித சம்பந்தமுமில்லை. லஞ்சம் கொடுத்தால்தான் வேலை நடக்கும் என்ற சிந்தனையே அடிப்படையற்றது.

சட்டமன்ற உறுப்பினர்களோ, உயர் அதிகாரிகளோ உண்மை யானவர்களாக, சமூக உணர்வுள்ளவர்களாக இருந்துவிட்டால் அங்கு லஞ்சத்திற்கு அறவே வேலை இல்லை.

லஞ்சம் கொடுத்தால் நடக்கிற வேலையைவிட கொஞ்சமும் லஞ்சம் வாங்காமல் உணர்வுப் பூர்வமாகப் பணியாற்றி அனைவரும்

வியக்கும் வண்ணம் சட்டமன்ற உறுப்பினர் பொறுப்புகளை வெற்றி கரமாக நிறைவேற்றியவர்கள் வரலாற்றில் ஏராளமாக இருந்துள்ளனர். இப்போதும் சிலர் இருக்கத்தான் செய்கிறார்கள்.

சிங்கப்பூர் போன்ற நாடுகளில் லஞ்சம் இல்லை. அங்கு நடை பெற்றுள்ள வேலைகள் உலகையே திரும்பிப் பார்க்க வைத்துள்ளதே! வளரும் நாடுகள் பட்டியலிலிருந்து விடுபட்டு வளர்ந்த நாடுகள் பட்டியலில் இடம் பெற்றுவிட்டதே சிங்கப்பூர்! குறுகிய காலத்தில் குட்டித் தீவாக இருக்கிற அந்நாட்டில் லஞ்சம் இல்லாமல் வளர்ச்சியும் முன்னேற்றமும் சாத்தியமென்றால் அதைவிட பன்மடங்கு சிறப்பு மிக்க நம் நாட்டில் ஏன் முடியாது? உண்மையைச் சொல்லப்போனால் எங்கு லஞ்சம் இருக்கிறதோ அங்குதான் வேலைகள் நடக்காது! அப்படியே நடந்தாலும் அது பெயரளவில் தான் நடக்கும்! தரமும் தகுதியும் அவ்வேலைகளில் இருக்காது.

லஞ்சம் கொடுத்தால் தான் வேலையாகும், அவ்வாறு கொடுப்பதில் தவறில்லை, வேலையாக வேண்டுமெனில் வேறு வழியில்லை என்ற கருத்தே திட்டமிட்டு உருவாக்கப்பட்ட ஒன்றாகும். லஞ்சத்தையே மக்கள் மயமாக்கும் முயற்சி போல இது ஒருவகையான சமூக விரோத முயற்சி! மக்கள் இதுபோன்ற சிந்தனைகளுக்கு ஆட்பட்டுவிடாமல் எச்சரிக்கையாக இருப்பது அவர்களுக்கும் நாட்டுக்கும் நன்மை பயக்கும்.

தேர்தல் கமிஷனின் கெடுபிடிகளைப் பற்றி என்ன நினைக்கிறீர்கள்?

தேர்தல் ஆணையம் இந்த முறை செய்துள்ள மாற்றங்கள் அனைத்தும் வரவேற்கத்தக்கவை. ஆனால் என்ன கருத வேண்டியிருக் கிறது என்றால், தொடக்கத்தில் இப்படித்தான் பிரமாதமான கெடுபிடிகளோடு பாராட்டும்படி செயல்படுவார்கள். ஆகா என்று மக்கள் வாழ்த்தும் நேரத்தில் கடைசிக் கட்டத்தில் அமைதியாகி விடுவார்கள். அந்த நேரம் பார்த்து பணம் கொடுக்க முனைபவர்கள் தங்கள் காரியத்தை ஈடேற்றிக் கொள்வார்கள்.

கெடுபிடியாக இருக்கட்டுமே. அதனால் என்ன? நான் கூட நான்கைந்து நாட்களுக்கு முன்னால் நண்பர்களோடு வேனில் சென்று கொண்டிருந்தேன். முன் பக்கம் உள்ள இருக்கையில் அமர்ந்திருந்தேன், மரத்தடியில் நின்று கொண்டிருந்த பத்து இருபது போலீசார் பாய்ந்து வந்தார்கள். வண்டியை நிறுத்தினார்கள். அவர்களின் காருக்குள்ளே உயர் அதிகாரி அமர்ந்திருந்தார்.

"உள்ளே இருக்கும் பைகளையெல்லாம் காட்டுங்கள்" என்றார்கள். பின்னால் இருக்கிறவர்களின் பைகளையும் சோதித்தார்கள்.

நானே ‘எல்லோரும் பைகளைத் திறந்து காட்டுங்கள்’ என்று சொன்னேன். பைகளைத் திறந்து காட்டுவதையெல்லாம் வீடியோவில் பதிவு செய்துகொண்டே இருந்தார்கள். துப்பாக்கிகளை நீட்டியபடி படிப்படியாக தேடுதல் வேட்டை நடத்தினார்கள். முரட்டுத்தனமாகவே இயங்கினார்கள்.

இதை நாங்கள் தொந்தரவாகக் கருதவில்லை. மகிழ்ச்சியோடு ஏற்றுக்கொள்கிறோம். நீங்கள் உங்கள் கடமையைச் செய்யுங்கள். வரவேற்கிறோம், பாராட்டுகிறோம். யாராக இருந்தாலும் தடுத்து நிறுத்துங்கள், இப்படியே நீங்கள் தொடர்ந்து செய்யவேண்டுமென்று விரும்புகிறோம். நியாயமாக, உரிய ரசீதுகளுடன் சட்டத்திற்கும் விதிகளுக்கும் உட்பட்டு செல்லக்கூடிய பணத்தை நீங்கள் அனுமதிக்க வேண்டும். பல்வேறு நூதனமான யுக்திகளின் மூலமாக பணப்பட்டு வாடாவைத் தடுக்க வேண்டும்.

நிலைமை மிகமோசமாக இருப்பதால், தேர்தல் கமிஷனின் கெடுபிடிகள் கொஞ்சம் ஓவராகத்தான் தெரியும். ஆனால் வேறு வழி இல்லை. தேர்தல் ஆணையத்தின் செயல்பாடுகள் நியாயமானவை. இல்லாதவர்கள், ஏமாளிகள், பாட்டாளிகள், குடிசைகளில் வாழக் கூடியவர்கள், அன்றாடம் காய்ச்சிகள், அடித்தட்டு மக்கள், கூலி வேலை செய்வோர் போன்ற பிரிவைச் சேர்ந்த மக்களிடம்தான் பணப்பட்டுவாடா பெரும்பகுதியாக நடைபெறுகிறது. நள்ளிரவிலே சென்று வழங்குவதாகச் சொல்கிறார்கள். கும்பலாகச் செல்லாமல் ஓசைப்படாமல் தனித்தனியாகச் சென்று விநியோகம் செய்யப்படுவதாகக் கூறுகிறார்கள். வாகனங்களை வழி மறித்தால் மட்டும் போதாது. வெவ்வேறு வடிவங்களிலே பணம் விளையாடுவதை மோப்பம் பிடித்து முறைகேடுகளைத் தடுத்து நிறுத்த வேண்டும். பணப்பட்டு வாடாவைத் தடை செய்தது மட்டுமல்ல, அலறிக்கொண்டு பொது அமைதியைக் கெடுத்த ஒலிபெருக்கிகளையும் தடை செய்து இருக்கிறார்கள். படிக்க முடியாது. எழுத முடியாது. பள்ளி கல்லூரி மாணவர்கள் கற்க முடியாது. வயதானவர்கள், பெரியவர்கள், உடல்நிலை பாதிக்கப்பட்டவர்கள் நிம்மதியாக இருக்க முடியாது. இந்தக் கொடுமைகளுக்கெல்லாம் ஒரு முற்றுப்புள்ளி வைக்கப்பட்டது.

அதே சமயத்தில் தேர்தல் அறிக்கை பற்றி எடுத்துக் கூறவும், ஒவ்வொரு கட்சியின் அரசியல் கருத்துகளையும், விமர்சனங்களையும் முன்வைக்க உரிய இடமும் நேரமும் ஒதுக்கப்பட வேண்டும். அதற்கான வசதி வாய்ப்புகள் முறையாகவும் முழுமையாகவும் ஏற்படுத்தித் தரப்பட வேண்டும். ஏனென்றால் சில கட்சிகளுக்கு தொலைக்காட்சிகள் இருக்கின்றன. உடனடியாக அவர்கள் மக்களிடையே கருத்துகளை

கொண்டுசெல்ல இயலும். ஆனால் அப்படி இல்லாத இயக்கங்கள் என்ன செய்யும்? லோக்கல் நியூஸ் கூட தடை செய்யப்பட்டிருக்கிறது. எல்லாக் கட்சிகளையும் அழைத்து ஆலோசித்து நல்ல முடிவுகளை தேர்தல் ஆணையம் எடுக்க வேண்டும். தங்கள் நல்ல நோக்கங்களையும் சிந்தனைகளையும் அரசியல்கட்சிகள் வெளியிட வாய்ப்புகள் வழங்கப்பட வேண்டும். எக்காரணத்தை முன்னிட்டும் ஜனநாயகத் தன்மைக்கு ஊறு விளையக் கூடாது.

தேர்தல் ஆணையத்திற்கு உயிர் இருக்கிறது என்பதை டி.என்.சேஷன் தேர்தல் ஆணையராக இருந்த போது தான் மக்களுக்கு ஓரளவுக்குத் தெரியவந்தது. தேர்தல் ஆணையம் எந்தவித அரசியல் செல்வாக்கிற்கும் ஆட்படத் தேவையில்லாத ஒரு சுதந்திர, சுயேச்சை அமைப்பு. ஆணையம் அதன் கடமையை ஒழுங்காக நடுநிலைமையுடன் உறுதியாகச் செய்தால் தேர்தல் கால ஊழல்களை ஓரளவு கட்டுப்படுத்த இயலும். மக்கள் இதைப் பற்றியான விழிப்புணர்வு பெற்றால்தான் இதுகூட சாத்தியமாகும்.

தகுதிமிக்க வேட்பாளர்களை அரசியல் கட்சிகள் களத்தில் இறக்காத போது, வாக்காளர்கள் செய்ய வேண்டியது என்ன?

ஒரு சாதாரண வெண்டைக்காயை வாங்க வேண்டுமென்றால்கூட நுனியை ஒடித்துப் பார்த்து வாங்குகிறோம். முனை ஒடிந்தால் எடுக்கிறோம். வளைந்தால் முத்தல் என்று விட்டு விடுகிறோம். கத்தரிக்காயை அழுத்திப் பார்த்து வாங்குகிறோம். ஒரு வேளை உணவு, அந்த உணவில் ஒரு சிறு பகுதிக்கே இவ்வளவு முக்கியத்துவம் தருகிறோமே, 5 ஆண்டுகாலம் நம்மை ஆளுகிறவர்களை எவ்வளவு சோதித்து, ஆய்வு செய்து, குணம் நாடி குற்றமும் நாடி அவற்றுள் மிகை நாடித் தேர்வு செய்ய வேண்டும்.

இதுவும் நல்லது அதுவும் நல்லது என்றால், எது மிக நல்லதோ அதற்கு வாக்களியுங்கள். இதுவும் கெட்டது அதுவும் கெட்டது என்றால் அந்தக் கெட்டதில் மிகமிகக் குறைந்த பாதிப்பை நிகழ்த்தும் கெட்டதைத் தேர்ந்தெடுங்கள். ஆனால் வாக்களிக்காமல் மட்டும் இருந்து விடாதீர்கள்.

அரசியல் என்பது அசிங்கமானது. அருவருப்பானது என்று ஒதுங்காதீர்கள். கொஞ்ச நஞ்ச நல்லவர்களும் ஒதுங்கிவிட்டால், அரசியல் என்பது கெட்டவர்களின் கூடாரமாகிவிடும். காந்தியடிகள் அரசியல்வாதி தானே. மகாகவி பாரதி அரசியலில் தானே இருந்தார். ஜவஹர்லால்நேரு விடுதலை கிடைத்த பிறகு இந்திய அரசியலையே தூக்கி நிறுத்திவர் தானே. கர்மவீரர் காமராஜர் அரசியல்வாதி தானே.

தியாகத்துக்கு எடுத்துக்காட்டாகத் திகழந்த வ.உ.சிதம்பரனாரும் ப.ஜீவானந்தமும் அரசியல்வாதிகள் தானே. இ.எம்.எஸ். நம்பூதிபாட், அச்சுதமேனன், ஜோதிபாசு போன்றோர் முன்னுதாரணமான முதலமைச்சர் களாகவே இருந்த அரசியல்வாதிகள் அல்லவா?

அரசியல் தூய்மையானதாக இருக்க வேண்டுமென்றால், தூய்மை யானவர்கள் அரசியலுக்கு வரவேண்டும். நீங்கள் எந்தக் கட்சியில் வேண்டுமானாலும் இருங்கள். ஆனால் அரசியலுக்கு வாருங்கள். கட்சிகளுக்குள் வராவிட்டாலும் பரவாயில்லை. பொது அரசியல் தளத்திற்கு வாருங்கள். ஈடுபாட்டோடு ஆய்வு செய்யுங்கள். நல்ல நல்ல இலட்சியங்களுக்காக இயக்கம் நடத்துங்கள்.

எத்தனை துறைகள் இருந்தாலும் அரசியல்தான் கோலோச்சுகிறது என்பதை மறந்துவிடாதீர்கள். அறநெறிகள் புத்தகத்தில் இருக்கலாம். மனதில் இருக்கலாம். ஆனால் அரசியலே ஆட்சி செலுத்துகிறது என்பதை மறக்கக்கூடாது. ஆட்சியில் யார் வேண்டுமானாலும் இருக்கட்டும் என்று விட்டுவிட்டு அறநெறிகளைப் பற்றிப் பேசி என்ன பயன்?

சிலர் 1330 அருங்குறட்பாக்களையும் அறிந்து வைத்திருக்கக்கூடும். மிகவும் பாராட்டத் தக்கதுதான். அவற்றின் மூலம் கிடைத்த அறிவைப் பயன்படுத்தி குறட்பாக்கள் வகுத்த இலக்கணத்தின் படி ஆட்சி யாளர்கள் இருக்க வேண்டும். அதற்கு நம்மால் ஆனதைச் செய்ய வேண்டும் என்று சிந்திக்காவிட்டால் படித்ததால் என்ன பயன்?

'தேரான் தெளிவும் தெளிந்தான் கண் ஐயுறவும் தீரா இடும்பை தரும்' என்று குறளின் வழி நிற்க வேண்டாமா?

நல்லவர்கள் நமக்கென்ன 'நாம் உண்டு நம் வேலையுண்டு' என்றிருக்காமல் அதிகமாக பொதுவாழ்வுக்கு வரத்தொடங்கினால் கெட்டவர்கள் ஒதுங்கி நிற்பார்கள்.

சுவரொட்டிகள், பேனர்கள், தட்டிகள் எல்லாம் இல்லாமல் எந்தெந்தக் கட்சிகள் போட்டியிடுகின்றன. சின்னங்கள் என்ன? அவரவர்கள் என்ன கருத்தைக் கொண்டிருக்கிறார்கள் என்பதை எவ்வாறு கண்டு கொள்வது?

நீங்கள் கேட்ட கேள்வி மிக முக்கியமான கேள்வி. தேர்தல் என்றால் திருவிழாக் கோலாகலம். பட்டாசு வெடிக்க வேண்டும். தாரை தப்பட்டைகள் அடிக்க வேண்டும். மேளதாளங்கள் முழங்க வேண்டும். கூச்சல் குழப்பம் நிகழ வேண்டும். அடிதடி நடக்க வேண்டும். கலாட்டா நடக்க வேண்டும். ஏதாவது பிரச்சினைகள், ரகளைகள்

நடக்க வேண்டும். சிலர் கைதாக வேண்டும். சில வழக்குகள் பதிவாக வேண்டும். இதுதான் தேர்தல் என்றால், அது ஜனநாயத்திற்கே இழுக்கு.

நான் ஈரோடு சிக்கய்ய நாயக்கர் கல்லூரியில் படித்தேன். 1979 மற்றும் 1980 கடைசி ஆண்டு. இளங்கலை கணிதம் படித்தேன். அப்போது நான் கல்லூரி மாணவர் தேர்தலில் போட்டியிட்டேன். நான் கல்வி பயிலும் காலத்தில் சிக்கய்ய நாயக்கர் கல்லூரிக்கு 25 ஆம் ஆண்டு வெள்ளிவிழா கொண்டாடினோம்.

25ஆம் ஆண்டு மாணவர் தேர்தல். கல்லூரி முதல்வர் பேராசிரியர் அனந்த பத்மநாப நாடார். சிறந்த கணிதப் பேராசிரியர். அவர்தான் எங்கள் முதல்வர் என்பதிலே எங்களுக்குப் பெருமை. நேரடியாக எங்களுக்கும் அவர்தான் கணிதப் பேராசிரியர். தேர்தலை எப்படி நடத்துவது என்று ஒரு கூட்டம் போட்டார். எல்லா வேட்பாளர்களும் அமர்ந்திருந்தார்கள். அவர்களது ஆதரவாளர்களும் அமர்ந்திருந்தனர் ஆரவாரத்தோடு. நான் எழுந்து பேசினேன்.

‘முதல்வர் அவர்களே இந்த ஆண்டு தேர்தல் வித்தியாசமாக நடக்க வேண்டும். வழக்கமாகத் தேர்தல் நடக்கும்போது வெளியிலே பந்தல் போட்டு விடுகிறார்கள். அதாவது சாலையில் - சத்தி ரோட்டில் பந்தல் போட்டு விடுகிறார்கள். ஒவ்வொரு வேட்பாளருக்கும் தனித்தனிப் பந்தல். ஒலிபெருக்கிகளும் தனித்தனியாக அலறுகின்றன. ரோடு பூராவும் காவிக் கல்லிலும் சுண்ணாம்பிலும் எழுதி விடுகிறார்கள். அவருக்கு வாக்களியுங்கள் இவருக்கு வாக்களியுங்கள் என்று. அந்தச் சாலையிலும் பந்தல்களிலும் மாணவர்கள் சிலர் பாடிக் கொண்டிருப்பார்கள், சிலர் ஆடிக்கொண்டிருப்பார்கள். எங்கு பார்த்தாலும் வால்போஸ்ட்டர்கள் ஒட்டப்பட்டிருக்கும். இதை விட வேடிக்கை என்ன தெரியுமா, யானை மீதும் குதிரை மீதும் வருவார்கள் வேட்பாளர்கள். இப்படியெல்லாம் நடந்தது. அய்யா அப்படி யெல்லாம் இல்லாமல், எல்லா வேட்பாளர்களும் தேர்தல் அறிக்கை ஒன்று தயாரித்து, அச்சிட்டுக் கொடுக்கட்டும். விரும்பினால் அனைத்து மாணவர்களுக்குமே கொடுக்கட்டும் தவறில்லை. பொதுவான ஒரு கூட்டத்தைப் போடுங்கள். அந்தக் கூட்டத்தில் அனைத்து வேட்பாளர் களும் தங்கள் தேர்தல் அறிக்கையில் கூறியுள்ள அம்சங்களை வலியுறுத்திப் பேசட்டும். அனைத்து வேட்பாளர்களும் ஒரே மேடையில் பேசட்டும். நீங்களே அந்தக் கூட்டத்திற்கு தலைமை தாங்க வேண்டும். கல்லூரியின் செலவில் அந்தக் கூட்டம் நடத்தப்பட வேண்டும்.

15 நிமிடங்களோ அல்லது 20 நிமிடங்களோ அனைத்து வேட்பாளர்களுக்கும் சமமாக நேரம் ஒதுக்கப்பட்டு வேட்பாளர்கள்

பேச வேண்டும். பிறகு வேண்டுமானால் ஒவ்வொரு வகுப்பறையிலும் பேச அனுமதிக்கலாம். எல்லா வேட்பாளர்களது உரைகளையும் எல்லா மாணவர்களும் கேட்க வேண்டும். தேர்தல் அறிக்கை முக்கியம். போஸ்டர் ஒட்டக் கூடாது. எந்த ஆடம்பரமும் கூடாது,' என்று சொன்னேன்.

அனந்த பத்மநாப நாடார்

நான் சொல்லிவிட்டு உட்காருவதற்குள், அத்தனை வேட்பாளர்களும் எழுந்தார்கள். அவர்களது ஆதரவாளர்களும் எழுந்தனர். “இவருக்குப் பேசத்தெரியும். நன்றாகப் பேசி வெற்றி பெற்றுவிடலாம் என்று பார்க்கிறார்.” என்று எல்லோரும் ஒரு மனதாகச் சொன்னார்கள். உடனே முதல்வர் கோபப்பட்டார். “உனக்கு பேசவே தெரியாதென்றால் நீ ஏன் நிற்கிறாய்!” என்று கேட்டார். “வெற்றி பெற்ற வேட்பாளர் சிறப்பு விருந்தினர்களை அழைக்க வேண்டும். தலைமை உரை ஆற்ற வேண்டும். வரவேற்புரையோ தொடக்க உரையோ நன்றியுரையோ பேசவேண்டுமல்லவா! பேசவே தெரியாத மாணவர் ஏன் போட்டியிட வேண்டும்?” என்று கேட்டார்.

கடைசியில் வழக்கமாக நடைபெறும் முறையிலேயே தேர்தல் நடந்தது. அந்த ஆண்டு யானைகள் வந்தன. ஏனென்றால் இங்கு வ.உ.சி பூங்காவிலே சர்க்கஸ் நடந்தது. யானையை வாடகைக்குப் பிடித்து வந்து விட்டார்கள். யானை மீது உட்கார்ந்து கொண்டு வாக்குக் கேட்டார்கள். என்னால் 30 ஆண்டுகளான பின்னாலும் மறக்க முடியவில்லை.

திண்டல் எனும் பகுதியில் இருந்து ஒரு வேட்பாளர் வந்தார். அவர் குதிரை மீதமர்ந்து வாக்குக் கேட்டு வந்தார். “என்ன குதிரை வீரரே?” என்று இப்போது பார்த்தாலும் நண்பர்கள் அழைப்போம். ரோட்டில்தான் யானை அங்கும் இங்கும் செல்லும். எங்கே? கல்லூரி வளாகத்திற்கு வெளியே இருக்கும் பிரதான சாலையான சத்தி ரோட்டில். ஆனால் அந்த ஆண்டு, மேலே கல்லூரிக்குள்ளேயே யானையை அழைத்து வந்துவிட்டார்கள். யானையைப் பார்த்துவிட்டு முதல்வர் ஓடிவந்தார். யானையின் அருகே சென்று விட்டார்.

“அய்யா! விலகிச் செல்லுங்கள். யானை மிதித்துவிடப் போகிறது” என்று மாணவர்கள் சத்தம் போட்டுக் கூறினர். இப்படியெல்லாம் வாக்குச் சேகரித்தனர்.

நான் பந்தல் போடவில்லை. ஒலிபெருக்கி வைக்கவில்லை. எந்த ஆடம்பரச் செலவும் செய்யவில்லை. நான் என்ன பேசினேனோ

அதைப் பின்பற்றினேன். தேர்தல் தொடர்பான துண்டறிக்கைகள் தொடர்ந்து வெளியிட்டேன். நான் வெற்றிபெற்றால் ஓராண்டுகாலம் என்னென்ன செய்யப் போகிறேன் என்று சொன்னேன். ஒரே மேடையில் அனைத்து வேட்பாளர்களும் பேசவில்லை. ஆனால் நான் ஒவ்வொரு வகுப்பறையாகச் சென்று பேசினேன்.

என்னுடைய நண்பர்கள் சிலர். ‘எல்லோரும் போஸ்ட்டர்கள் ஒட்டியிருக்கிறார்கள். நம்முடைய வேட்பாளருக்கு மட்டும் இல்லையே’ என்ற ஆதங்கத்தில் எனக்குத் தெரியாமல் போஸ்டர் அடித்து இரவில் ஒட்டிவிட்டார்கள். அதில் ஒரு நண்பர் விடியற்காலை 4 மணிக்கு இந்தத் தகவலை என் வீட்டிற்கு தொலைபேசியில் சொல்லிவிட்டார். எனது வீட்டிலிருந்து கல்லூரி கொஞ்ச தூரம்தான். உடனே நான் சைக்கிளை எடுத்துக்கொண்டு வேகவேகமாக வந்து, மிதிவண்டியின் கேரியரில் ஏறியும் சுவரில் ஏறியும் ஈரம் காயுமுன் நான்கைந்து நண்பர் களை வைத்துக்கொண்டு என் பெயர் உள்ள அத்தனை சுவரொட்டி களையும் கிழித்து அப்புறப்படுத்தினேன்.

நல்லவேளை ஒரு தவறு நடக்கவில்லையே என்று நான் நினைத்தேன். என் சார்பில் ஒரு தவறு கூட நடக்கக்கூடாது என்று கருதினேன். கடைசியில் தேர்தல் முடிவு என்னவாயிற்று தெரியுமா? கல்லூரி தொடங்கி 25 ஆண்டுகளில் நடைபெற்ற தேர்தல்களிலேயே அதிக வித்தியாசத்தில் மாணவர்கள் என்னை வெற்றி பெற வைத்தனர்.

அப்போதெல்லாம் கல்லூரித் தேர்தலே அரசியல் தேர்தல் மாதிரி நடக்கும். பொதுத் தேர்தலிலே உள்ள அத்தனை அம்சங்களும் கல்லூரித் தேர்தலிலும் உண்டு.

ஆடம்பரத்தைப் பார்க்காமல் அலங்காரத்தைச் சேர்க்காமல் ஆர்ப்பாட்டத்தைப் பார்க்காமல் 30 ஆண்டுகளுக்கு முன்பு வாக்களித் தார்களே! இன்று 30 அண்டுகளுக்குப் பிறகு எவ்வளவு பகுத்தறிவும் விழிப்புணர்வும் வளர்ந்திருக்கிறது. விளம்பரத்தைப் பார்த்து மயங்காமல் அன்று வாக்களித்தார்களே, இன்று அப்படி வாக்களிக்க மாட்டார்களா?

மக்களை திசைதிருப்பித்தான் வாக்களிக்க வைக்க வேண்டுமா? நல்லதைச் சொல்லி வாக்களிக்கச் செய்ய முடியாதா? தன்னம்பிக்கை யுள்ள வேட்பாளர்களோ இயக்கங்களோ கிடையாதா? என்று நான் நினைத்துப் பார்க்கிறேன். அன்று நான் கூறியதையெல்லாம் முதல்வர் ஏற்றுக்கொண்டார், மற்றவர்கள் ஏற்கவில்லை. இன்று தேர்தல் ஆணையம் ஒவ்வொன்றாக நடைமுறைப்படுத்தி வருகிறது. இது போதாது. இன்னும் பல்வேறு சீர்திருத்தங்களை தேர்தல் கமிஷன் நடைமுறைப்படுத்த வேண்டும்.

வேட்பாளர்களுக்கான பிரதானத் தகுதிகளாக எவற்றைக் கருதுகிறீர்கள்?

நேர்மை மிக முக்கியமானது. ஆனால் அது மட்டுமே போதுமானது என்று கருதிவிடக்கூடாது. நேர்மையோடு கூடிய திறமை மிக மிக முக்கியமானது. ஆகவே ஒரு வேட்பாளரிடம் திறமையும் நேர்மையும் இணைந்து இருக்க வேண்டும். இந்த இரண்டு அம்சங்களோடு எளிமையும் இணைந்திருக்க வேண்டும். இந்த மூன்று பண்புகளும் சமூக அக்கறை என்ற அடித்தளத்தின் மீது எழுப்பப்பட்ட தூண்களாகும். அப்படிப்பட்ட வேட்பாளர்களே ஏற்கத்தக்கவர்கள்.

வெற்றி பெற்ற ஒரு சட்டமன்ற உறுப்பினரின் நடவடிக்கைகளும் அணுகுமுறையும் எவ்வாறு இருக்க வேண்டும்?

வெற்றிபெற்ற பிறகு ஒரு வேட்பாளர் என்ன செய்யலாம் என்றால், தொழிற்சங்கங்கள், விவசாயச் சங்கங்கள், இலக்கிய அமைப்புகள், சேவை அமைப்புகள், ரோட்டரி சங்கங்கள், விழிப்புணர்வு இயக்கங்கள், வியாபாரிகள் சங்கம், ஆசிரியர் சங்கம், சமூக நல அமைப்புகள், ஓய்வூதியர்கள் சங்கம் இப்படி பல்வேறு சம்மேளனங்களும் பொதுநல அமைப்புகளும் நிறைய உள்ளன. இவற்றை அழைத்து விவாதிக்கலாம். தொகுதியில் என்னென்ன குறைகள் மற்றும் பிரச்சனைகள் இருக்கின்றன? இவற்றை எப்படியெல்லாம் தீர்க்கலாம்? யார் யாரை இது தொடர்பாகப் பார்க்கலாம் என்று கலந்து பேசலாம். என்ன செய்வது எப்படிச் செய்வது என்பது பற்றி கருத்துருவாக்கம் செய்து கொள்ளலாம்.

சட்டத்திலே இவ்வாறு சொல்லப்படவில்லை. ஆனால் நாம் செய்யலாம். வாக்காளர்களும் அடிக்கடி கூட்டத்தைப் போட்டு தொகுதி உறுப்பினரை அழைத்து முறையிடவேண்டும். அவர்கள் அப்படி அழைக்காவிட்டாலும்கூட சட்டமன்ற உறுப்பினராவது அவ்வாறு தொடர்ந்து மக்களை சந்தித்து கலந்துரையாடி முன்னேற்றத் திட்டங்களைக் கொண்டு வரவேண்டும்.

பட்ஜெட் கூட்டத்தொடர் ஒரு மாதம் அல்லது ஒன்றரை மாதம் நடக்கும். நிபுணர்கள், பொருளாதார அறிஞர்களை அழைத்து என்ன பேசலாம்? என்ன கோரிக்கை வைக்கலாம்? என்னென்ன கேள்வி கேட்கலாம் என்று ஆலோசனை செய்ய வேண்டும். சட்டமன்றத்திற்கு தொடர்ந்து சென்றபோது இப்படி இப்படி நடந்தது என்று மக்களிடம் கூட்டம் போட்டுச் சொல்லலாம்.

அரசுக்கும் மக்களுக்கும் இடையே ஒரு பாலமாக அவர்கள் திகழ வேண்டும்.

நெறியாள்கை: எஸ். தங்கவேல்

கோடை பண்பலை - ஜூலை, 2011

புத்தகச் சந்தையில் பொதுமக்களின் பங்களிப்பு

நெறியாளர் : புத்தகங்கள் இல்லாத உலகத்தை நினைத்துப் பார்க்க இயலாது. நூல்கள் இல்லாமல் வாழ்க்கையில் முன்னேறியவர்கள் மிகவும் குறைவாகத்தான் இருப்பார்கள். முதலாம் வகுப்பிலிருந்து வாழ்வின் இறுதிவரை நாம் தொடர்ந்து படித்துக்கொண்டே இருக்கிறோம். படிக்கப்படிக்கத்தான் அறிவு வளரும்; பொது அறிவு பெருகும்; ஞானம் தோன்றும் என்று சொல்வார்கள். படிக்கப் படிக்கத்தான் நமக்குள்ளே இருக்கிற பண்புகளும் பழக்க வழக்கங் களும் பரிணாம வளர்ச்சியடையும்.

அதனால்தான் சொல்கிறார்கள், வீட்டில் பூஜையறை வைப்பதைப் போல ஒரு புத்தக அறையையும் ஏற்படுத்த வேண்டும், குறைந்தது புக் செல்ஃப், அதாவது புத்தக அலமாரியாவது வைக்க வேண்டும், அப்படி அங்கே நூல்களைப் பார்த்துக் கொண்டிருக்கும் போதாவது நமக்குப் படிக்க வேண்டும் என்ற ஆசை உண்டாகாதா? குழந்தை களுக்கு மட்டுமல்ல பெற்றோர்களுக்கும்.

நம்முடைய தயாரிப்புக்கும் சந்தேகங்களைத் தீர்த்துக் கொள்வதற்கும் அவை உதவுகின்றன. பள்ளிக்கூடங்களிலும் கல்லூரிகளிலும் மட்டுமே படித்த காலம் மாறிவிட்டது. பலரும் என்ன நினைக் கிறார்கள் என்றால் பள்ளியிலும் கல்லூரியிலும் படிப்பது மட்டுமே படிப்பு என்று நினைக்கிறார்கள். அதோடு கல்வி முடிந்துவிட்டது இனிமேல் வாசிக்க வேண்டாம் என்று கருதுகிறார்கள். எல்லோரும் நியூஸ்பேப்பர் படிப்பதோடு சரி. ஏதாவது ஐயம் ஏற்பட்டால் அகராதியை எடுத்துப் புரட்டிப் பார்ப்பதோடு சரி. மற்ற நேரங்களில் படிப்பதில்லை. படிக்க வேண்டும் என்று தோன்றுவதுமில்லை.

அதனால்தான் வீடுகளில் புத்தகங்களை அழகாக அடுக்கி வைத்திருந் தாலாவது, புத்தகத் திருவிழாவுக்குச் சென்று வந்தாலாவது அவற்றை யெல்லாம் பார்க்கப் பார்க்க படிக்க வேண்டும் என்ற ஆசை தோன்றும். வரலாற்றையும் இலக்கியத்தையும் நிறையப் படிக்க வேண்டும் என்ற ஈடுபாட்டை மக்களுக்கு உண்டாக்க வேண்டும் என்பதற்காகத்தான் புத்தகக்கண்காட்சிகள் நடத்தப்படுகின்றன.

ஈரோட்டில் ஜூலை 29 முதல் ஆகஸ்ட் 9ம் தேதிவரை புத்தகத் திருவிழா நடைபெறுகிறது. இதைப்பற்றிய நமது நேயர்களின் கேள்விகளுக்கு பதிலளிப்பதற்காக ஈரோடு புத்தகத் திருவிழாவை நடத்துகிற மக்கள் சிந்தனைப் பேரவையின் தலைவர் திரு.த.ஸ்டாலின் குணசேகரன் அவர்கள் நமது அரங்கத்திற்கு வந்திருக்கிறார்கள்.

வணக்கம் அய்யா

வணக்கம்

எப்படி இருக்கீங்க

நல்லாயிருக்கேன்

இந்தத் தடவை புத்தகக் கண்காட்சி எப்பொழுது ஆரம்பிக்கிறீர்கள்?

ஜூலை 29-ம் தேதி வெள்ளிக்கிழமை ஈரோடு வ.உ.சி. பூங்காவில் தொடங்குகிறது. ஒவ்வொரு ஆண்டும் 12 நாட்கள் நடைபெறும். ஜூலை 29-ம் தேதி தொடங்கி ஆகஸ்ட் 9-ம் தேதிவரை 12 நாட்கள் நடக்கும்.

எந்தெந்த நேரத்தில் பார்க்க வரலாம்?

புத்தகத்திருவிழா தொடங்குகிற நேரம் காலை 11 மணி. பல இடங்களில் மாலை 3 மணிக்குத்தான் தொடங்கும். ஆனால் காலை 11 மணிக்கே ஈரோடு புத்தகத்திருவிழா அரங்கு திறந்துவிடப்படுகிறது. காலை 10 மணிக்கே வெளியே மக்கள் கூட்டம் கூட்டமாக நின்று கொண்டிருப்பார்கள். பதினோரு மணிக்குத் திறக்கும்போது அலையலையாக உள்ளே செல்வார்கள். அதே சமயம் மதியம் இடைவேளையெல்லாம் கிடையாது. ஆட்கள் அவர்களுக்குள்ளேயே ரொட்டி மாற்றிவிட்டுக் கொள்வார்கள். மக்களுக்கு சௌகரியமாக இருக்க வேண்டும் என்பதற்காக இரவு 9 மணிவரை தொடர்ந்து நடைபெறும்.

புத்தகத்திருவிழா 12 நாட்கள் என்று சொல்கிறீர்களே, இது ஒரு லாங் டைமாகத் தெரிகிறதே?

இல்லை. உலக அளவில்கூட 10 அல்லது 12 நாட்கள் நடைபெறுகிறது. இது அதிகம் என்று நீங்கள் சொல்கிறீர்கள். ஆனால் பொதுமக்கள் இன்னும் சில நாட்கள் சேர்த்து நடத்தச் சொல்கிறார்கள்.

இப்பொழுது தமிழ்நாட்டில் பார்த்தீர்கள் என்றால் சென்னையில் தான் பெரிய அளவில் நடக்கிறது. மற்ற மாவட்டத் தலைநகர்களில் மிகச்சிறிய அளவில்தான் நடைபெறுகின்றன. ஆனால் ஈரோட்டில் பெரிய அளவில் நடத்திக்

கொண்டிருக்கிறீர்கள். இது எப்படி? ஈரோடு மக்கள் ஆதரவளிக்கிறார்களா? இல்லை நீங்கள் ஏதாவது திட்டமிட்டுச் செய்கிறீர்களா?

ஈரோடு புத்தகத் திருவிழா என்பது மக்கள் சிந்தனைப்பேரவை என்ற அமைப்பால் நடத்தப்படுகிறது. இது 15 ஆண்டுகளுக்கு மேல் ஈரோட்டில் செயல்பட்டுவரும் ஓர் அரசியல் சார்பற்ற பொது நல அமைப்பு. ஒரு தொண்டியக்கம், கடந்த ஆறாண்டு காலமாக புத்தகத் திருவிழா நடைபெற்று முடிந்திருக்கிறது. இது ஏழாம் ஆண்டு. 'எழுச்சி கரமான ஏழாம் ஆண்டு' என்று கூட நாங்கள் தலைப்புப் போட்டிருக் கிறோம்.

சென்ற ஆண்டுவரை 175 அரங்குகள் இருந்தன. இந்த ஆண்டு 200 அரங்குகள் வரை போடப்பட்டிருக்கின்றன. பிரம்மாண்டமான முறை யில் ஏற்பாடுகள் செய்யப்பட்டுள்ளன. அரங்குகளின் எண்ணிக்கையை அதிகரிப்பதால் மட்டும் பயனில்லை. அதற்குத் தக்கவாறு இந்திய அளவில் தரமான புத்தக நிறுவனங்கள், பயனுள்ள நூல்களை வெளியிடும் புகழ்மிக்க பதிப்பகங்கள், மாணவர்களுக்கும் பொது மக்களுக்கும் நல்ல வாசகர்களுக்கும் நீண்டகாலமாக அவர்கள் தேடிக்கொண்டிருக்கும் புத்தகங்கள் கிடைக்கும் வகையில் ஏற்பாடுகள் செய்யப்படுகின்றன.

அண்ணா பல்கலைக்கழகத்தினுடைய முன்னாள் துணைவேந்தர் விஞ்ஞானி ஆர்.எம்.வாசகம் அவர்கள் புத்தக அரங்கினைத் திறந்து வைக்கிறார்கள்.

ஒவ்வொரு ஆண்டும் புத்தகத் திருவிழா வளாகத்தினுள் ஒவ்வொரு வரலாற்று அரங்கம் இடம்பெறும். இந்த ஆண்டு 'பாரதிதாசன் வாழ்வும் பணியும்' என்ற வரலாற்று அரங்கம் திறந்து வைக்கப் படுகிறது. சென்ற ஆண்டு 'விடுதலைப் போரில் தமிழ்ப் பெண்கள்' என்ற சரித்திர அரங்கத்தை அமைத்திருந்தோம்.

இவை மட்டுமல்லாமல் தினசரி மாலை நிகழ்ச்சிகளும் இருக்கின்றன அல்லவா?

ஆமாம். நாள்தோறும் மாலை 6 மணிக்கு நடைபெறும் சொற்பொழிவு நிகழ்ச்சி மிக முக்கியமானதாகும். இதற்கு 'சிந்தனை அரங்கம்' என்று பெயரிட்டிருக்கிறோம். மிகச்சரியாக 6 மணிக்குத் தொடங்கும். 12 நாட்களில் தொடக்கவிழா, நிறைவு விழா நிகழ்ச்சிகள் நீங்கலாக இடையில் உள்ள பத்து நாட்களும் தலைசிறந்த சொற் பொழிவாளர்களும் அறிஞர் பெருமக்களும் உரையாற்றுகின்றனர். ஒவ்வொரு நாளும் ஒவ்வொரு தலைப்பில் சிறப்புரை நிகழும். ஒவ்வொரு நாளும் வேறுவேறு சொற்பொழிவாளர்களும் கீர்த்திமிக்க எழுத்தாளர்களும் கவிஞர்களும் பேச்சாளர்களும் உரையாற்றுவார்கள்.

இந்த ஆண்டு முதலில் பேராசிரியர் கு.ஞானசம்பந்தன் அவர்கள் 'படித்தால் மட்டும் போதுமே' என்ற தலைப்பில் உரை நிகழ்த்துகிறார். மேலும் இவ்வாண்டு ஒரு புதுமையைப் புகுத்தியிருக்கிறோம். கடந்த ஆறு ஆண்டுகளாக சொற்பொழிவுகள்தான் நடைபெற்று வந்தன. இந்த ஆண்டு வில்லிசை நடைபெறுகிறது. தமிழிசையில் மிகவும் மூத்த இசையான வில்லிசை இடம் பெறுகிறது. மறைந்து வருகிற கலை அல்லவா. கவிஞர் சுப்பு ஆறுமுகம். அவருக்கு 83 வயது. அவரது குடும்பமே இசைக்குடும்பம், இரண்டு மணிநேரம் வில்லிசை வழங்க இருக்கிறார். அது இந்தப் புத்தகத் திருவிழாவிற்கென்றே பிரத்யேக மாகத் தயாரிக்கப்பட்டிருக்கின்ற வில்லிசை நிகழ்ச்சி. இது 31-ம் தேதி ஞாயிற்றுக்கிழமை.

ஒன்றாம் தேதி திங்கள் கிழமை தமிழருவி மணியன் அவர்கள் 'எங்கே போகிறோம் நாம்?' என்ற தலைப்பில் உரை நிகழ்த்துகிறார்.

இரண்டாம் தேதி செவ்வாய்கிழமை பட்டிமன்றம் நடைபெற இருக்கிறது. 'மெல்லத் தமிழ்இனி வளரும்-தளரும்' என்கின்ற விவாதப் பொருளில் பேராசிரியர் சாலமன் பாப்பையா அவர்களை நடுவராகக் கொண்ட பட்டிமன்றம்.

மூன்றாம் தேதி புதன்கிழமை சுகிசிவம் அவர்கள் 'பூமி போற்றுதும் பூமி போற்றுதும்' என்ற தலைப்பில் பேசுகிறார்.

நான்காம் தேதி வியாழக்கிழமை தா.பாண்டியன் அவர்கள் 'கல்லும் கதை சொல்லும்' என்கின்ற அருமையான தலைப்பில் அரியதோர் உரை நிகழ்த்த உள்ளார். சிற்பக்கலையைப்பற்றி, பழம் பெரும் பண்பாட்டு வடிவமான கட்டிடக் கலையைக் குறித்து சிறந்த சொற்பொழிவு.

ஐந்தாம்தேதி வெள்ளிக்கிழமை தமிழ்க்கடல் நெல்லைக் கண்ணன் அவர்கள் 'சிந்திப்போம்' என்கிற தலைப்பில் பேருரை நிகழ்த்துகிறார்.

ஆறாம்தேதி சனிக்கிழமை தவத்திரு குன்றக்குடி அடிகளார் அவர்கள் 'அறிவு ஒளி வாழும் வழி' என்கின்ற தலைப்பில் அருமை யான சொற்பெருக்கைச் செய்கிறார்கள்.

ஏழாம்தேதி ஞாயிற்றுக்கிழமை திரையுலக மார்க்கண்டேயன் என்று நம் அனைவரது பாராட்டையும் பெற்றிருக்கின்ற நடிகர் சிவகுமார் அவர்கள் 'தவப்புதல்வர்கள்' என்ற தலைப்பிலே இந்த தேசத்தைப் பற்றிச் சிந்தித்து செயலாற்றி வீரமரணம் எய்தியிருக்கிற தியாகச் செம்மல்களைப் பற்றி உரை நிகழ்த்துகிறார்.

எட்டாம் தேதி திங்கள் கிழமை தமிழச்சி தங்கபாண்டியன் அவர்கள் ‘புதிதாய்ப் பிறந்தோம்’ என்கிற தலைப்பில் பேசுகிறார். ஒன்பதாம் தேதி நிறைவுவிழா நிகழ்ச்சி. 11 நாட்கள் நடைபெற்ற நிகழ்வுகளுக்கெல்லாம் முத்தாய்ப்பு வைத்ததுபோல நடைபெறும். ஏற்கனவே சென்ற ஆண்டிற்கு முந்தைய ஆண்டு மேதகு அப்துல் கலாம் அவர்கள், ஈரோடு மாநகரத்திற்கு வந்தபொழுது, ஈரோடு மாநகரத்தில் இதற்கு முன்பு இப்படி ஒரு கூட்டம் நடைபெற்றதில்லை. ஏறத்தாழ ஒரு லட்சம் பேர் திரண்டார்கள். அருமையான உரை நிகழ்த்தினார். சென்ற ஆண்டு பாண்டிச்சேரி முதலமைச்சர் அவர்கள் வருகைபுரிந்தார். அதோடு வஉசி அவர்களது திருமகன் வாலேஸ்வரன் அவர்கள் அந்த நிகழ்ச்சியிலே பங்கேற்றது எல்லோரையும் மெய்சிலிர்க்க வைத்தது. வாலேஸ்வரன் அவர்களது மகள், வஉசியின் பேத்தி அரியதோர் உரை நிகழ்த்தினார்கள். அதேபோல இந்த ஆண்டு நிறைவு விழாவில் தமிழ்த் திரைப்பட உலகில் பெரும் மாற்றத்தையும், முன்னேற்றத்தையும் உருவாக்கிய இயக்குனர் பாரதிராஜா அவர்கள் பங்கேற்கிறார்கள். டெல்லியிலே இருக்கிற மூத்த ஐ.ஏ.எஸ் அதிகாரி கோ.பாலச்சந்திரன் அவர்களும் உரை நிகழ்த்துகிறார். அவர் ஐ.ஏ.எஸ். அதிகாரி மட்டுமல்ல. சிறந்த சொற்பொழிவாளர். டெல்லி தமிழ்ச்சங்கத்தின் தலைவராகத் திகழ்ந்தவர்.

இப்படி நாங்கள் நிகழ்ச்சிகளைத் தயாரித்திருக்கிறோம். நீங்கள் பட்டியலைக் கூர்மையாகப் பார்த்தால் தெரியும். தமிழகத்தின் மிகச்சிறந்த விற்பன்னர்கள் வருவது மட்டுமல்ல, அவர்களனைவரும் இந்தப்புத்தகத் திருவிழாவிற்கென்றே தனிப்பட்ட தலைப்புகளில் முழுமையான தயாரிப்புகளோடு உரையாற்ற வருகைபுரிவது புரியும்.

மிக அருமையாகப் பட்டியலைத் தயாரித்திருக்கிறீர்கள். இந்தத் தலைப்புகளையெல்லாம் பார்க்கும்போது நாம் அதற்குள் மூழ்கி உள்ளே போய் வருவதைப் போலவும் எப்பொழுது அந்த நிகழ்ச்சியை காண்போம் என்பதைப் போலவும் ஆர்வம் ஏற்படுகிறது.

இதில் என்னவென்றால் புத்தகத் திருவிழாவிற்கு வருகிறவர்கள் நூல்களை வாங்கிக்கொண்டு அப்படியே சிந்தனை அரங்கத்திற்கும் வரவேண்டும் என்பது திட்டம். அதேபோல மாலை சொற்பொழிவைக் கேட்கவேண்டும் என்பதற்காகவே வரக்கூடியவர்களும் இருக்கிறார் கள். அவர்களுக்கு பேச்சாற்றல் மிக்க அறிஞர்களின் மூலமாக ஒரு தாக்கத்தை ஏற்படுத்தி நூல்களின் மீதும், வாசிப்பின் மீதும் விருப்பத்தை உண்டாக்கி அவர்களைப் புத்தகங்கள் வாங்கச் செய்வதற்கான ஒரு முயற்சி. ஆக, நூல்களை வாங்க வருபவர்களை சொற்பொழிவைக் கேட்கச் செய்வது, சொற்பொழிவு கேட்க வருபவர்களை நூல்கள்

வாங்க வைப்பது, இரண்டும் சேர்ந்து அறிவை வளர்ப்பது என்கின்ற உயரிய நோக்கத்துடன்தான் நிகழ்ச்சி நிரல் வடிவமைக்கப்பட்டுள்ளது.

ஒரு நேயர் இணைப்பில் காத்திருக்கிறார். பேசுவோம். "ஹலோ வணக்கம்! சொல்லுங்க"

தட்சிணாமூர்த்தி : ஹலோ. வணக்கங்க. ஈரோடு தட்சிணாமூர்த்தி பேசுகிறேன். கோடைப் பண்பலை மூலமாக நேயர்களின் சார்பாக புத்தகத் திருவிழா நடத்துகிற மக்கள் சிந்தனைப் பேரவைக்கும் தலைவர் ஸ்டாலின் அவர்களுக்கும் வாழ்த்துக்களையும் பாராட்டுதல்களையும் தெரிவித்துக் கொள்கிறேன்.

விஷேச நாட்களை மனைவி மற்றும் குழந்தைகளுடன் கொண்டாடுவதைப்போல, மக்கள் அனைவரும் இந்த புத்தகத் திருவிழாவைக் கொண்டாட வேண்டும்; கொண்டாடி வருகிறார்கள் என்பதை மெத்த மகிழ்ச்சியோடு தெரிவித்துக்கொள்கிறேன் மேடம். பண்டிகை நாட்களை எவ்வளவு ஆர்வத்தோடு எதிர்பார்த்துக் காத்திருக்கிறோமோ அதே மாதிரி புத்தகத்திருவிழாவையும் மக்கள் வரவேற்கத் தயாராக இருப்பதையும் பார்க்கிறேன்.

நீங்க புக்ஃபேர் போவீங்களா

தட்சிணாமூர்த்தி : கண்டிப்பா மேடம். சென்ற ஆண்டு கூட சென்று வந்தேன். அதையெல்லாம் பார்க்கும்போது படிக்க வேண்டும் என்ற ஆர்வம் அதிகரிக்கிறது. அதேபோல இந்தக்காலத்தில் டி.வி. பார்க்கிற பழக்கம் தான் அதிகரித்து வருகிறதே தவிர படிக்கும் பழக்கம் குறைந்து வருகிறது. பிள்ளைகளை புத்தகக்கண்காட்சிகளுக்கு அழைத்துச் சென்று காட்டி அவர்களுக்குள் வாசிப்பின் மீதான ஆர்வத்தை ஏற்படுத்த வேண்டும். நான் என் குடும்பத்தோடும் குழந்தைகளோடும் சென்று வந்தேன். அவர்கள் கேட்ட நீதிக்கதைகளை வாங்கிக் கொடுத்தேன்.

ஸ்டாலின்: உண்மைதான் தட்சிணாமூர்த்தி. இப்பொழுது யாருக்கு நேரமிருக்கிறது? குழந்தைகளோடு விளையாடவும் அவர்களுக்கு கதை சொல்லவும் பெற்றோர்களுக்கும் பெரியோர்களுக்கும் நேரமில்லாத சூழ்நிலையில் புத்தகத்திருவிழா போன்ற வாய்ப்புகளைப் பயன் படுத்திக்கொள்ள வேண்டும்.

கரூர் தண்டபாணி: வணக்கம். அய்யா நான் புத்தகக் கண் காட்சியை கண்காட்சியாகப் பார்க்காமல் கருத்துகளை சேகரிக்கும் இடமாகப் பார்க்கிறேன். சில பழைய புத்தகங்களும் அரிய நூல்களும் புத்தகச் சந்தையில் மட்டுமே கிடைக்கும். சாதாரணச் சந்தைகளில் கிடைக்காது. ஆகவே புத்தகத்திருவிழாவை மக்கள் பயன்படுத்திக்

கொள்ள வேண்டும் என்பதுதாங்க என் கருத்து. சிறியவர்கள் முதல் பெரியவர்கள் வரை அனைவரும் செல்லவேண்டும்.

ஸ்டாலின்: "கரூர் நேயருக்கு நன்றி. 'ஈரோடு புத்தகத்திருவிழா' என்ற பெயரில் நடத்தப்படுகிறதே தவிர, இது ஈரோட்டு மக்களுக்கு மட்டுமே ஏற்படுத்தப்பட்டது அல்ல. எட்டு மாவட்டங்களுக்கும் சேர்த்து நடத்தப்படுகிறது. கொங்குமண்டல அறிவுத் திருக்கோயிலாக அணி செய்கிறது புத்தகத்திருவிழா. சேலம், நீலகிரி, நாமக்கல், கரூர், திருப்பூர், கோவை, திண்டுக்கல், தர்மபுரி இப்படி ஈரோட்டைச் சுற்றியுள்ள பல மாவட்டங்களுக்கும் இணைத்தே நடத்தப்படுகிறது. பூகோள ரீதியில் இந்த மாவட்டங்களுக்கு மையமாக ஈரோடு விளங்குகிறது. நடுவில் அமைந்திருப்பது மட்டுமல்ல, ஈரோட்டில் உள்ள அந்த வ.உ.சி பூங்கா மைதானம் பேருந்து நிலையத்திற்கு பக்கத்திலேயே இருக்கிறது. இது ஒரு வசதி. வரலாற்றுச்சிறப்பு மிக்கது இந்த வ.உ.சி.பூங்கா.

இதை மக்கள் பயன்படுத்திக்கொள்ளவேண்டும். ஏன் என்றால் இதற்காக நாங்கள் ஆண்டு முழுவதும் திட்டமிட்டுப் பணியாற்றி உழைத்து உருவாக்கி நடத்தி வருகிறோம். அந்த நேயர் குறிப்பிட்டதைப் போல பழைய புத்தகங்கள், மிக அரிய நூல்கள் 50 ஆண்டுகளுக்கு முன்பு, 100 ஆண்டுகளுக்கு முன்பு, 200 ஆண்டுகளுக்கு முன்பு, அச்சிட்டு வெளிவந்த புத்தகங்களைக் கூட ரீபிரிண்ட் போட்டு மறுபதிப்பாக கொண்டுவருகிறார்கள்.

அரிதினும் அரிதான புத்தகங்களை வெளியிடுவோருக்கு முக்கியத்துவம் கொடுக்கிறோம். அப்படிப்பட்ட நிறுவனங்களைத் தேடித்தேடிச்சென்று ஈரோடு புத்தகத்திருவிழாவிற்கு அழைத்து வந்து அரங்குகளை நிர்மாணித்திருக்கிறோம்.

உதாரணத்திற்குச் சொல்லவேண்டுமென்றால் போட்டித் தேர்வுகள், ஐ.ஏ.எஸ்., ஐ.பி.எஸ், தமிழ்நாடு பப்ளிக் சர்வீஸ் தேர்வுகள் போன்ற போட்டித் தேர்வுகள், பொதுத்தேர்வுகள் தான் நமக்குத் தெரியும். ஆனால் இதைப்போல நிறைய போட்டித் தேர்வுகள் இருக்கின்றன. நூற்றுக் கணக்கான போட்டித் தேர்வுகள் இந்தியாவில் உள்ளன. அந்தப் போட்டித்தேர்வுகளுக்கென்றே புத்தகங்கள் தயாரிக்கின்ற ஒரு நிறுவனம் ஆக்ராவில் இருக்கிறது. அவர்கள் நாவல், கதைப்புத்தக மெல்லாம் வெளியிடமாட்டார்கள். அத்தனை நூல்களுமே போட்டித் தேர்வுகளுக்கானவை. அவர்களிடம் இல்லாத புத்தகங்களே கிடையாது, போட்டித் தேர்வு நூல்களைப் பொறுத்த வரை. ஆகவே அவர்களைத் தேடிச்சென்று வலியுறுத்தி அழைத்து வந்தோம். பல்லாயிரக்கணக்கான நூல்களை வெளியிடுகிறார்கள் அந்த நிறுவனத்தினர்.

'இவ்வளவு போட்டித்தேர்வுகள் இருக்கிறதா' என்றுகூட தெரியாமல் பல மாணவர்களும் இளைஞர்களும் இருந்து கொண்டிருக்கிற நிலையில், அவ்வளவு போட்டித்தேர்வுகளுக்கும் புத்தகங்கள் தயார் நிலையில் இருக்கின்றன. இதைப்பயன்படுத்திக் கொள்ளவேண்டாமா? வளரும் சமுதாயத்தில் மாறுகின்ற காலக்கட்டத்திற்கேற்ப தன்னை தயாரித்துக்கொள்ள உதவியாக இப்படிப்பட்ட நூல்களும் அணிவகுத்திருக்கின்றன. கண் முன்னால் லட்சக்கணக்கான புத்தகங்கள் கொட்டிக் கிடக்கின்றன."

கவிதை ராஜன்: இனிய காலை வணக்கம் அய்யா. தஞ்சாவூர் மாவட்டம் அய்யம்பேட்டையிலிருந்து கவிதைராஜன் பேசுகிறேன்.

"சொல்லுங்க வணக்கம்."

கவிதை ராஜன்: நல்லநல்ல நூல்களைப் படிப்பவன் சிறந்த படைப்பாளியாவான் என்பது என்னுடைய கருத்து. புத்தகத் திருவிழாவில் புதிய புத்தகங்கள் வருகின்றனவா? அங்கே நூல்கள் வாங்குகிறவர் களுக்கு தள்ளுபடி தரப்படுகிறதா?

ஸ்டாலின்: அதாவது ஈரோடு புத்தகத்திருவிழாவில் கலந்து கொள்ளும் நிறுவனங்கள் கண்டிப்பாக 10 சதவிகிதக் கழிவைத் தரவேண்டும். எந்த ஸ்டாலில் வாங்கினாலும் ஆங்கிலப் பதிப்பகமோ தமிழ்ப் பதிப்பகமோ எந்தக் கடையில் யார் வாங்கினாலும் 10 சதவிகித கழிவு கொடுப்பதற்குத் தயார் என்று ஒப்புக்கொள்கிற பதிப்பகங்களுக்கு மட்டும் தான் நாங்கள் கடைபோடவே அனுமதி அளிக்கிறோம். இது ஒரு நிபந்தனை. அதுபோக, நீங்கள் ஒரு நூல்நிலையத்திற்கோ அல்லது பள்ளிக்கோ அல்லது வேறு ஏதேனும் அமைப்புகளுக்கோ நூல்களை மொத்தமாக வாங்குவதாக இருந்தால் புத்தகங்களை வாங்கி அன்பளிப்பாக, கொடையாக வழங்க முன் வந்தால் அதற்கென்று சிறப்பாக இன்னும் கொஞ்சம் கூடுதலாக சிறப்புத்தள்ளுபடி தரவேண்டும் என்று நாங்கள் கேட்டுக்கொண்டிருக்கிறோம்.

ஈரோடு புத்தகத்திருவிழாவில் தொடக்கத்திலிருந்தே நுழைவுக் கட்டணம் கிடையாது.

மற்ற இடங்களில் வைத்திருக்கிறார்களா?

வைத்திருக்கிறார்கள். ஐந்து ரூபாய், பத்து ரூபாய் என்று இருக்கிறது. ஆனால் ஈரோடு புத்தகத்திருவிழாவைப் பொறுத்தவரை ஆரம்பித்த காலத்திலிருந்து இன்றுவரை இல்லை. இனிமேலும் இருக்கப்போவதில்லை. இது முழுக்கமுழுக்க சேவை அடிப்படையில் செய்யப்படுகிறது. சாதாரண பாமர மக்களும் உளவியல் ரீதியான தடை

ஏதுமின்றி உள்ளே வரவேண்டும். ஒரு ரூபாய், இரண்டு ரூபாய் கூட இல்லை. அனுமதி இலவசம்.

குழந்தைகளை ஈர்ப்பதற்காக உண்டியல் திட்டம்கூட செயல் படுத்தப்படுகிறது அல்லவா.

பல்லாயிரக்கணக்கான உண்டியல்களை சென்ற ஆண்டு கொடுத்திருக்கிறோம். 10 ரூபாய்க்கு நாங்கள் வாங்குகிறோம். 5 ரூபாய்க்கு நாங்கள் அவர்களுக்கு கொடுக்கிறோம். மீதி 5 ரூபாயை பேரவை ஏற்கிறது. இப்படிப் பல்லாயிரக்கணக்கில் வழங்கியிருக்கிறோம். மாணவர்கள் மிகவும் உற்சாகத்தோடு உண்டியல்களை வரிசையில் நின்று வாங்கிச் செல்வார்கள். நான் பல வீடுகளில் பார்த்திருக்கிறேன், குழந்தைகள் ஓடிவந்து காட்டுவார்கள். ஒரு உண்டியல் நிரம்பி விட்டது. அடுத்து இன்னொரு உண்டியல் தாருங்கள் என்று வலியுறுத்தி அலுவலகத்திலிருந்து வாங்கிச் செல்வார்கள். 'புத்தகத்திருவிழாவிற்காக 10 ரூபாய் உண்டியல் 5 ரூபாய்க்குத் தரப்படுகிறது' என்று அரங்கின் முகப்பில் அச்சிட்டு ஒட்டிவிடுவோம். ஒவ்வொரு உண்டியல் மீதும் அடுத்த ஆண்டு புத்தகத் திருவிழா தேதியையும் 'புத்தகச் சேமிப்பு உண்டியல்' என்ற வாசகத்தையும் கொண்ட ஸ்டிக்கர் ஒட்டப்பட்டிருக்கும்.

அம்மா, அப்பா கொடுக்கின்ற காசுகளை, பணத்தைச் சேர்த்து வைக்கிற பழக்கம் அவர்களுக்கு வரவேண்டும். ஆண்டுக்கொருமுறை

புத்தகச் சேமிப்பு உண்டியல்களுடன் மாணவர்கள்

நல்ல விஷயங்களுக்காக, அறிவார்ந்த செயல்களுக்காக அதைச் செலவிடுகிற சிந்தனையை வளர்க்க வேண்டும். நூல்களை வாங்க வேண்டும் படிக்கவேண்டும் என்ற பக்குவம் அந்தக் குழந்தைகளுக்கு வரவேண்டும். அது அவர்களுடைய காசு என்று ஆகி விடுகிறதல்லவா. ஆகவே அவர்கள் தேடிச்சென்று வாங்குகிற புத்தகங்களை வாசிக்க வேண்டும் என்கிற எண்ணம் அவர்களுக்கு இயல்பாகவே வந்துவிடும்.

புத்தகக் கண்காட்சிக்கு வந்து உண்டியலை உடைத்து நூல்கள் வாங்குகிற மாணவர்களுக்கு நீங்கள் மறுபடியும் உண்டியல் தருவீர்களா?

இல்லை. ஆனால் அதிகக் கழிவு தரப்படுகிறது. இது உண்டியல் பணம் என்று நாங்கள் டோக்கன் கொடுத்து விடுவோம். அந்த டோக்கனோடு மாணவர்கள் சென்றால் 20 சதவிகிதம், 25 சதவிகிதம் இன்னும் சில நிறுவனங்கள் இதற்கும் அதிகமாகக்கூட, ஊக்கப் படுத்தும் நோக்கில் கழிவு தருகின்றனர். இவ்வாறான திட்டங்களை யெல்லாம் பதிப்பாளர்கள் கூட்டங்களில் நாங்கள் விளக்கிச் சொல்லி அவ்வாறு வழங்க வேண்டும் என்று கேட்டுக் கொண்டிருக்கிறோம். விலையில் கூடுதல் சதவிகிதம் கழிவு கொடுக்கப்படும்.

உங்கள் முன்னால்தான் உடைக்கவேண்டுமா?

ஆமாம்! அதற்காக நாங்கள் குழு அமைத்திருக்கிறோம். அவர்கள் முன்னிலையில் உண்டியல் உடைக்கப்படும். உடைத்து எண்ணி அடையாள அட்டை கொடுப்போம்.

அதை வைத்துக் கொண்டு கன்செஷனில் புத்தகங்கள் வாங்கிக் கொள்ளலாம்..

ஆமாம்.

ஒரு நேயர் லைனில் இருக்கிறார். "வணக்கம் சொல்லுங்க."

விருந்தினர் அய்யா அவர்களுக்கு வணக்கம். சென்ற ஆண்டு நான் எவ்வளவோ முயன்றும் கலந்து கொள்ள இயலவில்லை. இப்பொழுது இந்த நிகழ்ச்சியைக் கேட்டபிறகு இந்த ஆண்டு கண்டிப்பாக வரவேண்டும். எவ்வளவு வேலைகள் இருந்தாலும் அதையெல்லாம் ஒதுக்கிவைத்துவிட்டு கண்டிப்பாகப் புத்தகத் திருவிழாவிற்குப் போகவேண்டும் என்ற உறுதி ஏற்பட்டுவிட்டது.

"நன்றி, வணக்கம்."

தொழிலதிபர்கள், அதிகாரிகள் வந்துவிடுவார்கள். அவர்களுக்குக் கீழே பணியாற்றுகிற ஊழியர்களை எவ்வாறு வரவழைக்கப் போகிறீர்கள்?

இந்த முறை மூன்று புதிய திட்டங்கள் அறிவிக்கப்பட்டிருக்கின்றன. பெரிய தொழில் நிறுவனங்களை நடத்தி வருகிற தொழிலதிபர்களை மக்கள் சிந்தனைப் பேரவையின் சார்பாக அணுகி அவர்களிடம் கேட்டுள்ளோம். உங்களிடம் 300 பேர் வேலை செய்கிறார்கள், உங்களிடம் 500 பேர் பணியாற்றுகிறார்கள். அவர்கள் அனைவருக்கும் நீங்கள் நூறு ரூபாய் தர வேண்டும். சிவகாசியில் பட்டாசு ஆலையில் வேலை செய்கிறவர்களுக்கு இனாமாக தீபாவளிக்கு பட்டாசு தருகிறார்கள். அதைப்போல ஈரோட்டில் தொழிலாளர்களுக்கு நூறு ரூபாய் தரவேண்டும். அதை சம்பளத்தில் கழிக்கக்கூடாது.

புத்தகத் திருவிழாவின்போது அவர்களுக்கு ஒரு மகிழ்ச்சியை உருவாக்குவதற்காக புத்தகத்திருவிழாச் சிந்தனையை உருவாக்கு வதற்காக நீங்கள் அவர்களுக்கு ஒரு நூறு ரூபாயைக் கொடுக்க வேண்டும். நேரடியாக அவர்களிடம்கூட கொடுக்க வேண்டாம். எங்களிடம் கொடுத்து விட்டால் நாங்கள் உங்கள் மூலம் அவர்களுக்கு டோக்கன் கொடுத்துவிடுகிறோம். கழிவுடன் சேர்த்து அவர்கள் 120 ரூபாய், 130 ரூபாய் மதிப்புள்ள நூல்களைப் பெற்றுக் கொள்ளலாம்.

இவ்வாறு நாங்கள் பல நிறுவனங்களை அணுகிக் கேட்டோம். அவர்கள் மகிழ்ச்சியுடன் ஒப்புக் கொண்டார்கள். ஒரு நிறுவனத்தில் 500 பேர் வேலை செய்கிறார்கள். 500 பேருக்கும் தலா 100 ரூபாய் உடனே கொடுத்துவிட்டார்கள். 'நீங்கள் டோக்கன் கொடுத்து விடுங்கள்' என்றார்கள்.

நமது ஈரோடு புத்தகத் திருவிழா என்பது படித்தவர்கள், பணக்காரர்கள், அறிஞர்கள், பேராசிரியர்கள், ஆராய்ச்சியாளர்கள், மேதைகள், சிந்தனையாளர்கள், படைப்பாளிகள், கவிஞர்கள் என்பவர் களுக்காக மட்டுமல்ல. சாதாரண பாமர மக்களுக்காகவும்தான். வாசிக்கத் தெரிந்தால் போதும். படிக்கத் தெரிந்த அனைவரும் புத்தத்திருவிழாவைப் பயன்படுத்தி அறிவைப் பெருக்கிக்கொள்ள வேண்டும். உலக அறிவை ஊட்ட வேண்டும். இதுதான் நோக்கம்.

இந்திய அளவில் நடைபெறும் புத்தகக் கண்காட்சிகளிலேயே பள்ளி மற்றும் கல்லூரி மாணவர்கள் அதிகமாக வந்து செல்வது, புத்தகங்களை வாங்கிச்செல்வது அநேகமாக ஈரோடு புத்தகத் திருவிழாவாகத்தான் இருக்கும்.

பேருந்துகளிலும் வேன்களிலும் மாணவர்களைக் கூட்டி வருவார்கள். நடந்துகூட அழைத்து வரப்படுவார்கள். ஊர்வலம் போல இரண்டு கிலோ மீட்டர் நடந்தே வருவார்கள்.

ஜெயந்தி அண்ணாமலை: தேவகோட்டையிலிருந்து ஜெயந்தி அண்ணாமலை பேசுகிறேன். அய்யா அவர்களுக்கு வணக்கம்.

ஸ்டாலின்: வணக்கம் வணக்கம்

ஜெயந்தி அண்ணாமலை: என்னுடைய மூத்த சகோதரர் பதிப்புத்துறையில் இருப்பதால் ஒரு நூலை அச்சிட்டு வெளியிடுவது என்பது எவ்வளவு கடினமான காரியம் என்று எனக்குத் தெரியும்."

ஸ்டாலின்: தேவகோட்டையைச் சேர்ந்தவர்கள் பதிப்புத் துறையில் அதிகமாக இருக்கிறார்களே

ஜெயந்தி அண்ணாமலை: ஆமாங்க அய்யா! நீங்க சொன்ன மாதிரியே நானும் எங்கள் குடும்பத்தைச் சேர்ந்தவர்களும் பிறந்தநாள் போன்ற முக்கிய நிகழ்வுகளுக்கு பள்ளிக்குழந்தைகளுக்கும் பெரியவர் களுக்கும் சாக்லேட் வாங்கித் தருவதில்லை. புத்தகங்கள் தான் தருவோம். ஒரு திருமண விழாவை நடத்துவது... ஒரு வீடுகட்டுவது என்பது மிகப்பெரிய காரியம். கஷ்டமான விஷயம். 12 நாட்கள் நடைபெறும் புத்தகத்திருவிழாவை நடத்துவது, அப்பப்பா... எவ்வளவு சிரமமான காரியம். அதைத் தொடர்ந்து 7 ஆண்டுகளாகச் செய்வது என்பது அரும்பெரும் செயல். பேச்சாளர்களின் பெயர்களையெல்லாம் கேட்கும்பொழுது புத்தகக்கண்காட்சிக்கு வரவேண்டும் என்று ரொம்ப ஆசையா இருக்கு. ஆனா...

ஸ்டாலின்: "கண்டிப்பாக வாருங்கள்... எட்டு மாவட்டங்கள் உள்ளிட்ட - கொங்கு மண்டலத்தை மையப்படுத்தி நடத்தப்படுகிறது என்று கூறுவதுதற்காக நீங்கள் தவறாக எடுத்துக்கொள்ளக் கூடாது. தமிழகத்தின் பல பகுதிகளில் இருந்தும் வருகிறார்கள். சென்னையி லிருந்தும் திருநெல்வேலியிலிருந்தும் வருகிறார்கள். அறையெடுத்து தங்கியிருந்து தினமும் வருகிறார்கள். உறவினர் வீடுகளில் தங்கியிருந்து தினசரி நிகழ்ச்சிகளில் பங்கேற்கிறார்கள். குடும்பத்தோடு வருகிறார்கள். இதை வழக்கமாக வைத்திருக்கிறார்கள், என்னதான் நீங்கள் தபாலில் வரவழைத்துப் படித்தாலும் உள்ளூர் நூலகத்தில் படித்தாலும் புத்தகத் திருவிழாவைக் காண்பது, எல்லா அரங்குகளுக்கும் சென்று புதிய புதிய புத்தகங்களையும் காண்பது என்பது நல்ல அனுபவமாகும்.

கேள்விப்படாத, நாம் அறியாத நல்ல பல நூல்களை தேர்ந்தெடுக்க நல்ல வாய்ப்பாகும்.

ஜெயந்தி அண்ணாமலை: ஆமாங்க. எங்க வீட்டில் வந்து பார்த்தீங்கன்னா ஷோகேசில் பொம்மைகளே இருக்காது. எல்லாமே புத்தகங்களாகத்தான் இருக்கும்.

"நன்றி நன்றி! மகிழ்ச்சி"

கந்தவேல்: திருநெல்வேலி மாவட்டத்திலிருந்து கந்தவேல் பேசுறேங்க. வணக்கம். ரொம்ப சந்தோஷம்ங்க. அய்யா... எனக்கு வேளாண்மை தொடர்புடைய அக்ரிகல்சர் புத்தகங்கள் படிக்கணும்னு ஆசையா இருக்கு. கிடைக்குங்களா?

"நீங்கள் கேட்டது நல்ல கேள்வி. துறைசார்ந்த நூல்களை வரவழைக்க முயற்சி எடுத்திருக்கிறோம். விவசாயம் சம்பந்தமான புத்தகங்களைக் கொண்டு ஆங்கிலத்திலும் தமிழிலும் வெளிவந்துள்ள தரமான நூல்களைக்கொண்ட தனி அரங்கத்திற்கு ஏற்பாடு இந்த ஆண்டு செய்திருக்கிறோம். ஈரோடு என்பது தொழில் நகரம் மட்டுமல்ல. ஈரோடு மாவட்டத்தில் நிறைய கிராமங்கள் உள்ளன. நகரம்தான் தொழிலைச் சார்ந்து இருக்கிறது. கிராமங்கள் இன்றும் விவசாயப் பொருளாதாரத்தைச் சார்ந்தே இருக்கின்றன. குறிப்பாக மஞ்சள் வணிகம் இந்திய அளவில் புகழ்பெற்றது. நான் நூல்களின் தலைப்பை சரியாக இங்கே சொல்ல இயலாது. ஆனால் கண்டிப்பாக விவசாயம் தொடர்புடைய சிறந்த ஆய்வு நூல்கள் கண்காட்சியில் இடம்பெற வகை செய்யப்பட்டுள்ளது."

ஒவ்வொரு கடையாகத் தேடிப்பார்க்க நேரமில்லாதவர்களுக்கு நுழைவாயிலில் ஓர் அலுவலகம் அமைத்து இந்த எண் கொண்ட கடையில் இது சம்பந்தமான புத்தகங்கள் கிடைக்கும் என்று சொல்ல ஏற்பாடுகள் செய்யப்பட்டிருக் கின்றனவா?

நுழையும்பொழுதே வாயிலில் அகர வரிசைப்படி கடைகளின் எண்களும் பதிப்பகங்களின் பெயர்களும் பெரிதாக தட்டிகளில் பலகை களில் எழுதி வைக்கப்பட்டிருக்கும். ஒன்று, இரண்டு, மூன்று என்று எண் வரிசைப் பிரகாரமும் இருக்கும். துண்டறிக்கைகளும் கிடைக்கும். வருகின்றவர்களின் ஐயப்பாடுகளைத் தீர்க்கவும் வழிகாட்டவும் வரவேற்பு அலுவலகத்தில் சிந்தனைப் பேரவையின் தன்னார்வலர்கள் இருப்பார்கள்.

குறிப்பிட்ட சில நூல்கள் எந்த ஸ்டாலில் கிடைக்கும் என்பதைச் சொல்வார்களா?

சொல்வார்கள். உதாரணத்திற்கு 'சட்டப்புத்தகம் எங்கே கிடைக்கும்?' என்று ஒருவர் கேட்டால் இயன்றவரை சொல்வதற்கு சிந்தனைப் பேரவையின் உறுப்பினர்கள் முயற்சிப்பார்கள். ஒருமுறை நாடகம் பற்றித் தமிழில் தரமான நூல்கள் கிடைக்கவில்லையே என்றார் ஒருவர். நன்றாகத் தேடிவிட்டேன். எனக்குக் கிடைக்கவேயில்லை என்று சொன்னார். உடனே நான் மைக்கை எடுத்து, 'நாடகம் குறித்து

என்னென்ன நூல்கள் எந்தெந்த பதிப்பகத்தில் உள்ளனவோ அவற்றை எடுத்துக்கொண்டு வரவேற்பறைக்கு வரவும்' என்று அறிவித்தேன். நீங்கள் நம்பமாட்டீர்கள். சுமார் நூறு புத்தகங்கள் வந்துவிட்டன. வைத்துக்கொண்டு வரிசையாக நிற்கிறார்கள். கேட்டவர் ஷாக் ஆகிவிட்டார். அதில் சில நூல்கள் மிகத் தரமானவை.

பதிப்பகங்கள் என்றால் பெரும்பாலும் தனியார்தான் இருக்கிறார்கள். அரசின் சார்பாக பொதுத்துறை நிறுவனங்கள் எதுவும் இல்லையா?

அரசு நிறுவனம் என்று பார்த்தால் 'நேஷனல் புக் டிரஸ்ட்'. இந்திய அரசு நிறுவனம். அவர்கள் வருகிறார்கள். 'பப்ளிகேஷன் டிவிஷன்' ரொம்ப முக்கியம். மிகவும் விலைகுறைவு. அருமையான நூல்கள், தரமான புத்தகங்களை வெளியிடுகிறார்கள், அரசின் பப்ளிகேஷன் டிவிஷன். அதேபோல 'சாகித்ய அகாடெமி' வருகிறார்கள். தஞ்சைத் தமிழ்ப் பல்கலைக்கழகம் வருகிறார்கள். 'உலகத் தமிழாராய்ச்சி நிறுவனம்' வருகிறார்கள்.

திருமலைச்சாமி: சார்! உத்தமபாளையம் திருமலைச்சாமி. தமிழக அரசின் சார்பாக டிபார்ட்மெண்ட் எக்சாம் என்று சொல்லப் படுகின்ற துறை சார்ந்த தேர்வுகள் நடைபெறுகின்றன. வி.ஏ.ஓ. ரெவின்யூ டிபார்ட்மெண்ட், சர்வே டிபார்ட்மெண்ட், பஞ்சாயத்து துறை இதைப் போல. இப்போ இது சம்பந்தமான புத்தகங்கள் 1965 வாக்கில் போட்டார்கள். அதற்குப்பிறகு இல்லை. துறையில் இருக்கின்ற பலபேர் நல்ல நூல்கள் இல்லாமல் தடுமாறிக் கொண்டிருக்கிறார்கள். குறிப்பாக புரோமோஷனுக்காக - பதவி உயர்வுக்காக பரீட்சை எழுத பலர் நினைக்கிறார்கள். இவர்களுக்கு உதவி செய்ய நீங்கள் நூல்களை வெளியிடுவீர்களா?"

ஸ்டாலின்: நீங்கள் சொன்னதைப் போன்ற புத்தகங்களை வெளியிடுவோர் இருக்கிறார்கள். இந்த முறை இதற்காக மூன்று நிறுவனங்கள் வருகின்றன.

திருமலைச்சாமி: நான் சொல்றது கவர்மெண்ட் எடிசன்.

ஸ்டாலின்: நீங்க சொல்றமாதிரி கவர்மெண்ட் எங்களுக்கு வழங்காது. நாங்களும் அச்சடித்துக் கொடுப்பதில்லை. அதற்குப் பதில் என்ன செய்கிறோம் என்றால், அதற்கான பதிப்பகம் இருக்குமானால் அவர்களிடம் நாங்கள், நீங்கள் குறிப்பிடும் நூல்களை பதிப்பித்துக் கொண்டுவரப் பரிந்துரைப்போம். அதைப்போல பரிந்துரைகள் செய்து வருகிறோம். அவர்களும் அதை ஏற்றுப் பதிப்பித்து வருகிறார்கள்.

சந்திரசேகரன்: தூத்துக்குடி மாவட்டம் கோவில்பட்டி சந்திரசேகரன் பேசுகிறேன். வணக்கம். கல்விச்சாலைகளும் பெருகி விட்டன; சிறைச்சாலைகளும் பெருகிவிட்டன. இப்படிப்பட்ட சூழலில் பாடத்திட்டத்திற்கும் வகுப்பறைகளுக்கும் வெளியே நாம் நிறைய நல்ல பல இலக்கியங்களைப் படித்தால்தான் சிறப்பாக வாழ முடியும். இந்த நேரத்தில் நான் எனது ஆசிரியரை நினைத்துக் கொள்கிறேன்.

ஸ்டாலின்: நன்றி வணக்கம்! மிகச்சிறந்த இலக்கிய நூல்கள் மிகச்சிறந்த மனிதர்களை உருவாக்கியுள்ளன என்பதில் சந்தேகமில்லை. அத்தோடு அறிஞர்களின் உரை கேட்பது, அறிவுக்கு உரம் சேர்க்கும். புத்தகத் திருவிழாவில் நுழைந்த உடனே முதலில் மக்கள் சிந்தனைப் பேரவையின் ஸ்டால் போடப்பட்டிருக்கும். இந்தக் கடையில், இத்தனை ஆண்டு காலம் மக்கள் சிந்தனைப்பேரவையின் நிகழ்ச்சிகளில் வந்து உரையாற்றிய அறிஞர்கள் அனைவரது சொற்பொழிவுகளும் ஆடியோவாகவும் வீடியோவாகவும் கிடைக்கின்றன. இதை மிக நேர்த்தியாக திரைப்பட இயக்குனர்களை வைத்து வடிவமைத்து டிவிடிக்களாக மக்களுக்குக் கொடுக்கிறோம். பழைய உரைகள் அத்தனையும் கிடைக்கும்.

பிளாஸ்டிக் பைகளைப் பயன்படுத்தக்கூடாது என்று பதிப்பாளர்களிடம் கூறியிருக்கிறோம். இதற்கு மாற்றாக நாங்களே துணிப்பையை தயார் செய்து வைத்திருக்கிறோம். அவற்றை அசல் விலைக்கே நாங்கள் தருகிறோம். தேவைப்பட்டவர்கள் வாங்கிச்செல்லலாம். சென்ற ஆண்டு இந்தத் திட்டம் மகத்தான வெற்றி பெற்றது.

சந்திரசேகரன்: நன்றி வணக்கம் அய்யா

ஸ்டாலின்: "நன்றி வணக்கம்"

உதவி நெறியாளர்: ஒரு புத்தகத்தைப் படித்தால் ஒரு மனிதனைப் படித்ததைப்போல. அவை காகிதக்கட்டுகள் அல்ல, கருத்துப் புதையல்கள். நிகழ்ச்சி நெறியாளர் தாரா ரவீந்திரன் அவர்களுக்கும் மக்கள் சிந்தனைப் பேரவைக்கும் கோடை பண்பலை வானவில் நேயர்களின் சார்பாக வாழ்த்துக்களைக் கூறி விடைபெறுகிறோம்.

நெறியாள்கை: தாரா ரவீந்திரன்

கொங்கு சமுதாய வானொலி - 10 ஏப்ரல், 2013

பெருமைமிகு ஈரோடு

'வரலாறு குறித்த பார்வை காலத்திற்குக் காலம் மாறிக் கொண்டு வருகிறது. தற்போது 'வட்டார வரலாறு' உலகெங்கும் முக்கியத்துவம் பெற்று வருகிறது. உலக வரலாறும் நாட்டின் வரலாறும் தெரிந் திருக்கும் பலருக்கு உள்ளூரின் வரலாறு தெரிந்திருப்பதில்லை. சில நாடுகளில் ஒவ்வொரு குடும்பத்தின் வரலாறும் அக்குடும்பத்தின் தலைவரால் தொகுக்கப்பட்டு அடுத்த தலைமுறையின் கரங்களில் ஒப்படைக்கப்படும் பழக்கம் உள்ளது. குடும்ப வரலாற்றைக் கூட ஆவணப்படுத்துபவர்கள் அவர்கள்.

கொங்கு சமுதாய வானொலி செயல்படும் கொங்கு பொறியியல் கல்லூரி ஈரோடு மாவட்டத்தில் உள்ளது. ஈரோட்டின் வலாற்றுச் சுருக்கத்தை கொங்கு சமுதாய வானொலி நேயர்களுக்கு எடுத்துச் சொல்லும் விதத்தில் 'பெருமைமிகு ஈரோடு' என்ற தலைப்பில் ஒரு நேர்காணல் நிகழ்ச்சியை ஏற்பாடு செய்துள்ளது.

நிலையத்தின் அழைப்பை ஏற்று இந்நேர்காணலில் பங்கேற்க மக்கள் சிந்தனைப் பேரவையின் தலைவர் த. ஸ்டாலின் குணசேகரன் வருகை புரிந்துள்ளார். இவர் 'விடுதலை வேள்வியில் தமிழகம்' 'தேச விடுதலையும் தியாகச் சுடர்களும்' 'வரலாற்றுப் பாதையில்' எனும் பல வரலாற்றுத் தொடர்புள்ள சிறந்த நூல்களின் ஆசிரியர். இவரை கொங்கு சமுதாய வானொலியின் சார்பில் நிலையத்திற்கு அன்புடன் வரவேற்கிறோம்.

வணக்கம் அய்யா...

வணக்கம்.

ஈரோடு பொதுவாக தொழில் நகரம், வியாபார நகரம் என்று அறியப்பட்ட ஊர். அதைத்தாண்டி எவ்வளவோ பெருமைகள் ஈரோட்டுக்கு உண்டு. அதுபற்றி நமது நேயர்களுக்கு கொஞ்சம் விரிவாகச் சொல்லுங்களேன்...

முன்னாள் அமைச்சர் ராகவானந்தம் தனது மகனுக்கு 'ஈரோடு' என்று பெயர் வைத்திருந்தார். இவரைப் போலவே பலரும் பல

இடங்களிலும் தங்களது பிள்ளைகளுக்கு ஈரோடு என்று பெயர் வைத்திருக்கின்றனர். இதைக் கேட்கும் போது சிரிக்கத் தோன்றும். நகைச்சுவையாக இருக்கும்.

'சென்னிமலை என்று பலருக்குப் பெயர் வைத்திருக்கிறார்களே... சிவன் மலை என்று பலருக்கு பெயர் வைத்திருக்கிறார்களே... பழனி, திருப்பதி என்று நிறையப் பேருக்கு பெயர்கள் இருக்கின்றதே... அதையெல்லாம் கேட்டு ஏன் யாரும் சிரிப்பதில்லை? ஆண்டவன் சந்நிதானம், ஆண்டவன் பிறந்த இடம், ஆண்டவனுக்குத் திருக்கோயில் எழுந்த இடம் ஆகிய அந்த மாதிரி இடங்களின் பெயரையெல்லாம் ஒருவருக்கு வைக்கலாம்... ஆனால், பகுத்தறிவைப் பற்றி எடுத்துச் சொன்ன - தமிழ்கூறும் நல்லுலகில் பகுத்தறிவுச் சிங்கமாகத் திகழுகின்ற தந்தைப் பெரியார் பிறந்த ஊர் ஈரோடு... அந்தப் பெயரை வைக்கக்கூடாதா? ஈரோடு ஒரு தனிச் சிறப்புமிக்க பெயர். அந்தச் சிறப்புமிக்க பெயரை என் மகனுக்கு ஏன் சூட்டக்கூடாது' என்று ராகவானந்தம் கூறியது இன்றும் என் காதில் ஒலிக்கிறது.

இன்று இந்தியா முழுவதும் உள்ள துணி வணிகத்தில் குறிப்பிடத் தகுந்த ஒரு இடமாக ஈரோட்டைச் சொல்லலாம். நாடு முழுவதும் பிளாட்பாரக் கடைகளில் இருந்து ஷோரூம் வைத்து வியாபாரம் செய்யக்கூடிய இடங்கள் வரை இருக்கும் கைலிகள், வண்ணமயமான அந்தக் கைலிகள், துண்டுகள் போன்றவற்றில் ஈரோட்டின் முத்திரையை நீங்கள் பார்க்கலாம். கதரிலும் கைத்தறியிலும் உருவாக்கப்படுகிற வேட்டிகள், துண்டுகள், வெளிநாடுகளுக்கு ஏற்றுமதி செய்யப்படுகிறது. ஈரோடு மாவட்டத்திலுள்ள சென்னிமலை, சிவகிரியெல்லாம் கைத்தறிக்கும் விசைத்தறிக்கும் புகழ் பெற்ற ஊர்கள். அதேபோல ஜமக்காளத்திற்கு உலகப்புகழ் பெற்ற ஊர்களில் ஒன்று பவானி.

ஈரோட்டிற்கு உட்பட்ட வீரப்பன்சத்திரம், மாணிக்கம்பாளையம் இந்தப்பகுதிகள் எல்லாம் இலட்சக்கணக்கானோருக்கு வேலைவாய்ப்பை அளித்திருக்கிற விசைத்தறிகள் இருக்கிற இடங்களாகும். ஆகவே துணி வணிகம் என்று எடுத்துக் கொண்டால், இந்திய அளவில் குறிப்பிடத் தகுந்த ஊர்களில் ஒன்று ஈரோடு.

திங்கள், செவ்வாய், புதன் கிழமைகளில் வடநாட்டில் இருந்து துணிகளைக் கொள்முதல் செய்ய வருவார்கள். அதேபோல தென் தமிழகத்திலிருந்து செவ்வாய் மற்றும் புதன் கிழமைகளில் ஈரோட்டில் நடைபெறும் ஜவுளிச்சந்தைக்கு நூற்றுக்கணக்கானவர்கள் மொத்தமாக வாங்கிக் கொண்டு போய் சில்லறையில் விற்பார்கள். சிலப்பதிகாரத்தில் வரும் அல்லங்காடி, நாலங்காடி என்பதை நினைவுப்படுத்தும்

ஜவுளிச்சந்தை இது. திங்கள், செவ்வாய்க்கிழமைகளில் இரவு பகல் வேறுபாடின்றி சுறுசுறுப்பாக இயங்கும்.

அதே போல 'மஞ்சள் மாநகரம்' என்று ஈரோட்டைச் சொல்லலாம். உலகளவில் புகழ் பெற்றது. மஞ்சளுக்கு ஏராளமான குடோன்கள், கிடங்குகள் இருக்கின்றன. ஈரோடு மாவட்டத்தைச் சுற்றி ஏராளமான இடங்களில் மஞ்சள் விளைகிறது. மஞ்சளைப் பதப்படுத்துவதற்கு, பாதுகாத்து வைப்பதற்குமான பண்டக சாலைகள் உள்ளன. மஞ்சள் கமிஷன் மண்டிகள் ஏராளமாக இருக்கின்றன. ஆகவே மஞ்சளுக்கு இந்தியாவிலேயே புகழ்பெற்ற நகரமாக ஈரோடு விளங்குகிறது.

அதே மாதிரி காண்ட்ராக்டர்ஸ் இருக்கிறார்களே... என்ஜினியரிங் காண்ட்ராக்டர்ஸ். நிறைய இருக்கிறார்கள். நாடு முழுவதும் இருக்கும் பெரிய பெரிய ஆற்றுப்பாலங்கள், மேம்பாலங்கள், பிரம்மாண்டமான கட்டிடங்கள், கல்லூரிகள் போன்றவற்றைக் கட்டும் பொறியாளர்கள் மற்றும் ஒப்பந்ததாரர்கள் இந்திய அளவில் புகழ்மிக்கவர்கள் ஈரோட்டில் இருக்கின்றார்கள். பில்டர்ஸ், என்ஜினியர்ஸ், காண்ட்ராக்டர்ஸ், சிவில் இன்ஜினியர்ஸ் என மிகப் பெரும் வெற்றி கண்டவர்கள், முத்திரை பதித்தவர்கள் பலர் ஈரோட்டில் இருக்கிறார்கள். நமக்குப் பெருமை சேர்த்திருக்கிறார்கள்.

பெருந்துறையிலிருந்து ஈரோடு வந்து பிறகு பள்ளிப் பாளையம்வரை உள்ள சாலைகளின் இருபுறமும் ஏராளமான கல்லூரிகள் - தமிழக அளவில் புகழ்பூத்த கல்லூரிகள் இயங்குகின்றன. உயர்கல்விக்கு பேர் பெற்ற ஓர் இடமாக ஈரோடு வளர்ந்து வருகிறது. சென்னை போன்ற இடங்களில் இருந்தெல்லாம் வந்து இங்கே தங்கள் குழந்தைகளைச் சேர்த்துவிட்டுப் போகிறார்கள். தகுதிகளை உயர்த்த, சிறப்புகளைச் சேர்க்க இன்னும் முயற்சிக்க வேண்டும் என்கிற குறைகளும் கோரிக்கை களும் ஒருபக்கம் இருந்தாலும் - அதேபோல ஏழை எளியவர்கள், பணம் கட்டிப் படிக்க வைக்க முடியாதவர்களின் பிள்ளைகள் படிக்க அரசுக்கல்லூரிகள் அமைக்கவேண்டும் என்பது போன்ற சில வேண்டு கோள்கள், விருப்பங்கள் இருந்தாலும்கூட இன்றைக்குக் கல்வியிலே முன்னேற்றம் அடைந்து கொண்டிருக்கிற ஊராக ஈரோடு மாறி வருகிறது.

ஈரோடு நகராட்சி பழம்பெரும் நகராட்சி. நூற்றாண்டுவிழா கொண்டாடப்பட்ட நகராட்சி. வெள்ளைக்காரர்கள் காலத்திலேயே நிறுவப்பட்ட நகராட்சி. அதில்தான் தந்தைபெரியார் நகராட்சித் தலைவராக இருந்தார். ஏதோ பத்தோடு பதினொன்று அத்தோடு இதுவும் ஒன்று என்று கருதத்தக்க நகராட்சி அல்ல. பிற நகராட்சிகளுக்கு

கடன் கொடுக்கிற அளவுக்கு வசதிமிக்க செல்வாக்குமிக்க நகராட்சியாக ஈரோடு நகராட்சி இருந்திருக்கிறது.

ஈரோட்டுக்குக் காந்தியடிகள் வந்ததாகச் சொல்கிறார்களே... அதுமாதிரி எந்தெந்தத் தலைவர்கள் வந்திருக்கிறார்கள்? வரலாற்று முக்கியத்துவம் வாய்ந்த சம்பவங்கள் என்னென்ன...

ஈரோடு வ.உ.சி. பூங்காவில் 1927ல் நிறுவப்பட்ட காந்தி சிலை

மகாத்மா காந்தி நான்குமுறை ஈரோட்டிற்கு வருகை தந்திருக்கிறார். கேசவலால் காளிதாஸ் சேட் என்ற ஒருவர் இருந்தார் ஈரோட்டில். குஜராத்தி. ஈஸ்வரன் கோயில் வீதியில் வசித்தார். அவருடைய வீட்டில் காந்தியடிகள் தங்கியிருந்திருக்கிறார். பெரியாருடைய வீட்டில் காந்தியடிகள் தங்கியிருக்கிறார். இன்னுமொரு சிறப்பு என்னவென்றால், 09.04.1927 ஆம் தேதி வ.உ.சி பூங்கா மைதானத்தில் காந்தியடிகளுக்கு மார்பளவு சிலை எழுப்பப்பட்டிருக்கிறது. சுதந்திரத்திற்கு 20 ஆண்டுகளுக்கு முன்பே- காந்தியடிகள் இறப்பதற்கு 21 ஆண்டுகளுக்கு முன்பே அவருக்கு சிலை வைத்து தனது தேசபக்தியை வெளிப்படுத்திய நகரம் ஈரோடு. இது மிகவும் குறிப்பிடத்தகுந்தது. இந்தச் சிலையைத் திறந்தவர் யாரென்றால், சென்னையிலிருந்து வந்த ஆங்கிலேய கவர்னர் வைகௌன்ட் கோஷன் அவர்கள். ஈரோடு நகராட்சித் தலைவர் சீனிவாச முதலியார் அந்த நிகழ்ச்சிக்கு தலைமையேற்றிருக்கிறார். அதற்குப் பக்கத்திலேயே, காந்தி நடந்து கொண்டிருப்பது போன்று இன்னொரு சிலை கம்பீரமாக இருக்கிறது. அது பிறகு வந்தது. நகராட்சி வளாகத்திற்குள் ஒரு காந்தி சிலை இருக்கிறது. கருங்கல் பாளையத்தில் ஒரு சிலை இருக்கிறது. அடடா! காந்திக்கு ஈரோட்டில் எத்தனை சிலைகள்.

ஜவஹர்லால் நேரு போன்ற மிகப்பெரும் தலைவர்கள் ஈரோட்டிற்கு வந்திருக்கின்றனர். பகத்சிங் தலைமையில் இயங்கிய 'நவ ஜவான்' இயக்கத்தோடு ஈரோட்டிலிருந்த சிலருக்குத் தொடர்பு இருந்திருக்கிறது. பகத்சிங் மறைந்த பிறகு பழைய பேருந்து நிலையமருகில் ஈரோட்டில் நவ ஜவான் இயக்கத்தினுடைய மாநில அளவிலான மாநாடு ஒன்று நடைபெற்றிருக்கிறது. நேதாஜியின் இந்திய தேசிய ராணுவத்தில் ஈரோடு மாவட்டத்தைச் சேர்ந்த பலர் இருந்திருக்கின்றனர்.

தந்தை பெரியார் பிறந்தது ஈரோட்டின் பெருமைகளில் ஒன்று. பெரிய வணிகக் குடும்பத்தில் பிறந்தவர். 1919ல் ஜாலியன் வாலாபாக் படுகொலைச் சம்பவத்திற்குப் பிறகு, தான் வகித்து வந்த எல்லாப் பதவிகளிலிருந்தும் பொறுப்புகளிலிருந்தும் ராஜினாமா செய்துவிட்டு, தேசத்திற்காக வாழ்நாள் முழுவதும் தன்னை அர்ப்பணித்து கடைசி வினாடி வரை பகுத்தறிவைப் பரப்பவும், சீர்திருத்தக் கொள்கைகளை வளர்க்கவுமாக, இந்தச் சமூகத்திற்காகவே வாழ்ந்த மாபெரும் மனிதர். கணிதமேதை ராமானுஜன் பிறந்தது ஈரோடு. அவருடைய பூர்வீகம் கும்பகோணம் என்றாலும் அவரது தாய்வழிப் பாட்டனார் ஈரோட்டில் இருந்ததால் இங்கே பிறந்து வளர்ந்து சில காலத்திற்குப் பிறகு கும்பகோணம் சென்றார்.

தந்தை பெரியார் தமிழ்நாடு காங்கிரஸ் கமிட்டியின் தலைவராக இருந்தபோது மாநிலத் தலைமை அலுவலகம் ஈரோட்டில்தான் இயங்கி வந்தது. சத்தியமூர்த்தி பவன் இருக்கின்றதே, அதைப்போல பெரியாரின் வீடுதான் மாநில காங்கிரஸ் அலுவலகமாக இருந்தது. ஆகவே இந்திய அளவில் பெரிய தலைவர்களாகத் திகழ்ந்த அனைவரும் ஈரோட்டிற்கு வருகை புரிந்திருக்கின்றனர். பெரியாரின் துணைவியார் நாகம்மாள் அவரது சகோதரி கண்ணம்மாள் இவர்கள் இருவரும் அன்னியத் துணி பகிஷ்காரப் போராட்டம், கள்ளுக்கடை மறியல் போன்றவற்றில் ஈடுபட்டு சிறை சென்றிருக்கின்றனர். கதர் இயக்கத்தில் பங்கு கொண்டிருக்கின்றனர். ஆகவே விடுதலைப் போராட்ட இயக்க வரலாற்றில் ஈரோட்டிற்கு மகத்தான பங்கு இருக்கிறது.

எம்.ஏ.ஈஸ்வரன் என்கிற மிகச்சிறந்த தியாகி ஈரோட்டில்தான் இருந்தார். ஏறத்தாழ பத்தரை ஆண்டு காலம் சிறைக் கொட்டடியில் இருந்து சித்ரவதைப்பட்டவர். மறக்கவே கூடாத ஒரு மாமனிதர். சுதந்திரத்திற்குப் பிறகுதான் திருமணமே செய்து கொள்வேன் என்று வாழ்ந்தார். சுதந்திரத்திற்குப் பிறகு அவருக்கு வயதாகிவிட்டதால் அவர் திருமணம் செய்யாமலே கடைசிவரை வாழ்ந்தார். பெண் கல்வி பேணிய பெரியார் மீனாட்சிசுந்தர முதலியார். பாரதி பெண் விடுதலைக்காகக் குரல் கொடுத்தவர், பெரியார் பெண்ணுரிமைக்காகப்

போராடியவர். தான் தொடங்கிய கலைமகள் கல்வி நிலையத்தின் மூலமாக பல்லாயிரக்கணக்கான பெண்களை கல்வி கற்க வைத்தவர் மீனாட்சி சுந்தர முதலியார். பொன்விழாவைக் கடந்த பெருமைக்குரிய கல்வி நிலையம் அது.

திராவிட இயக்கத்தின் பாசறையாக ஈரோடு திகழ்ந்திருக்கிறது. முதலமைச்சர்களாக வந்த பேரறிஞர் அண்ணா, கலைஞர் மு.கருணாநிதி ஆகியோர் ஈரோட்டிலேயே தங்கியிருந்து பெரியாரின் ஏடுகளில் ஆசிரியர் குழுவிலே அங்கம் வகித்தவர்கள்.

இந்தியப் பொதுவுடைமை இயக்கம் தோற்றுவிக்கப்பட்டது, 1925-ஆம் ஆண்டு. முதல் மாநாடு கான்பூரில் நடைபெற்றது. வட இந்தியாவில் நடந்த அந்த முதல் பொதுவுடைமை இயக்க மாநாட்டிற்கு தலைமை ஏற்றவர் தமிழரான ம.சிங்காரவேலர். தமிழகப் பொதுவுடைமை இயக்கத்தின் தந்தையெனப் போற்றப்பட்டவர். தமிழ்நாட்டில் அரும்பாடுபட்டு பெரும் தியாகம் செய்து கம்யூனிஸ்ட் கட்சியை வளர்த்தவர் ப. ஜீவானந்தம். அப்பேர்ப்பட்ட ஜீவாவும் சிங்காரவேலரும் ஈரோட்டில் தந்தை பெரியாரோடு இணைந்து செயல் பட்டிருக்கின்றனர். தந்தை பெரியாரும் சிங்காரவேலரும் இணைந்து தயாரித்த அறிக்கைக்கு 'ஈரோட்டுப்பாதை' என்று பெயரிட்டனர். 'ஈரோட்டுப் பூகம்பம்' என்பார்கள். 'ஈரோட்டுப் பாசறை' என்பார்கள். 'ஈரோட்டுக் குருகுலம்' என்பார்கள். இவையெல்லாம் திராவிட இயக்கத்தினர் பயன்படுத்துகிற சொற்றொடர். ஆகவே தமிழகத்தில் பெரிய எழுச்சியை உருவாக்கிய இடம். புராதனமான ஈரோடு நகரத்திற்கு சிறந்த வரலாறு இருக்கிறது. நல்ல பாரம்பரியம் இருக்கிறது.

1921-ம் ஆண்டின் மகாகவி பாரதி மறைவதற்கு முன்பு உரையாற்றிய இடம் ஈரோடு. தங்கபெருமாள் பிள்ளை என்ற ஓர் இளம் வழக்கறிஞர் ஈரோட்டில் வாழ்ந்தார். அவர்தான் மகாகவி பாரதியை அழைத்து வந்து ஈரோடு கருங்கல்பாளையத்தில் உரையாற்ற வைத்தார். 'மனிதனுக்கு மரணமில்லை' என்ற தலைப்பில் ஓர் வாசக சாலையின் ஐந்தாமாண்டு விழாவில் பாரதியார் பேசினார். அதற்கு அடுத்த நாள் 'இந்தியாவின் எதிர்கால நிலை' என்ற தலைப்பில் ஈரோட்டின் காரைவாய்க்கால் பகுதியில் உரையாற்றியிருக்கிறார். 'எனது ஈரோடு யாத்திரை' என்ற தலைப்பில் சுதேசமித்திரனில் பாரதியார் இந்நிகழ்ச்சி குறித்துக் கட்டுரை எழுதியிருக்கிறார்.

ஈரோடு பாரதியின் பாதம் பட்ட இடம் மட்டுமல்ல. மகாகவி பாரதியின் சங்கநாதம் கேட்ட இடமல்லவா? ஆகவே மாவட்ட ஆட்சித் தலைவராக த.உதயச்சந்திரன் இருந்தபோது பாரதி

பாரதி இறுதிப் பேருரை நிகழ்த்திய கருங்கல்பாளையம் வாசக சாலை

இறுதிப்பேருரை நிகழ்த்திய கருங்கல் பாளையம் நூல் நிலையத்தைப் புதுப்பித்து அங்கே அருமையான மணிமண்டபம் கட்ட வேண்டும் என்று வேண்டுகோள் விடுத்தோம். கோரிக்கை வைத்த அடுத்தவாரமே 20 லட்சரூபாய் ஒதுக்கப்பட்டு வேலை தொடங்கப்பட்டு விட்டது. பாரதியாரின் புகைப்படங்கள், அவர் நடத்திய ஏடுகள், கையெழுத்துப் பிரதிகள் அந்த மணிமண்டபத்தில் காட்சிக்கு வைக்கப்பட்டன. இலக்கியக் கூட்டம் நடத்த, சிறு அரங்கம் வேண்டும். அந்த நூலகம் தரம் உயர்த்தப்படவேண்டும் என்று கேட்டோம். அதையும் நிறைவேற்றித் தந்தவர் ஆட்சியர் த.உதயச்சந்திரன் ஆவார்.

பாரதியார் எழுதிய புத்தகங்கள் மட்டுமல்ல. பாரதியாரைப் பற்றி பிற எழுத்தாளர்கள், கவிஞர்கள், தலைவர்கள், அறிஞர்கள் எழுதியுள்ள நூல்களையெல்லாம் வைக்கவேண்டும் என்று கேட்டோம். "நீங்கள் தானே கேட்டீர்கள் நீங்களே சென்னை சென்று வாங்கி வாருங்கள்" என்று அந்தப் பொறுப்பையும் நம்மிடம் கொடுத்தார் ஆட்சித் தலைவர். உடன் தலைநகர் சென்று ஒருவார காலம் தங்கியிருந்து பாரதி எழுதிய நூல்கள் மட்டுமல்ல, பாரதியோடு தொடர்புடைய எல்லா நூல்களையும் வாங்கி வந்தோம். தெரிந்த அனைத்து பதிப்பகங்களுக்கும் சென்று வாங்கி வந்தோம். நூற்றுக்கணக்கான புத்தகங்களைக் கொண்டுவந்து வைத்தோம். "தமிழகம் எங்கும் சென்று பாரதியின் அரிய புகைப்படங்களைத் தேடிக் கொண்டு வந்து வைக்க வேண்டும்

என்று கேட்டுக்கொண்டோம். அதன்படி தமிழ்நாடு முழுவதும் சென்று வேறு எங்கும் இல்லாத அளவுக்குப் புகைப்படங்களை வாங்கி வந்தோம். இத்தனைக்கும் ஆன செலவை அரசே ஏற்றுக்கொள்ளவும் ஆட்சித் தலைவர் வழிவகை செய்தார்.

உங்களின் முன்முயற்சியால் பெருமைக்குரிய பல ஆளுமைகள் ஈரோட்டுக்கு அழைத்து வரப்பட்டுள்ளார்கள் அதுபற்றி...

இந்திய தேசிய இராணுவத்தின் பெண் படைப்பிரிவு, ராணி ஜான்சி ரெஜிமெண்ட். இதன் தளபதிதான் கேப்டன் லட்சுமி. நேதாஜி அமைத்த சுதந்திர இந்திய அமைச்சரவையின் அமைச்சராக நேதாஜியால் பிரகடனப்படுத்தப்பட்டவர் கேப்டன் லட்சுமி.

இவர் ஈரோட்டிற்கு மக்கள் சிந்தனைப் பேரவையால் அழைத்து வரப்பட்டதும் 5,000க்கும் மேற்பட்ட பொதுமக்கள் முன்னிலையில் அவர் ஆற்றிய கம்பீரமான உரையும் மறக்க முடியாத நிகழ்வுகளாகும். இந்நிகழ்வில் கல்லூரி மாணவ- மாணவியர் பெரும் எண்ணிக்கையில் பங்கேற்றனர். இவரது வருகை ஒரு தேசபக்த அதிர்வை ஈரோட்டுப் பகுதியில் ஏற்படுத்தியது.

மேதகு ஏ.பி.ஜெ.அப்துல்கலாம் அவர்கள் ஈரோடு புத்தகத் திருவிழாவின் 5ஆம் ஆண்டு நிறைவு நாள் நிகழ்ச்சியில் பங்கேற்றதும் அதில் ஒரு லட்சம் மக்கள் எழுச்சியுடன் கலந்து கொண்டதும் ஈரோடு வரலாற்றில் ஒரு மைல்கல்லாகும். அதே புத்தகத்திருவிழாவின் 10ஆம் ஆண்டு நிறைவு விழாவிலும் கலாம் பங்கேற்றது வரலாற்றுக்கு வலுசேர்த்தது போன்று ஈரோடு மக்கள் மனதில் கல்வெட்டாய்ப் பதித்த நிகழ்ச்சியாகும். அவர் இரண்டு முறை வருகைதந்த போதும் புத்தக வாசிப்பு குறித்தும் அறிவு வளர்ச்சி குறித்தும் அறிவியல், இலக்கிய மேதைகள் குறித்தும் வீட்டுக்கொரு நூலகம் அமைக்க வேண்டியதன் அவசியம் குறித்தும் ஆற்றிய உரைகள் வரலாற்றில் நிற்கத்தக்க உரைகளாகும்.

வ.உ.சியின் அருமைத் திருமகன் வாலேஸ்வரனை அழைத்து வந்தோம். மூத்த தியாகி ஐ.மாயாண்டி பாரதியை உரை நிகழ்த்த புத்தகத் திருவிழா விற்கு அழைத்து வந்தோம். ஈழத்திலிருந்து பேராசிரியப் பெருந்தகை கார்த்திகேசு சிவத்தம்பி வருகை புரிந்தார்.

ஐ.ஏ.எஸ் அதிகாரியாக இருந்து அந்தப் பதவியை உதறி எறிந்து விட்டு சமுதாய சேவையே எனது இலட்சியம் என்று பாடுபட்டவரும்,

தகவல்பெறும் உரிமைச்சட்டம் வருவதற்குப் பெரும் காரணமாக இருந்தவருமான அருணாராய் அவர்கள், மக்கள் சிந்தனைப் பேரவையின் ஈரோட்டு மேடையில் கருத்து முழக்கம் செய்திருக்கிறார்.

ஈரோடு, பழமையான ஊர் என்கிறீர்கள். அப்படியானால் இவ்வூரின் பழம் பெருமைகளில் ஒன்றைக் கூறுங்களேன்?

எத்தனையோ சிறப்புகள் உண்டு. மகுடம் வைத்தாற் போன்று ஒன்றைச் சொல்லவேண்டுமானால், காலிங்கராயனைப் பற்றிச் சொல்லவேண்டும்.

சுமார் 740 ஆண்டுகளுக்கு முன்பு காலிங்கராயன் என்ற அரசியல் தலைவர் வாழ்ந்த வட்டாரம் இது. அக்கால மன்னரின் அன்பையும் நம்பிக்கையையும் படிப்படியாக தனது உழைப்பினாலும் அபாரத் திறமையினாலும் பெற்று செல்வாக்குமிக்க அரசியல் தலைவராக வளர்ந்தார்.

இவர் தான் நதிகள் இணைப்பின் முன்னோடி. பவானி ஆற்றையும் நொய்யல் ஆற்றையும் 56 மைல் தூரம் ஒரு பெரிய கால்வாயை வெட்டி அதன் மூலம் இணைத்தவர். சிமெண்ட் போன்ற கட்டிடப் பொருள்கள் கண்டுபிடிப்பதற்கு முன்பே தனது அற்புதமான தொழில் நுட்பத்தின் மூலம் வாய்க்காலுக்குக் கரை கட்டியவர். இவரின் பெருமுயற்சியால் பல்லாயிரம் ஏக்கர் தரிசு நிலங்கள் விளைநிலங்களாக உருவெடுத்தன.

கல்லணை கட்டிய கரிகாலனைப் போல காலிங்கராயனும் ஒரு வரலாற்று நாயகன் என்றால் அது கொஞ்சமும் மிகையன்று.

இப்படி ஆய்வு செய்து பார்த்தால், ஒவ்வொரு ஊர்களுக்கும் தனித்தனி வரலாறு இருக்கும். அவ்வாறு வரலாறு இல்லாவிட்டாலும் கூட அந்தந்த ஊர்களுக்கென்று தனிச்சிறப்பு என்பது இருக்கும். மேலோட்டமாகப் பார்க்கும்போது சில ஊர்களின் வரலாறோ, சிறப்போ தெரிய வாய்ப்பில்லை. ஆனால், ஆழமாக ஆய்வு செய்யும் போது நிச்சயம் ஏதாவது ஒரு சிறப்பு அந்தந்த ஊர்களுக்கென்று இருப்பது புலப்படும்.

கடந்த கால வரலாற்றைப் படிப்பது என்பது, வெறும் கதைபோல் படித்து விட்டு மறப்பதற்கன்று. மாறாக அவ்வரலாற்று அனுபவத்தை மனதில் நிறுத்தி தற்கால நிகழ்வுப் போக்குகளையும் உள்வாங்கி எதிர்காலச் சமுதாயத்தை மேலும் சிறந்த ஒன்றாகப் படைப்பதற்காகத் தான். படிப்பது படைப்பதற்குத்தானே தவிர மறப்பதற்கு அல்ல.

ஈரோடு நகரம் தொன்மையானது, பாரம்பரியம் மிக்கது. ஏராளமான வரலாற்று முக்கியத்துவம் கொண்டது. இதையெல்லாம் வாசித்துத் தெரிந்துகொண்டு எதிர்கால ஈரோட்டை மிகச்சிறப்பாகக் கட்டமைக்க நாம் சபதமேற்க வேண்டும்.

இத்தகைய வரலாறு மட்டுமல்லாது இந்துக்கள் இஸ்லாமியர்கள் நல்லிணக்கம் இப்பகுதியில் எப்போதும் சகோதரத்துவம் நிறைந்ததாக நிலைத்து நிற்கிறது. அனைத்து மதத்தினரும், சாதியினரும் நல்லிணக்கத் தோடும் நட்போடும் சகோதர உணர்வோடும் என்றென்றும் அமைதி யாகவும் மகிழ்வாகவும் வாழத்தக்க ஆரோக்கியமான, ஆக்கபூர்வமான பகுதியாக ஈரோடு திகழ நாம் உறுதியேற்க வேண்டும்.

சந்திப்பு: எஸ். தங்கவேல்

நம் குடும்பம் - ஜூலை, 2013

எங்கே புத்தகங்கள் புறக்கணிக்கப்படுகிறதோ அங்கே மனிதம் புறக்கணிக்கப்படுகிறது

புத்தகங்கள் ஒரு நாட்டின் சரித்திரத்தையே புரட்டிப் போடக் கூடியவை. ஒரு சமூகத்தின் மரபார்ந்த பண்பாட்டுக் கூறுகளை அடுத்துவரும் தலைமுறைக்கும் எடுத்துச் செல்பவை. மனிதனை மேம்படுத்தவும், சகமனித நேசிப்பை வலியுறுத்தவும் புத்தகங்கள் வழி வகுக்கின்றன. உலக வரலாற்றை மாற்றியமைத்த வர்க்கப் போராட்டங்களுக்கு ஊன்றுகோலாக அமைந்தது காரல் மார்க்ஸ் அவர்களின் 'மூலதனம்' என்கிற புத்தகமே.

ஒரு காலத்தில் பண்டிதர்களால் மட்டுமே அணுக முடியும் என்ற உயரத்தில் இருந்த புத்தகங்கள் இன்று பாமரர்களையும், பாட்டாளி களையும் எளிதாக நெருங்கி வந்துவிட்டன. சர்வதேச அரசியல் மாற்றங்களை, விவசாய வளர்ச்சியை உடனுக்குடன் அறிந்து கொள்ளவும், நம் சமூகத்துக்கு தக்கவாறு அதனை தகவமைத்துக் கொள்ளவும் புத்தகங்கள் பெரிதும் பயன்படுகின்றன.

மஞ்சளுக்கும், ஜவுளித் தொழிலுக்கும், தோல் தொழிற்சாலைகளுக்கும் பெயர் பெற்ற ஈரோட்டு மண்ணில் பல புதிய சிந்தனைகளை வளர்த் தெடுக்கும் நோக்கில் புத்தகத் திருவிழாவை நடத்தி மக்களின் அறிவு வளர்ச்சிக்கு வழிவகுத்தவர் த.ஸ்டாலின் குணசேகரன் அவர்கள். பகுத்தறிவுப் பகலவனை ஈன்றெடுத்த ஈரோட்டில் ஆண்டுதோறும் நடந்து கொண்டிருக்கும் இப்புத்தகத்திருவிழா ஒரு சமூக நிகழ்வாகவே மக்களால் கொண்டாடப்படுகிறது. ஈரோட்டில் புத்தகத் திருவிழாவைத் தொடங்கிய குறுகிய காலத்திற்குள் அதன் தனித்தன்மையாலும், நேர்த்தியான வடிவமைப்பாலும், உலகத் தரத்திலான பிரமாண்ட அரங்குகளாலும், தினசரி மாலை நடக்கும் சொற்பொழிவுகளாலும் புகழ்பெறச் செய்த மக்கள் சிந்தனைப் பேரவையின் ஆணிவேர் ஸ்டாலின் குணசேகரன் அவர்கள்.

உலகின் பல்வேறு எழுத்தாளர்களுக்கும், சிந்தனையாளர்களுக்கும் நெருக்கமானவர். ஓர் அரசியல் இயக்கத்தில் மிக உயர்ந்த

இடத்தில் இருப்பவர். இருப்பினும் எளிதில் அணுகக் கூடிய வகையில் மக்களோடு மக்களாக தோழமையோடு பழகக்கூடிய பண்பாளர். அவரை 'நம் குடும்பம்' சார்பாக பேட்டி காண அணுகியபோது, சுமார் ஒரு மணி நேரத்திற்கும் மேலாக நமது கேள்விகளுக்கு எதார்த்தமான பதிலளித்தார். புத்தகத் திருவிழா நெருங்கிக் கொண்டிருக்கும் இந்த பரபரப்பான சூழலில் நமக்கு அவரளித்த துடிப்பான, தீர்க்கமான பதில்களை வாசகர்களோடு பகிர்ந்து கொள்வதில் பெருமகிழ்வடைகிறோம்.

விவசாயத்துக்கும், நூற்பு ஆலைகளுக்கும் புகழ்பெற்ற கொங்கு மண்ணை, அறிவுசார்ந்த தளத்திற்கு அழைத்துச்செல்ல வேண்டுமென்று எப்படித் தீர்மானித்தீர்கள்?

நாம் விவசாயத்தில் சிறந்து விளங்குகிறோம் என்பது உண்மையே. ஆனால் அடிப்படையில் அறிவு சார்ந்த சமூகம் மட்டுமே வளர்ச்சியை நோக்கிப் பயணிக்கும். உதாரணமாக, யூதர்களை எடுத்துக் கொள்ளுங்கள். இரண்டாம் உலகப்போரின் போது பல்வேறு ஒடுக்கு முறைகளுக்கும், சித்ரவதைகளுக்கும் உள்ளாகி அந்த இனமே அழிந்துவிடும் சூழலுக்குத் தள்ளப்பட்டது. ஆனால் இன்று, அரசியல், அறிவியல், வானவியல், கலை, தொழில் என்று நவீன உலகின் அனைத்துத் தளங்களிலும் யூதர்கள்தான் உச்சத்தில் இருக்கிறார்கள். அதற்கு முக்கியக் காரணம் யூதர்கள் தங்களது அறிவுசார்ந்த ஆளுமையைத் தக்க வைத்துக் கொண்டுள்ளதும், அதனைத் தொடர்ந்து வெளிப்படுத்துவதுமே யாகும்.

ஆனால் நாம், சுயமாகச் சிந்திக்கும் சமூகத்தை உருவாக்கத் தவறிவிட்டோம் என்பதாலேயே பல்வேறு துறைகளிலும் இன்றும் கூட பின்தங்கியுள்ளோம். வாசிப்புத்திறனை வளர்க்கவும், அறிவு சார்ந்த சமூகமாக நம்மை உருவாக்கிக் கொள்ளவும், வாசிப்புப் பழக்கம் அத்தியாவசியமானது என்று உணர்ந்ததன் விளைவுதான் ஈரோடு புத்தகத் திருவிழா.

ஏன், அரசின் கல்வித்திட்டங்கள் அறிவார்ந்த சமூகத்தை உருவாக்காது என்கிறீர்களா?

நிச்சயமாக, ஒட்டுமொத்த சமூக வளர்ச்சிக்காகச் சிந்திக்கிற அறிவார்ந்த சமூகத்தை உருவாக்காது. நம் கல்வி முறையே வெறும் குமாஸ்தாக்களை உருவாக்கும் கல்வித்திட்டமாகச் செயல்பட்டு வருகிறது. இந்தியா வெள்ளையனிடம் அடிமைப்பட்டிருந்த காலத்தில்

'லார்டு மெக்காலே' என்கிற ஆங்கிலேயே அதிகாரியால் உருவாக்கப்பட்டதே இந்தக் கல்விமுறை. ஆங்கிலேயர்களுக்கு அன்றைய தேவை சுயமாகச் சிந்திக்கத் தெரியாத குமாஸ்தாக்களும், மொழிபெயர்ப்பாளர்களுமே. அதனால் இப்படிப்பட்ட தரமற்ற, சுயசிந்தனையைத் தூண்டாத கல்விக்கொள்கையை உருவாக்கினார்கள். நாடு சுதந்திரம் பெற்ற பின்னரும் நாம் அதன் அடிப்படைகளைப் பின்பற்றுவது வேதனையான செயலாகும். கல்விக் கொள்கைகளிலும் பாடத் திட்டங்களிலும் ஓரளவு மாற்றங்கள் ஏற்படுத்தப்பட்டுள்ளதே தவிர அடிப்படை மாற்றம் ஏற்படவில்லை.

கல்விக்கூடங்களையோ, ஆசிரியர்களையோ, மாணவர்களையோ குறை சொல்லிப் பிரயோஜனமில்லை. ஏனெனில் குறை, அரசின் கல்வித் திட்டத்தில் உள்ளது. இன்றைய கல்வித்திட்டம் என்பது மதிப்பெண்களைப் பெற்றுத் தரும் மந்திர சக்தியாக, பந்தயக் குதிரைக்கு ஓடக் கற்றுக்கொடுப்பதைப் போல செயல்படுகிறது.

பொதுவாக வாசிப்பு என்பது எதை அடிப்படையாகக் கொண்டிருக்க வேண்டும்?

"எங்கே நல்ல புத்தகங்கள் புறக்கணிக்கப்படுகிறதோ, அங்கு மனிதம் விழுந்து கொண்டிருக்கிறது" என்கிறார் சேகுவாரா. உலகப் புகழ் பெற்ற அரசியல் மேதைகள், அறிவியல் வல்லுனர்கள், உலகச் சிந்தனையுடைய புதிய சித்தாந்தங்களை உருவாக்கிய சிந்தனையாளர்களின் படைப்புகள், மனிதனைப் பண்படுத்துகிற உலக இலக்கியங்கள் என பரந்துபட்டதாக வாசிப்பு இருக்க வேண்டும். கன்பூசியஸ் முதல் கார்ல்மார்க்ஸ் வரை, வள்ளுவம் முதல் வாழ்க்கையை நெறிப்படுத்துகிற அனைத்து இலக்கியங்களையும் நாம் கற்றுத்தேர்ந்திருக்க வேண்டும்.

மாறாக வள்ளுவத்தை ஐந்து மதிப்பெண்கள் பெற்றுத்தரக்கூடிய மனப்பாட வினாக்களுக்கான பதிலாகச் சுருக்கி விடக்கூடாது. வாசிப்பு என்பது பொருள் உணர்ந்ததாக இருக்க வேண்டும்.

தனிமனித மேம்பாட்டுக்கும், சமூக வளர்ச்சிக்கும் வாசிப்புப் பழக்கம் எத்தகைய உதவியைப் புரிகிறது?

வாசிப்பு மனித மனங்களை வளப்படுத்துகிறது. அவனை நேர்மையிலும் வார்த்தை தவறா பண்பிலும், தனிமனித ஒழுக்கத்திலும் சிறந்து விளங்கச் செய்கிறது. தீய குணங்களை விரட்டியடித்து சமூக நேசிப்பை வரையறுக்கிறது. ஆளுமையையும், தொலைநோக்குப் பார்வையையும் உருவாக்குகிறது. மிகப்பெரிய சமூக மாற்றத்தை

நிகழ்த்தி, படிப்படியாக மிகச்சிறந்த அறிவார்ந்த சமூகம் உருவாக வாசிப்பு துணைபுரிகிறது.

எந்த மாதிரியான வாசிப்பை வளர்க்க வேண்டும் என்று மக்கள் சிந்தனைப் பேரவை விரும்புகிறது?

அனைத்திலும் தரமான, உலகத்தின் மிக உன்னதமான அரசியல் மற்றும் சமுதாயச் சிந்தனையாளர்களின் அனைத்துப் படைப்புகளையும் வாசிக்க நாம் கற்றுக்கொள்ளவேண்டும். அதற்காகவே தமிழகம் இது வரை கண்டிராத பதிப்பகங்களையும், நூல்களையும் இங்கு கொண்டு வர ஆண்டு முழுவதும் முயற்சி எடுத்து வருகிறோம். இதற்காகவே பல்வேறு உலகப் புத்தகச் சந்தைகளுக்குச் சென்று பார்வையிட்டு வருகிறோம். சமீபத்தில் இலங்கை மற்றும் சார்ஜாவில் நடைபெற்ற உலகப்புத்தகச் சந்தைக்குச் சென்று வந்தேன். அங்கு பல்வேறு புத்தக நிறுவனங்களை நேரடியாகச் சந்தித்து ஈரோடு புத்தகத் திருவிழாவுக்கு அழைப்பு விடுத்து வந்திருக்கிறேன். இந்தப் பணி தொடரும்.

ஒரு பிரதான கட்சியில் முக்கியப் பொறுப்பு வகிக்கிறீர்கள். தீவிர அரசியலில் இருக்கிறீர்கள். மக்கள் சிந்தனைப் பேரவையையும் நடத்துகிறீர்கள். எப்படி உங்களால் சமநோக்கோடு இவற்றை அணுக முடிகிறது?

இதில் சமப்படுத்த ஒன்றுமேயில்லை. ஏனெனில், உண்மையான அரசியல் என்பது மக்களின் அறிவுத் திறனை வளர்த்து அவர்களைச் சிந்திக்கவைப்பதே. ஆனால், தற்காலத்தில் பெரும்பாலான அரசியல் கட்சிகளுக்குள் அரசியல் அற்ற தன்மையே காணப்படுகிறது. இது மிகவும் வருந்தத்தக்கது. மக்கள் சிந்தனையைத் தூண்டுவதாகவே எமது பணிகள் அனைத்தும் இருக்க வேண்டுமென்று விரும்புகிறேன்.

தற்காலத்தில் வாசிப்பு என்பது பெண்களிடம் எப்படி இருக்கிறது?

நிச்சயம் வளர்ந்திருக்கின்றது. ஆனால் சிறு வருத்தம், பெரும் பாலான பெண்கள் இன்னும் சிறு வாசிப்பு வட்டத்துக்குள்ளேயே அடங்கிக் கிடக்கிறார்கள். அறிவுலகம் பெண்களையும் அவர்கள் பங்களிப்பையும் எதிர்பார்த்துக் காத்துக் கிடக்கின்றது. பயன்படுத்திக் கொள்வது அவர்கள் கையில் உள்ளது.

உங்களின் தனிப்பட்ட வாசிப்பு குறித்து...

சுவாசிப்பு எப்படியோ அப்படியே வாசிப்பும் இருக்க வேண்டும். சுவாசத்தை அளவிட்டு நிறுத்த முடியாது அல்லவா? அப்படியே வாசிப்பும். எனது தனிப்பட்ட வாசிப்பிற்காக சுமார் பத்தாயிரம்

புத்தகங்கள் கொண்ட ஒரு நூலகத்தை எனது வீட்டில் ஏற்படுத்தியும் அதை முறையாகப் பயன்படுத்தியும் வருகிறேன்.

'வாசகர் வட்டம்' திட்டத்தைப் பற்றிச் சொல்லுங்களேன்?

ஈரோடு மட்டுமல்ல தமிழகம் முழுவதுமே அறிவார்ந்த சமூகமாக மாற வேண்டும் என்பதே மக்கள் சிந்தனைப் பேரவையின் நோக்கம். அதற்கான அடுத்த கட்டப் பணியாக வாசகர்களை ஒருங்கிணைக்க எடுத்திருக்கும் முயற்சியே வாசகர் வட்டம். இதில் குறைந்தது 20 பேரும், அதிகபட்சமாக 50 பேரும் உறுப்பினர்களாக இருக்க வேண்டும். மாதம் ஒருமுறை கண்டிப்பாக கூட்டம் நடத்தி, சிறப்பு அழைப்பாளர் களோடு ஒவ்வொருவரும் தான் வாசித்த நூல் குறித்துப்பேச வேண்டும். இதுகுறித்த விவரங்கள் அடங்கிய கையேடுகள் வரவிருக்கின்ற புத்தகத் திருவிழாவில் வழங்கப்படவுள்ளன. ஆர்வம் உள்ளோர் எப்போது வேண்டுமானாலும் மக்கள் சிந்தனைப் பேரவை அலுவலகத்தை அணுகலாம்

தம்பதியரின் நல்வாழ்வுக்கு வாசிப்பு எவ்விதத்தில் உதவும் என்று கருதுகிறீர்கள்?

வாசிப்பு இருந்தாலே பெரும்பாலும் உளவியல் ரீதியாகத் துணையை அணுகி, பிரச்சனைகள் ஏற்படாமலேயே தங்களைக் காத்துக்கொள்ள முடியும். தன் துணை குறித்த தெளிந்த ஒரு பார்வைக்குக் கூட வாசிப்பு அடித்தளமாக அமையும்.

தம்பதியருக்கென்று தனி இதழான 'நம் குடும்பம்' குறித்து உங்கள் கருத்து?

வரவேற்கப்பட வேண்டிய முயற்சி, அதுவும் நம் பகுதியில் இருந்து இவ்வளவு அருமையான இதழ் வருவது குறித்து மகிழ்ச்சி. அவசியம் அனைவரும் வாசித்துப் பயன் பெற வேண்டிய இதழ். இதற்கு என் மனமார்ந்த வாழ்த்துகள்.

சந்திப்பு: ஆர். வர்க்கீஸ்

அறிவு வேள்வி நடக்கும் தவச்சாலை

'வானவில்' நிகழ்ச்சிக்கு உங்களை அன்புடன் வரவேற்கிறோம். படிக்கும் பழக்கம் வளர வழிவகை செய்வோம் என்கிற பொருளில் நேயர்களோடு கலந்துரையாடுவதற்காக மக்கள் சிந்தனைப் பேரவையின் தலைவர் த.ஸ்டாலின் குணசேகரன் அவர்கள் நமது நிலையத்திற்கு வந்திருக்கிறார். சிறப்பு விருந்தினர் ஐயா அவர் களுக்கும் வாசகப் பெருமக்களுக்கும் நமது கொடைக்கானல் வானொலியின் வாழ்த்துகளை அன்புடன் அறிவிக்கிறோம்.

ஐயா, ஈரோடு புத்தகத் திருவிழா 2014 ஐப்பற்றி சொல்லுங்கள்.

மக்கள் சிந்தனைப் பேரவை கடந்த 16 ஆண்டுகளாக செயல்பட்டு வருகிறது. ஆண்டு முழுவதும் நாம் நிறைவேற்றி வருகிற பல சேவைத்திட்டங்களில் ஒன்றுதான் 'ஈரோடு புத்தகத்திருவிழா'. ஏதோ நடத்துகிறோம் என ஏனோ தானோவென்று நாம் நடத்துவதில்லை. நேர்த்தியோடும் சிறப்போடும் புத்தகத் திருவிழாவை ஏற்பாடு செய்யவேண்டும் என்று ஆண்டு முழுவதும் இதற்கான பணிகளை மேற்கொண்டு வருகிறோம்.

ஏறத்தாழ 250 கடைகள் போடப்படுகின்றன. விண்ணப்பிக்கிற, கேட்கிற அனைவருக்கும் அரங்குகள் ஒதுக்கப்படுவதில்லை. ஒரு குழு அமைத்து பல்வேறு கோணங்களிலும் அலசி ஆராய்ந்து தேர்வு செய்து தான் பதிப்பகங்களை அழைக்கிறோம்.

டெல்லி, சார்ஜா, இலங்கை போன்ற பல ஊர்களில் பல நாடுகளில் நடைபெறும் சர்வதேச புத்தகச் சந்தைகளைப் பார்வையிட்டு பல அனுபவங்களைப் பெற்று, ஒருவாரம் அல்லது பத்து நாட்கள் அங்கேயே தங்கி, அவர்கள் எவ்வாறு நடத்துகிறார்கள்? எத்தகைய அணுகுமுறைகள் கடைப்பிடிக்கப் படுகின்றன என்பதையெல்லாம் பார்த்து அதற்கேற்ப ஈரோடு புத்தகத் திருவிழாவையும் தரம் உயர்த்த முயற்சி செய்கிறோம்.

2014 ம் ஆண்டுத் திருவிழாவில் என்ன சிறப்பு?

'உலகத்தமிழர் படைப்பரங்கம்' என்று ஒவ்வொரு ஆண்டும் நடத்திவருகிறோம். பல்வேறு நாடுகளில் வாழும் தமிழர்களின் படைப்புகளை அங்கே பார்வைக்கு வைக்கிறோம். இந்த ஆண்டு அந்த உலகத்தமிழர் படைப்பரங்கத்திற்கு தமிழவேள் கோ. சாரங்கபாணி அவர்களின் பெயரைச் சூட்டியுள்ளோம்.

சிங்கப்பூரில் தமிழ் ஆட்சிமொழியாக வருவதற்குக் காரணமாகத் திகழ்ந்த தமிழர் தலைவர் கோ.சாரங்கபாணி அவர்கள் அடிப்படையிலே ஒரு இதழாளர். பிறகு அங்கு வாழும் தமிழர்களுக்கெல்லாம் வழிகாட்டியாகத் திகழ்ந்த மகத்தான மனிதர். அவரது நினைவாக 'தமிழவேள் கோ.சாரங்கபாணி அரங்கம்' என்று உலகத் தமிழர் படைப்பரங்கத்திற்குப் பெயர் சூட்டி இருக்கிறோம்.

உலகத்தமிழர்களின் மிகச்சிறந்த படைப்புகளை காட்சிக்கு மட்டுமல்ல, விற்பனைக்கும் வைக்கிறோம்.

மலர் ராஜா: வாசிப்புப் பழக்கம் குறைவாக இருக்கிறது. அது வளர்வதற்கு என்ன வழிங்கய்யா? மிட்டாபுதூரிலிருந்து மலர்ராஜா பேசுகிறேனுங்க. நா ஐந்தாம் வகுப்புதான் படிச்சிருக்கேனுங்க. ஆனா படிக்கிற பழக்கம் கொஞ்சம் கொஞ்சம் இன்னைக்கும் உண்டுங்க.

ஸ்டாலின்: ரொம்ப மகிழ்ச்சிங்கய்யா. உங்க முயற்சிக்கும் ஆர்வத்திற்கும் பாராட்டுகள். படிக்கும் பழக்கம் பரவவேண்டும் என்பதற்காக பல திட்டங்களை நிறைவேற்றி வருகிறோம். பல வகைகளிலும் பல முறைகளிலும் பணியாற்றி வருகிறோம். உண்டியல் திட்டத்தை விரிவு படுத்தி இந்தாண்டு ஒரு லட்சம் உண்டியல்கள் வழங்க இருக்கிறோம்.

ஈரோடு மாநகரிலே வசிக்கும் முக்கியப் பிரமுகர்கள், மாணவர்கள் ஆயிரக்கணக்கானோர் புத்தகத்திருவிழா நடக்கும் ஒருநாளில் காலை 9 மணிக்கு ஆங்காங்கே அமர்ந்து, தங்களுக்கு விருப்பமான ஏதேனும் ஒரு புத்தகத்தை வாசிக்கவேண்டும் 'ஈரோடு ரீட்ஸ்' 'ஈரோடு வாசிக்கிறது' என்பது இந்தத்திட்டத்தின் பெயர். இது இந்த ஆண்டு செயல்படுத்தப்பட இருக்கிறது. பன்னாட்டுப் புத்தக நிறுவனங்கள் சில இந்த ஆண்டு வருகின்றன.

2014 ஆம் ஆண்டு வருகிற சிறப்பு விருந்தினர்களைப் பற்றிக் குறிப்பிடுங்கள்...

முன்னாள் குடியரசு தலைவர் மேதகு ஏ.பி.ஜெ.அப்துல் கலாம் அவர்கள் இரண்டாவது முறையாக வருகை புரிகிறார். இசைஞானி

இளையராஜா அவர்கள் வருகிறார்கள். இசைத்துறையில் உலகப்புகழ் பெற்ற தமிழர், அதிகமாக பொதுநிகழ்வுகளில் கலந்து கொள்ளாமல் இசைக்கடலிலே எந்த நேரமும் மூழ்கி முத்தெடுக்கும் கலைஞர். நமது ஈரோடு புத்தகத் திருவிழாவுக்கு வருகிறார். ஆகஸ்ட் முதல் தேதி அவர்தான் புத்தகத் திருவிழாவைத் தொடக்கிவைக்கிறார்.

2013 ம் ஆண்டில் திறந்து வைத்தது யார்?

நம் அனைவரின் போற்றுதலுக்கு உரிய இந்திய உச்ச நீதிமன்றத்தின் தலைமை நீதிபதியாக சமீபத்தில் பொறுப்பேற்றிருக்கக்கூடிய மாண்புமிகு நீதியரசர் பி.சதாசிவம் அவர்கள் சிறப்பு விருந்தினராக பங்கேற்று சென்ற ஆண்டின் புத்தகத் திருவிழாவைத் திறந்து வைத்துச் சிறப்புரையாற்றினார்.

கொங்கு மண்ணின் மைந்தர் அவர்...

ஆம்! அது மட்டுமல்ல. அவருடைய வீட்டில், அவருடைய முன்னோர்களின் பரம்பரையில் அவர்தான் முதல் பட்டதாரி. நீதியரசர் சதாசிவம் அவர்கள் சிங்கம்பேட்டை என்ற சின்னஞ்சிறிய கிராமத்தில் அரசுப் பள்ளிக்கூடத்தில் படித்தவர். தாய்மொழியாம் தமிழ்மொழிக் கல்வி மூலமாகப் படித்தவர் என்பது நமக்குப் பெருமை அளிக்கக் கூடியது. விவசாயக் குடும்பத்திலே கிராமத்திலே பிறந்து வளர்ந்தவர். படிப்படியாக முன்னேறி இந்தியாவின் உச்ச நீதிமன்றத் தலைமை நீதிபதியாக உயர்ந்திருக்கிறார்.

அவர் பதவி ஏற்றுக் கொண்ட பிறகு கலந்து கொண்ட முதல் பொது நிகழ்ச்சி நமது ஈரோடு புத்தகத்திருவிழாதான் என்பதில் நமக்கெல்லாம் மட்டற்ற மகிழ்ச்சி.

எப்படியெல்லாம் பிரச்சாரம் செய்கிறீர்கள்?

பல வகைகளிலும் பல வடிவங்களிலும் எங்கள் பிரச்சாரங்களையும் விளம்பரங்களையும் நிகழ்த்தி வருகிறோம். ஐந்து லட்சம் துண்டறிக் கைகள் அடிக்கிறோம். ஐந்து லட்சம் வீடுகளுக்கு நாங்கள் வினியோகிக்கிற புத்தகத்திருவிழா பற்றிய நிகழ்ச்சி நிரல் சென்று சேருகிறது. வாசிப்புப் பழக்கத்தைப் பற்றிய ஒரு கண்ணோட்டம் உருவாகத் தொடர்ந்து முயற்சித்து வருகிறோம்.

12 நாட்களில் ஆறு லட்சம் மக்கள் வருகிறார்கள், கோடிக்கணக்கில் புத்தகம் விற்பனையாகிறது. கொங்குமண்டலம் தழுவிய அளவில் மட்டுமல்ல, சென்னை நீங்கலாக தமிழகம் தழுவிய அளவில் ஈரோடு

புத்தகத்திருவிழா என்பது ஒரு தாக்கத்தை ஏற்படுத்தியுள்ளது. சிந்தனை அரங்கத்தில் அறிஞர்களின் உரைகேட்க வருவோர் புத்தகம் வாங்குவதும், புத்தகம் வாங்க வரக்கூடியவர்களை அறிஞர்களின் உரை கேட்க வைப்பதுமாக அங்கே ஒரு அறிவு வேள்வி நடைபெறுகிறது. 12 நாட்களும் வஉசி மைதானம் ஒரு தவச்சாலை போல் இருக்கிறது.

முருகானந்தம் : அய்யா வணக்கம். தேனி முருகானந்தம் பேசுகிறேன். ஒரு வீட்டில் திருமணவிழா நடத்துவதற்கே பெரும்பாடு படவேண்டியதாக இருக்கிறது. நீங்கள் 12 நாட்கள் புத்தகத் திருவிழாவை எப்படி நடத்துகிறீர்களோ தெரியவில்லை. இவ்வளவு கஷ்டப்பட்டு நடத்துகிற நீங்கள் மக்களிடம் என்ன எதிர்பார்க்கிறீர்கள்? மற்ற ஊடகங்களுக்கும், புத்தகங்களுக்கும் என்ன வேறுபாடு இருப்பதாக உணர்கிறீர்கள்?

ஸ்டாலின்: ஏறத்தாழ ஆறுமாதங்கள் ஏன் ஆண்டு முழுவதும்கூட புத்தகத் திருவிழாவுக்கான தயாரிப்புப் பணிகளில் ஈடுபட்டுக் கொண்டிருக்கிறோம். கடுமையான உழைப்பைச் செலுத்துகிற நாங்கள் மக்களிடம் எதிர்பார்ப்பது என்னவென்றால், புத்தகத்திருவிழாவை முழுமையாகப் பயன்படுத்திக் கொள்ளவேண்டும் என்பதைத் தான். மக்கள் அனைவரும் வர வேண்டும். தங்களால் முடிந்த அளவுக்கு நூல்களை வாங்கவேண்டும். அறிஞர்கள் உரையை செவிமடுக்க வேண்டும். நேரம் கிடைக்கும் போதெல்லாம் வாசிக்க வேண்டும் என்பதைத்தான் எதிர்பார்க்கிறோம். நுழைவுக்கட்டணம் கிடையாது. எங்களுக்கு எந்த லாப நோக்கமும் கிடையாது. முழுக்க முழுக்க சேவை, அறச்சிந்தனையோடு இது நடத்தப்படுகிறது.

ஆயிரம் ஊடகங்கள் வந்தாலும் புத்தகங்களுக்கு நிகராக வேறு எதையும் சொல்லமுடியாது. எங்கு வேண்டுமானாலும் எடுத்துச் செல்லலாம். மறுபடியும் படித்துப் பார்க்கலாம். நூல்கள் ஏற்படுத்துகிற மனநிறைவை வேறு எந்த ஊடகமும் ஏற்படுத்தவில்லை. இது உலக அறிஞர்கள் அனைவருமே ஏகோபித்து ஏற்றுக் கொண்ட உண்மை.

மகேந்திரன் : அய்யா வணக்கம். திருப்பூர் மாவட்டம் மடத்துக் குளம் மகேந்திரன் பேசுகிறேனுங்க. இன்றைய இளைய தலைமுறையிடம் படிக்கிற பழக்கம் குறைஞ்சு போச்சுங்க. கணினி, ஈ புக்னு போய்ட்டாங்க. இதப்பத்தி என்ன நெனக்கிறீங்க?

ஸ்டாலின்: இன்றைய காலகட்டத்தில் வாசிப்புப் பழக்கம் மங்கி இருக்கிறது உண்மைதான். ஆனால் விரைவில் ஒரு மறுமலர்ச்சி ஏற்படும். படிக்கும் பழக்கம் பெருகும். நமது இளைய தலைமுறை

நம்மைவிட புத்திசாலிகளாகவும் செயல்படக்கூடியவர்களாகவும் இருப்பவர்கள் என்று நான் உறுதியாக நம்புகிறேன்.

ஜனார்த்தனன்: அய்யா மதுரை மாவட்டம் ஜனார்த்தனன் பேசுகிறேன். சிற்றூர்களிலும் பேரூர்களிலும் அங்கிங்கெனாதபடி எங்கும் கோயில் திருவிழாக்கள் நடைபெறுகின்றன. அந்தத் திருவிழாக்களை நடத்துகின்ற பெரியவர்கள் புத்தகத்திருவிழா நடத்தவும் முன்வரவேண்டும்.

ஸ்டாலின்: நல்ல கருத்து. அந்தந்த ஊரில் உள்ள பெரியவர்கள் புத்தக வாசகர்களுடனும் புத்தக நிறுவனங்களுடனும் இணைந்து இதைப் போன்ற நல்ல முயற்சிகளைத் தொடங்கவேண்டும். அப்துல் கலாம் போன்றவர்கள் வந்தபோது எடுக்கப்பட்ட ஒளிப்படங்களைக் காட்டி அதை லேப்டாப்பிலே எடுத்துச்சென்று போட்டுக்காண்பித்து பெரிய பெரிய புத்தக நிறுவனங்களை வரவழைத்தோம். முதலில் அவர்கள் தங்கள் ஏஜென்டுகளைத்தான் அனுப்பினார்கள். இப்பொழுது அவர்களே வருகிறார்கள். வாசகர்களை அவர்களே நேரில் சந்திக்கிறார்கள். பேசுகிறார்கள். பதிப்பகங்களுக்கும் வாசகர்களுக்கும் நேரடி உறவு ஏற்பட வேண்டும் என்பதுதான் எங்கள் நோக்கம்.

மக்கள் சிந்தனைப் பேரவையின் சார்பில், வாசகர் வட்டங்கள் பல இடங்களில் தொடங்கப்பட்டிருக்கின்றன. இதைப்போன்ற வாசகர் வட்டங்களில் இணைந்து நமக்குப் பிடித்த புத்தகங்கள் - நாம் படிக்க விரும்பும் நூல்கள், ஏடுகள், எழுத்தாளர்கள், சொற்பொழிவாளர்கள் குறித்துப் பேசலாம். சிறிய அளவிலே 5 கடைகள், 10 கடைகள் அளவுக்கு புத்தகக் கண்காட்சிக்கு ஏற்பாடு செய்யலாம். தங்கள் பகுதியில் உள்ள வரலாற்று ஆர்வலர்களை, பேராசிரியர்களை, எழுத்தாளர்களை அழைத்து வந்து கலந்துரையாடலாம்.

டெல்லியில் நடைபெறும் புத்தகக்காட்சி, டெல்லியில் நடை பெற்றாலும் அது உலக புத்தகத் திருவிழாவாகும். அதைப்போல ஈரோடு புத்தகத் திருவிழா ஈரோட்டில் நடந்தாலும் அதை மாநிலமெங்கும் உள்ள மக்கள் பயன்படுத்திக்கொள்வதற்காக விரிவாக நடத்தப்படுகிறது. அப்படி இயங்கவேண்டும் என்பதுதான் எங்கள் விருப்பமாகும்.

கவியரசன்: அய்யா, கவியரசன் என் பெயர். திண்டுக்கல் மாவட்டம். மக்கள் சிந்தனைப் பேரவையின் நோக்கமென்ன?

ஸ்டாலின்: மக்கள் சிந்தனைப் பேரவையின் சேவைத் திட்டங்களில் ஒன்றுதான் புத்தகத்திருவிழா. இந்த அமைப்பு அரசியல் கட்சி சார்பற்ற

ஒரு பொதுநல அமைப்பு. புத்தகத்திருவிழா நடத்துவது தவிர, வேறு எந்தவிதமான செயல்பாடுகளும் சிந்தனைப்போக்குகளும் இல்லை என்று நினைத்துவிட வேண்டாம். இது தொடர்பாக நிறைய குறுந்தகடு களையும் துண்டறிக்கைகளையும் வெளியிட்டுள்ளோம்.

வாசிப்பு உணர்வை ஒரு மக்கள் இயக்கமாக மாற்ற வேண்டும் என்பது எங்கள் முதன்மையான நோக்கம். சென்ற ஆண்டு வாசிப்பை வலியுறுத்தி 12,500 மாணவர்கள் கலந்து கொண்ட மராத்தான் ஓட்டம் நடத்தினோம். அத்தனைபேரும் அணிந்திருந்த டி சர்ட்டில் 'ஈரோடு ரீட்ஸ்' என்று ஆங்கிலத்திலும் 'ஈரோடு வாசிக்கிறது' என்று தமிழிலும் வாசகம் இடம் பெற்றிருந்தது.

புத்தகத் திருவிழா நடத்த தொடங்கியதற்கு முன்பே பேராசிரியர், ஆராய்ச்சிப் பேரறிஞர் கார்த்திகேசு சிவத்தம்பியை ஈழத்திலிருந்து அழைத்துவந்து மாபெரும் கருத்தரங்கம் நடத்தினோம். கேரள அரசு தமிழக எல்லையில் குறுக்கே அணை கட்டியபோது இந்திய அளவில் புகழ்பெற்ற நீரியல் நிபுணர் சிவனப்பனை அழைத்துவந்து விழிப்புணர்வுக் கூட்டம் நடத்தினோம்.

ஊழல் எதிர்ப்புக் கருத்தரங்கம், சங்க இலக்கியப் பயிலரங்கம், கேப்டன் லட்சுமி அவர்களை அழைத்து வந்து மாபெரும் கருத்தரங்கம், கணிதமேதை ராமானுஜன் பிறந்தநாள் விழா, பாரதி விழா, இயற்கை வேளாண்மை நிபுணர் நம்மாழ்வார் நினைவஞ்சலிக் கூட்டம், அரசுப் பள்ளிகளின் முக்கியத்துவத்தை வலியுறுத்திய திரைப்படமான 'சாட்டை' படத்தின் இயக்குனர் அன்பழகனுக்குப் பாராட்டுவிழா. தமிழகமெங்கும் வாசகர் வட்டம், தமிழகத்தின் தலைநகர் சென்னை. அரியலூர் மாவட்டம், கோவை மாவட்டம், கரூர், சேலம், திருப்பூர் மாவட்டங்களில் மக்கள் சிந்தனைப் பேரவையின் கிளைகளை நிறுவியிருக்கிறோம். மேற்கண்ட செயல்பாடுகளில் நூற்றுக்கணக்கான ஆர்வலர்கள் தொண்டாற்றி வருகிறார்கள், பல்லாயிரக்கணக்கான மாணவ மாணவியரும் பொதுமக்களும் இவற்றில் கலந்து கொள் கிறார்கள். அறவழியில் சமூகப்பணி ஆற்றிவரும் மக்கள் சிந்தனைப் பேரவையில் ஆயிரமாயிரம் பேர் இணைந்து வருகிறார்கள்.

இடைவிடாமல் பள்ளி கல்லூரிகளுக்கு சென்று இளைஞர் நெஞ்சில் மொழிப்பற்றை, நாட்டுப்பற்றை விதைப்பது, சமூகச் சேவை உணர்வை, வரலாற்று அறிவை வளர்க்க இயன்ற வழிகளில் எல்லாம் செயல்பட்டோம், செயல்பட்டுவருகிறோம்.

இலக்கை நோக்கி நாம் செல்லும் பாதைகளில் ஒன்று புத்தகத் திருவிழா. இலட்சியத்தை அடைய நாம் கையாளும் ஆயிரம் அணுகுமுறைகளில் ஒன்று புத்தகத் திருவிழா.

எதையும் பேரவை வெறும் வெற்றுச்சடங்காகச் செய்வதில்லை. புத்தகத் திருவிழா நடைபெறும் 12 நாட்களும் சமூகத்திற்கும் நாட்டிற்கும் வழிகாட்டியாக விளங்கும் மாபெரும் அறிஞர்களை, இலக்கியவாதி களை, தியாகிகளை மாபெரும் சான்றோர்களை அழைத்து வந்து சொற்பொழிவாற்ற வழிவகை செய்கிறோம்.

எழுத்தாளர்கள் விக்கிரமன், இந்திரா பார்த்தசாரதி, அசோக மித்திரன், தி.க.சி., சின்னப்பபாரதி, டி.செல்வராஜ் போன்ற மூத்த எழுத்தாளர்கள் ஏழு பேரை ஒரே மேடையில் ஏற்றி உரை நிகழ்த்த வைத்தோம். பெண் படைப்பாளிகளான சிவசங்கரி, இந்துமதி, விமலாரமணி, ஜோதிர்லதா கிரிஜா மீனாட்சி போன்ற ஐந்து பெண் படைப்பாளிகளை ஒரே மேடையில் ஏற்றிக் கௌரவித்தோம். உரையாற்ற வைத்தோம்.

தியாகி ஐ. மாயாண்டி பாரதி, இயற்கை வேளாண் நிபுணர் நம்மாழ்வார் போன்ற வாழ்ந்து காட்டிய முன்னோடிகளை - முன்னு தாரணப் புருஷர்களை பத்தாயிரம் பேர் திரண்டிருக்கிற புத்தகத் திருவிழா மேடையில் உரையாற்றச் செய்தோம். வ.உ.சி.யின் திருமகனை அழைத்துவந்தோம். நடிகர்கள் சிவகுமார், ராஜேஷ், நாசர் போன்றவர்களை சிறந்த தலைப்புகளில் உரையாற்ற வைத்தோம். தமிழில் ஆற்றொழுக்காகச் சொற்பொழிவாற்றும் ஐஏஎஸ் அதிகாரி களை, புகழ்பெற்ற எழுத்தாளர்கள், சமூக சேவகர்கள், இசைக்கலை ஞர்கள் என்று பலதரப்பட்டவர்களை உரையாற்றச் செய்கிறோம்.

அரசியலில் இருக்கிற மிகச்சிறந்த நாவலர்களை, இலக்கிய ஆளுமைகளை அழைத்து அரிய தலைப்புகளில் சொற்பொழிவாற்றச் செய்கிறோம்.

மிகச்சிறந்த குடிமக்களாக, மிகச்சிறந்த மனிதர்களாக, தலைமைப் பண்பும் தொண்டு மனப்பான்மையும் கொண்டவர்களாகத் திகழ மாணவர்களைப் பயிற்றுவிக்க ஏற்கனவே ஆயிரம் மாணவர்களைத் தேர்ந்தெடுத்து பயிற்சியளித்து வருகிறோம். சிறந்த தொழில் முனைவோர்களை உருவாக்கும் வகையில் பயிலரங்கம் நடத்து கிறோம்.

மதிப்பெண்களைப் பெற்றால் மட்டும் போதாது. வாழ்வின் மதிப்புகளை மாணவர்கள் பெறவேண்டும். முதல் மதிப்பெண் பெற்று உயர்பதவிக்குப் போனால் மட்டும் போதாது, சிறந்த குடிமகன்களாக மாணவர்கள் உருவாகவேண்டும். பெற்றோர்களை பெரியோர்களை மதிக்கக்கூடியவர்களாக ஏழை எளியவர்களை அரவணைக்கக் கூடியவர்களாக இலக்கியத்திலும் வரலாற்றிலும், சமூகச் சேவையிலும் ஈடுபாடு உடையவர்களாக இளைஞர்களை உருவாக்கவேண்டும் என்பதுதான் எங்கள் முதன்மையான குறிக்கோள்.

நெறியாள்கை: பொன். தனபாலன்

பொதிகை தொலைக்காட்சி - 26 ஜனவரி, 2014

அனைத்து மக்களும் அறிந்து கொள்ள வேண்டிய குடியரசுதினச் செய்தி என்ன?

சுதந்திர தினத்திற்கும் குடியரசு தினத்திற்குமான வேறுபாடு சாதாரண மக்களுக்கு அதிகம் தெரியவில்லை. இதனைக் கொஞ்சம் விளக்கிச் சொல்லுங்கள் சார்.

சுதந்திரதினம் என்று நாம் கொண்டாடுகின்ற அந்த ஆகஸ்ட் 15ஆம் தேதியைத் தேர்வு செய்தவர்கள் ஆங்கிலேயர்கள். 1947ஆம் ஆண்டு ஆகஸ்ட் 15ஆம் நாளை விடுதலை நாளாக அறிவிக்கலாம் என்று முடிவு செய்தவர்கள் ஆங்கிலேயர்கள். நம்மை விட்டு அவர்கள் விடைபெற்ற நாள். ஆனால் ஜனவரி 26 என்பது நாம் தேர்வு செய்த தேதி.

நாம் ஏன் ஒரு புதிய நாளைத் தேர்வு செய்தோமென்றால், முதலில் குடியரசு என்றால் என்ன? அது வேறு ஒன்றும் இல்லை, இந்திய அரசியலமைப்புச் சட்டம் அமுலான தேதி. இந்திய அரசியலமைப்புச் சட்டம்தான் இந்தியாவுக்கே அச்சாணியாக இருப்பது. 1947-ல் விடுதலை கிடைத்த பிறகுதான் அரசியலமைப்புச் சட்டத்தை இயற்றத் தொடங்கினார்களா என்றால் இல்லை.

1946லேயே இது குறித்து சிந்தித்து இந்தியா முழுவதுமுள்ள சட்ட மேதைகள், அரசியல் பேரறிஞர்கள், பொது வாழ்க்கையில் ஈடுபட்டுள்ள பிரமுகர்கள், வழக்கறிஞர்கள், நீதிபதிகள் என்று பலதரப்பட்டவர்களெல்லாம் ஒன்றாகச் சேர்ந்து 'அரசியல் நிர்ணய சபை' என்று ஓர் அவையை உருவாக்கினார்கள். ஒட்டு மொத்தமான அந்த சபைக்கு டாக்டர் ராஜேந்திர பிரசாத் தலைவராக இருந்தார்.

அதாவது எங்களுக்குத் தெரிந்ததெல்லாம் சட்ட வரைவுக் குழுவுக்குத் தலைவராக இருந்தது டாக்டர் அம்பேத்கர்தான். அதற்கு மேல் இவ்வளவு விவரங்கள் இருப்பதெல்லாம் தெரியாது.

அரசியல் நிர்ணய சபை என்பது விரிந்து பரந்த விசாலமான ஒரு சபை. அந்த அவைக்கு டாக்டர் ராஜேந்திரபிரசாத் தலைவராக இருந்தாலும்,

அடிப்படையான அரசியலமைப்புச் சட்டத்தை வரைமுறைப்படுத்தி உருவாக்க வரைவுக்குழு என்ற ஒன்றை ஏற்பாடு செய்தார்கள். அந்தக் குழுவுக்குத் தலைவர் டாக்டர் அம்பேத்கர். 1946லிருந்து 1949வரை ஒரு மூன்றாண்டு காலம் அந்த வரைவுக்குழு அவ்வப்போது கூடி, அரசியல் நிர்ணய சபையும் கூடி, இந்தியா முழுவதும் பல்வேறு இடங்களுக்கும் சென்று மக்களுடைய கருத்துகளைப் பெற்று - சிந்தனையாளர்கள், எழுத்தாளர்கள், பேராசிரியர்கள், வரலாற்று வல்லுனர்கள், பத்திரிகையாளர்கள் என்று பலதரப்பட்டவர்களின் ஆலோசனைகளையும் பெற்று, அலசி ஆராய்ந்து நீண்ட காலத்திற்குப் பிறகு இயற்றப்பட்டதுதான் அரசியலமைப்புச் சட்டம்.

சுதந்திரப் போராட்டத்தின் போதே ஒவ்வொரு ஆண்டும் ஜனவரி 26-ம் நாளை 'சுயராஜ்யதினம்' எனக் கொண்டாட வேண்டும் என்று காங்கிரஸ் கட்சியின் அகில இந்திய மாநாடு தீர்மானம் நிறைவேற்றி இருந்தது. 1947க்கு முன்பும் சுதந்திரதினம் கொண்டாடினார்கள் நமது தியாகிகள். இப்பொழுது கொண்டாடுவதைப்போல இனிப்புக் கொடுத்து கொண்டாடமுடியாது.

சுயராஜ்யதினம் என்று அவர்கள் கொண்டாடினால் குண்டடிபட வேண்டும். குண்டாந்தடிகளால் அடிபடவேண்டும். சிறைச்சாலைக்குப் போக வேண்டும். சித்திரவதைகளை அனுபவிக்க வேண்டும். அப்படிப்பட்ட சூழ்நிலையிலும் ஒவ்வொரு ஜனவரி 26-ம் தேதியும் சுயராஜ்யதினம் கொண்டாடியவர்கள் நம் தலைவர்கள். ஆகவே அவர்கள் கொடுத்த ஆகஸ்ட் 15ந் தேதியைக் கொண்டாடினால் மட்டும் போதாது. நாம் வகுத்த, நமது முன்னோர்கள் கொண்டாடிய அந்த ஜனவரி 26ம் தேதியையும் நாம் கொண்டாடவேண்டும். நமக்காகப் பாடுபட்ட பெரியவர்களையும் அவர்களது எண்ணங்களையும் நினைவுபடுத்திக் கொள்ள வேண்டும் என்பதற்காகவே ஜனவரி 26-ம் நாள் குடியரசு தினம் என்று கொண்டாடுகிறோம்.

எல்லையில் நின்று பணிபுரிந்து நாட்டைக் காக்கிற ராணுவ வீரர்களின் சேவையையும் நாம் நினைவில் கொள்கிற நாள் அல்லவா இது.

ஆம். அதே நேரத்தில் புத்தர் பிறந்த மண் இது. மகாத்மாகாந்தி வாழ்ந்த மண் இது. உலகம் வியந்து போற்றக்கூடிய பல அருமையான தலைவர்களைப் பெற்ற மண் இது. ராணுவ வீரர்களின் பணி என்பது மகத்தான பணிதான். ஆனால் நாம் என்ன கருதவேண்டும் என்றால், ராணுவமே இல்லாத உலகம் தோன்றாதா? போரே அற்ற ஓர் பிரபஞ்சம் உருவாகாதா?

புதியதோர் உலகம் செய்வோம் - கெட்ட
போரிடும் உலகினை வேரோடு சாய்ப்போம்

என்று சொன்னாரே பாவேந்தர். அந்த ஆலோசனையை, மாபெரும் அறிஞர்களின் அறிவுரைகளை நாம் பின்பற்ற முயற்சி செய்ய வேண்டும்.

இந்த ஜனவரி 26-ம் நாளை குடியரசு தினமாகக் கொண்டாடிவரும் இந்த வேளையில் ஒரு வழக்கறிஞராக உங்கள் கருத்தை, குடியுரிமை பற்றிய உங்கள் நினைவைப் பகிர்ந்து கொள்ளுங்கள்.

'சட்டத்திற்கு முன்பு எல்லோரும் சமம்' என்பதுதான் மிக முக்கியமான கோட்பாடு. ஒவ்வொரு குடிமகனும் ஓரளவுக்காவது சில அடிப்படைச் சட்டங்களைத் தெரிந்து வைத்திருக்க வேண்டும். எல்லாச் சட்டங்களையும் அறிந்து கொள்ளவில்லை என்றாலும் முக்கியமான - அத்தியாவசியமான சில சட்டங்களையாவது அறிந்திருக்க வேண்டும். அதன் சாராம்சத்தையாவது புரிந்திருக்க வேண்டும். நம் கடமை என்ன? உரிமை என்ன? அரசியலமைப்புச் சட்டம் நமது கடமைகளையும் உரிமைகளையும் தெளிவாக வகுத்துத் தந்திருக்கிறது. அடிப்படையே கடமையும் உரிமையும்தான்.

விடுதலைப் போராட்டத்தில் தொழிலாளர்கள், பெரியவர்கள், வழக்கறிஞர்கள், இளைஞர்கள், எழுத்தாளர்கள் என்று பல துறைகளைச் சேர்ந்தவர்களும் போராடியதைப்போல பெண்களும் போராடியிருக்கின்றனர். உங்கள் 'விடுதலை வேள்வியில் தமிழகம்' என்ற நூலில் இது குறித்து சிறப்பாகவே பதிவு செய்திருக்கிறீர்கள். தியாகிகளில் மறக்க முடியாதவர்கள் யாரேனும் இருந்தால் அவர்களை நேரில் சந்திக்கின்ற வாய்ப்பு உங்களுக்கு கிடைத்ததா?

வேலுநாச்சியார் போன்றவர்கள் ஜான்சிராணி போன்றவர்கள் இருந்திருக்கிறார்கள். அதாவது மன்னர் காலத்தில், பாளையக்காரர்கள் காலத்தில். காந்தியடிகள் தென்னாப்பிரிக்காவில் இருந்தபோது தில்லையாடி வள்ளியம்மை, கஸ்தூரிபா காந்தியோடு ஒரே சிறையில் இருந்திருக்கிறார். 'தில்லையாடி வள்ளியம்மைதான் எனக்குப் போராடப் புத்துணர்வை ஊட்டினார். எனக்குள் ஓர் எழுச்சியையும் உத்வேகத்தையும் கொடுத்து என்னை விழிக்கச் செய்தது அவரது மரணம்தான்.' என்று காந்தியடிகளே சொல்லியிருக்கிறார். 16 வயதில் மரணமடைந்தார் வள்ளியம்மை.

கேப்டன் லட்சுமி கான்பூரில் இருக்கிறார். கணவரோடு அங்கேயே செட்டில் ஆகிவிட்டார். 50 ஆண்டுகள் ஆகிவிட்டன. உயிரோடு

இருக்கிறாரா - இல்லையா என்றே தெரியவில்லை என்றார்கள். நான் எப்படியோ அவருடைய தொலைபேசி எண்ணைக் கண்டுப்பிடித்து ஈரோட்டிலிருந்து கான்பூரில் உள்ள லட்சுமிஷேகல் வீட்டிற்குப் பேசினேன். லட்சுமி அவர்கள் பஞ்சாபை சேர்ந்த ஷேகலை மணந்து கொண்டார். அவர்களது மகள் ஒரு முஸ்லீமை காதல் மணம் செய்து கொண்டார். குடும்பத்தினர் யாருக்கும் ஒரு சொல் கூட தமிழ் தெரியாது. தமிழகத்திற்கும் அவர்கள் அடிக்கடி வருவதில்லை.

கேப்டன் லட்சுமி அவர்களின் தாய் அம்மு சாமிநாதன் திண்டுக்கல்லில் இரண்டுமுறை எம்.பியாக இருந்திருக்கிறார். அப்பா சென்னை உயர்நீதிமன்றத்தில் முன்னணி குற்றவியல் வழக்கறிஞராகப் பணிபுரிந்தார். நல்லதோர் தேசியக் குடும்பம்.

1000 பெண்களைத் திரட்டி நேதாஜியின் போர்ப்படையில் ஆயுதம் தாங்கிப் போராடிய ‘பெண் பகத்சிங்’ கேப்டன் லட்சுமி. அந்த ஆயிரம் பெண்களில் 85 சதவிகிதம் பேர் தமிழ்ப்பெண்கள். அடித்தளத்து மக்கள், உழைக்கும் மகளிர், மிகவும் பிற்படுத்தப்பட்ட, ஒடுக்கப்பட்ட பெண்கள். முறத்தால் புலியைத் துரத்திய புறநானூற்று வீரமங்கைகளைப் படித்திருக்கின்றோம். அது அந்தக் காலத்தில். ஆனால் இந்தக் காலத்தில் துப்பாக்கி ஏந்திப் போராடிய வீராங்கனைகளைப் பற்றி தெரிந்து கொள்ள வேண்டாமா?

“படையெடுத்துவரும்போது என்னுடன் 5 நிமிடங்களுக்கு முன் பேசிக் கொண்டிருந்த - எனக்கு முன்னால் பதுங்கிப் பதுங்கிப் போய்க் கொண்டிருந்த சில பெண்கள், குண்டடிபட்டு ரத்த வெள்ளத்தில் கிடப்பதைக் கண்டேன். 5 நிமிடத்திற்கு முன்னால் என்னோடு பேசிக் கொண்டிருந்தார்கள். ‘நாங்கள் முன்னே போகிறோம் நீங்கள் பின்னால் வாருங்கள்’ என்று சொல்லிவிட்டு சற்று முன்னால் எனக்கு முன்னே முன்னேறிச் சென்று கொண்டு இருந்தவர்கள் ரத்தம் சிதற செத்துக் கிடப்பதைப் பார்த்தேன். உடனே என் தொப்பியையும் துப்பாக்கி யையும் கீழே வைத்துவிட்டு வணங்கினேன். பிறகு மறுபடியும் துப்பாக்கியை ஏந்தி முன்னேறிச் சென்றேன். இவையாவும் 5 நிமிடங்களுக்குள் முடிந்து விட்டது. தாய் மண்ணைத் தொடும்போது மனம் நெகிழந்து விழுந்து புரண்டு எழுந்தோம்” என்று கண்கலங்கச் சொன்னார்கள் என்னிடத்தில் கேப்டன் லட்சுமி.

எழுத்து எந்த அளவுக்குப் பங்காற்றியிருக்கிறது?

எழுத்துகள் மாபெரும் எழுச்சியை ஏற்படுத்தியிருக்கின்றன. சொன்னால் நீங்கள் ஆச்சரியப்படுவீர்கள். ‘யங் இந்தியா’, ‘ஹரிஜன்’

போன்ற ஆறு பத்திரிகைகளுக்கு காந்தி ஆசிரியராக இருந்திருக்கிறார். ஆயிரம் வேலைகள் இருந்தாலும் அன்றாடம் எழுதுவதை அவர் தவிர்த்ததே இல்லை. விபின் சந்திரபாலர், லாலா லஜபதிராய், பாலகங்காதர திலகர், நேதாஜி சுபாஷ் சந்திரபோஸ், வெளிநாட்டிலிருந்து போராடிய 'ஜெய்ஹிந்த்' செண்பகராமன் போன்ற எந்தத் தலைவரை வேண்டுமானாலும் எடுத்துக் கொள்ளுங்கள். அவர்கள் பத்திரிக்கை நடத்தியிருப்பார்கள். பெரியார் 'குடியரசு, 'விடுதலை', 'புரட்சி', 'உண்மை' என்றெல்லாம் ஏடுகளை நடத்தியிருக்கிறார். பாரதியார் 'இந்தியா' பத்திரிகையை நடத்தினார். இன்னும் நான்கைந்து இதழ்களையும் நடத்தினார். 1885-ல் காங்கிரஸ் கட்சி உருவாவதற்கு முன்பே வெளிவந்தவை 'சுதேசமித்திரன்' 'இந்து' போன்ற இதழ்கள். இவற்றை நடத்தியவர் ஜி.சுப்பிரமணிய ஐயர்.

ஏ.ஓ ஹியூம் தலைமையில் ஆங்கிலம் அறிந்த பட்டதாரிகள் பலர் ஒன்றாகச் சேர்ந்து பம்பாயில் காங்கிரஸ் கட்சியைத் தோற்றுவித்தார்கள். முதல் மாநாட்டில் 75 பேர் கலந்து கொண்டனர். அந்தக் கூட்டத்தில் முதல் தீர்மானத்தைக் கொண்டுவந்து முன்மொழிந்து பேசியவர் ஒரு தமிழர். அவர்தான் ஜி.சுப்பிரமணிய ஐயர். அதே மாநாட்டுக்கு சென்ற இன்னொரு தமிழர் சேலம் பகடாலு நரசிம்மலு நாயுடு என்று சொல்லக்கூடியவர். ஜி.சுப்பிரமணிய ஐயர் சென்னையிலிருந்து சென்றார். பகடாலு நரசிம்மலு கோவையிலிருந்து புறப்பட்டார். இவர்கள் இருவருமே சிறப்புமிக்க பத்திரிகையாளர்கள். எழுத்துகளால் சுதந்திர எழுச்சியை உருவாக்கியவர்கள்.

அவர்கள் பெரிய சவால்களைச் சந்தித்திருக்க வேண்டுமே!

அவர்கள் சந்தித்தது சவால்கள் மட்டுமே. அன்றாடம் அவர்கள் சவாலை எதிர்கொள்ள வேண்டும். 1904-ம் ஆண்டு 'சுதேசமித்ரன்' பத்திரிக்கையில் ஜி.சுப்பிரமணிய ஐயர் தலைமையில் உதவி ஆசிரியராக இணைகிறார் பாரதியார். சிறிது காலம் சென்று 'இந்தியா' என்ற பத்திரிகையைத் தொடங்குகிறார் பாரதி. படித்தவர்கள் மத்தியில், இளைஞர்களுக்கிடையில் மிகவும் பிரசித்தி பெற்று விளங்கியது 'இந்தியா'. வெள்ளை அரசாங்கம் இதைத் தடை செய்தது.

ஐ.மாயாண்டி பாரதி இன்றும் நம்மோடு வாழும் தியாகி. அவர் 'படுகளத்தில் பாரததேவி' என்றொரு சிறிய நூலை எழுதினார். 35 பக்கங்கள்தான் இருக்கும். அந்தப் புத்தகம் தடைசெய்யப்பட்டது. எத்தனையோ நூல்கள், துண்டறிக்கைகள், பத்திரிகைகள் அந்தக் காலத்தில் ஆங்கிலேய அரசால் தடைசெய்யப்பட்டன.

எழுத்துக்கு அவ்வளவு வலிமை இருந்திருக்கிறது...

எழுத்துக்கான வலிமையை காலமும் சூழ்நிலையும்தான் நிர்ணயிக்கும். பொள்ளாச்சியில் நட்டநடுத்தெருவில் உடம்பெங்கும் சங்கிலியால் பின்னப்பட்டு சிங்கத்தைக் கூண்டிலடைக்க இழுத்து வருவதைப்போல ஒருவரை இழுத்து வந்தார்கள். அதை அந்த ஊர் மக்கள், பெண்கள், சிறுவர்கள் எல்லாம் வேடிக்கை பார்த்தார்கள். நூற்றுக்கணக்கான பேர் பின்னால் வருகிறார்கள். பல சிறுவர்கள் வேடிக்கை பார்த்தார்கள் அல்லவா. அதில் ஒரு சிறுவன் பின்னாளில் பெரிய தலைவராகி இந்தச் சம்பவத்தை தனது நூலில் எழுதினான். ஓரமாக நின்று வேடிக்கை பார்த்த பெரியவர் ஒருவரிடம் 'இது யார்?' என்று அந்த சிறுவன் கேட்கிறான். 'இவர்தான் ஜீவானந்தம்' என்கிறார் அவர்.

அந்தச் சிறுவன் கேட்கிறான். 'ஏன் அவரை சிங்கத்தைக் கட்டி இழுத்து வருவதைப்போல கால், கைகள், மார்பெல்லாம் சுற்றிப்பிணைத்து இழுத்து வருகிறார்கள்?' 'வேறு ஒன்றுமில்லை. மாவீரன் பகத்சிங் எழுதிய 'நான் நாத்திகன், ஏன்?' என்ற நூலைத் தமிழில் மொழி பெயர்த்தாராம்.' இந்தியாவில் ஆங்கிலத்தில் எழுதப்பட்டு முதன்முதலாக வேறொரு மொழியில் மொழிப்பெயர்க்கப் பட்டது அந்த நூல்தான். அவர் பஞ்சாபியில் எழுதி அது முதன் முதலாக ஆங்கிலத்தில் வந்தது. சிறையிலிருந்து பகத்சிங் எழுதிய கடிதம் அது. பகத்சிங்கின் எழுத்து மொழியாக்கம் செய்யப்பட்டது இந்திய மொழிகளிலேயே முதலில் தமிழில்தான். வெளியிட்டவர் பெரியார். அச்சிட்ட இடம் ஈரோடு. வெளியிட்ட பதிப்பகம் பெரியாரின் சகோதரர் பெயரில் இருந்ததால், பதிப்பாளர் என்ற முறையில் பெரியாரின் அண்ணனும் கைது செய்யப்பட்டார்.

கால்சட்டை போட்டிருந்த பாலகன் ஒருவன் வேடிக்கை பார்த்துக் கொண்டிருந்தானே, அவன் ஜீவா விடுதலையடைந்ததும் அவரைப் போய்ப் பார்த்தான். அவருடைய கருத்தாற்றலையும் தமிழ் முழக்கத்தையும் கேட்டுச் சிலிர்த்து நின்றான். அவரோடு ஐக்கிய மானான். அந்தச் சிறுவன்தான் பின்னாளில் பெரிய பதவிக்கு வந்த, ஜீவாவுக்கு அடுத்த நிலையில் உள்ள பொறுப்புக்கு உயர்ந்த, பொதுவுடமை இயக்கத் தலைவராகத் திகழ்ந்த கே.பாலதண்டாயுதம். ஆகவே ஒரு சிறு நிகழ்ச்சி ஒரு மனிதனின் உள்ளத்தில் பெரும் மாற்றத்தை நிகழ்த்தி அவனை மாபெரும் மனிதனாக்குகிறது. அதற்குப் பின்புலமாக ஒரு புத்தகம் இருக்கிறது. எனவே எழுத்தைச் சாதாரணமாக எடுத்துக் கொள்ள முடியாது.

தமிழகம் முழுவதும், இந்தியா முழுவதும், ஏன் சில நேரங்களில் உலகத்தமிழர்கள் வாழும் பல இடங்களுக்கும் சென்று உரையாற்றி வருகிறீர்கள். விடுதலைப் போராட்ட காலத்தில் இளைஞர்களுக்கு இருந்த இலட்சிய உணர்வு இன்று இருக்கிறதா?

இன்றைக்கு இருக்கிற இளைஞர்களுக்கும் அந்த உணர்வுகள் இருக்கின்றன. ஆனால் அவர்கள் மிகச்சரியாக வழி நடத்தப்பட வேண்டும். சாதிச்சண்டை கூடாது, உயர்வு தாழ்வு கற்பித்துப் பேதம் பாராட்டக்கூடாது. இந்திய அரசியலமைப்புச் சட்டத்தில் சொல்லப் பட்டிருப்பதென்ன, இந்திய சோசலிச ஜனநாயக மதச்சார்பற்ற குடியரசு. இந்தச் செய்தியை முதலில் எல்லோருக்கும் சொல்ல வேண்டும்.

இந்திய சோசலிச ஜனநாயக மதச்சார்பற்ற குடியரசு என்று வரை யறுக்கப்பட்டிருக்கிறது. இந்தச் செய்தி கடைக்கோடி மனிதனிடமும் சென்றடைய வேண்டும்.

சந்திப்பு: ஆர். அமலி

பொதிகை தொலைக்காட்சி - 2014

நோபல் பரிசுக் கமிட்டியே
வெட்கித் தலைகுனிந்தது...

வணக்கம், நேயர்களே...

வேகமாய் சுழன்று கொண்டிருக்கக்கூடிய இந்த உலகத்தில் சிந்திக்க நேரமில்லாமல் நமது வாழ்க்கையில் பல சவால்களைச் சந்திக்க மறந்து விட்டோம். அந்தச் சவால்களைச் சந்திப்பதற்குத் தேவையான ஒரு நல்ல பாதையாக இருக்கக் கூடிய நிகழ்ச்சி 'இலக்கிய ஏடு'. இன்றைய இந்த நிகழ்ச்சியில் கலந்து கொள்வதற்கு - இலக்கியத்திலும் எழுத்திலும் தனது ஆக்கப்பூர்வமான சிந்தனையைப் பதித்துக் கொண்டு வந்திருக்கக் கூடிய திரு த.ஸ்டாலின் குணசேகரன் அவர்கள் வருகை புரிந்துள்ளார். அவருக்கு நிலையத்தின் சார்பாக வணக்கங்களைக் கூறி மகிழ்ச்சியைத் தெரிவித்துக் கொள்கிறோம். வணக்கம் சார்...

வணக்கம்...

ஒரு வழக்கறிஞராக இலக்கை நிர்ணயித்த நீங்கள், எழுத்துப் பணியில் ஈடுபட வேண்டும் என்று எப்படி முடிவுக்கு வந்தீர்கள்? அதற்கான தாக்கம் ஏதாவது இருந்திருக்கும் இல்லையா, அதுபற்றிச் சொல்லுங்கள்...

எழுத்தைத் தேர்வு செய்ததற்கு வேறு ஒன்றும் காரணமில்லை.. பேச்சைத் தேர்வு செய்ததற்கும் எழுத்தைத் தேர்வு செய்ததற்கும் அல்லது அமைப்புகளைத் தோற்றுவிக்க வேண்டும் என்கிற கருத்துத் தோன்றியதற்கும் காரணம் ஒன்றுதான். சமூக முன்னேற்றம், சமூக மாற்றம். அதற்கு ஒரு மிக சக்தி வாய்ந்த ஆயுதம் எழுத்து. ஆகவே அந்த எழுத்தை நாம் தேர்வு செய்து கொள்ள வேண்டும் என்று திட்டமிட்டு, விரும்பி... அதாவது, நாம் சிறந்த எழுத்தாளனாகலாம், அதற்கு என்னென்ன பயிற்சி என்றெல்லாம் இல்லாமல், நாம் என்ன நினைக்கிறோமோ அதை அடுத்த தலைமுறைக்கு, இளைஞர்களுக்கு எடுத்துச் சொல்ல வேண்டும்; அவர்களுக்குப் புரிய வைக்க வேண்டும் என்று தான் நான் சிந்தித்தேன்.

இதற்குப் பிறகு, சிறந்த எழுத்தாளராவதற்கு முதல் பாரா இப்படி எழுதலாமா, இரண்டாவது பாரா இப்படி எழுதலாமா, சொல் இப்படிப் போட்டால் எப்படி இருக்கும் என்றெல்லாம் பயிற்சிக்குச் செல்லவில்லை... அதே மாதிரி பேச்சாளராக வேண்டுமென்று கூட நான் திட்டமிடவில்லை... அந்த திசை நோக்கித் திட்டமிட்டுச் செல்லவில்லை. பயிற்சி முகாம்களுக்குச் செல்லவில்லை. அதற்குப் பதிலாக, நம் நெஞ்சில் என்ன நினைக்கிறோமோ அதை எதிரிலே உட்கார்ந்து கொண்டிருக்கிற மாணவர்களுக்கு, இளைஞர்களுக்கு அப்படியே ஓவியம் போல் பதிவு செய்ய வேண்டும் என்று கருதினேன். சில இடங்களில் அவ்வாறு பதிவாகியிருக்கும், சில இடங்களில் ஆகியிருக்காது. ஒரு முயற்சி... 'மேலும் புரிய வைக்க வேண்டும், மேலும் புரிய வைக்க வேண்டும்' என்ற சிந்தனையில் மேலும் மேலும் முயற்சி... அதன் விளைவாகத்தான் எழுத்துத் துறையிலே வந்திருக்கிறோமே தவிர, ஏதோ எழுத்துத் துறையிலே வந்து ஆழத்தடம் பதித்துப் புகழ்பெற வேண்டும் என்று தனித் திட்டமிட்டு அல்ல...

மேலும் சிறு வயதிலிருந்து பல படைப்பாளிகளின் எழுத்துகளை வாசித்திருக்கிறேன். சிறுகதை, கவிதை, கட்டுரை, நாவல் போன்ற வற்றை வாசித்ததும், பல எழுத்தாளர்களை பள்ளி, கல்லூரிக் காலங்களில் சந்தித்ததும், அவர்களின் உரைகளைக் கேட்டதும் எழுத வேண்டும் என்ற எண்ணம் தோன்றியதற்குக் காரணமாக இருந்திருக்கும் வாய்ப்புள்ளது.

உங்களுடைய எழுத்துகள் எல்லாமே சமூகம் சார்ந்ததாகவே இருந்து வந்துள்ளன. நீங்கள் எழுதிய ஆராய்ச்சிக் கட்டுரைகள், நூல்கள் அதை எழுதக்கூடிய நேரத்தில் உங்களுக்கு ஏற்பட்ட அனுபவங்கள் குறித்து சொல்லுங்கள்...

'விடுதலை வேள்வியில் தமிழகம்' நூலைப் பொறுத்தவரை நமக்கிருந்த சிந்தனை என்னவென்றால், விடுதலைப் போராட்டத்தில் ஈடுபட்டு சித்திரவதைப்பட்டவர்கள், செக்கிழுத்தவர்கள், தூக்கிலே தொங்கியவர்கள், பத்தாண்டுகள் இருபதாண்டுகள் அந்தமான் சிறைச்சாலை போன்ற இருட்டுச்சிறையிலே வாடி வதங்கி, செத்து மடிந்து பெயர் தெரியாமல் போனவர்கள் என்று எத்தனையோ பேர் இருந்திருக்கிறார்களல்லவா... அவர்கள் செய்த தியாகத்தைப் பதிவு செய்ய வேண்டும் என்பது தான்.

நாம் என்ன செய்யப் போகிறோம்...! அவர்களின் வரலாற்றைப் பதிவு செய்யப் போகிறோம்; அடுத்த தலைமுறைக்கு அவற்றை ஆவணப்படுத்தப் போகிறோம். ஒன்று அவர்களுக்குக் காணிக்கை

செலுத்துவது, மற்றொன்று அவர்களுக்கு நன்றி செலுத்துவது. இன்னொன்று அடுத்த தலைமுறைக்கு அந்த வரலாற்றை எடுத்துச் சொல்லி, அந்த அடித்தளத்தில் அடுத்த தலைமுறை வளர்வதற்கான ஒரு வழிவகை செய்வது.

இதுதான் 'விடுதலை வேள்வியில் தமிழகம்' புத்தகமாகட்டும், 'வரலாற்றுப்பாதையில்', 'தேசவிடுதலையும் தியாகச் சுடர்களும்' போன்ற நூல்களாகட்டும் உருவானதற்கான காரணம். தவிர, நூற்றுக்கணக்கான கட்டுரைகள் எழுதி அவை பல இதழ்களில் வெளியாகியுள்ளன. ஆராய்ச்சிக் கட்டுரைகள் கூட எழுதி, பல தேசியக் கருத்தரங்குகளிலே வாசித்திருக்கிறோம். இவையெல்லாம் அது போன்ற அடிப்படையிலே செய்யப்பட்டவை தான்.

விடுதலை வேள்வியில் தமிழகம் நூலைப்பற்றி கட்டாயம் நாம் பேசியாக வேண்டும். இரண்டு பாகங்கள் ஏற்கனவே வந்துவிட்டன. மூன்றாவது பாகம் குறித்து எதிர்பார்ப்பு நிறைய உள்ளது. எது மாதிரியான அம்சங்கள் மூன்றாவது பாகத்தில் இடம் பெறவுள்ளன?

ஏற்கனவே வெளிவந்துள்ள இரண்டு பாகங்களில் மிக முக்கியமான விடுதலைப் போராட்ட வீரர்களின் வரலாறு வெளிவந்துள்ளது. மூன்றாவது பாகத்தின் நோக்கம் என்னவென்றால், எங்கோ ஒரு சின்னக் கிராமப்புறத்தில் விடுதலைப் போராட்ட வீரர்கள் இருப்பர். அவர்கள் மிகச் சிறந்த விடுதலைப் போராட்ட வீரர்களாக இருந்திருப்பர். ஆனால், இதுவரை சரியான முறையிலே அவர்கள் அறிமுகப் படுத்தப்படாமல் இருந்திருப்பார்கள். இதுபோன்று விடுதலைப் போராட்ட வரலாற்றில் எஞ்சியிருக்கின்ற, சிதறிக்கிடக்கின்ற எல்லா அம்சங்களையும் சுரண்டியெடுத்து மூன்றாவது பாகமாகக் கொண்டு வரவேண்டும் என்பது தான்.

அசைக்க முடியாத ஆதாரங்களோடு வெளிவந்துள்ளதால் தான் முதல் இரண்டு பாகங்களும் வெற்றி பெற்றிருக்கின்றன. ஏதோ புனைகதை மாதிரியோ, சுவையூட்டுதலோ, மிகைப்படுத்துதலோ எதுவும் இல்லாமல் தகவல்களையும் செய்திகளையும் ஆதாரங்களையும் புள்ளிவிவரங்களையும் அடிப்படையாகக் கொண்டு வந்திருக்கக்கூடிய ஆய்வுக் கட்டுரைகள். மிகச்சிறந்த ஆய்வாளர்களை, பேராசிரியர்களை வரலாற்றியல் வல்லுனர்களைக் கொண்டு எழுதப்பட்டுத் தொகுத்தவை யாக அவை வெளிவந்தன.

முதல் இரண்டு பாகங்களையும், ஆங்கிலத்திலும் இந்தியிலும் மொழிபெயர்த்து வருகிறோம். மூன்றாவது பாகம் வெளிவந்த பிறகு

அதையும் ஆங்கிலம், இந்தி ஆகிய மொழிகளில் மொழிபெயர்க்கப் போகிறோம்.

இந்திய விடுதலைப் போராட்டத்தில் ஏதோ தமிழர்கள் அதிகமான பங்களிப்பு செலுத்தாதது போல் ஒரு கருத்து நிலவுகிறது. அது உண்மைக்கு நேர்மாறானது. ஆக்வே, அதனை ஆங்கிலத்திலும் இந்தியிலும் மொழிபெயர்த்து, இந்தியத் தலைநகரான டெல்லியில் வைத்து வெளியிடுகிறபோது, நிச்சயமாக வடநாட்டிலே இருக்கக்கூடிய வரலாற்றியல் வல்லுனர்கள், நடுநிலையாக இருக்கிற - விடுதலைப் போராட்ட வரலாற்றை ஆய்வு செய்யக்கூடிய ஆராய்ச்சியாளர்கள் தமிழ்நாட்டில் நடந்துள்ள விடுதலைப் போராட்டத்தைப் பற்றி நன்கு உணர்ந்து கொள்வார்கள். ஏற்கனவே அவர்கள் எழுதிய வரலாற்றில் சின்னச் சின்னத் திருத்தங்களைக்கூட மேற்கொள்ளும் வாய்ப்புள்ளது.

விடுதலைப் போராட்டத்தில் தமிழகத்தின் மகத்தான பங்கு அப்போதுதான் இந்தி பேசக்கூடிய மற்ற மாநில மக்கள் மத்தியில் செல்லும். அகில உலகம் பூராவிலுமுள்ள ஆங்கிலம் தெரிந்தவர் களுக்கும் சென்றடையும். ஆகவே ‘விடுதலை வேள்வியில் தமிழகம்’ நூலைப் பொறுத்தவரை முழுமையான திட்டம் என்னவென்றால் மூன்று பாகங்களும் தமிழ், ஆங்கிலம், இந்தி மூன்றிலும் வெளிவரவேண்டும். அதற்கான வேலைகள் இப்போது நடைபெற்றுக் கொண்டிருக்கின்றன.

இதுவரை உங்களுடைய படைப்புகள் யாவும் விடுதலைப் போராட்டம் சார்ந்தே வெளிவந்திருக்கின்றன. இனி வெளிவரக்கூடிய படைப்புகள், ஆய்வுக் கட்டுரைகள் எது மாதிரியானவையாக இருக்கும்?

விடுதலைப் போராட்ட வரலாறு என்பது ஒரு பகுதிதான். பொதுவாக உலக அளவில் நடைபெற்ற பல வரலாற்று நிகழ்வுகளை நான் பதிவு செய்து, வெளிவந்தது தான் ‘வரலாற்றுப் பாதையில்’ என்ற புத்தகம். அந்தப் புத்தகம் 2007ஆம் ஆண்டு தமிழகத்தின் சிறந்த புத்தகமாக ‘இலக்கியச் சிந்தனை’ அமைப்பால் தேர்வு செய்யப்பட்டுப் பரிசு பெற்ற புத்தகம்.

‘வரலாற்றுப் பாதையில்’ என்ற நூல் விடுதலைப் போராட்டம் சம்பந்தப்பட்டதல்ல. உலகளவில் நடைபெற்ற மனித குலத்திற்குத் தேவையான, இளைஞர்களுக்குத் தேவையான மிக முக்கியமான வரலாற்றுச் சம்பவங்கள், புரட்சிகரமான வரலாற்று நிகழ்வுகள் போன்றவற்றை உள்ளடக்கிய நூல். உதாரணமாக உலகத்தில் தலைசிறந்த புத்தகங்கள் எவையெவை... அந்தப் புத்தகங்கள் உருவானதற்கான வரலாற்றுப் பின்புலம் என்ன என்பது பற்றிய விபரங்கள் கூட அந்த நூலில் கட்டுரைகளாக இடம் பெற்றிருக்கின்றன.

வரலாறு மட்டுமல்லாது அறிவியல் மேதைகளைப் பற்றியும் அவர்களின் கண்டுபிடிப்புகள் பற்றியும் பல கட்டுரைகள், அப்போதைக்கப்போது நடைபெறும் அரசியல் சம்பவங்களையொட்டி ஏராளமான அரசியல் கட்டுரைகள், இலக்கியம், மொழியியல் சார்ந்தும் பல கட்டுரைகள் எழுதியுள்ளோம்.

'வரலாற்றுப் பாதையில்' என்ற நூலும் 'விடுதலை வேள்வியில் தமிழகம்' நூலைப் போலவே இரண்டு பாகங்களாக வெளிவந்துள்ளதே...

ஆமாம்... 'வரலாற்றுப் பாதையில்' புத்தகம் உருவானதே ஒரு வரலாறுதான். வார இதழாக வந்து கொண்டிருந்த 'ஜனசக்தி' இதழை நாளிதழாகக் கொண்டு வர முடிவுசெய்தனர். நாளை காலை முதல் இதழ் வெளிவரவுள்ளது. வெளியீட்டு விழா ஏற்பாடுகள் கோலாகலமாக நடைபெற்றுக் கொண்டிருந்தன. அந்தக் கட்டத்தில் ஜனசக்தியின் பொறுப்பாசிரியராகப் புதிதாகப் பொறுப்பேற்றிருந்த இராயப்பா, ஜனசக்தி அலுவலகத்திலேயே இன்னொரு அறையிலே அமர்ந்திருந்த என்னிடம் வந்து நாளை வெளிவரவுள்ள ஜனசக்தி இதழில் ஒரு வரலாற்றுத் தொடர் எழுத வேண்டும் என்று கூறினார். எப்போதிருந்து தொடர் வெளிவர வேண்டுமென்று கேட்டேன். நாளை வெளிவரும் முதல் இதழிலிருந்தே வெளிவர வேண்டுமென்றார்.

அப்படியானால் எப்போது உங்களுக்கு முதல்கட்டுரை கொடுக்க வேண்டும் என்று கேட்டேன். இன்றே, இப்போதே முதல் கட்டுரை கொடுக்க வேண்டும் என்றார். ராயப்பா இதற்கு முன்பு 'தினமணி' நாளிதழில் நடுப்பக்கக் கட்டுரையாசிரியராக இருந்தவர். நான் தினமணிக்கு தொடர்ந்து கட்டுரைகள் எழுதி வந்தேன். அந்த அறிமுகத்திலேயே என்னிடம் அவ்வாறு கட்டுரை கேட்டார்.

"வாரம் ஒரு கட்டுரையா?" என்று அவரைக் கேட்டேன். "இல்லை... தினசரி ஒரு கட்டுரை" என்றார். அப்போதே அதே அலுவலகத்தில் அமர்ந்து முதல் கட்டுரையை எழுதிக் கொடுத்தேன். இப்படி நூறு நாட்கள் - நூறு கட்டுரைகள் எழுதப்பட்டது தான் பின்னர் 'வரலாற்றுப் பாதையில்' என்ற இரண்டு பாகங்களைக் கொண்ட நூலாக வெளிவந்தது.

அங்கேயே அலுவலகத்திலேயே இருந்தால், தினசரி ஒரு கட்டுரை எழுதிக் கொடுப்பதில் சிரமமில்லை. அன்றாடம் ஏதாவது ஒரு ஊரில் கூட்டம் இருக்கும். அவ்வாறு வெளியூர் செல்லும் நேரங்களிலெல்லாம் அங்கிருந்தே எழுதி மாலை 3,4 மணிக்கெல்லாம் ஏதாவது ஒரு பிரவுசிங் சென்டரை ஆங்காங்கு பிடித்து கட்டுரையையும் அதற்கான புகைப்படத்தையும் ஸ்கேன் செய்து இ-மெயிலில் அனுப்பினேன்.

ஏற்கனவே பல்லாண்டுகளாகப் 'படித்ததில் பிடித்தது' என்பதோடு சில சொந்த அனுபவங்களையும் சேர்த்து வரலாறு மற்றும் வாழ்வியல் கட்டுரைகளாக எழுதப்பட்டு வெளியான தொகுப்புதான் 'வரலாற்றுப் பாதையில்' என்ற எமது நூல்.

இன்றைக்கு வழக்கறிஞர்களாக இருப்பவர்கள் அந்தத் துறையிலிருந்து கொண்டே பணிகளைச் செய்து கொண்டிருக்கிறார்கள். நீங்கள் அந்தத் துறையிலிருந்து விலகி எழுத்துத்துறைக்கு வரும்போது உங்களுக்கு ஏற்படுகிற உணர்வு, அதாவது எழுத்துத் துறைக்கு வந்த பிறகு ஒரு கட்டத்தில், வழக்கறிஞராகவே இருந்திருந்தால் இன்னும் சமூகத்திற்கு நிறைய செய்திருக்கலாமே என்று எண்ணியது உண்டா?

எக்காலத்திலும் அவ்வாறு எண்னியதில்லை. ஏனென்றால் வழக்கறிஞர் என்பவருக்கு இதெல்லாம் சம்பந்தமில்லாத விசயம் கிடையாது. இந்தியாவின் தேசத்தந்தை என்று நாமெல்லாம் மதித்துப் போற்றுகின்ற விடுதலைப் போராட்டத் தலைவர், உலக விடுதலைப் போராட்டத் தலைவர்களுக்கு மிகச் சிறந்த எடுத்துக்காட்டாகத் திகழுகின்ற, 'ஒரு மாமனிதனுக்கு நோபல்பரிசு கொடுக்கவில்லையே' என்று நோபல்பரிசுக் கமிட்டியே வெட்கித் தலைகுனிகிறதென்றால் அது மகாத்மா காந்தியடிகளுக்குத் தான். அடிப்படையில் அவர் ஒரு வழக்கறிஞர் என்பதை மறந்துவிடக் கூடாது.

தமிழ்நாட்டில் விடுதலைப் போராட்டத்தின் முதல் தலைவர் என்று யாராவது ஒருவரைத் தேர்வு செய்யச் சொன்னீர்கள் என்றால், அவர் வ.உ.சிதம்பரம் பிள்ளை அவர்கள் தான். விடுதலை வேள்வியில் தமிழகம் என்ற நூலின் அட்டைப்படத்தில் இடம் பெறச்செய்வதற்கு இந்திய அளவில் ஒருவரது படமும் தமிழக அளவில் ஒருவரது படமும் மட்டுமே அச்சிடப்பட வேண்டும் என்று முடிவு செய்தேன். இந்திய அளவில் காந்தியடிகள் படம் என்று முடிவாயிற்று. தமிழக அளவில் யார் படத்தைப் போடுவது என்று ஆய்வு செய்த பிறகு ஒருவரின் படம் முடிவாயிற்று. அது வ.உ.சி-யின் படம். அந்த வ.உ.சி-யின் படம் ஒன்றே தமிழகத்தில் நடைபெற்ற விடுதலைப் போராட்டத்தைப் பிரதிபலிக்கும் என்று நான் நம்புகிறேன். அப்படிப்பட்ட பெரும் தலைவர் வ.உ.சி ஒரு வழக்கறிஞர். சிந்தனைச் சிற்பி சிங்காரவேலர் ஒரு வழக்கறிஞர். நேருஜி, ராஜாஜி ஆகியோர் வழக்கறிஞர்கள். இன்னும் சொல்ல வேண்டுமென்றால் விடுதலைப் போராட்டத்தில் ஈடுபட்ட வழக்கறிஞர்கள், நீதிபதிகள் என்று ஒரு நீண்டபட்டியலே இருக்கிறது.

‘விடுதலை வேள்வியில் தமிழகம்’ நூல்

மேலும் நான் எழுத்துப் பணிக்காக மட்டும் என்னுடைய வழக்கறிஞர் பணியிலிருந்து விலகி வரவில்லை. பேச்சு, எழுத்து, ஆய்வு, களப்பணி, மக்கள் சிந்தனைப் பேரவை உருவாக்கம், புத்தகத் திருவிழா, ஆண்டு முழுக்க நிறைவேற்றப்படுகிற பேரவையின் சேவைத் திட்டங்கள் என்று ஏராளமான காரணங்களைக் கருத்தில் கொண்டே படிப்படியாக வழக்கறிஞர் பணியை விட்டு இயல்பாக விலக நேரிட்டது.

பல்வேறு விதமான ஆராய்ச்சிக் கட்டுரைகளையோ, நூல்களையோ எழுதும் போது, அதன் பொருட்டு நேரடியாக சம்பந்தப்பட்ட அந்தக் களத்திற்கே சென்று ஆய்வு செய்யும் போது, நீங்கள் சந்தித்த சில சவால்கள், அல்லது தடைகளை மீறி - அதாவது ஒரு படைப்பைக் கொண்டு வருவதற்கு நான் இவ்வளவு சிரமப்பட்டேன் என்று சொல்லக் கூடிய விதத்தில் ஏதாவது சம்பவம் உண்டா?

நேதாஜியின் போர்ப்படை ‘இந்திய தேசிய இராணுவம்’. அதன் மகளிர் படைக்கு ‘ராணி ஜான்சி ரெஜிமென்ட்’ என்று பெயர். இப்படைக்குத் தளபதியாக நேதாஜியால் நியமிக்கப்பட்டவர்தான் கேப்டன் லட்சுமி. இப்பெண்படையில் கேப்டன் லட்சுமிக்கு அடுத்தபடியாக மிகவும் மதிக்கத்தக்கவர், அப்படையின் துணைத் தளபதியாக விளங்கியவர் ‘ஜானகி தேவர்’ என்ற தமிழ்ப்பெண். இவர்

மலேசியாவிலேயே பிறந்து வளர்ந்தவர். பாரம்பரியத் தமிழ்க் குடும்பத்தில் பிறந்தவர்.

16 ஆண்டுகளுக்கு முன்பு கான்பூரிலிருந்த கேப்டன் லட்சுமியை சந்தித்துப் பேட்டி கண்ட போது "நீங்கள் என்ன..? திரும்பத் திரும்ப என்னைப் பற்றியே கேள்வி கேட்டுக் கொண்டிருக்கிறீர்கள். வீராங்கனை ஜானகி தேவர் பற்றி ஒரு கேள்விகூடக் கேட்கவில்லையே" என்று ஒரு கேள்வி கேட்டார். அந்தளவுக்கு நேதாஜியின் படையில் முக்கியத்துவம் பெற்றவர் தான் ஜானகி தேவர்.

சென்ற மாதம் மலேசியாவிற்கு இலக்கியச் சொற்பொழிவிற்காகச் சென்றிருந்தேன். அங்குள்ள பல முன்னனித் தமிழ் எழுத்தாளர்களைச் சந்தித்துப் பேசினேன். அப்போது "ஜானகி தேவரை சந்திக்க வாய்ப்பிருக்கிறதா?" என்று பலரிடம் கேட்டேன். "அவரப் பார்த்து பல வருடங்கள் ஆயிற்று", "அவர் படுத்த படுக்கையாக இருக்கிறார்...", "அவரது குடும்பத்தார் இந்நிலையில் யாரையும் சந்திக்க அனுமதிப்பதில்லை", "அவரது வீடு இங்கிருந்து மிகவும் தொலைவில் உள்ளது" என்றெல்லாம் சந்திக்க வாய்ப்பில்லை என்பதற்குப் பல காரணங்களைச் சொன்னார்கள்.

பல முயற்சிகளுக்குப் பிறகு மலேசியத் தமிழ் எழுத்தாளர்களான சை.பீர் முகமது, சந்திரஹாசன் ஆகியோர் அரிதின் முயன்று என்னை ஜானகி தேவர் வீட்டிற்கு அழைத்துச் சென்றனர். மற்றவர்கள் சொன்னதெல்லாம் உண்மை. படுத்த படுக்கையாகத்தான் இருந்தார். அவருக்கு 92 வயது.

ஜானகி தேவர்

பல ஆண்டுகளுக்கு முன்பு கேப்டன் லட்சுமியைச் சந்தித்த தகவல்களையும் அப்போது ஜானகி தேவரைப் பற்றி ஏன் ஒரு கேள்விகூட கேட்கவில்லை என்று கேப்டன் லட்சுமி என்னிடம் கேட்டதையும் ஜானகி தேவரிடம் உரத்த குரலில் விளக்கினேன். நன்றாகப் புரிந்துகொண்ட அவர் தாரை தாரையாகக் கண்ணீர் விட்டார். கேப்டன் லட்சுமி, நேதாஜி, ராணி ஜான்சி ரெஜிமன்ட் போன்ற கடந்தகால வீர நினைவுகளையும் முணுமுணுத்தவாறு உற்சாகமாகி விட்டார். உதவியாளர்கள் கைத்தாங்கலாகப் பிடிக்க நாற்காலியில் அமர்ந்து கொண்டார். நான் கேட்ட சில கேள்விகளுக்கு மெல்லிய குரலில் ஆனால் உறுதியான தொனியுடன் பதில் சொன்னார். அவரிடமிருந்த பல ஆவணங்களையும் புகைப்படங்களையும்

பார்வையிடும் வாய்ப்புக் கிடைத்தது. அவர் வீட்டில் மாட்டி வைக்கப் பட்டிருந்த பெரிய பெரிய படங்களைப் பார்த்தாலே அவரது வரலாற்றின் தனிச்சிறப்பை அறிந்து கொள்ளலாம். அவருடன் 2 மணி நேரம் செலவிட்டு நேரடியாகவே அவரது வரலாற்றைத் தெரிந்து கொள்ளும் வாய்ப்பு கிடைத்தது.

அவர் மலேசிய நாட்டவராக இருப்பினும் அவரது சேவையைப் பாராட்டி இந்திய அரசு அவரை டெல்லிக்கு வரவழைத்து பத்மஸ்ரீ விருது வழங்கிக் கவுரவித்தது.

தகவல்களையும் ஆவணங்களையும் ஆதாரங்களையும் தேடி இப்படிப் பல இடங்களுக்குச் சென்றதும் பலரைச் சந்தித்துக் கலந்துரையாடியதுமான அனுபவங்கள் பல உண்டு.

இவ்வளவு நேரமாக இன்றைய 'இலக்கிய ஏடு' நிகழ்ச்சியில், உங்களிடையே இலக்கியம் சார்ந்தும், வாழ்க்கையில் நீங்கள் சந்தித்த சில முக்கிய நபர்கள் மற்றும் நிகழ்ச்சிகள் குறித்தும், நூல்கள் உருவாக்கத்தின் போது உங்களுக்கு ஏற்பட்ட அனுபவங்கள் பற்றியும் பகிர்ந்து கொண்டீர்கள். கட்டாயம் இது நமது நேயர்களுக்கு மிகவும் பயனுள்ளதாக இருக்கும். நிகழ்ச்சிக்கு வந்து சிறப்புச் சேர்த்ததற்கு நன்றி.

மிக்க நன்றி. மகிழ்ச்சி.

சந்திப்பு: ஆர். அமலி

எஃப்.எம். ரெயின்போ, திருச்சி – 15 நவம்பர், 2014.

நெம்புகோல்களே புத்தகங்கள்

அன்பான நேயர்களே இன்று 'வாசிப்பை நேசிப்போம்' என்ற தலைப்பில் வழக்கறிஞரும் எழுத்தாளருமான, மக்கள் சிந்தனைப் பேரவைத் தலைவர் திரு.ஸ்டாலின் குணசேகரன் அவர்களோடு உரையாட இருக்கிறோம்.

புத்தகக் காதலராக இருக்கிறீர்கள். எப்படி இந்த ஈர்ப்பு உங்களுக்கு இளம் வயதிலேயே ஏற்பட்டதா?

சாதாரண விவசாயக் குடும்பம்தான் எங்களுடையது. எனது தந்தையார் ஐந்தாம் வகுப்புக்கு மேல் படிக்கவில்லை. என்றாலும் வாசிப்பின் மீது ஆர்வம் கொண்டவர்.

'நீ நன்றாகப் படித்தால் பாஸ் பண்ணலாம்' என்றார். ஏனென்றால் அப்பொழுதெல்லாம் பாஸ் பண்ணுவதே பெரிய காரியம். நல்ல மதிப்பெண்கள் எடுப்பதெல்லாம் பிறகு. 'நீ நன்றாகப் படித்தால் பாஸ் ஆகலாம், பாசானால் மேல் நிலைக்கல்வி கற்கலாம், அதிலும் தேர்ச்சி பெற்றால் கல்லூரிக்குப் போகலாம். கல்லூரியில் நன்றாகப் படித்தால் பட்டம் வாங்கலாம், பட்டம் பெற்றால் வேலைக்குப் போகலாம், வேலைக்குச் சென்றால் சம்பளம் கிடைக்கும். அதை வைத்துக் கொண்டு நன்றாக வாழலாம்' என்று எல்லோருடைய அப்பாக்களும் சொல்வதைப்போல என் அப்பாவும் சொன்னார். சொல்லிவிட்டு ஒரு சிறு புத்தகத்தைக் கையில் கொடுத்தார். டால்ஸ்டாய் எழுதிய 'குழந்தை களுக்கான குட்டிக் கதைகள்' என்ற புத்தகம் அது. படங்களுடன் கூடிய புத்தகம். கொடுத்து விட்டு முத்தாய்ப்பு வைப்பது போல ஒன்றைச் சொன்னார். 'நம் வாழ்க்கைக்குத் தேவையான அனைத்தும் பாடப் புத்தகத்திலேயே கிடைத்து விடாது. பாடப்புத்தகங்களோடு சேர்த்து இப்போதிருந்தே இதுமாதிரி பொதுவான புத்தகங்களையும் படித்தால் தான் முழுமையான மனிதனாக முடியும்' என்றார்.

அந்தப் புத்தகம் என் மனதைக் கவர்ந்ததால் அதில் இருந்த கதைகளை விரிவாக என் தாத்தாவிடம் நேரில் நிகழ்ந்ததைப்போல

எடுத்துக் கூறினேன். அதைக்கேட்டு என் தாத்தா பெரிதாக ரசித்துச் சிரித்தார். முதன்முதலாக எனது பேச்சுக்குக் கிடைத்த இந்த வரவேற்பு என்னை மேலும் மேலும் வாசிக்கத்தூண்டியது.

இதுவரை படிக்காமல் இருந்து இப்பொழுதுதான் முதன்முதலாக வாசிக்கத் தொடங்குகிறவர்கள் என்று சிலபேர் இருப்பார்கள். அவர்கள் எதைப் படிப்பது? எங்கிருந்து தொடங்குவது?

முதலில் செய்தித்தாள்கள், வார இதழ்கள் போன்றவற்றைப் படிக்க ஆரம்பிக்கலாம். பேட்டிகள், செய்திக்கட்டுரைகள், தலையங்கங்கள் சிறுகதைகள், பொது அறிவு, தொடர்கள் போன்றவற்றை வாசித்துப் பழகலாம்.

மனிதன் பார்த்துத் தெரிந்து கொள்ளலாம், கேட்டுத் தெரிந்து கொள்ளலாம். அனுபவித்துப் புரிந்துகொள்ளலாம். படிக்க வேண்டிய அவசியம் என்ன? கற்க வேண்டிய கட்டாயம் எங்கிருந்து வருகிறது?

எல்லாமே முக்கியம்தான். ஒன்றோடு ஒன்று தொடர்புடையதுதான். ஒன்றுக்கு ஒன்று துணை புரிவதுதான். இது வேண்டும் இது வேண்டாம்! இது தேவை! இது தேவையில்லை என்று எதையும் உதறிவிட முடியாது. வெறுமனே புத்தகங்களைப் படிப்பது மட்டுமே கல்வியாகி விடாது. மனிதர்களைப் படிக்க வேண்டும். சமுதாயத்தைப் படிக்க வேண்டும். உலகத்தின் நிகழ்வுப் போக்குகளை உன்னிப்பாகக் கவனிக்க வேண்டும். இப்படி பார்த்து, பழகி, கேட்டு, கவனித்து உள்வாங்குவதோடு வாசிப்பும் சேருமானால் அதற்குத் தனி உயிரோட்டம் இருக்கும்.

வெறும் புத்தகங்களை மட்டுமே படித்து விட்டு, சமூகத்தை உணராமல், சக மனிதனைப் புரிந்துகொள்ளாமல் இருப்பது பயன் தராது. பக்கத்திலே இருக்கிற மனிதனின் பசியை, சோகத்தை, மகிழ்ச்சியை, கருத்தை உணரவேண்டும். தெரிவது வேறு; அறிவது வேறு; புரிவது வேறு; உணர்வது வேறு; ஆகவே மக்களின், நண்பர் களின் துன்பத்தை, சந்தோஷத்தைப் பகிர்ந்து கொள்ள வேண்டும். சுயசிந்தனை இருக்க வேண்டும். தேடல் இருக்க வேண்டும். சும்மா வாசிப்பதில் பயனில்லை. சுய சிந்தனையும் தேடலும் கேள்வியும் ஆய்வுக் கண்ணோட்டமும் இல்லாத படிப்பில் பயனில்லை. இவையெல்லாம் ஒன்றோடு ஒன்று இணையும்போது முன்னேற்றம் ஏற்படும். வாசிப்பு என்பது வெறும் தகவல் சேகரிப்பு வேலையல்ல. ஒட்டு மொத்தமான சித்திரமாகத்தான் இதைப் பார்க்க வேண்டுமே தவிர, தனித்தனியாக நோக்கக்கூடாது.

ஐயா, வணக்கம்! என் பெயர் கீதா. ஸ்ரீரங்கத்திலிருந்து பேசுகிறேன். சமூகம் அன்றைக்கு ஒரு மாதிரி இருந்தது. இன்றைக்கு ஒரு மாதிரி இருக்கிறது. வாசிப்பின் மூலமாக இதைப் புரிந்து கொள்ள முடியுமா?

அறிவியல் வளர்ச்சியும் சிந்தனையில் முன்னேற்றமும் வசதி வாய்ப்புகளும் அதிகரிக்க அதிகரிக்க புதிய புதிய பிரச்சினைகளும் குழப்பங்களும் ஏற்படுகின்றன.

சாதி சமயப் பிரச்சினைகள், விவசாயிகளுக்கான பிரச்சினைகள், தொழிலாளர்களுக்கான சிக்கல்கள், பெண்களுக்கான விவகாரங்கள், வேலையில்லாத் திண்டாட்டம், விஞ்ஞான வளர்ச்சியினால் ஏற்படும் பிரச்சினைகள், முரண்பாடுகளால் ஏற்படும் சிக்கல்கள், கலாச்சாரப் பிரச்சினைகள், உழைப்புக்கேற்ற ஊதியமில்லாத குறைபாடு, ஊதியமிருந்தாலும் விடுமுறையில்லாத நிலைபாடு, எல்லா வசதிகளும் இருந்தும் மனஒற்றுமை இல்லாததால் மணவாழ்வில் ஏற்படும் இன்னல்கள் என்று எத்தனையோ பிரச்சினைகள், வழக்குகள் இருக்கின்றன. ஒவ்வொன்றையும் அதற்குரிய தன்மைகளோடு அணுக வேண்டும். எல்லா பிரச்சினைகளும் ஒரே மாதிரியான தீர்வு இருக்க முடியாது. முழுமையான தீர்வு என்பது சமூக மாற்றம், சமூக முன்னேற்றம் என்றாலும் கூட, உடனடி தீர்வு என்ன? தற்காலிகத் தீர்வு என்ன என்றும் நாம் சிந்திக்க வேண்டும். இதற்கான தீர்வுகளுக்கு வாசிப்பும் சமூகத்தைப் புரிந்து கொள்வதும் நிச்சயம் உதவிகரமாக இருக்கும்.

ஈரோட்டில் நடைபெறும் புத்தகத்திருவிழா நாடு முழுவதும் பேசப்படுகிறது. அதைப்பற்றி கொஞ்சம் சொல்லுங்கள்.

வாசிப்பை ஒரு மக்கள் இயக்கமாக மாற்ற வேண்டும் என்ற அடிப்படையில் கடந்த 10 ஆண்டு காலமாக புத்தகத் திருவிழாவை நடத்தி வருகிறோம். ஏறத்தாழ ஏழு லட்சம் மக்கள் 12 நாட்களில் கண்டு களிக்கிறார்கள் - பயன்படுத்துகிறார்கள். குறிப்பாக, இளைஞர்களுக்கும் மாணவர்களுக்கும் பிரச்சாரம் செய்து இதன் முக்கியத்துவத்தைப் புரிய வைக்கிறோம்.

உலக அறிவு, சமூக வளர்ச்சி, பண்பாட்டு மலர்ச்சி, பொறுப்புணர்ச்சி, சமுதாயத்தில் இருக்கிற சவால்கள் என்னென்ன? இந்த வாழ்க்கை எத்தகையது? வாழ்வில் ஏற்படக்கூடிய பிரச்சினைகள் என்னென்ன? அதை எவ்வாறு தீர்ப்பது என்பது மாதிரியான தன்னெழுச்சியான எண்ணங்களை இயல்பாகத் தோன்றும் கருத்துகளை வளர்ப்பதும் எங்கள் நோக்கமாகும்.

ஒரு மனிதன் முழு மனிதனாக, சமூகச் சிந்தனையுள்ள நிறைவு பெற்ற மனிதனாக, சமுதாயப் பொறுப்புணர்வுள்ள குடிமகனாக தன்னிறைவு பெற்ற தனி மனிதனாகத் தயாரிக்கப்பட வேண்டும், உருவாக வேண்டும். இன்னும் சொல்லப் போனால் அவனே அப்படி இயல்பாகத் தயாராக வேண்டும். பாடப் புத்தகங்களோடு சேர்ந்து கருத்தாழம் மிக்க, பண்பாட்டுச் செறிவுடைய, அறிவியல் பார்வை யுள்ள, சிறந்த மனிதனை உருவாக்கும் பொதுவான புத்தகங்களை மாணவர்கள் படிக்கவேண்டும்.

இத்தகைய சமூகம் சார்ந்த லட்சியத்துடன் ஈரோடு புத்தகத் திருவிழா நடத்தப்படுவதால் அதற்கான வகையில் பல சிறப்பு முயற்சிகள் மேற்கொள்ளப்படுகின்றன. இதை ஒரு புத்தக விற்பனைக் களம் என்று பாராமல் தேச வளர்ச்சிக்கு இடப்படுகிற அடித்தளப் பணி என்று கருதுவதால் அதற்கான விதவிதமான யுக்திகள் பின்பற்றப்படுகின்றன. இத்தகைய காரணங்களால் இப்புத்தகத் திருவிழா மாநிலம் முழுவதும் பேசப்படலாம் என்று நினைக்கிறேன். பேசப்பட வேண்டும் என்பது நோக்கமல்ல. நல்ல விளைவை சமூகத்திற்கு ஏற்படுத்த வேண்டும் என்பதே எமது நோக்கம்.

அரவக்குறிச்சி ராஜா : ஐயா வணக்கம் அரவக்குறிச்சி ராஜா பேசுகிறேன்.

“வணக்கம், வணக்கம், சொல்லுங்க”

அரவக்குறிச்சி ராஜா : ஐயா இன்னைக்கு எழுத்தாளர் - பதிப்பாளர் - விற்பனையாளர் ஆகியோரின் நிலைமை என்ன? கஷ்டப்பட்டு எழுதி, அச்சடித்து, வெளியிலே கொண்டு வரும்போது மக்களுடைய ஆதரவு எப்படி இருக்கிறது? ரெஸ்பான்ஸ் இல்லை, திருப்திகரமாக இல்லை, அல்லது வரவேற்பு குறைவாக இருக்கிறது என்று தான் சொல்கிறார்கள்.

ஸ்டாலின் : இன்று புத்தக விற்பனை என்பது மிகச் சிறப்பாக இருக்கிறது என்று சொல்ல இயலாது. ஆனால் படிப்படியாக தமிழகத்தின் பல்வேறு இடங்களில் புத்தகத் திருவிழாக்கள் நடைபெறு வதாலும், பல அமைப்புகள் இதுகுறித்த விழிப்புணர்வை ஏற்படுத்தி வருவதாலும் இன்று பரவலாக நூல்களைப் படிப்பவர்களின் எண்ணிக்கை அதிகரித்து வருகிறது. இன்னொன்று இணையதளம், கணினி என்று வேறு பல வடிவங்களிலும் வாசிப்பதற்கான வாய்ப்பு பரவலாகியிருக்கிறது. ஆனாலும் முழுப்புத்தகத்தையும் கையில் வைத்துக் கொண்டு வாசித்தபோது ஏற்பட்ட அனுபவமும் நிறைவும் ஆத்ம திருப்தியும் இதில் இருக்கிறதா என்றால் நம்மைப் போன்றவர் களுக்கு இல்லை. ஆனால் விஞ்ஞானத் தொழில் நுட்ப வளர்ச்சியின்

காரணமாக படிப்பதற்கான வாய்ப்பு பலமுனைகளிலும் உருவாகி யிருக்கிறது.

இதில் இன்னொரு கவனிக்கத்தக்க அம்சம் இருக்கிறது. நாம் வெறுமனே இளைஞர்களுக்கு ஆர்வமில்லை என்றும் வாசிக்கும் பழக்கம் குறைந்து விட்டது என்றும் கூறிக்கொண்டிருந்தால் நிலைமை மாறிவிடாது. உடல்நிலை சரியில்லை, உடல்நலம் பாதிக்கப்பட்டிருக் கிறது என்று சொல்லிக்கொண்டே இருப்பதால் மட்டும் உடல்நிலை ஆரோக்கியமடைந்து விடாது. டாக்டரிடம் போக வேண்டும். மருந்து களை உட்கொள்ள வேண்டும். தேவைப்படுமானால் ரத்தப் பரிசோதனை உள்ளிட்ட சில அவசியமான பரிசோதனைகள் மேற்கொள்ளவேண்டும். உணவு முறையிலே மாற்றத்தைக் கொண்டு வரவேண்டும். உடற்பயிற்சிக்கு முக்கியத்துவம் கொடுக்க வேண்டும் பல்வேறு விஷயங்கள் இருக்கிறதல்லவா! அதைப்போல படிக்கும் பழக்கம் குறைந்து விட்டது என்றால் அதை அதிகரிக்க என்ன செய்ய வேண்டும். வாசிப்பின்மீது ஈர்ப்பை, ஈடுபாட்டை பெருக்குவதற்கு நாம் என்ன செய்ய வேண்டுமோ அதைச் செய்யவேண்டும். புத்தகங் களின் மீதும் நூல் நிலையங்களின் மீதும் விருப்பத்தை ஏற்படுத்தி, கனவை உருவாக்கி, எதிர்ப்பார்ப்பை ஏற்படுத்த வேண்டும்.

சென்னைப் புத்தகக் கண்காட்சியில் பல முறை உரையாற்றியிருக்கிறீர்கள். அதேபோல பெரும்பாலும், தஞ்சாவூர், ராமநாதபுரம் போன்ற ஊர்களில் நடைபெற்ற புத்தகக் காட்சியிலும் இரு முறைகளுக்கும் மேலாகச் சொற்பொழிவுகள் நிகழ்த்தியிருக்கிறீர்கள். மக்களுடைய வரவேற்பு எப்படி இருக்கிறது? வாசிக்கும் பழக்கம் வளர்ந்திருக்கிறதா?

மக்களுடைய வரவேற்பு நன்றாக இருக்கிறது. பரவலாக வாசிக்கிற வழக்கம் பெருகியிருக்கிறது. ஆனால் ஓரளவுக்கு இருக்கிற இந்தப் படிக்கும் பழக்கம் போதாது. இன்னும் வளர வேண்டும். மேலும் அதிகரிக்க வேண்டும். இளைஞர்களிடையே படிப்பார் வத்தைத் தூண்டுகிற நடவடிக்கைகளை நாம் மேற்கொள்ள வேண்டும்.

படிப்பு என்றால் பள்ளி, கல்வி என்றால் கல்லூரி, ஆய்வு என்றால் பல்கலைக்கழகம், சொற்கள் என்றால் சொற்பொழிவாளர்கள், வரலாறு என்றால் பேராசிரியர்கள், இலக்கியம் என்றால் தமிழாசிரியர்கள் என்கிற தோற்றத்தை மாற்ற வேண்டும்.

ஒரு அரசாங்கம் செய்ய வேண்டிய வேலையை சாதாரணமான ஒரு இயக்கம் செய்ய முடியும். ஒரு பல்கலைக்கழகம் செய்ய வேண்டிய வேலையை ஈடுபாடுள்ள ஒரு தனிமனிதன் பலருடைய நல்ல ஒத்துழைப்புடன் செய்ய முடியும். பெரிய பேராசிரியர்கள் குழு செய்ய

வேண்டிய பணியை ஈடுபாடும் ஆர்வமும் உள்ள ஒரு தகுதிமிக்க சாதாரணமான இளைஞன் செய்ய முடியும். துறை எதுவாக இருந்தாலும் ஈடுபாடு முக்கியம்.

படிப்பென்றால் அது பள்ளி, கல்லூரி சம்பந்தப்பட்டது என்றும் புத்தகத்திருவிழா என்றால் ஏதோ எழுத்தாளர்கள் - ஆசிரியர்கள் தொடர்புடைய சமாச்சாரம் என்றும் இருக்கக் கூடிய மனப்போக்கை மாற்ற வேண்டும்.

ஒரு மனிதன் எந்தத் தொழிலை வேண்டுமானாலும் செய்யலாம், ஒருவர் கல்லூரிக்குச் சென்று பட்டம் பெற இயலாத சூழ்நிலை ஏற்பட்டிருக்கலாம். ஆனால் படிப்பதற்கு இதெல்லாம் தடையல்ல. ஆர்வம்தான் முக்கியம். ஆட்டோ தொழிலாளர் சங்கம், தோல் பதனிடும் தொழிலாளர்கள் சங்கம், ஜவுளித் தொழிலாளர்கள் சங்கம் என்று பல தொழிலாளர் அமைப்புகளில்கூட சென்று வாசிப்பின் முக்கியத்துவத்தை எடுத்துப் பேசி இருக்கிறேன்.

பெரியவர்கள் மட்டுமின்றி சிறுவர்களும், ஆண்கள் மட்டுமின்றி பெண்களும், மேட்டுக் குடியினர் மட்டுமல்ல அடித்தட்டு மக்களும், மாணவர்கள் மட்டுமல்ல ஆசிரியர்களும், படித்தவர்கள் மட்டுமல்ல படிக்காதவர்களும், நகரத்தவர் மட்டுமல்ல கிராமத்தினரும் படிக்க வேண்டும். தினந்தோறும் அந்தப் பழக்கம் இருக்கவேண்டும். ஒட்டு மொத்த சமூகமும் வாசித்தால்தான் சமூக மாற்றம் சாத்தியமாகும்.

வீராசாமி : திருச்சியிலிருந்து பேசுகிறேன். என்பெயர் வீராசாமி. எப்படி வாசிக்க வேண்டும் என்பது குறித்து ஏதாவது நூல்கள் வந்திருக்கிறதா?

ஸ்டாலின் : எப்படி வாசிக்க வேண்டும் என்பதற்கு தனியாக நூல்கள் வந்ததாகத் தெரியவில்லை. வாசிப்பது எப்படி? என்றெல்லாம் வரவில்லை. ஆனால் படிக்கும் வழக்கத்தைத் தூண்டக்கூடிய, வாசிக்கும் ஆர்வத்தை அதிகரிக்கச் செய்யும் வகையிலான பல புத்தகங்கள் வருகின்றன. மாத இதழ்கள் கூட வருகின்றன.

புத்தகங்களை சுவாரஸ்யமாக அறிமுகப்படுத்தும் முறையிலே, எளிமையான முறையிலே புரிவதைப்போல அறிமுகப்படுத்தக் கூடிய வகையிலே நூல்களும் சில இதழ்களும் வெளிவருகின்றன. புத்தக விமர்சனங்களுக்காக மட்டுமே - சிறந்த புத்தகங்களைத் தேர்வுசெய்து மதிப்புரைகளை வெளியிடுவதற்கென்றே சில மாதப்பத்திரிகைகள் வந்துகொண்டிருக்கின்றன. நவீன இலக்கியத்திற்கென்று மாத இதழ்கள் வருகின்றன, இருமாத இதழ்கள் வருகின்றன. அதில் கூட புத்தக மதிப்புரைகள் வருகின்றன.

அப்படிப்பட்ட இதழ்களைப் படிக்க இயலாதவர்கள் கூட, நாளிதழ்களில் வாரத்திற்கொருமுறை அரைப்பக்கம் புத்தக மதிப்புரைகள் வருகின்றன.

வார இதழ்களில் புத்தக மதிப்புரைகள் வருகின்றன. அதையெல்லாம் உன்னிப்பாகக் கவனிக்க வேண்டும். அதேபோல புத்தக வெளியீட்டு நிகழ்ச்சிகளுக்குச் செல்ல வேண்டும். நூல்களைப் பற்றிய விவரங்களை அங்கே சுவைபட எடுத்துச் சொல்லுவார்கள். அந்தக் குறிப்பிட்ட புத்தகத்தைப் பற்றி பலப்பட பேசி அங்கே ஒரு கருத்தாக்கத்தை உருவாக்குவார்கள். அழகாக அறிமுகப்படுத்துவார்கள்.

புத்தகக் கண்காட்சிகளில் மாலையில் நடைபெறும் சிந்தனை அரங்கத்தைச் செவிமடுக்கவேண்டும். கல்வியாளர்கள், கவிஞர்கள், எழுத்தாளர்கள், இலக்கியவாதிகள், பேச்சாளர்களின் உரைகளைக் கேட்க வேண்டும். கேட்டால் எதைப் படிக்க வேண்டும்? எப்படிப் படிக்க வேண்டும்? என்னென்னவெல்லாம் படிக்க வேண்டியதா யிருக்கிறது என்று நமக்குப் புலப்படும். வாசிப்பு அனுபவம் தேவை என்ற ஆசை ஏற்படும்

கவிதைராஜன்: தஞ்சாவூர் மாவட்டம் அய்யம்பேட்டையிலிருந்து கவிதைராஜன். ஐயா வணக்கம். ஒவ்வொரு துறையிலிருப்பவர்களுக்கும் ஒவ்வொரு புத்தகம் பிடிக்கும். சிலருக்கு தொழில் சார்ந்த புத்தகங்கள், சிலருக்கு ஓவியக்கலை சார்ந்த நூல்கள், சிலருக்கு கவிதைகள், சிறுகதைகள். சிலருக்கு சட்டம் சம்பந்தமான புத்தகங்கள். சிலருக்கு கோலப் புத்தகங்கள், சமையல் நூல்கள். சிலருக்கு ஹிஸ்டாரிக்கல் புக்ஸ் பிடிக்கும். எந்த மாதிரியான நூல்கள் அதிகமாக விற்பனையாகின்றன?

ஸ்டாலின்: உலகத்தையே மாற்றிப் போட்ட புத்தகங்கள் பல இருக்கின்றன. சார்லஸ் டார்வின் எழுதிய 'உயிரினங்களின் தோற்றுவாய்' என்ற புத்தகம் முதலில் 90 பக்கத்தில் வந்தது. பிறகு 300 பக்கத்தில் வந்தது. உலகின் திசைவழியையே திருப்பிப்போட்ட நூலாகும் அது. உலகம் அதுவரை நம்பிக் கொண்டிருந்தது வேறு. அந்தப் புத்தகம் வெளிவந்த பிறகு அந்த நம்பிக்கை மாறியது. அதேபோல காரல்மார்க்சின் 'டாஸ் கேப்பிடல்' சமுதாயத்தையே மாற்றியமைத்தது. வெறும் வாசிப்பு என்று இல்லாமல் உலக முன்னேற்றத்திற்கு உதவும் நெம்புகோல்களாக திகழ்ந்த நூல்கள் பலவுண்டு.

உலகிலேயே அதிகமாக மொழிபெயர்க்கப்பட்ட புத்தகம் பைபிள். அதற்கு அடுத்ததாக மொழியாக்கம் செய்யப்பட்ட நூல் குரான். இவை இரண்டிற்கும் அடுத்த படியாக மொழிபெயர்க்கப் பட்டிருப்பது திருக்குறள் என்பதை நாம் மறந்துவிடக்கூடாது. பைபிளும் குரானும் மதம் சார்ந்த புத்தகங்கள். ஆகவே அதிக மொழிகளில்

வெளிவந்ததில் ஆச்சரியம் இல்லை. ஆனால் திருக்குறள் மதம்சார்ந்த சாதிசார்ந்த மொழிசார்ந்த புத்தகமல்ல. வாழ்வியல் களஞ்சியம். ஒரு தமிழனால் எழுதப்பட்டு உலகப்பொதுமறையாக, உலக மக்களுக்குப் பொதுவாக சமர்ப்பிக்கப்பட்டது.

உலகில் உள்ள பெரும்பாலான மொழிகளில் - திருக்குறள் மொழியாக்கம் செய்யப்பட்டுள்ளது. டால்ஸ்டாய் திருக்குறளை படித்துவிட்டு காந்தியடிகளுக்கு கடிதம் எழுதினார்.

தாமஸ்பெய்ன் எழுதிய 'பகுத்தறிவு' என்னும் நூல். அமெரிக்க விடுதலைக்கு அடித்தளமிட்டது. அவர் பிரிட்டிஷ்காரர் ஆங்கிலேயர். பிறகு அமெரிக்காவிற்குச் சென்று அங்கேயே குடியேறிவிட்டார். அதைப்பற்றிச் சொல்லும் பொழுது சொல்வார்கள். அமெரிக்காவில் வாசிக்கத்தெரிந்த அனைவரது கரங்களிலும் அந்தப் புத்தகம் இருந்தது என்று.

'அங்கில் டாம்ஸ் கேபின்' என்று சொல்லக்கூடிய 'தாய்மாமன் குடில்' என்ற இன்னொரு புத்தகம் இருக்கிறது. இது அமெரிக்காவில் நிலவிய நிறவெறிக்கு எதிரான நூல்.

சம்பத் : நாகை மாவட்டத்திலிருந்து சம்பத் பேசுகிறேன். படித்தவர்களிடம் பெரும்பாலும் மாற்றத்தைவிட ஏமாற்றமே கிடைக்கிறது. இதற்கு தீர்வு என்னங்க?

ஸ்டாலின் : வெறும் படிப்பு மட்டும் போதாது. சமூக அக்கறையும் பொறுப்புணர்ச்சியும் வேண்டும். நாட்டுப்பற்றும் சமூக உணர்வும் இல்லாத படிப்பு தன்னை அறிவாளியாகக் காட்டிக் கொள்வதற்குத்தான் பயன்படுமே தவிர, அப்படிப்பட்ட வெற்று வாசிப்பால் சமூகத்துக்கு எந்தப் பயனும் ஏற்படாது. வாசிப்போடு பண்பாடும் இணைய வேண்டும். சேவை மனப்பான்மையும் சேர வேண்டும். சும்மா வாசிப்பது, பொழுது போகவில்லையே என்று படிப்பது சமூகத்திற்கும் பயன்படாது, அப்படி படிக்கிற தனிமனிதர்களுக்கும் பயன் தராது.

திரைப்படம், தொலைக்காட்சி, கணினி, செல்போன் போன்றவற்றால் படிக்கும் பழக்கத்தை பலர் கைவிட்டிருக்கிறார்கள் அல்லது வாசிப்பதற்கான நேரம் குறைந்துள்ளது. இப்படிப்பட்ட சிக்கலை எவ்வாறு எதிர்கொள்வது?

எல்லாம் வணிகமயமாகியுள்ள சூழ்நிலை. உலகமயம் என்பதே வணிகமயம்தான். எல்லாத்துறைகளையும் வணிகமயம் ஆட்கொண்டிருக்கிற காலகட்டத்தில் - எல்லாத் தன்மைகளும் உலகமயத்தின் கோரத் தாண்டவத்தால் பாதிக்கப்பட்டிருக்கிற சூழலில், வரலாறு இலக்கியம், பண்பாடு போன்ற துறைகளும் படிக்கும் பழக்கம், கேள்விச் செல்வம் போன்ற தன்மைகளும் விதிவிலக்காக இருக்க முடியாது. பாதிப்பிலிருக்கிறது.

திரைப்படம், தொலைக்காட்சி, கணினி, அலைபேசி போன்ற வற்றை வணிகமயம் - வணிக சூத்திரம் எவ்வாறு ஒரு கருவியாகப் பயன்படுத்திக் கொள்கிறதோ அதைப்போல அந்த விஞ்ஞானக் கருவிகளை நாமும் நமது கொள்கைகளுக்கும் குறிக்கோள்களுக்கும் பயன்படுத்திக் கொள்வதுதான் மாற்றாக இருக்கமுடியும். படிக்கும் பழக்கத்தைப் பரப்புவதற்கு சினிமா, டி.வி, கணினி போன்றவற்றை ஒரு கருவியாக நாம் பயன்படுத்த வேண்டுமேயன்றி, அவற்றைப் புறக்கணிப்பதாலோ குறைபட்டுக் கொள்வதாலோ எதுவும் ஆகப் போவதில்லை.

'நாம் எந்த ஆயுதத்தைப் பயன்படுத்த வேண்டும் என்பதை நமது எதிரிதான் தீர்மானிக்கிறான்' என்று சொல்வதைப்போல வணிகமயம் கடைப்பிடிக்கிற அதே யுக்திகளை வியூகங்களை நாம் கடைப்பிடிப்பதோடு, வேறு பல புதிய புதிய திட்டங்களையும் ஈர்க்கின்ற வடிவங்களையும் பயன்படுத்தி வாசிப்பார்வத்தை வளர்க்க வேண்டும். பிரசாரத்தையும் விளம்பரத்தையும் பல்வேறு வடிவங்களிலும் முறைகளிலும் நாம் கூர்மைப்படுத்த வேண்டும். தொடர்ச்சியாகச் செயல்படவேண்டும். தொய்வில்லாமல் தொடர்ந்து பணியாற்றுவது மட்டுமல்ல; ஒரு இயக்கமாகச் செயல்பட்டால்தான் முடியும்.

குறிப்பாக வகுப்பறையில் இருந்துதான் இது தொடங்கவேண்டும். ஆசிரியர்களுக்கு மிக முக்கியமான பாத்திரம் உண்டு. பாடப் புத்தகங் களைத் தாண்டிப் பொதுப்புத்தகங்களைப் படிக்கும் விருப்பத்தை மாணவர்களிடையே ஆசிரியர்கள்தான் தூண்ட வேண்டும்.

நிறைய மொழிபெயர்ப்புகள் வருகின்றன. அவற்றில் எதைப் படிக்கலாம்?

நிறைய சொல்லலாம், 'பிற நாட்டு நல்லறிஞர் சாத்திரங்கள் தமிழ் மொழியில் பெயர்த்தல் வேண்டும்' என்பதற்கேற்ப இப்பொழுது நிறைய நூல்கள் தமிழ் மொழியிலே மொழியாக்கங்கள் வந்து கொண்டிருக்கின்றன.

நோபல்பரிசு பெற்ற மேதைகளின் நூல்கள், அறிவியல், பொருளாதாரம், இலக்கியம் வரலாறு குறித்த நூல்களை வாசிக்கலாம். 'வீரம் விளைந்தது' என்ற ரஷ்ய நாவல், டால்ஸ்டாய், மக்சிம் கார்க்கி போன்றவர்களின் கதைகள், வாழ்க்கை வரலாறுகளை வாசிக்கலாம். வெ.சாமிநாத சர்மாவின் நூல்களைப் படிக்கலாம். அவரின் மொழிபெயர்ப்பு நூல்களுடன் அவர் எழுதிய பிறநாட்டுத் தலைவர்களைப் பற்றிய நூல்கள் மிகவும் பயனுள்ளவை.

நெறியாள்கை: கு.இலக்கியன்

உங்கள் நூலகம் - ஆகஸ்ட், 2016

ஈரோட்டோடு நின்று விடுகிற
இயக்கமல்ல மக்கள் சிந்தனைப் பேரவை

பள்ளி நாட்களில் நீங்கள் படித்த புத்தகங்கள் மற்றும் உங்களை சிந்திக்கவும் செயல்படவும் தூண்டிய பத்திரிகைகள் பற்றிக் குறிப்பிடுங்கள்.

இந்தியப் பொதுவுடைமைக் கட்சிப் பத்திரிகையான ஜனசக்தி, இலக்கிய இதழ்களான சாந்தி, தாமரை மற்றும் சோவியத் நாடு, சோவியத் பலகணி ஆகியவை எங்கள் வீட்டிற்கு இடைவெளி இல்லாமல் தொடர்ந்து வந்து கொண்டிருக்கும். இவை தவிர பொதுவான தினசரி இதழ்களும் பருவ இதழ்களும் வரும். எங்கள் வீட்டில் இரைந்து பரவலாகக் கிடக்கும். பத்திரிகைகள் முதலில் - படம் பார்க்கவும் - எடுத்துப் புரட்டவும் தூண்டின. விண்வெளி வீரர்களான வாலன்டினாவையும், யூரிககாரினையும் - விண்வெளி உடையில் சோவியத் பத்திரிகைகளில் பார்த்ததும் பரவசமூட்டியது. அப்போதைய சோவியத் பத்திரிகைகளின் தாளும், தரமும், படங்களும் நெஞ்சில் ஆழப்பதிந்தன.

இந்தச் சூழலில் நான் ஆரம்பக்கல்வி பயின்ற கலைமகள் கல்வி நிலையத்தில் 'சத்திய சோதனை' நூலை எல்லா மாணவர்களுக்கும் வழங்கி ஒவ்வொரு வெள்ளிக்கிழமையும் தொடர் வகுப்புகள் நடத்துவார், எங்கள் ஐயா ஆங்கிலத்திலும் தமிழிலும் தடையின்றிச் சொற்பொழிவாற்றும் ஆற்றல் கொண்ட மீனாட்சிசுந்தர முதலியாரவர்கள். சத்திய சோதனை, புரிந்தும் புரியாமலும் ஐந்தாம் வகுப்பிலேயே எனக்கு அறிமுகமானது.

எங்கள் இல்லத்திலேயே முற்போக்கு, அரசியல் இலக்கிய நூல்களை வாசிக்கும் வாய்ப்பினைப் பெற்றிருந்த நான், பிறகு ஈரோட்டில் நியூ செஞ்சுரி புத்தக நிறுவனத்தினர் - நடத்திய சிறு சிறு புத்தகக் கண்காட்சிகளுக்குச் சென்று புத்தகங்களோடு உறவாடும் பழக்கத்தை மேம்படுத்திக்கொண்டேன். அந்தச் சமயத்தில் "சோவியத்

நாட்டில் ஒரு தமிழ் மாணவி", "புதிய உலகம் புதிய பறவைகள்" போன்ற நூல்களை ஈடுபாட்டுடன் வாசித்தேன். வகுப்பறையில் ஆசிரியர் வகுப்பு நடத்தாத போது 'சாந்தி' இதழில் வெளிவந்திருந்த 'எழுபத்தியிரண்டினிலே எதிர்பார்த்த தேர்தலின்று எப்படியோ வந்திருச்சிப் பாருங்க' என்று சந்த லயத்துடன் கூடிய கவிதையினை வாசித்துக் கொண்டிருந்ததை வகுப்பாசிரியர் கவனித்துக் கண்டித்தார். வகுப்பாசிரியரின் கண்டிப்புக்குக் காரணம் இதுவரை தெரியாவிட்டாலும் கவிதை இன்றும் என் நெஞ்சில் நிறைந்திருக்கிறது.

கல்லூரி நாட்களில் உங்களது பணிகள் பற்றி...

எனது கல்லூரிப் பருவம் மறக்கமுடியாத அனுபவங்களைக் கொண்டது. புகுமுக வகுப்பையும் இளங்கலைக் கணித வகுப்பினையும் ஈரோடு சிக்கய்ய நாயக்கர் கல்லூரியில் பயின்றேன். கல்லூரி நாட்கள் எனது பொதுவாழ்வுப் பணிக்கு ஆழமான அடித்தளங்களாக அமைந்தன. கல்லூரியில் இயங்கிய Planning forum, Social service league, கவின் கலை மன்றம் மற்றும் நாட்டு நலப்பணித் திட்டம் ஆகிய அமைப்புகளில் இணைந்து முழுமையான அர்ப்பணிப்புடன் செயலாற்றினேன். அனைத்திந்திய மாணவர் பெருமன்றம் போன்ற அமைப்புகளிலும் பணியாற்றினேன். எல்லாவகையிலும் என்னை முழுமையான சமூக மனிதனாக்கியதில் சிக்கய்ய நாயக்கர் கல்லூரிக்குத் தனிப் பங்குண்டு. இளங்கலை இறுதி ஆண்டு படிக்கும் போது மாணவர் பேரவைத் தலைவராகவும். அடுத்து மாவட்ட அளவிலான அனைத்துக் கல்லூரி மாணவர் பேரவைத் தலைவராகவும் தேர்வு செய்யப்பட்டேன். இந்த அமைப்புகளில் முற்போக்குச் சிந்தனை களை உருவாக்க முயற்சி செய்தேன். பகத்சிங் இளைஞர் மன்றம் கல்லூரி அளவில் சிறப்பாகச் செயல்படுத்தப்பட்டது. இத்தனை அமைப்புகளிலும் ஏக காலத்தில் பணியாற்றிய அனுபவம் மிகவும் பயனுள்ளவையாகும்.

மக்கள் சிந்தனைப் பேரவையின் நோக்கம் செயல்பாடுகள், எதிர்காலத் திட்டங்கள் பற்றிக் கூறுங்கள்.

மக்கள் சிந்தனைப் பேரவை ஒற்றைச் செயல்பாட்டு முறையோடு செயல்படுகிற அமைப்பு அல்ல; அதன் பன்முகத்தன்மைதான் இதன் சிறப்பு. சமூகத்தின் எல்லாத் தரப்பினரும் ஒரே பொதுநோக்ககோடு இணைந்திருப்பது இன்னொரு சிறப்பம்சமாகும். இது சாதி, மதம், மொழி, இனம் கடந்த அமைப்பு. மக்கள் நல்வாழ்வுக்கு, சமூக வளர்ச்சிக்கு எது தேவையெனப் பகுத்தறிந்து செயல்படும் அமைப்பு.

மக்களின் கருத்தை, எதிர்பார்ப்பை மக்கள் பக்கம் நின்று புரிந்து கொண்டு மக்களுக்காகச் செயல்படுகிற அமைப்பாகும்.

ஒரு சமூகத்தின் சகலவிதமான பரிமாணங்களுடன் கூடிய வளர்ச்சிக்குக் கல்வி மிக முக்கியமானது என்பதில் பேரவை மிகுந்த கவனம் செலுத்துகிறது.

பேச்சாளர்களை உருவாக்கும் திட்டம் பற்றிக் குறிப்பிட்டீர்கள். அதே போல படைப்பாளிகளை உருவாக்கும் ஊக்குவிக்கும் திட்டங்கள் உள்ளதா?

பேச்சாளர்களையும், படைப்பாளிகளையும், அறிவியலாளர் களையும் அடையாளப்படுத்துவதிலும் ஊக்குவிப்பதிலும் பேரவை அதிகம் கவனம் செலுத்திவருகிறது. இந்த ஆண்டில் இருந்து புதிய அறிவியல் கண்டுபிடிப்புகளுக்கு பரிசு வழங்கும் திட்டத்தை அறிமுகப்படுத்தியுள்ளோம்.

சமூகத்தின் சரிபாதியான மகளிருக்குரிய திட்டங்கள் உள்ளதா?

பேரவை பெண் ஆண் எனப் பிரித்துப் பார்ப்பதில்லை. இருபால ரையும் ஒன்றாகவே பார்க்கிறோம். இருப்பினும் மகளிருக்குரிய திட்டங்கள் ஏதேனும் இருப்பின் யார் வேண்டுமானாலும் சொல்லலாம். பேரவையின் கருத்துகளோடு முரண்பாடில்லாமல் இருப்பின் நிறைவேற்றக் காத்திருக்கிறோம். மகளிர் கல்லூரிகள் பலவற்றில் பேரவையின் கிளைகள் தொடங்கப்பட்டுச் செயல்பட்டு வருகின்றன. பெண்கள் பங்கேற்பு இல்லாத எவ்விதச் சமூகச் செயல்பாடும் நிறைவடையாது என்பதைப் பேரவை உறுதியாக எண்ணுகிறது. பேரவை இந்த ஆண்டு நடத்திய மாநிலம் தழுவிய பேச்சுப்போட்டியில் பெண்களே பாதிக்கும் மேல். முதல் மூன்று பரிசுகளும் மகளிருக்குத் தான். பெண்கள் மேம்பாட்டிற்குரிய திட்டங்களை எதிர்காலத்தில் வடிவமைப்போம். நீங்களும் சொல்லுங்கள்.

எல்லா இடங்களிலும் புத்தகச் சந்தை "புத்தகக் கண்காட்சி" என்ற பெயரில் நடத்துகிறார்கள். நீங்கள் மட்டும் "ஈரோடு புத்தகத் திருவிழா" என்று நடத்துகிறீர்களே?

தமிழர்கள் தொன்று தொட்டு இன்றுவரை விழாக் கொண்டாடு வதில் நிகரற்றவர்கள். சில வாரக்கணக்காக நடைபெறும் திருவிழாக்கள் ஊர்கள் தோறும் நடைபெறுகிறது. திருவிழாக்களைக் கொண்டாடுவவதில் தமிழருக்கிருக்கும் உற்சாகம் நாமறிவோம். எனவே BOOK FAIR - BOOK EXIBITION என்பதைக் காட்டிலும் BOOK

FESTIVAL சரியாக இருக்கும் என்றுதான் சந்தை - திருவிழா ஆனது. தேர்த் திருவிழாவுக்காக, மாரியம்மன் திருவிழா, பொங்கல் திருவிழாவுக்காகவும் எதிர்பார்ப்புடன் காத்திருப்பது போல ஆண்டுதோறும் ஜூலை ஆகஸ்ட் மாதங்களில் நடைபெறும் ஈரோடு புத்தகத் திருவிழாவுக்காக மக்கள் காத்திருக்கிறார்கள். சந்தை என்பதில் வணிக நோக்கம் இருக்கும். ஆனால் திருவிழா என்றால் இது நமது விழா என்ற எண்ணம் இருக்கும். எனவேதான் திருவிழாவாகக் கொண்டாடுகிறோம். கலைஞர்கள், படைப்பாளிகள் ஏன் வாசகர்கள் கூடக் கொண்டாடும் திருவிழாவாக இது இருக்கிறது. இந்த விழாக் கோலம் ஆண்டுதோறும் - வெவ்வேறு - வடிவங்களில் தொடர வேண்டும் Festival Mood என்கிறார்களே. அப்படியொரு ஆசை எல்லோருக்கும் வரவேண்டும் என்பதாலேயே இந்தப் பெயர்.

உலகம் முழுவதிலும் நடைபெற்று வரும் புத்தகக் காட்சிகளுக்குச் சென்று வந்திருக்கிறீர்கள். ஆண்டு தோறும் ஃபிரேங்பர்ட்டில் நடைபெறும் சர்வதேசப் புத்தகச் சந்தை தான் சிறப்பானது என்கிறார்களே?

ஃபிரேங்பர்ட் புத்தகக் காட்சியுடன் கல்கத்தா, டில்லி ஆகிய நகரங்களில் நடைபெற்றுவரும் புத்தகக் காட்சிகளையும் சொல்லலாம்.

ஃபிரேங்பர்ட்டில் வாசகர்களைவிட பதிப்பாளர்கள், படைப் பாளர்கள், மொழியாக்கம் செய்பவர்களே அதிகமாகக் கலந்து கொள்வார்கள். உலகம் முழுவதிலும் பல்வேறு மொழிகளில் வெளிவந்துள்ள புத்தகங்களுக்கான காப்புரிமைப் பரிமாற்றமே இக்கண்காட்சியின் பிரதான நோக்கமாகும். வாசகர்கள் அதிகம் வருவதில்லை. இருப்பினும் சர்வதேச அளவில் வெளியாகும் நூல்களை அறிந்துகொள்ள நல்ல வாய்ப்பாகும்.

டெல்லி, கொல்கத்தா, பெங்களூரு, சென்னை, மதுரை போன்ற புத்தகக் காட்சிகளில் இருந்து ஈரோடு புத்தகத் திருவிழாவினைச் சிறப்பாகச் செய்ய என்ன செய்திருக்கிறீர்கள்? இனிமேல் என்ன செய்யப் போகிறீர்கள்?

ஈரோடு புத்தகத் திருவிழாவை எதிர்காலத்தில் இன்னும் சிறப்பாக நடத்திட ஏராளமான திட்டங்கள் உள்ளன. தேசியத் தரத்தோடு மாநில அளவிலான திருவிழாவாக நடத்த வேண்டும் என்பதே பேரவையின் திட்டம். எந்த நாட்டில் - எந்த மொழியில் வெளியாகியுள்ள புத்தகமானாலும் அது ஈரோடு புத்தகத் திருவிழாவில் கிடைக்கச் செய்ய வேண்டும்.

12,500 கல்லூரி மாணவர்கள் பங்கேற்ற மராத்தான் ஓட்டம்

2012 ஆம் ஆண்டு 'ஈரோடு வாசிக்கிறது' என்ற முழக்கத்தை முன்வைத்து 12,500 கல்லூரி மாணவர்கள் பங்கேற்ற மாபெரும் மராத்தான் ஓட்ட நிகழ்வொன்றை நடத்தினோம். 2014 ஆம் ஆண்டு 15,000 பேரை ஒரே இடத்தில் அமர வைத்து ஒரு மணி நேரம் புத்தகம் வாசிக்கும் நிகழ்வை நடத்தினோம். நூல் ஆர்வலர் திட்டம், சிறிய அலமாரி வழங்கும் திட்டம், தொழிலாளர்களுக்கு - அவர்களது நிர்வாகம் நூல் வாங்கத் தொகையளிக்கும் திட்டம், உண்டியல் திட்டம் - இப்படியான திட்டங்களோடு தொடர்ந்து பயணிக்கிறோம்.

மக்கள் சிந்தனைப் பேரவை புத்தகத் திருவிழா மட்டும் நடத்துவதில்லை - நல்லாசிரியர்கள் - படைப்பாளிகள் கலைஞர்களுக்குப் பாராட்டு விழா நடத்துகிறீர்கள் - பாரதி விருது வழங்குகிறீர்கள். திருவிழாவுக்கு நுழைவுக் கட்டணம் கூட வசூலிப்பதில்லை - எப்படிச் சமாளிக்கிறீர்கள்?

நிதிச்சுமையைப் பொறுத்தமட்டில் பேரவை என்றும் நித்திய கண்டம் பூரண ஆயுள்தான். திருவிழாவில் புத்தக அரங்குகளுக்கு வசூலிக்கப்படும் வாடகைத் தொகைகூட மற்ற இடங்களில் உள்ள தொகையினைவிடக் குறைவானதே. இந்த வருமானம் ஆண்டுச் செலவில் 35 சதம்தான். மீதி 65 சதம் தொகையினை பொது மக்களிடம், கல்வி நிறுவனங்களிடம், தொழில் முனைவோரிடம் பெறுகிறோம்.

அது கூட பேரவையின் கொள்கைகளோடு ஒத்துப் போகிறவர்களிடம் மட்டுமே உரிமையோடு பெறுகிறோம்.

மத்திய அரசு நிறுவனமான "நேசனல் புக் டிரஸ்ட்" நிறுவனத்தினர் கூட அரசுக்குச் சொந்தமான "பிரகிதி மைதான்" என்னும் இடத்தில் நுழைவுக் கட்டணம் நபருக்கு ரூபாய் 20/- வசூலித்துக் கொண்டே நடத்துகிறது. சில இடங்களில் புத்தகச் சந்தைகளில் பங்குபெறும் பதிப்பாளர்கள் மற்றும் புத்தக விற்பனையாளர்களிடம் அரங்க வாடகை தவிர விற்பனையில் குறிப்பிட்ட அளவு தொகை வசூலிக்கப் படுகிறது. இங்கு இந்த நடைமுறைகள் இல்லை. மாறாக பதிப்பாளர்கள் - புத்தக விற்பனையாளர்கள் தங்குவதற்கும், விழா நாட்களில் பதிப்பாளர்கள் படைப்பாளிகள் தங்களது நூல்களை வெளியிடவும் இடங்களை பேரவை - சொந்தச் செலவில் ஏற்பாடு செய்து தருகிறது. பேரவை இன்று வரை கடுமையான பொருளாதார நெருக்கடியில் இருந்தபோதிலும் நம்பிக்கையோடு செயல்படுகிறோம்.

'அறிவிலே தெளிவு நெஞ்சிலே உறுதி அகத்திலே அன்பினோர் வெள்ளம்' என்ற பாரதியின் வார்த்தைகளோடு தொடர்ந்து பயணிக்கிறோம்.

சந்திப்பு: ஓடை பொ. துரைஅரசன்

மேன்மை - ஆகஸ்ட், 2016

எல்லைகளைக் கடந்த ஈரோடு புத்தகத் திருவிழா

'மக்கள் சிந்தனைப் பேரவை'யைப் பற்றி மக்களின் மதிப்பீடு என்ன?

கடந்த 33 ஆண்டுகளாக மிகச் சிறப்பாக மகாகவி பாரதி விழாவை நடத்தி வருகிறோம். 'சங்கத் தமிழ் பயிலரங்கம்' என்ற தலைப்பில் பத்து நாட்கள் பள்ளி ஆசிரியர்களுக்கு பயிலரங்கம் நடத்தினோம். இதை கருத்தில் கொண்டு சிலர் மக்கள் சிந்தனை பேரவை தமிழ் சார்ந்த அமைப்போ என்று கருதுகின்றனர்.

புத்தகத் திருவிழா, புத்தக வெளியீட்டு விழா மக்கள் சிந்தனைப் பேரவை நடத்துவதால் இந்த அமைப்பை பலர் வாசிப்பு சார்ந்த அமைப்போ என்று கருதுகின்றனர்.

'தேச விடுதலையும் தியாகச் சுடர்களும்', 'வரலாற்றுப் பாதையில்...' ஆகிய புத்தகங்களை நான் எழுதியிருப்பதாலும் 'விடுதலை வேள்வியில் தமிழகம்' என்ற நூலைத் தொகுத்து நான் வெளியிட்டிருப்பதாலும் 35 ஆண்டுகளாக தமிழகம் முழுவதும் தொடர்ந்து தேச பக்தர்களைப் பற்றி நான் பேசி வருவதாலும் மாவீரன் பகத்சிங், மகாகவி பாரதி பெயர்களில் அமைப்புகளை நான் உருவாக்கியதாலும் மக்கள் சிந்தனைப் பேரவையை சிலர் விடுதலைப் போராட்ட வரலாற்றை வெளிக்கொண்டு வரும் அமைப்போ என்று கருதுகின்றனர்.

5000 மாணவர்களைக் கொண்டு கணிதமேதை இராமானுஜத்திற்கு விழாவெடுத்து, அந்த விழாவில் மயில்சாமி அண்ணாதுரையை கலந்து கொள்ளச் செய்ததாலும் அப்துல் கலாம் இரண்டு முறை ஈரோடு புத்தகத் திருவிழாவில் கலந்து கொண்டதாலும் அப்துல் கலாம் மறைந்த பின்பு அவருடைய பிறந்த நாள் அக்டோபர் 15 அன்று 5000 பேர் கலந்து கொண்ட விழாவை நடத்தி, தமிழகம் முழுவதிலும் இருந்து நூறு அறிவியல் ஆய்வாளர்களைத் தேர்வு செய்து, அவர்களுக்குப் பாராட்டுச் சான்றிதழ்களை கலாமின் அறிவியல்

ஆலோசகர் பொன்ராஜ், ‘தினமணி’ ஆசிரியர் கே.வைத்தியநாதன் ஆகியோரைக் கொண்டு வழங்கியதாலும் மக்கள் சிந்தனைப் பேரவையை சிலர் அறிவியல் சார்ந்த அமைப்போ என்று கருதுகின்றனர்.

இலக்கியம் சார்ந்த நிகழ்ச்சிகளை மக்கள் சிந்தனைப் பேரவை நடத்தி வருவதால் இந்த அமைப்பை இலக்கியம் சார்ந்த அமைப்போ என்று சிலர் கருதுகின்றனர்.

தமிழ்நாடு முழுவதும் உள்ள கல்வி நிறுவனங்களில் நான் சொற்பொழிவுகள் நிகழ்த்துவதாலும் அரசுப் பள்ளி ஆசிரியர்களுக்கு பாராட்டு விழாக்கள் நடத்துவதாலும் மக்கள் சிந்தனைப் பேரவையை சிலர் கல்வி சம்பந்தமான அமைப்போ என்று கருதுகின்றனர்.

ஐ.ஏ.எஸ்., ஐ.பி.எஸ். படிக்கின்ற மாணவர்களை நாங்கள் ஊக்கப்படுத்துவதால் மக்கள் சிந்தனைப் பேரவை தன் முனைப்பு, தன்னம்பிக்கை கொடுக்கின்ற அமைப்போ என்று சிலர் கருதுகின்றனர்.

கடந்த டிசம்பரில் வந்த பெரு வெள்ளத்தால் கடலூரிலும் சென்னையிலும் பாதிக்கப்பட்ட மக்களுக்கு உதவுவதற்காக 100 மாணவர்களுடன் சென்று மீட்புப் பணிகளில் ஈடுபட்டதுடன், சுமார் 40 லட்சத்திற்கான பொருட்களை வாங்கி மக்களுக்கு இசைஞானி இளையராஜாவைக் கொண்டு வழங்கினோம். இதைப் பார்த்து மக்கள் சிந்தனைப் பேரவை சமூக சேவை அமைப்போ என்று சிலர் கருதுகின்றனர். ஆனால் இத்தனையையும் மொத்தமாகக் கொண்டதுதான் மக்கள் சிந்தனைப் பேரவை.

‘மக்கள் சிந்தனைப் பேரவை’யின் செயல்பாடுகள் பற்றி...

தற்போது 15 ஆயிரம் கல்லூரி மாணவர்கள் மக்கள் சிந்தனைப் பேரவையில் உறுப்பினர்களாக இருக்கின்றனர். இன்னும் பல்லாயிரக்கணக்கானோர் இந்த அமைப்பில் சேர இருக்கின்றனர்.

தமிழகத்தில் பல இடங்களில் மக்கள் சிந்தனைப் பேரவையின் கிளைகள் ஆரம்பிக்கப்பட்டு, அந்தக் கிளைகளும் ஈரோட்டில் நடப்பது போன்று புத்தகத் திருவிழாக்களை நடத்துகின்றன. மக்கள் சிந்தனைப் பேரவை புத்தகத் திருவிழாக்களை கடமைக்காக நடத்தவில்லை. புத்தகத் திருவிழாவிற்கு மக்களை வரவழைப்பது; அவர்களை புத்தகங்களை வாங்க வைப்பது; அதன்பின் அவர்களை அந்தப் புத்தகங்களை வாசிக்க வைப்பது; அப்படி வாசித்தவர்களை மனிதநேயமிக்கவர்களாக வார்த்தெடுப்பது என தொடர் பணிகளில் மக்கள் சிந்தனைப் பேரவை தொய்வின்றிப் பணியாற்றி வருகிறது.

இதன் வீச்சு தமிழகத்தில் 200 வாசகர் வட்டங்களை உருவாக்கி இருக்கின்றது.

மக்கள் சிந்தனைப் பேரவை ஈரோட்டில் தொடங்கப்பட்டாலும் கொங்கு மண்டலம் முழுவதும் வலுவாக நிலை கொண்டு வட்டம், மாவட்டம், மொழி, சாதி, மதம் என்ற அனைத்து எல்லைகளையும் கடந்து தமிழக மக்கள் அனைவரையும் ஒரே குடையின் கீழ் கொண்டு வரும் பணியில் தீவிரமாகச் செயல்பட்டுக் கொண்டிருக்கிறது.

பொதுநல அமைப்புகள் செய்கின்ற பணிகளில் இருந்து வேறுபட்டு புத்தகத் திருவிழாவை நடத்துவதை மக்கள் சிந்தனைப் பேரவை பிரதானமாகக் கொண்டது ஏன்?

ஈரோடு புத்தகத் திருவிழா சாதி, மத, அரசியல் சார்பற்றது. அரசியல் சிந்தனையற்றது என்று நான் சொல்லவில்லை. ஏனெனில் அனைத்திலும் அரசியல் இருக்கிறது. அரசியலில் சிறப்பான மாற்றம் வந்தால்தான் அனைத்திலும் சிறந்த மாற்றம் வரும் என்ற நம்பிக்கை உள்ளவன் நான். ஆனால் மக்கள் சிந்தனைப் பேரவை அரசியல் கட்சி சார்பற்றது. முழுக்க முழுக்க சமூக மாற்றத்திற்காகவும் சமூக முன்னேற்றத்திற்காகவும் நடத்தப்படுவதுதான் மக்கள் சிந்தனைப் பேரவையின் ஈரோடு புத்தகத் திருவிழா. நல்ல புத்தகங்களை வாசிக்கத் தொடங்கினால் சுயமாக சிந்திக்கத் தொடங்குவார்கள். சாதி, மத சண்டையில்லாத தமிழகத்தை நல்ல நூல்களை வாசிப்பதன் மூலம் உருவாக்க முடியும் என்று நம்புகிறோம்; அந்த நம்பிக்கையைச் செயல்படுத்திக் காட்டத்தான் புத்தகத் திருவிழாவை மக்கள் சிந்தனைப் பேரவை நடத்துகிறது.

ஈரோடு புத்தகத் திருவிழாவில் நுழைவுக் கட்டணம் இல்லை; பதிப்பாளர்களின் லாபத்தில் சிறு பங்கைக்கூட கேட்பது கிடையாது. 11 ஆண்டுகளாக புத்தகத் திருவிழாவை நடத்துவதன் மூலம் மிகப் பெரிய நட்டத்தை மக்கள் சிந்தனைப் பேரவை சந்தித்து வருகிறது. எங்களுக்கு பொருளாதார நட்டம் ஏற்பட்டாலும் தமிழ்ச் சமூகத்திற்கு மிகப்பெரிய லாபம் கிடைக்கிறது என்பதனால் தொடர்ந்து புத்தகத் திருவிழாவை நடத்தி வருகிறோம்.

மக்கள் சிந்தனைப் பேரவை தொடர்ந்து அறிவைப் பரப்பும் யாத்திரையை நடத்தி வருகிறது. இந்த யாத்திரையின் வழியாக தமிழ்ச் சமூகம் மேலும் மேலும் அறிவில் விருத்தி பெற்று மனிதனை மனிதன் மதிக்கின்ற, மனிதனை மனிதன் நேசிக்கின்ற, மனிதன் மீது மனிதன் அன்பு செலுத்துகின்ற, மற்றவர் துயரத்தில் பங்கு பெறுகின்ற மனிதநேயத்தை வளர்த்தெடுப்பதுதான் மக்கள் சிந்தனைப்

பேரவையின் மகத்தான பணியாகும். இந்தப் பணி தொடரும்... புதிய தமிழ்ச் சமூகம் மலர தொடர்ந்து பாடுபடும்.

ஈரோட்டில் நடக்க இருக்கும் இந்த ஆண்டு புத்தகத் திருவிழாவிற்கு மக்கள் சிந்தனைப் பேரவை செய்திருக்கும் சிறப்பு என்ன?

இந்த ஆண்டு புத்தகத் திருவிழாவில் 'உலகத் தமிழர் படைப்பரங்கம்' என்ற ஒரு அரங்கத்தை அமைக்க இருக்கிறோம். உலகம் முழுவதும் வாழுகின்ற தமிழ் படைப்பாளிகளுக்கானது இந்த அரங்கம். வெளிநாட்டில் வாழுகின்ற தமிழ் படைப்பாளிகள் இந்த அரங்கத்தில் தங்கள் படைப்புகளை இடம்பெறச் செய்வதுடன் கலந்துரையாடல்களிலும் கலந்து கொள்ளுகின்றனர். தமிழ் மக்கள் வெளிநாட்டில் வாழுகின்ற தமிழ்ப் படைப்பாளிகளின் படைப்புகளை வாங்குகின்ற வாய்ப்பு உருவாக்கப்பட்டுள்ளது.

ஆகஸ்ட் 5 அன்று புத்தகத் திருவிழா தொடங்குகிறது. அதற்கு முதல் நாளான ஆகஸ்ட் 4 அன்று 15 ஆயிரம் மாணவர்கள், "இந்த புத்தகத் திருவிழாவில் ஒவ்வொருவரும் 100 புத்தகங்களையாவது வாங்குவோம்... அந்தப் புத்தகங்களைக் கொண்டு எங்கள் வீடுகளில் நூலகங்களை உருவாக்குவோம்... அந்த நூல்களை வாசிக்கும் பழக்கத்தை மேற்கொள்வோம்... வாழ்வின் ஒரு அங்கமாக வாசிக்கும் பழக்கத்தை வளர்த்துக் கொள்வோம்" என்று உறுதிமொழி எடுக்கிறார்கள்.

பள்ளி மாணவர்களுக்கு சென்ற ஆண்டு புத்தகத் திருவிழா முடிந்ததும் ஆளுக்கொரு உண்டியல் வழங்கினோம். இப்படி 1 லட்சம் உண்டியல் வழங்கியிருக்கிறோம். மாணவர்கள் ஆண்டு முழுவதும் அந்த உண்டியலில் சேர்த்த பணத்தைக் கொண்டுவந்து புத்தகத் திருவிழாவில் புத்தகங்களை வாங்க இருக்கின்றனர். 150 ரூபாய்க்கு மேல் புத்தகம் வாங்கிய மாணவர்களுக்கு 'நூல் ஆர்வலர்கள்' என்ற சான்றிதழை அப்போதே வழங்க இருக்கிறோம்.

'படைப்பாளர் மேடை'யில் மிகச் சிறந்த படைப்பாளர்களுடன் வாசகர்கள் பேசுவதற்கும், புத்தகங்களில் படைப்பாளர்களிடம் கையெழுத்துப் பெறுவதற்கும், படைப்பாளர்களுடன் வாசகர்கள் புகைப்படம் எடுத்துக் கொள்வதற்கும் ஏற்பாடு செய்திருக்கிறோம். இந்தப் பணியை 7 ஆண்டுகளாக தொடர்ந்து செய்து வருகின்றோம். ஆம்! படைப்பாளிகளுக்கும் வாசகர்களுக்கும் பாலமாக இந்த மேடை அமைந்திருக்கிறது.

அறிவியலில் புதிய கண்டுபிடிப்புகளை உருவாக்குபவர்களை ஊக்குவிக்கும் வகையில் இந்த ஆண்டு 'அறிவியல் மேதை

ஜி.டி.நாயுடு விருது' வழங்க இருக்கிறோம். மிகச் சிறந்த அறிவியல் மேதைகள் அடங்கிய குழுவினர் தேர்வு செய்யும் ஒருவருக்கு புத்தகத் திருவிழா நிறைவு நாளன்று அந்த விருதை பல்லாயிரக்கணக்கான மக்கள் மத்தியில் மயில்சாமி அண்ணாதுரை வழங்குகிறார். இந்த விருதுக்கான பாராட்டு மடலுடன் 1 லட்ச ரூபாய் பொற்கிழியையும் வழங்குகிறோம். இதற்கு சிங்கப்பூர் முஸ்தபா அறக்கட்டளை நிதி உதவி வழங்க இருக்கின்றது.

இத்தனை ஆண்டுகள் ஈரோட்டில் நடத்தியிருக்கும் புத்தகத் திருவிழாவில் தாங்கள் மறக்க முடியாத நிகழ்வு ஒன்றைச் சொல்லுங்கள்!

5ம் ஆண்டு புத்தகத் திருவிழா நிறைவு விழாவிற்கு அப்துல் கலாம் அவர்களை அழைத்திருந்தோம். 1 லட்சம் மக்கள் மத்தியில் அவர் உரை நிகழ்த்தினார். இதன்பின் அவர் கலந்து கொண்ட டெல்லியில் நடந்த சாகித்ய அகாதெமி கூட்டத்திலும், அமெரிக்காவில் நடந்த ஒரு கூட்டத்திலும் ஈரோடு புத்தகத் திருவிழாவைப் பற்றி 10 நிமிடங்கள் கலாம் பேசியிருக்கிறார். இது எங்களுடைய உழைப்புக்குக் கிடைத்த அங்கீகாரமாகக் கருதுகிறோம்.

மேதகு ஏ.பி.ஜெ. அப்துல்கலாம்

10ம் ஆண்டு புத்தகத் திருவிழாவிற்கு கலாம் அவர்களை அழைப்பதற்காக தொடர்பு கொண்டோம். அவருடைய உதவியாளர் பிரசாத், அப்துல் கலாம் புத்தகத் திருவிழாவில் கலந்து கொள்வதில் உள்ள சிரமத்தைச் சொன்னார். நாங்களும் மாற்று ஏற்பாடுகளைச் செய்யத் தொடங்கிவிட்டோம். ஆனால் அடுத்த நாளே பிரசாத் எங்களைத் தொடர்பு கொண்டு, "அய்யா புத்தகத் திருவிழாவில் கலந்து கொள்கிறார்" என்ற தகவலைச் சொன்னார். அதைக் கேட்டு நாங்கள் அடைந்த ஆனந்தத்திற்கு அளவே இல்லை!

புத்தகத் திருவிழாவிற்கு வந்த கலாம் ஒவ்வொரு கடையாக ஏறி இறங்கியது; புத்தகங்களைக் கண்டு மகிழ்ந்தது; ஒரு குழந்தையைப் போன்று புத்தகங்களை அவர் அள்ளி எடுத்தது; கடல் போன்று திரண்டிருந்த மக்கள் மத்தியில் அவர் முழங்கியது அனைத்தும் என் நெஞ்சில் வாழ்ந்து கொண்டிருக்கிறது. ஆம்! என் வாழ்வில் மறக்க முடியாத எத்தனையோ நிகழ்வுகள் நடந்திருந்தாலும் அப்துல்கலாம் சம்பந்தப்பட்ட இந்த நிகழ்வு என் வாழ்நாளில் மறக்க முடியாத நிகழ்வாக அமைந்துவிட்டது.

நேர்காணல்: மு.மணி

கொங்கு சமுதாய வானொலி - 26 ஜனவரி, 2017

சுயமரியாதையே
குடியரசுக் கொள்கையின் அடித்தளம்

வணக்கம் நேயர்களே!

இந்தியா குடியரசு நாடு என அறிவிக்கப்பட்டு இன்று 67 ஆண்டுகள் ஆகின்றன. 67 ஆவது குடியரசு தினம் இன்று நாடெங்கும் கொண்டாடப் படுகிறது. குடியரசு தின விழாவை முன்னிட்டு 'மக்களுக்காகச் சிந்திப்போம்! மக்களைச் சிந்திக்க வைப்போம்' என்ற முழக்கத்தை முன்வைத்து தொடர்ந்து மக்கள் பணியாற்றி வருபவரும் 'விடுதலை வேள்வியல் தமிழகம்' என்ற இரண்டு பாகங்கள் கொண்ட வரலாற்றுக் களஞ்சியத்தை உருவாக்கியவரும் பத்துக்கும் மேற்பட்ட வரலாறு, கல்வி, மொழி, இலக்கியம் ஆகிய துறைகள் சார்ந்த நூல்களை எழுதியவரும் வழக்கறிஞருமான திரு த.ஸ்டாலின் குணசேகரன் அவர்களை கொங்கு சமுதாய வானொலி சார்பில் குடியரசு தின சிறப்பு நேர்காணலுக்காகச் சந்திக்கிறோம்.

வணக்கம் ஐயா,

குடியரசு தின வாழ்த்துகளைத் தங்களுக்கு கொங்கு சமுதாய வானொலி நேயர்கள் சார்பில் தெரிவித்துக் கொள்கிறோம்.

வணக்கம்.

நேயர்கள் அனைவருக்கும் தங்களுக்கும் குடியரசுதின நல்வாழ்த்து களைத் தெரிவித்துக் கொள்கிறேன்.

'குடியரசு' என்ற கருத்தாக்கம் பற்றி வரலாற்று ரீதியாகச் சொல்லுங்கள் அய்யா...

'குடியரசு' என்ற கருத்தாக்கம் திடீரென்று தோன்றிவிடவில்லை... இதற்கென்றே தனி வரலாறு இருக்கிறது. ஏசு கிறிஸ்து பிறப்பதற்கு 500 ஆண்டுகளுக்கு முன்பே 'குடியரசு' என்ற கருத்து தோன்றத் தொடங்கிவிட்டது. இதைப்பற்றி கார்ல் மார்க்ஸ் உட்பட பல உலக அறிஞர்கள் தங்களது நூல்களில் துல்லியமாகக் குறிப்பிட்டுள்ளனர். வழிவழியாக தலைமுறை தலைமுறையாக தந்தை, அவருக்குப் பிறகு

மகன் அதற்கும் பிறகு அவரது மகன் என்று வந்த ஆட்சிமுறையைத் தான் 'முடியரசு' ஆட்சி என்கிறோம். இதில் மன்னர்தான் ஆட்சித் தலைவர். அவர் என்ன வாய்திறந்து சொல்கிறாரோ அதுதான் சட்டம். மன்னர் மட்டுமே சகல அதிகாரங்களையும் தனது கையில் வைத்திருக்கும் ஆட்சிமுறை. இதில் தேர்தல் கிடையாது. நீதி பரிபாலனம் கிடையாது. இதற்குப் பதிலாக மக்கள் விரும்புகிறபடி, எதிர்பார்க்கிறபடி ஓர் ஆட்சி உருவாகவேண்டும் என்ற சிந்தனை உருவெடுத்தது. அதுதான் 'குடியரசு' என்ற சிந்தனையின் தொடக்கமாகும்.

குடியரசு என்ற கண்ணோட்டம் துளிர்க்கத் தொடங்கிய பிறகுதான் மனிதனுக்கு சுயமரியாதையோடு வாழும் வாய்ப்பு கிடைக்கத் தொடங்குகிறது. 'குடியரசு' என்ற சிந்தனை தோன்றுவதற்கு முன்பு மனிதனுக்கு சுயமரியாதை என்பதெல்லாம் சுத்தமாகக் கிடையாது. எந்த மனிதனும் எந்த நேரத்திலும் மன்னனால் கைது செய்யப்படுவான், தூக்கிலிடப்படுவான், வெட்டிக் கொல்லப்படுவான்... மனிதனின் உயிருக்கு உத்திரவாதம் என்பதே முடியரசு ஆட்சி முறையில் கிடையாது.

மனித குலம் கொஞ்சம் கொஞ்சமாக முன்னேறிக் கொண்டிருக்கிறது என்பதற்கான அடையாளம் தான் குடியரசுச் சிந்தனை. முடியாட்சி இருக்கிற காலத்தில் குடியரசுச் சிந்தனை திடீரென்று வெடித்துக் கிளம்ப முடியாதல்லவா... அதுமெல்ல... மெல்ல வளர்ச்சியடைந்தது.

'குடவோலை முறை' என்று கூட அக்காலத்தில் தமிழகத்தில் இருந்ததாக அறிகிறோம். அதெல்லாம் மக்கள் கருத்தறியத் தொடங்கிய காலத்தில் இருந்த முறை. தட்டிக்கேட்கிற சிந்தனை, போராட்டக் குணம், உரிமைகள் இருப்பதை உணர்ந்து அதற்காகக் குரல் கொடுப்பது போன்றவையெல்லாம் குடியரசின் அடிப்படைகளாக விளங்கின.

இதற்கான எழுத்துப் பூர்வமான அக்காலத்து ஆதாரங்களோ ஆவணங்களோ இருக்கின்றனவா?

கிரேக்க தத்துவமேதை பிளேட்டோ எழுதிய மிகச்சிறந்த நூல் 'தி ரிபப்ளிக்' (The Republic) என்பதாகும்.

பிளேட்டோ நிறைய நூல்கள் எழுதி யுள்ளார். அவர் எழுதிய நூல்களிலேயே தலைசிறந்த நூலாக 'The Republic' கருதப்படுகிறது.

குடியரசுத் தத்துவத்திற்கு பிளேட்டோவின் பங்களிப்பு மிகவும் குறிப்பிடத் தகுந்ததாகும்.

'தி ரிபப்ளிக்' நூலின் அட்டைப் படம்

17 ஆம் நூற்றாண்டுக்கு முன்பு மதத்திற்குள் உரிமைகோரி சண்டைவரும். மதப்பிரிவுகளுக்குள் சிலர் கேள்விகள் எழுப்புவர். இத்தகைய முறையில் சில உரிமைக்குரல் எழுந்ததே தவிர, 17 ஆம் நூற்றாண்டுக்கு முன்பு குடியரசுச் சிந்தனை இருந்ததில்லை. 17 ஆம் நூற்றாண்டில் தான் அரசு, ஒரு நாட்டிற்கும் இன்னொரு நாட்டிற்கும் சண்டை, நாட்டுப்பற்று, ஆட்சி எல்லை போன்ற கூறுகளெல்லாம் தலை தூக்கின. இதைத்தான் 'Renaissance Period' - மறுமலர்ச்சிக்காலம் என்கிறோம். சட்டம் என்ற ஒன்று இருக்க வேண்டும். விதிகள் வகுக்கப்பட வேண்டும் அந்த விதியின் அடிப்படையில்தான் சமூக வாழ்க்கைமுறை இருக்க வேண்டும் என்ற சிந்தனை தோன்றியது.

உலகம் முழுவதிலுமுள்ள குடியரசுச் சிந்தனையாளர்கள் எவரும் மறக்க முடியாத ஒரு சொல் 'மேக்ன கார்ட்டா' (Magnacarta) என்பதாகும். 'மாபெரும் சாசனம்' என்பது இதன் பொருள். இது கி.பி 1215 ஆம் ஆண்டு வெளியிடப்பட்டது. இப்போதும் உள்ள இங்கிலாந்து அரசியலமைப்புச் சட்டத்தின் தாய் ' மேக்ன கார்ட்டா ' தான்.

மன்னர் காலத்தில் மக்கள் எழுச்சி ஏற்பட்டது. அதற்குப் பிறகு ஆங்கிலேய தேவாலயங்களில் விடுதலையும் உரிமையும் எப்படி இருக்கவேண்டும் என்பதை இந்த 'மேக்ன கார்ட்டா' எடுத்துச் சொல்லியது.

அதைமட்டும் இந்த ஆவணம் சொல்லவில்லை. சாதாரண மனிதர்களுக்கு நீதி மறுக்கப்படவோ தாமதப்படுத்தப்படவோ கூடாது என்றும் இந்தச் சாசனம் விளக்கியது. இந்தச் சிந்தனை எத்தனை ஆண்டுகளுக்கு முன்பு வெளிப்பட்டது... 800 ஆண்டுகளுக்கு முன்பு.

இந்த 'மேக்ன கார்ட்டா' இங்கிலாந்திற்கு மட்டுமல்ல; அமெரிக்காவின் அடிப்படைச் சட்டங்கள் உருவாவதற்கும் வேறுபல நாடுகளிலே உருவான அடிப்படைச் சட்டங்கள் உருவாவதற்கும் இந்தச் சாசனம் தான் அடித்தளமாக இருந்திருக்கிறது...

இந்தக் குடியரசுச் சிந்தனை அவை தோன்றிய நாட்டின் எல்லையைக் கடந்தும் அதன் செல்வாக்கைச் செலுத்தியதா?

விடுதலைபெற்ற பின்பு 1950 ஆம் ஆண்டு ஜனவரி 26 இல் இந்திய அரசியல் அமைப்புச் சட்டம் நடைமுறைக்கு வந்தது. அதைத்தான் இந்தியக் குடியரசு தினமாக நாம் ஆண்டுதோறும் ஜனவரி 26 ஆம் தேதி கொண்டாடி வருகிறோம். நம்முடைய இந்திய அரசியல் அமைப்புச் சட்ட வரலாற்றை ஆழமாக ஆராய்ந்து பார்த்தால் இதற்குப் பல மூலவேர்கள் இருப்பதைக் கண்டறிய முடியும். அந்த மூல

வேர்களுக்கெல்லாம் மூலவேர் இந்த 'மேக்ன கார்ட்டா' தான் என்பதில் சந்தேகமில்லை.

மன்னனும் சட்டத்திற்குக் கட்டுப்பட்டவன்தான் என்று மேக்ன கார்ட்டா குறிப்பிடுகிறது. இப்போது சொல்கிறோமே 'சட்டத்திற்கு முன் எல்லோரும் சமம்' என்று அதற்கான மூல ஊற்று மேக்ன கார்ட்டாவில் இருக்கிறது.

குடியாட்சி படிப்படியாக வளர்ந்து இப்போது முதிர்ச்சி பெற்ற நிலையில் இருக்கிறது. இன்றும் சிலநாடுகளில் மன்னராட்சி, இராணுவ ஆட்சி என்றெல்லாம் சர்வாதிகார ஆட்சி, அரை சர்வாதிகார ஆட்சி நடைமுறையில் இருக்கிறது. இருந்தாலும் மிகப் பெரும்பான்மையான நாடுகளில், உலகில் அதிக எண்ணிக்கையிலான மக்கள் குடியாட்சித் தத்துவத்தின் கீழ்தான் ஆளப்படுகின்றனர்.

அமெரிக்காவின் முன்னாள் குடியரசுத் தலைவர் ஆப்ரஹாம் லிங்கன், For the people by the people of the people - மக்களுக்காக மக்களால் என்ற முழக்கத்தை முன்வைத்தார். மக்களுக்கு அதிகாரம் வர வேண்டும்; மக்களாட்சி மலர வேண்டும்; மக்களின் குரல் பிரதிபலிக்க வேண்டும்; ஆட்சி என்பது ஒட்டுமொத்த மக்களுக்கானதாக இருக்க வேண்டும்; ஒரு சிலருக்கானதாக இருக்கக் கூடாது என்ற கருத்து படிப்படியாக மேலோங்கியது.

இப்போது ஜனநாயகம் பலநாடுகளில் மலர்ந்ததற்கு 'குடியரசு' என்ற கண்ணோட்டம்தான் அடிப்படைக் காரணமாக இருந்திருக்கிறது. குடியரசு என்ற சித்தாந்தத்திற்கு இத்தனை வரலாற்றுப் பின்னணி இருக்கிறது. எல்லாமே மக்களின் தொடர்ந்த முயற்சியாலும் போராட்டங்களினாலும் கிடைத்ததுதான்.

இந்திய மண்ணில் குடியரசுக் கருத்துக்கள் மேலோங்கவில்லையா?

நமது இந்திய மண்ணில் புத்தர் மக்கள் கருத்தைப் பிரதிபலித்தவர். மனிதத்தை அடிப்படையாகக் கொண்டது புத்தம். அதேபோல் வீரத்துறவி விவேகானந்தரும் வெறும் மதம் சார்ந்து சிந்தித்தவரல்லர். மனிதம் சார்ந்து சிந்தித்தவர். இவரை அமெரிக்கா அனுப்புவதற்கு ராமநாதபுரம் மன்னர் முத்துராமலிங்க சேதுபதி, வடக்கே பரோடா, மன்னர் போன்றவர்கள் முயற்சித்திருந்த போதிலும் அவர் சாதாரணக் குடிமக்களிடம் நிதி உதவிபெற்று அதன்மூலம் அனுப்பப்படுவதையே பெரிதும் விரும்பினார். அன்றைய ஆங்கிலேய ஆட்சி அதிகாரத்திற்கு எதிராக மக்களை சிந்திக்கத் தூண்டியவர் விவேகானந்தர். விவேகானந்தரின் கருத்துகளைக் கேட்டு விடுதலைப் போராட்டக்களத்தில் குதித்துத் தியாகம் செய்த 'குடிமக்கள்' ஏராளம்.

தமிழ் மண்ணில் சங்க இலக்கியமும் திருக்குறளும் சமயச் சார்பற்றவை என்பதோடு மனிதவாழ்வை மனித மாண்புகளை மனித உரிமைகளை வலியுறுத்துபவை.

சிலப்பதிகாரம் ஒரு மக்கள் காப்பியம். மன்னனுக்கு எதிராக மன்னனின் ஆராயாத, அவசரப்பட்ட, தவறான தீர்ப்புக்கு எதிராக ஒரு சாதாரணக் குடிமகள் எழுப்பிய புரட்சிக்குரலை அடிப்படையாகக் கொண்டு எழுதப்பட்ட தமிழர் காப்பியமே சிலப்பதிகாரம்.

வள்ளலார் மனிதத்தை அடிப்படையாகக் கொண்டே திருவருட் பாவைப் படைத்தார். 'கருணையிலா ஆட்சி கடுகி ஒழிக?' என்ற ஆங்காரக்குரல் எழுப்பி ஆட்சியாளர்களின் ஆணவத்திற்கும் சர்வாதிகாரத்திற்கும் சம்மட்டியடி கொடுத்தார் வள்ளலார்.

பாரதி 'குடி மக்கள் சொன்னபடி குடி வாழ்வு! மேன்மையுறக் குடிமை நீதி' என்று பாடினார். பாரதியாரின் பாடல்களில் பெரும்பகுதி ஆண்டான் - அடிமை என்ற வேறுபாட்டையும் மாறுபாட்டையும் எதிர்த்து எழுப்பப்பட்ட 'மக்கள்குரல்' என்றால் அதில் மிகையில்லை.

ஜனநாயகத்திற்கும் மக்களாட்சிக்கும் இந்திய நாட்டில் அடித்தளமிட்டதற்கான மிகப்பெரும் பங்காற்றிய அரசியல் தலைவர் மகாத்மா காந்தியடிகள்.

இப்படி இந்திய மண்ணிலும் தமிழ் மண்ணிலும் 'குடியரசு' என்ற மக்களாட்சித் தத்துவத்திற்கு விதை தூவிய இலக்கியங்களும் வரலாற்று நிகழ்வுகளும் ஏராளமாக இருக்கின்றன.

இந்தியக் குடியரசின் சிறப்பம்சம் என்ன?

குடியரசு என்பதற்கான அடித்தளம் அந்த நாட்டின் அரசியல் அமைப்புச் சட்டம் தான். 1947 இல் நமது நாட்டிற்கு சுதந்திரம் கிடைத்திருக்கிறது. 1946 ஆம் ஆண்டு மார்ச் மாதம் 15 ஆம் தேதி இங்கிலாந்திலிருந்து அட்லீ பிரபு மூன்று அமைச்சர்களை இந்தியாவுக்கு அனுப்பினார். Cabinet Mission என்பது அதற்குப் பெயர். இந்தக் குழுவுக்கு இரண்டு பணிகள் கொடுக்கப்பட்டன. ஒன்று இந்தியாவில் ஓர் அரசியல் நிர்ணயசபை அமைப்பது. அரசியல் நிர்ணயசபை என்பது எதற்கு? அரசியலமைப்புச் சட்டத்தை உருவாக்குவதற்கு. அதுதான் அரசியல் நிர்ணய சபையின் பணி. இரண்டாவது பணி இடைக்கால அரசை ஏற்படுத்துவது. கட்சிகளின் பிரதிநிதிகளைக் கொண்டு இந்த இடைக்கால அரசை உருவாக்குவது.

இந்தியாவுக்கு சுதந்திரம் கொடுத்துவிட வேண்டிய நெருக்கடி, ஒரு நிர்பந்தம் பிரிட்டிஷ் ஆட்சியாளர்களுக்கு ஏற்பட்ட பிறகு அனுப்பப்பட்டதுதான் இந்த கேபினட் மிஷன்.

1928 இல் ஜவகர்லால் நேரு விடுத்த அறிக்கையிலேயே அரசியல் நிர்ணய சபை வேண்டும் என்ற கோரிக்கை முன் வைக்கப்பட்டது. அப்போதிருந்தே தொடர்ந்து இந்தக் கோரிக்கை முன்வைக்கப்பட்டு அதற்கான இயக்கங்கள் நடத்தப்பட்டுள்ளன.

1946 ஆம் ஆண்டு டிசம்பர் 11 ஆம் தேதி 'இந்திய அரசியல் நிர்ணயசபை' என்ற அமைப்பு உருவாக்கப்பட்டது. டாக்டர் ராஜேந்திர பிரசாத் அரசியல் நிர்ணயசபையின் தலைவராகத் தேர்வு செய்யப் பட்டார். இச்சபையின் உறுப்பினர்கள் அப்போதிருந்த மாகாண சட்டமன்ற உறுப்பினர்களால் வாக்களிக்கப்பட்டுத் தேர்வு செய்யப் பட்டனர்.

இந்த அரசியல் நிர்ணயசபை 22 குழுக்களாகப் பிரிக்கப்பட்டது. இந்தக்குழுக்கள் அரசியல் அமைப்புச் சட்டத்தை உருவாக்குவதற்கு தனித்தனியான பங்களிப்பைச் செலுத்தின.

இதில் முக்கியமான குழு, அரசியலமைப்புச் சட்டத்தை உருவாக்குகிற வரைவுக்குழு - Drafting Committee. இதன் தலைவராகத் திகழ்ந்தவர் டாக்டர் பி.ஆர்.அம்பேத்கர்.

இதில் வேடிக்கையென்னவென்றால் நமக்கு அரசியலமைப்புச் சட்டத்தை உருவாக்க முயற்சியெடுத்த கிரேட் பிரிட்டன் நாட்டிற்கு ஓர் எழுத்துப் பூர்வமான அரசியலமைப்புச் சட்டம் இல்லை என்பது தான். பிரிட்டனின் அரசியலமைப்புச் சட்டத்தைப் பற்றிக் கூறுகிறபோது 'Unwritten Constitution' என்று தான் கூறுவர்.

இப்படிச் சில நாடுகளுக்கு எழுத்துப்பூர்வமான அரசியலமைப்புச் சட்டமே கிடையாது. அமெரிக்காவின் அரசியலமைப்புச் சட்டம் சிறியது. குறைவான பக்கங்களையும் குறைவான பிரிவுகளையும் கொண்டதுதான் அமெரிக்க அரசியலமைப்புச் சட்டம்.

ஏறத்தாழ 200 பேருக்கும் மேல் அரசியல் நிர்ணயசபையில் உறுப்பினர்களாகத் தேர்வு செய்யப்பட்டனர். இவர்கள் காங்கிரஸ் கட்சி மற்றும் முஸ்லிம் லீக் கட்சிகளைச் சேர்ந்தவர்கள். பிரிவினைப் பிரச்சினை தலைதூக்கிவிட்டதால், முஸ்லிம் லீக்கால் தேர்வு செய்யப்பட்டவர்கள் வரவில்லை. காங்கிரஸ் கட்சி சார்பில் மட்டும் தேர்வு செய்யப்பட்ட 202 பேர் உறுப்பினர்களாக இருந்தனர்.

இதில் ஜவகர்லால் நேரு, டாக்டர் ராஜேந்திர பிரசாத், சர்தார் வல்லபாய் படேல், அபுல் கலாம் ஆசாத், டாக்டர் அம்பேத்கர் போன்ற இந்தியாவின் தலைசிறந்த அறிஞர்களாகவும் தலைவர்களாகவும், ஆளுமைகளாகவும் திகழ்ந்தவர்கள்தான் தேர்வு செய்யப்பட்ட உறுப்பினர்கள்.

உலகத்திலேயே மிகப்பெரிய அரசியலமைப்புச் சட்டம் - அதிக பக்கங்களைக் கொண்டதும் - அதிக பிரிவுகளைக் கொண்டதும் - அதிக விளக்கங்களைக் கொண்டதும் இந்திய அரசியலமைப்புச் சட்டம்தான்.

நம் நாட்டின் அரசியலமைப்புச் சட்டம் உருவாவதற்கு முன்பு மேலை நாடுகள் சிலவற்றில் அரசியலமைப்புச் சட்டங்கள் இயற்றப்பட்டிருந்தன... அவற்றின் தாக்கங்களோ பிரதிபலிப்போ நம் நாட்டு அரசியலமைப்புச் சட்டத்தில் இருக்கிறதா?

உலகம் முழுவதிலும், அதற்குமுன் அரசியலமைப்புச் சட்டத்தை இயற்றியிருந்த நாடுகளின் சட்டங்களையும் ஐ.நாவின் பிரகடனங் களையும் அலசி ஆராய்ந்து 3 ஆண்டுகள் உறுப்பினர்களால் விவாதித்து விவாதித்து ஒரு சிலைபோல் செதுக்கப்பட்டதுதான் இந்திய அரசியலமைப்புச் சட்டம்.

இது ஏதோ இறக்குமதி செய்யப்பட்ட சட்டம் என்பதுபோல மலிவாகச் சொல்வாரும் உண்டு. ஆனால் அவ்வாறு சொல்வது பொருந்தாது. எந்திரகதியாக இறக்குமதி செய்யப்படவில்லை. எல்லா சட்டங்களிலுமிருக்கிற நல்ல அம்சங்களை எடுத்து அவற்றின் கலவையாகத்தான் இந்திய அரசியலமைப்புச் சட்டம் இந்த மண்ணிற்கு ஏற்ப உருவாக்கப்பட்டுள்ளது.

இதுவரை நமது அடிப்படைச் சட்டத்திற்கு 101 திருத்தங்கள் வந்திருக்கின்றன. ஆனால் சட்டத்தின் அடிப்படையே சரியில்லை... இச்சட்டம் தூக்கியெறியப்பட வேண்டிய ஒன்று என்று எவருமே சொன்னதில்லை. அந்த அளவுக்கு இயன்றவரை தெளிவாகச் செதுக்கி யுள்ளனர்.

1949 நவம்பர் 26 ஆம் தேதி அரசியலமைப்புச் சட்டம் அரசியல் நிர்ணய சபையில் கடைசி முறையாக வாசிக்கப்பட்டு அது நிறைவேற்றப்பட்டது. சபையின் தலைவர் ராஜேந்திர பிரசாத் அன்றுதான் கையெழுத்திட்டார்.

1950 ஆம் ஆண்டு ஜனவரி 26 ஆம் தேதிதான் இந்திய அரசியலமைப்புச் சட்டம் நடைமுறைக்கு வந்த தேதி. Date of Commencement. இதைத்தான் குடியரசு தினமாக நாம் கொண்டாடி வருகிறோம்.

ஜனவரி 26 ஆம் தேதியைத் தேர்வு செய்து அன்றிலிருந்துதான் அரசியலமைப்புச் சட்டம் நடைமுறைக்கு வருவதாக அறிவித்தனரே... அந்த ஜனவரி 26 ஆம் தேதியின் சிறப்பம்சம் என்னங்கய்யா?

1947 ஆம் ஆண்டு ஆகஸ்ட் 15 ஆம் தேதி இந்தியாவுக்கு சுதந்திரம் கிடைத்தது. இந்தத் தேதியை தேர்வு செய்தவர்கள் இந்தியாவை விட்டு வெளியேறிய ஆங்கிலேய ஆட்சியினர். 1950, ஜனவரி 26 என்ற குடியரசு தினத் தேதியை நம்முடைய தேசத் தலைவர்கள் தேர்வு செய்துள்ளனர்.

1928 ஆம் ஆண்டு மோதிலால் நேரு காங்கிரஸ் கட்சியின் அகில இந்தியத் தலைவராக இருந்தார். 1929 இல் ஜவகர்லால் நேரு காங்கிரஸ் கட்சியின் தலைவரானார். 1929 இல் வரலாற்றுச் சிறப்பு மிக்க லாகூர் மாநாடு நடைபெறுகிறது. காங்கிரஸ் கட்சியின் அகில இந்திய மாநாடு. இந்த மாநாட்டில்தான் முதன் முதலில் 'பூர்ணசுவராஜ்' - 'Complete Independence' என்ற தீர்மானம் நிறைவேற்றப்படுகிறது. இந்தத்தீர்மானத்தின் அடிப்படையில் டிசம்பர் 31 ஆம் தேதி அங்கேயே மூவர்ணக் கதர்க்கொடி சுதந்திரக் கொடியாக முதன்முதலாக ஏற்றப் படுகிறது.

அன்றுதான் இன்னொரு முக்கிய முடிவு அந்தக் காங்கிரஸ் மாநாட்டில் எடுக்கப்பட்டது. ஆண்டுதோறும் ஜனவரி 26 ஆம் தேதியன்று சுதந்திர தினத்தைக் கொண்டாடுவது என்பதே அம்முடிவு.

இப்போது இருப்பதுபோல் சுதந்திரமான முறையில் சுதந்திர தினம் அப்போது கொண்டாட முடியுமா? முடியாது என்பது மட்டுமல்ல கொண்டாடினால் சிறைத் தண்டனை, துப்பாக்கிச் சூடு என்ற கடுமையான ஆங்கிலேய அடக்குமுறை தாண்டவமாடிய காலம். அது ஓர் இருண்ட காலம்.

அவ்வாறு ஆண்டுதோறும் சுதந்திர தினம் கொண்டாடுகிறபோது ஓர் உறுதிமொழி வாசித்துவிட்டுக் கொடியேற்றிக் கொண்டாட வேண்டுமென்றும் முடிவெடுத்தனர்.

எடுத்த முடிவின் படி 1930 ஆம் ஆண்டு ஜனவரி 26 ஆம் தேதி, முதல் சுதந்திர தினம் நாடெங்கும் கொண்டாடப்பட்டது. அவ்வாறு கொண்டாடியபோது, எடுத்த முடிவின்படி உறுதிமொழி எடுத்தனர்.

அன்றைய சுதந்திர தின உறுதிமொழியின் முக்கிய அம்சங்கள் என்னவாக இருந்தது?

'The Pledge of Independence' என்பது அந்த உறுதிமொழியின் தலைப்பு. 45 வரிகள் கொண்ட உறுதிமொழி. அந்த உறுதிமொழி யிலேயே பிரிட்டிஷ் ஆட்சியினரின் அத்தனை கொடுமைகளையும் ஆழமாக வர்ணித்திருந்தனர். கொஞ்சம் யோசித்துப் பாருங்கள் ! சுதந்திரத்திற்கு 16 ஆண்டுகளுக்கு முன்பிருந்தே நம் தலைவர்கள் சுதந்திரப் போராட்ட வீரர்கள் கொடுமையான அடக்குமுறைகளை எதிர்கொண்டு சுதந்திர தினம் கொண்டாடி வந்தனர்.

அந்தத் தியாகிகள் நினைவாகத்தான், அவர்களுக்கு வீரவணக்கம் செலுத்தும் விதத்தில்தான் சுதந்திரம் கிடைத்த பின்னர் 1950 இல் அரசியல் அமைப்புச் சட்டத்தை நடைமுறைப்படுத்துவதற்கான தேதியைத் தேர்ந்தெடுத்தபோது நம்முடைய தலைவர்கள் சுதந்திரத்திற்கு முன்பு கொண்டாடப்பட்ட சுதந்திர தினமான ஜனவரி 26 ஐத் தேர்வு செய்து அதையே 'குடியரசு தினம்' என்று அறிவித்தனர். இப்படித்தான் ஜனவரி 26 இந்தியக் குடியரசு தினமானது.

இந்திய சுதந்திரம் மற்றும் குடியரசு தினங்களின் முழு வரலாற்றைத் தெரிந்து உணர்வுப் பூர்வமாகவும் ஆழமாகவும் சொல்லும் நீங்கள் ஒவ்வொரு குடியரசு தினத்தன்றும் கொடியேற்ற பல இடங்களுக்கு அழைக்கப்படுகிறீர்கள்! அவ்வாறு கொடியேற்றுகிறபோது எத்தகைய எண்ணங்களுக்கும் சிந்தனைக்கும் நீங்கள் ஆட்படுகிறீர்கள்?

ஒவ்வொரு முறையும் குடியரசு தினத்தன்று கொடியேற்றுவதற்காக கயிற்றை இழுக்கிறபோது பகத் சிங், ராஜகுரு, சுகதேவ் போன்ற தூக்குக்கயிற்றில் தொங்கவிடப்பட்ட தேசபக்தர்கள்தான் என் நினைவுக்கு வருவார்கள். அத்தோடு பாஷ்யம் என்கிற சென்னையைச் சேர்ந்த தேசபக்த இளைஞர் கட்டாயம் என் நினைவுக்கு வருவார். அவர் ஆர்யா என்று அக்காலத்தில் அழைக்கப்பட்டார்.

1932 ஆம் ஆண்டு ஜனவரி 26 ஆம் தேதி நாடு பூராவிலுமுள்ள பக்தர்கள் சுதந்திர தினக் கொண்டாட்டத்திற்குத் தயாரானார்கள். நேதாஜி சுபாஷ் சந்திரபோஸ் அந்தச் சுதந்திர தினத்தை வீரியத்தோடு கொண்டாட இளைஞர்களை அறைகூவி அழைத்தார்.

சென்னையில் இருந்த துடிப்புமிக்க தேசபக்த இளைஞரான பாஷ்யம் என்கிற ஆர்யா அந்த ஆண்டின் சுதந்திர தினத்தை வித்தியாசமாகவும் வீரதீர சாகசத்தோடும் கொண்டாட முடிவு செய்தார்.

அவர் தனிமனிதர். அவரிடம் ஒரு குழுவோ படையோ இல்லை. தன்னந்தனி மனிதராக சுதந்திர தினத்தை எவ்வாறு கொண்டாடலாம் என யோசித்துத் திட்டமிட்டார்.

மூவர்ணக் கொடி விலைக்குக் கிடைக்குமா என்று பல இடங்களில் கேட்டுப்பார்த்தார். இவர் கேட்ட அளவுக்கு எங்கும் அத்தகைய கொடி கிடைக்கவில்லை.

ஒரு துணிக்கடைக்குச் சென்று 4 முழவேட்டியை விலைக்கு வாங்கி மூன்று வர்ணங்களை அந்த வேட்டியில் பூசுகிறார். தான் போட்டிருந்த டவுசருடன் தான் தயாரித்த மூவர்ண வேட்டியை இடுப்பில் சுருட்டி மறைத்துக் கட்டிக் கொண்டு சென்னை செயின்ட்

ஜார்ஜ் கோட்டைக்குச் சென்றார். அந்தக் கோட்டை முகப்பில் ஒரு வயர்லெஸ் டவர் இருந்தது. அது மிக உயரமான டவர். மொத்த உயரம் 200 அடி. அதில் 140 அடி 3 அடி விட்டம் கொண்டது. அதற்கும் மேல் 60 அடி கொடிக்கம்பம் போன்றது. 140 அடி கடகட வென்று ஏறிவிட்டார்.

140 அடி ஏறிய பிறகு செங்குத்தான கம்பத்தில் 60 அடி ஏற வேண்டும். கம்பத்தைத் தாவிக்கட்டி, தம்கட்டி மேலே ஏறுகிறார். அது வழுக்கு மரம் போல... அவ்வளவு சுலபமாக ஏற முடியாது...

பாஷ்யம் (எ) ஆர்யா

அந்த நேரத்தில் கடற்கரையிலிருந்து கலங்கரை விளக்கத்தின் வெளிச்சம் அப்படியே சுழன்று வந்தபோது இந்தக் கம்பத்தின் மீது படுகிறது. அப்படியே கொடியோடு ஒட்டிக்கொண்டு அசைவில்லாமல் சிறிது நேரம் நின்றுவிட்டு மீண்டும் ஏறி உச்சியை அடைந்தார். எடுத்துச் சென்ற கொடியை கம்பத்தின் உச்சியில் கட்டினார். திட்டமிட்டபடி கட்டி முடித்து வேகமாகக் கீழே இறங்கித் தலைமறைவானார். அதற்குள் 2,3 முறை கலங்கரை விளக்க வெளிச்சம் வந்து வந்து போனது. அந்த வெளிச்சத்தில் துப்பாக்கி ஏந்தி செயின்ட் ஜார்ஜ் கோட்டையைக் காவல்காத்துக் கொண்டுள்ள போலிசார் ஆர்யாவைப் பார்த்திருந்தால் சிட்டுக் குருவியைச் சுட்டு வீழ்த்துவது போல் வீழ்த்தியிருப்பார்கள்.

அந்த ஆபத்தையெல்லாம் கடந்து கீழே பத்திரமாக வந்து ஓடி மறைந்தார் ஆர்யா. அடுத்தநாள் காலை அந்தக் கம்பத்தில் கொடி கம்பீரமாக பட்டொளி வீசிப்பறந்தது அந்த மூவர்ணக்கொடி மிக உயரமான இடத்தில் பறந்ததால் ஆயிரக்கணக்கானோர் அந்தக் கொடியைப் பார்த்துப் பரவசப்பட்டனர். எந்த எழுச்சியை உருவாக்க ஆர்யா நினைத்தாரோ அந்த எழுச்சி அடுத்தநாள் சென்னை இளைஞர்கள் மத்தியில் உருவாயிற்று.

இந்த ஆர்யாவை அவரது 95 ஆவது வயதில் திருவான்மியூரில் அவரது இல்லத்தில் நான் சந்திக்கிற வாய்ப்பைப் பெற்றேன். 'விடுதலை வேள்வியில் தமிழகம்' என்ற எமது நூலுக்காக 1998 - 1999 இல் பல தியாகிகளைச் சந்தித்தேனல்லவா?

ஒவ்வொருமுறை குடியரசு தினவிழாக் கொடியேற்றுகிற போதும் வீரார்ந்த இளைஞரான பாஷ்யம் என்கிற ஆர்யா என் நினைவுக்கு கட்டாயம் வருவார். ஆர்யாவோடு ஆயிரக்கணக்கான தன்னலமற்ற, சர்வபரித்தியாகம் செய்வதற்குத் தயாரான அப்பழுக்கற்ற தேசபக்த இளைஞர்கள் தான் எனக்கு நினைவுக்கு வருகிறார்கள்.

இப்போது கூட தமிழர்களின் வீரவிளையாட்டான ஜல்லிக்கட்டு நடத்துவதற்கு ஓர் அவசரசட்டம் தமிழக சட்டசபையில் நிறைவேற்றப்பட்டுள்ளது. அரசியல் அமைப்புச் சட்டத்தைப் பற்றி பல கருத்துக்களைச் சொன்னீர்கள். இந்தச் சட்டம் பற்றிச் சொல்லுங்கள் அய்யா...

நல்ல சட்டங்கள் எதுவுமே ஆள்வோரின் தொலைநோக்குச் சிந்தனையினால் தானாக மக்களுக்குக் கிடைத்துவிடுவதில்லை. விடுதலை கிடைத்த பிறகு நிறைவேற்றப்பட்ட மக்கள் நலன் சார்ந்த சட்டங்களின் வரலாற்றை ஆழமாகப் பார்த்தீர்களென்றால் அவையனைத்தும் மக்களின் தொடர்ந்த போராட்டங்களின் விளைவாகக் கிடைத்தவை என்பதை அறிந்துகொள்ள முடியும்.

சட்டங்களைப் படிப்பதற்கு எமக்கு எவ்வளவு ஆர்வமிருக்கிறதோ அதே அளவுக்கு அந்தச் சட்டங்கள் வந்த வரலாற்றைப் படிப்பதிலும் எமக்கு எப்போதும் ஆர்வம் இருந்திருக்கிறது. வரலாற்று ஆர்வம்... வரலாற்று உணர்வுதான் இதற்குக் காரணம்.

கடந்த 10 நாட்களாக தமிழக மக்களுக்கு புதிதாக ஜல்லிக்கட்டு நடத்துவதற்காக நிறைவேற்றப்பட்ட சட்டத்தின் வரலாறு நன்றாகத் தெரிந்துவிட்டது. இது தற்காலிகச் சட்டமோ... நிரந்தரச் சட்டமோ... ஒரு சட்டம் வந்துவிட்டது. இன்னும் முழுமையாக வெளியிடப்படாததால் இந்தச் சட்டத்தின் அனைத்துப் பிரிவுகளையும் ஆழமாகப் படித்து உணர்வதற்கான வாய்ப்பு ஏற்படவில்லை. ஆனால் இதற்கென ஒரு சட்டம் வந்திருப்பதையும் அதன் முக்கிய அம்சங்களையும் ஊடகங்கள் மூலம் அறிந்திருக்கிறோம்.

இந்தச் சட்டம் வந்த வரலாற்றை நாம் அதற்கான வரலாற்று ஆவணங்களைத் தேடிச்சென்று படித்துத் தெரிந்துகொள்ள வேண்டிய அவசியமில்லை.

தமிழ்நாடு மாநில ஆளுனரே இந்தச் சட்டம் வந்த வரலாற்றை தெளிவாகவும் அழுத்தமாகவும் தனது அதிகாரபூர்வமான சட்டமன்ற உரையிலேயே தெரிவித்துவிட்டார். சட்டமன்றத்தில் யார் பேசினாலும் என்ன பேசினாலும் அவையனைத்தும் அவைக் குறிப்பில் பதிவாகி விடும். அவைக் குறிப்பிலிருந்து நீக்க சபாநாயகர் உத்திரவிட்டிருந்தாலொழிய உறுப்பினரோ, அமைச்சரோ, ஆளுனரோ யார் பேசினாலும் வார்த்தைக்கு வார்த்தை பதிவாகிவிடும்.

"பள்ளி - கல்லூரி மாணவர்கள் லட்சக்கணக்கானோர் தொடர்ந்து நடத்திய அறவழிப் போராட்டத்தின் விளைவாக இந்த ஜல்லிக்கட்டுச் சட்டம் வந்திருக்கிறது" என்று ஆளுனரே தனது சட்டமன்ற உரையில் குறிப்பிட்டுள்ளார்.

மாணவர்கள் மட்டுமல்ல... பெற்றோர்... சமூகநல ஆர்வலர்கள்... பொதுமக்கள் என்றும் அனைவருமே இச்சட்டத்திற்கான போராட்டத்தில் ஒன்றிணைந்து களமிறங்கியுள்ளனர். சுருக்கமாகச் சொன்னால் யாருடைய கருணையினாலோ, முன்யோசனையினாலோ, மக்கள் சார்ந்த சிந்தனையினாலோ இச்சட்டம் வரவில்லை. ஒட்டுமொத்த தமிழக மக்களின் போராட்டத்தின் விளைவாகவே இச்சட்டம் வந்துள்ளது. அது ஒன்றும் அடையாளப் போராட்டமாக நடைபெறவில்லை. இப்படியொரு அறவழிப் போராட்டம் இந்த அளவுக்கு வீரியத்துடன் எந்தச் சேதாரமும் இல்லாமல் தமிழக வரலாற்றில் நடந்ததில்லை என்று சொல்லும் அளவுக்கு இப்போராட்டம் நடைபெற்றுள்ளது. இதெல்லாம் தான் வெற்றிக்குக் காரணங்கள் என்று சொல்லலாம்.

காந்தியடிகளைப் பின்பற்றுவதாகச் சொல்லும் அரசியல் கட்சிகளே இந்த மாதிரி அறவழிப் போராட்டமெல்லாம் காலாவதியாகி விட்டதாகக் கருதிக் கொண்டிருந்த காலத்தில் தமிழக மாணவர்களும் இளைஞர்களும் இதனை சாத்தியமாக்கியுள்ளனர்.

மாணவர்களின் இந்தப் போராட்டத்தைப் பற்றிய தங்களது மதிப்பீடு என்ன?

இந்தப் போராட்டம் சாதி, மதம், அரசியல் கட்சி என்ற பிரிவு களைத் தாண்டிய போராட்டமாகும். அத்தோடு பகுதி எல்லையையும் கடந்ததாகும்.

பகுதி என்று எதற்காகச் சொல்கிறேனென்றால் 'ஜல்லிக்கட்டு' என்ற வீரவிளையாட்டு மதுரை, அலங்காநல்லூர் இன்னும் தென் மாவட்டத்தின் சில ஊர்களில் மட்டும்தான் நடைபெற்று வருகிறது. சேலம் மாவட்டத்தின் சில கிராமங்களில் 'எருத்தாட்டம்' என்ற பெயரில் சிறிய அளவில் ஜல்லிக்கட்டு நடக்கும்.

ஆனால் ஈரோடு போன்ற பகுதிகளில் எப்போதும் ஜல்லிக்கட்டு நடந்ததில்லை. அதேபோன்று சென்னை போன்ற பல ஊர்களில் ஜல்லிக்கட்டு நடந்ததில்லை. ஆனால் ஜல்லிக்கட்டு நடக்கும் பகுதிகள் இதுவரை நடக்காத பகுதிகள் என்ற வேறுபாடுகளையும் தாண்டி தமிழர்களின் ஒட்டுமொத்த ஒற்றுமையை வெளிப்படுத்தும் வகையில் நடைபெற்றது.

'ஜல்லிக்கட்டு' என்பது தமிழர்களின் பண்பாட்டு அடையாளம் என்று பார்க்கப்பட்டது. தமிழர்களின் வரலாறு, பாரம்பரியம், கலாச்சாரம், வீரவிளையாட்டு என்று பல கோணங்களில் ஜல்லிக்கட்டு பார்க்கப்படுகிறது.

இன்னும் ஆழமாகப் பார்த்தால் இது ஜல்லிக்கட்டுக்காக மட்டுமே நடைபெற்ற போராட்டம் என்று எடுத்துக்கொள்ள முடியாது.

பலநாட்களாக இருந்த மனப்புழுக்கம், பல்வேறு காரணங்களால் ஏற்பட்ட எதிர்ப்புணர்வு, தமிழர்களுக்கு ஏற்பட்ட தொடர்ச்சியான ஏமாற்றங்கள், தமிழ் மக்களின் குரலை வலுவாகப் பிரதிபலிக்கும் ஆளுமைமிக்க தலைவர்கள் இல்லாத அரசியல் சூழல், இங்கு நிலவுகிற சமூகச் சூழல், விவசாயிகளின் தற்கொலைகள் போன்ற பலவிதமான காரணங்கள் ஒன்று சேர்ந்து கொண்டது. என்னென்னவோ காரணங்கள் மக்கள் மனதில் முளைத்து, கிளர்ந்தெழுந்து 'ஜல்லிக்கட்டு' என்ற மையப்புள்ளியில் வெடித்தது. ஆகவே இது ஜல்லிக்கட்டுக்கு மட்டுமே நடைபெறவில்லை என்பதால் ஜல்லிக்கட்டுக்கான அவரச - நிரந்தரச் சட்டம் இயற்றப்பட்டவுடன் இப்போராட்டம் முழுமையாக ஓய்ந்துவிடப் போவதில்லை. சமூகத்தின் மிகமுக்கியப் பிரச்சினைகள் மீது அரசும் அரசியல் கட்சிகளும் முழுக்கவனத்தை உணர்வுபூர்வமாகச் செலுத்தி அவற்றிற்கு ஓரளவேனும் தீர்வு ஏற்படுகிறபோதுதான் இவ்வகையான போராட்டங்கள் ஓயும்.

இதில் கவனத்தில் கொள்ள வேண்டிய முக்கிய அம்சம் மாணவர்களின் சமூகப் பொறுப்புணர்ச்சி. போராட்டம் உச்சகட்டத்தில் நடைபெற்றபோது லட்சக்கணக்கான மாணவர்கள் இரவு - பகல், வெயில் - மழை என்றெல்லாம் பாராமல் மெரினாவில் குழுமியிருந்தனர். தனித்த தலைவரோ, தலைமைக் குழுவோ அறிவிக்கப்படவில்லை. Self Imposed Descipline என்று சொல்வார்களே, அதுபோல தானாக வகுத்துக் கொண்ட சுய கட்டுப்பாட்டுடன் மாணவர்கள் இந்த மாபெரும் போராட்டத்தை நடத்தினர்.

அந்தச் சூழலில் ஊடகங்களுக்கு மாணவர்கள் பேட்டி கொடுத்த போது "இன்னும் இரண்டு - மூன்று நாட்களில் போராட்டம் முடிந்து விடும். முடிந்த பிறகு இரண்டு - மூன்று நாட்கள் இங்கேயே இருந்து மெரினாவை முழுக்கச் சுத்தம் செய்துவிட்டுத்தான் விடைபெறுவோம்" என்று சொன்னார்கள். இது மக்களுக்கு நெகிழ்ச்சியூட்டியது. இளம் ஆணும் பெண்ணும் இரவும் பகலும் அங்கேயே கிடந்து போராடியும் எவ்வித சிறு அசம்பாவிதமும் பெயரளவுக்குக்கூட ஏற்படாதது உலகையே வியக்க வைத்தது. தமிழர்களுக்குப் பெருமை சேர்த்த இம்மாணவர்களை எவ்வளவு பாராட்டினாலும் தகும்.

குடியரசு தினத்தன்று இத்தகைய சட்டங்கள் குறித்து நீங்கள் சொல்ல விரும்புவது என்ன?

இவ்வளவு நெருக்கடி... நிர்பந்தம்... போராட்டம் என்று வந்த பிறகு சட்டம் கொண்டு வருவதற்குப் பதிலாக மத்திய - மாநில

அரசுகள் மக்கள் நாடி பிடித்துப் பார்த்து மக்களுக்கான சட்டங்களைக் கொண்டுவந்தால் என்ன? தொலைநோக்குப் பார்வையோடு யோசித்தால் என்ன? அதற்காகத்தானே இவர்களையெல்லாம் வாக்களித்து அனுப்புகிறோம். மக்களுடைய சிந்தனையென்ன... எதிர்பார்ப்பென்ன என்பதையெல்லாம் தெரிந்து, புரிந்து நல்ல நல்ல சட்டங்களை இவர்கள் கொண்டு வரலாமல்லவா?

குடியரசு தினத்தன்று... ஜனவரி 26 இல் இந்திய அரசியலமைப்புச் சட்டம் நடைமுறைக்கு வந்தது. இதுதான் தாய்ச்சட்டம். இதற்குப் பிறகு ஏராளமான சட்டங்கள் வந்திருக்கின்றன.

தகவல் பெறும் உரிமைச் சட்டம், நுகர்வோர் பாதுகாப்புச் சட்டம் என்று புதிதாக பல சட்டங்கள் வந்திருக்கின்றன. இந்த முற்போக்கான சட்டங்கள் யாவும் 10 ஆண்டுகள், 15 ஆண்டுகள் மக்கள் போராடிய பிறகு அரசால் இயற்றப்பட்ட சட்டங்களாகும். இந்த மாதிரியான சட்டங்கள் வருவதற்கு பல்லாயிரம் பேர் சிறை சென்றுள்ளனர். தியாகம் செய்துள்ளனர்.

சமுதாயத்தை முன்னோக்கி எடுத்துச் செல்லும் நல்ல சட்டங்கள் எதுவுமே அரசின், அரசியல்வாதிகளின் கருணையினால் கிடைக்கவில்லை. மக்களின் போராட்டங்களால்தான் கிடைத்துள்ளது.

சாதி, மதம், அரசியல் கட்சிகள் என்ற எல்லாவிதமான வேறுபாடுகளையும் மறந்து ஒன்று சேர்ந்து குரல்கொடுத்து நல்ல நல்ல சட்டங்கள் கொண்டுவரப்படுவதற்கு தக்க நடவடிக்கைகள் மேற்கொள்ள இந்தக் குடியரசு தினவிழாவன்று நாம் அனைவரும் சேர்ந்து உறுதியேற்க வேண்டும்.

சட்டத்தால் எல்லாத் தீர்வுகளும் கிடைத்துவிடாது. ஆனால் சட்டமில்லாமல் எந்தத் தீர்வும் ஏற்பட்டுவிடாது. இது ஜனநாயக ஆட்சி! இன்றைய ஜனநாயகக் கட்டமைப்பில் கோளாறுகள் இருக்கின்றன; ஓட்டைகள் இருக்கின்றன. இன்னும் ஒழுங்குபடுத்தப்பட வேண்டிய அம்சங்கள் ஏராளமாக இருக்கின்றன.

குடியரசு தினவிழாவன்று நாம் எடுக்கவேண்டிய உறுதி என்ன?

நமது நாடு ஒரு முழுமையான சுதந்திரத்தை அடைய வேண்டும். பாரதி இறந்தது 1921 இல். அவர் சுதந்திரம் கிடைப்பதற்கு 26 ஆண்டுகளுக்கு முன்பே 'ஆனந்த சுதந்திரம் அடைந்துவிட்டோம்' என்று குதூகலமாகப் பாடியுள்ளார். அவர் குறிப்பிடுவது வெறும் அரசியல் சுதந்திரத்தை மட்டுமல்ல. ஒட்டுமொத்த சமூக - பொருளாதார - பண்பாட்டு விடுதலை.

சுதந்திரம் என்பது மற்றவர்களின் சுதந்திரத்திற்கு பங்கம் விளைவித்து விட்டுக் கிடைப்பதல்ல. ஒருவரின் சுதந்திரம் இன்னொருவரின் சுதந்திரத்திற்கு இடையூறாக இருக்கக்கூடாது.

ஜனநாயகத்தைப் பணநாயகம் வெல்கிறது என்கிறார்கள்... உண்மையான ஜனநாயகத்தை மீட்டெடுப்பதென்றால் நாம் என்ன செய்ய வேண்டும்?

நிறைய புதிய புதிய நல்ல சட்டங்கள் வரவேண்டும். மக்களிடையே எல்லாவற்றிற்குமான விழிப்புணர்வு ஏற்பட வேண்டும். இப்போது ஜல்லிக்கட்டுக்கு வந்ததுபோல் முக்கியமான பலவற்றிற்கு புதுப்புதுச் சட்டங்கள் இயற்றப்படவேண்டும்.

ஏற்கனவே உள்ள தகவல்பெறும் உரிமைச்சட்டம் போன்ற மக்கள் சார்ந்த சட்டங்களின் அடிப்படைகள் யாவும் சாதாரண மக்களுக்கும் தெரிந்திருக்கிற அளவுக்குக் கொண்டுசேர்க்க வேண்டும். அந்தச் சட்டங்களைப் பயன்படுத்துகிற அளவுக்குப் பொதுமக்களுக்கு விழிப்புணர்வு ஏற்பட வேண்டும்.

இந்தச் சட்டங்கள் யாவும் மேலும் செழுமைப்படுத்தப்பட வேண்டியுள்ளது. பயன்படுத்தும் போது ஏற்படுகிற அனுபவங்களின் அடிப்படையில்தான் இச்சட்டங்களைச் செழுமைப்படுத்த இயலும்.

நீதிமன்றங்களில் நடைபெறுகிற வழக்குகளில் முக்கியமானவை 'பொதுநல வழக்குகள்'. யாராவது ஒரு சாமான்யர் ஒரு முக்கிய விஷயத்திற்கு ஏதாவது ஒரு நீதிமன்றத்தில் பொதுநல வழக்குப் போட்டிருப்பார்.

இம்மண்ணின் நாட்டு மாடுகள், காளை மாடுகள் போன்றவற்றை இல்லாமல் செய்தால்தான் மேலைநாட்டு மாடுகளான ஜெர்சி மாடுகள் சிந்து மாடுகள் போன்றவையின் பாலை நம் நாட்டவர் பயன்படுத்துவர் என்ற மறைமுக சூழ்ச்சியும் 'ஜல்லிக்கட்டு வேண்டாம்' என்று சொல்பவர்களின் கூற்றில் உள்ளதாகச் சொல்கிறார்களே... அதைப் பற்றி நீங்கள் என்ன கருதுகிறீர்கள்?

இருக்கலாம்... ஆட்சியாளர்கள் இதுபோன்ற விஷயங்களை வரலாற்றுக் கண்ணோட்டத்தோடு பார்த்திருந்தால், பண்பாட்டுக் கண்ணோட்டத்தோடு பார்த்திருந்தால், சமுதாயக் கண்ணோட்டத்தோடு பார்த்திருந்தால் இந்த மாதிரி பிரச்சினைகளே முளைப்பதற்கு வாய்ப்பில்லை.

ஜல்லிக்கட்டு வீரவிளையாட்டில் மாடும் சந்தோஷமாக இருக்கிறது... மனிதனும் சந்தோஷமாக இருக்கிறான்... பார்க்கிறவர்களும் சந்தோஷமாக இருக்கிறார்கள்... மாடு பிடிப்பவர்களும் சந்தோஷமாக

இருக்கிறார்கள். எல்லோருமே சந்தோஷமாக இருக்கிறார்கள். இதில் எங்கு பிரச்சினை வருகிறது?

ஒன்று... இரண்டு விரும்பத்தகாத சின்ன விஷயங்கள் இருக்கலாம். மாட்டைத் துன்புறுத்துவது போன்ற விஷயங்கள். அப்படியானால் அதற்கென்று சின்னச்சின்ன விதிகளை உருவாக்கலாம். ஜல்லிக்கட்டு விளையாட்டை ஏற்பாடு செய்பவர்கள் மாடுகளை துன்புறுத்தாமல் இருப்பதற்கான புதிய நெறிமுறைகளைப் பின்பற்ற வைக்கலாம். இதைக் கவனிக்க அரசுக் கண்காணிப்புக் குழுக்கள் கூட ஏற்படுத்தலாம்.

அப்படி விளையாட்டு முறைகளில் சில மாற்றங்களைத் தேவைப் பட்டால் ஏற்படுத்துவதை விட்டுவிட்டு ஜல்லிக்கட்டே வேண்டாம் என்று சொல்வது எந்தவகையில் நியாயம்?

கேரளாவிற்கு கூட்டங்கூட்டமாக மாடுகளை லாரிகளில் ஏற்றி அடிமாட்டுக்கு விற்கிறார்களே! தினசரி நீங்கள் சாலையில் பார்க்கலாமே! இங்கிருந்து மாடுகளைக் கொண்டு போவதே... கொடுமை... மாடுகள் ஒன்றோடு ஒன்று உரசிக்கொண்டு... நின்று கொண்டே... மிகுந்த சித்ரவதைக்கு ஆட்படுத்தி பலநூறு கிலோமீட்டர் தூரம் கொண்டு செல்கிறார்களே! அங்கு எதற்குக் கொண்டு செல்கிறார்கள்! கசாப்புக் கடைகளுக்குத்தானே! இது அரசாங்கத்திற்குத் தெரியாதா?

அதேபோல லட்சக்கணக்கான கோழிகளை சின்னச் சின்னக் கூண்டுகளில் அடைத்து அந்தக் கோழிகள் நிற்பதற்கோ சிறகுகளை அசைப்பதற்கோ கூட வழியில்லாமல் திணறிக் கொண்டே தினசரி முட்டையிட வைக்கிறார்களே! அது சித்ரவதையில்லையா?

வருடம் முழுக்க ஆசை ஆசையாக குழந்தைமாதிரி மாடுகளை அன்புடனும் ஆரோக்கியத்துடனும் வளர்த்து ஜல்லிக்கட்டுக் காலத்தில் மட்டும் வீர இளைஞர்களால் மாடு பிடிக்கப்படுவது எப்படித் துன்புறுத்தலாகும். அதுவும் பரம்பரை பரம்பரையாக நடைபெறும் தமிழர்களின் வீர விளையாட்டல்லவா ஜல்லிக்கட்டு!.

வேறுசில நாடுகளில் இவ்வாறான சில விளையாட்டுக்களில் மாடுகள் சித்ரவதை செய்யப்படுகின்றன! இறுதியாகக் கொல்லப் படுகின்றன! அப்படியெல்லாம் தமிழகத்தில் நடக்கவில்லையே! மாட்டுக்கோ மக்களுக்கோ பாதிப்பில்லாமல் ஜல்லிக்கட்டை நடத்துவதற்குத் திட்டமிடலாமே தவிர, இதை வேண்டாம் என்பதற்கான முயற்சிகள் முறையற்றவையாகும்.

எந்தப் பிராணிகளையும் துன்புறுத்துக் கூடாது என்ற கொள்கை யுடையவன் தான் நானும். பாம்பு இருந்தால் கூட அந்தப் பாம்பை

பாம்பு பிடிக்கிறவர்களை அழைத்துப் பிடித்துக் கண்காணாத காட்டுக்குள் கொண்டுபோய் விட்டுவிட வேண்டும்! அது நம்மைத் துன்புறுத்தாத வரை நாம் அதனைத் துன்புறுத்தக் கூடாது என்ற கருத்துள்ளவன் தான் நானும்! இருப்பினும்... எப்படிப் பார்த்தாலும் 'ஜல்லிக்கட்டு' தடைசெய்யப்பட வேண்டியதல்ல என்பதே எமது அழுத்தமான கருத்தாகும்.

குடியரசு தினத்தன்று ஏதாவது ஒரு சிறப்புச் செய்தியை மக்களுக்குச் சொல்லச் சொன்னால் நீங்கள் எதைக் குறிப்பிட்டுச் சொல்வீர்கள்?

சட்டங்கள் குறித்த விழிப்புணர்வை மக்களுக்கு ஏற்படுத்த வேண்டும். சட்டம் என்றால் வழக்கறிஞர்கள்தான் தெரிந்திருக்க வேண்டும்! நீதிபதிகள்தான் தெரிந்திருக்க வேண்டும்! காவல்துறையினர் தான் தெரிந்திருக்க வேண்டும்! வக்கீல் குமாஸ்தா, பத்திரம் எழுதுபவர் போன்றவர்கள் சட்டம் தெரிந்திருக்கவேண்டும்! இதுதான் பொதுவாக மக்கள் கருத்தாக இருக்கிறது.

இவர்கள் அளவுக்கு இல்லாவிட்டாலும் சட்டங்களின் அடிப்படை அம்சங்களையாவது மக்கள் தெரிந்திருக்க வேண்டும். அவசியமான சில நல்ல நீதிமன்றத் தீர்ப்புகள் பற்றியும் மக்களுக்குத் தெரிந்திருக்க வேண்டும்.

விடுதலைப் போராட்டத்தில் எல்லா மதத்தினரும் சாதியினரும் மாநிலத்தவரும் மொழியினரும் தங்களது பங்களிப்பைச் செலுத்தி யுள்ளனர். அதேபோன்று நாட்டின் முன்னேற்றத்திற்காகவும் சமூக மாற்றத்திற்காகவும் அனைவரும் சேர்ந்து குரல் கொடுத்தால் மட்டுமே மக்களுக்குப் பயன்படக்கூடிய நல்ல சட்டங்களைக் கொண்டு வருவதற்கும் ஏற்கனவே உள்ள சட்டங்களில் நல்ல முற்போக்கான திருத்தங்களையும் மாற்றங்களையும் கொண்டு வருவதற்கும் முடியும். அதற்காக இந்நாளில் நாம் அனைவரும் உறுதியேற்க வேண்டும்.

சட்டத்தை வளைப்பது, நெளிப்பது சட்டத்தை உடைப்பதற்குச் சமமாகும். பணத்தை வைத்தோ, அரசியல் மற்றும் சாதிச் செல்வாக்கை வைத்தோ, ஆள் பலத்தை வைத்தோ சட்டத்தை தனக்குச் சாதகமாக்கிக் கொள்கிற சிந்தனை சட்ட விரோதம் மட்டுமல்ல; சமூக விரோதச் செயலாகும்.

மக்கள் சார்ந்த சட்டங்களைக் கொண்டுவருவதற்கு எத்தனையோ பேர் பெரும் தியாகம் செய்துள்ளனர். அப்படிப்பட்ட சட்டங்களைப் பாதுகாப்பது நமது கடமையாகும். குடியரசு தினவிழா என்பது சட்டத் திருநாள். சட்டம் பற்றிச் சிந்திப்பதற்கான நாள்.

இந்திய நாட்டிலுள்ள சட்டங்களுக்கெல்லம் தாய்ச் சட்டமான அரசியலமைப்புச் சட்டம் நடைமுறைக்கு வந்த நாள்தான் இந்தக் குடியரசு தினம்.

ஆகவே, இந்த நாளில் சட்டத்தை படிப்படியாக மக்கள் மயப்படுத்துவதற்கு என்னென்ன முயற்சிகளை எந்தெந்த வடிவங்களில் எடுக்க முடியுமோ அந்தந்த வடிவங்களில் நாம் முயற்சியெடுக்க உறுதியேற்க வேண்டும். ஏற்கனவே போராடிப் பெற்ற சட்டங்களைப் பாதுகாப்பதற்கும் புதிய சட்டங்களைக் கொண்டு வருவதற்காகக் குரல் கொடுப்பதற்கும் இந்த நாளில் உறுதியேற்பது அவசியமாகும்.

சந்திப்பு: எஸ். தங்கவேல்

கோடைப் பண்பலை – 3 பிப்ரவரி, 2017

குறையான சேவையே
குறைபாடான சேவைதான்

பலநேரங்களில் பல இடங்களில் நாம் 'இதுதெரியாம போச்சே!' என்று பல விஷயங்களுக்குச் சொல்வது வழக்கம். எல்லாவற்றிற்குமே 'இது தெரியாம போச்சே' என்று சொல்லிவிடக்கூடாது. நமக்கென்று சில தார்மீகக் கடமைகளெல்லாம் இருக்கின்றன. நிச்சயமாகத் தெரிந்து வைத்துக் கொள்ள வேண்டிய சில விஷயங்கள் இருக்கின்றன.

ஒரு 'நுகர்வோர்' என்பவருக்கு உள்ள பாதுகாப்புகளெல்லாம் என்னென்ன? உரிமைகளெல்லாம் என்னென்ன? என்பதைப் பற்றியெல்லாம் சற்றே விரிவாக, விளக்கமாக கோடைப்பண்பலை நேயர்களுக்குச் சொல்வதற்காக ஈரோடு மக்கள் சிந்தனைப் பேரவையின் தலைவர், நல்ல சிந்தனையாளர், பேச்சாளர், வழக்கறிஞர் த. ஸ்டாலின் குணசேகரன் அவர்கள் நம்முடைய நிலையத்திற்கு வந்திருக்கிறார். அவரை நேயர்கள் சார்பில் வரவேற்போம்.

ஐயா... வணக்கங்கய்யா...

ஸ்டாலின் : வணக்கம்... வணக்கம்

ஐயா... இன்றைய நிகழ்ச்சி நுகர்வோர் பாதுகாப்பு தொடர்பான நிகழ்ச்சி... மாணவர்களுக்காக, இளைஞர்களுக்காக நிறைய உங்களுடைய உழைப்பை வழங்கியுள்ளீர்கள். அவர்களின் ஆளுமைத் திறன் வளர வேண்டும் என்பதற்காக நிறைய முயற்சிகள் செய்து வருகிறீர்கள்!

உங்களுடைய சமூகசேவை பற்றியெல்லாம் ஏராளமாகக் கேள்விப்பட்டிருக்கிறோம். நேரில் பார்த்துள்ளோம். நீங்கள் பல புத்தகங்கள் எழுதியுள்ளீர்கள். அவற்றில் சிலவற்றை நானும் வாசித்ததுண்டு. நீங்கள் எழுதிய புத்தகங்கள் சிலவற்றைப் பற்றி முதலில் குறிப்பிடுங்கள்...

'விடுதலை வேள்வியில் தமிழகம்' என்ற 1,200 பக்கங்கள் அடங்கிய, 2 பாகங்களைக் கொண்ட புத்தகம். இது விடுதலைப் போராட்டத்தில் தமிழர்களின் பங்கை வெளிக்கொண்டு வந்த நூலாகும். 'தேச விடுதலையும் தியாகச் சுடர்களும்' என்று

ஒரு தொகுப்பு நூல். 'வரலாற்றுப் பாதையில்' என்ற இரண்டு பாகங்களைக் கொண்ட நூல். 'மெய் வருத்தக் கூலிதரும்', 'கந்தகக் காவியங்கள்' என்ற நூல்கள். சமீபத்தில் வெளியான 'சுதந்திரச் சுடர்கள்' என்ற நூல். 'தமிழர்க்குப் பெருமை சேர்த்த தமிழர் எஸ்.ஆர்.நாதன்' என்ற சிங்கப்பூர் முன்னாள் குடியரசுத் தலைவர் எஸ்.ஆர்.நாதன் அவர்களைப் பற்றிய ஒரு சிறுநூல். கல்விநிலையங்களில் நாம் நிகழ்த்திய சொற்பொழிவுகளின் சுருக்கத்தைத் தொகுத்து வெளிவந்த 'அன்பார்ந்த மாணவர்களே' என்ற நூல். இதுமாதிரி எமது சில நூல்கள் வெளிவந்துள்ளன.

ரொம்ப மகிழ்ச்சி... ஒரு மிகச் சிறந்த எழுத்தாளரைச் சந்திப்பதில் மகிழ்ச்சி. நிறைய விருதுகள் கூட வாங்கியுள்ளீர்கள்... எனக்குத் தெரிந்து மொத்தம் 50க்கும் மேற்பட்ட விருதுகள் வாங்கியுள்ளீர்கள். நேயர்களுக்கான ஓர் அறிமுகத்திற்காக இதையெல்லாம் தொடக்கமாகக் கேட்டுள்ளோம். இப்போது நிகழ்ச்சிக்கு நேரடியாக வருகிறோம்.

நுகர்வோர் பாதுகாப்பு குறித்துப் பேசுவதற்கு முன்பு நுகர்வோர் என்றால் யார்? எவரெல்லாம் நுகர்வோர் எனப்படுகின்றனர்? என்பதைக் கொஞ்சம் சொல்லுங்கள்...

எல்லாருமே நுகர்வோர் தான். அனைத்துக் குடிமக்களும் நுகர்வோர்தான். சட்டம் சில வரையறை செய்துள்ளது. ஒரு பொருளை அல்லது பண்டத்தை விலை கொடுத்து வாங்குபவர்... தவணை முறையில் வாங்கினாலும் சரி அனைத்துத் தொகையையும் முழுமையாகக் கொடுத்து வாங்கினாலும் சரி, பாதித்தொகையை இப்பொழுது கொடுத்துவிட்டு மீதித் தொகையைப் பின்னால் தருகிறேன் என்று சொல்லி வாங்கியிருந்தாலும் சரி... இவர்களெல்லாம் நுகர்வோர்தான். இவற்றையெல்லாம் நுகர்வோர் பாதுகாப்புச் சட்டம் வரையறுத்துச் சொல்லியிருக்கிறது. பொருளை வாங்கியவரின் அனுமதியோடு அதனைப் பயன்படுத்துவோரும் நுகர்வோர்தான் என்றும் சட்டம் சொல்கிறது.

பொருள்களை வாங்கி உடனே வியாபார நோக்கில் கைமாற்றி லாபம் சம்பாதிக்கிறார்களே, அவர்கள் மட்டும் சட்டப்படி நுகர்வோர் இல்லை.

அப்படியானால் டீலர் எங்கிறார்களே... அவர்கள் மட்டும் நுகர்வோர் இல்லை என்கிறீர்கள்?

டீலர் மட்டுமல்ல; வியாபார நோக்கத்திற்காக, லாபம் சம்பாதிப்பதற்காக மறு விற்பனை செய்வோர் எவருமே நுகர்வோர் இல்லை.

அதேசமயத்தில் குடிமக்கள் ஒவ்வொருவருமே ஒருவகையில் நுகர்வோராகத் திகழ்வர். அடிப்படைத் தேவைகளென்ன? உணவு, உடை, இருப்பிடம் இந்த மூன்றும் நாம் விலை கொடுத்து வாங்கித்தானே ஆகவேண்டும். வீடு கட்டுகிறோம் என்றால் அதற்கு ஏராளமான பொருட்களை பயன்பாட்டிற்கு விலைக்கு வாங்குகிறோம். அந்த வகையில் வீடுகட்டுவோரும் வீடு வாங்குவோரும் நுகர்வோரே. சாப்பிடுவதற்கு அடிப்படையான பொருட்களான அரிசி, பருப்பு போன்ற அத்தனை பொருட்களையும் விலை கொடுத்து வாங்கியாக வேண்டும். உணவுப் பொருட்களை வாங்காமல் நாம் உயிர்வாழ முடியாது. அப்படிப்பார்க்கிறபோது அனைத்துக் குடிமக்களுமே ஒருவகையில் நுகர்வோராகின்றனர்.

அப்படியானால் ஒரு ரூபாய் கொடுத்து ஒரு பொருளை ஒருவர் வாங்கி விட்டாரானால் அவர் நுகர்வோர் என்கிறீர்கள்...

ஆமாம்... ஆமாம்.

'நுகர்வோர் பாதுகாப்பு' என்கிற கண்ணோட்டம் எப்போது ஏற்பட்டது?

நுகர்வோர் பாதுகாப்பு என்ற கண்ணோட்டம் இப்போது உலகு தழுவிய அளவில் வந்துவிட்டது. அமெரிக்காவில் முதன் முதலில் 1960 களில் வந்தது. 1986 இல்தான் ' நுகர்வோர் பாதுகாப்புச் சட்டம்' என்ற சட்டம் இந்தியாவில் நிறைவேற்றப்பட்டது.

இது எப்போதிருந்து நடைமுறைப் படுத்தப்பட்டது?

நடைமுறைப்படுத்தப்பட்டதும் அதே 1986 இல்தான்.

1986 ஆம் ஆண்டிற்கு முன்பு நுகர்வோர்களின் பாதுகாப்பிற்கான எவ்வித வழிவகையும் இல்லாமல் இருந்ததா?

1986 க்கு முன்பு நுகர்வோர் தொடர்புள்ள பல சட்டங்கள் இருந்திருக்கின்றன. கடந்த 50 ஆண்டுகளாகப் பார்த்தீர்களென்றால்... நுகர்வோரைப் பாதுகாக்கத்தான் அதிகமான சட்டங்கள் வந்துள்ளன.

கலப்படத் தடுப்புச் சட்டம், விவசாய உற்பத்திச் சட்டம், இந்திய மருத்துவக் குழுச்சட்டம், அத்தியாவசியப் பண்டங்கள் சட்டம் (Essential Commodities Act), தமிழ்நாடு பரிசுத் திட்டத்தடைச் சட்டம், எடை மற்றும் அளவுகள் தரநிர்ணயச் சட்டம், மருந்து மற்றும் ஒப்பனைப் பொருட்கள் சட்டம், விதைகள் சட்டம் என்று பல சட்டங்கள் ஏற்கனவே இருக்கின்றன.

ஏற்கனவே இத்தனை சட்டங்கள் இருக்கும்போது 1986 இல் எதற்கு 'நுகர்வோர் பாதுகாப்புச் சட்டம்' என்ற இன்னொரு சட்டம் கொண்டு வரப்பட்டது?

எந்தச் சட்டமாக இருந்தாலும் எடுத்த எடுப்பிலேயே முழுமைபெற்றுவிட இயலாது. எல்லா அம்சங்களையும் கொண்ட சட்டத்தை இயற்ற இயலாது. முதலில் சட்டம் இயற்றுவார்கள்... அதற்குப் பிறகு காலப்போக்கில் அந்தச் சட்டத்தை அமல்படுத்துவதால் கிடைக்கிற அனுபவங்களை அடிப்படையாக வைத்து அடுத்தடுத்த சட்டங்களை இயற்றுவார்கள், அல்லது அந்தச் சட்டத்தையே செழுமைப்படுத்துவார்கள்.

புதிய சட்டத்தின்படி நுகர்வோர் நீதிமன்றங்களில் வாதாடுவதற்கு வழக்கறிஞரை வைத்துக்கொள்ள வேண்டியதில்லை.

இதற்கு முன்பு இருந்த சட்டங்களில் வழக்கறிஞர்கள் தேவைப்படுகின்றனர். அவர்கள் மூலம்தான் வழக்காட முடியுமா?

ஆமாம்... நுகர்வோர் பாதுகாப்புச் சட்டத்தைப் பொறுத்த அளவில் எளிய வழக்காடு முறை.

ஒன்றும் பிரச்சினையே கிடையாது... பதற்றமில்லாமல் சாதாரமாகப் போய் யார் வேண்டுமானாலும் வழக்காடுமளவுக்கு அதற்கான சூழ்நிலையை இச்சட்டம் உருவாக்கிக் கொடுத்துள்ளது. புகார் கொடுப்பவரே நேராக நீதிமன்றத்தில் ஆஜராகலாம். வழக்கறிஞர் மூலமாகவும் ஆஜராகலாம்.

இன்னொன்று... நேராக நீதி மன்றத்தில் கொண்டுபோய் புகாரைக் கொடுக்க வாய்ப்பில்லாதவர்கள் பதிவுத் தபாலில் கூட புகார் மனுவை நீதிமன்றத்திற்கு அனுப்பலாம்.

பதிவு செய்யப்பட்ட நுகர்வோர் சங்கங்கள், அமைப்புகள், கழகங்கள் மூலமாகவும் புகார்தாரர்கள் தங்களது வழக்கை நடத்தலாம். ஆர்வமாகவும் ஈடுபாட்டுடனும் அத்தகைய அமைப்புகள் வைத்திருப்பவர்கள் இருப்பார்களெனில் புகார்தாரர் சார்பில் அந்த அமைப்புக்களின் பிரதிநிதிகள் புகார்தாரர் சார்பில் நீதிமன்றத்தில் வழக்கு நடத்தலாம். அரசால் அங்கீகரிக்கப்பட்ட நுகர்வோர் அமைப்புகளாக அவை இருக்கவேண்டும்.

பழைய சட்டங்களுக்கும் புதிய நுகர்வோர் பாதுகாப்புச் சட்டத்திற்கும் உள்ள அடிப்படை வித்தியாசம் என்ன?

ஏற்கனவே இருக்கிற சட்டங்கள் அனைத்திலும் யார் குற்றம் புரிகிறார்களோ - அளவு குறைவாகக் கொடுப்பது, கலப்படம்

செய்வது, தொகை அதிகம் பெறுவது, ஒழுங்காக சேவை செய்யாமல் ஏமாற்றுவது, குறைபாடான சேவை செய்வது, போன்ற குற்றங்கள் செய்பவர்கள், பழைய சட்டங்களின்படி தண்டிக்கப்படுவார்கள்; சிறைச்சாலைக்கு அனுப்பப்படுவார்கள். அதாவது முறையற்ற வணிகத்தை நடத்தக் கூடியவர்கள். சட்டத்திற்கும் தர்மத்திற்கும் நியாயத்திற்கும் புறம்பாக நடக்கக்கூடியவர்கள்.

பழைய சட்டத்தின் துணைகொண்டு பாதிக்கப்பட்டோர் நீதிமன்றத்திற்குச் செல்வார்களெனில் பாதிப்பை ஏற்படுத்தியவர்களுக்குத் தக்க தண்டனை கிடைக்கும். ஆனால் பாதிக்கப்பட்டவர்களுக்கு இழப்பீடோ, நட்ட ஈடோ கிடைக்காது. ஆனால் நுகர்வோர் பாதுகாப்புச் சட்டம் 1986-ன் படி நுகர்வோருக்கு பாதுகாப்பும் நட்ட ஈடும் கிடைக்கிறது.

இன்னொரு முக்கியமான விசயம் இருக்குங்க... ஏழைமக்கள் அதிகமாக உள்ள நம் நாட்டில் இப்புதிய சட்டத்தால் கிடைக்கும் முக்கிய நன்மை, குறைவான செலவினங்கள். நீதிமன்றத்தில் புகார் மனுவைத் தாக்கல் செய்யவும் வழக்கு நடத்தவும் சொற்ப செலவே ஆகும். பழைய சட்டங்கள்படி முத்திரைக் கட்டணம் சதவிகித அடிப்படையில் கட்ட வேண்டும். அது அதிகத் தொகைவரும்.

முதலில் இந்தச் சட்டம் வந்தபோது எவ்விதக் கட்டணமும் இல்லாமல் இருந்தது. ஆனால், கொஞ்ச காலத்திற்கு முன்பு சுத்தமாகக் கட்டணமே இல்லை என்றிருக்கக் கூடாது, மாவட்ட அளவில் உள்ள குறைதீர் மன்றங்களுக்கு அதிகபட்சம் ரூ 500/- கட்டினால் போதும் என்று ஒரு வரைமுறை கொண்டு வந்தார்கள்.

கட்டணம் பற்றிப் பிறகு பேசலாம் ஐயா... இடையில் ஒரு நேயர் தங்களிடம் பேச இணைப்பிற்காகக் காத்திருக்கிறார். அவரோடு பேசுவோம்...

முத்து ராமலிங்கம் : ஈரோடு மக்கள் சிந்தனைப் பேரவைத் தலைவர் அவர்களுக்கும் கோடைப் பண்பலைக்கும் வணக்கம். திருப்பூர் மாவட்டம் முத்தூரிலிருந்து முத்துராமலிங்கம் பேசுகிறேன். என்னுடைய கேள்வி...

இரண்டு மாதங்களுக்கு முன்பு 2 லட்சம் ரூபாய்க்கு நகை எடுத்து வந்தோம். அதே போல் இப்போது நகை வாங்கப் போனால் ஆதார் கார்டு, பேன்கார்டு போன்ற ஆவணங்களைக் கேட்கிறார்கள். இதென்ன, நகைக்குப் பாதுகாப்பு இதனால் அதிகப்படுகிறதா? எதனால் இதெல்லாம் கேட்கிறார்கள்?

ஸ்டாலின்: இப்போது எல்லா விசயங்களுக்கும் இதுபோன்று கேட்கத் தொடங்கிவிட்டனர். சட்டத்தில் சில விசயங்கள் இருக்கு...

நடைமுறையில் இருக்கக் கூடிய சில பிரச்சினைகளைத் தீர்ப்பதற்காக சில முயற்சிகள் நடைபெறுகின்றன. எல்லாமே சட்டத்தில் இருக்காது. நடைமுறையில் சில வழிகாட்டும் நெறிமுறைகள் என்று சொல்வார்கள். அதுமாதிரியான காரணங்களுக்காக, சில பாதுகாப்பு நடவடிக்கைகளுக்காக அப்படிச் சொல்லியிருக்கலாம்.

நுகர்வோருக்கான உரிமைகள் இருக்கிறதே... இப்படியெல்லாம் கேட்கிறார்களே? கொடுக்கலாமா என்று தான் இந்த நேயர் கேட்கிறார். நம்முடைய வரி மற்றும் அரசு சார்ந்த பல செயல்பாடுகள் உள்ளன. அதற்காகத்தான் அவ்வாறு கேட்கிறார்கள் என்கிற போது அதைச் செய்து தான் ஆகவேண்டும்.

எந்தெந்த விசயங்களுக்காகவெல்லாம் நுகர்வோர் புகார் அனுப்பலாம்?

விலைகொடுத்து வாங்கும் பொருட்களில் குறைபாடு. நுகர்வோர் உரிமைகள் என்று ஒரு நீண்ட பட்டியலே இருக்கிறது... அவற்றில் எது மறுக்கப்பட்டாலும் நுகர்வோர் நீதிமன்றத்திற்குச் செல்லலாம். நுகர்வோர் பாதுகாப்பு உரிமை, தகவல்பெறும் உரிமை இதில் ஒருபொருளை பேக் பண்ணிவிட்டார்களென்றால் அந்த பாக்கெட்டின் மீது அந்தப் பொருட்கள் பற்றியான தகவல்கள், விலை, தரம், தேதிவரையயரை, எடை போன்ற தகவல்கள் தெரிந்து கொள்ளும் உரிமை, தேர்ந்தெடுக்கும் உரிமை, பிரதிநிதித்துவம் அதாவது அவற்றை எடுத்துரைக்கிற உரிமை, நுகர்வோர் கல்விக்கான உரிமை இதுபோன்ற நுகர்வோர் உரிமைகள் ஒவ்வொரு நுகர்வோருக்கும் உண்டு.

இன்னொரு பக்கம் சேவைக் குறைபாடுகளால் ஏற்படும் பாதிப்புகள், அவற்றைக் கேட்கும் உரிமை... இதுபோன்ற எல்லா அம்சங்களுக்கும் நுகர்வோர் நீதிமன்றத்திற்குச் செல்லலாம்.

மருத்துவச் சேவை, ரயில்வே சேவை, தொலைபேசித்துறை சேவை, தபால்துறை சேவை போன்ற சேவைகளில் குறைபாடுகள் காணப்பட்டால் தாராளமாக நீதிமன்றத்திற்குச் செல்லலாம்.

புகார் கொடுப்பதற்கு என்னென்ன ஆதாரங்கள் நம்மிடம் இருக்க வேண்டும்?

குறைதீர் நீதிமன்றங்களை அணுகுவதற்கு முன்பு நாம் சில அடிப்படைத் தயாரிப்புகளைச் செய்திருக்கவேண்டும். யாரால் நாம் பாதிக்கப்பட்டோமோ அவர்களுக்குப் புகாரைப் பதிவுத் தபாலில் அக் நாலட்ஜ் மெண்ட் கார்டுடன் அனுப்பவேண்டும். பாதிக்கப்பட்டது தெரிந்தவுடன் நேராக உடனடியாக நீதிமன்றத்திற்குச் செல்லக்கூடாது. அதற்கு முன்பு செய்ய வேண்டிய சில வேலைகள் இருக்கின்றன. பாதிப்பை ஏற்படுத்தியவரை பாதிப்பை நீக்கி சரிசெய்து கொடுக்கச்

சொல்ல வேண்டும். அவருக்கே நேரடியாகப் புகார் கடிதத்தை அக்நாலட்ஜ்மெண்ட் கார்டுடன் எழுதவேண்டும். அக்நாலட்ஜ்மெண்ட் கார்டு பாதிப்பை ஏற்படுத்தியவர் கையெழுத்துடன் திரும்பி நமக்கு வந்துவிடும். அதை ஒரு ஆவணமாக வைத்துக் கொள்ள வேண்டும். பொருளை வாங்கியபோது கொடுக்கப்பட்ட ரசீது, புகார் நகல் போன்றவற்றைப் பாதுகாப்பாக வைத்துக் கொள்ள வேண்டும். புகாரை நீதிமன்றத்தில் தாக்கல் செய்யும்போது இதெல்லாம் ஆதாரங்களாகவும் ஆவணங்களாகவும் தாக்கல்செய்யப் பயன்படும். பாதிப்பை ஏற்படுத்தியவரை நம்முடைய புகாருக்கு எழுத்துப்பூர்வமான பதிலைக் கொடுக்கச் சொல்லவேண்டும். அவர்கள் வாய்மொழியாக ஏதாவது ஒன்றைச் சொல்லி நம்மை அனுப்பிவிடுவார்கள். எந்த பதிலாக இருந்தாலும் எழுத்துப் பூர்வமாகக் கொடுங்கள் என்று வலியுறுத்திப் பெற வேண்டும்.

அப்படி எழுத்துப்பூர்வமான பதில் அவர்கள் தராவிட்டால் என்ன செய்வது?

நாம் அனுப்பிய புகார் கடிதத்திற்கு 10 அல்லது 15 நாட்களுக்குள் பதில் வரவில்லையென்றால் காலவரையில்லாமல் காத்துக் கொண்டே இருக்க வேண்டும் என்பதில்லை. உள்ளூரிலுள்ள நுகர்வோர் மன்றங்களின் உதவியை நாடலாம். அவர்கள் மூலமாக அமைப்பு ரீதியான முயற்சிகளை மேற்கொள்ளலாம். இத்தனை முயற்சிகளுக்கும் பலன் இல்லையென்றால், மாவட்ட ஆட்சித் தலைவரை அணுகலாம். மாவட்ட ஆட்சித் தலைவரிடம் அவர் ஆட்சித் தலைவர் என்ற முறையில் அணுகுவதில்லை. மாறாக மாவட்ட நுகர்வோர் பாதுகாப்புக் குழு என்ற அரசின் சார்பாக உள்ள மாவட்ட அளவிலான குழுவின் தலைவரே மாவட்ட ஆட்சித் தலைவர்தான். நீதிமன்றம் வேறு. இந்தக் குழு வேறு.

மாவட்ட ஆட்சித் தலைவருக்கு அக்குழுவின் தலைவர் என்ற முறையில் நடவடிக்கை எடுப்பதற்கு அதிகாரம் உள்ளது.

இதில் எதிலும் பலன் இல்லையென்றால்தான் நீதிமன்றத்திற்குச் செல்ல வேண்டும். அப்போதுதான் அந்தப்புகாரிலும் வழக்கிலும் ஒரு வலு இருக்கும்.

புகார் நீதிமன்றத்திற்குச் சென்ற பிறகு நீதிமன்றம் எத்தகைய நடவடிக்கையை மேற்கொள்ளும்?

நீதிமன்றத்தில் நமது புகார் பதிவானவுடன் பதிவான தேதியிலிருந்து 21 நாட்களுக்குள் பாதிப்பை ஏற்படுத்தியவருக்கு நீதிமன்றத்திலிருந்து புகார் நகலை அனுப்பிவிட வேண்டும். மற்ற வழக்கில் சில சமயங்களில்

மாதக்கணக்காகக் கூட எதிர் மனுதாரருக்கு நகல் போகாமல் இருப்பது சில வழக்குகளில் நடைமுறையாக உள்ளது. ஆனால் நுகர்வோர் நீதிமன்றத்தில் 21 நாட்களில் எதிர்மனுதாரருக்கு நோட்டீஸ் சென்று சேரவேண்டும்.

எதிர்மனுதாரரின் கையில் கிடைக்கப் பெற்றவுடன் சரியாக 30 நாட்களில் அவர் நீதிமன்றத்திற்கு பதிலுரை கொடுத்துவிட வேண்டும்.

அதேபோல் தீர்ப்பானவுடன் மேல்முறையீட்டிற்குச் செல்ல வேண்டுமானால் ஒரே ஒரு மாதத்திற்குள் மேல்முறையீடு செய்ய வேண்டும்.

பாதிப்பு ஏற்பட்ட பிறகு 2 வருட காலத்திற்குள் புகார் மனுவை நீதிமன்றத்தில் அளிக்கலாம். பாதிப்பு ஏற்பட்ட உடனே நீதிமன்றத்திற்குச் செல்லும் வாய்ப்பில்லாமலிருக்கும் பட்சத்தில் 2 வருட காலம் அவகாசம் உள்ளது.

பதிவுத் தபாலில் புகாரை அனுப்புகிறோமென்றால் அந்தப் புகார் முதலில் நீதிமன்றத்தில் பதிவாகிவிடுகிறது. அதன்பிறகு நீதிமன்றத்திலிருந்து அறிவிப்பு செய்வார்கள். எந்தத் தேதியில் நீதிமன்றத்தில் ஆஜராக வேண்டுமென்பதை இரண்டு தரப்பிற்கும் நீதிமன்றம் தபால் மூலம் தெரிவிக்கும்.

சமூகத்திலுள்ள அவலங்கள் நீங்கவேண்டும். நல்ல விஷயங்கள் நிறைய வரவேண்டும். சாயம்போடாத பயிரை வாங்கிச் சாப்பிட வேண்டும். சாயம்போட்ட பயிர்கள் உடலுக்கு தீங்கு விளைவிக்கக் கூடியது என்ற விழிப்புணர்வு உருவாகவேண்டும். எல்லா போக்குவரத்து நடத்துனர்களும் கடைக்காரர்களும் நமக்குத் தரவேண்டிய பாக்கிச் சில்லரையைச் சரியாகத்தர வேண்டும். நாம் வாங்குகிற பொருள் எல்லாமே தரமாக இருக்க வேண்டும், சரியான அளவோடு இருக்க வேண்டும் என்ற சிந்தனை எல்லோருக்குமே இருக்கிறது. இவற்றை யெல்லாம் செயல்படுத்துவது பற்றித்தான் சரியான வழிமுறை தெரியாமல் இருக்கிறார்கள்.

மருத்துவமனையில் இருக்கிற குறைபாடுகள் குறித்துப் புகார் செய்ய என்ன செய்ய வேண்டும்? பொதுவான சேவைக் குறைபாடுகளுக்கான தீர்வு என்ன?

பண்டங்கள், சரக்குகள் வாங்குவது பற்றித்தான் இதுவரை பேசிக் கொண்டிருக்கிறோம். இன்னொன்று சேவை குறைபாடு சம்பந்தப்பட்டது.

இரண்டும் சம முக்கியத்துவம் வாய்ந்தது. இரண்டு வகையான குறைபாடுகள் பற்றியும் அவற்றிற்கான சட்டத்தீர்வுகள் குறித்தும்தான் இந்தச் சட்டம் பேசுகிறது.

டாக்டர் பீஸ் கட்டுவது, வைத்தியம் செய்வது... defect ஒன்று defeciency ஒன்று, டி.வி, பிரிட்ஜ், ஏ.சி போன்றவை பணம் கொடுத்து விலைக்கு வாங்குகிறோம். அதற்குப் பிறகு சர்வீஸ் செய்வதற்கென்று அப்போதைக்கப்போது கட்டணம் செலுத்துகிறோம். வழக்கறிஞரிடத்தில் பீஸ் கொடுத்து வழக்கு நடத்துகிறோம். அதற்கான முறையில் அவர் நமக்கு சேவை செய்கிறார். கட்டணம் செலுத்தி பஸ், ரயில் போன்றவற்றில் பயணம் மேற்கொள்கிறோம். காப்பீட்டுச் சேவை உள்ளது... இன்சூரன்ஸ்... இந்தமாதிரி எந்த சேவையில் குறைபாடு இருந்தாலும் நுகர்வோர் குறைதீர் மன்றங்களுக்குப் புகார் கொடுக்கலாம். 'குறைவான சேவையே குறைபாடான சேவைதான்' என்றும் சட்டம் சொல்கிறது. சேவை அதற்குண்டான முழுமையான இலக்கணத்தோடு இருக்க வேண்டும்.

தனியார் மருத்துவமனைகளில் குறைபாடான சேவை, அதிகமான கட்டணம், தாமதமான சிகிச்சை போன்ற பிரச்சினைகளெல்லாம் இருக்கின்றன. அதுபோன்ற விஷயங்களுக்கு எப்படித்தீர்வு காண்பது?

இந்தக் கேள்விக்குப் பதிலாக குறைவான சேவை தொடர்பான நீதிமன்றத்தீர்ப்பையே உங்களிடம் சொல்கிறேன். ஒரு பொறியியல் கல்லூரியில் இரண்டாம் ஆண்டு பட்டவகுப்பு படிக்கிற ஒரு மாணவன்-நன்றாக வாட்ட சாட்டமாக வளர்ந்த மாணவன். இரண்டுசக்கர வாகனத்தை ஓட்டிச் செல்கிறபோது ஒரு பேருந்து விபத்தில் பலமாக அடிபட்டுவிட்டான். அரசுப் பேருந்துக்குப் பின்னால் போய் இடித்து அவன் விழுந்ததால் ஏற்பட்ட விபத்து. அங்குள்ள வழிப்போக்கர்கள் உடனே அவனுக்கு உதவி செய்யும் பொருட்டு அருகிலுள்ள ஒரு பெரிய தனியார் மருத்துவமனையில் சிகிச்சைக்காக சேர்த்தனர்.

சிகிச்சைக்குக்குக் கொண்டுபோய்ச் சேர்த்தவர்கள் அம்மாணவனுக்கு தொடக்கநிலை சிகிச்சையளித்தபோது அங்கேயே இருந்தனர். மருத்துவமனையில் கொண்டுபோய் சேர்த்துவிட்டால் வேலை முடிந்துவிட்டது என்று பொதுவாக நினைப்பார்களே அதுபோல் இவர்கள் நினைக்காமல் அங்கேயே இருந்தனர்.

அடிபட்ட மாணவன் Mediclaim Policy என்கிற இன்சூரன்ஸ் செய்திருந்தான். அதற்கான ஆதார அட்டையை மருத்துவமனை நிர்வாகத்திடம் கொடுத்துள்ளான். அது ரூ 65,000-க்கான பாலிசி. அத்தோடு தனது தந்தையும் ஒரு மருத்துவர்தான் என்றும், பணம் கட்டுவது பற்றிப் பிரச்சினையில்லையென்றும் நிர்வாகத்திடம் தெரிவித்துள்ளான்.

இத்தனையும் அம்மாணவன் சொன்ன பிறகு முதலுதவி செய்தனர். அதற்குள் மாணவன் மயக்கம் போட்டுவிட்டான். சிகிச்சைக்கு மாணவனைச் சேர்த்தவர்களிடம் ரூ 15,000 செலுத்தினால்தான் மேல் சிகிச்சையைத் தொடரமுடியும் என்று மருத்துவமனை நிர்வாகம் சொல்லிவிட்டது. பணம் கட்டாவிட்டால் மேற்கொண்டு சிகிச்சையைத் தொடர முடியாது என்று தெரிவித்து அம்மாணவனை மயக்க நிலையிலேயே டிஸ்சார்ஜ் செய்து விட்டனர். அதுவரையிலும் அங்கேயே இருந்த வழிப்போக்கர்கள் அம்மாணவனை 20 கிலோ மீட்டர் தொலைவிலிருந்த அரசு மருத்துவமனைக்கு ஒரு வாகனத்தில் வைத்து வேகமாக எடுத்துச் சென்றனர். போகிற வழியிலேயே அம்மாணவன் இறந்துவிட்டான். இந்த எதிர்பாராத அதிர்ச்சிதரும் செய்தியினால் அம்மாணவனின் தாயார் சித்தபிரமையடைந்துவிட்டார். இறந்துபோன மாணவனின் தந்தையார் தேசிய நுகர்வோர் ஆணையத்தில், சிகிச்சையளிக்க மறுத்த மருத்துவமனை மீது வழக்குத் தொடுத்தார். வழக்கில் ஆஜரான மருத்துவமனை நிர்வாகம் ஏதேதோ வாதங்களை முன் வைத்தது. மதர் தெரசா பெயரில் ஒருபெரிய சேவை அமைப் பொன்றை மருத்துவமனைக்குள்ளேயே வைத்து பலருக்கும் இலவச சிகிச்சையெல்லாம் கூட அளித்து வருகிறோம் என்றெல்லாம் நீதிமன்றத்தில் சொன்னார்கள்.

மருத்துவமனை நிர்வாகத்தின் அடுக்கடுக்கான இதுபோன்ற வாதங்கள் அனைத்தையும் கேட்டு உள்வாங்கிய நீதிமன்றம், அம்மாணவன் இறந்தது, அவனது தாயாருக்கு ஏற்பட்ட பாதிப்பு, தந்தையாருக்கு ஏற்பட்ட இழப்பு மன உளைச்சல் போன்ற அத்தனையும் மருத்துவமனையின் குறைபாடான சிகிச்சையினால் தான் ஏற்பட்டது என்று தீர்ப்பளித்ததோடு அம்மாணவனின் குடும்பத்தாருக்கு ரூ 10 லட்சம் நட்டஈடு தர வேண்டுமென்றும் தீர்ப்பளித்தது. அத்தோடு இது போன்று உயிருக்குப் போராடி நிர்கதியாக மருத்துவமனையில் சேர்க்கப் படும் பாதிக்கப்பட்டவர்களின் உயிரைக் காப்பாற்ற வேண்டியது மருத்துவர்களின் கடமை என்றும் தீர்ப்பில் தெரிவிக்கப்பட்டது.

மருத்துவத் தொழிலின் மகத்துவம் பற்றியெல்லாம் இத்தீர்ப்பில் விரிவாக விவாதிக்கப்பட்டிருந்தது.

உமாதேவி: வணக்கம் சார். திருப்பூர் மாவட்டம் தாராபுரத்தி லிருந்து உமாதேவி பேசுகிறேன் சார்... எனக்கு இரண்டு கேள்வி உண்டுங்க சார்.

நாம் கூரியரில் ஒரு தபாலை அனுப்புகிறோம். அந்தத் தபால் உரிய முகவரிக்குப் போய்ச் சேரவில்லை. திரும்ப நமக்கும் வரவில்லை.

அந்தக் கூரியரில் என்ன அனுப்பியிருக்கிறோம் என்பதற்கு நம்மிடம் ஆதாரமும் இல்லை. இதற்கு எந்தமாதிரி நடவடிக்கை எடுப்பது?

ஸ்டாலின்: நீங்கள் கூரியரில் உங்கள் தபாலைப் பதிவு செய்தபோது உங்களுக்குப் பதிவு செய்ததற்கான ஆதாரமாக ஒரு ரசீது கொடுத்திருப் பார்களே அது உங்களிடம் இருக்கிறதா?

உமாதேவி: அது இருக்கிறது.

அதேபோல தபாலைக் கொண்டுபோய் விநியோகம் செய்தபோது அவர்களிடம் பெற்றுக்கொண்டோம் என்பதற்கு ஆதாரமாக ஒரு கையெழுத்து வாங்கியிருப்பார்களே! அது கூரியர் ஆபீசில் தானே இருக்கும்... அதைக்கேட்டு நீங்கள் வாங்கலாமே!

உமாதேவி: அது அவர்களிடத்தில் இல்லை என்று கூரியர் ஆபீஸ்காரர்கள் சொல்கிறார்கள்.

ஸ்டாலின்: அப்படியானால் நீங்கள் தபாலை அனுப்பியதற்கு ஆதாரம் இருக்கிறது... அதுபோய் சேர்ந்ததற்கான ஆதாரத்தைக் கொடுக்க வேண்டியது கூரியர் ஆபீஸ்... அவர்கள் அதைக் கொடுக்கவில்லை யென்றால் உங்கள் தபாலே உரியவர்களுக்குப் போய்ச் சேரவில்லை என்பதுதானே பொருள். இது ஒரு அப்பட்டமான சேவைக் குறைபாடு நீங்கள் தாராளமாக வழக்குப் போடலாம்... நட்டஈடு கேட்கலாம்...

நிறைய கேள்விகளுக்கான பதில்களைச் சொல்லியுள்ளீர்கள். நிறைவாக நுகர்வோர்களுக்காக நீங்கள் சொல்ல விரும்புவது என்ன?

சமூகத்தில் மிகவும் சக்திபடைத்த பிரிவினரே நுகர்வோர்தான். ஆனால் யானை தன் பலத்தை உணரவில்லை என்பதுபோல நுகர்வோர் தங்களின் பலத்தை உணரவில்லை. வாக்காளர்கள் எண்ணிக்கையை விட நுகர்வோர் எண்ணிக்கை அதிகம்.

நுகர்வோர் அனைவரும் ஒன்றிணைந்து சட்டரீதியான சலுகைகளும் உரிமைகளும் நுகர்வோருக்கு என்னென்ன இருக்கிறது என்பதைக் தெரிந்து கொண்டு செயல்படுவது இன்றைய காலத்தின் தேவையாகும். நுகர்வோர் அமைப்புகள் பல இருக்கின்றன. அவற்றில் நுகர்வோர் இணைந்து கொண்டு கூடுதல் பலத்துடன் குரல் கொடுக்கலாம்.

நுகர்வோர் முழுமையாக விழிப்புணர்வு பெற்றுவிட்டால் எத்தனையோ பிரச்சனைகளை வராமல் தடுப்பதற்கும், வந்துவிட்டால் அதனை உடனடியாகத் தீர்ப்பதற்கும் வழிவகை பிறக்கும். வியாபாரிகள், உற்பத்தியாளர்கள், வணிகம் செய்வோர் போன்றோருக்குத் தவறு

செய்யக்கூடாது என்ற சிந்தனையை உருவாக்குவதற்குக் கூட நுகர்வோர் விழிப்புணர்வு தேவைப்படுகிறது.

இன்றைய உடனடித் தேவை மக்கள் அத்தனை பேருக்குமான நுகர்வோர் குறித்த விழிப்புணர்வு.

மிகவும் அற்புதமான பல அரிய தகவல்களைக் கூறியிருக்கிறீர்கள். இவ்வளவுநேரம் நேயர்களுக்கான பதில் மட்டுமல்லாமல் உங்களின் சொந்த வாழ்க்கை அனுபவங்களிலிருந்தும் நீங்கள் படித்த விஷயங்களிலிருந்தும் நீங்கள் சந்தித்த பிரச்சினைகளிலிருந்தும் பல்வேறு பயனுள்ள செய்திகளைக் கூறியுள்ளீர்கள். உங்களுக்கு கோடைப்பண்பலை நேயர்கள் சார்பாக நன்றியைத் தெரிவித்துக் கொள்கிறோம். நன்றி ஐயா!

மிக்க நன்றி! இந்த நிகழ்ச்சியை வழங்கிய கோடைப்பண்பலைக்கும் இப்பண்பலையின் நேயர்களுக்கும் மனமார்ந்த நன்றி.

நெறியாள்கை: பொ. இரவிச்சந்திரன்

'கிருத்திகா' - ஆண்டுமலர் 2016 - 2017
வேளாளர் மகளிர் கல்லூரி, ஈரோடு

பெரும் வரலாறு படைத்த பெண்கள்

நீங்கள் புத்தகத் திருவிழா நடத்துபவர்... பல புத்தகங்களை எழுதியுள்ள ஒரு நூலாசிரியர்... ஏராளமான நூல்களை வாசிக்கும் ஒரு தேர்ந்த வாசகர்... இந்தியப் பெண்களின் நிலை பற்றி வெளிவந்துள்ள சில நூல்கள் பற்றிக் குறிப்பிட முடியுமா?

சமீபத்தில் வரலாற்று ஆய்வாளர்களான பேராசிரியர் ப.சு. சந்திரபாபு, பேராசிரியர் இல.திலகவதி ஆகிய இருவரும் இணைந்து எழுதிய 'பெண் - வரலாறும் விடுதலைக்கான போராட்டமும்' என்ற நூலை வாசித்தேன். இந்நூலில் இந்தியப் பெண்களுக்கான நூல்கள் பற்றியான ஒரு பட்டியல் வெளியிடப்பட்டிருந்தது.

இந்திய விடுதலைக்கு முன்பே இந்தியப் பெண்களின் அன்றைய நிலைகுறித்து ஆய்வு நோக்கில் சில நூல்கள் வெளிவந்துள்ளன. இருப்பினும் இந்திய விடுதலைக்குப் பின்னர்தான் பெண்கள் முன்னேற்றம் பற்றிய புத்தகங்கள் ஏராளமாக வெளிவரத் தொடங்கின.

செயின்ட் ஜெ.கார்மேகம் என்பவர் 'பெண் சிசுக் கொலை ஒழிப்பு' என்ற ஆய்வு நூலை லண்டன் மாநகரிலிருந்து 1915 ஆம் ஆண்டு பதிப்பித்து வெளியிட்டுள்ளார். இந்நூல் காலத்தால் மிகவும் முற்பட்டதானாலும் இப்பிரச்சனை பற்றி இன்றளவும் விவாதம் நடப்பதால் அந்நூலாசிரியர் எந்த அளவுக்கு முன்கூட்டியே தொலைநோக்குப் பார்வையோடு சிந்தித்துள்ளார் என்பதை உணரமுடிகிறது. 'இந்து நாகரிகத்தில் பெண்கள் நிலை - வரலாற்றுக்கு முந்தைய காலம் முதல் இன்று வரை' என்ற நூலை 1956 இல் ஏ.எஸ்.ஆல்டேக்கர் என்பவர் எழுதி வெளியிட்டுள்ளார்.

இந்தியப் பெண்கள் கழகத்தின் பொன்விழாவை முன்னிட்டு 1967 இல் ஒரு சிறப்பு மலர் வெளியிடப்பட்டது. இதில் பெண்களின் உரிமை களுக்காக நடத்திய அறவழிப் போராட்டங்கள் பற்றிய சிறப்புமிக்க கட்டுரைகள் இடம்பெற்றுள்ளன. சுதந்திர இந்தியாவில் பெண்கள் படும் துன்பங்களை அடிப்படையாகக் கொண்டு கமலா பாக்கின் எழுதிப் பதிப்பித்த 'இந்தியப் பெண்கள் நிலை' என்ற நூல் 1972இல் வெளியானது.

இந்திய அரசின் பதிப்புத்துறை சில பெண் எழுத்தாளர்கள் மற்றும் பெண்கள் மேம்பாட்டுக்காகக் குரல் கொடுக்கும் உணர்வாளர்களின் கட்டுரைகளைப் பெற்று 1958 இல் ‘இந்தியப் பெண்கள்’ என்ற நூலை வெளியிட்டுள்ளது. ஜாரா அலிபெக் என்பவரே இந்நூலின் பதிப்பாசிரியர்.

கிரண் தேவேந்திரா மற்றும் சக்ரபாணி ஆகியோர் இணைந்து ‘இந்தியாவில் பெண்களின் மாறும் நிலை’ என்ற நூலை 1984 ஆம் ஆண்டிலும் எஸ்.உதயகுமார் ‘இந்தியச் சமூகத்தில் பெண்களின் மாறும் நிலையும் பங்களிப்பும்’ என்ற நூலை 1994 ஆம் ஆண்டிலும் எழுதி வெளியிட்டுள்ளனர்.

இந்நூல்கள் யாவும் ஒட்டுமொத்த இந்தியச்சமூகத்தின் வளர்ச்சிக்கு பெண்களின் பங்களிப்பைப் பறைசாற்றுபவை.

ஜே.கிருஷ்ணமூர்த்தி பதிப்பித்த ‘காலனி ஆதிக்க இந்தியாவில் பெண்கள்’ என்ற நூல் 1989 இல் வெளியாயிற்று.

இந்திய அளவில் இதுபோன்ற ஏராளமான நூல்கள் வெளியாகி யிருக்கின்றன. தமிழ்மண்ணிலும் இத்துறை சார்ந்த நூல்கள் பல வந்திருக்கின்றன. வந்தனா சிவா எழுதிய ‘பெண்களும் சுற்றுச்சூழல் பாதுகாப்பும்’, எழுத்தாளர் ராஜம் கிருஷ்ணன் எழுதிய ‘இந்தியச் சமுதாய வரலாற்றில் பெண்மை’, தந்தை பெரியார் பெண்கள் முன்னேற்றம் குறித்து ஆற்றிய உரைகள், தெரிவித்த கருத்துகள், எழுதிய எழுத்துகள் ஆகியவற்றைத் தொகுத்து இரண்டு பாகங்களில் ஒரு தனி நூல் போன்றவை வெளிவந்துள்ளன. ‘பெண் ஏன் அடிமையானாள்?’ என்ற தந்தை பெரியாரின் சிறு நூல் மிகவும் பிரசித்தி பெற்றதாகும். ‘சங்ககால மகளிர்’ என்ற ஆய்வறிஞர் ச.வே. சுப்பிரமணியன் எழுதிய நூல், இரா. நடராசன் எழுதிய ‘உலகப் பெண் விஞ்ஞானிகள்’ என்ற நூல், வழக்கறிஞர் த.இராமலிங்கம் எழுதிய ‘பெண்களைப் பாதுகாக்கும் சட்டங்கள்’ என்ற நூல் என்று ஏராளமான புத்தகங்கள் தமிழில் வெளிவந்துள்ளன.

உதாரணத்திற்கு சில நூல்களை உங்களுக்குச் சுட்டிக்காட்டியிருக் கிறேன். வெற்றி பெற்ற அல்லது வரலாற்றில் முத்திரை பதித்த பெண்கள் பலரின் வாழ்க்கை வரலாற்று நூல்கள் பெரும் எண்ணிக்கையில் வெளிவந்துள்ளன. காரைக்கால் அம்மையாரிலிருந்து கல்பனா சாவ்லா வரை ஒவ்வொருவரைப் பற்றியும் தனித்தனி நூல்கள் உள்ளன.

பெண்களைப் பற்றியான நூல்களைப் பெண்கள்தான் படிக்க வேண்டுமென்பதில்லை. ஆண்களும் அவசியம் வாசிக்க வேண்டும். சமுதாயம் சீரான வளர்ச்சி பெறுவதற்கு பெண்களைப் பற்றியான புரிதல் அனைவருக்கும் அவசியம் தேவைப்படுகிறது.

தங்களது 'விடுதலை வேள்வியில் தமிழகம்' நூலின் மூலம் இந்திய சுதந்திரத்திற்காகப் பாடுபட்ட சில தமிழ்ப் பெண்கள் குறித்து ஆழமான கட்டுரைகளை வெளியிட்டுள்ளீர்கள்! இந்திய அளவில் பெண்களின் பங்களிப்பு ஒரு தாக்கத்தை உருவாக்கியுள்ளதாகக் கருதுகிறீர்களா?

இந்திய விடுதலைப் போராட்டத்தில் பெண்களின் பங்களிப்பு கணிசமாக இருந்துள்ளது. ஆண்களோடு ஒப்பிடும் போது போராட்டத்தில் நேரடியாகப் பங்கேற்ற பெண்களின் எண்ணிக்கை குறைவுதான் என்றாலும் அவர்களால் ஏற்படுத்தப்பட்ட தாக்கமும் எழுச்சியும் வலுவானதாகும்.

வேலுநாச்சியார், ஜான்சி ராணி, கேப்டன் லட்சுமி, கல்பனாதத், பிரீதி லதா, கடலூர் அஞ்சலையம்மாள் என்று ஒரு பெரும் மகளிர் பட்டியலே வரலாற்றில் உள்ளது.

உதாரணத்திற்கு ஒருவரைக் குறிப்பிடலாம். 'மாதங்கனி' என்ற வயது முதிர்ந்த பெண்மணி - வங்காளத்தைச் சேர்ந்தவர். 1942 வெள்ளையனே வெளியேறு இயக்கத்தின் போது கல்கத்தாவில் ஒரு ஊர்வலத்தில் கையில் ஓங்கிய மூவர்ணக் கதர்க் கொடியோடு முழக்கமிட்டவாறு வீறுகொண்டு சென்றுள்ளார் மாதங்கனி. ஊர்வலத்திற்குத் தடை விதித்திருந்த போலிசார் தங்களது தாக்குதலால் கூட்டத்தைச் சிதறடித்தனர். தடியால் ஓங்கி அடித்துப் பார்த்தும், கையில் வைத்திருந்த கதர்க் கொடியைப் பிடுங்கிப் பார்த்தும் முடியாத போலீசார் கடுங் கோபத்திற்கு ஆட்பட்டனர். அந்த அம்மையாரின் மனவுறுதி காவல்துறைக்கு ஆத்திரமூட்டியது. அந்த அம்மையாரை அப்படியே சாலையில் விட்டுவிட்டு சற்று தள்ளிவந்து துப்பாக்கியால் அவ்வீராங்கனையை நோக்கி சரமாரியாகச் சுட்டனர். உடல் சல்லடைபோல் துளைக்கப்பட்டு ரத்தவெள்ளத்தில் மிதந்தவாறே உயிர் துறந்தார் அப்பெண்மணி. அந்த நிலையிலும் அவர் கையிலிருந்த மூவர்ணக் கதர்க்கொடி உயிர் பிரிந்த பின்னர்தான் தரை சாய்ந்தது.

வாய்ப்பிருந்தால் ஆண்களுக்குச் சமமாக எல்லாத் துறைகளிலும் பெண்கள் செயல்படும் ஆளுமை படைத்தவர்கள் என்பதற்கு இது ஒரு உதாரணம். கொடிகாத்த குமரனைத் தெரிந்த நமக்கு கொடி காப்பதற்காக உயிர் துறந்த 'மாதங்கனி' என்ற மாதர் குல மாணிக்கத்தையும் தெரிந்திருக்க வேண்டுமல்லவா?

பெண்களின் முன்னேற்றத்திற்காக தொடக்க காலத்தில் துணிச்சலாகக் குரல் கொடுத்த சிலரைப் பற்றிச் சொல்லுங்கள்...

வரலாற்றின் வழிநெடுக எத்தனையோ ஆளுமைகள் பெண்களின் வளர்ச்சிக்குக் குரல்கொடுத்துள்ளனர். 19 ஆம் நூற்றாண்டின் பெண்

உரிமைப் போராளிகளில், வங்காள மறுமலர்ச்சிக்கு வித்திட்டவர்களில் ஒருவரான ராஜாராம் மோகன் ராயைக் குறிப்பிடலாம். ' சதி ' என்ற உடன்கட்டையேறுதலை எதிர்த்துப் போராடி வெற்றிகண்டவர் மோகன்ராய். பெண்களுக்கு எதிராக இப்படி ஒரு காட்டுமிராண்டித் தனம் இருக்க முடியுமா என்று அதிர்ச்சியடையத்தக்க செயல்தான் 'சதி' என்ற உடன்கட்டையேறுதல் முறை. இந்தியப் பெண்ணினத்தின் வரலாற்றில் ஒரு களங்கம்தான் ' சதி '. அதே வங்காளத்தைச் சார்ந்த ஈஷ்வர் சந்திர வித்யாசாகர் ஆண்களுக்கு மட்டுமாக இருந்த கல்வியை பெண்களுக்கும் சரிசமமாக வழங்கியவர். பெண்களின் கல்வித்தந்தை. கல்விக்காக மட்டுமல்லாது விதவை மறுமணத்திற்குக் குரல் கொடுத்தல் போன்ற மாதர்நல நடவடிக்கைகளிலும் தீவிரமாக ஈடுபட்டவர் வித்யாசாகர்.

அக்காலத்தின் சமூக சீர்திருத்தவாதிகளான ஆந்திராவின் வீரேசலிங்கம் பந்தலு, மகாராஷ்ட்ராவைச் சேர்ந்த டாக்டர் டி.கே.கார்வே, ஜோதிபாபூலே மற்றும் ராணடே, பஞ்சாப் தயானந்த சரஸ்வதி, தமிழ்நாட்டைச் சேர்ந்த தந்தை பெரியார் போன்றவர்கள் பெண்களின் முன்னேற்றத்திற்கு பல வடிவங்களில் குரல் கொடுத்தவர்கள்.

1825 இல் ராஜாராம் மோகன்ராயால் தொடங்கப்பட்ட 'பிரம்ம சமாஜம்', *1867*இல் மும்பையில் அமைக்கப்பட்ட பிரார்த்தனா சமாஜ், தயானந்த சரஸ்வதி *1875* இல் தொடங்கிய ஆர்ய சமாஜ் போன்ற அமைப்புகள் இந்தியாவில் பெண்கள் முன்னேற்றத்திற்கு அடித்தளமிட்ட அமைப்புகளில் முக்கியமானவையாகும்.

இந்த அமைப்புகளெல்லாம் பெண் கல்வி, விதவை மறுமணம், குழந்தைத் தொழிலாளர் ஒழிப்பு, பர்தா, சதி போன்றவைகளை எதிர்ப்பது போன்ற நடவடிக்கைகளை மேற்கொண்டவையாகும்.

வளரும் இளம் பெண்களுக்கு பெண்ணுரிமை பற்றி என்ன சொல்ல விரும்புகிறீர்கள்?

பெண்ணடிமைத் தனத்திற்கு எதிரான போராட்டம் என்பது ஆண்களுக்கு எதிரான போராட்டமல்ல. ஆண் ஆதிக்கத்திற்கு எதிராகக் குரல் கொடுக்கிற சிலர் ஆவேசத்தில் ஆண்களுக்கெதிராகவே குரல் கொடுக்கத் தொடங்கிவிடுகின்றனர்.

கல்வி, சிந்தனை, வாழ்வியல் போன்ற தளங்களில் பெண்களின் முயற்சிகள் அதிகரித்தால் ஆண் - பெண் சமத்துவம் இயல்பாகவே ஏற்படும் வாய்ப்புள்ளது. பெண்ணுரிமைக்கு தொடக்கத்திலிருந்தே ஏராளமான ஆண் ஆளுமைகள் வலுவாகக் குரல் கொடுத்துள்ளனர் என்பதையும் மறந்துவிடக்கூடாது.

'தையல் சொல் கேளேல்' என்றார் பெண் கவிஞர் ஔவை. 'தையலை உயர்வு செய்' என்றான் ஆண்கவிஞன் பாரதி. ஆணா - பெண்ணா என்பதல்ல பிரச்சினை. சிந்தனை எப்படிப்பட்டது என்பது தான் கேள்வி. குற்றம் இச்சமூக அமைப்பின் மீது உள்ளதேயொழிய தனிப்பட்ட ஆண்மக்களிடத்தில் மட்டுமல்ல என்ற புரிதல் தேவைப் படுகிறது.

எப்படியிருந்தாலும் இருபாலரும் இணைந்து வாழ்வதும் ஒருவரின் உணர்வை, நம்பிக்கையை, எதிர்பார்ப்பை மற்றொருவர் மதித்து வாழ்வதும்தான் நிரந்தரமான சமத்துவத்தை நிலைநாட்ட உதவும்.

முரண்பாட்டை வளர்ப்பதல்ல வாழ்க்கை!

உடன்பாட்டை உவகையுடன் உருவாக்குவதே வாழ்க்கை! கல்வியும் பண்பாடும் இருபாலருக்கும் இணக்கத்தையும் இன்பத்தையும் ஏற்படுத்தும் சக்திமிக்க கருவிகளாகும்.

எத்தனையோ நாடுகளுக்கில்லாத தனித்தன்மை இந்தியாவின் குடும்ப உறவுமுறை. 'நல்லதோர் குடும்பம் பல்கலைக்கழகம்' என்பார்கள். அக்குடும்பத்தின் அகல்விளக்கு பெண்தான்.

ஆண்களுக்குச் சமமான உரிமைகள் மட்டுமல்ல அவர்களுக்குச் சமமான கடமைகளும் பொறுப்புகளும் பெண்களுக்கு இருக்கிறது

அடுத்த தலைமுறைத் தமிழ் பெண்கள் அறிந்துகொள்ள வேண்டிய தமிழ்ப் பெண் என்று நீங்கள் யாரைக் குறிப்பிடுவீர்கள்?

அவ்வாறு குறிப்பிடுவதற்கு நிறையத் தமிழ்ப் பெண் முன்னோடிகள் உள்ளனர். 'ஒருவர்' என்று நீங்கள் குறிப்பிடுவதால் ஒருவரைக் குறிப்பிடுகிறேன். அவர் டாக்டர் முத்துலட்சுமி ரெட்டி. கல்வி ஒரு பெண்ணை எந்த அளவுக்கு உயர்த்தும் என்பதற்கு அவர் சரியான உதாரணம்.

புதுக்கோட்டையில் ஆண்கள் மட்டுமே படிக்கும் கல்லூரியில் சிறப்பு அனுமதிபெற்றுச் சேர்ந்த ஒரே பெண்மணி, இந்தியாவின் முதல் பெண் டாக்டர், முதல் பெண் சட்டமன்ற உறுப்பினர், சமூக சேவைக்காக இந்திய அரசின் 'பத்ம பூஷன்' என்ற உயர்விருதைப் பெற்ற மிகச் சிறந்த சமூக சேவகி, அக்காலத்திலேயே பெண்கள் முன்னேற்றத்திற்காக 10 க்கும் மேற்பட்ட புத்தகங்களை ஆங்கிலத்தில் எழுதி வெளியிட்ட நூலாசிரியர், உலகப் பெண்கல்வி மாநாடுகளில் பங்கேற்று உரைநிகழ்த்திய சொற்பொழிவாளர் என்ற பன்முக ஆளுமைமிக்கவராக விளங்கியவர் டாக்டர் முத்துலட்சுமி ரெட்டி.

டாக்டர்
முத்துலட்சுமி ரெட்டி

'தேவதாசி முறை' என்பது பெண்களைக் காலம் காலமாக இழிவுபடுத்திய ஒரு சமூக அவலம். அதற்கு எதிராகத் தொடர்ந்து குரல்கொடுத்து அக்கொடுமையிலிருந்து பெண்ணினத்தை விடுவித்த பெருமைக்குரிய பெண் போராளி டாக்டர் முத்துலட்சுமி ரெட்டி.

கல்வி இவரைப் போன்ற பெண்களுக்கு உயர்வு தந்தது மட்டுமல்ல; இவர் மூலம் இச்சமூகத்திற்கே உயர்வு தந்துள்ளது. கல்வியும் சுயசிந்தனையும் சமூக உணர்வும்தான் சமூகத்தையே மாற்றியமைக் கிறது என்பதற்கு டாக்டர் முத்துலட்சுமி ரெட்டியின் வாழ்க்கை ஒரு எடுத்துக்காட்டு. இவரையும் இவரைப் போன்ற பெண் களையும் அடுத்த தலைமுறைப் பெண்கள் அறிந்து கொண்டால் அவர்களுக்குத் தன்னம்பிக்கை தானாக உருவாகும்.

உலக அளவில் முன்னுதாரணமான பெண்கள் பற்றிச் சொல்லுங்கள்...

உலக அளவில் ஏராளமான பெண்கள் முன்னுதாரணமானவர்களாக விளங்கியுள்ளனர். இன்றும் விளங்கி வருகின்றனர். மாண்டிசோரிப் பள்ளி என்று இப்போது தெருவுக்குத் தெரு இருக்கிறதே... அந்தப் பெயருக்குச் சொந்தக்காரரான மரியா மாண்டிசோரி அம்மையாரை எடுத்துக் கொள்ளுங்கள். உலக அளவில் ஒரு புதிய கல்வி முறையையே அறிமுகப்படுத்தியவர். என்ன வேடிக்கையென்றால் அவர் தாய் மொழிக் கல்வியைத்தான் வலியுறுத்தினார். இங்கு தாய்மொழியல்லாத ஆங்கில வழிக்கல்விக்குத்தான் மாண்டிசோரியின் பெயர் வைக்கப் பட்டுள்ளது. உலக அளவில் கல்விப் புரட்சி செய்தவர் மரியா மாண்டிசோரி அம்மையார்.

ஹெலன் கெல்லரைப் பற்றிச் சொல்லவே வேண்டாம்! தன்னம்பிக்கைக்கு ஹெலன் கெல்லரின் வாழ்க்கையைவிட மிகச் சிறந்த உதாரணம் வேறு இருக்க முடியாது.

வாலென்டினா திரெஸ்கோவா என்ற ரஷ்யநாட்டு விண்வெளி வீராங்கனை, மதர் தெரசா, மேரி க்யூரி, பிளாரன்ஸ் நைட்டிங்கேல், ஜோன் ஆஃப் ஆர்க், அன்னி பெசன்ட் அம்மையார், ரோசா லக்ஸம் பர்க், எழுத்தாளர் அகதா கிரிஸ்டி, மார்க்கரட் தாட்சர், இந்திராகாந்தி போன்ற எண்ணற்ற உலகப் புகழ்பெற்ற வெற்றிப் பெண்மணிகள் உள்ளனர்.

'*100* Women who shaped world history' என்ற ஒரு நூல் உள்ளது. 'உலக வரலாற்றை உருவாக்கிய நூறு பெண்கள்' என்ற தலைப்பிலேயே

ஒரு ஆங்கில நூல் வெளிவந்துள்ளதென்றால் பார்த்துக் கொள்ளுங்களேன்! உலகப் பெண் விஞ்ஞானிகள், உலகப் பெண் விளையாட்டு வீராங்கனைகள், உலகப் பெண் தொழில் முனைவோர் என்று ஏராளமான விதவிதமான நூல்கள் ஆங்கிலத்திலும் தமிழிலும் இருக்கின்றன.

ஏன், சமீபத்தில் 'ஹாரி பாட்டர்' என்ற புகழ்மிக்க நாவலை எழுதி உலகத்தின் கவனத்தையே திருப்பிய ஜே.கே. ரௌலிங் என்ற எழுத்தாளரும் ஒரு பெண் தானே!.

இப்படிப்பட்டவர்களின் வாழ்க்கை வரலாற்றையும் அவர்களது செயல்பாடுகளைப் பற்றியும் அறிந்து கொள்ள மாணவ மாணவியர் புத்தகங்களைத் தேடித் தேடிப் படிக்க வேண்டும். இத்தகைய புத்தகங்களை வாசித்தால் இளம் பெண்களின் வாழ்க்கையில் மாற்றமும் முன்னேற்றமும் ஏற்படும் என்பதில் சந்தேகமில்லை.

சந்திப்பு : ஆண்டுமலர்க் குழுவினர்

சிறப்பு நேர்காணல் - 2016

அரசியல்

கடமையும் உரிமையும் இரண்டு கண்கள்

"விடுதலைப் போராட்டத் தியாகிகள், பழைய தலைவர்கள் பலரைச் சந்தித்து அந்த அனுபவங்களையும் அவர்கள் தெரிவித்த கருத்துகளையும் பதிவு செய்திருக்கிறீர்கள். அப்படிப்பட்ட நீங்கள் உங்கள் கருத்துகளையும் நினைவுகளையும் அனுபவங்களையும் பதிவு செய்யவேண்டாமா? ஒரு வலிமையான அமைப்புக்குத் தலைவராக இருக்க வேண்டும். இல்லையென்றால் வசதி, வாய்ப்பு இருப்பவர்கள் மட்டுமே பதிவு செய்து கொள்ள முடியும். புத்தகமாக இருந்தாலும் சரி, ஒலிப்பேழைகளாக இருந்தாலும் சரி, அதிகாரமும் பொருளாதாரமும் இருப்பவர்களுக்கு மட்டுமே சாத்தியம் என்று இல்லாமல், அறிவும் திறமையும் சமுதாயத்தின் மீது அக்கறையும் உள்ளவர்கள் யாராக இருந்தாலும் அவர்களின் சிந்தனைகள் பதிவு செய்யப்பட வேண்டும். அது மக்களுக்கும் எதிர்காலத் தலைமுறைக்கும் பயன்பட வேண்டும் என்ற நோக்கில் பாரதிவிழா, ஆசிரியர் பாராட்டு விழா, கருத்தரங்கம், புத்தகத் திருவிழா என்று பல்வேறு நிகழ்வுகளை நடத்தி அறிஞர்களின் கருத்துகளைக் காற்றில் கலந்துவிடாமல் காலக்கஞ்சியத்தில் சேர்த்திருக்கிறீர்கள்." இப்படியெல்லாம் அவ்வப்போது திரு. ஸ்டாலின் குணசேகரன் அவர்களிடம் எடுத்துச் சொல்லி வந்தேன். அவ்வாறு சொன்னபோதெல்லாம் "நீங்கள் சொல்வதன் முக்கியத்துவத்தை உணருகிறேன். ஆனாலும் இன்னும் ஆற்றவேண்டிய கடமைகள் எத்தனையோ இருக்கின்றன. வயதும் இருக்கிறது. என்பது, தொன்னூறு வயதா ஆகிவிட்டது" என்றார்.

"பள்ளி, கல்லூரி, இலக்கியக்கூட்டம், பொது அமைப்புகளின் நற்பணி விழாக்கள், அரசியல் கூட்டம், மக்கள் சிந்தனைப் பேரவைப் பணிகள் என்று ஓடிக்கொண்டே இருக்கிறீர்கள்.

உங்கள் வாழ்க்கையில் கிடைத்த அனுபவங்கள், நிகழ்ந்த முக்கிய சம்பவங்கள் போன்றவற்றை நீங்கள் முறையாகப் பதிவு செய்ய வில்லை. ஆகவே எனக்கு மிக விரிவாக இரண்டு மூன்று நாட்கள் நேர்முகம் அளித்திட வேண்டும். உங்களைப் பற்றி கேள்விப்பட்ட காலத்திலேயே உங்களைப் பேட்டி காண விரும்பினேன். இப்போது ஆறாண்டு காலமாக உங்களிடம் நெருங்கிப் பழகி வருகிறேன். ஆகவே இனியும் தாமதம் வேண்டாம்" என்றேன்.

"மிகவும் வயதாக வேண்டும் என்ற அவசியம் இல்லை. உடல் நலக்குறைவாலும் இயலாமையாலும் பல விஷயங்கள் மறந்து போகக்கூடும். உங்களுக்கு 56 வயதாகிறது. இளைஞர்களுக்குள்ள ஆற்றலும் இருக்கிறது. மூத்தவர்களுக்கு உள்ள அனுபவமும் இருக்கிறது. ஆகவே இது சரியான தருணம்தான்" என்று பல காரணங்களையும் சொல்லி அழுத்தம் கொடுத்தவுடன் ஒருவாறு நேர்காணலுக்கு இசைவு தெரிவித்தார்.

இனி

அவருடனான நேர்காணல்...

இந்திய நாடு விடுதலையடைந்த போதும் அதற்குப் பிறகும் வந்த ஒருசில தேர்தலின் போதும் காங்கிரஸ் பேரியக்கத்திற்கு மாற்றாக, கம்யூனிஸ்ட் கட்சியே இருந்தது. பிறகு படிப்படியாக அந்த இடத்தைத் தமிழகத்தில் திராவிடக் கட்சிகள் பிடித்துக் கொண்டன. பொதுவுடைமை இயக்கம் தேர்தல் அரசியலில் தேங்கிப் போய்விட்ட நிலைமை. இந்தத் தேக்கத்திற்கு என்ன காரணம்?

ஏராளமான அரசியல் காரணங்கள் இருக்கின்றன. அதேபோல சர்வதேசக் காரணங்கள்கூட இருக்கின்றன. நம்முடைய மாநிலத்தில் உள்ள அரசியல் நிலவரங்களை மட்டும் வைத்துக்கொண்டு இதனை எடைபோட முடியாது.

சீனா, சோவியத் யூனியன் என்று இடதுசாரிகளிடையே இரண்டு முகாம்கள். இந்த இரண்டு முகாம்களிடையே இருந்த வேறுபாடுகளும் கூர்மையாகிக்கொண்டே வந்தன. நீங்கள் சொன்ன அந்தக் காலகட்டத்தில் கம்யூனிஸ்ட் கட்சிகள் பிளவுபட்டன. 1964 ம் ஆண்டு இந்திய கம்யூனிஸ்ட் கட்சியிலிருந்து பிரிந்து போனவர்கள் இந்திய கம்யூனிஸ்ட் கட்சி (மார்க்சிஸ்ட்) என்ற புதியதோர் இயக்கத்தைத் தோற்றுவித்தனர்.

இப்பொழுது இந்தியா முழுவதும் இரண்டு இயக்கங்கள். அவர்கள் சாதாரணமானவர்கள் அல்ல. இது சராசரிச் சண்டையுமல்ல. பதவிக்காக, அதிகாரத்திற்காக வந்த சண்டையுமல்ல.

கம்யூனிஸ்ட் கட்சி இரண்டாகப் பிரிந்ததற்கு ஆழமான காரணங்கள் இருக்கின்றன. தத்துவார்த்தக் காரணங்கள் இருக்கின்றன. அவை அரசியல், சித்தாந்த அடிப்படைகளிலானவை.

உலக அளவில் பிரிந்த கம்யூனிஸ்ட்டுகள் கூட, உலகப் பொது வுடைமையாளர்களுக்கு யார் தலைவர் சீனாவா, சோவியத் ரஷ்யாவா என்ற காரணத்திற்காகப் பிரியவில்லை.

சித்தாந்த வேறுபாடுகளை, தத்துவார்த்தச் சிக்கல்களை இணைந் திருந்தே விவாதித்திருக்கக் கூடாதா? பிரியத்தான் வேண்டுமா? அவர்கள் பிரிந்ததற்கு காரணமிருக்கிறதா? பிரிந்தது நியாயம் தானா? ஒன்றாக இருந்தால் எவ்வளவு நன்றாக இருந்திருக்கும்? இதை யெல்லாம் நாம் பேசலாம். வாதப் பிரதிவாதங்கள் இருக்கின்றன. ஆனால் காலச்சூழல், புறச்சூழல், அரசியல் சூழல்தான் இவ்வாறு பிரிவதற்கு நிர்பந்தப்படுத்துகிறது.

உலகெங்கும் உள்ள கம்யூனிஸ்ட்டுகள் ஒன்றாகக் கூடி தமக்குள் இருக்கிற பிரச்சினைகள் என்ன? உலகத்தில் உள்ள பிரச்சினைகள் என்ன? அரசியல் நிகழ்வுப் போக்குகள் எப்படி இருக்கின்றன? மக்கள் எந்தத் திசை வழியிலே சென்று கொண்டிருக்கிறார்கள்? அதைச் சீர்படுத்த கம்யூனிஸ்ட்டுகள் என்ன செய்யவேண்டும்? என்றெல்லாம் ஆய்வு செய்வதற்கு, ஆழமான கவலையோடு சிந்திப்பதற்கு, எல்லாவற்றையும் விட வேற்றுமையில் ஒற்றுமை காண்பதற்கு சர்வதேச கம்யூனிஸ்ட் கட்சிகளின் மாநாட்டைக் கூட்டினர். அந்த மாநாட்டின் முடிவிலும் அவர்களால் ஒருமித்த கருத்துக்கு வர முடியவில்லை. இரண்டு கருத்துகள் உருவாயின. அதன் அடிப்படையில், ஒன்றுபட்டிருந்த கம்யூனிஸ்ட் இயக்கம் உலக அளவில் இரண்டு முகாம்களாகப் பிரிந்து விட்டன.

அதற்குள் எத்தனையோ அரசியல் வேறுபாடுகள் வந்த பிறகு, கருத்து மாறுபாடுகள் ஏற்பட்ட பின்னால் உலக கம்யூனிஸ்ட் முகாம்கள் இரண்டாகப் பிரிந்தன. அது இந்தியாவிலும் பிரதிபலித்தது. சீனத்தலைமையை ஏற்றுக்கொண்டவர்கள் ஒரு பக்கமும், சோவியத் ரஷ்யாவை ஏற்றுக்கொண்டவர்கள் இன்னொரு பக்கமுமாக இருந்தார்கள். அதே நேரத்தில் அதுதான் காரணமா? வேறு காரணமே இல்லையா? உலகத்திலே கம்யூனிஸ்ட் கட்சிகள் மாறுபடுகின்றன வேறுபடுகின்றன என்றால், அது இங்கும் பிரதிபலிக்கவேண்டுமா? மேலோட்டமாகப் பார்ப்பவர்களுக்கு அப்படித் தோன்றும்.

உலகப் போக்கு மட்டுமே காரணமல்ல. இங்கும் சில காரணங்கள் இருந்தன. இந்தியாவில் இயக்கத்தை எந்தத் திசைவழியில் இட்டுச்

செல்வது என்பதிலும் கருத்து வேறுபாடுகள் தோன்றின. இந்தியாவையே கட்டி ஆண்டு கொண்டிருக்கிற காங்கிரஸ் அரசைக் குறித்த கருத்து என்ன? அதை எவ்வாறு அணுகுவது?

காங்கிரசில் சில முற்போக்கு சக்திகள் இருக்கின்றன. காங்கிரஸ் ஆட்சி சில முற்போக்கான காரியங்களைச் செய்கிறது. அதை ஆதரிப்பதா? எதிர்க்க வேண்டியதை மட்டும் எதிர்த்து விட்டு ஆதரிக்க வேண்டியதை ஆதரிப்பதா. இல்லை முற்றிலுமாக எதிர்ப்பதா? அல்லது சர்வதேச சமுதாயத்தில் சோஷலிஸ்ட் முகாமை ஆதரிக்கிறார்களே அதை வலிமைப்படுத்துகிறார்களே, உலக அளவில் பிற்போக்காளர்களை எதிர்க்கிறார்களே, அமெரிக்க ஏகாதிபத்தியத்தை எதிர்க்கிறார்களே, ஆகவே காங்கிரஸ் அரசை ஆதரிப்பதா என்றெல்லாம் விவாதங்கள் நடைபெற்றன. கருத்து வேறுபாடுகள் தோன்றின.

நீங்கள் விரும்பினாலும் விரும்பாவிட்டாலும் காங்கிரஸ் கட்சி விடுதலைப் போராட்ட காலத்தில் மட்டுமல்ல, விடுதலைக்குப் பிறகும் ஏகாதிபத்திய எதிர்ப்புணர்ச்சியிலே உறுதியாக இருந்தது.

இன்றைக்கும் இருக்கிறதா?

"இருந்தது" என்று தான் கூறுகிறேன்.

சோஷலிஸ்ட் கொள்கைக்கு ஆதரவு என்று ஒரு நிலைப்பாடு. ஏகாதிபத்திய எதிர்ப்பு என்று ஒரு நிலைப்பாடு. சோவியத் அரசாங்கத்திற்கும் இந்திய தேசத்திற்கும் நிலவுகிற நட்பை மேலும் வளர்க்கும் வகையில் கெட்டிப்படுத்தும் முறையில் காங்கிரஸ் அரசு செயல்படும்போது நேரு, அவருக்குப் பிறகு இந்திராகாந்தி இதனை அடியொற்றி நடக்கிறார்கள். எல்லாம் சோஷலிஸ்ட் முகாமை ஆதரிக்கிறோம். எங்கள் நண்பன் சோவியத்யூனியன்தான். கூட்டுசேரா நாடுகள், அணிசேரா நாடுகள் என்று நூறு நாடுகளைச் சேர்த்து அந்த அணிசேரா நாடுகளுக்கு இந்தியா தலைமை ஏற்று, சோஷலிஸ்ட் நாடுகளில் ஒன்றாகத் திகழ்ந்த கியூபாவின் தலைவரான பிடல் கேஸ்ட்ரோவைப் போன்றவர்களையெல்லாம் இந்தியாவிற்கு அழைத்து நாம் சோஷலிஸ்ட் முகாமுக்கு ஆதரவாக இருக்கிறோம், சோவியத் ரஷ்யாவிற்கு உற்ற தோழனாக இருக்கிறோம் என்பதை அவர்கள் வெளிப்படுத்தினார்கள்.

இன்னொன்று உலகமே பிளந்துகிடக்கிறது. சோவியத் ரஷ்யாவின் பக்கம் ஒரு அணி, அமெரிக்க ஏகாதிபத்தியத்தின் தலைமையில் ஒரு அணி. எந்த நேரம் மூன்றாவது உலக யுத்தம் மூளுமோ என்ற அச்சம். யார் அரசியலைப் பற்றிப் பேசினாலும் மூன்றாவது உலகப் போரைப்

பற்றிப் பேசாமல் இருக்கமாட்டார்கள். மூன்றாவது உலகப்போர் நடந்தால் 5 நிமிடங்களில் உலகம் சாம்பலாகிவிடும் என்று பேசுவார்கள். ஆகவே அந்த மூன்றாம் உலக யுத்தத்தைத் தடுப்பது எப்படி என்று விவாதிப்பார்கள்.

இந்தியாவுக்குத் தேவையான ராணுவ வலிமையை ரஷ்யா அளித்தது. நானும் சோவியத் ரஷ்யாவுக்குச் சென்று 10 நாட்கள் இருக்கின்ற வாய்ப்பினைப் பெற்றவன். எனக்கு அப்பொழுது 25 வயது. அது 1985ம் ஆண்டு. அப்போது ரஷ்யாவின் பல பகுதிகளில் சாதாரண மக்கள் என் கைகளைப்பிடித்துக் கொண்டு கண் கலங்கிய நிலையில் இந்திராகாந்தியின் மரணத்தைப்பற்றி துயரத்தோடு விசாரித்தார்கள்.

இந்தியாவுக்கும் ரஷ்யாவுக்கும் இருந்த உறவு என்பது இரண்டு அரசாங்கங்களுக்கு இடையே நிலவிய நட்பு மட்டுமல்ல. இரண்டு தேசங்களுக்கிடையே மலர்ந்த உறவு, இரு நாட்டு மக்களிடையே பூத்த நட்பு. அந்தத் தோழமை உணர்வு வரலாற்றுச் சிறப்புமிக்கது.

இந்தியாவில் எந்த மொழியைச் சேர்ந்தவர்களாக இருந்தாலும், எந்தப் பகுதியைச் சேர்ந்தவர்களாக இருந்தாலும், 'நமக்கு நட்பு நாடு எது?' என்று கேட்டால், 'ரஷ்யா' என்று சொல்வார்கள்.

எல்லாம் மக்கள் மயமாக இருந்தது. வெறும் அரசுத் தரப்பு உடன் பாடுகள், பேச்சுவார்த்தைகள் மட்டுமல்ல, ரஷ்யமக்களும் இந்திய மக்களும் உணர்வுப்பூர்வமாக உறவு பூண்டிருந்தார்கள்.

பாரதியின் நூல்கள் ரஷ்ய மொழியிலே மொழிபெயர்க்கப்பட்டன.

மக்சீம் கார்க்கி போன்ற உன்னதமான ரஷ்ய எழுத்தாளர்களின் நூல்கள் தமிழில் மொழியாக்கம் செய்யப்பட்டன. உலகப் புகழ்பெற்ற டால்ஸ்டாய் புத்தகங்கள் தமிழில் மலிவு விலையிலே நினைத்துப் பார்க்க முடியாத உலகத் தரத்தோடு வெளியிடப்பட்டன. ஆயிரக் கணக்கான புத்தகங்கள் மலைபோல் கொட்டிக் குவிக்கப்பட்டிருந்தன.

அவையெல்லாம் ஏதோ அரசியல் புத்தகங்கள் மட்டுமல்ல. இலக்கியம், பண்பாடு, சமூகம், மருத்துவம், அரசியல் வரலாறு, ஆய்வு நூல்கள் என்று பல்வேறு வகையான நூல்களும் இடம் பெற்று இருந்தன. இரண்டு தேசங்களின் கலாச்சாரங்களும் கைகுலுக்கிக் கொண்டன. இருநாட்டு வரலாறும் இலக்கியமும் பரிமாறிக் கொள்ளப் பட்டன. நமது சங்க இலக்கியத்தையும் திருக்குறளையும் அவர்கள் ரஷ்ய மொழியில் வெளியிட்டார்கள்.

இந்தியாவுக்குள்ளே இருக்கின்ற அரசியல் பொருளாதாரப் பிரச்சினைகளில் காங்கிரசை எதிர்த்துப் போராடலாம். வெளியுறவுக்

கொள்கையைப் பொறுத்த அளவிலே காங்கிரசோடு நின்று ஏகாதிபத்தியத்தை எதிர்க்கலாம் என்ற கருத்துகளெல்லாம் விவாதிக்கப்பட்டன.

இப்படியெல்லாம் எண்ணங்கள் எதிரொலிக்கப்பட்ட நேரத்தில் தான், 'இல்லையில்லை நாம் சோவியத்தை பின்பற்ற வேண்டாம். சீனத் தலைமையை பின்பற்றலாம்' என்று சிலர் பேசத் தொடங்கினார்கள். அவர்கள் சாதாரண மனிதர்கள் அல்ல. மதிக்கத்தக்கவர்கள்.

ஏதோ நான் இந்திய கம்யூனிஸ்ட் கட்சியைச் சேர்ந்தவன். நான் சார்ந்திருக்கிற கட்சியிலிருந்து அவர்கள் பிளவுபட்டுச் சென்றதால் 'அவர்கள் யார் தெரியுமா?' என்று நான் பேசத் தயாரில்லை.

'அவர்கள் யார் தெரியுமா?' என்றுதான் இப்பொழுதும் பேசுகிறேன். அவர்களில் பலர் தியாகம் புரிந்தவர்கள், அந்தக் கோணத்தில்தான் அவர்கள் யார் தெரியுமா என்று சொல்கிறேனே தவிர, பிரிந்து போனவர்களைப் பற்றி நான் குறைத்து மதிப்பிடவில்லை.

இந்து மதத்தில் சைவர்கள் வைணவத்தை ஏற்பதுண்டு. வியந்து போற்றுவதுண்டு. ஆனால் வைணவர்கள் அவ்வளவு எளிதில் சைவத்தை ஏற்பதில்லை. இன்று நிலைமை கொஞ்சம் மாறியிருக்கிறது. அதைப் போல பிரிந்து சென்றவர்களிடம் இவ்வாறான அணுகுமுறை உண்டா?

இது தாய் இயக்கம். இது ஒரு பக்கம் இருக்கட்டும்.

இப்படிப்பட்ட சண்டைகள், சர்ச்சைகள் விவாதங்களெல்லாம் நடந்தன. 1964 ம் ஆண்டு கட்சி இரண்டாகப் பிரிந்தது. இந்தப் பின்னணியோடுதான் தமிழக அரசியல் களத்தில் பொதுவுடைமை இயக்கத்தின் தேக்க நிலையை நாம் புரிந்து கொள்ள வேண்டும். உலக நிலை, இந்திய தேசிய அரசியல் எல்லாவற்றையும் சேர்த்து நாம் பார்க்க வேண்டும்.

உலக அளவில் நடைபெற்ற மாற்றம் இந்தியாவில் எதிரொலித்ததைப் போல, இந்திய அளவில் கம்யூனிஸ்ட் கட்சியில் நிகழ்ந்த பிரிவினை தமிழகத்திலும் தாக்கத்தை ஏற்படுத்தியது. ஒன்றாக இருந்தபோது உற்சாகமாக இருந்த மக்கள், இயக்கம் பிரிந்தபோது சோர்வுற்றார்கள். 'நம்முடைய சோர்வையும் சோகத்தையும் போக்கியவர்கள் இவர்கள் தானே. இவர்களே சோகத்தில் ஆழ்ந்து விட்டார்களே என்ன செய்வது' என்று கவலையடைந்தார்கள்.

நாற்பதாண்டு காலமாக அந்த இயக்கத்திலே இருப்பவன் நான். அவர்களோடு வளர்ந்தவன், அவர்கள் வாழ்ந்த வாழ்க்கையை அருகிலிருந்து பார்த்தவன். அவர்களில் பெரும்பாலோர் மக்களுக்காக தன் உறவுகளை, தன் சொத்தை இழந்தவர்கள்.

தன்னுடைய தியாகத்தை தன்னுடைய உழைப்பை இந்த உழைப்பால் மக்களுக்குக் கிடைத்த பயன்களை மக்களிடம் உரிய விதத்தில் எடுத்துச் செல்லவில்லை. இந்த இடத்தில் ஒரு சரியான உதாரணத்தைச் சொன்னால் உங்களுக்குப் புரியும் என்று நினைக்கிறேன்.

“கூலி உயர்வு கேட்டான் அத்தான்
குண்டடி பட்டுச் செத்தான்”

கூலி உயர்வு கேட்டவர்களும் குண்டடிபட்டுச் செத்தவர்களும் கம்யூனிஸ்டுகளே. ஆனால், அந்த வாசகத்தைப் போட்டு, குண்டடி பட்டுச் செத்த தோழரின் படத்தையும் போட்டு தமிழ்நாடு முழுவதும் சுவரொட்டிகளை ஒட்டியவர்கள் யார்?

கம்யூனிஸ்ட்டுகள் செய்த தியாகத்தை, கம்யூனிஸ்டுகளைக் காட்டிலும் மக்கள் மனதில் பதியுமாறு எடுத்துச் சென்று அதைத் தங்களுக்குச் சாதகமாகப் பயன்படுத்தி மக்களிடம் வாக்குக் கேட்ட சாதுரியம் அவர்களுடையது.

இந்தக் கால கட்டத்தில் சாதி ஒழிப்பு, பகுத்தறிவு, சுயமரியாதை என்ற சமூக விடுதலை முழக்கங்களை திராவிட இயக்கத்தார், வலுவான சாதனமாகத் திகழ்ந்த திரைப்படம், நாடகம், சொற்பொழிவு ஆகியவற்றின் மூலம் முன்னெடுத்துச் சென்றது கவனத்தில் கொள்ளத் தக்கதாகும்.

‘மாஸ்கோவுக்குச் செல்வேன்; மாலங்கோவைச் சந்திப்பேன். திரும்பி வந்து பொதுவுடைமைப் பூங்காவைச் சமைப்பேன்’ என்று அண்ணா கூறினார்.

கம்யூனிஸ்டுகளை எதிர்த்து திராவிட இயக்கத்தார் களமிறங்க வில்லை. மாறாக கம்யூனிஸ்டுகளின் கருத்துகளில் சிலவற்றைக் கையிலெடுத்துக் களமிறங்கினார்கள்.

ஆனால், நடைமுறையில் கம்யூனிஸ்ட் இயக்கத்தின் செயல்பாடு களும் இவர்களின் செயல்பாடுகளும் அடிப்படையிலேயே வேறு வேறானவை.

கம்யூனிஸ்டுகள் கலையையும் இலக்கியத்தையும் பயன்படுத்தவில்லையா?

பி.ஷி. ஜோஷி என்ற கம்யூனிஸ்ட் இயக்கத் தலைவர் தான் அக்கால கட்டங்களில் அகில இந்தியத் தலைமையில் இருந்தார். அவர் இந்தியா பூராவிலுமுள்ள கலைஞர்களை, படைப்பாளிகளை, ஒருங்கிணைத்தார். இந்தியாவில் இருந்த புகழ்மிக்க கலைஞர்கள் அத்தனை பேருமே அவர் தொடங்கிய கலை - இலக்கிய அமைப்பாகிய ‘இப்டா’வில்

இருந்தனர். நாடு முழுவதும் ஒரு எழுச்சியை கலை இலக்கியத் துறையில் ஜோஷி ஏற்படுத்தினார்.

அதேபோலவே 'கலை கலைக்காக அல்ல; மக்களுக்காக' என்ற முழக்கத்தை அடிப்படையாக வைத்து, தான் உருவாக்கிய தமிழ்நாடு கலை-இலக்கியப் பெருமன்றத்தின் மூலம் தமிழ்நாடு முழுவதும் சூறாவளி போல் சுற்றி அலைந்து திரிந்து ஒரு புதிய மடைமாற்றத்தை ஏற்படுத்தினார், ஜீவா.

வள்ளுவர், கம்பன், வள்ளலார், பாரதி இன்னும் இது போன்ற தமிழுக்குப் பெருமை சேர்ந்த படைப்பாளர்களை பட்டிதொட்டியெல்லாம் எடுத்துச் சென்று மக்களிடத்தில் எழுச்சியையும் விழிப்புணர்வையும் ஏற்படுத்தியவர்கள் ஜீவா, எஸ்.ராமகிருஷ்ணன், தொ.மு.சி.ரகுநாதன், ஜெயகாந்தன் போன்றோர்.

அதே போல், இம் மண்ணின் அடிப்படை இலக்கியங்களான நாட்டுப்புறப் பாடல்களை - உ.வே.சா போல் நாடெங்கும் பயணம் மேற்கொண்டு, காற்றில் கரைந்து காணாமல் போய்விடாமல் அவற்றை யெல்லாம் காலப்பெட்டகமாக்கி ஆவணப்படுத்தியவர் பேராசிரியர் நா.வானமாமலை.

பொதுவுடமை இயக்கத்தாரின் கலை - இலக்கிய அணுகுமுறை ஒட்டுமொத்தச் சமூகத்திற்கே அடித்தளமிடுகிற வகையிலானது. மக்களை அடிப்படையாகக் கொண்டு கட்டமைக்கப்பட்ட அணுகுமுறை. பிம்பங்களுக்கும் நாயகர்களுக்கும் கொடுக்கப்பட்ட முக்கியத்துவத்தைக் காட்டிலும், மக்களின் பிரச்சினைகளுக்கும் அவற்றின் தீர்வுகளுக்குமே அதிக முக்கியத்துவம் அளிக்கப்படும் அணுகுமுறையாகும்.

திராவிட இயக்கத்தாரின் கலை - இலக்கிய அணுகுமுறையோ அவர்களது கொள்கைகளை ஜனரஞ்சகமாக எடுத்துச் சென்றதாகும். ஆகவே, அது மக்களை எளிதில் சென்றடைந்தது.

பொதுவுடைமை இயக்கத்தின் அடிப்படையான கொள்கை பொருளாதார சமத்துவம். திராவிட இயக்கத்தின் மூலக் கொள்கை சுயமரியாதை என்று எடுத்துக் கொள்ளலாமா?

கம்யூனிஸ்டுகள் பொருளாதார விடுதலைக்குக் கொடுத்த முக்கியத்துவத்தை சமூக விடுதலைக்குக் கொடுக்கவில்லை என்ற விமர்சனமும் இருந்தது. ஆனால் நடைமுறையில் தஞ்சைப் பகுதிகளில் கம்யூனிஸ்ட் இயக்கத் தலைவர் பி. சீனிவாசராவ் அங்குள்ள தாழ்த்தப் பட்ட, தலித் மக்களை அடிமைத் தளையிலிருந்து விடுவித்த வரலாறு உண்டு. இது போன்றே சாதாரண மக்களுக்காகவும் பிற்படுத்தப்பட்ட

மக்களுக்காகவும் தொடர்ந்து போராடி வந்தாலும் அவர்கள் மீது தொழிற்சங்கவாதிகள் என்ற முத்திரைதான் மேலோங்கிக் காணப் பட்டது.

தமிழகப் பொதுவுடமை இயக்கத்தின் தந்தை சிந்தனைச் சிற்பி சிங்காரவேலர். அவர் ஒரு சிறந்த வழக்குரைஞர். அவர் தான் அறிவியலை, அறிவியல் சிந்தனைகளை மக்கள் மனதில் பதிய வைக்க மிகப் பெரும் முயற்சிகளை மேற்கொண்டவர். 'புதுஉலகம்' என்ற தமிழ் அறிவியல் இதழை நடத்தியவர். டார்வின், நியூட்டன், புரூனோ, கோபர்நிகஸ் போன்ற உலக அறிவியல் மேதைகளை தமிழ் மக்களுக்கு தனது தொடர்ந்த சொற்பொழிவுகள் மூலமும் கட்டுரைகள் மூலமும் வலுவாக அறிமுகப்படுத்தியவர்.

அந்தச் சிங்காரவேலர் ஒரு கம்யூனிஸ்டாக இருந்து கொண்டே தந்தை பெரியாரோடு சேர்ந்து ஈரோடு மாநாட்டில் 'ஈரோட்டுப் பாதை' என்ற அரசியல் திட்டத்தையே முன் வைத்தார்.

பொருளாதார சமத்துவம் அழுத்தம் கொடுக்கப்பட்டதே தவிர அல்லது அவ்வாறான தோற்றம் உருவானதே தவிர கம்யூனிஸ்டுகள் வெறும் பொருளாதார மாற்றத்தால் தானாக எல்லாம் ஒழுங்காகிவிடும் என்று எப்போதும் கருதியதில்லை. கம்யூனிஸ்ட் இளைஞர் அமைப்பின் முடிவிற்கிணங்க நாங்கள்கூட அக்காலத்தில் டீக்கடைகளில் இரட்டை டம்ளர் முறையை எதிர்க்கும் விதத்தில் இங்கிருந்த டீக்கடைகளிலிருந்த - தீண்டத்தகாதவர்களுக்காக வெளியில் வைத்திருந்த கண்ணாடி டம்ளர்களை உடைக்கும் போராட்டத்தை தீவிரமாக நடத்தியுள்ளோம்.

ஒரு சுவாரஸ்யமான சம்பவத்தை இங்கு நினைவுபடுத்த விரும்பு கிறேன்.

ஒரு முறை ஒரு பெரும் பொதுக் கூட்டத்தில் அண்ணா பேசினார். ஆற்றொழுக்கமான உரை. அவரது உரையின் உச்ச கட்டத்தில் "நாங்கள் மானம் வேண்டும் என்கிறோம். ஜீவா சோறு வேண்டும் என்கிறார்" என்று கூறினார். கூட்டத்தார் பலமாகக் கைதட்டினர்.

அதே ஊரில் சில நாட்களுக்குப் பிறகு அதே இடத்தில் ஜீவா பேசியுள்ளார். கூட்டம் தொடங்குவதற்கு முன்பு கூட்டம் நடத்திய தோழர்கள் ஜீவாவிடம், அண்ணா சில நாட்களுக்கு முன்பு அதே இடத்தில் பேசியதைத் தெரிவித்துள்ளனர்.

எழுச்சிமிக்க கூட்டம். ஜீவா மடை திறந்த வெள்ளமென உற்சாகமாக உரக்கப் பேசிக் கொண்டே வந்தார். பேச்சின் முக்கிய இடத்தில் நிறுத்தி "இதே இடத்தில் அண்ணா அவருக்கு மானம் தான் முக்கியமென்றும் எனக்கு சோறு தான் பிரதானம் என்று பேசியுள்ளார்.

யாருக்கு எது இல்லையோ அதைக் கேட்கிறோம்" என்றார். கூட்டத்தில் பலத்த கைதட்டல் எழுந்துள்ளது.

எவ்வளவு ஆழமான கருத்தை நகைச்சுவையுடன் வெளிப்படுத்தியுள்ளார் ஜீவா. இதைக் கேள்விப்பட்டால் ரசித்துச் சிரிக்கிற மனப்பான்மை அண்ணாவுக்கும் இருந்துள்ளது. அக்காலத் தலைவர்கள் மிகப் பெருந்தன்மையோடு இருந்துள்ளனர்.

இரண்டு தலைவர்களின் நகைச்சுவை உணர்வும், சமயோசித அணுகுமுறையும் பெருந்தன்மையும் இந்நிகழ்வின் மூலம் வெளிப்பட்டாலும், பொருளாதாரச் சமத்துவமும், சுயமரியாதையும் சமூகத்தின் இரண்டு கண்கள் என்பது நமக்குப் புலனாகிறது.

நீங்கள் சொல்வதைப் பார்த்தால், இயல்பாகவே கம்யூனிஸ்ட் இயக்கம் ஆட்சிக்கு வந்திருக்க வேண்டிய சூழல் இருந்துள்ளது. அப்படியிருந்தும் வர முடியாமல் போனதற்கு வேறு வலுவான காரணங்கள் உண்டா?

உண்டு. காங்கிரஸ் ஆட்சியின் மீது பொது மக்களிடையே அதிருப்தியும் சலிப்பும் நிலவிய காலம். மாற்றாக கம்யூனிஸ்டுகள் வருவதற்கு வாய்ப்பிருந்த நேரம். இயல்பான மாற்றம் அதுவாகத் தான் இருக்க முடியும்.

ஒருவேளை தாங்கள் மீண்டும் ஆட்சிக்கு வரமுடியாமல் போனால், அந்த இடத்தில் கம்யூனிஸ்டுகள் வந்து விடக்கூடாது என்று கண்ணும் கருத்துமாக காங்கிரஸ் கட்சியினர் செயல்பட்டனர். ஏற்கனவே வலுவான நிலையில் உள்ள கம்யூனிஸ்டுகள் ஆட்சிக்கு வந்து விட்டால் அவர்கள் தங்களின் செயல்பாடுகள் மூலம் மக்களின் செல்வாக்கை நிரந்தரமாகப் பெற்று விடக்கூடும் என்று கருதிச் செயல்பட்டதும் அதற்கு ஒரு காரணம். அதே நேரம் சூழல் காரணமாக மக்கள் புதிய விசயங்களை வரவேற்கவும் செய்வார்கள்.

சொல்லாற்றல், மேடைக்கலை இவற்றிற்கு போதிய முக்கியத்துவம் கொடுக்காமல் விட்டுவிட்டார்களோ? ஜீவா, தா. பாண்டியன், ஜெயகாந்தன் ஆகியோரைத் தவிர நல்ல நாவலர்களைப் பயிற்றுவித்து ஊக்கப்படுத்தி வளர்க்காதது ஒரு குறையோ?

நீங்கள் சொல்வதைப்போல் அல்ல. இன்னும் அதிகமான எண்ணிக்கையில் இத்தகைய தலைவர்கள், சொற்பொழிவாளர்கள் இருந்திருக்கலாம் என்று வேண்டுமானால் சொல்லுங்கள். நீங்கள் ஒரு இரண்டு மூன்று பேரைச் சொன்னீர்கள். உங்களது பட்டியலில் இடம் பெறாத சிலரை நான் சொல்கிறேன். கே.டி.ராஜு. 1952 ல் நடைபெற்ற முதல் தேர்தலில் ஈரோட்டின் முதல் சட்டமன்ற உறுப்பினராக

வென்றவர். அவர் கோயமுத்தூரைப் பூர்வீகமாகக் கொண்டவர். திருச்சியிலே குடியிருந்தவர். இங்கே ஈரோடு ரயில்வே நிலையத்தில் சாதாரணத் தொழிலாளியாக விளங்கியவர். ஃபிட்டர்.

தோழர்கள் எம்.கல்யாணசுந்தரம், கே.டி.ராஜு ஆகியோர் ரயில்வே தொழிலாளர் சங்கத்தைக் கட்டினார்கள். ஈரோட்டிலே வசித்தார்கள். மற்ற சங்கங்களையும் வளர்த்தார்கள். தேசபக்த நடவடிக்கைகளில் ஈடுபட்டனர். கம்யூனிஸ்ட் கட்சிப்பணிகளை ஆற்றினர். 1947க்கு முன்பு விடுதலைப் போராட்டத்தை மேற்கொண்டவர் கே.டி.ராஜு. தாமிரப்பட்டயம் பெற்றவர். மாபெரும் தியாகி. கம்யூனிஸ்ட் இயக்கத்தின் தலைசிறந்த பேச்சாளராகத் திகழ்ந்தார். அவரைப் பற்றி ஜீவா சொல்லியிருக்கிறார்.

கே.டி.ராஜு

"தோழர் கே.டி.ராஜு தான் கூட்டத்தில் பேசிக்கொண்டிருக்கிறார் என்று தெரிந்தால், அடுத்துப் பேச வேண்டிய நான் மேடையருகே செல்லாமல், கே.டி.ராஜு கண்ணுக்குப்படாமல் சற்று தொலைவிலேயே நின்று கொண்டு அவரது பேச்சை ரசித்துக் கேட்பேன். அவர் பேச்சை முடிக்கும் தருவாயில்தான் மேடைக்குச் செல்வேன். அதுவரை நான் அங்கு வந்த சுவடு கூட தெரியாதவாறு பார்த்துக் கொள்வேன்." ஜீவா சொன்னது இது.

நான் கே.டி.ராஜுவின் ஏராளமான பேச்சுக் களை கேட்டிருப்பேன். அவரைப்போல் இயல்பான நகைச்சுவையோடு பேசுவதற்கு ஆள் இல்லை. உச்சந்தலையிலிருந்து உள்ளங்கால்வரை நகைச்சுவை உணர்வு உடையவர். கூட்டத்தைக் கட்டிப்போடுகிற ஆற்றல் அவரிடம் இருந்தது. மிக நெருக்கமாக அவரிடம் பழகுகிற வாய்ப்பு எனக்கு இருந்தது.

பி.ராமமூர்த்தி அடுக்குமொழியில் பேசாவிட்டாலும் ஏராளமான புள்ளிவிபரங்களுடன் சரளமாகப் பேசக்கூடியவர். அவர் பேச்சைக் கேட்கவென்று ஒரு கூட்டம் இருந்தது.

எரியோடு வி.மதனகோபால் என்று ஒரு சிறந்த சொற்பொழி வாளர் இருந்தார். அவரது தியாகம் அளப்பரியது. மூன்று பேரைச் சொன்ன நீங்கள் எஸ்.ராமகிருஷ்ணனை மறந்து விட்டீர்களே! எஸ்ஆர்கே என்றால் போதுமே! ஜெயகாந்தனுக்கே எஸ்.ஆர்.கே. தான் ஆதர்சம். ஆங்கிலத்திலும் தமிழிலும் அற்புதமாகப் பேசக் கூடிய இருமொழிச் சொற்கொண்டல். எஸ்.ஏ. முருகானந்தம் இருந்தார்.

அறந்தை நாராயணன் இருந்தார். இவர்களெல்லாம் யாருக்குச் சளைத்தவர்கள்? இவர்களெல்லாம் கண்ணியமாகப் பேசக் கூடியவர்கள். எத்தனையோ துன்பங்களுக்கும் நெருக்கடிகளுக்கும் இடையிலும் கண்ணியத்திலிருந்து கடுகளவும் வழுவாதவர்கள். ஆழமான கருத்துகளை ஆற்றலோடு பேசக் கூடியவர்கள்.

இன்னும் பலபேரைச் சொல்லலாம். கம்யூனிஸ்ட் கட்சியில் உள்ள கிளைச் செயலாளர்கள் கூட ஒரு மணிநேரம் பேசுவார்கள். சொற் சிலம்பம் ஆடமாட்டார்கள். எதுகை மோனையோடு பேசமாட்டார்கள். ஆனால் தங்குதடையில்லாமல் செய்திகளைச் சொல்வார்கள்.

கம்யூனிஸ்ட் கட்சியில் கிளர்ச்சிப் பிரச்சாரக்குழு என்று ஒரு குழு இருக்கிறது.

அதன் கன்வீனராக நான் மூன்றாண்டுக் காலம் இருந்துள்ளேன். மாநில அளவில் செயல்படுகிற ஒரு குழு. அந்தக்குழு ஒரு முக்கியமான குழு. இதைத்தான் அழகாக திராவிடக்கட்சியினர் சொல்வார்கள், 'கொள்கை பரப்புச் செயலாளர்' என்று. அதுதான் நான் வகித்த பொறுப்பு. இதற்கு முன்பு இந்தப் பொறுப்பில் தா.பாண்டியன் அவர்கள் நீண்டகாலம் இருந்தார்கள். ஆகவே கம்யூனிஸ்ட் கட்சியில் யார் யார் சிறப்பாகப் பேசுகிறார்கள் என்பதை நான் அறிவேன்.

புள்ளி விவரங்களோடு பேசுவார்கள். மக்களுக்குத் தேவையானதைப் பேசுவார்கள்.

ஒரு நல்ல விஷயத்தை நான் மகிழ்ச்சியோடு சொல்ல விரும்புகிறேன். கம்யூனிஸ்ட் கட்சியில், வாசியுங்கள்! படியுங்கள்! என்று நாலு நல்ல வார்த்தைகள் அடிக்கடி சொல்லப்படுகின்றன. ஒவ்வொரு கம்யூனிஸ்ட் கட்சி அலுவலகத்திலும் சிறு நூலகம் உண்டு.

ஏடுகள், இதழ்கள் கட்டாயம் இருக்கும்.

மாநிலத் தலைமை அலுவலகமான பாலன் இல்லத்தில், உள்ள சிங்காரவேலர் நூலகத்தில் ஆயிரக்கணக்கான புத்தகங்கள் இருக்கின்றன. வாசிக்கவேண்டும் என்ற கருத்து இடைவிடாமல் வலியுறுத்தப்படுகிறது.

எங்களை விமர்சிக்கிற புத்தகங்களாக இருந்தாலும் பரவாயில்லை; படியுங்கள். எப்படியாவது படிக்கிற பழக்கத்தை வளர்த்துக் கொள்ளுங்கள் என்கிறார்களா?

ஆமாம்! சிலர் சொல்வதைப் பார்த்தால் வேடிக்கையாக இருக்கும். 'கம்யூனிஸ்டுகள் இப்படித்தான் சிந்திக்க வேண்டும்' என்று தலைமை வரையறுத்திருக்கிறதென்றும், உறுப்பினர்கள் - ஊழியர்கள் சுயமாகச் சிந்திக்கமாட்டார்கள் என்றும், அவர்கள் வெளிநாட்டு வார்ப்புகளாக

வந்து விடுகிறார்கள் என்றும் பேசுகிறார்கள். இதைவிட நகைச்சுவை வேறு எதுவும் இருக்க முடியாது.

எல்லோரும் படியுங்கள். அறிவை வளர்த்துக் கொள்ளுங்கள். சுயமாக எண்ணிப் பாருங்கள் என்றுதான் பொதுவுடைமை இயக்கத்திலே சொல்லப்படுகிறது.

காரல்மார்க்ஸ் பிறப்பதற்கு பல நூற்றாண்டுகளுக்கு முன்பே, 'பகுத்துண்டு பல்லுயிர் ஓம்புதல் நூலோர் தொகுத்தவற்றுள் எல்லாம் தலை' என்று கூறிய வள்ளுவர் பிறந்த மண்ணில் தோன்றியவர்கள் நாம். 'திருக்குறளை அறியாதவர்கள் தனக்கு மார்க்சைத் தெரியும் என்றால் அவர்களை முழுமையான பொதுவுடைமையாளர்களாக ஏற்க இயலாது. வள்ளுவரையும் தெரிய வேண்டும், மார்க்சையும் தெரியவேண்டும். இரண்டையும் பொருத்திப் பார்க்கவேண்டும். மண்ணின் மணத்தோடு மார்க்சைப் புரிந்து கொள்ள வேண்டும்' என்று சொன்னார் ஜீவா. சொன்னது மட்டுமல்ல நடந்து காட்டியவர் ஜீவா. மண்ணின் மைந்தர் அவர்.

நீங்கள் நாவலர்களைப் பற்றி சொன்னீர்களே, நாவலர்களுக் கெல்லாம் நாவலர். ஆங்கிலத்திலும் தமிழிலும் அவருக்கு நிகர் அவர்தான். தமிழ்நாட்டு அரசியல் மேடைகளைப் போர்க்களமாக்கிய பாலதண்டாயுதத்தைப்பற்றி நீங்கள் சொல்லவில்லையே!

நாவலர்
இரா. நெடுஞ்செழியன்

சில்வர் டங் சீனிவாச சாஸ்திரியை உங்களுக்குத் தெரிந்திருக்கும். அண்ணாமலைப் பல்கலைக் கழகத்தில் துணை வேந்தராக இருந்தவர். ஒருமுறை நாவலர் நெடுஞ்செழியன் அவர்களை ஈரோட்டில் இதேபோன்ற ஓர் அறையில் சந்தித்தேன். கல்லூரியில் படித்துக் கொண்டிருந்த காலத்தில் நான் மாணவத் தலைவராக இருந்தபோது. வெகுநேரம் அவருடன் கலந்துரையாடும் வாய்ப்புக் கிடைத்தது.

அவர் சொன்னார். 'நானும் அண்ணாமலைப் பல்கலைக்கழத்தில் படித்தவன்தான். உங்கள் இயக்கத்தைச் சேர்ந்த பாலதண்டாயுதமும் அண்ணாமலைப் பல்கலைக்கழகத்தில் படித்தவர்தான். அவர் ஒருவர்தான் கம்யூனிஸ்ட் இயக்கத்திலிருந்து மாணவத் தலைவராக தமிழ்நாட்டில் உருவெடுத்தவர். அவரைப் போல் ஒரு மாணவத் தலைவரை நான் பார்த்ததில்லை.

நீங்களும் ஒரு கம்யூனிஸ்ட் கட்சி மாணவர் என்று சொல்கிறார்களே, உங்களை எப்படி மாணவர்கள் ஓட்டுப் போட்டு மாணவத் தலைவ

ராகத் தேர்ந்தெடுத்தார்கள்' என்று முன்னாள் அமைச்சர் நெடுஞ் செழியன் என்னிடத்தில் கேட்டார். அப்படியென்றால் கம்யூனிஸ்ட் கட்சியைச் சேர்ந்த மாணவர்களை, நடுநிலையான மாணவர்கள் தேர்ந்தெடுக்க மாட்டார்கள் என்று அப்படிப்பட்ட தலைவர்களே நம்பிக்கொண்டு இருக்கிறார்கள்.

கே. பாலதண்டாயுதம்

பாலதண்டாயுதம் மாணவர்களுடைய மாபெரும் தலைவராக உயர்ந்து நின்றபோது சில்வர் டங் சீனிவாச சாஸ்திரியார்தான் துணை வேந்தர். அண்ணாமலைப் பல்கலைக்கழகத்தில் அனைத்தும் அவர்தான். சீனிவாச சாஸ்திரியாரை. 'ரைட் ஹானரபல் சீனிவாச சாஸ்திரி' என்று சொல்வார்கள்.

அப்படிப்பட்டவர் குறித்து பாலதண்டாயுதம், மாணவத் தலைவராக இருக்கும்போது சொன்னார். 'ஹி இஸ் நெய்தர் ரைட்; நார் ஹானரபல்' என்று சொன்னார். அண்ணாமலைப் பல்கலைக்கழகமே அதிர்ந்து போய்விட்டது. 'அவர் சரியானவரும் அல்ல, மதிக்கத்தக்கவரும் அல்ல' என்ற பொருள்பட ஆங்கிலத்தில் அவ்வாறு சொன்னார். அவருக்கு வழங்கப் பட்டிருந்த பட்டத்தை அவருக்கு எதிராக அப்படியே திருப்பிப் போட்டு அடித்தார். இன்றுவரை பேசப்படுகிறது அந்த வாசகம்.

ஆகவே நாவலர்களுக்குப் பஞ்சமில்லை, அறிவாளிகளுக்குப் பஞ்சமில்லை. தியாகிகளுக்குப் பஞ்சமில்லை. ஆனாலும் நீங்கள் சொல்வதையும் யோசிக்கவேண்டும். திறந்தமனதோடு ஆழமாக ஆய்வு செய்ய வேண்டும்.

கம்யூனிசம் என்பது ஒரு காலாவதியான தத்துவம் என்றும், அது ஒரு தோற்றுப் போன கொள்கை என்றும், அது இந்தக் காலத்திற்கேற்றது இல்லை எனவும், அதற்கான தேவை முடிந்து போய்விட்டது என்றும் சொல்கிறார்களே!

உண்மை காலாவதியாகிவிட்டது. இனிமேல் உண்மைக்கு வேலை யில்லை. பொய்தான் தாண்டவமாடும் என்று சொன்னால் அது எப்படியோ, அப்படித்தான் கம்யூனிஸ்ட் கொள்கை காலாவதியாகி விட்டது என்பதும்.

கம்யூனிசம் என்பது வெறும் தத்துவம் மட்டுமல்ல. அது பண்பட்ட வாழ்க்கைக்கான வழிகாட்டி.

கம்யூனிசம் என்பது ஒரு அறிவியல். அது எப்போதும் பின்னோக்கிச் செல்லாது. முன்னோக்கித்தான் செல்லும். வளரும் தன்மையுள்ளது.

நல்லதைத்தானே சொல்கிறோம். நல்லதைத்தானே செய்கிறோம். இதில் என்ன தவறு இருக்கிறது? அனைவருக்கும் அனைத்தும் கிடைக்க வேண்டும் என்றுதானே சொல்கிறோம். இந்தக் காலத்திற்கும், சூழ்நிலைக்கும் தகுந்தாற் போல சில மாற்றங்களை உபாயங்களை வேண்டுமானால் மேற்கொள்ளலாமே தவிர, கம்யூனிசம் என்கிற பெயரைக்கூட மாற்றி வேறு பெயரை வைக்கலாமே தவிர, மற்றபடி கொள்கையிலே என்ன தவறு? அது எப்படி தோற்றுப்போகும்? உலகளாவிய பார்வை வேண்டும், உழைப்புக்கேற்ற ஊதியம் வேண்டும், உழைக்க வாய்ப்பு வேண்டும். இந்த நியாயங்கள் எப்படித் தோற்றுப்போகும்? எப்படி காலாவதியாகும்?

'உலகத் தொழிலாளர்களே ஒன்றுபடுங்கள்' என்று சொன்னது, ஒன்றுபட்டு உரிமைக்குக் குரல் கொடுப்பதற்காக மட்டுமல்ல; கடமையைச் செய்வதற்காகவும்தான்.

உங்களைப்போன்றவர்கள் சீனாவைப் பாருங்கள் என்று சொல்லிவருவதற்கும், முதலாளிகள் பலர் சீனாவைப் பாருங்கள் என்று இப்போது கூறுவதற்கும் என்ன வேறுபாடு?

நாங்கள் சீனாவைப் பார் என்று சொல்வதற்கு பல காரணங்கள் இருக்கின்றன. இதைப் பல்லாண்டுகளாகச் சொல்வதால் இதன் காரணம் பலரும் அறிந்ததே. உலகிலேயே மக்கள் தொகையில் முதல் நாடாக இருந்தும் சீனா பொதுவுடைமைக் கொள்கையைப் பின்பற்றி வருவதால் அங்கு வறுமை இல்லை, வேலையில்லாத் திண்டாட்டம் இல்லை என்பதற்காக அவ்வாறு ஒரு உதாரணத்திற்காகச் சொல்வது. ரஷ்யாவாக இருந்தாலும் சீனாவாக இருந்தாலும் அந்தந்த நாடுகளின் பொதுவுடைமைச் சூத்திரத்தை அப்படியே நம் நாட்டில் செயற்கையாகப் பொருத்த முடியாது என்பதே எனது கருத்து. இந்த மண்ணின் தன்மை, வரலாறு, பண்பாடு ஆகிய அத்தனை புற அம்சங்களையும் தனித்தன்மைகளையும் கணக்கிலெடுத்தும் பரிசீலித்தும்தான் இதற்கேற்ற அணுகுமுறையுடன் பொதுவுடைமைக் கொள்கையை இங்கு செயற்படுத்த வேண்டும்.

தொழில் நடத்துவோர் அல்லது முதலாளிகள் "சீனாவைப் பாருங்கள்" என்று சொல்வதற்கு ஆழமான காரணங்கள் உள்ளன.

எல்லா வகையான பொருட்களையும் சீனாவில் உற்பத்தி செய்து குவிக்கிறார்கள். அப்படியானால் சீனாவில் தொழிலாளர்களுக்கு சம்பளம் குறைவா என்று கேட்டால், அப்படியில்லை. அங்கு தொழிலாளர்களுக்கு நல்ல சம்பளம் கொடுக்கப்படுகிறது.

அப்படியிருந்தும் சீனப் பொருட்கள் மிகக் குறைந்த விலைக்குக் கிடைக்கிறதே! எப்படி... அதே பொருளை நாம் இங்கு உற்பத்தி செய்தால் கூட சீனர்கள் இங்கு வந்து கொடுக்கிற விலைக்குக் கொடுக்க முடியவில்லையே ஏன்? இதனால் அதே பொருளை இங்கு உற்பத்தி செய்தவர்கள் அதனைக் கைவிட்டுவிட்டு அதற்குப் பதிலாக சீனப் பொருட்களை நேரடியாக வாங்கி விற்கிறார்களே! எதனால்...

சீனாவில் மூலப் பொருட்களின் விலை மிகமிகக் குறைவு. போக்குவரத்துக் கட்டணம் மிகவும் குறைவு. எப்படி? சீனாவில் உற்பத்தி செய்த பொருட்களை இன்னொரு இடத்திற்குக் கொண்டு செல்ல நீர்வழிப் போக்குவரத்தைத்தான் அதிகம் பயன்படுத்துகிறார்கள். அதற்கான கட்டணம் நம் நாட்டில் உள்ளதை ஒப்பிடும் போது மிகக்குறைவு. நீர் வழிப்போக்குவரத்து அவர்களுக்கு ஒரு பிளஸ் பாயிண்ட். உற்பத்தி செய்தால் அதற்குண்டான மின்சாரக் கட்டணத்திற்கு அரசு மானியம் கொடுக்கிறது. மின்சார வெட்டு இல்லை.

சீனாவில் உற்பத்தியாகும் பொருட்களை வெளிநாட்டிற்கு ஏற்றுமதி செய்தால் அந்தப் பொருட்களின் விலையில் குறைந்தது 8% தொகை சீன அரசு உற்பத்தியாளனுக்கு வழங்குகிறது. இதனால் உற்பத்தியாகிற விலைக்கே ஏற்றுமதி செய்து வெளிநாட்டில் விற்றாலும் குறைந்தது அரசு கொடுக்கிற 8% தொகை லாபமாகக் கிடைக்கிறது. Cost Price (அடக்கவிலை)க்கு விற்றாலே லாபம் உண்டு என்றால் சீனப் பொருட்களை வெளிநாட்டில் Cost Priceக்கு விற்கலாமல்லவா? இதை எல்லாவற்றையும் விட உற்பத்தி சார்ந்த தொழிலை இந்தியாவிலி ருந்தோ அல்லது வேறு வெளிநாடுகளிலிருந்தோ சீனாவில் தொடங் கினால், உற்பத்தி தொடங்கி நான்கு ஆண்டுகளுக்கு வருமான வரியே கிடையாது. அதற்கு மேல் சில ஆண்டுகளுக்கு 50% வரி விதிப்பு என்று கொஞ்சம் கொஞ்சமாக உற்பத்தியாளன் மூச்சு விடுவதற்கு அவகாசம் தந்து வரிவிதிப்பை இரண்டாம் பட்சமாக்கியுள்ளளனர்.

இத்தனை அம்சங்களோடு தொழிற்சாலை தொடங்குவதற்கு, மின் இணைப்புப் பெறுவதற்கு மற்றும் இது போன்ற எல்லா வேலைகளையும் போர்க்கால அவசரத்தில் அக்கறையுடன் முடித்துக் கொள்ளலாம். இவற்றிற்கெல்லாம் ஒரு பைசை கூட லஞ்சமோ இனாமோ கொடுக்க வேண்டியதில்லை.

உற்பத்திக்கு சீனா கொடுக்கிற முக்கியத்துவத்தை இங்குள்ள தொழில் நடத்துவோர் பார்த்து பிரமித்துப்போயிருக்கின்றனர்.

கிரிமினல் குற்றங்களுக்காக தண்டனை பெற்ற ஒருவன் சிறைச்சாலையில் அடைக்கப்படுகிறான். சிறைச்சாலைக்குள் தொழிற்

சாலைகள் இருக்கின்றன. அவனுக்குத் தண்டனை கொடுக்கிற போதே 2 ஆண்டு கடுங்காவல் தண்டனை அல்லது 2000 புள்ளிகள் உற்பத்தி என்று நீதிமன்றத்தில் தீர்ப்பு அளிக்கப்படுகிறது.

உள்ளே ஒரு கார்மன்ட்ஸ் இருக்கிறது என்று வைத்துக் கொள்ளுங்கள். இத்தனை சட்டைகள் தைத்தால் ஒரு புள்ளி என்று ஒரு கணக்கு வைத்திருக்கிறார்கள். இரவு பகல் உற்பத்தியில் ஈடுபட்டு அவரது 2000 புள்ளிகளைப் பெற்று விரைவில் விடுதலையாகப் பார்க்கிறான் தண்டனை பெற்றவன். சிறைச்சாலையில் சாப்பிட்டு விட்டுச் சோம்பேறியாகவும் கிடக்க வேண்டியதில்லை. நாட்டுக்கு உற்பத்தியுமாகிறது. அவ்வாறு அவன் சிறப்பாகத் தொழில் செய்தால் விடுதலையாகி வெளியே வந்த பிறகு அதே கார்மன்ட்ஸ் தொழிலை வெளியில் செய்யவும் அரசு வழிவகை செய்கிறது.

இத்தனை அம்சங்களையும் நேரில் போய்ப் பார்த்த இந்தியத் தொழில்புரிவோர் 'சீனாவைப் பாருங்கள்' என்று சொல்லாமல் என்ன செய்வார்கள்.

தமிழகத்தை திராவிடக் கட்சிகள் 50 ஆண்டுகளாக ஆண்டு வருகின்றன. கடந்த 100 ஆண்டு காலமாக திராவிட இயக்கத்துக்கு வரலாறு இருக்கிறது. மத்திய அரசாங்கத்தில் - அரசிலும் செல்வாக்கு செலுத்தி வருகின்றன திராவிட அமைப்புகள். இந்த நிலையில் திராவிடக் கட்சிகளின் ஆட்சி நிர்வாகத்தைப்பற்றி தங்கள் மதிப்பீடு என்ன?

மத்திய ஆட்சியில் இவர்கள் பங்கு வகித்திருக்கிறார்கள். மத்திய ஆட்சியாளர்களின் துணையோடு மாநிலத்தில் இவர்கள் வெற்றி பெற்றிருக்கிறார்கள். ஒரு சில முறை மத்திய ஆட்சியை தாங்கிப் பிடிக்கும் தூண்களில் ஒன்றாகவும் இருந்திருக்கிறார்கள்.

இந்தத்தூண் விலகிவிட்டால் அந்த ஆட்சி கவிழ்ந்துவிடும் என்ற நிலைமைகூட இருந்தது. அவ்வளவு வலுவான மையத்திலே இருக்கிற தூணாக திராவிடக்கட்சி இருந்திருக்கிறது. அரை நூற்றாண்டுகாலம் என்பது வரலாற்றில் சாதாரண விஷயம் அல்ல.

பல சின்னஞ்சிறு நாடுகளில் மகத்தான மாறுதல்களை ஆட்சி யாளர்கள் ஏற்படுத்தியிருக்கிறார்கள்.

இன்று தொடக்கக் கல்வியில் சிறந்து விளங்கும் நாடு எது? என்று கேட்டால் - நானும் பல கல்லூரிகளில் பள்ளிகளில் பேசும்போது கேட்பதுண்டு. 'உலகத்திலேயே பள்ளிக் கல்வியில் சிறந்த நாடு எது' என்றால், அமெரிக்கா என்பார்கள். ஐரோப்பா என்பார்கள், ஜப்பான் என்பார்கள் சிலர். இங்கிலாந்து என்பார்கள் சிலர். ஆனால் அந்த

மாணவச் செல்வங்கள் சொன்ன எந்த நாடும் ஆரம்பக் கல்வியில் சிறந்து விளங்கவில்லை.

உலகத்திலேயே ஆரம்பக் கல்வியில் சிறந்த நாடு பின்லாந்து தான். மிகவும் சின்னஞ்சிறு நாடு. தொடக்கக்கல்வியில் சிறந்து விளங்கு கிறது. இந்தச் செய்தி நம்நாட்டு மாணவமணிகளை எட்டவில்லை. ஏற்கனவே புகழ்பெற்ற முன்னணியில் உள்ள நாடுகள் இருக்கிறதல்லவா, பணக்கார நாடுகள். அவைதான் கல்வியிலும் சிறந்திருக்கும் என்று இவர்களாகவே கற்பனை செய்து கொண்டு அந்த சில நாடுகளைக் குறிப்பிடுகிறார்கள். ஆனால், உண்மை அதுவல்ல, சின்னஞ்சிறு நாடான பின்லாந்து நாடுதான் தொடக்கக் கல்வியிலே சிறந்து விளங்குகிறது.

நான் எதற்கு அதைக் குறிப்பிடுகிறேன் என்றால், நீங்கள் கேட்ட கேள்வி ஆட்சியாளர்களைப் பற்றியது. பின்லாந்தை ஆண்டவர்கள், 'உலகிலேயே தொடக்கக்கல்வியில் சிறந்தது பின்லாந்து நாடுதான்' என்று சொல்லக்கூடிய அளவுக்கு அந்த நாட்டை உருவாக்கி இருக்கிறார்கள் அல்லவா? அப்படியென்றால் அரை நூற்றாண்டு காலம் இந்தத் தமிழகத்தை ஆண்டவர்கள் குறைந்தபட்சம் கல்வித்துறையிலாவது ஆரோக்கியமான மாற்றங்களைக் கொண்டு வந்திருக்கலாமல்லவா?

இந்தி எதிர்ப்புப் போராட்டத்தில் பலர் உயிரை இழந்திருக்கிறார்கள். மொழிப்போரில் சிறைபுகுந்தவர்கள் 'மொழிப்போர்த் தியாகிகள்' என்று அழைக்கப்படுகிறார்கள்.

அந்தப்போராட்டத்தின் விளைவாக ஒரு ஆட்சி மாற்றம் ஏற்பட்டது. ஒரு மொழி வாழ்க, ஒரு மொழி ஒழிக என்று முழக்கம் எழுப்பப்பட்டது இந்த மண்ணில்தான். தமிழ்மொழி இந்த 50 ஆண்டுகாலத்தில் எப்படிச் செழித்து வளர்ந்திருக்க வேண்டும்?

வளர்க்கவேண்டிய மொழியா இந்த மொழி? ஏற்கனவே வளர்ந்து உயர்ந்து நிற்கின்ற மொழி தமிழ்மொழி. உலகத்தில் இருக்கிற 6 ஆயிரம் மொழிகளில் ஆறு மொழிகள் செவ்வியல் மொழிகள். இதில் தமிழும் சமஸ்கிருதமும் இருக்கின்றன. ஆகவே புதிய சிறப்பு தேவையில்லை. ஏற்கனவே பெருமை இருக்கிறது. தமிழின் மேன்மையை, தமிழின் தொன்மையை, குறைந்தபட்சம் உலக நாடுகளிலே இருக்கிற தமிழர்களுக்குக் கொண்டு சென்றிருக்கலாமே! தமிழகத்திலாவது வளரும் இளம் தளிர்கள் நெஞ்சில் ஆழமாகப் பதியவைக்கப்பட்டிருக் கிறதா?

30 ஆண்டுகளுக்கு முன்பு ஏதாவது ஒரு வீட்டில் யாராவது ஒரு புதியவர் வருகிறபோது "இதோ அங்கிள் வந்து விட்டார், இதோ பார்

ஆண்ட்டி வருகிறார்'' என்று சொன்னதுண்டா? ஆங்கில வழிக்கல்வி பயிலுகிற குழந்தைகள்கூட வீட்டில் அந்தக் காலத்தில் தமிழில்தான் பேசினார்கள். ஆனால் இப்போது பொருளாதாரத்தில் மிகவும் பின்தங்கியுள்ளவர்கள் கூட தங்கள் குழந்தைகளை ஆங்கிலவழிக் கல்வி நிலையத்தில்தான் சேர்க்க வேண்டும் என்று பெரிதும் விரும்புகின்றார்கள். இந்த விசயத்தில் அவர்களை மட்டுமே குற்றம் சொல்ல முடியாது. இந்தச் சூழல் எவ்வாறு உருவானது என்பது குறித்து ஆழ்ந்து சிந்திக்க வேண்டும். சில பள்ளிக்கூடங்களில் வகுப்பறையில் மட்டுமல்ல; வளாகத்திலும் கூட தங்களுக்குள் ஆங்கிலத்தில்தான் பேசிக் கொள்ளவேண்டும் என்றும் தவறிப் போய் தாய்மொழியாம் தமிழில் பேசினால் அபராதம் என்றிருப்பதாகச் செய்திகள் வருகிறதே...

அக்ராசனர் தலைவரானார், காரியதரிசி செயலாளரானார். பொக்கிஷதாரர் பொருளாளர் ஆனார். நான் அதை வரவேற்கிறேன். ஆனால் மேடையில் ஏற்பட்ட மாற்றம் வாழ்க்கையில் ஏற்பட வில்லையே? எல்.கே.ஜி.யில் இருந்து உயர்கல்வி வரை தமிழைப் படிக்காமலேயே ஒருவன் பட்டம் பெறமுடியும் என்ற சூழல் உள்ளது.

இந்தியா சுதந்திரம் அடைந்து 70 ஆண்டுகாலம் ஆகிவிட்டது. திராவிடக்கட்சிகள் ஆட்சிக்கு வந்து 50 ஆண்டுகாலமாகிவிட்டது. நீதிமன்றங்களில் தமிழிலும் வாதாடலாம் என்றுதான் இருக்கிறதே தவிர 'இங்கே தமிழில்தான் வாதாட வேண்டும்' என்று இல்லையே ஏன்? ஒரு சிறு திருத்தம் செய்ய முடியாதா? செய்யக்கூடாதா, ஏன் செய்யவில்லை?

234 சட்டமன்ற உறுப்பினர்கள் இருக்கிறார்கள். இவ்வாறு ஒரு திருத்தத்தை சட்ட மன்றத்தில் கொண்டு வந்தால், ஏதாவது ஒரு கட்சி அல்லது யாராவது ஒரு சட்டமன்ற உறுப்பினர் எழுந்து நின்று மறுக்க முடியுமா? ஆகவே, ஏகமனதாக ஏற்கக்கூடிய ஒரு விஷயத்தைக் கூட ஏன் சட்டமன்றத்தில் தீர்மானமாக நிறைவேற்றவில்லை?

நான் வழக்கறிஞர் என்ற முறையில் சொல்கிறேன். வழக்கறிஞரும் தமிழர். குற்றம் சாட்டப்பட்டு எதிரியாக நிற்பவரும் தமிழர். எதிர்க்கட்சி வழக்கறிஞரும் தமிழர். நீதிபதியும் தமிழர். கொலை, குத்து, கத்தி, ரத்தம் என்பது தமிழ்ச் சொற்கள். சாவு, மரணம், பிரேதப் பரிசோதனை, ஆய்வு, சான்றிதழ் போன்ற தமிழ்ச் சொற்கள் ஏராளமாக இருக்கின்றன. அந்த வரப்பு வழியாக வந்தான், அந்த வாய்க்கால் வழியாக வந்தான், என்று சாதாரணமாக கிராமத்தில் பேசுவதைப் போலத்தான் நாம் சாட்சிகளைக் குறுக்கு விசாரணை செய்கிறோம். ஆங்கிலத்தில் அங்கே குறுக்கு விசாரணை செய்வதில்லை.

வாதிடும்போதும் அங்கே தாய்மொழியில்தான் வாதிட வேண்டும் என்று சட்டம் இயற்றினால் என்ன? ஏன் இதை இவ்வளவு விரிவாக, விளக்கமாகச் சொல்கிறேன் என்றால் இதைப் போன்ற சின்னச் சின்ன விவகாரங்கள் - விஷயங்களைக்கூட இவர்கள் செய்யவில்லை. ஆனால் செய்திருக்கலாம்.

"மெல்லத் தமிழினிச் சாகும் அந்த மேற்கு மொழிகள் புவிமிசை யோங்கும்" என்று எவனோ சொன்னான் எனப் பாரதி சொன்னான். ஆனால் அவன் காலத்தில் அந்த நிலைமை இல்லை. இன்று சாகும் மொழிகள் பட்டியலில் தமிழ் இருக்கிறது என்றால் அதற்குப் பதில் சொல்ல வேண்டியவர்கள் யார்?

மேடைகளில் அடுக்கு மொழியில் எதுகை மோனையோடு பேசுவதும் - அழகு தமிழில் பேசுவதும் பாராட்டத்தக்கது தான். ஆனால் அடிப்படையாகத் தமிழுக்குச் செய்வதற்கு ஏராளமான விஷயங்கள் இருக்கின்றன. சட்டரீதியாக, நிர்வாக ரீதியாக, நடைமுறை ரீதியாக, ஆய்வு ரீதியாகச் செய்யவேண்டிய அடிப்படையான பணிகள். இருக்கின்றனவே அவை செய்யப்பட வேண்டும்.

எடுத்துக்காட்டாக 2,500 ஆண்டுகளுக்கு முன்பு புதைக்கப்பட்ட அல்லது புதையுண்டு உள்ளே கிடக்கிற- சங்க காலத்தில் பயிரிடப் பட்ட நெல், மண் குவளையோடு கிடக்கிறது. அகழ்வாராய்ச்சியில் கண்டுபிடித்திருக்கிறார்கள்.

புதுச்சேரியில் இருக்கக்கூடிய டாக்டர் கே.ராஜன் அவர்கள் தலைமையிலே ஒரு குழு. அவர்களெல்லாம் சாதாரணமானவர்கள் அல்ல. வாழ்க்கையையே அகழ்வாராய்சிக்காக அர்ப்பணித்தவர்கள்.

அவர்கள் தமிழகத்தில் 2000 இடங்களைத் தேர்வு செய்து இவை யெல்லாம் அகழ்வாராய்ச்சிக்கு உரிய இடங்கள் என்று தனிச்சிறப்புமிக்க நூலொன்றில் பதிவு செய்திருக்கிறார்கள்! அந்த இடங்களுக்குரிய அனைத்து விபரங்களையும் மாவட்ட வாரியாக விவரமாகச் சொல்லி ஆங்கிலத்தில் இரண்டு பாகங்கள் அடங்கிய அற்புதமான புத்தகத்தை வெளியிட்டிருக்கிறார்கள்.

2000 இடங்களில் நூறே நூறு இடங்களில் மட்டும்தான் இதுவரை அகழாய்வு நடத்தப்பட்டிருக்கிறது. அவர்கள் சொல்லுகிற இடங்களில் எல்லாம் ஓரளவுக்கேனும் ஆய்வு மேற்கொள்ளப்பட்டிருக்குமானால் அகில உலகமே தமிழகத்தைத் திரும்பிப் பார்த்திருக்கும். விஞ்ஞானப் பூர்வமாக நிரூபிக்கப்பட்டவற்றைத்தானே உலகம் ஏற்கும்.

இன்னும் 1,900 இடங்கள் பாக்கி இருக்கின்றன. ஆய்வு நடைபெற்ற நூறு இடங்களில், பத்தே பத்து இடங்களில் நடைபெற்ற

ஆய்வுகளைப் பற்றி மட்டும்தான் அறிக்கைகள் சமர்ப்பிக்கப்பட்டு இருக்கின்றன. இன்னும் 90 இடங்களில் நடைபெற்ற ஆய்வுகளைப் பற்றி அறிக்கைகள் அளிக்கப்படவில்லை. இந்த பத்தே பத்து இடங்களைப் பற்றி கொடுக்கப் பட்டுள்ள அறிக்கைகளை வைத்தே சங்ககாலத்தின் இருப்பையும் சிறப்பையும் வரலாற்று வல்லுனர்கள் நிறுவியிருக்கிறார்கள்.

இந்தி மொழி பேசப்படுகிற பெரும்பான்மையான இடங்களில் உள்ள நீதிமன்றங்களில் இந்தியிலேயே வழக்கு நடத்தப்படுகிறது. நான் நேரில் போய் பார்த்திருக்கிறேன். அங்கே இந்தி வாழ்கிறது. நிர்வாகத்திலும் நீதிமன்றத்திலும் இந்தி நிலவுகிறது. இங்கே நிர்வாகத்திலும் நீதிமன்றத்திலும் தமிழ் இருக்கிறதா?

தமிழ் வாழ ஏராளமான விஷயங்கள் செய்யப்பட வேண்டும். அறிவியல் பூர்வமாக, ஆய்வு ரீதியாக அடித்தளம் அமைப்பதுபோல சில பணிகள் நடைபெறவேண்டும்.

எந்தெந்த ஊரிலெல்லாம் நூலகம் இல்லை, எந்தெந்த நூலகங் களுக்கெல்லாம் பணியாளர்கள் இல்லை என்று கவனித்துச் செய்திருக்க வேண்டுமல்லவா? அறிவுதானே இவர்கள் இயக்கத்துக்கே அடிப்படை. பகுத்தறிவைப் பரப்புவதுதானே திராவிட இயக்கத்தின் குறிக்கோள். அப்படி இருக்கும்போது 50 ஆண்டுகாலத்தில் கல்வித் துறைக்கு, நூலகத்துறைக்கு, வரலாற்றுத்துறைக்கு இவர்கள் செய்ய வேண்டிய முக்கியமான - அடிப்படையான பணிகள் இன்னும் சிலவற்றையாவது செய்திருக்க வேண்டும் என்று எதிர்பார்ப்பது நியாயம்தானே?

திருமணங்கள் ஆடம்பரமாக செய்யக்கூடாது என்று பெரியார் சொன்னார். திருமணங்களிலே இருக்கிற சடங்குகளைப் பேசுகிறார்களே தவிர இரண்டாவதாக இருக்கிற ஆடம்பர மறுப்பை பற்றிச் சிந்திக்கிறார் களா? இரண்டு அம்சங்கள் முக்கியம். ஒன்று சடங்கு, சம்பிரதாயங்கள் இருக்கக்கூடாது என்பது. இன்னொன்று ஆடம்பரம் அறவே கூடாது என்பது.

50 ஆண்டுகால ஆட்சியதிகாரம் என்பது அரிதினும் அரிதான வாய்ப்பு. இதை அறிவியல் வளர்ச்சிக்குப் பயன்படுத்தியிருக்கலாம். சிந்தனை வளர்ச்சிக்குப் பயன்படுத்தியிருக்கலாம்.

சாதிக் கலவரங்கள், மதக் கலவரங்கள் இந்தியாவில் எங்கு வேண்டுமானாலும் வரலாம். வள்ளுவர், வள்ளலார், பாரதி, பெரியார் வாழ்ந்த தமிழ்நாட்டில் வரலாமா?

திராவிட இயக்கத்தின் அடிப்படைக் கொள்கைகள் முற்போக் கானவையே. பொதுவான சில நல்ல நடவடிக்கைகள் மேற்கொள்ளப் படுகின்றன என்பதை மறுப்பதற்கில்லை. ஆனால் இவர்களுக்கு கிடைத்த அரைநூற்றாண்டு கால வாய்ப்பினை முழுமையாகப் பயன்படுத்தியிருந்தால் ஆக்கப்பூர்வமான செயல்பாடுகள் ஏராளமாய் நடந்திருக்கும்.

ஊழலை எதிர்த்து இப்போது சிலர் புறப்பட்டிருக்கிறார்களே! இவர்கள் உண்மையிலேயே ஊழலை எதிர்ப்பவர்களா, இல்லை இன்றைய ஆட்சியை மாற்ற ஊழலை எதிர்ப்பதாகக் கூறுகிறார்களா?

பூபேஷ்குப்தா, ராஜேஷ்வரராவ், ராஜசேகர ரெட்டி, எஸ்.ஏ.டாங்கே, கேடிகே. தங்கமணி, பார்வதி கிருஷ்ணன், அச்சுத மேனன், ஈஎம்எஸ். நம்பூதிரி பாட், ஜோதிபாசு, நிருபன் சக்கரவர்த்தி இவர்கள் எல்லாம் யார்?

இதில் பெரும்பான்மையானோர் மிகவும் வசதியான குடும்பத்தி லிருந்து வந்தவர்கள். ஆனால் எளிமைக்கு உதாரணமாக வாழ்ந்தவர்கள். அவர்கள் எளிமையாக வாழ்ந்ததாக மற்றவர்களும் சொன்னதில்லை. அவர்களும் தாங்கள் எளிமையாக வாழ்வதாகச் சொல்லிக் கொண்ட தில்லை. 'இதற்கு மேல் எளிமையாக வாழ முடியாது' என்று சொல்லக் கூடிய அளவுக்கு எளிமையாக இருந்தவர்கள்.

இப்போது புதிதாக ஊழலை எதிர்த்து கிளம்பியிருப்பவர்களை வரவேற்கிறேன். பாராட்டுகிறேன். ஆனால், இவர்களது வாயில் இருந்து தப்பித்தவறி கூட ஊழல்புரியாமல் நேர்மையாக வாழ்ந்த இந்தத் தலைவர்களைப் பாராட்டி ஒரு வார்த்தைகூட வரவில்லை.

முதல்வர்களாக கேரளாவில் அச்சுதமேனன் இருந்தார். நம்பூதிரிபாட் இருந்தார். மேற்கு வங்காளத்தில் ஜோதிபாசு இருந்தார். திரிபுராவில் நிருபன் சக்கவர்த்தி இருந்தார். "இவர்களைப் போன்றவர்களது கொள்கைகள் எனக்கு ஏற்புடையது அல்ல. ஆனால் அவர்கள் நேர்மையாக இருந்தார்கள். அது எனக்குத் தெரியும். அவர்கள் ஏற்றுக்கொண்ட சித்தாந்தத்திலே எனக்கு உடன்பாடு கிடையாது, அது நமது நாட்டிற்கு ஒத்துவராது. ஆனால் இந்தத் தலைவர்கள் லஞ்ச ஊழலுக்கு அப்பாற் பட்டவர்கள். நியாயமாகச் செயல்பட்டார்கள்" என்றாவது ஒரு வார்த்தை, ஊழலை எதிர்க்கிறேன் என்று சொல்லக்கூடியவர்கள் சொல்லவில்லையே...

உண்மையிலேயே ஊழலை எதிர்க்க வேண்டும், சமூக மாற்றம் ஏற்படவேண்டும் என்பதிலே இவர்களுக்கு அக்கறை இருந்தால்

இவர்களைப் போல் எந்தக் கட்சியைச் சார்ந்த யாராக இருந்தாலும் அவர்களை எடுத்துக்காட்டாகச் சொல்லலாமல்லவா?

ஜாதி, மதம், மொழி, இனம், நாடு, கட்சி, கொள்கை என்று அத்தனை வேறுபாடுகளையும் தாண்டி மதிக்கப்பட வேண்டிய மாமனிதர்களை மதிக்கிறோம். உண்மையாக நேசிக்கிறோம். ஆனால் இன்று ஊழலை எதிர்ப்பதாகச் சொல்கிறவர்கள் போகிறபோக்கில் கூட ஒரு வார்த்தை நேர்மையாக வாழ்ந்த தலைவர்களைக் குறிப்பிடவில்லை.

'சமத்துவமெல்லாம் வராதுப்பா. அவங்க சொல்வதையெல்லாம் ஏற்கமுடியாது. ஆனால் அவங்க நேர்மையான ஆளுங்க. காசு விஷயத்துல ரொம்ப நாணயமானவங்க. அது எனக்குத் தெரியும்' என்று ஏன் இவர்கள் சொல்லவில்லை. அந்த நேர்மையான பொதுவுடைமை இயக்கத் தலைவர்களிடம் பழகியவர்கள், அவர்கள் நடுநிலையோடு செயல்பட்டதைக் கண்ணால் கண்டவர்கள் இன்றைக்கும் நம்மிடையே இருக்கிறார்கள். அவர்கள் தியாக வாழ்க்கை வாழ்ந்தது பொய்யில்லை. அப்படி இருக்கும்போது அதைப் பற்றி ஒரு வார்த்தையாவது பேசவேண்டாமா? நாணயம் என்பது பணம் கொடுக்கல் வாங்கலில் ஊழல் இல்லாமல் நேர்மையாக இருப்பதோ, மட்டுமல்ல; உண்மையை ஒளிவு மறைவின்றி விருப்புவெறுப்பின்றிச் சொல்வதும் நாணயம் தானே!

பொதுவுடைமையாளர்களுக்கு தொழிலாளர்கள் மீது உள்ள அக்கறை தொழில் வளர்ச்சியின் மீது இல்லை என்கிறார்களே!

பொதுவுடைமையாளர்கள் தொழில் வளர்ச்சிக்கு எதிரானவர்கள் என்ற கருத்து முற்றிலும் தவறானது. தொழில் மிகச் சிறப்பாக நடைபெறவேண்டும். தொழிலில் ஈடுபடாத நாடு நிச்சயம் வளர்ச்சியடையாது.

தொழில் செய்பவர்களை அரசு ஊக்கப்படுத்த வேண்டும். வேறு நாடுகளில் எப்படித் தொழில் செய்கிறார்கள் என்று அவர்கள் தெரிந்து கொள்ள உதவவேண்டும். தொழில் தர்மத்தோடு செயல் படக் கூடியவர்களை உற்சாகப்படுத்தவேண்டும். பாராட்ட வேண்டும். மேலை நாடுகளில் வாழும் தொழில் நிபுணர்களை அழைத்து வந்து பயிற்சி கொடுக்க ஏற்பாடு செய்யவேண்டும்.

பொதுவுடைமை இயக்கத் தொழிற்சங்கத்தின் கொள்கை இரு தூண் கொள்கை, டூ பில்லர் பாலிசி.

1. தொழிலை வளர்ப்பது
2. தொழிலாளர் உரிமை காப்பது.

தொழில் வளராமல் எப்படித் தொழிலாளர்கள் உரிமையைக் கேட்க முடியும்? தொழிற்சாலையே வீணாகப் போய்விட்டால் தொழிலாளர் களுக்கு எப்படி போனஸ் கேட்கமுடியும்? வருமானமே இல்லை. பொருள்கள் முடங்கிக் கிடக்கின்றன என்றால் சம்பள உயர்வு எப்படிக் கேட்கமுடியும்? அவர்கள் தான் எப்படித் தரமுடியும்?

தொழிலாளர்களுக்கு உரிமையும் சலுகையும் கிடைக்க வேண்டும் என்ற ஒரே காரணத்துக்காக மட்டும் தொழில் வளர்ச்சியின் அவசியத்தைப் பொதுவுடைமையாளர்கள் வலியுறுத்துவதில்லை.

கடமையும் உரிமையும் இரண்டு கண்கள். கடமையை வலியுறுத்துபவர்கள் உரிமையைப் பற்றி வாய் திறப்பதில்லை. உரிமையை மட்டுமே உரக்க முழங்குபவர்கள் கடமைகளைப் பற்றிக் கவலைப்படுவதில்லை. கடமையைச் செய்யாத எவருக்கும் உரிமையைக் கேட்க உரிமையில்லை. வழங்க வேண்டிய உரிமையை வழங்காதவர்களுக்கு கடமையை வலியுறுத்தத் தகுதியில்லை.

மொத்தத்தில் எந்த ஆட்சியிலும் தொழில் வளர்ச்சியும் உற்பத்திப் பெருக்கமும் மிகவும் அவசியமாகும்.

அரசுத் துறை ஊழியர்களிடம் குறைகளை பரவலாகப் பார்க்கிறோமே? அரசு தனியார்மயக்கொள்கையை ஊக்குவிப்பதில் ஒரு நியாயம் இருக்கத்தானே செய்கிறது...

இந்தியாவில் செயல்படுகிற ரயில்வே, இன்சூரன்ஸ் போன்ற பொதுத்துறை நிறுவனங்கள் உலக அளவில் நற்பெயர் பெற்றிருப்பதோடு முதலிடமும் வகிக்கின்றன. லாபமும் ஈட்டுகின்றன. அரசுத்துறை நிறுவனங்கள் வெறும் வருமானத்திற்காக மட்டுமின்றி சேவைக்காகவும், மக்கள் நலனுக்காகவும் ஏற்படுத்தப்பட்டது என்பதை நாம் புரிந்து கொள்ள வேண்டும். உதாரணத்திற்கு அரசுக் கல்வி நிறுவனங்களை எடுத்துக் கொள்ளலாம். அரசாங்கத்தின் கையிலுள்ள கல்வி நிலையங்களை தன்னுடைய கல்வி நிலையங்கள் என்று அரசு மனப்பூர்வமாகக் கருதிச் செயல்பட வேண்டும். அரசாங்கம் - அமைச்சர்கள் - அதுவும் உயர்கல்விக்குத் தனி அமைச்சகம் - பள்ளிக் கல்விக்குத் தனி அமைச்சகம் என்று இரண்டு அமைச்சகங்கள் கல்விக்காக இயங்குகின்றன. பெரும்பான்மையான தனியார் கல்வி நிலையங்களில் முழுத் தகுதிமிக்க அசிரியர் பெருமக்கள் தேர்வு செய்யப்படுவதில்லை. அவ்வாறான தகுதிமிக்க ஆசிரியர்கள் கிடைப்பது அரிது என்பது ஒரு காரணம். அவ்வாறு கிடைத்தாலும் அவர்கள் தகுதிக்கேற்ற சம்பளம் கொடுக்க வேண்டுமென்பது மற்றொரு காரணம்.

அரசுக் கல்வி நிறுவனங்களின் ஆசிரியர் பணிக்கு விதிப்படி அத்தனை அடிப்படைத் தகுதியுமுள்ள ஆசிரியப் பெருமக்கள் தான் விண்ணப்பிக்க இயலும். அத்தோடு அத்தகைய அடிப்படைத் தகுதியுள்ளவர்களும் மீண்டும் தேர்வெழுதி வடிகட்டப்பட்டு அதிலும் தேர்வாகி பின்னர் நடைபெறும் நேர்காணலுக்குப் பிறகு நியமிக்கப் படுகின்றனர். அதற்கேற்ற நல்ல சம்பளமும் அரசால் வழங்கப்படுகிறது.

அரசு உளப்பூர்வமாக நினைத்துக் களம் இறங்கியிருந்தால், கவனிப்பு - கண்காணிப்பு - ஊக்குவிப்பு என்று பன்முகத் தன்மையோடு அரசுப் பள்ளிகளை அரசாங்கம் அணுகியிருந்தால் இந்நேரம் அரசுப் பள்ளிகள் மக்களின் பெரும் நம்பிக்கையைப் பெற்றிருக்கும். தரமான தனியார் கல்வி நிறுவனங்களுக்கு இணையாகவோ, சில இடங்களில் தனியார் கல்வி நிறுவனங்களைக் காட்டிலும் சிறப்பாகவோ அரசுக் கல்வி நிறுவனங்களை நடத்த முடியும் என்று ஆணித்தரமாக நம்புகிறேன்.

நெஞ்சில் கைவைத்து சொல்லுங்கள். இது அரசுபள்ளி, இது அரசு கல்லூரி என்று போடப்பட்டிருக்கிறது. இது நம்முடைய பள்ளி, இது நம்முடைய கல்லூரி. இதை நாம்தான் பாதுகாக்க வேண்டும் என்று சம்பந்தப்பட்டவர்கள் நினைத்திருப்பார்களா? இல்லை! அரசுப் பள்ளியை இது நம்முடைய பள்ளியென்று அரசே நினைக்கவில்லையே.

தன்னுடைய சொந்தக் குழந்தையை, ‘இது என்னுடைய பிள்ளை இல்லை’ என்று சொல்லக் கூடிய தாயின் நிலையில் அரசு இருக்கிறது. நான் கேட்கிறேன், எத்தனை தலைவர்கள், எத்தனை தொண்டர்கள் அரும்பாடுபட்டு அரசுப் பள்ளி - கல்லூரிகளை ஏற்படுத்தியிருப்பார்கள்? எத்தனை ஆண்டுகள் உழைத்திருப்பார்கள்? எத்தனைபேர் வியர்வை சிந்தியிருப்பார்கள்? எத்தனை பேருடைய கனவு!

கல்வியாளர்
நெ.து.சுந்தரவடிவேலு

ஆடுமாடு மேய்த்துக் கொண்டிருந்த கிராமத்துச் சிறுவர்களுக்கு மதிய உணவு கொடுத்தாவது கல்வியளிக்க நினைத்தாரே கர்மவீரர் காமராஜர்! ஏழை எளிய குழந்தைகளுக்கு கல்வி அவசியம் என்று கருதி காமராஜருக்கே பள்ளியில் மதிய உணவு கொடுக்கும் திட்டத்தைத் தீட்டித் தந்தாரே கல்வி யாளர் நெ.து.சுந்தரவடிவேலு... இப்படி எத்தனை எத்தனை நல்ல உள்ளங்களின் பெருங்கனவு இந்தப் பள்ளிக் கூடங்கள்!

தனியார் கல்வி நிறுவனங்களிலேயே முழுக்க முழுக்கக் கல்விச் சேவை செய்வதற்கென்றே

நடத்தப்பட்டு வரும் சில நிறுவனங்கள் உள்ளன. ஆனால் எண்ணிக்கையில் இது குறைவு. சில நிறுவனங்கள் முழுக்கக் கல்விச் சேவை என்றில்லா விட்டாலும் மாணவர்களுக்குத் தரமான கல்வி கொடுக்க வேண்டும் என்ற கருத்தோடு செயல்படுகின்றன. இவற்றையெல்லாம் மறுப்பதற் கில்லை. அதே சமயத்தில் முழுக்க முழுக்க வியாபாரமாகவே கருதி நடத்தப்படுகிற கல்வி நிலையங்கள் அதிக எண்ணிக்கையில் உள்ளன. ஆனால் ஏழை எளிய கிராமப்புற மாணவர்கள், முதல் தலைமுறையாகப் படிக்கிற மாணவர்கள் நகர்ப்புறத் தொழிலாளர்களின் குழந்தைகள் போன்றோர் அரசுப் பள்ளிகளில்தானே படிக்க இயலும். அவர்கள் தானே எண்ணிக்கையில் மிக அதிகம்.

அரசுப் பள்ளியின் முன்னேற்றம்தானே இத்தகைய மாணவர்களின் முன்னேற்றத்திற்கு அடித்தளமிடுவதாக அமையும். ஆகவே ஒட்டுமொத்த சமூக முன்னேற்றத்தைக் கணக்கிலெடுத்து அரசுப் பள்ளி களின் வளர்ச்சிக்குப் பாடுபடுவது அவசியப்படுகிறது.

உதாரணத்திற்கு ஒன்று என்ற அடிப்படையில் தான் அரசுக் கல்வி நிறுவனங்களைப் பற்றிச் சொன்னோமே தவிர பொதுத்துறை பற்றி சொல்வதற்கு ஏராளமாக இருக்கின்றன.

எக்கச்சக்கமான பேருந்துகள் ஓடுகின்றன. அரசு வண்டி வாகனங்கள் ஓடுகின்றன. மனசாட்சிப்படி சொல்லுங்கள், முறையாக இந்தத் தொழிலை நடத்த வேண்டும், இலாபமீட்ட வேண்டும், மக்களுக்கும் சேவை செய்யவேண்டும், எள்ளின் நுனியளவு கூட இதில் ஊழல் இருக்கக்கூடாது என்று அரசு நினைத்ததுண்டா? நினைக்கவில்லை.

அரசு பொதுத்துறை நிறுவனங்களில் அங்கே வேலை செய்யக் கூடிய ஊழியர்கள் இன்னும் சிறப்பாகப் பணியாற்ற வேண்டும். தங்கள் சொந்த நிறுவனமாக நினைத்துக் கொண்டு அவர்கள் வேலை செய்யவேண்டும். 'இது எனது நிறுவனம்' என்ற பொறுப்பு அவர்களுக்கு இருக்க வேண்டும். சமூகப் பொறுப்புள்ளவர்களாக அவர்கள் நடந்து கொள்ள வேண்டும் என்பது தான் எங்களது அழுத்தமான கருத்து. அவர்கள் மத்தியிலே பேசும்போதுகூட நாங்கள் அதைத்தான் வலியுறுத்தி வருகிறோம்.

பலர் சிறப்பாகச் செயல்படுகிறார்கள். ஆனால் அனைவரும் அவ்வாறு செயல்பட வேண்டும். நூறு சதவிகிதம் திருப்தியாகச் செயல்படவேண்டும். அது அரசுப்பள்ளி ஆசிரியர்களாக இருந்தாலும் சரி, வேறு பொதுத்துறை நிறுவன ஊழியர்களாக இருந்தாலும் சரி.

இதைத்தான் 'ஒர்க் கல்ச்சர்' என்று சொல்கிறோம். அவர்கள் அதற்காக வருத்தப்படக்கூடாது. கவலைப்படுவதை விட்டுவிட்டு

சிந்திக்கத் தொடங்கவேண்டும். என்ன விலை கொடுத்தாவது இந்த நிறுவனத்தைப் பாதுகாக்கவேண்டும் என்று நினைக்க வேண்டும். பொதுத்துறை நிறுவன ஊழியர்களும் அரசு ஊழியர்களும் அரசுப் பள்ளி, கல்லூரி ஆசிரியர்களும் தங்கள் மீது மக்கள் வைக்கும் எதிர்பார்ப்புகளை உணர்ந்து நடந்துகொள்ளவேண்டும். இது ஒன்று.

அரசாங்கத்திற்கு இதில் எந்த அளவுக்குப் பொறுப்பும் கடமையும் உள்ளதோ அதே அளவுக்கு பொதுத்துறை நிறுவன அலுவலர்களுக்கும் ஊழியர்களுக்கும் உள்ளது. இரண்டு தரப்பும் இரண்டு தண்டவாளங்கள் போல் செயல்பட்டால் மட்டுமே 'மக்கள் நலன்' எனும் ரயில் தடம் புரளாமல் இலக்கைச் சென்றடைய முடியம்.

இன்னொன்று லாபகரமாக நடக்கும் நிறுவனங்களை ஏன் தனியாரிடம் ஒப்படைக்கவேண்டும்? புதிய பொருளாதாரக் கொள்கையின் அடிப்படை அம்சம் என்னவென்றால் எல்லாவற்றையும் தனியார் மயமாக்குவது! நான் உங்களைக் கேட்கிறேன், 'இது எனது கம்பெனி. நன்றாக லாபகரமாக இது நடக்கிறது' என்றால் சந்தோஷப் பட வேண்டுமே தவிர, அதை விற்றுவிட்டுப் போவதில் என்ன அர்த்தம் இருக்க முடியும்?

தனியார் மயமாக்கு என்று யாராவது கோரிக்கை வைத்தார்களா? தனியாரிடம் இருப்பதை அரசுடைமையாக்கு என்றுதான் சொல்வார்களே தவிர, எங்காவது அரசிடம் இருப்பதைத் தனியார் மயமாக்கு என்று கோரிக்கை வைத்தார்களா, வேண்டுகோள் விடுத்தார்களா? பிறகு ஏன் தனியார் மயமாக்கும் நடவடிக்கை?

யாருடைய நலனுக்காக தனியார் மயமாக்குகிறார்கள்?

இதில் சர்வதேச அரசியலே ஒளிந்திருக்கிறது. உலக வங்கியின் நிபந்தனை, உலக வர்த்தக நிறுவனத்தின் ஆலோசனை என்று பல அம்சங்கள் இதில் அடங்கியிருக்கின்றன. அரசே சில சர்வதேச நிதி அமைப்புக்களின் நிர்பந்தங்களுக்கு ஆளாகியிருக்கிறது. அந்த உலக அமைப்புகள் இந்தியாவில் தனியார் துறை வளர வேண்டும் என்பதோடு அரசின் பொதுத்துறையும் படிப்படியாகத் தனியார் மயப்படுத்தப்பட வேண்டும் என்ற நோக்கமுள்ளவைகளாகும்.

இத்தோடு இன்னொரு உண்மையையும் சேர்த்துப் பார்க்க வேண்டும்...

அமெரிக்காவில் ஏற்பட்ட திடீர் பொருளாதார சரிவு அமெரிக்காவின் பல நிறுவனங்களை மட்டுமல்ல 50க்கும் மேற்பட்ட அந்நிய நாடுகளின் பொருளாதாரமே ஆட்டம் காணும் அளவுக்கு பாதிப்பை ஏற்படுத்தியது. அமெரிக்காவிலும் பிற நாடுகளிலும் பல பகாசூர நிறுவனங்கள்

திவாலாகிவிட்டன. அத்தனை நாடுகளுக்குப் பாதிப்பை ஏற்படுத்திய அமெரிக்கப் பொருளாதாரச் சரிவு (Recession) இந்தியாவைப் பாதிக்க வில்லையே... ஏன்? இது சம்பந்தமாக இந்தியாவிலுள்ள எல்லாப் பொருளாதார நிபுணர்களும் ஒரே கருத்தைத் தான் கூறியுள்ளனர். அது இந்தியாவில் பொதுத்துறை வலுவாக இருப்பதால் அமெரிக்காவின் பொருளாதாரச் சரிவு இந்தியாவைப் பாதிக்கவில்லை என்பதுதான். அப்படியானால்..... இந்தியாவின் கேந்திரமான பொதுத்துறை நிறுவனங்கள் தான் இந்தியப் பொருளாதாரத்திற்கு அரணாக விளங்கு கிறது என்பது தெளிவாகிறது.

ஆகவே பொதுத்துறையை தனியார் மயப்படுத்த வேண்டும் என்ற சிந்தனை, முற்றாக முறியடிக்கப்பட வேண்டிய ஒன்று.

இன்றைய இந்தியாவில் எத்தகைய பொருளாதாரச் சீர்திருத்தங்கள் உடனடியாக மேற்கொள்ளப்பட வேண்டும் என்று கருதுகிறீர்கள்?

பல முக்கியமான சீர்திருத்தங்கள் செய்யப்பட வேண்டியுள்ளன. சிலவற்றை உடனடியாகவும், மேலும் சிலவற்றை தொலைநோக்குப் பார்வையோடும் செய்ய வேண்டும்.

கறுப்புப் பண ஒழிப்பு, பொதுத்துறை வங்கியில் உள்ள வராக் கடனை வசூலிப்பது, வெளிநாட்டு வங்கியிலுள்ள இந்தியக் கோடீஸ் வரர்களின் பெருந்தொகையைக் கைப்பற்றுவது போன்ற நடவடிக் கையின் மூலம் பொருளாதாரச் சீர்திருத்தங்களைத் தொடங்கலாம்.

இப்பொழுது சுவிட்சர்லாந்தில் இருக்கக்கூடிய கறுப்புப்பணத்தை எடுக்கப்போவதாகச் சொல்கிறார்களே! அது போன்ற எந்தெந்த அன்னிய நாடுகளில் எந்தெந்த இந்தியர் எத்தனை கோடி ரூபாய் கணக்கில் வராத கறுப்புப் பணத்தைப் போட்டுள்ளார் என்பதை அறிவியல் தொழில்நுட்ப வளர்ச்சி நிறைந்த இந்தக் காலத்தில் கண்டுபிடிக்க உண்மையாகவே நினைத்தால் முடியாதா? அரசுடமை யாக்கப்பட்ட வங்கிகளில் இரண்டு இலட்சம் கோடி வராக்கடன் மலை போல் குவிந்திருக்கிறதே! ஏழைகளின் தலையில், நடுத்தர வர்க்கத்தின் தலையில்தான் சுமைகளை ஏற்றுகிறார்களே தவிர, அந்த வராக்கடனில் கைவைக்கவில்லையே ஏன்? அந்தக் வராக்கடனை வசூலிக்கவில்லையே ஏன்? அது இந்த நாட்டின் சொத்துதானே?

இமயமலைபோல் குவிந்திருக்கிறதே, இந்திய தேசத்திற்கே- அரசாங்கத்திற்கே சவால் விடுகிறதே, ஆட்சியதிகாரத்தையே ஆட்டிப் படைக்கிறதே!

'கறுப்புப்பணத்தைக் கைப்பற்றுக' என்ற முழக்கத்தை முன்வைத்து இந்தியாவில் கறுப்புப்பணம் எவ்வளவு இருக்கிறது என்ற புள்ளிவிபரம் கொடுக்கப்பட்டுள்ளது. அரசாங்கமே கொடுத்த புள்ளிவிவரம் இருக்கிறதல்லவா! அதன்படியாவது நடவடிக்கை எடுங்கள் என்கிறோம். இன்றுவரை நடவடிக்கை இல்லை.

வாராக்கடன் என்றால், 'நான் பர்ஃபாமிங் அசட்' என்றால், என்ன அர்த்தம்? வசூலிக்க முடியாத பணம். யாரிடம் வசூலிக்க முடியாத பணம்? யார் யாரிடம் எவ்வளவு இருக்கிறது அப்படி? அந்தப் பட்டியலைக் கொடுங்கள், மக்களுக்கு அந்தப் பட்டியலைத் தெரியப்படுத்துங்கள், என்று இந்திய கம்யூனிஸ்ட் கட்சி கேட்டது. குறிப்பாக அதன் பொதுச் செயலாளராக விளங்கிய ஏ.பி. பரதன் கேட்டார்.

இது ஒரு போட்டிப் பொருளாதாரம். இந்திய மக்களுக்கு எதிராக, இந்திய முன்னேற்றத்திற்கு எதிராக அச்சுறுத்தக்கூடிய வகையிலே வளர்ந்து நிற்கிறது.

'சரி யார் யாரிடம் எவ்வளவு இருக்கிறது என்ற பட்டியலாவது வெளியிடுங்கள்' என்றார் பரதன். அதற்கு அன்றைய பாரதப்பிரதமர் வாஜ்பாய் 'அதற்கு சட்டத்தில் இடமில்லை' என்றார்.

அரசாங்கத்திடம் கோடிக்கணக்கில் பணத்தை கடனாகப் பெற்றுக் கொண்டு அதைத் திருப்பிச் செலுத்தாதவர்கள் பட்டியலை வெளியிட வேண்டும் என்றால் அதற்குச் சட்டத்தில் இடமில்லையா?

அதற்குப் பிறகு தலைநகர் டெல்லியில் பெரிய நிருபர்கள் கூட்டத்தைக் கூட்டிய ஏ.பி.பரதன், 'அவர்கள் வெளியிடவில்லை. இதோ நான் வெளியிடுகிறேன்' என்றார். இவர் ஆயிரம் கோடி, இவர் 2 ஆயிரம் கோடி, இவர் மூவாயிரம் கோடி தரவேண்டும் என்று திருப்பிக் கொடுக்காதவர்கள் பட்டியலைத் துல்லியமாக வெளியிட்டார்.

பேரைச்சொல்லி, இனிசியலைச்சொல்லி, கம்பெனி பெயரைச் சொல்லி முகவரியைக் குறிப்பிட்டு, கணக்கைத் துல்லியமாகக் குறிப்பிட்டார். எந்தத் தேதியில் வாங்கினார், எவ்வளவு வட்டி எல்லாவற்றையும் குறிப்பிட்டார். எல்லாப் புள்ளி விபரங்களையும் ஒரு துண்டுப் பிரசுரம் போல் அச்சிட்டும் கொடுத்தார்.

இதை அரசு தரப்பில் மறுத்தார்களா!

மறுக்கவும் இல்லை, இந்த விபரங்களை உங்களுக்கு யார் அளித்தார்கள் என்று கேட்கவும் இல்லை. நடவடிக்கையும் இல்லை. இப்படி 1000 கோடிகள், 2000 கோடிகள், 3000 கோடிகள் என்று தூக்கிக்

கொடுத்திருக்கிறார்களே, அவர்களெல்லாம் யார்? ஏழை எளியவர்களா, வறுமைக்கோட்டுக்குக் கீழே வாழ்கிறவர்களா, விவசாயிகளா, தொழிலாளிகளா, நடுத்தர வர்க்கமா என்றால் இல்லை.

2000 கோடி ரூபாய், 3000 கோடி ரூபாய்களை திரும்பத் தராதவர்கள் யார்? கோடீஸ்வரர்கள். பல்லாயிரக்கணக்கான கோடிகள் அசையும், அசையா சொத்துக்களுக்கு உரிமையாளர்கள்.

ஆக, பொதுமக்களுடைய சொத்தை எடுத்து உங்கள் இஷ்டத்திற்கு யாருக்கு வேண்டுமானாலும் கொடுப்பீர்கள். கேட்டால் பெயரையும் சொல்லமாட்டீர்கள்!

இது இந்தியாவின் சொத்து. அதை அபகரிக்க யாருக்கும் உரிமை இல்லை. அரசு வங்கிகள் சீரழிவதற்கு இத்தகையவர்கள் காரணமாக இருக்கிறார்கள். மிகச் சிறப்பாகச் செயல்பட்டு வரும் பொதுத்துறை நிறுவனமான வங்கிகளை இத்தகைய போக்கு முடக்கிப் போட்டு விடாதா?

எம். கல்யாண சுந்தரத்தோடு உங்களுக்கு ஏற்பட்ட மறக்க முடியாத அனுபவம் ஏதாவது?

எம். கல்யாணசுந்தரம்

அருமையான தலைவர் அவர். அவரைப் பார்த்தாலே கையெடுத்து கும்பிடத் தோன்றும். நடை, உடை, பாவனை, தோற்றப்பொலிவு கொண்டவர். தூய்மை நூறு சதவிகிதத் தூய்மை. அரசியலில் மட்டுமல்ல தனிவாழ்விலும்... அகத்தில் மட்டுமல்ல... புறத்திலும். வெள்ளை வெளேர் என்று தூய பிரகாசமான சட்டை, வேட்டி, கைத்தறித் துண்டு அணிந்திருப்பார்.

நான் சட்டம் படித்துவிட்டு என்ட்ரோல்மெண்ட் பண்ணுவதற்காக சென்னை சென்றேன். காலையில் ஆறு மணிக்கு கட்சி ஆபீசுக்குப் போனேன்.

காலை குளித்து முடித்து வீட்டிலிருந்து அலுவலகம் வந்து - வெள்ளை வேட்டி சட்டையணிந்து புத்துணர்ச்சியுடன் பளபளப்பாக தோழர் எம். கல்யாணசுந்தரம் பேப்பர் படித்துக்கொண்டு உட்கார்ந்திருந்தார்.

சில சமயம் கோபப்படுவார், கறாராகப் பேசுவார். சில சமயம் மிகவும் அன்பாக இருப்பார். அந்தக் கோபத்திலும் ஒரு அர்த்தம் இருக்கும். பிறரை நெறிப்படுத்த வேண்டும் என்ற நோக்கத்தோடு

தோழமையுடன் கடிந்து கொள்வார். அன்று மிகவும் மகிழ்ச்சியான மனநிலையில் இருந்தார்.

“என்ன சூட்கேஸ், ஜேம்ஸ்பாண்டு மாதிரி” என்றார்.

“இல்லைங்க, என்ட்ரோல்மென்ட்டுக்கு வந்தேன்” என்றேன்.

“என்னது என்ட்ரோல்மெண்ட்டா? பி.எல். முடிச்சாச்சா?”

“முடிந்தது” என்றேன்.

“பட்டம் வாங்கியாச்சா?”

“வாங்கிவிட்டேன்” என்றேன்.

“எப்ப போறே?”

“இப்ப காலைல 10 மணிக்கு”

“சரி! குளிச்சுட்டு கிளம்பு. எங்க கோட்டு கவுனெல்லாம்?” என்றவுடன் எடுத்துக்காட்டினேன்.

மிகவும் சந்தோஷப்பட்டார்.

“ம்ம். சரி. அந்த என்ட்ரோல்மென்ட்டுக்கு யாராவது ஒருத்தர் கையெழுத்துப் போடனுமே, வக்கீல்...” என்றார்.

“ஆமாங்க. 10 வருஷ அனுபவம் உள்ள வக்கீல் போடனும்.”

“நீ போய் நம்ப என்.டி.வானமாமலை கிட்ட கையெழுத்து வாங்கிக்க. நான் சொன்னேன் என்று தோழர் என்டிவிகிட்ட போய் வாங்கிக்கிட்டு, என்.டி.வி-ய நேரா என்ட்ரோல்மென்ட் நடக்கிற இடத்துக்கு வரச்சொல்.”

“சரிங்க”

“நீ என்ன செய்றேனா... என்ட்ரோல்மென்ட் முடிஞ்சதும் நேரா இங்கே கட்சி ஆபீசுக்கு வரணும். உன்னுடைய அந்த வக்கீல் கோட்டைக் கழட்டாம வரணும். நான் மற்ற தோழர்களுக்கெல்லாம் தகவல் சொல்லிடறேன். நீ வந்ததும் எல்லோரும் சேர்ந்து காபி சாப்பிடுறோம்.”

எப்பேர்ப்பட்ட மனிதர், எவ்வளவு உயரத்தில் இருக்கிறார். எவ்வளவு பெரிய தலைவர். எனக்கு என்ன வயது?

முக்கியத் தோழர்கள் சுமார் 20 பேர் இருந்தார்கள். “நம்ம ஸ்டாலின் என்ட்ரோல்மென்ட்டுக்கு போயிருக்காப்டி. இன்னும் கொஞ்ச நேரத்துல வந்துருவாப்படி. கோட்டோட வரச் சொல்லிருக்கேன்.”

என்று எல்லோருக்கும் போன் பண்ணி சொல்லியிருக்கார். ஆபீசில் அவருக்கு போன் போட்டுக் கொடுத்த தோழர்கள் சொன்னார்கள்.

“சுவீட்டே சாப்பிடமாட்டேன். உனக்காக இன்னைக்கு கொஞ்சம் சாப்பிடறேன்” என்றார். இதை எப்படி மறக்க முடியும்?

அண்மையில் மறைந்த ஏ.பி. பரதன், ஏ.எம்.கோபு ஆகியோரோடு உங்களுக்கு ஏற்பட்ட பழக்கம் பற்றி பகிர்ந்து கொள்ளுங்கள்...

மிகச் சிறந்த மனிதர்கள். நல்ல தலைவர்கள், கட்சிக்கூட்டங்களிலும் மக்கள் மன்றத்திலும் அற்புதமான முறையில் ஆதாரங்களை எடுத்து வைத்துப் பேசக்கூடியவர்கள். ஆங்கிலத்தில் நல்ல புலமை உடையவர் பரதன்.

வயதிலும் அனுபவத்திலும் இளையவர்களான எங்களைப் போன்றவர்களை சமமாக அமர வைத்து அக்கறையோடு பேசக் கூடியவர்கள்; பலர் சமமாக உட்காரவைப்பார்கள். ஆனால் சமமாக நடத்தமாட்டார்கள். சமமாகப் பார்க்க மாட்டார்கள். இவர்கள் தனக்குச் சமமாக நடத்தக்கூடியவர்கள். தனக்கு நிகராகப் பார்க்கும் விசாலமான உள்ளம் படைத்தவர்கள்.

எளிமை, தூய்மை, போர்க்குணம் கொண்ட தலைவர்கள். பெரிய பொறுப்புகளில் இருந்தாலும் சர்வசாதாரணமான தொண்டர்களைப் போல பழகுவார்கள். இதெல்லாம் ஒரு செய்தியாகச் சொல்லக்கூடிய அளவுக்குக்கூட இல்லை, அவ்வளவு சகஜமாக மக்களோடு மக்களாகப் பணியாற்றுவார்கள்.

நான் பார்த்துப் பார்த்து ஆச்சரியப்பட்ட தலைவர் எம். கல்யாண சுந்தரம். இப்படிப் பல தலைவர்கள். இமயமலை போன்றவர்கள். பார்க்கும் போதே தலைவராக ஏற்றுக்கொள்ளுமளவுக்கு நம்பிக்கை அளிக்கக்கூடிய தலைமை. வி.சுப்பையா, கே.பாலதண்டாயுதம், எம்.கல்யாணசுந்தரம், பி.மாணிக்கம், கே.டி.கே. தங்கமணி, கே.டி.ராஜூ இந்த வரிசையில்தான் பரதனும் கோபுவும் வருகிறார்கள். இந்த இருவரோடும் பலமுறை கூட்டங்களில் பேசவும் கலந்துரை யாடவும் பழகவும் எனக்கு வாய்ப்புக் கிடைத்திருக்கிறது.

நாங்கள் சீனாவுக்குச் செல்லும் முன் எங்களுக்குத் தேனீர் விருந்தளித்து நீண்ட நேரம் எங்களிடம் பேசிக்கொண்டிருந்தார் பரதன். ‘ஆர்க்கிவ் மெண்ட்டேட்டரி ஸ்பீச்’ என்று சொல்வார்களே அதைப் போல அசைக்கமுடியாத ஆதாரங்களோடு வாதத்திறமையோடு பேசுவார். 90 வயதிலும் அப்படி இருந்தார். நின்றுகொண்டே 90 வயதிலும் ஒரு மணி நேரம் பேசுவார். சலிப்பில்லாமல் உரையாடுவார்.

கட்சி அலுவலகத்தில் உள்ள கேண்டீனில் வரிசையாக நின்றுதான் உணவைப் பெற்றுக்கொள்வார். அவர் சொன்னால் வாங்கி வந்து கொடுக்கப் பலர் தயாராக இருந்தாலும் அப்படிச் செய்யாமல் இவரே போய்த் தட்டை எடுத்துக்கொண்டு வரிசையில் நின்று உணவருந்துவார். அங்கு எல்லோரும் அப்படித்தான்.

இரவு, பகல் கட்சி அலுவலகத்திலேயே இருந்து பணியாற்றுவார். படிப்பார், எழுதுவார். அகில இந்திய அளவில் அறிவுஜீவியாக அனைவராலும் ஏற்றுக்கொள்ளப்பட்டவர்.

நான் சீனாவுக்குச் சென்று வந்த அனுபவங்களைப் பற்றிக் கேட்டார். ஒரு மணி நேரத்திற்கு மேல் அவரிடம் பேசிக்கொண்டிருந்தேன். எல்லாவற்றையும் பொறுமையாகக் கேட்டறிந்தார். நகைச்சுவை உணர்வு நிரம்பப் பெற்றவர். இளைஞர்களைப் பார்க்கும்போது மகிழ்ச்சியடைவார்.

ஏ.எம். கோபு

ஏ.எம்.கோபு தியாகத் தழும்பேறியவர். மாபெரும் போராளி. இறப்பதற்கு இரண்டு நாட்களுக்கு முன்பு கூட மருத்துவமனைக்கு போய் அவரைப் பார்த்தேன். மூக்கில், கைகளில் எல்லாம் குழாய்கள் சொருகப்பட்டிருந்தன. அவரால் பேச இயலவில்லை. இரண்டு விரல்களைக் காட்டினார், 'இன்னும் இரண்டு நாட்கள் தான் இருப்பேன்' என்கிற பொருளில். அவர் சாதாரண மனிதரல்ல.

1968-ல் கீழவெண்மணியில் 42 பேர் பலியானார்களே! அந்தச் செய்தி கிடைத்தவுடன் அங்கு ஓடோடிச் சென்று முதன்முதலில் பார்த்தவர் ஏ.எம்.கோபு. 42 பேரும் கரிக்கட்டைகளாகக் கிடந்தபோது அதைக் கண்ணால் கண்ட முதல் தலைவர் ஏ.எம். கோபு.

ஒன்று இரண்டு மூன்று என்று இறந்தவர்களை எண்ணியபோது, ஒரு தாயின் மார்பகத்தில் ஒரு சிசு பால் குடித்துக் கொண்டிருந்த நிலையிலேயே செத்துக் கருகியிருக்கிறது. தாயும் சேயும் சேர்ந்த நிலையில் கிடக்கின்றனர். தாயையும் சேயையும் பிரித்துக் கணக்கிடச் சொன்னார் ஏ.எம். கோபு. பால் குடித்தவாறு கரிக்கட்டையாக தாயுடன் ஒட்டியிருந்தக் குழந்தையைப் போலீசார் பிரித்தனர்.

அவர் செய்த தியாகம் மகத்தானது. தலைசிறந்த தொழிற்சங்கவாதி. ஏராளமான உண்ணாவிரதங்கள், ஊர்வலங்கள், ஆர்ப்பாட்டங்கள், சிறைச்சாலைக் கொடுமைகள், சித்திரவதைகளை அனுபவித்தவர்.

சித்திரவதைகளை அனுபவித்த கடைசித் தலைமுறையில் எஞ்சி இருந்தவர் அவர்.

தஞ்சாவூர் மாவட்டத்தில் காவியம்போல இவரைப்பற்றி சொல்வார்கள். சீனிவாசராவைக் கதாநாயகனைப்போல சொல்வார்களே அதைப்போல கோபுவையும் சொல்வார்கள். மலையூர் மம்பட்டியான், சீவலப்பேரி பாண்டி என்றெல்லாம் கதைகதையாகச் சொல்கிறார்களே அதைப் போல கோபுவைப் பற்றியும் சீனிவாசராவைப் பற்றியும் கதை கதையாகச் சொல்வார்கள்.

செங்கடல்போல் திரண்டிருந்த ஒரு மாபெரும் பொதுக் கூட்டத்தில் திருவாரூரில் கலைஞர் கருணாநிதி பேசுகிறார். ஒரு 200 அடி தூரத்துக்கு அப்பால் மூங்கில் தடுப்புக்கு அடுத்து நானும் கோபுவும் உட்கார்ந் திருக்கிறோம். மக்களோடு மக்களாக அமர்ந்திருக்கிற கோபுவைக் குறிப்பிட்டு 'இந்தக் கூட்டத்தில் கோபுவும் அமர்ந்திருக்கிறார்' என்று தொடங்கி கோபுவைப்பற்றி மட்டும் தனது உரையில் ஐந்து நிமிடங்கள் பேசினார் கலைஞர் கருணாநிதி. கருணாநிதி பெரிய தலைவராக வளர்வதற்கு முன்பே தஞ்சைப் போர்க்களங்களில் கதாநாயகனைப் போலத் திகழ்ந்தவர் கோபு.

எளிமை, தியாகம், அடக்க உணர்ச்சி, மக்களின் மீது மாறாத அன்பு இவற்றின் வடிவமாக இருந்தவர் கோபு.

மொகித்சென் அவர்களுடனான அனுபவம் குறித்துச் சொல்லுங்கள்

மொகித்சென்

மொகித்சென் ஈரோட்டுத் தோழர்கள் பலருக்கு நன்கு பரிச்சயமானவர். பத்துமுறைக்கும் மேல் ஈரோட்டிற்கு வந்து பல நிகழ்ச்சிகளில் பங்கேற்றிருக் கிறார். எங்கள் வீட்டுக்கு இரண்டுமுறை அழைத்து வந்துள்ளோம்.

மொகித்சென் இந்தியாவின் தலைசிறந்த அறிவாளிகளில் ஒருவர். எஃப்.ஐ.டி.யூ.யின் அகில இந்திய மாநாட்டை நாங்கள் ஈரோட்டில் நடத்திய போது அவரோடு இருந்தது நல்ல பயனுள்ள அனுபவம். "ஈரோட்டில் நடைபெற்ற இந்த மாநாடு சர்வதேசத் தரத்துடன் நடந்த தேசிய மாநாடு" என்று பாராட்டினார்.

மொகித்சென் லண்டன் ஆக்ஸ்போர்ட் பல்கலைக்கழகத்தில் படித்தவர். மிகப்பெரும் புகழ்மிக்க குடும்பப் பின்புலத்திலிருந்து கம்யூனிஸ்ட் இயக்கத்திற்கு வந்தவர். மார்க்சீய வகுப்பெடுப்பதிலும் கட்சியின் ஊழியர்களுக்கு அரசியல் நிகழ்வுகளை எடுத்துச்

சொல்வதிலும் ஆழமான முத்திரை பதித்தவர். ஆங்கிலப் புலமை இவரது தனிச் சிறப்புகளில் ஒன்று.

அவரது மனைவி வனஜா ஆந்திராவில் பல்கலைக்கழகத்தின் துணை வேந்தராக விளங்கினார். மொகித்சென் தன்னுடைய நீண்ட சுயசரிதையை ஆழமாக எழுதி வெளியிட்டதோடு தனது மனைவியைப் பற்றித் தனியாக ஒரு அற்புதமான நூலையும் எழுதியுள்ளார். மொகித் சென்னின் சுயசரிதையை மத்திய அரசின் புத்தக நிறுவனமான 'நேஷனல் புக் டிரஸ்ட்' நிறுவனமே வெளியிட்டுள்ளது. மொகித்சென்-வனஜா தம்பதியர் எடுத்துக்காட்டாக வாழ்ந்தவர்கள்.

ஐயா நல்லகண்ணு அவர்களுக்கும் உங்களுக்குமான தொடர்பு பற்றிக் கூறுங்கள்...

ஆர். நல்லகண்ணு

நான் பள்ளி மாணவனாக இருந்த காலத்திலிருந்தே தோழர் நல்லகண்ணு அவர்களை நன்கு அறிவேன். நான் கல்லூரியில் படிக்கும் காலத்தில் அவர் தமிழ்நாடு விவசாயத் தொழிலாளர் சங்கத்தின் தலைவராக விளங்கினார். கிராமப்புற விவசாயத் தொழிலாளர்களுடனும் தலித் மக்களுடனும் நெருக்கமான தொடர்புடன் விளங்கியவர் தோழர் நல்லகண்ணு. அவரை 'ஆர்என்கே' என்றுதான் சொல்வோம். விவசாயத் தொழிலாளர்கள் பிரச்சினைக்காகவோ அல்லது அந்த அமைப்பின் கூட்டத்திற்காகவோ அடிக்கடி ஈரோடு வருவார். ஒரு நாள், இரண்டு நாள் என கட்சி அலுவலகத்தில் தங்கியிருப்பார். அப்போது இரவு, பகல் அவரோடு பேசிக்கொண்டிருப்போம். நானும் பெரும்பாலும் அலுவலகத்திலேயே படுத்துக்கொள்வேன்.

ஆர்என்கே நிறைய புத்தகங்கள் வாசிப்பார். இலக்கிய அறிவும் கவிதை ரசனையும் உள்ளவர். ஆங்கிலப் புத்தகங்களையும், இதழ்களையும் ஆழமாக வாசிப்பார். அவர் வீட்டில் ஒருபெரிய நூலகமே இருக்கிறது. அவர் அந்தக் காலத்திலேயே கல்லூரியில் படித்தவர்.

1987 ஆம் ஆண்டு 'பிளிட்ஸ்' ஆங்கில இதழின் ஆசிரியரும் தலைசிறந்த நாவலாசிரியரும் புகழ்பெற்ற இந்தித் திரைப்படக் கதாசிரியரும் இயக்குனருமான கே.ஏ. அப்பாஸ் காலமானார். அவருக்கு நாங்கள் விரிவான ஏற்பாடுகளுடன் ஈரோட்டில் நினைவஞ்சலிக் கூட்டம் நடத்தினோம். அதற்கு ஆர்என்கே அவர்களைத்தான் சிறப்புரையாற்றுவதற்கு அழைத்திருந்தோம்.

ஈரோடு நகரின் பிரசித்திபெற்ற விடுதி ஒன்றின் மாடியிலிருந்த 'சனாமி ஹால்' என்ற பெரிய அரங்கத்தில் அக்கூட்டம் நடைபெற்றது. அரங்கம் நிறைந்த கூட்டம். கிராமத்துக்காரரான இவர் ஆங்கிலப் பத்திரிக்கையாசிரியரைப் பற்றி என்ன பேசப்போகிறார் என்று பலரும் நினைத்தனர். சிலர் வெளிப்படையாகவே எம்மிடம் கூறினர். அப்போது இவர் பிரபலமானவருமில்லை.

ஆர்என்கே கூட்டத்தில் ஒரு மணிநேரம் பேசினார். கே.ஏ.அப்பாஸை விட்டு இம்மியும் விலகாமல் பேசினார். ஆற்றொழுக்கமான உரை. வந்தவர்கள் வியந்தனர். இது நடந்தே 30 ஆண்டுகள் உருண்டோடி விட்டன. அதற்கு முன்பும் பின்பும் அவரோடு எத்தனையோ நிகழ்வு களில் சம்பந்தப்பட்டிருக்கிறோம். சென்னையிலும் கட்சி அலுவலகத்தில் தான் அவர் அப்போது தங்கியிருந்தார். நாங்களும் சென்னையிலிருக்கிற போதேல்லாம் அங்குதான் தங்கியிருப்போம். இப்படியான எத்தனையோ சம்பவங்களைச் சொல்லலாம்.

நீங்கள் ஒரு பேச்சாளர், புத்தகத்திருவிழா நடத்துகிறவர், விடுதலைப்போராட்ட வரலாற்றை ஆய்வு செய்தவர் என்றுதான் பெரும்பாலானோருக்குத் தெரிகிறது. நீங்கள் ஒரு தொழிற்சங்கத் தலைவரும் கூட என்பது பலருக்குத் தெரிவதில்லை... அந்த அனுபவம் குறித்துச் சொல்லுங்கள்.

நான் கல்லூரியில் படித்துக் கொண்டிருந்த போது மாணவர் பேரவைத் தலைவராக இருந்தேன். அப்போதே எனக்குத் தொழிற்சங்க ஈடுபாடு உண்டு. சிறுவயதிலிருந்தே தொழிலாளர்களோடும் தொழிற் சங்கத் தலைவர்களோடும் நெருக்கமான தொடர்பு உண்டு. தொழிலாளர் கூட்டங்களில் மாணவர் பெருமன்றத்தின் சார்பாகப் போய் வாழ்த்திப் பேசுவதுண்டு.

உதாரணமாக அந்தியூர் பக்கத்தில் தவுட்டுப்பாளையம் என்று ஒரு ஊர். அங்கே ஆயிரக்கணக்கான விசைத்தறித் தொழிலாளர்கள் இருக் கிறார்கள். அப்போது அங்கு விசைத்தறித் தொழிலாளர் போராட்டம் தொடர்ந்து நடந்தது. இரண்டு மாதம், மூன்று மாதம் தொடர்ந்து நடந்தது. தொழிலாளர்கள் பட்டினி கிடந்தார்கள். நான் களத்திலேயே பத்துநாட்கள் இருந்தேன். அப்போராட்டத்தை பி.எஸ்.ஏ. சலாம் என்ற தொழிற்சங்கத் தலைவர் நடத்தி வந்தார். நாங்கள் அவருக்கு உறுதுணையாக இருந்தோம்.

ஈரோட்டிலே நடேசர் மில் என்றொரு மில் இருந்தது. அங்கே ஏராளமான ஊழியர்கள் வேலை செய்தார்கள். ஏழாம் தேதி சம்பளம் வாங்குவார்கள். அவர்கள் வெளியே வரும்போது அவர்களிடம் 5 ரூபாய், 10 ரூபாய் என்று நன்கொடை வாங்கி அங்கேயே ரசீது

போட்டுக் கொடுப்போம். தவிட்டுப்பாளையத்தில் விசைத்தறித் தொழிலாளர்களின் போராட்ட நிலையை அங்கேயே நின்று விளக்கிப் பேசுவோம். நன்கொடையாக வசூலிக்கப்பட்ட தொகையில் ராகி, கம்பு, சோளம் போன்ற தானியங்கள் வாங்கி தவுட்டுப்பாளையத்துக்கு எடுத்துச்சென்று ஒரு பெரிய பானையில் கூழ்க் காய்ச்சி அங்கிருக்கக்கூடிய தொழிலாளர்களெல்லாம் ஒன்றாகக் கூடி அந்தக் கூழைக் குடிக்க அவர்களின் தொழிற்சங்கம் மூலம் வழிவகை செய்வோம்.

தொழிலாளர்கள் உழைக்கிறார்கள். பட்டினி கிடக்கிறார்கள். போராடுகிறார்கள், சங்கம் வைக்கிறார்கள். சங்கம் வைத்தால் பழி வாங்கப்படுகிறார்கள். சட்டம், சங்கம் வைக்க அனுமதிக்கிறது. ஆனால் நடைமுறையில் சங்கம் வைக்க முடியாது. மீறி சங்கம் வைத்தால் பழிவாங்கப்படுகிறார்கள். அதையும் மீறிப்போராடினால் பேச்சு வார்த்தை நடைபெறவில்லை. கோரிக்கையை ஏற்க மறுக்கிறார்கள். அரசாங்க அதிகாரிகள் முதலாளிகள் பக்கமே இருக்கிறார்கள். இதெல்லாம் கண்முன்னால் பார்க்கிற வாய்ப்பு சிறுவயதிலேயே எனக்குக் கிடைத்தது.

லெனின் ஒரு முக்கியமான வாசகத்தைச் சொன்னார். அது நூறு சதவிகிதம் உண்மையானது என்பதை என் வாழ்க்கையில் நான் உணர்ந்தேன். அந்த வாசகம் டிரேட் யூனியன் இஸ் தி ஸ்கூல் ஆஃப் கம்யூனிசம். 'தொழிற்சங்கம்தான் கம்யூனிசத்தின் பாடசாலை' என்றார்.

அரசியல் கட்சிகளில் யார் வேண்டுமானாலும் இருந்துவிடலாம். ஆனால் தொழிற்சங்கத்தில் எல்லோராலும் பணியாற்ற முடியாது. அது சவால் நிறைந்த வேலை தானே?

யார் ஒருவர் முறையாகத் தொழிற்சங்கத்தில் பயிற்சி பெறுகிறாரோ... முறையாக என்கிற வார்த்தையை அடிக்கோடிட வேண்டும். அவர்கள் தொழிலாளர்களோடு இரண்டறக் கலக்க வேண்டும்.

கடுமையாக உழைத்துப் பாடுபட்டும் கூட தனது மனைவி மக்களுக்கு நல்ல உணவு கொடுக்க முடியவில்லையே! நமது குழந்தை களை நல்ல பள்ளியிலே சேர்த்துத் தரமான கல்வியைக் கொடுக்க முடியவில்லையே! அவர்களுக்கு நல்ல துணிமணிகளை எடுத்துக் கொடுக்கமுடியவில்லையே என்று அவர்கள் குமுறுகிற போது நாம் அடைகிற வேதனையும் அந்தக் கவலை தருகிற படிப்பினையும் எந்தப் புத்தகம் படித்தாலும் கிடைக்காது.

நேரடியாக அனுபவிக்கிறோம். கண்முன்னால் பார்க்கிறோம். அந்தத் தோழர்களோடு ஐக்கியமாகி அவர்களின் குடும்பத்தில் ஒருவராக அங்கம் வகிக்கிறோம். களத்திலே வாழவேண்டும். போய்ப்

பேசி விட்டு வருவதல்ல. பொழுதுபோக்குக்குப் பொதுச் சேவை செய்வதல்ல.

1979 ம் ஆண்டு ஈரோடு தோல் பதனிடும் தொழிலாளர் சங்கத்தில் பெரும்பாலும் தாழ்த்தப்பட்ட வகுப்பினர், கொஞ்சம் சிறுபான்மையினர் இஸ்லாமியர், கிறித்துவர்கள் தான் தொழிலாளர்களாக இருந்தனர்.

தோழர் எம்.நாகப்பன் இச்சங்கத்தின் செயலாளராக இருந்தார். தோல் பதனிடும் தொழிலாளர் சங்கத்தின் ஆண்டுப் பேரவைக்கூட்டம் நடந்தது. அந்த ஆண்டு மகாசபைக் கூட்டத்தில்தான் சங்கப் பொறுப்பாளர்கள் தேர்ந்தெடுக்கப்படுவார்கள். அந்த ஆண்டுப் பேரவைக்கூட்டத்தில் என்னைத் துணைச் செயலாளராக தேர்ந்தெடுத்து விட்டார்கள். எனக்கே தெரியாது.

ஒரு வாரம் கழித்து என்னை அலுவலகத்தில் சந்தித்து, "நீதானப்பா தோல் பதனிடும் தொழிலாளர் சங்கத்துக்குத் துணைச் செயலாளர்" என்றார் எம்.நாகப்பன். "என்னைக் கேட்கவில்லையே" என்றேன் நான்.

"நாங்களெல்லாம் முடிவு செய்து விட்டோம். மாணவர் பெருமன்றத்திலேயே இருந்து கொண்டிருப்பதா? வேறு பொறுப்புக்கும் வரவேண்டும் அல்லவா? நீ தொழிலாளர்களோடு நன்றாகப் பழகுகிறாய் என்று தேர்வு செய்திருக்கிறோம்" என்றார்.

"நாங்கள் பேச்சுவார்த்தைக்குப் போகிறபோது உன்னால் முடிந்த போதெல்லாம் வா. கூட்டங்களில் பேசு. சின்னச் சின்ன வேலைகளைச் செய்தால் போதும். மற்றதை நாங்கள் பார்த்துக் கொள்கிறோம்" என்றார் நாகப்பன். இன்றைக்கு 36 ஆண்டுகள் ஆகிவிட்டன.

நான் பொறுப்பேற்ற நான்கைந்து ஆண்டுகளில் நாகப்பன் மறைந்து விட்டார். அவர் எவ்வளவு பெரிய தீர்க்கதரிசி பாருங்கள். நான் எண்ணவும் இல்லை, அதை எதிர்பார்க்கவும் இல்லை. இருந்தாலும் துணைச் செயலாளராகத் தேர்வு செய்தார்.

சரி! தேர்வு செய்து விட்டார்கள். வேறு வழியில்லை. போவோம் என்று போய் செயல்பட்டுக் கொண்டிருந்தேன். அவர் மறைந்தவுடன் துணைச்செயலராக இருந்த நான் செயலாளராகத் தேர்வு செய்யப் பட்டேன். தொடர்ந்து இதுநாள் வரை 30 ஆண்டுகளாக தலைவர் பொறுப்பிலே இருந்து அந்தச் சங்கத்தை நடத்தி வருகிறேன். நேற்று முன்தினம் கூட போனஸ் ஒப்பந்தத்தில் கையெழுத்து போட்டுவிட்டு வந்தேன்.

அத்தனைபேரும் தலித்துகள், சிறுபான்மையினர். அவர்கள் தீபாவளி கொண்டாடுவதில்லை. கொண்டாடினாலும் போனஸ்

தருவதில்லை. பொங்கலுக்குத்தான் போனஸ். சென்ற ஆண்டைவிட இந்த ஆண்டு ஆயிரம் ரூபாய் அதிகமாக பேச்சுவார்த்தையிலே உடன்பாடு ஏற்பட்டு கையெழுத்தாகியுள்ளது.

ஏறத்தாழ ஐயாயிரம் தொழிலாளர்கள் அந்த போனசைப் பெறு கிறார்கள். முதலாளிகளெல்லாம் ஒருபக்கம், நாங்கள் தொழிற்சங்கத் தலைவர்களெல்லாம் எதிர்ப்பக்கம் அமர்ந்திருப்போம். முதலாளிகளும் சங்கம் வைத்திருக்கிறார்கள்.

அதைப்போல பீடி தொழிலாளர் சங்கம், ஆட்டோ தொழிலாளர் சங்கம், வார்ப்பிங் சைசிங் தொழிலாளர் சங்கம், பிராசசிங் தொழிலாளர் சங்கம், நகராட்சி சுகாதாரத் தொழிலாளர் சங்கம் என்று பல விதமான சங்கங்களில் நான் பொறுப்பிலே இருக்கிறேன். எல்லாம் 25 ஆண்டுகள் 30 ஆண்டுகள் அனுபவம். இதில் வாழ்க்கையைப் புரிந்து கொள்வதற்கும் அரசியலை அறிந்து கொள்வதற்கும் சமூகம் பற்றிய ஒரு தெளிவு கிடைப்பதற்கும் ஆயிரமாயிரம் அனுபவங்கள் கிடைத்தன. தொழிற்சங்கப் பணிகளில்தான் சமூகத்தின் நிகழ்வுப் போக்குகளை உணர்ந்து உள்வாங்கிப் புரிந்து கொள்ளும் அனுபவங்கள் அதிகம் கிடைத்தன.

ஈரோடு ஒரு மாநகராட்சி. தமிழகத்தின் பழமையான நகரங்களிலே ஒன்று. மாவட்டத் தலைநகர். உங்கள் அப்பா காலத்தில் - உங்களின் சிறுவயதில் கம்யூனிஸ்ட் கட்சியின் பெரிய தலைவர்கள், தியாகிகள் உங்கள் வீட்டிற்கு வந்திருப்பார்கள். உங்கள் தந்தையாரும் நீங்களும் பொதுவுடைமை இயக்கத்தில் பொறுப்பிலே இருந்திருக்கிறீர்கள். அந்த மகத்தான மனிதர்களிடம் மறக்கமுடியாத சம்பவங்கள் உண்டா?

ஒன்றா இரண்டா, எத்தனை எத்தனையோ மறக்க முடியாத நிகழ்ச்சிகள் உண்டு. கிடைப்பதற்கரிய வாய்ப்பு, அவர்களைக் கண் முன்னால் கண்டு, பழகி, அவர்களோடு இணைந்து பணியாற்றிய பருவம் என் இளமைப் பருவம்.

கே.டி.ராஜு, சிறந்த தொழிற்சங்கத் தலைவர். தமிழகம் முழுவதும் சூறாவளிச் சுற்றுப்பயணம் செய்வார். வாய்ப்பு கிடைக்கும் போதெல்லாம் ஈரோட்டிற்கு வந்து எனது தந்தையாரைச் சந்தித்து நீண்ட நேரம் உரையாடுவார்.

நான் இளம் வயதிலேயே ஆர்வமாகவும் ஈடுபாட்டுடனும் இயக்கப் பணிகளிலே ஈடுபட்டதால் முக்கியப் பொறுப்புகளுக்கு என்னை கட்சி தேர்வு செய்தது! எனவே முக்கியத் தலைவர்கள் எமது இல்லத்திற்கு வரும் சூழல் இருந்தது. நானும் அவர்களை அழைத்து வருவேன்.

1978 ம் ஆண்டு என் 19ஆம் வயதிலேயே தா.பாண்டியன் அவர்களோடு கோவை மத்திய சிறையில் 17 நாட்கள் ஒரே செல்லில் இருந்தேன். தலையணை, பாய் எதுவும் இருக்காது. ஒரு திண்ணை இருக்கும். வெறும் தரையிருக்கும்.

மாலை 6 மணிக்கு இரும்புக் கதவை இழுத்து மூடிவிடுவார்கள். கொசுக்களை அடித்து மாளாது. மூட்டைப்பூச்சி கொத்துக் கொத்தாக இருக்கும். டமார் என்று அடித்து அந்த பெரிய இரும்புக்கதவை மூடி வெளியே பூட்டி விட்டுப் போய் விடுவார்கள். காலை 6 மணிக்குத் தான் திறப்பார்கள். மின் விளக்குகள் கிடையாது.

படிக்க ஏடுகள் உண்டா? கழிப்பறை வசதி உண்டா?

எதுவும் கிடையாது. மூலையில் ஒரு பானை இருக்கும். நாங்கள் இருப்பது நான்கு பேர். ஒரு ஆள் இருந்து ஒரு பானை இருந்தால்கூட பரவாயில்லை. கொடுக்கிற சாப்பாடு உள்ளுக்குள் போய் தன்னுடைய வேலையைக் காட்டும். அவ்வளவு தரமான உணவு. இரவு நேரத்தில் எப்படிச் சமாளிப்பது? ஒரு பக்கம் இருட்டு. இன்னொரு பக்கம் மூட்டைப் பூச்சி.

காலையில் வந்துதான் அந்தப் பானையை எடுத்துச் செல்வார்கள். இரவு 12 மணிக்கு மணி அடிக்க முடியாது. யாரையும் உதவிக்கு அழைக்க முடியாது. அப்படிப்பட்ட அறையில் தா.பாண்டியன் அவர்களோடு 17 நாட்கள் இருந்தேன். இன்னும் இரண்டு பேர் உடன் இருந்தார்கள்.

என்ன காரணத்திற்காகச் சிறை சென்றீர்கள். அதைச் சொல்லவில்லையே...

சென்னை அம்பத்தூரிலுள்ள டி.ஐ. சைக்கிள் தொழிற்சாலையில் தொழிலாளர்களின் கோரிக்கைகளை முன்வைத்து 1978 ஆம் ஆண்டு ஏ.ஐ.டி.யு.சி தொழிற்சங்கத் தலைவர் ஏ.எம். கோபு தலைமையில் போராட்டம் நடைபெற்றது. அதையொட்டி ஏ.எம். கோபு கோரிக்கை ஏற்கப்படும் வரை, தானே உண்ணாவிரதப் போராட்டத்தில் ஈடுபடுவதாக அறிவித்தார். அவ்வாறே உண்ணாவிரத்தைத் தொடங்கி 10 நாட்களுக்கும் மேல் தொடர்ந்தார். கோபுவின் உடல்நிலை மோசமானது. ஆட்சியாளர்கள் கண்டுகொள்ளவில்லை.

தொழிலாளர்கள் கொந்தளித்து மறியல் போராட்டத்தில் ஈடுபட்டனர். உண்ணாவிரதப் போராட்டத்தை வழிநடத்தவும் அடுத்தகட்டம் பற்றி ஆலோசிக்கவும் அங்குவந்த தொழிற்சங்கத் தலைவர் கே.டி.கே. தங்கமணி காவல்துறையினரால் வெறித்தனமாகத் தாக்கப்பட்டார். அவரது மண்டை உடைந்து ரத்தம் கொட்டியது. பத்து

நாட்களுக்கும் மேல் இரவு பகல் அங்கே அமர்ந்தவாறே உண்ணா விரதமிருந்து முற்றிலும் பலவீனமடைந்திருந்த ஏ.எம். கோபுவையும் காவல்துறையினர் தாக்கினர். காவல்துறையின் இந்த அத்துமீறலைக் கண்டித்து மாநில அளவில் மறியல் போராட்டம் அறிவிக்கப்பட்டது.

தோழர்கள் கே.டி.கே.தங்கமணி, ஏ.எம்.கோபு தாக்கப்பட்டதைக் கண்டித்து, இங்கே ஈரோட்டில் மாபெரும் கண்டனப் பொதுக்கூட்டம், பன்னீர் செல்வம் பார்க் பக்கத்தில் திருவேங்கடசாமி வீதி என்று ஒரு தெரு இருக்கிறது. பெரும்பாலும் அங்கேதான் முக்கியப் பொதுக் கூட்டங்கள் நடக்கும். அங்குதான் இந்தக் கூட்டமும் நடைபெற்றது.

அந்தக் கண்டனக் கூட்டத்தில் தா.பாண்டியன் கண்டன உரை நிகழ்த்தினார். அதே கூட்டத்தில் அவர் உரைக்கு முன்பு நாங்களும் பேசினோம்.

தா.பாண்டியன் பேசிவிட்டு மேடையை விட்டுக் கீழே இறங்கியதும் போலீஸார் அவரைச் சூழ்ந்து முன்னெச்சரிக்கை நடவடிக்கையாக அந்த இடத்திலேயே அவரைக் கைது செய்தனர்.

அடுத்த நாள் திட்டமிட்டபடி ஈரோடு பஸ் நிலையத்தில் பேருந்துக்கு முன்பாகப் படுத்து நாங்கள் 50க்கும் மேற்பட்டோர் மறியலில் ஈடுபட்டோம். காவல் துறையால் கைது செய்யப்பட்டு தா.பாண்டியன் இருந்த கோவை மத்திய சிறைக்கு அழைத்துச் செல்லப்பட்டோம்.

இதில் என்ன வேடிக்கையென்றால் தா.பாண்டியன் வருகை தந்தது, ஈரோட்டில் அதே நாளன்று காலையிலிருந்து மாலை வரை நடைபெற்ற இந்தித் திணிப்பு எதிர்ப்பு மாநாட்டில் உரை நிகழ்த்துவ தற்காகத் தான்...

இந்தித் திணிப்பு எதிர்ப்பு மாநாட்டில் தா.பாண்டியனா? மாநாட்டை யார் நடத்தியது? திராவிடர் கழகமா, திராவிட முன்னேற்றக் கழகமா?

அனைத்திந்திய மாணவர் பெருமன்றம் நடத்தியது.

எது எது? மாணவர் பெருமன்றம் நடத்தியதா?

ஆம்! அனைந்திந்திய மாணவர் பெருமன்றம்தான் நடத்தியது.

யார் யார் கலந்து கொண்டார்கள் தெரியுமா? தா.பாண்டியன், பெருஞ்சித்திரனார், ஜெயகாந்தன்.

ஜெயகாந்தன் இந்தி எதிர்ப்புப் போரில் முழங்கினாரா?

அவர் என்ன முழங்கினார் என்று சொல்கிறேன். இந்த மாதிரி நிகழ்ச்சிகளெல்லாம் பதிவு செய்யப்படவேண்டும். மாநாடு முடியும்

வரை ஜெயகாந்தனுக்காக காத்திருந்தோம். அவர் வரவில்லை. மாநாடு முடிந்து விட்டது. கூட்டம் கலைந்து கொண்டிருக்கிறது. மைக்கை அணைத்து விட்டு மாநாடு நடைபெற்ற பெரியார் மன்ற அரங்கை விட்டு வெளியே வந்து கொண்டிருந்த நேரம்.

திடீரென்று பெட்டியோடு ஆட்டோவில் வந்து இறங்குகிறார் ஜேகே. அவர் முழங்கியது ஒரு வரலாறு என்றால், அவர் வந்ததே ஒரு வரலாறு.

'கூட்டம் இத்துடன் முடிந்து விட்டது. எதிர்பாராத விதமாக ஜெயகாந்தன் வரமுடியவில்லை' என்று அறிவிக்கப்பட்டுவிட்டது. திடீரென்று ஆட்டோவில் வந்து இறங்கிய ஜெயகாந்தன், வேகமாக "இதோ ஜெயகாந்தன் வந்துவிட்டேன். அனைவரும் வாருங்கள்" என்று சத்தம் போட்டுச் சொன்னார்.

வெளியே போன கூட்டமெல்லாம் மறுபடியும் உள்ளே வந்தது. ஆஃப் பண்ணிய மைக்கை ஆன் பண்ணி 'ஜெயகாந்தன் சிறப்புரை யாற்றுவார்' என்று அறிவித்தோம். அவர் பேசும்போது சொன்னார், "நான் கேரளா போயிருந்தேன், ஒரு கூட்டத்திற்கு. வர கொஞ்சம் காலதாமதமாகி வி ்டது. பேருந்திலே நின்றுகொண்டே வந்தேன். உட்கார இடமில்லை. அறைக்குப் போகக்கூட நேரமில்லாமல் பெட்டியும் கையுமாக நேரே மேடைக்கே வந்து விட்டேன்" என்றார்.

அவ்வளவு தூரம் பயணக்களைப்பு இருந்தும் கம்பீரமாகப் பேசினார் ஜெயகாந்தன்.

இந்த இந்தித் திணிப்பு எதிர்ப்பு மாநாடு முடிந்தவுடன் அந்த மேடையில் தான் மாலையில், ஏ.எம்.கோபுவும் கே.டி.கே.தங்கமணியும் தாக்கப்பட்டதற்கு கண்டனம் தெரிவித்து மறியல் விளக்கப் பொதுக் கூட்டம். அந்தக் கூட்டத்தில் தா.பாண்டியன் பேசினார்.

16 நாட்கள் முடிந்து, அடுத்த நாள் காலை நாங்கள் விடுதலை செய்யப்பட இருக்கிறோம். விடிந்தால் தீபாவளி. பட்டாசு வெடிக் கிறார்கள் வெளியே. 17 நாட்களும் 'சி' கிளாசில்தான் இருந்தோம். முதல் நாளே தா.பாவிடம் சிறையதிகாரி வந்து 'நீங்கள் முதல்வகுப்பில் இருக்கலாம்' என்றார். அவர் தலைவர் மட்டுமல்ல, பட்டதாரி - எம்.ஏ.பி.எல். விதிப்படி தலைவர்களுக்கும் பட்டதாரிகளுக்கும் 'ஏ' கிளாஸ் உண்டு.

"எங்கள் தோழர்கள் அனைவருக்கும் 'ஏ' கிளாஸ் கொடுப்பதாக இருந்தால் எனக்கும் கொடுக்கலாம்" என்று சொல்லிவிட்டார் தா.பாண்டியன்.

தா. பாண்டியன்

காலையில் எழுந்தவுடன் இப்போதுபோல அப்போதெல்லாம் இட்லியெல்லாம் கிடையாது. கூழ்தான். சுடச்சுட ஆவி பறக்கும் கூழ். குவளையை எடுத்துக்கொண்டு போகவேண்டும். தா.பா.வும் எங்களோடு வரிசையில் நின்று வாங்குவார். அவருக்குக் கொண்டு வந்து கொடுக்க பத்துப் பேர் தயாராக இருந்தாலும் மறுத்துவிடுவார். அவரே எடுத்துக் கொண்டு போவார்.

சிறைக்குப் பார்க்க வருகிறவர்கள் ஒருவர் ஆரஞ்சுப்பழங்கள் வாங்கி வருவார். இன்னொரு வரைப் பார்க்க இன்னொரு தோழர் வருவார், ஆப்பிள்கள் வாங்கி வருவார். இன்னொரு தோழரின் குடும்பத்தார் பிஸ்கட் பாக்கெட்டுகள் வாங்கி வருவார்கள்.

ஒரு பழம் வந்தாலும் ஒரு டஜன் வந்தாலும் ஒரு கூடை பழங்கள் வந்தாலும், ஒரு ஓரத்தில் வைத்துவிட வேண்டும். எனக்கு வந்தாலும் சரி, தா.பாவுக்கு வந்தாலும் சரி, வேறு யாருக்கு வந்தாலும் சரி, எவ்வளவு வந்தது யாருக்கு வந்தது என்பதெல்லாம் கேள்வி கிடையாது. பிறகு எல்லோரும் ஒன்றாக உட்காருவோம்.

“சரி! எத்தனை தோழர்கள்...?”

“நூற்றிப் பன்னிரண்டு தோழர்கள்”

“சரி! அனைவருக்கும் சரி பங்காகப் போடுங்கள்”

நூற்றிப் பன்னிரெண்டு பழங்கள் இல்லையென்றால் அவற்றை வெட்டி பாதியோ காலோ தரப்படும். இதைப்போன்ற சின்னச்சின்ன விஷயங்களில் கூட பாகுபாடு இருக்கக்கூடாது என்று கருதப்பட்டது.

பகல் முழுவதும் வெளியே மரத்தடியில் இருப்போம். அந்த 17 நாட்களும் மரத்தடியில் மார்க்சிய வகுப்பு எடுத்தார் தா.பாண்டியன். அடிப்படை அரசியல் வகுப்புகள் நடத்தினார். தா.பா. மட்டுமல்ல; இந்த இயக்கத்தைச் சேர்ந்த அத்தனை தோழர்களும் எல்லா கால கட்டத்திலும் இவ்வாறே நடந்துகொள்வர். இது இயக்கத்தின் இயல்பு.

தேர்தல் முறையிலே பல மாற்றங்களைக் கொண்டு வரவேண்டும். பெரும் குறைபாடுள்ள இந்தத் தேர்தல் முறை குறித்துக் கூறுங்கள்...

இப்போது இருக்கிற தேர்தல் முறை குறித்து ஏராளமான விமர்சனங்கள் எழுந்துள்ளன. இந்திய அளவில் முப்பது சதவிகித மக்களின் வாக்கைப் பெறுகிற கட்சி நாடாளுமன்றத்தில் எழுபது

சதவிகித உறுப்பினர்களைப் பெற்று ஆளுங்கட்சியாக வந்து விடுகிறது. துல்லியமாகப் பார்த்தால் எழுபது சதவிகித இந்திய வாக்காளர்கள் இந்தக் கட்சியை நிராகரித்தாலும், இந்தக் கட்சிக்கு எதிராக வாக்களித் திருந்தாலும் அதுதான் ஆளும் கட்சியாக வருகிறது.

பெற்ற வாக்குகளை மட்டும் கணக்கிட்டுப் பார்த்தால் மொத்தம் பதிவான வாக்குகளில் சிறுபான்மை சதவிகித வாக்குகளைப் பெற்ற அரசியல் கட்சி பெரும்பான்மை நாடாளுமன்ற உறுப்பினர்களைப் பெற முடிகிறது.

இது போன்ற பல குளறுபடிகள் நம்முடைய தேர்தல் அமைப்பில் உள்ளது. இவற்றையெல்லாம் கணக்கிலெடுத்துத்தான் இந்திய அரசு இந்திரஜித் குப்தா தலைமையில் ஒரு குழு அமைத்து, தேர்தல் முறை குறித்தும் செய்யப்படவேண்டிய சீர்த்திருத்தங்கள் பற்றியும் ஆய்வு களை மேற்கொண்டு அறிக்கை சமர்ப்பிக்கப் பணித்து, அவ்வாறான அறிக்கையும் மத்திய அரசிடம் சமர்ப்பிக்கப்பட்டது. அதன் பிறகு சில அரசியல் கட்சிகள் இந்த பரிந்துரையை அமலாக்க வேண்டும் என்று தீர்மானம் போடுகின்றனவே தவிர வேறொன்றும் நடப்பதில்லை.

விகிதாச்சாரப் பிரதிநிதித்துவ முறை என்ற ஒரு தேர்தல் முறையை பலரும் வலியுறுத்துகின்றனர். எந்தெந்த அரசியல் கட்சி எத்தனை சதவிகித வாக்குகள் பெற்றிருக்கிறதோ அந்த சதவிகித அளவுக்கு எண்ணிக்கையில் எம்.பி.ஐயோ எம்.எல்.ஏ.வையோ அனுப்பலாம். கட்சிக்கு வாக்கு! ஒரு எம்.எல்.ஏ.வோ, எம்.பி.யோ இறந்துவிட்டால் அம்முறைப்படி இடைத்தேர்தல் வராது. அந்தக் கட்சி தேர்ந்தெடுத்துக் கொடுக்கும் இன்னொருவர் எம்.எல்.ஏ.வாக அறிவிக்கப்படுவார்.

சில நாடுகளில் இரண்டு கட்சி ஆட்சி முறை இருக்கின்றன. இன்னும் சில நாடுகளில் குடியரசுத் தலைவரே அதிக அதிகாரம் படைத்தவர். குடியரசுத் தலைவரை நேரடியாக மக்களே வாக்களித்துத் தேர்வு செய்யலாம்.

ஆனால் நம்முடைய நாட்டில் பாராளுமன்ற ஜனநாயக முறைதான் உள்ளது.

இப்போதிருக்கிற தேர்தல் முறையில் ஏராளமான முறைகேடுகள் உள்ளன. பெரும்பான்மையான மக்களைப் பிரதிநிதித்துவப்படுத்தும் வகையிலும் இல்லை.

தேர்தல் முறை மாற்றம் குறித்தும் இப்போதிருக்கிற முறையிலேயே பெரும் மாற்றத்தையும் சீர்த்திருத்தத்தையும் ஏற்படுத்துவது அவசியம்.

விகிதாச்சாரப் பிரதிநிதித்துவ முறை இப்போது இருக்கிற முறையைக் காட்டிலும் சிறப்புமிக்கதாகும்.

உண்மையில் மக்கள் சார்ந்த அரசியல் நடவடிக்கைகளில் ஈடுபடும் நிபுணர்கள், வல்லுனர்கள், அரசியலாளர்கள் தேர்தல்முறை மாற்றம் குறித்து ஆழ்ந்து சிந்தித்துக் குரல் கொடுக்க வேண்டிய காலம் வந்துவிட்டது.

உங்களது தொழிற்சங்க அணுகுமுறை எவ்வாறு இருந்தது?

தொழிற்சங்கத்தில் என்னுடைய அணுகுமுறை ஒட்டுமொத்த சமூக வளர்ச்சி, தொழிலாளர் உரிமை, தொழில் வளர்ச்சி, தொழிலாளர் களுக்கு விழிப்புணர்வு, அரசியல் பயிற்சி ஆகிய அனைத்து அம்சங் களையும் உள்ளடக்கியதாக இருந்தது.

இதற்குப் பல சம்பவங்களை எடுத்துக்காட்டாகக் கூறமுடியும். உதாரணத்திற்கு ஒன்றைச் சொல்கிறேன்.

தொழிலாளர்களை சமூக மாற்றத்திற்கு அடித்தளமிடக் கூடியவர் களாக இட்டுச் செல்லவே தொழிற்சங்கத்துக்குப் போனேன்.

ஈரோடு காரைவாய்க்கால் பகுதியில் அப்போது நீதிமன்றம் இருந்தது. ஒருநாள் ஒரு வழக்கில் நான் ஒரு சாட்சியை குறுக்கு விசாரணை செய்து கொண்டிருந்தேன். திடீரென்று தோல் பதனிடும் தொழிலாளர்கள் 50 பேர் இருக்கும், வந்து விட்டார்கள். வெற்றுடம்பில் துண்டு மட்டும் அணிந்திருக்கிறார்கள். மேலே சட்டை போடமாட்டார்கள். சாதாரண ஏழைத்தொழிலாளிகள். குடிசைகளில் வாழக்கூடியவர்கள். எல்லோரும் சைக்கிளோடு வந்து விட்டார்கள். நான் ஜன்னல் வழியாகப் பார்த்தேன்.

குறுக்கு விசாரணையை முடித்துவிட்டு வெளியே வந்த நான், அவர்களை அழைத்துக்கொண்டு அங்கே இருந்த டீக்கடைக்கு வந்தேன்.

"என்ன விஷயம்? எல்லோரும் சேர்ந்து வந்திருக்கிறீர்களே" என்று கேட்டேன்.

"முதலாளி ஒரு பிரச்சன பண்ணிட்டாருங்க. எல்லாம் அப்படியே போட்டுவிட்டு வந்திருக்கிறோம்" என்றார்கள்.

'நனவு போடுவது' என்பார்கள். முந்தின நாளே தோல்களை நனவு போடுவார்கள். அதாவது குழியில் ஆசிட்டுடன் தண்ணீரைக் கலந்து தோலை ஊறப் போடுவார்கள். அடுத்த நாள் வந்து சுத்தப்படுத்த

வேண்டும். தோல் பதனிடும் தொழிலில் இவர்கள் உடனே போய் இன்றைய வேலையை முடிக்கவில்லையென்றால் இலட்சக்கணக்கான ரூபாய் மதிப்புள்ள பொருள்கள் வீணாகிவிடும்.

நானும் அவர்களோடு டீ குடித்துக்கொண்டே கேட்டேன்.

"நீங்கள் வேலையை நிறுத்தி எவ்வளவு நேரமாகிறது?"

"ரெண்டு மணி நேரம் ஆகிறது" என்றனர்.

"அப்படியானால், வழக்கமாக வேலை செய்யும் நேரத்தைவிட இரண்டு மணி நேரம் கூடுதலாக செய்தால்தான் இன்றைய வேலை முடியும் அல்லவா?" என்றேன்.

"ஆமாம்!" என்றனர்.

"உடனே போய் அவ்வாறே செய்து முடியுங்கள். நனவு போட்ட தோல்கள் வீணாகி விடக்கூடாது" என்றேன்.

"நீங்கள் திரும்பிப் போகும் போது முதலாளி கோபமாகப் பேசுவார். ஏனென்றால் நீங்கள் வேலையை நிறுத்திவிட்டு வந்துவிட்டீர்கள். நான் வேலைகளை முடிக்கச் சொன்னேன் என்று சொல்லுங்கள். காலையில் நான் வந்து பேசிக்கொள்கிறேன்" என்று அவர்களை சமாதானப்படுத்தி வேலைக்கு அனுப்பினேன்.

'நமது தொழிற்சங்கத்தின் நோக்கம், இலட்சக்கணக்கான ரூபாய் மதிப்புள்ள தோல்கள் வீணாகிவிடக் கூடாது. அதே சமயத்தில் எக்காரணம் கொண்டும் எந்தச் சூழ்நிலையிலும் நம்முடைய உரிமையை விட்டுக் கொடுக்க மாட்டோம். நல்லெண்ண அடிப்படையிலான நமது இந்த அணுகுமுறையை நிர்வாகம் நமது பலவீனமாக நினைத்துவிடக்கூடாது. எல்லாவற்றையும் யோசித்துப் பார்க்க வேண்டும். அவர்கள் லாபத்திற்காக மட்டுமே செயல்படுகிறவர்கள். நமக்கு சமூகப்பார்வையும் வேண்டும்.' இப்படியெல்லாம் அவர்களுக்கு விளக்கம் சொல்லி அனுப்பி வைத்தேன். அந்தத் தொழிலாளர்கள் தங்கமானவர்கள். சொன்னது போல நடந்து கொண்டார்கள். நடைபெற்ற விவரங்களைத் தெரிந்து கொண்ட அந்த முதலாளி அடுத்த நாள் நாம் தொழிற்சாலைக்கு நேரில் சென்று பேசியதும் கோரிக்கைகளை உடனடியாக ஏற்றுக்கொண்டார்.

சம்பள உயர்வு பெற்றுத் தருவதிலோ போனஸ் அதிகமாகப் பெற்றுத் தருவதிலோ என்றும் நாம் சமரசம் செய்து கொண்டதில்லை. அதில் உறுதியாக இருந்திருக்கிறோம். விட்டுக் கொடுக்கமாட்டோம். அவசியம் ஏற்படுகிற போது தீவிரமாகப் போராட்டங்கள் நடத்தியும்

கோரிக்கைகளை நிறைவேற்றிக் கொடுத்துள்ளோம். அதே நேரத்தில் சேதாரம் விளைவித்ததில்லை.

சுலபமாக அரசியல் பணிகளை மேற்கொள்வதற்கு வாய்ப்பிருந்தும் ஏன் பிரச்சினைகளும், சிக்கல்களும் நிறைந்த தொழிற்சங்கப் பணிகளில் ஈடுபாடு கொண்டீர்கள்?

பாரதியின் வரியில் சொல்ல வேண்டுமானால் ஸ்ரீமான் லெனின் தலைமையில் நடைபெற்ற ரஷ்யப்புரட்சியின் தாக்கத்தால் இந்தியாவில் தொழிற்சங்கம் தோன்றியது.

இந்தியாவிலேயே தொடக்க காலத்தில் மிக முக்கியமான தொழிற்சங்கத்தலைவர் யார் என்று கேட்டால், நான் வஉசி யைத்தான் சொல்வேன். அவரை விடுதலைப் போராட்ட வீரராகப் பலருக்குத் தெரியும். அவரைத் தமிழறிஞராக சிலருக்குத்தெரியும். அவர் ஒரு பதிப்பாளர் என்று சிலர் அறிவர். ஆனால் அவர் ஒரு சிறந்த தொழிற்சங்கத் தலைவர் என்று பலருக்குத் தெரியாது. தேர்ந்த தொழிற்சங்கத் தலைவர். இந்தக்காலத்தில் கூட பல தொழிற்சங்கப் போராட்டங்கள் தோல்வியடைகின்றன. ஆனால் வஉசி கோரல்மில் போராட்டத்தை வெற்றிபெற வைத்தார்.

தமிழகத்தில் எந்தக்கட்சி தொழிற்சங்கம் தொடங்கினாலும், அந்தச்சங்கத்தின் அலுவலகத்தில் வஉசியின் படம் இருக்க வேண்டும். நான் அங்கம் வகிக்கிற என்னோடு தொடர்புடைய சங்கங்களில் எல்லாம் வ.உ.சி.யின் படத்தை வைத்திருக்கிறோம். ஏ.ஐ.டி.யு.சி.யின் அனைத்து கூட்டங்களிலும் நான் இதை வலியுறுத்தியுள்ளேன்.

இன்னொரு பெரிய ஆச்சரியம் என்னவென்றால் ஒரு மகரிஷி மாதிரி வாழ்ந்தவர் தமிழ்த்தென்றல் திரு.வி.க. அவர் ஒரு ஆன்மீகச் செம்மல், தமிழறிஞர், 'தேசபக்தன்', 'நவசக்தி' என்ற இதழ்களை நடத்திய இதழாசிரியர். நல்ல தமிழில் மேடைகளில் சொற்பொழி வாற்றியவர். சிறந்த காந்தியவாதி. சோஷிலிசக் கருத்துகளை, பொது வுடைமைப் பெருமைகளை காந்தியத்தோடு கலந்து கொடுத்தவர். இத்தகைய ஒரு தலைசிறந்த தொழிற்சங்கவாதியாகவும் அவர் திகழ்ந்தது கவனத்தில் கொள்ளத்தக்கது.

சர்க்கரைச்செட்டியார் ஒரு கிறித்தவர். பேர்தான் சர்க்கரைச் செட்டியார். ஆழமான மதப்பற்றுள்ள கிறிஸ்தவர். மனோன்மணீயம் சுந்தரனார் பல்கலைக்கழக முன்னாள் துணைவேந்தரும் தமிழகத்தின் சிறந்த கல்வியாளர்களில் ஒருவருமான வே.வசந்திதேவியின் பாட்டனார்தான் சர்க்கரைச் செட்டியார் அவர்கள். விடுதலைப்

போராட்டவீரர். மகாகவி பாரதியாரின் நண்பர். தென்னிந்தியாவின் முதல் கம்யூனிஸ்ட்டான சிங்காரவேலரின் உற்ற தோழர். மகாகவிபாரதியின் இறுதி ஊர்வலத்தில் கலந்துகொண்ட விரல்விட்டு எண்ணக்கூடிய சிலரில் சர்க்கரைச்செட்டியாரும் ஒருவர். அவரும் நல்ல தொழிற்சங்கத் தலைவராகத் திகழ்ந்திருக்கிறார்.

மிகவும் குறிப்பிடத்தகுந்தவர் சிந்தனைச்சிற்பி சிங்காரவேலர். சிறந்த வழக்கறிஞர், அரசியலாளர். மிகவும் பிற்படுத்தப்பட்ட மீனவ சமூகத்தைச் சார்ந்தவர். ஆனால் அவர்களது குடும்பம் வசதியான குடும்பம். நல்ல வாசிப்பாளர், வீட்டில் மிகப்பெரிய நூலகம் வைத்திருந்தார். மிகச்சிறந்த வழக்கறிஞரான அவர், தீவிரமாக விடுதலைப் போராட்டத்தில் ஈடுபட்ட காலத்தில் தனது வக்கீல் அங்கியைத் தீ வைத்துக் கொளுத்திவிட்டு 'இனிமேல் வழக்குரைஞர் தொழில் செய்ய மாட்டேன்' என்றார். இவ்வளவு பெரிய பின்புலம் கொண்ட அவர், 'லேபர் கிசான் பார்ட்டி' என்ற கட்சியைத் தொழிலாளர் நலனுக்காகவே தோற்றுவித்தார். தமிழ்நாட்டில் முதன் முதலில் உழைப்பாளர் தினமான மே தினத்தைக் கொண்டாடினார்.

வஉசி, சிங்காரவேலர், திருவி.க, சர்க்கரைசெட்டியார் என்ற இந்த முன்னோடிகள், தமிழகத்திற்கு அல்ல இந்தியாவுக்கே தொழிற்சங்க முன்னோடிகள். இந்த வரிசையில்தான் ஜீவா வருகிறார்.

"காலுக்குச் செருப்புமில்லை
கால் வயிற்றுக் கூழுமில்லை
பாழுக்கு உழைத்தோமடா தோழா
பசையற்றுப் போனோமடா

பாலுக்குப்பிள்ளையழும்
பட்டினியால் தாயழுவாள்
வேலையின்றி நாமழுவோம்
வீடு முச்சூடும் அழுமடா என் தோழனே"

- என்ற பாடல் கோவை தொழிலாளர் போராட்டத்திற்காக ஜீவா எழுதியது. நீளமான முழுப் பாடலின் ஒரு சிறு பகுதிதான் இது. தொழிலாளர் மத்தியில் பெரும் தாக்கத்தையும் எழுச்சியையும் உருவாக்கிய பாடல் இது.

ஏஎஸ்கே அய்யங்கார் பெரிய தொழிற்சங்கத் தலைவர். அம்பேத்கரையும் பெரியாரையும் பற்றிப் புத்தகம் எழுதியவர். தொழிலாளர்களுக்காகவே வாழ்ந்தவர். பாடுபட்டவர். கடைசிவரை திருமணம் செய்து கொள்ளாமலேயே வாழ்ந்தவர். சென்னையில் பகத்சிங் நினைவாக 'பகத் ஹவுஸ்' என்கிற பெரிய கட்டிடத்தை

தொழிலாளர்களுக்காக நிர்மாணித்தவர். துறைமுகத் தொழிலாளர் சங்கத்தின் மகத்தான தலைவர். அத்தனை தொழிலாளிகளும் ஏஎஸ்கே அய்யங்காரை மிக உயர்வாக மதிப்பார்கள்.

கேடிகே தங்கமணி பார் அட் லா. இவருடைய தகப்பனார் கூலையப்பநாடார். மிகப்பெரிய வணிகர். செல்வமும் செல்வாக்கும் மிக்க பெரும் குடும்பத்திலிருந்து வந்தவர் கேடிகே தங்கமணி. அவருடன் பழகியிருக்கிறேன். பணிபுரிந்திருக்கிறேன். கேடிகே. தங்கமணி தொழிலாளர் நலனுக்காகவே தன் வாழ்நாள் முழுவதும் அர்ப்பணித்த மிகச் சிறந்த தொழிற்சங்கத்தலைவர். அதுவும் எந்தத் தொழிலாளர்களுக்குத் தலைவராக இருந்திருக்கிறார்? நகராட்சித்தொழிலாளர்களுக்கு. எவ்வளவு பெரிய மனிதர்! காந்தியோடும் நேருவோடும் மாசேதுங்கோடும் கைகுலுக்கியவர். உலகின் பல நாடுகளுக்கும் பயணித்து தொழிற்சங்கங்களைப் பற்றித் தெரிந்து கொண்டு வந்தவர்.

நான் தொழிற்சங்க நடவடிக்கைகளை மிகவும் நெருக்கமாக இருந்து கவனித்து வந்தது எம்.கல்யாணசுந்தரம் அவர்களிடம்தான். அந்த வாய்ப்பு எனக்கு அமைந்தது. எம்.கே. என்று தோழமையுடன் அழைக்கப்படும் எம்.கல்யாணசுந்தரம் மக்கள் தலைவராக விளங்கிய மகத்தான தொழிற்சங்கத் தலைவர். அனைத்துத் தொழிற் சங்கங்களுக்கும் வழிகாட்டும் ஆளுமை மிக்கவர். அதேபோல அனந்த நம்பியார், வி.பி. சிந்தன், கே.டி.ராஜு நான் சொல்லுகிற இந்தத் தலைவர்கள் அனைவரும் இப்போது மறைந்துவிட்டனர்.

இந்த வரிசையில், தமிழகத்திலுள்ள தொழிற்சங்கத் தலைவர்களிலேயே உலகெங்கும் பல்வேறு நாடுகளில் நடைபெற்ற தொழிலாளர் மாநாடுகளில் பங்கு பெற்ற அனுபவம் ஏ.எம்.கோபுவுக்குத் தான் அதிகம்.

எதிரியாலும் மதிக்கத்தக்க அளவுக்கு மகத்தான தியாகம் புரிந்தவர் அவர்.

பொதுவாழ்க்கையில் தொழிற்சங்கப் பணி என்பது ஏதோ தொழிலாளர்களுக்குக் கோரிக்கைகளைப் பெற்றுக் கொடுக்கிற பணி என்று சுருக்கிப் பார்த்து விடக்கூடாது. அப்பணி சிரமமானது தான். சிக்கல்களும் சவால்களும் நிறைந்ததுதான். ஆனால் ஒரு நாட்டின் கட்டுமானத்திற்கான அடிப்படைப் பணி என்பதில் சந்தேகமில்லை. அதற்காகத்தான் தேசபக்தர்களாகவும், தியாகிகளாகவும், ஆளுமை மிக்கவர்களாகவும் விளங்கிய இத்தனை தலைவர்கள் தங்களது வாழ்வை அர்ப்பணித்துள்ளனர். அந்த வழியில் நான் வளர்ந்து வந்த

சூழ்நிலையினாலும் இத்துறையில் எனக்கு ஆர்வமும், ஈடுபாடும் இருந்ததாலும் தொழிற்சங்கங்களில் கவனம் செலுத்திப் பணியாற்றினேன்.

தொழிற்சங்கப் பதவிகளைக் கூட கௌரவப்பதவிகளாக சிலர் கருதுகிறார்களே?

தொழிற்சங்கப்பதவி என்பது சொகுசான பதவியல்ல என்பது மட்டுமல்ல, சோகங்கள் நிறைந்த பகுதி என்பதுதான் உண்மை. இன்னும் சொல்லப்போனால் பதவி என்று சொல்வதைவிட பொறுப்பு என்று சொல்வதுதான் பொருத்தமானது.

சமூகத்தைக் கற்றுக்கொள்ளவேண்டும் என்றால் தொழிற்சங்க அனுபவம் வேண்டும். அங்கே சாதியைப் பார்க்கலாம், தீண்டாமையை உணரலாம், மதத்தைப் பார்க்கலாம். மனிதர்கள் எவ்வாறெல்லாம் பிரிந்து கிடக்கிறார்கள் என்பதை அறியலாம். தொழிலாளர்களின் குழந்தைகளுக்கு உடல்நிலை சரி இல்லையென்றால் ஒரு சாதாரண மருத்துவமனையில்கூட காட்டுவதற்கு காசில்லாத கொடுமைகளைப் புரிந்துகொள்ளலாம்.

பலமுறை அதைப்போன்ற நிகழ்வுகள் ஏற்பட்டிருக்கின்றன. சமீபத்தில்கூட அப்படிப்பட்ட செய்தி ஒன்று தொலைபேசியில் வந்தது. தோல் பதனிடும் தொழிலாளர்கள் சங்கத்தில் இன்றும் பொறுப்பில் இருக்கிறேன். தோல் ஷாப் என்று சொல்வார்கள். அதில் ஒரு தோல்ஷாப்பில் இருந்து தகவல் வந்தது. அங்கே ஒரு குழி இருக்கும். அந்தக் குழிக்குள் கிடுகிடுவென்று இளைஞர்கள் இறங்கி வேலை செய்வார்கள்.

அந்தக் குழிக்குள் விஷவாயு தாக்கி மூச்சு தடுமாறி ஒரு இளைஞன் உதவிக்கு குரல் கொடுக்கிறான். அபயக்குரலைக் கேட்ட தொட்டிக்கு மேலே இருந்த இளைஞன் கீழே குனிந்து கையைக் கொடுக்கிறான். இன்னொரு இளைஞன் கிடுகிடுவென்று கீழே இறங்கி அவனைத் தூக்கி வந்து விடலாம் என்று கீழே போகிறான்.

அவனைக் காப்பாற்ற இவன். இவனைக் காப்பாற்ற இன்னொருவன் என்று 5 பேர் விஷக்காற்று தாக்கி அதே இடத்திலேயே மாண்டு விட்டனர். 10 நிமிடங்களில் எல்லாம் நடந்து முடிந்துவிட்டது. நான் ஓடிச்சென்று பார்த்த போது அவர்களது உடலை வரிசையாகப் போட்டிருந்தனர். ஈரம் அவர்களது ஆடையில் அப்படியே ஒட்டிக் கொண்டிருந்தது. வாட்ட சாட்டமான உடல்கள். வாழவேண்டிய வயதினர். 25 வயதிலிருந்து 30 வயதிற்குள் தான் இருக்கும்.

செய்திகேட்டு ஆயிரக்கணக்கான தொழிலாளர்கள் கூடிவிட்டனர். பச்சிளம் குழந்தையை வைத்துக்கொண்டு இளம் மனைவி அழுகிறாள்.

அந்த இளைஞனின் பெற்றோர்கள் அழுகிறார்கள். அவர்கள் அனைவரையும் நான் அறிவேன். அவர்கள் கதறிய காட்சி என் கண்முன்னால் இன்னும் இருக்கிறது.

முதலாளிகள் தரப்பில் தொலைபேசியில் என்னைத் தொடர்பு கொண்டு பேசினார்கள். 'இதைப் பெரிதுபடுத்த வேண்டாம். அவர்கள் குழிக்குள் போய் இறங்கிவிட்டார்கள். நாங்கள் என்ன செய்ய முடியும்?' என்றார்கள். மேஸ்திரியும் சூப்பர்வைசர்களும் சொல்லாமல் அவர்கள் குழிக்குள் இறங்க மாட்டார்கள். ஆனால் அவர்களாகவே இறங்கி விட்டார்கள் என்பதுபோல சொன்னார்கள். நட்ட ஈட்டுத் தொகை கொடுத்து விடுகிறோம் என்றார்கள்.

கைகளில் உறைகளை அணிந்து கொள்ள வேண்டும். கண்டிப்பாகக் முகத்தில் மாஸ்க் அணிந்துகொண்டுதான் குழிக்குள் இறங்க வேண்டும் என்ற விதிகளை நிர்வாகத்தினர் உறுதியைக் கடைபிடிக்க வேண்டும் அல்லவா? மேஸ்திரிகள் பாதுகாப்பு கவசங்கள் இல்லாத தொழிலாளிகளை வேலையில் ஈடுபடுத்தக்கூடாது அல்லவா? தோல் ஷாப்பில் பாதுகாப்பு உபகரணங்கள் கட்டாயம் நிறைய இருக்க வேண்டுமல்லவா? இதிலெல்லாம் ஏன் நிர்வாகம் தீவிரக் கவனம் செலுத்தவில்லை.

அவனே இறங்கிவிட்டான். அவனே செய்த தவறு என்கிறார்கள். அந்த நேரத்தில் எல்லாம் பேசுகிறார்கள். ஆனால் பிறகு மறுபடியும் விபத்து நடக்கும்.

அதேபோல இன்னொரு சம்பவம். வார்ப்பிங் அன் சைசிங் தொழிலாளி. நூலைப் பதப்படுத்தக் கூடிய தொழிற்சாலை. ஈரோடு மாவட்டத்தில் 80க்கும் மேற்பட்ட அம்மாதிரி வார்பிங் அன் சைசிங் தொழிற்சாலைகள் இருக்கின்றன.

அந்த 80 ஆலைகளுக்கும் ஒரே சங்கம். அது ஏஐடியூசி சங்கம். அதில் ஒரு ஆலையில் ஒரு அறைக்குள் செல்ல வேண்டி கதவைப் பிடித்து தள்ளுகிறார் ஒரு தொழிலாளி. அந்தக் கதவு உள்ளே செல்லவில்லை. மறுபடியும் கஷ்டப்பட்டு தள்ளுகிறார். உள்ளே போகவில்லை. இன்னொருவரை அழைத்து அவரையும் தள்ளச் சொல்கிறார். இருவரும் இணைந்து தள்ளியும் கதவைத் தள்ள இயலவில்லை.

அந்த ஆலையின் முதலாளிகளில் ஒருவர் வந்தார். "என்னப்பா நீங்கள் இருவரும் சேர்ந்து தள்ளிப் பார்த்தும் கதவு திறக்க வில்லையா?" என்று கேட்டுவிட்டு அவரும் வந்து மூன்றுபேர் சேர்ந்து தள்ளுகிறார்கள். அவர்கள் நின்று தள்ளும் இடத்திற்கு கீழே பெரிய

சிமெண்ட் தொட்டி இருக்கிறது. செப்டிக் டேங் மாதிரி. உள்ளே தண்ணீர் கொதிநிலையில் இருக்கிறது. அதில் உருவாகி வெளியேறும் நீராவிக் குழாய் மூலமாக சென்று அதன் மூலம் சில வேலைகள் நடக்கிறது.

தொட்டிக்கு மேலே சிமெண்ட் தளம் போடப்பட்டிருக்கிறது. அதற்குமேல் நின்று கொண்டுதான் அவர்கள் கதவைத் தள்ளுகிறார்கள். மூன்று பேரும் தம் கட்டித் தள்ளுகிறார்கள். திறக்கவில்லை.

ஒரே நேரத்தில் அழுத்தித் தள்ள வேண்டும். ரெடி ஒன் டு த்திரி என்று மூச்சைக் கட்டித் தள்ளுகிறார்கள் கதவு திறக்கவில்லை. மாறாக அடியில் அவர்கள் நின்று கொண்டிருந்த காங்கிரிட் தளம் உடைந்து உள்ளே கொதிக்கிற கொதிநீர்த் தொட்டிக்குள் விழுந்து விட்டார்கள்.

கற்பனை செய்துகூடப் பார்க்க முடியவில்லை. பக்கத்தில் இருந்த தொழிலாளிகள் ஓடிவந்து கடப்பாறையால் தொட்டியை இடித்து மூவரையும் காப்பாற்ற முயல்கிறார்கள். ஆனால் அவர்கள் சுடுதண்ணீரில் முழ்கிவிட்டார்கள். நீச்சல் தெரிந்தாலும் ஒன்றும் செய்யமுடியாது. யாரும் கையைக் கொடுத்தும் தூக்கிவிடமுடியாது. கண் முன்னால் கதறியவாறு துடிதுடித்து செத்துக் கொண்டிருக்கிறார்கள். கண் முன்னால் அவர்கள் ஆடி அடங்குவதைப் பார்த்துப் பரிதவித்த அங்கே இருந்த தொழிலாளிகள் செய்வதறியாது தீயணைப்பு நிலையத்திற்கு தகவல் சொல்லி அவர்கள் வந்து உடல்களை எடுத்தார்கள். துக்கம் விசாரிக்க அவர்களது வீட்டிற்குச் சென்றால் அங்கே அவர்களின் குடும்பத்தார் இருந்த காட்சியைக் கண்ணால் பார்க்க முடியவில்லை. என்னவென்று ஆறுதல் சொல்வது? தொடர்ந்து இரண்டு மூன்று நாட்கள் அவர்களது வீடுகளுக்கு சென்று ஆறுதல் சொன்னேன். பிறகு வழக்குப் போட்டு நட்ட ஈடு வாங்கிக் கொடுத்தோம்.

இதைப்போன்ற விபத்துகளில் காப்பாற்றப் பட்டவர்களும் உண்டு. ஒரு பெண் உடலில் முழுக்க முழுக்க ஆசிட் கொட்டிவிட்டது. அவர் உடனடியாக மருத்துவமனைக்கு கொண்டு செல்லப்பட்டுக் காப்பாற்றப் பட்டுவிட்டார். பிளாஸ்டிக் சர்ஜரி செய்யப்பட்டது. ஏறத்தாழ 10 லட்சம் செலவானது. தொழிலாளிகளிடம் 5 ரூபாய், 10 ரூபாயிலிருந்து தொடங்கி நிதி திரட்டப்பட்டது. கையேந்தி வசூல் செய்தோம். பிற தொழிற்சங்கங்களிடமும் நிதி திரட்டப்பட்டது. நான்கு லட்சருபாய் திரட்டப்பட்டது. சங்கநிதியையும் பயன்படுத்திக் கொண்டோம். நானே மருத்துவரிடம் பலமுறை சென்று பேசி 'நீங்கள் செய்வது இலட்சக்கணக்கான ரூபாய் மதிப்புள்ளது. எங்களிடம் அவ்வளவு பணம் இல்லை. மனிதாபிமானத்தோடு நீங்கள் கொஞ்சம்

பெரிய மனது வைத்துச் சிகிச்சை செய்ய வேண்டும், என்றெல்லாம் பேசியதில் அவர்களும் கட்டணத்தில் பாதியை மனமுவந்து குறைத்துக் கொண்டார்கள். அந்தப்பெண் ஓராண்டு காலம் சிகிச்சை பெற்றார். மருத்துவமனைக்குப் போவதும் வருவதுமாக இருந்தார்.

இப்படிப்பட்ட நிகழ்ச்சிகளால் நமது மனதில் ஏற்படும் தாக்கம் இருக்கிறதே, அது நூறு சிறந்த புத்தகங்களால் கிடைக்கும் அனுபவத்தை விட அதிகம்.

'நம்முடைய தொழிற்சாலையில்தானே அவன் வேலை செய்தான். அவனுக்கு நாம் ஏதேனும் செய்ய வேண்டுமே' என்ற சிந்தனையெல்லாம் நிர்வாகத்தினருக்கு மிகவும் குறைவு. அரிதினும் அரிதானவர்களுக்கு மட்டுமே இந்த உணர்வு இருக்கிறது.

அரசாங்கமும் இது போன்ற பாதிப்புகளுக்கு உதவுவதைத் தலையாயக் கடமையாகக் கருத வேண்டாமா?

பொது சுத்திகரிப்பு நிலையம் வேண்டும் என்று முதலாளிகள் போராடவில்லை. பெட்டிஷன்தான் போட்டுக் கொண்டிருக்கிறார்கள். நம்முடைய தலைமையில் செயல்பட்டுக் கொண்டிருக்கின்ற தொழிற் சங்கம் ஒரு மாத காலம் தினம்தோறும் பாதயாத்திரை மேற் கொண்டோம். பொது சுத்திகரிப்பு நிலையம் ஏன் வேண்டும் என்பதை விளக்கி பல்லாயிரக்கணக்கான பிரதிகள் புத்தக வடிவிலான பிரசுரங்களை அச்சிட்டு மக்களிடம் கொடுத்து விழிப்புணர்வை ஏற்படுத்தினோம். இது எல்லோரும் சேர்ந்து செய்யக்கூடிய வேலை. ஆனால் தொழிற்சங்கம்தான் செய்தது.

இது கூலி உயர்வுப் போராட்டமல்ல. பஞ்சப்படி கேட்டு நடத்தும் ஆர்ப்பாட்டமல்ல. கிராஜிவிட்டிக்காக நடந்த மறியல் அல்ல. பொது சுத்தகரிப்பு நிலையம் வேண்டும் என்ற ஒட்டுமொத்த சமுகத்தின் நலனுக்காகவும் தொழிலைப் பாதுகாக்கவும் தொழிலாளிகள் நடத்திய பேரணி. தொடர்ந்து ஒருமாத காலம் ஊர்வலம், உண்ணாவிரதம், மனு அளித்தல், மறியல் ஆர்ப்பாட்டம், முழக்கம் எழுப்புதல் என ஒவ்வொரு ஊராக நடைப்பயணம். இறுதியில் ஒரு முக்கியப் பகுதியில் ஆயிரக்கணக்கான தொழிலாளர்கள் பங்கேற்ற கோரிக்கை விளக்கப் பொதுக் கூட்டம் என எமது தொழிற்சங்கத்தின் சார்பில் இயக்கங்கள் நடத்தியுள்ளோம்.

இப்படி ஏராளமான தொழிற்சங்க நடவடிக்கைகள். நாட்டின் நன்மைக்காக, தொழில் வளர்ச்சிக்காக, சமூக முன்னேற்றத்திற்காக தொழிலாளிகளின் குடும்பங்களுக்காக, பொது நன்மைக்காக என்று

போராடுகிறோம். சம்பள உயர்விற்காகவோ, போனஸுக்காகவோ மட்டுமல்ல. ஆனால் என்ன நினைக்கிறார்கள் என்றால் கூலி உயர்வுக்காகத்தான் தொழிற்சங்கம் என்று கருதுகிறார்கள். அப்படிப்பட்ட சங்கங்களும் இருக்கின்றன. ஆனால் உண்மையான நேர்மையான தொழிற்சங்கத்தின் பணி அது மட்டும் அல்ல.

அனைத்திந்திய மாணவர் பெருமன்றம்தான் 'நான் பயின்ற பல்கலைக்கழகம்' என்கிறீர்கள். அதையொட்டிய நினைவுகளில் இருந்து ஏதாவது சொல்ல முடியுமா?

1936 ம் ஆண்டு வடநாட்டில் லக்னோ என்ற நகரத்தில் அனைத்திந்திய மாணவர் பெருமன்றம் தொடங்கப்பட்டது. இது இந்தியா முழுவதிலும் உள்ள மாணவர்களுக்கான அமைப்பு. விடுதலைப் போராட்டத்தில் ஈடுபட்ட மாணவர்களை ஒருங்கிணைப்பதற்காக நிறுவப்பட்டது இது. ஜவகர்லால் நேரு தான் இதை தொடக்கி வைத்து உரை நிகழ்த்தினார்.

ஈரோட்டில் மாணவர் அமைப்பு என்றால் AISF தான் என்கிற அளவுக்கு 10 ஆயிரம் பேர் சாதாரணமாக கூடுவோம். பிரம்மாண்டமான ஊர்வலம் செல்வோம். 15 ஆயிரம் 20 ஆயிரம் மாணவர்கள் சில சமயங்களில் ஊர்வலத்தில் வருவார்கள்.

ஊர்வலம் மட்டுமல்ல உண்ணாவிரதம் நடத்தியிருக்கிறோம். கைது செய்யப்பட்டிருக்கிறோம்.

ஐ.டி.ஐ. மாணவர்கள் பிரச்சினைக்காக ஒருமுறை ஊர்வலம். நான் சிக்கய்ய நாய்க்கர் கல்லூரியில், கல்லூரி மாணவர் பேரவைத்தலைவராக வெற்றி பெற்றுச் செயல்பட்டேன். காலேஜ் சேர்மன் போஸ்ட் முடிந்து விட்டது. கல்லூரியிலிருந்து வெளியேவந்த பிறகும் அனைத்திந்திய மாணவர் பெருமன்றப் பொறுப்பாளர் என்ற முறையில் மாணவர் இயக்கங்களில் பங்கேற்று வந்தேன்.

ஐ.டி.ஐ. மாணவர்கள் போராடிக்கொண்டிருந்தார்கள். அதிகாரிகள், கலெக்டர் யாரும் கண்டுகொள்ளவில்லை. கடைசியாக மாபெரும் பேரணி நடத்துவதென்று முடிவு செய்தோம். பெரிய பேரணி நடைபெற்று அது கலெக்டர் ஆபீசுக்கு முன்னால் போய் நிற்கிறது. நான் அனுமதி பெற்று உள்ளே போகிறேன். மற்ற கல்லூரிகளின் மாணவர் பேரவைத்தலைவர்களையும் கூட்டிக்கொண்டு சென்றேன்.

அப்போது கலெக்டர் ஏ.என்.தியானேஸ்வரன். பெயரைச் சொன்னாலே தெரிகிற அளவுக்கு பிரபலமாக இருந்தவர். டீக்கடை, தியேட்டர், மளிகைக்கடை என்று போய் கலப்படம் அது இது என்று ஏதாவது நடவடிக்கை எடுத்துக் கொண்டிருப்பார். கழிவறை

சுத்தமில்லை என்று ஃபைன் போடுவார். ஏதாவது பண்ணிக்கொண்டே இருப்பார். டெய்லி பேப்பரில் அவரைப் பற்றிய செய்திகள் வந்து கொண்டே இருக்கும்.

நான் கலெக்டர் அறைக்குள் நுழைகிறேன். வெளியில் மாணவர்கள் நின்று கொண்டிருக்கிறார்கள். மாணவப்பிரதிநிதிகள் - தலைவர்களில் சிலர் மட்டும் என்னுடன் உள்ளே வந்தனர். நான் முன்புறம் அமர்ந்திருக்கிறேன். எனக்குப் பின்னால் 10 மாணவர்கள் நின்று கொண்டிருக்கிறார்கள். நான்தான் மனுகொடுக்கிறேன்.

கலெக்டர் தனக்கு முன்னால் அமர்ந்திருக்கிற என்னைப் பார்த்தல்லவா பேசவேண்டும்! நான்தான் மனுவை நீட்டுகிறேன். நான்தான் ஊர்வலத்திற்குத் தலைமை வகித்தவன். என்னைப் பார்த்து பேசாமல் எனக்குப்பின்னால் நின்று கொண்டிருந்த மாணவர்களைப் பார்த்து பேசிக்கொண்டிருந்தார் கலெக்டர். என்னை அலட்சியப்படுத்தினார். பார்ப்பதைத் தவிர்த்தார்.

அதாவது என்னை அவர் இக்னோர் பண்ணுகிறாராம். என்னை ஒரு பொருட்டாகவே கருதவில்லையாம். இவனை நான் மதிக்கவில்லை என்று மற்ற மாணவர்களுக்குத் தெரிவிக்க வேண்டுமாம். அதுதான் அவர் நோக்கம். அப்பொழுதெல்லாம் நான் தீவிரமாகவும் வேகமாகவும் இருந்தேன். கோரிக்கை குறித்து நான் அவரிடம் தெரிவித்தேன். மறுபடியும் அவர் என்னைத் தவிர்த்து விட்டு அவர்களிடமே அலட்சிய மாகப் பேசிக்கொண்டிருந்தார்.

பாதி இங்கிலீஷில் பேசினார், பாதி தமிழில் பேசினார். நல்ல பேச்சாளர். கோரிக்கை குறித்து மீண்டும் நான் ஆரம்பித்த போது, "ஹூ ஆர் யூ" என்று கேட்டார்.

நான் இது போன்ற ஒன்றை எதிர்பார்த்துக்கொண்டுதான் இருந்தேன். அவருடைய நடவடிக்கைகளிலேயே அது புலப்பட்டது.

"ஐயாம் தி பிரஸிடென்ட் ஆஃப் ஆல் இண்டியா ஸ்டூடன்ஸ் ஃபெடரேஷன். நான் அனைந்திந்திய மாணவர் பெருமன்றத்தின் தலைவர்." என்றேன்.

"அது சரி, நீ எந்த காலேஜ் ஸ்டூடண்ட்"

முன்பே என்னைப் பற்றி முழுமையாகத் தெரிந்துகொண்டுதான் இப்படிப் பேசுகிறார் என்பதை உணர்ந்தேன்.

"நான் சென்ற ஆண்டு சிக்கய்ய நாயக்கர் கல்லூரியில் படித்தேன். பிஎஸ்சி கணிதம் முடித்திருக்கிறேன்."

"மாணவனாக இல்லாத நீ எப்படி மாணவர் போராட்டத்திற்குத் தலைமை தாங்கலாம்" என்றார்.

அப்போதெல்லாம் எனக்கு கலெக்டர், போலீஸ் டைரக்டர் ஜென்ரல், டிஎஸ்பி, எஸ்பி, சீஃப் செகரட்டரி என்றெல்லாம் சொல் கிறார்களே இவர்களிடமெல்லாம் தனி அச்சம் இருந்ததில்லை. எந்தக் கல்வி நிலையமும் எனக்கு இந்தப்பண்பை கற்றுக்கொடுக்கவில்லை. நான் சார்ந்திருந்த அரசியல் இயக்கமும் அதன் பிரிவான மாணவர் பெருமன்றமும்தான் எனக்கு அந்தத் துணிவையும் தெளிவையும் தந்தன.

அமைச்சர்களாக இருந்தாலும் சரி, அதிகாரிகளாக இருந்தாலும் சரி, கலெட்டராக இருந்தாலும் சரி அவர்கள் வயதை, அனுபவத்தை மதிக்கிறேன். அவர்களது கல்வியை, திறமையை மதிக்கிறேன். ஆனால் அந்த மதிப்பு என்பது கொடுத்துப்பெற வேண்டுமே தவிர, கேட்டு வாங்குவதல்ல.

"சார், உங்களுக்கு வி.வி.கிரியை தெரியுமா" என்று கேட்டேன்.

ஒரு கலெக்டருக்கு வி.வி.கிரியைத் தெரியாமல் இருக்குமா? நான் வேண்டுமென்று கேட்கவில்லை. என்னைத் தூண்டிவிடுகிறார், நான் என்ன செய்ய முடியும்? இப்பொழுது எளிதில் நம்மை யாரும் தூண்டிவிடவோ கோபப்படுத்தவோ முடியாது. ஆனால் அப்போது எளிதாகத் தூண்டி விட இயலும். அந்த வயது அப்படி.

"சார். வி.வி.கிரி எந்தத் தொழிற்சாலையிலும் வேலை செய்ய வில்லை. ஆனால் இந்தியாவிலேயே பெரிய தொழிற்சங்கத்தலைவர் அவர். பின்னாளில் அவரை 8 அரசியலமைப்புச்சட்டத்தின் முதல் குடிமகனாக நாடே ஏற்றுக்கொண்டது. சட்டம் ஏற்றுக்கொண்டது, ஜனாதிபதியாக. தொழிலாளராக இல்லாத வி.வி.கிரியை தொழிற் சங்கத்தலைவராக ஏற்றுக்கொண்ட சட்டம்தான், மாணவனாக இல்லாத என்னை மாணவர் தலைவராக ஏற்றுக்கொண்டிருக்கிறது" என்று சொன்னேன்.

உடனே வந்ததே கோபம், மாவட்ட ஆட்சித்தலைவருக்கு.

"கெட் லாஸ்ட்" என்று கத்திக்கொண்டே மனுவைத் தூக்கி மேசைமீது போட்டார்!

"சார்! நான் பெட்டிஷன் கொடுக்கத்தான் வந்தேன். உங்களோடு விவாதிக்க அல்ல. நீங்க எதாவது பண்ணுங்க. மெட்ராசுக்கு அனுப்புங்க. எங்கயாவது அனுப்புங்க. பசங்களுக்கு பிரச்சினை. அவங்க வெளில

நிக்கறாங்க. பிரச்சினையை நீங்கள் சரிசெய்யவில்லையென்றால் போராட்டம் தொடரும்" என்றேன்.

"யூ ஆர் த ட்ரபுள் ஈட்டர் ஆஃப் த டிஸ்ட்ரிக்ட்" என்றார்.

"இது உங்கள் கருத்து! நன்றி. வணக்கம்" என்று வந்துவிட்டேன். இப்படி நிறைய நடந்திருக்கிறது. தினம் ஒரு கூட்டம். ஒரு உண்ணாவிரதம், ஒரு போராட்டம், ஒரு பேரணி என்று ஏதாவதொன்று நடக்கும். இதில் கற்றுக்கொண்டது ஏராளம் இருக்கும். நான் புத்தகங்களில் படித்ததைவிட, கல்வி நிலையங்களில் படித்ததைவிட இப்படிக் களப்பணிகளில் கற்றுக் கொண்டதுதான் அதிகம்.

விவேகானந்தர் விழாவில் பேசுகிறீர்கள். ராமகிருஷ்ண மடத்தில் உரையாற்று கிறீர்கள். முகமதுநபி விழாக்களிலும்கூட நீண்ட காலமாகப் பேசி வருகிறீர்கள். பொதுவுடைமையாளர்கள் பெரும்பாலும் பகுத்தறிவுவாதிகளாகத் தான் இருப்பார்கள். நீங்கள் எப்படி அந்த மாதிரி இடங்களில் எல்லாம் உரை நிகழ்த்தி வருகிறீர்கள்?

பொதுவுடைமைவாதிகள் விவேகானந்தரைப் பற்றி என்ன கருதுகிறார்கள் என்பது பொதுமக்களில் பலருக்குத் தெரிய வாய்ப் பில்லை. நாம் ஏற்றுக் கொள்கிறோமோ இல்லையோ இத்தகையோரின் கூற்றுகளில் பல மக்கள் சார்ந்த அம்சங்கள் இருக்கின்றன. நாம் என்ன நினைக்கிறோமோ அதை அப்படியே நூற்றுக்கு நூறு பிறரிடம் அல்லது ஒரு அமைப்பிடம் எதிர்பார்க்க இயலாது.

விவேகானந்தர் ஒரு சராசரி ஆன்மீகவாதி அல்ல. ஒரு முனிவரைப் போல் முக்தியடைய வேண்டும் என்பதற்காக ஒரு காட்டிற்குள் போய் தனிமையில் அமர்ந்து தவம் செய்தவர் அல்லர்.

'ஐயாம் எ சோஷலிஸ்ட்' என்று சொல்லியிருக்கிறார். அப்படிச் சொன்னதால் மட்டும் ஏற்கவில்லை. ஏழை எளியவர்களைப் பற்றி, மதங்களைப்பற்றி, சமுதாயத்தைப்பற்றி, பிற சமயங்களையும் மதிக்க வேண்டும் என்பது குறித்துப் பேசியிருக்கிறார். எல்லா மதங்களிலும், எல்லா மார்க்கங்களிலும் உண்மை இருக்கிறது என்று சொல்லியிருக் கிறார். எல்லாச் சமயங்களையும் சகித்துக்கொண்டு போங்கள் என்று சொல்லவில்லை, எல்லாச் சமயங்களிலும் உண்மை இருக்கிறது என்று உரையாற்றினார்.

ஜீவா அவர்களைவிட பொதுவுடைமைக் கொள்கையிலே ஆழமானவர்கள் அரிதாகவே உள்ளனர். 'நான் ஏன் நாத்திகன் ஆனேன்?' என்ற பகத்சிங்கின் புத்தகத்தை மொழி பெயர்த்தவர் ஜீவா. அதற்காக ஆறுமாதகாலம் சிறைத் தண்டனை பெற்றவர். தொடக்கத்தில்

'விவேகானந்தர் கபாடிக் கழகம்' என்ற ஒரு அமைப்பை வைத்திருந்தார். இறுதிக் காலத்தில் 'செங்காவிச் சிங்கம் வீரத்துறவி விவேகானந்தர்' என்று கட்டுரையும் எழுதி இருக்கிறார்.

இந்திய பொதுவுடைமைக்கட்சியின் புகழ்மிக்கத் தலைவரும் பேராசிரியருமான ஹிரேன் முகர்ஜி. அவர் எழுதிய விவேகானந்தரைப் பற்றிய புத்தகம் இந்தியாவில் வெளிவந்த விவேகானந்தரைப் பற்றிய நூல்களில் குறிப்பிடத் தகுந்தது. பொதுவுடைமை இயக்கத்தின் தேசியத் தலைவர்களில் முதன்மையானவர் ஏ.பி.பரதன். அவர் விவேகானந்தரைப் பற்றி எழுதிய கட்டுரையும் மிக முக்கியமானது. பொதுவுடைமை இயக்கத்தின் அகில இந்தியத் தலைவர்கள் பலரும் விவேகானந்தரைப்பற்றி சிறந்த ஆய்வுக் கட்டுரைகளை வெளியிட்டிருக்கிறார்கள்.

தந்தை பெரியாரை குன்றக்குடி அடிகளார் ஆதரித்தார். குன்றக்குடி அடிகளாரை பெரியார் ஆதரித்தார். அவர் தமிழகத்தின் தனிப்பெரும் ஆன்மீகவாதி. தந்தைப் பெரியாரோ கடவுள் கோட்பாட்டை அடியோடு மறுப்பவர். ஆனால் பொதுவான நல்ல விஷயங்கள் பலவற்றில் இருவருக்கும் உடன்பாடு உண்டு, ஒத்த கருத்து உண்டு. இருவரும் இணைந்து நடக்கக்கூடிய பொதுவான பாதையில் இருவரும் இணைந்தே நடந்திருக்கின்றனர்.

பெரியாரை ஆதரித்த அதே அடிகளார் தான் ஜீவாவையும் ஆதரித்தார். ஜீவா குறித்து அடிகளார் எழுதியது மிகவும் முக்கியமானது. பெரிய அடிகளார் மட்டுமல்ல, இப்போது இருக்கிற குன்றக்குடி பொன்னம்பல அடிகளாரையும் நாங்கள் ஏற்றுக்கொள்கிறோம்.

பெரிய அடிகளார் தமிழ்நாடு கலை இலக்கியப் பெருமன்றத்தின் தலைவராக இருந்தார். பொதுவுடைமை இயக்கத்தின் மாநில மாநாடு மற்றும் அகில இந்திய மாநாடுகளில் மாலை நேரங்களில் வெளியே நடக்கும் சிந்தனை அரங்குகளில், தவத்திரு பெரிய அடிகளார் பங்கேற்று சிறப்புரையாற்றியிருக்கிறார்.

இந்தக் கால கட்டத்திற்கு அடிகளார் மிகமிகத் தேவை. விரிவான தளத்தில் செயல்படும் ஜனநாயக சக்திகளை ஒருங்கிணைக்க வேண்டும்.

25 ஆண்டுகளாக நபிகள் நாயகம் விழாவிலே கலந்து கொண்டு வருகிறேன். அனைத்து சமயத்தினருக்கான, அனைத்து மொழி யினருக்குமான, பொதுவான வாழ்வியல் நற்கருத்துகளை நபிகள் நாயகம் கூறியிருக்கிறார்.

ஏராளமான வள்ளலார் விழாக்களில் பேசியிருக்கிறேன். மதத்தைத் தாண்டிய ஆன்மீகம் அவருடையது. இதெல்லாம் ஜீவா போட்ட பாதை, அவர் வகுத்த வழி.

'எப்பொருள் யார்யார் வாய்க் கேட்பினும் அப்பொருள் மெய்ப் பொருள் காண்பது அறிவு' என்ற குறளின் பொருளை ஆழமாக நெஞ்சில் தாங்கி இந்தப் பாதையில் என் பயணம் தொடர்கிறது.

ஜாலியன் வாலாபாக் என்ற இடத்தில் நடைபெற்ற படுகொலை, சுதந்திரப் போராட்ட வரலாற்றில் முக்கியமானது. அந்தப் படுகொலையை அரங்கேற்றியவன் ஜெனரல் டயர். அவனைச் சுட்டுக்கொல்ல வேண்டும் என்ற வெறியோடு கிளம்பியவன் உத்தம் சிங். ஜெனரல் டயர் இறந்துவிடவே அவனுக்கு ஆணை பிறப்பித்த ஓ.டபள்யூ. டயர் என்பவனைச் சுட்டுக் கொல்கிறான் உத்தம் சிங் வெளிநாட்டிலே. இதைக் கண்ணால் கண்ட சாட்சி பொதுவுடமை இயக்கத் தலைவர் கேடிகே. தங்கமணி என்பது ஆச்சரியமான செய்தியாக இருக்கிறதே!

கேடிகேயின் வாழ்க்கை வரலாற்றிலேயே இச்செய்தி குறிப்பிடப் பட்டுள்ளது. எங்களைப் போன்றவர்களிடம் நேரிலும் சொல்லியிருக் கிறார்.

'சுடுவேன், சுடுவேன் குண்டுகள் தீரும்வரை சுடுவேன்' என்று கொக்கரித்தவன் ஜெனரல் டயர். பல தேசபக்தர்களைச் சுட்டு வீழ்த்தியவன். 'அந்தக் கொடியவனை பழிக்குப் பழி வாங்கியே தீருவேன்' என்று புறப்பட்டான் உத்தம்சிங். பல நாடுகளில் தேடிச் சுற்றித்திரிந்தான். கடைசியாக லண்டனுக்குச் சென்றான். அங்கே ஜெனரல் டயர் இயற்கை மரணமடைந்ததைக் கேள்விப்பட்டான் உத்தம்சிங்.

ஜெனரல் டயர் என்ற அதிகாரிக்கு உத்தரவு போட்டவன் கவர்னர் ஓடுவயர். அவன் லண்டனில் ஒரு கூட்டத்தில் பேசப்போவதாக உத்தம் சிங்குக்குத் தகவல் கிடைத்தது. ஓடுவயர் பேசவிருந்த கூட்டம் நடைபெறும் மண்டபத்திற்குச் சென்றான் உத்தம்சிங்.

அந்த அரங்கத்தில் கூட்டம் குறைவாகத் தான் இருக்கிறது. ஓடுவயர் வந்தான். பேச ஆரம்பித்தான். அவன் பேசி முடிக்கும் முன் தயாராக வைத்திருந்த துப்பாக்கியை எடுத்துச் சுட்டான். ஓடுவயரை. சுட்டுக் கொன்றான் உத்தம் சிங் அந்த அரங்கத்தில் இந்நிகழ்ச்சியைப் பார்த்துக் கொண்டிருந்த இன்னொரு இந்தியர் தான் கேடிகே. தங்கமணி.

கே.டி.கே.தங்கமணி

இது உலகச்செய்தி. இந்த உலகச்செய்தியோடு தொடர்புடைய ஒரு ஆள் நம்மருகில் அமர்ந்து கொண்டு நம்மிடம் நீண்ட நேரம் பேசுகிறார் என்றால் நினைத்துப்பாருங்கள். வரலாற்றோடு தொடர்புடைய இப்படிப்பட்ட தலைவர்கள் இளைஞர்களோடு இளைஞர்களாகப் பழகினார்கள். அவர்களுடைய பெட்டியை அவர்களே தூக்கிக் கொண்டு வந்தார்கள். அந்த அளவுக்கு வயதான காலத்திலும் சுறுசுறுப்போடு உழைத்தவர்கள்.

சாதாரணமான தேனீர் கடைகளில் நம்மைப் போன்றவர்களோடு அமர்ந்து டீ குடிப்பார்கள். பக்கத்தில் ஒரு வரலாறு உட்கார்ந்திருக்கிறது என்று அங்கே இருப்பவர்களுக்குத் தெரியாது. லண்டனிலே பார் அட் லா படித்துக் கொண்டிருந்த போதுதான் கேடிகே இந்தக் காட்சியைப் பார்த்தார். வரலாற்று சாட்சியாக நம்மிடைய வாழ்ந்தார். பெரும் செல்வந்தக் குடும்பத்திலிருந்து வந்தவர். கட்சி அலுவலகத்திலேயே வாழ்ந்தார்; இறந்தார்.

அகிம்சைப் போராட்டத்தால்தான் இந்தியா விடுதலைபெற்றது. மகாத்மா காந்திதான் விடுதலை வாங்கிக் கொடுத்தார். ஆயுதம் தாங்கிய போராட்டத்திற்கு இதில் பங்கில்லை என்பதைப் போல தோற்றம் நிலவுகிறதே?

இந்திய விடுதலைப் போராட்டத்திற்குத் தலைமையேற்றவர் காந்தியடிகள் என்பதில் இருவேறு கருத்துகள் இருக்க முடியாது. அவரது கொள்கையில் முரண்படுபவர்களே கூட, அவரது மகத்தான பங்களிப்பை மறுத்துவிட முடியாது. நாடு விடுதலை பெறுகிற காலகட்டத்தில் அஹிம்சா வழிப் போராட்டம் மேலோங்கியிருந்தது என்பதிலும் சந்தேகமில்லை.

'கத்தியின்றி ரத்தமின்றி யுத்தமொன்று வருகுது' என்ற பாடலை எழுதியவர் நாமக்கல் கவிஞர் ராமலிங்கம் பிள்ளை. கத்தியும் ரத்தமும் இல்லாமல் இந்தியாவிற்கு விடுதலை கிடைத்துவிட்டது என்பதைப் பிரகடனப்படுத்துகிற பாடலாக இப்பாடலை பலர் எண்ணுகின்றனர். இப்பாடல் ஒட்டுமொத்த இந்திய விடுதலையை பற்றிச் சொல்லும் பாடல் அல்ல. அதற்காக அது எழுதப்படவும் இல்லை என்பதை இப்பாடலின் வரலாற்றை அறிந்தவர்கள் அறிவார்கள்.

1930ஆம் ஆண்டு திருச்சியில் இருந்து உப்புச் சத்தியாகிரகம் நடத்துவதற்காக வேதாரண்யத்திற்கு 100 அறப்போராட்ட வீரர்கள், சத்தியாகிரகிகள் நடந்தே அணிவகுத்துச் சென்றனர். அக்குழுவிற்கு ராஜாஜி தலைமையேற்றார். தொலைதூரம் நடந்து செல்லுகின்ற சத்தியாகிரகிகளுக்கு சலிப்பு ஏற்படக்கூடாது என்பதற்காகவும்

தங்களைத் தாங்களே உற்சாகப்படுத்திக் கொள்ள வேண்டும் என்பதற்காகவும் வழி நெடுக பாடிக்கொண்டே செல்வதற்கு ஒரு வழிநடைப் பாடல் தேவைப்பட்டது. அதற்கேற்ற சந்தத்தில் வேண்டுமென்று நாமக்கல் கவிஞருக்கு ராஜாஜி கடிதம் எழுதினார். அதன் அடிப்படையில் அதற்காக எழுதப்பட்ட பாடல் தான் 'கத்தியின்றி ரத்தமின்றி' என்ற பாடல்.

அஹிம்சா வழிப் போராட்டங்கள் அறிவிக்கப்படுவதற்கு முன்பே லட்சக்கணக்கான இந்தியர்கள் இந்திய விடுதலைக்காக ரத்தம் சிந்தியுள்ளனர். கோவைப் புரட்சி 1800ல் நடைபெற்றது. அதில் புரட்சியாளர் முகமது ஹாஷம் என்பவர் தன்னிடமிருந்த ரகசியக் கடிதங்கள் அனைத்தையும் அழித்துவிட்டு - ஆங்கிலேயர்களின் சித்தரவதைக்கு ஆளானால், சக புரட்சியாளர்களை காட்டிக்கொடுக்கும் நிர்பந்தம் ஏற்பட்டுவிட்டால் என்ன செய்வது என்று எண்ணி தன்னுடைய குரல்வலையைத் தானே அறுத்துக்கொண்டு செத்து மடிந்தார்.

இதெல்லாம் தொடக்க காலத்தில். பிறகு வேலூர் புரட்சி, சிப்பாய் புரட்சி என்று ஆங்கிலேய ஆட்சிக்கு எதிராக நடைபெற்ற மக்கள் புரட்சியில் மாண்டவர்கள், தூக்கிலிடப்பட்டவர்கள் எத்தனை ஆயிரம் பேர்! அதற்கு முன்பே திப்பு சுல்தான், வீரபாண்டிய கட்டபொம்மன், மருது சகோதரர்கள், தீரன் சின்னமலை, பூலித்தேவன் என்று எத்தனை பேர் இதற்காகச் செத்தார்கள், தூக்கில் தொங்கினார்கள்.

பின்னர் ஆங்கிலேயர்களின் திட்டமிட்ட சூழ்ச்சியால் விளைந்த வங்கப் பிரிவினை - அதன் விளைவாக ஏற்பட்ட எழுச்சி, அந்த எழுச்சியை அடக்க ஆங்கிலேயர்களால் சுட்டுக்கொல்லப்பட்டவர்கள் எத்தனை பேர்.

பகத்சிங்கின் ஆதர்ஷ நாயகன் கத்தார்சிங் தூக்கிலிடப்பட்டார். பின்னர் 63 நாட்கள் சிறையிலேயே உண்ணாவிரதம் இருந்து உயிர் துறந்த ஜதீன் தாஸ். அதற்குப் பின்னர் பகத்சிங், ராஜகுரு, சுகதேவ் ஆகியோர் இளம் வயதிலேயே தூக்கிலிடப்பட்டனர். அகிம்சா வழியில் போராடிய திருப்பூர் குமரன் சிந்தியது ரத்தம் இல்லையா?

அக்காலத்தில் செண்பகராமன் தொடங்கி, அதற்குப் பின் நேதாஜி படை திரட்டினார்களே! ஆயுதப் பயிற்சி ஆயிரக்கணக்கான இந்திய ஆணுக்கும், பெண்ணுக்கும் அளித்தார்களே! ஆங்கிலேய இந்திய ராணுவத்திற்கு எதிராக இந்திய விடுதலைக்காகப் போர் தொடுத்தாரே நேதாஜி! இப்படி ரத்தம் சிந்தியவர்கள், தூக்கிலே தொங்கியவர்கள், துப்பாக்கித் தோட்டாக்களுக்கு இரையானவர்கள் என்று ஒரு பெரும் பட்டாளமே இருக்கிறது.

வ.உ.சி., சுப்பிரமணிய சிவா இன்னும் இவர்களைப் போன்ற தலைவர்கள் செய்த தியாகம் எத்தகையது? 1942ல் காந்தியடிகள் அறிவித்த ஆகஸ்ட் புரட்சி... அத்தனை தலைவர்களும் கைது செய்யப் பட்டார்கள். தலைவர்களே இல்லாத சூழலில் மக்கள் ஆவேசப்பட்டு ரயிலைக் கவிழ்க்கவில்லையா... காவல் நிலையங்களை அடித்து நொறுக்கவில்லையா... தந்திக் கம்பிகளை அறுக்கவில்லையா? விமானத் தளங்களை தகர்க்கவில்லையா?

கடைசியாக 1946இல் நடைபெற்ற கடற்படை எழுச்சி... இப்படி எத்தனையோ வடிவங்களிலான போராட்டங்கள் நடைபெற்றன.

நுட்பமாகவும் ஆழமாகவும் ஆராய்ந்துப் பார்க்கிற பொழுது அத்தகைய போராட்டங்கள் யாவும் அந்தந்த தலைவர்களும், புரட்சியாளர்களும் விரும்பிச் செய்யவில்லை. தாக்குப்பிடிக்க முடியாமல், வேறு வழியின்றி நிர்பந்தத்தினால் தங்கள் விருப்பத்திற்கு மாறாகத் தான் அச்செயல்களில் ஈடுபட்டுள்ளனர். பகத்சிங், நேதாஜி போன்றவர்கள் உயர்ந்த மனிதாபிமானிகளாக தனிப்பட்ட வாழ்க்கையில் திகழ்ந்துள்ளனர்.

அப்படி இருந்திருக்கலாம், இப்படி இருந்திருக்கலாம் என்று இப்போது சொல்வது எளிது. ஆனால் அக்காலக்கட்டம் கொடுமை யானது. வரலாற்றின் வழிநெடுக எத்தனையோ போராட்டங்கள் நடைபெற்றுள்ளன அல்லவா? அதெல்லாம் தான் பிற்காலத்தில் அகிம்சா வழிப் போராட்டத்திற்கே அடித்தளமிட்டுள்ளது. பொதுவாக இந்திய மக்கள் வன்முறையை விரும்பாதவர்கள்தான். ஜாலியன் வாலாபாக்கில் டயரின் வன்முறை வெறியாட்டத்தை கொஞ்சம் எண்ணிப்பாருங்கள். அப்போராட்டம்தான் காந்தியடிகள் அறிவித்த முதல் அகில இந்தியப் போராட்டம்.

வழிமுறை வேறுவேறாக இருந்தாலும் இரண்டு கொள்கை யினருமே நாட்டின் விடுதலை என்ற ஒரே ஒப்பற்ற நோக்கத்திற்குதான் தங்களை அர்ப்பணித்துள்ளனர்.

ஆயுதப் போராட்டத்தில் ஈடுபட்டோர் சிறு சிறு குழுக்களாக இருந்தும், ஒரு படைபோல் திகழ்ந்து செயல்பட்டார்கள். காந்தியடிகள் ஒரு வரலாற்றின் தேவையை பூர்த்தி செய்யும் விதத்தில், தேசத்தின் ஒட்டுமொத்தத் தலைவராக திகழ்ந்தார். அவர்தான் மக்கள் தலைவர். எத்தனையோ வழிமுறைகளின் மூலமாக கொஞ்சம் கொஞ்சமாக முன்னோக்கி நகர்த்தப்பட்டுவந்த இந்திய விடுதலைப் போராட்டம் காந்தியடிகளின் தலைமைத்துவத்தில் மக்கள் இயக்கமாகப் பரிணாம வளர்ச்சி பெற்றது.

'செய் அல்லது செத்து மடி' 'வெள்ளையனே வெளியேறு' போன்ற காந்தியடிகளின் முழக்கத்திற்கு இருந்த சக்தியும் வீரியமும் கற்பனைக்கெட்டாதவையாகும். ஆயுதமா, அகிம்சையா என்று எதிரெதிர்க் கருத்தாக முன்வைக்கப்படாமல் அத்தனையும் சேர்ந்து தான் இந்தியாவிற்கு விடுதலையைப் பெற்றுத் தந்திருக்கிறது என்று எண்ண வேண்டும்.

ஆயுதப் போராட்டத்திற்குப் பங்களிப்பே இல்லை என்று கருதுவது வரலாற்றுக்குச் செய்கிற நியாயம் ஆகாது. ஆனால் உதிரி உதிரியாகக் கிடந்த அனைத்தையும் ஒன்றிணைத்து விடுதலைப் போராட்டத்தை ஒரு மக்கள் போராட்டமாக மாற்றிய மாபெரும் சக்தி காந்தியடிகள் தான் என்பதில் சந்தேகமில்லை. காந்தியடிகளின் தலைமைத்துவம் வியக்கத்தக்கது. வணங்கத்தக்கது.

பகத்சிங் உணர்ச்சி வசப்பட்டுவிட்டார் என்றும் அவரை யாரோ பின்னாலிருந்து இயக்கியிருக்கிறார்கள் என்றும் அவர் கேட்பார் பேச்சைக் கேட்டுக்கொண்டு அனுபவம் இல்லாமல் நடந்து கொண்டுவிட்டார் என்றும் சிலர் சொல்கிறார்கள். இது உண்மையா?

பகத்சிங் 23 ஆண்டுகளே வாழ்ந்தார். அவர் 23-வது வயதில் தூக்கிலிடப்பட்டார். அந்த 23 ஆண்டுகால வரலாற்றை ஆழமாக வாசித்து அறிந்த யாரும், இப்போது நீங்கள் சொன்ன அந்தக் கருத்துகளைச் சொல்லமாட்டார்கள்.

மேலோட்டமாகப் பார்த்தால் அப்படித்தான் நினைப்பார்கள். ஏனென்றால் அவன் வயது வெறும் 23 தானே.

காங்கிரஸ் வரலாற்றை எழுதிய பட்டாபி சீதாராமய்யா சொல்கிறார். இந்திய வரலாற்றில் காந்திக்கு நிகரான புகழுடையவர் பகத்சிங் என்று. முதலில் ஒரு முக்கியமான விஷயத்தை கவனிக்க வேண்டும். பகத்சிங் யாருடைய பேச்சையும் கேட்கவில்லை. அவனுடைய பேச்சைத்தான் மற்றவர்கள் கேட்டார்கள். பகத்சிங் ஒரு அமைப்புக்குத் தலைவர். அதனடிப்படையில் மற்றவர்களின் கருத்துகளைக் கேட்டுக் கலந்து பேசியிருப்பாரே தவிர ஒருவர் பேச்சைக் கேட்டு நடக்கிற அளவுக்கு அவர் சுயசிந்தனை இல்லாதவராக இருந்ததில்லை. கல்லூரியில் படித்துக்கொண்டிருந்தபோது மாணவர்களைத் திரட்டுகிறார். 'நவஜவான் பாரத் சபா' என்கிற அமைப்பை நிறுவுகிறார். சாண்ட்ரஸ் என்ற வெள்ளை அதிகாரியை சுட்டுக் கொல்கிறார்கள். இதெல்லாம் தொடக்ககாலம்.

'விளையும் பயிர் முளையிலேயே தெரியும்' என்பார்கள். அவனுடைய பின்புலத்தைப் பார்த்தாலே தெரியும். அவனுடைய குடும்பமே

தியாகத்தால் புடம்போட்டு எடுக்கப்பட்ட குடும்பம். சூழல்தான் மனிதனை உருவாக்குகிறது.

1919-ல் ஜாலியன் வாலாபாக் நிகழ்ச்சி நடைபெறுகிறது. அப்போது பகத்சிங் பள்ளி மாணவன், அந்தச்சம்பவம் அவனை ஆழமாக பாதிக்கிறது. இந்தியாவையே அசைத்து விட்டது அந்தக் கொடூர நிகழ்ச்சி. இந்தியாவையே உலுக்கிய சம்பவம் பகத்சிங்கை மட்டும் பாதிக்காமல் இருக்குமா?

சிறுவயதிலிருந்தே வாசிப்புக்கு வசப்பட்டவன் பகத்சிங். வாசிக்கக் கூடியவன் மட்டுமல்ல யோசிக்கக் கூடியவன். சுயமாகச் சிந்திப்பவன். அவனுடைய குடும்பம் சுதந்திரப் போராட்டத்தில் ஈடுபட்ட குடும்பம், சீக்கியர்களுக்கே உரிய அந்த வீரப்பண்பு எல்லாவற்றையும் சேர்த்து வைத்துப் பார்க்கவேண்டும்.

1919-ல் ஜாலியன் வாலாபாக் சம்பவம் நடைபெறுகிறது. 1920 மற்றும் 1921 ம் ஆண்டுகளில் ஒத்துழையாமை இயக்கம் காந்தியடிகளால் அறிவிக்கப்பட்டு இந்தியா முழுவதும் விஸ்வரூபமெடுக்கிறது. ஒத்துழையாமை இயக்கத்தால் ஈர்க்கப்படாத இளைஞர்களே இந்தியாவில் கிடையாது. ‘நான் கோ ஆபரேசன் மூவ்மெண்ட்’ என்கிற இந்த ஒத்துழையாமை இயக்கம் ஒரு பேராயுதம்.

காந்தியடிகளோடு முரண்பட்டவர்களும் ஏற்றுக் கொண்ட கொள்கை ஒத்துழையாமைக் கொள்கை. பகத்சிங்சின் தகுதிகளைப் பட்டியல் போட்டால் முதலில் அவனுடைய தகுதியாகக் கருதப்படுவது, அவனது படிக்கும் பழக்கம்தான். ஆழமான கருத்துச் செறிவுள்ள புரட்சிகரமான நூல்களைத் தேடித்தேடி வாசிப்பது முதல் சிறப்பு.

இரண்டாவது தகுதி விவாதிப்பது. விவாதிப்பதில் இணையற்றவன். ஏனென்றால் அவன் இயல்பாகவே நல்ல தலைமைத் தகுதி உள்ளவன். மூன்றாவது செயல்படுகிற குணம். ஆகவே தலைமைப் பண்போடு, தலைமைத் தகுதியோடு வளர்ந்து வந்தவன் அவன்.

பாரதி 39 வயதில் மரணமடைந்து விட்டார். விவேகானந்தர் 39 வயதில் காலமாகி விட்டார். இன்று விவேகானந்தரின் 150 வது ஆண்டு பிறந்தநாளை இந்தியாவே கொண்டாடுகிறது. பாரதிக்கு நூற்றாண்டு விழா நடைபெற்றது. சோவியத்தில் நடைபெற்றது. பல நாடுகளிலும் நடைபெற்றது. 39 வயதிற்குள் அவர்கள் எப்படிச் சாதித்தார்கள் என்று நாம் கேட்கிறோமா? 29 வயதிற்குள் பட்டுக்கோட்டை கல்யாணசுந்தரம் காலத்தை வென்ற பாடல்களை எழுதவில்லையா? இதை யாரேனும் மறுக்கமுடியுமா?

பகத்சிங் சிறந்த சிந்தனையாளன். அவன் ஒரு மாபெரும் மனிதநேயப் பற்றாளன்.

'சைமனே வெளியே போ' என்கிற போராட்டம் இந்தியா முழுவதும் நடைபெற்றது. பாராளுமன்றத்தில் சைமன் உட்கார்ந்திருக்கிறான். நம்முடைய தலைவர்களும் உட்கார்ந்திருக்கிறார்கள்.

மேலேயிருந்து குண்டு போட்டான், குண்டுபோட்டான் என்கிறார்களே! என்ன குண்டுபோட்டான்? குண்டைப் போட்டான், புகை கிளம்பியது, ஒருவர் முகமும் தெரியவில்லை. எங்கு பார்த்தாலும் கூச்சல் குழப்பம், புகைமூட்டம். இப்படிப்பட்ட சாதகமான சூழ்நிலையைப் பயன்படுத்திக் கொண்டு தப்பித்துச் சென்றிருக்கலாமே? ஏன் தப்ப முயற்சி செய்யவில்லை? ஒரு நொடியில் மாயமாக மறைந்திருக்கலாமே... ஏன் ஓடவில்லை?

ஏன் என்றால் கொல்லவேண்டும் என்பது அவர்களது நோக்கமல்ல. தாம் கைது செய்யப்படுவோம் என்று தெரியும். ஆகவே அதற்கு ஆயத்தமாகத்தான் வந்தார்கள். குண்டு போட்டவுடன் அச்சடிக்கப்பட்ட துண்டுப்பிரசுரங்களை வீசினார்கள். அதில் என்ன இருந்தது? இந்தக்குண்டு வெடிக்கும், சத்தமெழுப்பும், புகை கிளம்பும்! ஆனால் யாரையும் கொல்லாது. அவர்கள் நினைத்திருந்தால் கூண்டோடு அனைவரையும் கொன்றிருக்கலாம். ஆனால் அது அவர்கள் நோக்கமல்ல. இது செய்தியாக வேண்டும். இந்தியாவில் இளைஞர்களிடையே எழுச்சி உருவாகவேண்டும். இதுதான் திட்டம்.

அவன் இதழ் நடத்தியிருக்கிறான். கட்டுரைகள் எழுதியிருக்கிறான். சிறையிலிருந்தபோது பல கடிதங்கள் எழுதியிருக்கிறான். பகத்சிங் தனது தந்தைக்கு எழுதிய கடிதம்தான் 'நான் ஏன் நாத்திகன்?' என்ற நூலாக வந்தது. அவன் சிறையிலிருந்த போது எழுதிய நான்கைந்து நூல்கள் வெளியே ரகசியமாக அங்கிருந்த காவலர்களாலேயே வெளியே கொண்டுவரப்பட்டு பாதுகாக்கப்பட்டன. அந்தக் கையெழுத்துப் பிரதிகள் பிறகு காணாமல் போய்விட்டன.

ஒரு சிந்தனையாளனுக்குரிய தன்மைகள், ஒரு தலைவனுக்குரிய பண்புகள் அவனிடம் முழுமையாக இருந்தன. அவன் கட்டளையிடக் கூடியவனாக மட்டும் இல்லை; கடமையாற்றுகிற களப்பணியாளனாகவும் இருந்தான். நீங்களெல்லாம் உண்ணாவிரதம் இருங்கள் என்று மட்டும் அவன் சொல்லவில்லை. 63 நாட்கள் அவனும் மற்றவர்களோடு சேர்ந்து சிறையில் உண்ணாவிரதம் இருந்தான்.

63 நாட்கள் உண்ணா நோன்பிருந்து செத்துப்போனவன் ஜதீந்திரநாத் தாஸ். அந்த உண்ணா நோன்பை அறிவித்தவன் பகத்சிங். பகத்சிங் அறிவித்த உண்ணாவிரதத்தில் 63ஆம் நாள் மடிந்தவன் ஜதீந்திரநாத்தாஸ். அவன் யார்? வங்காளி. இவன் யார்? பஞ்சாபி. ஆக, மொழிகளைத் தாண்டி ஜாதி மதங்களைத் தாண்டி தலைவராக ஏற்றுக்கொள்ளப்பட்டவன் பகத்சிங்.

சைமன் கமிஷனை ஏன் எதிர்த்தார்கள்?

இந்தியர்கள் தங்களைத் தாங்களே ஆட்சி செய்து கொள்வதற்குத் தகுதியானவர்கள்தானா... நாட்டை ஆளும் அளவுக்கு அவர்களுக்குத் தலைமைத் தகுதி இருக்கிறதா என்பதை ஆய்வு செய்வதற்கு ஜான் சைமன் என்பவர் தலைமையில் பிரிட்டிஷ் ஆட்சியினரால் லண்டனில் அமைக்கப்பட்டதுதான் 'சைமன் கமிஷன்'. இந்தக் குழுவில் இந்தியர்கள் யாரும் சேர்க்கப்படவில்லை. முழுக்க முழுக்க வெள்ளையர்களைக் கொண்ட குழு. இவ்வாறு ஒரு குழு 1927ஆம் ஆண்டு அறிவிக்கப்பட்ட பொழுதே இந்தியத் தலைவர்களின் கடும் எதிர்ப்புக்கு ஆளானது. இக்குழு நியமனமே இந்தியர்களை அவமானப்படுத்தும் செயல் என்று இந்திய தேச பக்தர்கள் கருதியது மட்டுமின்றி அதற்கு எதிராக வெகுண்டெழுந்தார்கள்.

1928இல் சைமன் கமிஷன் இந்தியாவில் பல பகுதிகளுக்கும் சுற்றுப் பயணம் சென்றது. பல இந்தியத் தலைவர்களை சந்திப்பது, அன்றைய இந்திய அரசியல் சூழலை ஆய்வு செய்வது போன்ற நோக்கங்களுக்காக இவர்கள் இந்தியச் சுற்றுப்பயணத்தை மேற்கொண்டனர். அப்போது 'Go back Simon' என்ற முழக்கத்தை அடிப்படையாக வைத்து அவர்கள் சென்ற இடங்கள் அத்தனையிலும் இக்குழுவிற்கு எதிராக ஆவேசத்துடன் மக்கள் ஆர்ப்பாட்டம், ஊர்வலம், போராட்டம் என பல வடிவங்களில் எதிர்ப்பு இயக்கம் நடத்தினார்கள். இச்செய்தி காட்டுத் தீ போல் பற்றி எரிந்தது. அதன் விளைவாக இக்கமிஷனுக்கு எதிர்ப்பு நாளுக்கு நாள் வலுத்தது.

இந்தக் கொடூரச்செயலுக்குத் தலைமையேற்று ஈவு இரக்கமின்றி லாலா லஜபதி ராயைக் கொன்ற வெள்ளைக் காவல்துறை உயர் அதிகாரியான சாண்டர்ஸ் என்பவனைத்தான் சந்திரசேகர ஆசாத், பகத்சிங், ராஜகுரு, சுகதேவ் ஆகியோர் சுட்டார்கள். அப்போதும் கூட "ஒரு மனிதனைக் கொல்ல நேரிட்டது குறித்து வருந்துகிறோம். ஒரு மாபெரும் தலைவரைக் கொன்ற இவர்களை நடமாடவிட்டால் இன்னும் எத்தனை அற்புதமான தலைவர்கள் சாவார்களோ என்ற ஆதங்கத்தில் இச்செயலில் ஈடுபட்டோம், வருந்துகிறோம்" என்று துண்டறிக்கை வெளியிட்டார்கள்.

இந்தியாவை ஆள்வதற்கு இந்தியர்களுக்குத் தகுதியில்லை என்று ஆங்கிலேயர்கள் திரும்பத் திரும்பக் கூறிவந்தனர். அந்த தகுதியின்மையை ஆய்வு செய்து அறிக்கை சமர்ப்பிக்கவேண்டும் என்பதற்காகவே சைமன் கமிஷன் நியமிக்கப்பட்டது. ஆகவே தான் கோபாவேசம் கொண்டு இந்திய தேசபக்தர்கள் அக்குழுவை வன்மையாக எதிர்த்தார்கள்.

சிறப்பு நேர்காணல் - 2016
சமூகம்

வரலாறு என்பது வளரும் தன்மையுள்ளது

வரலாற்றில் மறைக்கப்பட்ட செய்திகளை அல்லது வெளிச்சத்துக்கு வராத தகவல்களை புதிதாக எழுதுவது வரவேற்கத்தக்கது தானே?

முதலில் வரலாற்றைப் பற்றி நமக்கு ஒரு கண்ணோட்டம் வேண்டும். வரலாறு வளரும் தன்மையுள்ளது. அது தேங்கிக் கிடப்பதல்ல. உதாரணத்திற்கு ஒன்றைச் சொல்கிறேன்.

சிந்துசமவெளி நாகரீகம். இந்தியா என்றால் சிந்துவெளிப் பண்பாடு. சிந்துசமவெளி நாகரீகமென்றால் ஹரப்பா, மொகஞ்சதாரோ. இவற்றில் உள்ள கட்டிட வேலைப்பாடுகள் குகைச் சுவற்றில் காணப்படும் எழுத்துகள், ஓவியங்கள் உலகப்புகழ் பெற்றவை. இதெல்லாம் அகழ்வாராய்ச்சியில் கண்டுபிடிக்கப்பட்டவை. அப்படியே போற்றிப் பாதுகாக்கப்பட்டு வந்தவை அல்ல.

அகழ்வாராய்ச்சியின் மூலமாக அறிஞர்களின் முயற்சியால் கண்டு பிடிக்கப்பட்டு, அங்கிருக்கக்கூடிய கல்வெட்டுகளின் மூலமாகவும் அவற்றில் உள்ள எழுத்துகளின் மூலமாகவும், ஓவியங்களின் ஊடாகவும் அதில் தீட்டப்பட்டுள்ள வண்ணங்களின் வழியாகவும் இதெல்லாம் எந்த ஆண்டில் வரையப்பட்டன; எழுதப்பட்டன என்பதை அதற்கென்றே உள்ள நிபுணர்களின் துணைகொண்டு அறிவிக்கப்பட்டது.

கட்டிட நிபுணர்கள், உலகப்பிரசித்தி பெற்ற தொல்லியல் ஆய்வாளர்கள் எல்லாம் கூடிப்பேசி, பல்வேறு கோணங்களில் பரிசீலித்துப் பார்த்து இவை எந்தக்காலத்தைச் சேர்ந்தவை என்று அறிவியல் பூர்வமாக உலகத்திற்கு அறிவித்திருக்கிறார்கள்.

நம் விருப்பத்திற்கேற்ற விஷயம் என்பதற்காகவோ, சுவாரஸ்யத்தை தூண்டக்கூடிய கற்பனைக் கதைகள் என்பதற்காகவோ, யூகங்களின் அடிப்படையிலோ சொல்லப்படுபவை அல்ல, இவையெல்லாம்.

மாறாக வரலாற்று ஆதாரங்கள், வரலாற்று உண்மைகள் அசைக்க முடியாத சரித்திரச் சான்றுகள் இவை.

பொதுவாக அகழ்வாராய்ச்சி என்றால் நாம் என்ன நினைக்கிறோம். வீடுகட்ட அஸ்திவாரம் தோண்டுவதைப் போல, கிணறு வெட்டு வதைப்போல ஒரு 500 பேர்களை அழைத்துக்கொண்டு போய், மண்வெட்டியாலும் கடப்பாறையாலும் வெட்டித் தள்ளுவார்கள், தோண்டிக் குவிப்பார்கள். வேகவேகமாகப் பறிப்பார்கள் என்றுதான் மேலோட்டமாக மக்கள் நினைத்துக் கொண்டிருப்பார்கள்.

அகழ்வாராய்ச்சி நடைபெறும் இடத்திற்குச் சென்று யாரும் அதை உன்னிப்பாகக் கவனித்து உள்வாங்கிக் கொள்வதில்லை.

அகழ்வாராய்ச்சி என்றால் அகழ்ந்து ஆய்வது. ஆழமாக ஆய்வது. உள்புறத்தை ஆய்வது, உள்ளே சென்று பார்ப்பது. இதற்கென்று சில வரைமுறைகள் உண்டு. வேகமாகவும் விரைவாகவும் செய்யக் கூடாது. செய்யமுடியாது. படிப்படியாக அணுஅணுவாக, நுட்பமாக மெதுவாக கவனித்து உள்வாங்கி நிதானமாகக் கையாள வேண்டிய நடவடிக்கை இது.

கொஞ்சம் கொஞ்சமாகச் சுரண்டி எடுக்க வேண்டும். கோணி ஊசி போல் இருக்கிற ஊசி கொண்டு அழுத்தம் கொடுக்காமல் கீறிக்கீறி தள்ளித்தள்ளிப் பார்த்துக்கொண்டே போகவேண்டும்.

ஒரு படிவம், இரண்டாவது படிவம், ஃபர்ஸ்ட் லேயர், செகன்ட் லேயர், த்தேர்டு லேயர் என்று கொஞ்சம் கொஞ்சமாக நுணுகி ஆயவேண்டும். ஏராளமான இடங்களில் ஆய்ந்துகொண்டே போனோம் என்றால் எங்கோ ஒரு இடத்தில் சாதாரணமான சட்டி கிடைக்கும். பானை ஓடு கிடைக்கும்.

இப்படித்தான் சின்னச்சின்னதாக கொஞ்சம் கொஞ்சமாக ஹரப்பா, மொகஞ்சதாரோவில் சிந்துவெளி படைப்புகள் கண்டுபிடிக்கப் பட்டன. இந்தியா என்றால் ஹரப்பா, மொகஞ்சதாரோ. இந்தியா என்றால் சிந்துசமவெளி நாகரீகம். இந்தியாவின் கலாச்சாரத்தை, தொன்மையை, இந்தியாவின் நாகரீகத்தைக் காட்டக்கூடியதாக இருக்கிறது.

சரி! இப்போது நொய்யல்வெளி நாகரீகம். பத்து ஆண்டுகளாகத் தான் நொய்யல்வெளி நாகரீகம் பேசப்படுகிறது. இது கொங்கு மண்டலத்தில் வருகிறது. ஈரோடு, கோவை, திருப்பூர் பகுதிகளில் இருக்கிறது. நொய்யல் வெளி ஆய்வுக்களத்தைக் காணும் வாய்ப்பு எனக்கு கிடைத்தது. அதில் ஈடுபட்ட ஆய்வாளர்களைச் சந்தித்து விபரம் சேகரிக்கும் வாய்ப்பும் கிடைத்தது.

உழவர்கள் காடுகளை உழுது கொண்டு இருக்கிறார்கள். ஏரை இழுத்துச் சென்ற எருதுகளின் கால் குளம்புகளில் குண்டுமணிகள் சில அகப்பட்டிருக்கின்றன. மிகவும் சின்னச்சின்னப் பொருள்கள் குண்டு மணிபோல, இது என்னவாக இருக்கும் என்று விவசாய வேலை செய்யும் பலரும் பேசிக் கொண்டிருக்க, இதை கல்வெட்டறிஞர் புலவர் செ.ராசு கேள்விப்பட்டிருக்கிறார். உடனே போய் விசாரித்திருக்கிறார்.

புலவர் ராசு வந்ததும் அதையெல்லாம் காண்பித்திருக்கிறார்கள். புலவர் செ.ராசு கல்வெட்டு ஆய்வாளர். இது அகழ்வாராய்ச்சிக்கு உரிய பகுதி என்று அறிந்த அவர், மாவட்ட ஆட்சித்தலைவர் ஏ.என். தியானேஸ்வரன் அவர்களை அழைத்து வந்து காட்டினார்.

அதற்குப்பிறகு, புலவர் செ.ராசு அகழ்வாய்வு அறிஞர் ஒய்.சுப்பராயலு, கே.ராஜன் போன்றவர்களுக்குத் தெரியப்படுத்தினார். தஞ்சைத்தமிழ்ப் பல்கலைக்கழகத் தலைமைக்குத் தகவல் சென்றது.

சுப்பராயலு, ராஜன் போன்றவர்கள் வந்தார்கள். அகழாய்வுப் பணிகளைத் தொடங்கினார்கள். தொடங்கி சுமார் 25 ஆண்டு காலம் ஆகிவிட்டது. இங்கே ஒரு இரும்புத் தொழிற்சாலை இருந்ததைக் கண்டுபிடித்துவிட்டார்கள். இரண்டாயிரம் ஆண்டுகளுக்கு முன்பே இரும்புத் தொழிற்சாலை தமிழ்நாட்டிலே இருந்திருக்கிறது.

சிந்துசமவெளி நாகரீகம் பல்லாயிரம் ஆண்டுகளுக்கு முற்பட்டது. அது ஒரு திராவிட நாகரீகம் என்றதும் நாம் பெருமகிழ்ச்சியடைந்தோம். சிந்துவெளி நாகரீக மக்கள் இரும்பின் பயன்பாட்டை அறியாதவர்கள் என்று குறிப்புகள் கூறுகின்றன. ஆனால் தமிழகத்தின் நொய்யல் நாகரீகத்தில் இரும்பு பயன்படுத்தப் பட்டதாக நீங்கள் சொல்வது ஆச்சரியமான வரலாற்றுச் செய்தியாக இருக்கிறதே?

நொய்யல்வெளி நாகரிகம் என்பது இரண்டாயிரம் ஆண்டுகளுக்கு முற்பட்டது. இங்கு தமிழகத்தில் ஈரோடு, திருப்பூர் பகுதிகளில் நொய்யல் ஆற்றங்கரை நாகரீகத்தில் இரும்பை மிகச் சிறப்பாக பயன்படுத்தியிருக்கின்றனர். இது வரலாற்றில் ஒரு புதிய தாக்கத்தைப் பாய்ச்சியுள்ளது. வரலாற்றை அறிவியல் கண்ணோட்டத்தோடு பார்க்க வேண்டும்.

ஏற்கனவே சிந்துவெளி நாகரீகத்தை வரலாறு அறிந்திருந்தது. புதிதாக நிகழ்த்தப்பட்ட ஆராய்ச்சியின் விளைவாக நொய்யல் வெளி நாகரீகம் வரலாற்றில் இணைகிறது. இவ்வாறான புதிய புதிய கண்டுபிடிப்புகள் வரலாற்றை வளரச்செய்யும்.

ஆகவே தான் வரலாறு என்பது வளரும் தன்மையுள்ளது என்று சொன்னேன்.

பிறகு என்ன நடந்தது?

கொங்கு மண்டலத்தில் உள்ள நொய்யலாற்றங் கரைப்பகுதியில் இருக்கும் கொடுமணலில் இருந்து ரோமாபுரிக்கு வியாபாரம் நடந்திருக்கிறது. இங்கிருந்து அங்கு போயிருக்கிறார்கள்; அங்கிருந்து இங்கு வந்திருக்கிறார்கள்.

வர்த்தகத் தொடர்பு இருந்திருக்கிறதா?

கண்டுபிடித்திருக்கிறார்கள். அசைக்க முடியாத ஆதாரங்கள் இருக்கின்றன. அந்த ஆராய்ச்சி முடிவுகளெல்லாம் கட்டுரைகளாக எழுதப்பட்டு நூல்களாக வெளியிடப்பட்டிருக்கின்றன. இதை யாரும் இன்றுவரை மறுக்கவில்லை. 'இல்லையில்லை. நீங்கள் சொல்வதை யெல்லாம் ஏற்கமுடியாது. சான்றுகள் இல்லை. அறிவியல் ரீதியிலான ஆதாரங்கள் கிடையாது' என்று யாரும் மறுக்கவில்லை. இந்த வரலாற்றுச் செய்திகளை உறுதிப்படுத்துகிற வகையில் பல பொருள்கள் கிடைத்ததைப்போல ஏராளமான ரோமாபுரி நாணயங்களும் கிடைத்திருக்கின்றன.

சிந்துவெளி நாகரீகத்தை மட்டுமே பேசிக்கொண்டிருந்தவர்கள் இப்போது நொய்யல்வெளி நாகரீகத்தையும் சேர்த்துப் பேசவேண்டிய கட்டாயம் ஏற்பட்டுவிட்டது.

முதல் இந்திய சுதந்திரப்போர் 1857 என்று சொல்லிக் கொண்டிருந் தார்கள். ஆனால் அதற்கும் 50 ஆண்டுகளுக்கு முன்பே தமிழகத்தில் சேர்ந்த வேலூரில் புரட்சி ஏற்பட்டிருக்கிறது என்பதையும் அதற்கு 5 ஆண்டுகளுக்கு முன்பே கோவைப்புரட்சி ஏற்பட்டிருக்கிறது என்பதையும் மக்கள் மத்தியில் எடுத்துக்கூறி வரலாற்று விழிப்புணர்வை ஏற்படுத்திக் கொண்டிருப்பது போலவே இதற்கும் செய்ய வேண்டும்.

வரலாற்றைத் தங்களுக்குச் சாதகமான முறையில் திரித்துக் கூறுபவர்களும் இருக்கத் தானே செய்கிறார்கள்...

இருக்கிறார்கள். வரலாற்றைத் தங்களுக்கு ஏற்ற வகையில் வளைக்கக் கூடாது. வரலாற்று ஆய்வுக்கு அறிவியல் கண்ணோட்டமும் சார்பற்ற நடுவு நிலைமையும் சமுதாயப் பார்வையும் மிக முக்கியம். அதற்காக வெறும் அகடமிக்காக மட்டும் வரலாற்றைப் பார்த்துவிட முடியாது. அதையும் தாண்டி ஊடுருவிப் பார்க்கும் மக்கள் சார்ந்த வரலாற்று உணர்வும் தேவை.

விருதுநகர் மாவட்டத்திலிருந்து நேற்று ஒருவர் அலைபேசியில் சொன்னார். 'அய்யா நான் உங்கள் 'விடுதலை வேள்வியில் தமிழகம்'

'வரலாற்றுப்பாதையில்' போன்ற நூல்களை முழுமையாகப் படித்துவிட்டேன். உங்களது எண்ணை நான்கு மாதமாகத் தேடிக் கண்டுபிடித்தேன். விடுதலைப் போராட்ட வரலாற்றைப் பற்றி எந்தச் சந்தேகமாக இருந்தாலும் உங்களிடம் கேட்கலாம் என்றார்கள். இதுவரை மகிழ்ச்சியாக இருந்த நான் அடுத்து அவர்சொன்ன வார்த்தைகளைக் கேட்டு அதிர்ந்து போய்விட்டேன்.

"அய்யா நான் இந்தச் சாதியைச் சேர்ந்தவன்." என்று தன் சாதியைக் குறிப்பிட்டார்.

"சரி இருக்கட்டும். அதனால் என்ன?" என்றேன்.

"இல்லை அய்யா! இதுவரை நான் நிறையப் பேரைக் கேட்டு விட்டேன். தெரியவில்லை என்கிறார்கள். என் சாதியைச் சேர்ந்தவர் யாராவது விடுதலைப்போராட்ட வீரர்களாக, தலைவர்களாக இருந்திருக்கிறார்களா?" என்றார்.

நான் சொன்னேன். 'விடுதலைப் போராட்ட வீரர் ஒருவர் பெயரைச்சொல்லி, அவர் எங்கு பிறந்தார், என்ன செய்தார் என்றால் நான் சொல்வேன். ஒருவேளை எனக்குத் தெரியவில்லையென்றால் கேட்டுப் படித்துப் பார்த்துச் சொல்லுவேன். ஆனால் அவர்கள் சாதிகளைப் பற்றி எனக்கு எதுவும் தெரியாது. அதைப்பற்றி தெரிந்துகொள்ள வேண்டும் என்ற அக்கறையும் எனக்கு கிடையாது. அந்தப் பார்வையே தவறு என்று நினைப்பவன் நான்' என்று சொன்னேன். வரலாறு என்பது அரசியல்வாதிகளால் எழுதப் படுவதல்ல. ஆய்வாளர்களால் தீட்டப்படுவது. நடுநிலைமைதான் அதன் முதல் இலக்கணம்.

நேர்மையோடும் நீதியோடும் வரலாற்றை வரைகிற அவர்கள் யார் தெரியுமா? சாதி, மத, மொழி, வர்க்க, கட்சி சார்பற்றவர்கள். அதற்காகவே தன் வாழ்க்கையை அர்ப்பணிப்பவர்கள்.

எடுத்துக்காட்டாக இந்த ஆண்டு மக்கள் சிந்தனைப் பேரவையின் பாரதி விருது மூத்த வரலாற்றாய்வாளர் ஒய்.சுப்பராயலு அவர்களுக்கு வழங்கப்பட்டது. அவர் அகழாய்வு அறிஞர். சுப்பராயலு என்று பெயரைக்கேட்டாலே தெரியும் அவர் யாரென்று? தாய்மொழி தெலுங்கு. ஆனால் தமிழரின் வரலாற்றை, தொன்மையை, பண்பாட்டை அதிகமாக வெளிக்கொண்டு வந்த பெருமை அவரைச் சாரும்.

வரலாறு என்றால் அது எதிர்காலத் தலைமுறைக்கு நன்மை பயப்பதாக இருக்கவேண்டும். வரலாற்றில் எங்கோ எப்போதோ ஏதாவது சர்ச்சைக்குரிய சம்பவம் நடந்திருக்கும். அதைத் தெரிந்து

கொள்ளவேண்டுமே தவிர, அதை இப்பொழுது எடுத்து வைத்துக் கொண்டு, 'நான் உண்மையைத்தான் சொல்கிறேன். அதற்கு ஆதார மிருக்கிறது' என்று சொல்லி இன்று அந்த சர்ச்சையைப் புதுப்பிக்கிற முயற்சியில் இறங்கக்கூடாது. எழுச்சியை ஏற்படுத்துவது வேறு, கலவரத்தை ஏற்படுத்துவது வேறு!

பல புதிய சட்டங்கள் வேண்டும். ஏற்கனவே உள்ள சட்டங்களில் பல மாற்றங்களை, சீர்திருத்தங்களைச் செய்யவேண்டும் என்கிறார்களே. நீங்களும் ஒரு வழக்கறிஞர். இதைப்பற்றி நீங்கள் என்ன சொல்ல விரும்புகிறீர்கள்?

நாம் பின்பற்றுகிற இந்தச்சட்டங்கள் எல்லாம் எப்படி வந்தன என்ற வரலாற்றுப் பின்புலத்தைத் தெரிந்து கொள்ளவேண்டும். எந்தெந்த நாடுகளில் உள்ள அரசியலமைப்புச் சட்டங்களை யெல்லாம் பார்த்து பரிசீலித்து நமது வரைவுக்குழு இந்திய அரசியலமைப்புச் சட்டத்தை உருவாக்கியது என்ற குறிப்புகளையும் நாம் புரிந்து கொள்ளவேண்டும்.

ஏராளமான புதிய சட்டங்களும் வந்திருக்கின்றன. அவை யெல்லாம் ஆட்சியாளர்களின் கருணையினால் வந்தவையல்ல. மக்களின் போராட்டங்களால்தான் வந்திருக்கின்றன. சீர்திருத்தங்களுக் காகவும் மாற்றத்திற்காகவும் மக்கள் குரல் கொடுக்க வேண்டும்.

அதற்காக பழைய சட்டங்கள் அத்தனையையும் தூக்கிப்போட்டு விடவேண்டும் என்பது சரியல்ல. புதிய சட்டங்கள் என்பதற்காக பிற்போக்குத்தனமான, ஜனநாயகத் தன்மையில்லாத, சட்டங்களை ஏற்கவும் கூடாது. பழைமையிலும் புதுமையிலும் உள்ள நல்ல அம்சங்கள் மட்டுமே நடைமுறைப் படுத்தப்படவேண்டும். 'பழையன கழிதலும் புதியன புகுதலும்' சட்டத்திற்கும் பொருந்தும்.

'பெண்ணுக்கு சொத்தில் சம உரிமை' என்பது புதிய சட்டம்தானே, அதைப் புறக்கணிக்க முடியுமா? புதுமை என்பதற்காக சாரமற்றது என்று தள்ளிவிடமுடியுமா? அதேபோல 'தகவல் பெறும் உரிமைச் சட்டம்' புதிய சட்டம்தான். புத்தம் புதிய சட்டம் என்பதால் பொறுப்பற்றது என்று சொல்லிவிடமுடியுமா? அதேநேரத்தில் புதுமை என்கிற பெயரில் புதிய சட்டம் புதியதிருத்தம் என்கிற பெயரில் மக்கள் உரிமைகளைப் பறிக்கிற சட்டங்களை ஏற்கமுடியாது.

சட்டம் போட்டவுடனே நிலைமை சரியாகிவிடாது. காலப் போக்கில் வழக்குகளின் மூலமாகவும் தீர்ப்புகளின் வழியாகவும் நடைமுறைப் படுத்துகிற போதுதான் சட்டத்திற்கு உயிர்வரும். இத்தகைய அனுபவங்களின் விளைவாகவே சட்டம் செழுமைப் படுகிறது.

தகவல் பெறும் உரிமைச்சட்டம் போன்றவற்றை சரியாக நிறை வேற்றினாலே 50 சதவிகித ஊழல்கள் குறையும்.

தொழிலாளர் உரிமைச்சட்டம், போனஸ் சட்டம், பணிப் பாது காப்புச் சட்டம் எல்லாம் எத்தனை போராட்டங்கள் நடத்தி அடி உதைபட்டு சிறைச்சாலைக்குச் சென்று போராடிப்பெற்ற உரிமைகள்.

சட்டத்தில் மாற்றங்கள் வேண்டும். அது முன்னேற்றத்தின்பாற்பட்டதாக இருக்கவேண்டும். நாம் ஏற்கனவே போராடிப் பெற்ற முன்னேற்றத்தைப் பின்னுக்கு இழுப்பதாக இருக்கக்கூடாது.

கல்வி முறையிலே, கல்வித் திட்டத்திலே, பெரிய மாற்றம் சீர்திருத்தம் வரவேண்டும் என்பதைப் பற்றி உங்கள் கருத்து என்ன?

இப்பொழுது இருக்கிற கல்வி முறையில் பல சீர்திருத்தங்கள் தேவைப்படுகின்றன. பல அடிப்படையான மாற்றங்கள் தேவைப்படு கின்றன. கல்வியில் சிறந்த நாடுகளில் ஒன்றாக நம்முடைய நாடு இருந்திருக்கிறது. பல்கலைக்கழகங்களெல்லாம் இருந்திருக்கின்றன. பிறகு தொடர்ச்சி இல்லாமல் போய்விட்டது. இடைப்பட்ட காலங்களில் ஏனோ பெரிய சறுக்கலும் பின்னடைவும் ஏற்பட்டு விட்டன. மிகப்பெரிய இடைவெளி ஏற்பட்டுவிட்டது.

கல்வியில் நமக்கு பின்னே இருந்த பல நாடுகள் வியக்கத்தக்க அளவிலே முன்னேறிவிட்டன. இன்றைக்கு பள்ளிக் கல்வியிலே மிகவும் முன்னேறிய நாடு அமெரிக்காவோ, இங்கிலாந்தோ அல்ல. ஜப்பானும் அல்ல. உலகத்திலேயே ஆரம்பக் கல்வியில் முதலிடத்தில் இருக்கிற நாடு பின்லாந்து நாடுதான்.

அந்த நாட்டு கல்விமுறையில் நாம் கவனிக்கவேண்டிய அம்சம், அங்கே தேர்வுக்கு முக்கியத்துவம் கிடையாது. 13 வயது வரை அங்கே யாருக்கும் ரேங்க்கைச் சொல்வதில்லை. இவன் ஃபர்ஸ்ட் ரேங்க், இவன் செகண்ட் ரேங்க் என்று பிரிப்பதில்லை. ‘ஆல் ஆர் ஈக்வல்’ எல்லோரும் சமம்தான்.

‘எது நல்ல பள்ளி என்றால், எந்தப் பள்ளிக்கு மாணவர்கள் மகிழ்ச்சியோடு வருகிறார்களோ அந்தப்பள்ளிதான் மிகச்சிறந்த பள்ளிக்கூடம்’ என்பேன். விருப்பத்தோடும், உற்சாகத்தோடும் பள்ளிக்கு வரவேண்டும். அதுதான் தலைசிறந்த கல்விக்கூடம்.

வெறும் மார்க் வாங்குகிற மந்திர சக்தியை மட்டும் கற்றுக் கொடுக்கிற, இயந்திரங்களை மட்டும் உருவாக்குகிற சிறந்த தொழிற் சாலைகளாக கல்விக்கூடங்கள் இருக்கின்றன. சில கல்வி அலுவலர்கள்,

தலைமையாசிரியர்கள், ஆசிரியர்கள் எடுக்கிற வித்தியாசமான முயற்சி களால் சில அரசுப் பள்ளிகள் சிறப்பாகச் செயல்படுகின்றன. அது போல சில தனியார் பள்ளிகளிலும் ஆரோக்கியமான பாராட்டத்தக்க அணுகுமுறைகள் பின்பற்றப்படுகின்றன. இவை எண்ணிக்கையில் மிகக் குறைவு. ஒட்டு மொத்தமாகப் பார்த்தால் இந்தக்கல்விமுறை கவலையளிக்கிறது. மார்க் வாங்கினால் தான் மரியாதை என்பது அறிவார்ந்த சமூகத்தை உருவாக்காது.

நல்ல மதிப்பெண்கள் பெறும் மாணவர்கள் மதிக்கப்படுவதும் அவ்வாறில்லாத மாணவர்கள் கண்டு கொள்ளாமல் விடப்படுவதும் சீரான சமூக வளர்ச்சிக்கு உதவாது. அவ்வாறான அணுகுமுறை, கல்வி வளர்ச்சிக்கும் அம்மாணவர்கள் வளர்ச்சிக்கும் எதிரானவையாகும். மாணவர்களை சாதிரீதியாகப் பார்ப்பது, மதரீதியாகப் பார்ப்பது, இருப்பவன் - இல்லாதவன் என்ற அடிப்படையில் அணுகுவது, கிராமத்து மாணவன் - நகரத்து மாணவன், செல்வாக்குமிக்கவரின் மகன், செல்வாக்கு இல்லாதவரின் குழந்தை என்று பார்ப்பது, சமூக வளர்ச்சிக்கு ஊறு விளைவிப்பதாகும்.

பொதுவாக ஒரு வகுப்பறையில் 50 மாணவர்கள் படிக்கிறார் களென்றால் அந்த 50 பேரும் ஆசிரியர்களால் சமமாக நடத்தப்பட வேண்டும். அதுதான் கல்வியின் முதல் படி. படிக்கிற மாணவர்கள், சமூகத்தில் செல்வாக்கு மிக்கவர்களின் குழந்தைகள் பெரும்பாலான கல்வி நிலையங்களில் தனித்துப் பார்க்கப்படுகின்றனர். அவர்களுக்கு ஒரு வகையில் தனித்த முக்கியத்துவம் அளிக்கப்படுகிறது.

ஆசிரியர்கள் பாடம் நடத்துகிற போது கூட பொதுவாக அத்தனை மாணவர்களையும் பார்த்தோ அல்லது தனித்தனியாக வென்றால் அப்போதும் தனித்தனியாக ஒவ்வொரு மாணவனையும் பார்த்தோ நடத்துவது ஒரு நல்ல உளவியல் அணுகுமுறை. 'நான் ஆசிரியரால் உதாசீனப்படுத்தப்படுகிறேன்' என்ற சிந்தனை எந்தவொரு மாணவனுக்கும் வராமல் பார்த்துக் கொள்வது ஆரோக்கியமான கல்விச் சூழலை உருவாக்கும்.

பாடத்திட்டத்தைத் தாண்டி கலை, இலக்கியம், வரலாறு, கவிதை, ஓவியம், நாடகம் என்று தனது திறமையைக் காட்டும் மாணவர்களை ஊக்கப்படுத்தும் சூழல் இல்லையே?

பள்ளியில் விளையாட்டு, பேச்சுப்போட்டு, கட்டுரைப்போட்டி, கவிதைப் போட்டி, ஓவியப்போட்டி, நடிப்புப் போட்டி போன்ற தனித்திறன் போட்டிகளில் பங்கேற்க விரும்பும் மாணவர்களை இனங்கண்டு ஊக்குவிப்பது இன்றயை காலத்தின் தேவையாகும்.

மதிப்பெண்கள் குறைவாக வாங்கினாலும் வேறு ஏதாவது ஒரு துறையில் அபரிமிதமான ஆற்றல் பொதிந்துள்ள மாணவன் அதே வகுப்பறையில் இருப்பதை கொஞ்சம் முயற்சியெடுத்தால் ஆசிரியர் களால் கண்டுகொள்ளமுடியும். இப்படி எத்தனையோ திறமை யாளர்களைக் கண்டுபிடித்து இச்சமூகத்திற்கு அறிமுகப்படுத்தியவர்கள் ஆசிரியர்களே.

சிறுவயதிலே தந்தையை இழந்து கல்வியறிவில்லாத தாயால் ஒரு குக்கிராமத்தில் எவ்விதப் பின்பலமும் இல்லாமல் வளர்க்கப்பட்டவர் தான் நடிகர் சிவகுமார். அவரின் 15ஆவது வயதில் அவருக்குள் ஒளிந்திருந்த ஓவியத் திறமையைக் கண்டுபிடித்து "நீ டாக்டர், இன்ஜினியர் என்றெல்லாம் படிக்க வேண்டாம். நீ சிறந்த ஓவியனாக எதிர்காலத்தில் வருவாய். அற்புதமான ஓவியத் திறமை உனக்கு இயற்கையாக அமைந்துள்ளது. சென்னை ஓவியக் கல்லூரியில் சேர்ந்து ஓவியத்தையே பாடமாகப் படி" என்று சொன்னவர் அவரின் பள்ளி ஆசிரியர் குமாரசாமி. அதே போல் ஓவியக் கல்லூரியில் சேர்ந்து மிகச் சிறந்த ஓவியராக உயர்ந்தவர், சிவகுமார்.

இப்படி கலை, இலக்கியம், வரலாறு, மொழி, ஓவியம், கவிதை, பேச்சு என்று பல துறைகள் உள்ளன. நன்றாகப் படிக்கக்கூடிய மாணவனுக்கு உள்ள முக்கியத்துவம் இது போன்ற தனித்திறன்களை கொண்ட எல்லா மாணவனுக்கும் பள்ளியில் இருக்க வேண்டும். எந்தத் திறமையுமே இல்லாத எதற்குமே உதவாத மாணவன் என்று ஒருவன் கூட இருக்க வாயப்பில்லை.

இதற்காகத்தான் ஒரு பள்ளி என்றால் ஆண்டு விழா, இலக்கிய மன்றம், அறிவியல் மன்றம் என்று பல வகையான மாணவர் மன்றங்கள் உருவாக்கப்பட்டுள்ளன. அவற்றையெல்லாம் உயிரோட்டமாக நடத்தி வந்தாலே அத்தகைய மணவர்களுக்கு உரிய வாய்ப்புக் கிடைக்கும். திறமைகளை மேலும் வளர்த்துக் கொள்வதற்கான சூழலும் ஏற்படும்.

எல்லாம் பொறியாளர்களாக இருக்கிறார்கள். உங்கள் மகன் பொறியாளர், என் தம்பி, என் தங்கை பொறியாளர்கள், என் ஆசிரியரின் மகன், என் பக்கத்துவீட்டுப் பையன், எதிர்வீட்டு நண்பர் எல்லாம் இன்ஜினியர்கள். நல்ல ஆசிரியர்கள் தேவைப்பட வில்லையா? நல்ல அரசியலாளர்கள் தேவையில்லையா? நல்ல பேச்சாளர்கள், நல்ல கலைஞர்கள் தேவையில்லையா, எல்லாத் துறைகளும் முக்கியமானவைதானே?

நம் நாட்டிற்கு ஏராளமான பொறியாளர்கள் தேவை. நாட்டின் வளர்ச்சிக்குப் பொறியாளர்களின் பங்களிப்பு முக்கியமானதாகும்.

நமது நாட்டின் வரலாற்றை ஆழமாகப் படித்தால் இன்றைய நவீன காலப் பொறியாளர்களின் கற்பனைக்கே எட்டாத தொழில் நுட்ப அறிவோடும் அறிவியல் சிந்தனையோடும் அதற்கான சூழலே இல்லாத காலத்திலேயே நம் முன்னோர்கள் இருந்துள்ளனர்.

கல்லணை கட்டிய கரிகாலனும் நதிநீர் இணைப்பின் முன்னோடியாக விளங்கிய காலிங்கராயனும் தஞ்சைப் பெரிய கோயிலைக் கட்டிய ராஜராஜ சோழனும் கட்டிடப் பொறியியல் துறையில் செய்த சாதனைகள் இன்றைய உலகப் பொறியியல் மேதைகளே பார்த்துப் பிரமிக்கத்தக்கதாகும்.

அத்தகைய பாரம்பரியத்தில் வந்த நாம் சிறந்த பொறியாளராக விளங்குவது கல்வி வழி வந்தது மட்டுமல்லாது மரபு வழி வந்ததுமாகும்.

நாட்டின் வளர்ச்சிக்குக் கட்டுமானப் பணி அடிப்படையானதாகும். நதி நீர் இணைப்பு, நீர் வழிப் போக்குவரத்து என்ற இரண்டு பகாசூரப் பணிகளுக்கும் தேவைப்படுபவர்கள் பொறியாளர்களே!

ஆனால் ஒரு மனிதன் எவ்வளவு அழகானவனாக, கட்டுடல் கொண்டவனாக விளங்கினாலும் ஒரு கை மட்டும் ¼ அடி அதிகமாக வளர்ந்தால் எப்படி இருக்கும்? ஒரு காது மட்டும் கொஞ்சம் அளவில் பெரிதாக இருந்தால் என்ன ஆகும்? ஒவ்வொரு உடலுறுப்பும் இருக்க வேண்டிய அளவில் சீராக இருந்தால் மட்டுமே அம்மனிதன் சம விகிதமாக வளர்ந்த மனிதனாகக் கருதப்படுகிறான்.

அதே போல ஆசிரியர்கள், கவிஞர்கள், கலைஞர்கள், அறிவியலாளர்கள், அரசியலாளர்கள், சிந்தனையாளர்கள், ஆராய்ச்சியாளர்கள் எனப் பல்துறை அறிஞர்களும் இருக்க வேண்டிய எண்ணிக்கையிலும் தரத்திலும் இருந்தால் மட்டுமே அது ஒரு சரிவிகித நாடாகக் கருதப்படும். சீரான வளர்ச்சி பெறும் சிறப்புமிக்க முழு நாடாகக் கருதப்படும்.

தனக்கு எந்தத் துறை வசப்படும் எந்தத் துறையில் தனக்கு ஈடுபாடும் திறமையும் இருக்கிறது என்பதை சுயமாக உணர்ந்து தனது துறையைத் தேர்வு செய்ய வேண்டும். எல்லோரும் படிக்கிறார்கள் நானும் படிக்கிறேன் என்று பொறியாளர் படிப்பையோ அல்லது வேறு படிப்பையோ எடுத்துப் படிப்பது அவருக்கும் பயனில்லை. அதனால் நாட்டுக்கும் பயனில்லை.

நாட்டுப்பற்றும் சமூகச் சிந்தனையும் இல்லாமல் போனதற்கு அடிப்படையில் தாய்மொழிப் பற்றும் இல்லாததுதானே காரணம்?

பள்ளி மாணவர்கள் வீட்டில் தாய் மொழியில் பேசும் சூழல் நிலவ வேண்டும். ஆங்கிலத்தைக் கற்றுக்கொள்ள வேண்டியது, அதுவும் சிறப்பாகக் கற்றுக்கொள்ள வேண்டியது இன்றைய காலத்தின் தேவையாகும். அதை யாரும் மறுக்க முடியாது.

ஆங்கிலத்தை ஒரு மொழியாகக் கற்றுக் கொண்டு அதில் ஆளுமை யோடு விளங்க வேண்டும் என்று கருதுவதிலோ அவ்வாறு ஆங்கிலத்தைக் கற்றுக்கொண்டு அந்த மொழியைத் தனது வாழ்க்கையின் முன்னேற்றத் திற்குப் பயன்படுத்துவதோ தவறே இல்லை என்பதோடு அது அவசியமுமாகும்.

ஆங்கிலத்தை ஒரு மொழியாகக் கற்றுக் கொள்வதற்கும் வீட்டில் மம்மி, டேடி, அங்கிள், ஆன்ட்டி என்று அழைப்பதற்கும் என்ன சம்பந்தம்? நம்முடைய உறவுகளிடமும் நண்பர்களிடமும் தாய்மொழியில் பேசுகிற போது தானே அந்தப் பேச்சில் ஒரு உண்மையும் யதார்த்தமும் இருக்கும். உயிர் இருக்கும்.

தமிழகத்தில் சில கல்வி நிறுவனங்கள் மாணவர்கள் பள்ளி வளாகத்திற்குள் இருக்கிற போது தங்களுக்குள் ஆங்கிலத்தில்தான் பேச வேண்டும் என்று நிர்பந்திக்கிறார்கள். அதை மீறினால் அபராதம் கூட மிகச் சில நிறுவனங்கள் விதிப்பதாக இதழ்களில் படிக்கிறோம். மொழியை புதுப்புது விதிமுறைகளைப் பின்பற்றி எப்படி சிறப்பாகச் சொல்லிக்கொடுக்கலாம் என்று சிந்தித்துப் புது வழிகளில் சொல்லித் தந்து மாணவர்களை ஆங்கிலத்தில் தேர்ச்சி பெற்றவர்களாக உருவாக் கலாமே தவிர இப்படியெல்லாம் ஒரு நிர்ப்பந்தந்தை, கட்டாயத்தை, மோகத்தை வளர்ப்பது மூலம் எந்தப் பயனுமில்லை.

ஒரு மொழியைக் கற்றுக்கொள்வதற்காகத் தாய் மொழியை மறக்க வேண்டுமா? நம் தாய்மொழியை மறந்தால் தான் அன்னிய மொழியாம் ஆங்கிலத்தை கற்றுக் கொள்ள முடியுமா?

ஏ.பி.ஜெ. அப்துல்கலாம், முன்னாள் உச்ச நீதிமன்ற தலைமை நீதிபதி பி.சதாசிவம் போன்ற இந்தியாவின் ஆகப் பெரும் பதவியிலிருந்தவர்களெல்லாம் மிகச் சிறப்பாகத்தானே ஆங்கிலம் பேசுகிறார்கள். இவர்களைப் போன்ற உயர்ந்த பொறுப்பிலும் பதவியிலும் உள்ளவர்களெல்லாம் சாதாரண கிராமப்புற தாய்மொழிக் கல்விமுறையில் படித்துச் சென்றவர்கள்தானே? அவர்களை விடவா நமக்கு அன்றாடம் ஆங்கிலம் அவசியப்படுகிறது! ஆங்கிலம் மட்டுமல்ல, மிகச் சிறப்பான ஆங்கிலமல்லவா இத்தகைய பலர் பேசுகின்றனர். ஆங்கிலவழிக் கல்வியில் படித்தாலும் தாய் மொழியை நன்கு படித்துக் கொள்வதற்கும் தாய்மொழியில் பேசுவதற்கும் என்ன

தடை? ஆங்கிலம் படிப்பதெல்லாம் நன்றாகப் புரியுமாறு சொல்லிக் கொடுப்பதிலும் நாம் ஆர்வத்தோடு எடுக்கிற தனி முயற்சியிலு மிருக்கிறதே தவிர, தாய் மொழியைச் சிறுமைப்படுத்துவதிலோ உதாசீனப்படுத்துவதிலோ இல்லை.

உலகின் மிகப்பெரும் இலக்கியங்கள், தத்துவங்கள், அறிவியல் கண்டுபிடிப்புகளனைத்தும் அவரவர் தாய்மொழியில் தான் படைக்கப்பட்டுள்ளன. புகழ்பெற்ற பிறகு அவையெல்லாம் ஆங்கிலத்தில் மொழிபெயர்க்கப்பட்டிருக்கலாம்.

அவர்களில் பலர் ஆங்கிலம் மிக நன்றாகத் தெரிந்தவர்கள். ஆனாலும் தாய்மொழியில் தான் தன்னுடைய படைப்புகளை உருவாக்கினார்கள். ரவீந்திர நாத் தாகூரை உதாரணமாகச் சொல்லலாம். அவருடைய படைப்புகள் அவரது தாய்மொழியாம் வங்காள மொழியில் எழுதப்பட்டன.

அதுவும் நமது தாய்மொழி, நாம் பெருமை கொள்ளத்தக்க, பெருமிதம் கொள்ளத்தக்க மொழியல்லவா? உலகிலேயே விரல் விட்டு எண்ணத்தக்க மொழிகளுக்குத் தானே தமிழுக்கு இருக்கும் பெருமைகள் இருக்கின்றன. தாய்மொழியை நேசிக்க வேண்டும் என்பதற்காகப் பிற மொழிகளை வெறுக்க வேண்டும், ஒதுக்க வேண்டும் என்பதில்லை.

தாய்மொழியை நேசிப்பவன் தான் தாய்நாட்டையும் இயல்பாக நேசிக்க முடியும். தாய்மொழி பற்றியான புரிதல் உள்ளவர்கள் பெரும்பாலானோர் நிச்சயம் சமூகச் சிந்தனை கொண்டவர்களாகத் திகழ்வார்கள். தாய்மொழிச் சிந்தனைக்கும் தாய்நாட்டுச் சிந்தனைக்கும் ஒரு உயிரோட்டமான உறவு இருக்கத்தான் செய்கிறது.

உயர்கல்வி படித்தவன்.

தினம் தினம் என்னிடம் தொடர்பில் உள்ள மாணவர்கள் கேட்டுக் கொண்டிருக்கிறார்கள். தான் நினைத்த கருத்தை தாய்மொழியில் பேசத் தெரியவில்லை, ஒழுங்காக பேச இயலவில்லை, ஓரளவுக்கு கூட எழுதத் தெரியவில்லை என்று. தாய் மொழியில் விவாதிக்கத் தெரியவில்லை என்பது கேவலம்.

'எனக்குத் தமிழில் பேச வராது. எழுத வராது' என்று சொல்வ தெல்லாம் பெரிய அவமானம்! வெட்கப்படவேண்டிய விஷயம். முதலில் தாய் மொழியில் உள்ளவற்றை கடகடவென்று சரளமாக வாசிக்கத் தெரியவேண்டாமா? தடுமாற்றமில்லாமல் நீரோட்டமாக சத்தம்போட்டு வாசிக்கச் சொன்னால் தயங்குகிறார்கள்.

விதிவிலக்காக சில மாணவர்கள் இருக்கலாம். அது வேறு! நான் பெரும்பாலும் உள்ள நிலைமையைச் சொல்கிறேன். அப்போ என்னதான் சொல்லிக் கொடுக்கிறார்கள்?

இங்கிலீஷ் மீடியம், தமிழ் மீடியம் இரண்டு இருக்கிறது. ஆங்கில மீடியத்திலேயே படிக்கட்டும். அது அவர்கள் விருப்பம். சூழல் அப்படி இருக்கிறது. சரி தாய்மொழியாம் தமிழில் எழுத பேச என்ன சிக்கல் இருக்கிறது? ஆங்கிலத்தையும் தெளிவாக எழுத பேசக் கற்றுக் கொள்ளலாம். அவசியம்தான். ஆனால் என்ன நடந்து கொண்டிருக் கிறது? ஆங்கிலமும் தெளிவாகத் தெரிந்து கொள்ளாமல் தமிழிலும் பேசவராமல், இரண்டும் கெட்டான்களாகத்தான் இங்கிலீஷ் மீடியம் குழந்தைகள் இருக்கின்றனர். "இங்கிலீஷ் மீடியத்தில் படிப்பதால் தமிழ் தெரியாதுங்க" என்று ஒரே வார்த்தையில் சொல்கிறார்கள்.

"சரிப்பா. இங்லீஷில் ஒழுங்கா இருக்கணும்ல. ஆங்கிலத்தில் சரியா சென்ட்டன்ஸ் ஃபாம் பண்ணனும் அல்லவா. அது ஏன் வரவில்லை?"

ஆகவே ஆங்கிலவழிக்கல்வி படித்தால் தமிழ்தெரியாது என்று சொல்வதை ஏற்கமுடியாது. வீட்டில் பெற்றோர்களும் ஊக்கப்படுத்த வேண்டும். தமிழில் நீ சிறப்பாகத் தேர்ச்சி பெற வேண்டும் என்று சொல்லிச்சொல்லி வளர்க்க வேண்டும். எல்லாப் பள்ளிகளிலும் எல்லாப் பாடங்களையும் தாய்மொழியில் சொல்லிக் கொடுத்துவிட்டு ஆங்கிலத்தை ஒரு மொழியாக அற்புதமாகக் கற்றுக்கொடுக்கும் காலம் வரவேண்டும்.

தயவுசெய்து, வீடுகளில் பேசும் பொழுது தமிழில் பேசுங்கள். அப்பா, அம்மா, அத்தை, மாமா, சித்தப்பா, பெரியப்பா, அண்ணன், தம்பி, அக்காள், தங்கை, தாத்தா, பாட்டி எவ்வளவு அற்பதமான சொற்கள், எவ்வளவு அருமையான உறவுகள்!

இது என்ன கொடுமை? தாய்மொழியில் அழைப்பதற்கு பேசுவதற்கு வெட்கப்படுகிறார்கள். தாய்மொழியில் பேசுவது அழைப்பது பெருமை. அன்னிய மொழியில் அழைப்பது வெட்கப்படவேண்டிய சிறுமை. ஆனால், வெட்கப்படவேண்டிய விஷயத்திற்கு பெருமைப்படுகிறார்கள்; பெருமைப்படவேண்டிய விஷயத்திற்கு வெட்கப்படுகிறார்களே?

சொன்னால் வருத்தப்படுவார்கள் பல ஆசிரியர்கள். பத்தாண்டு காலம் படித்த பிறகும் தெளிவாக, பிள்ளைகளுக்கு ஆங்கிலம் பேசத்தெரியவில்லை, எழுதத் தெரியவில்லை. 12 ஆண்டுகள் படித்த பிறகும் தெரியவில்லை. 12 ஆண்டுகளும் ஒரே ஆசிரியர் சொல்லிக்

கொடுத்திருக்கமாட்டார். பல ஆசிரியர்கள் சொல்லிக் கொடுத்திருப் பார்கள். யாருமே ஒழுங்காகச் சொல்லிக் கொடுக்கவில்லையா?

ஆங்கில ஆசிரியர் என்றால் ஆங்கிலப் பாடத்தில் நல்ல மதிப்பெண்கள் பெறுவதற்கு ஏதுவாக நன்றாகப் பாடம் நடத்துபவர் என்று இருக்கிறது. மாணவர்கள் ஆங்கிலத்தில் பேசவும் எழுதவும் விவாதிக்கவும் என்னென்ன முறைகளைப் பின்பற்றிப் பயில வேண்டும் என்பதையெல்லாம் சேர்த்துச் சொல்லித்தர வேண்டுமல்லவா? பாடத்தைத் தவிர்த்து ஆங்கில அறிவை வளர்த்துக் கொள்வதற்கு என்னென்ன செய்ய வேண்டும் என்பதையும் சொல்லித்தர வேண்டும்.

தப்பித்தவறி யாராவது ஒருசில மாணவர்கள் நன்றாகப் பேசுவார்கள், எழுதுவார்கள் என்றால், வீட்டில் அவர்களது பெற்றோர்கள் சொல்லிக் கொடுத்திருப்பார்கள். அதற்கான சூழல் அவர்களது வீட்டில் இருந்திருக்கும். இங்லீஷ் பேப்பர் படி, நியூஸ் கேளு, நாவல் படி என்று சொல்லிக் கொடுத்திருப்பார்கள். மற்றபடி ஆசிரியர் கொடுத்த பயிற்சியால் அந்த மாணவன் ஆங்கிலத்தில் தேர்ச்சி பெற்றிருக்க மாட்டான்! சில ஆசிரியர்கள் விதிவிலக்காக இருக்கலாம். ஆங்கிலத்தில் நல்ல மதிப்பெண்கள் வாங்கினால் மட்டும் போதாது. ஆங்கிலத்தில் பேசுவதும் எழுதுவதும் ஆழமான அருமையான ஆங்கில அறிவைப் பெறுவதும் மதிப்பெண்களை வைத்துத் தீர்மானிக்கப்படுவதில்லை. பாடத்திட்டமும் ஆசிரியர்களின் அணுகுமுறையும் இத்திசை நோக்கி இருக்க வேண்டும்.

நீதிமன்றத்தில் வழக்குரைஞர்கள் பேசுகிறார்கள். நானும் வழக்கறிஞர் தான். பெரும்பாலும் நீதிமன்றத்தில் ஆங்கிலத்தில்தான் பேசுவார்கள். 'தமிழிலும் பேசலாம்' என்று இருக்கிறதே தவிர, 'தமிழில்தான் பேச வேண்டும்' என்று இல்லை. தமிழிலும் பேசலாம்! எப்படிங்க?

'தமிழிலும் அர்ச்சனை செய்யப்படும்' என்று கோயிலில் எழுதி வைத்திருப்பார்களே அந்த மாதிரியா?

அதேதான்! தமிழிலும் அர்ச்சனை செய்யப்படும் என்பதைப்போல நீதிமன்றத்தில் தமிழிலும் பேசலாம் என்று இருக்கிறது. தமிழில்தான் பேசவேண்டும் என்ற காலம் வரவேண்டும்.

நீதிபதிக்கு முன்னால் நின்று கொண்டு அழுத்தம் திருத்தமாக, நல்ல ஆங்கிலத்தில் அழகிய முறையில் தெளிவாக வாதங்களை முன்வைக்கலாமே?

தமிழா, ஆங்கிலமா என்ற பட்டிமன்றம் அல்ல இது. ஆங்கிலத்தை பிழையின்றி சிறப்பாகக் கையாளுங்கள். அதை அதற்குரிய இடத்திலே வைத்துக்கொள்ளுங்கள்.

இன்றைக்கும் கிராமங்களில் ஏதாவது பிரச்சினை, தகராறு நடந்தால் வந்து கேட்பார்கள். ஆனால் நகரங்களின் போக்கு, பக்கத்து வீட்டில் கொலை நடந்தால்கூட ஏன்? எதற்கு? என்ன என்று விசாரிக்காத நிலைமைதான் இருக்கிறது. சராசரி மனிதனின் சமூக அக்கறை குறைந்து விட்டதா?

சராசரி மனிதனின் சமூக அக்கறை தேவையும் நிர்பந்தமும் ஏற்படுகிறபோது இன்றும் கூட வெளிப்படத்தான் செய்கிறது.

பாகிஸ்தான் போர், கார்கில் யுத்தம் போன்ற நிகழ்வுகளின் போதும், சுனாமி, புயல், வறட்சி, பூகம்பம் என்று இயற்கைப் பேரிடர் பாதிப்புகள் வருகிற போதும் மக்களிடத்திலிருந்து மனிதாபிமானம் பீறிட்டு வெளிப்படுவதை நம்மால் உணர முடிகிறது.

சுனாமி பாதிப்பின் போது எண்ணற்றோர் தங்களது உயிரையும் பணயம் வைத்து கடற்கரையோரங்களுக்குச் சென்று கற்பனைக் கெட்டாத வகையில் சேவைபுரிந்தனர். நிவாரணப் பொருட்கள் ஜாதி, மதம், மாநிலம், மொழி என்ற எல்லைகளைத் தாண்டி வந்து குவிந்தன.

எல்லாவற்றையும் விட சமீபத்தில் சென்னை, கடலூர் போன்ற பகுதிகளில் வெள்ள பாதிப்பு ஏற்பட்ட போது மக்கள் குறிப்பாக இளைஞர்கள் செய்த சேவை மகத்தானது. மறக்க முடியாதது.

பிரச்சினை வருகிற போது பேரிடர் நிகழ்கிற போது வெளிப்படுகிற மனிதாபிமானம், மனித நேயம் சாதாரண காலத்திலும் வெளிப்பட்டால் சமூகத்திற்குப் பெரும் நன்மை உண்டாகும்.

மனிதாபிமானம் மிக்க மக்களின் உணர்வுகளை ஒன்று திரட்டி அதற்குச் சரியான வழிகாட்டுதலும் ஊக்குவிப்பும் அரசாங்கத்திட மிருந்து உணர்வுப்பூர்வமாகக் கிடைத்தால் மக்கள் மேலும் உற்சாக மடைவார்கள்.

வாடிய பயிரைக் கண்டபோதெல்லாம் வாடிய வள்ளலாரின் மனித நேயப் பண்பு நம் மக்களுக்கு எல்லா காலகட்டத்திலும் எல்லா சூழ்நிலையிலும் வெளிப்படுமென்றால் சமூக நல்லிணக்கமும் அமைதியும் நிலவும் என்பதில் சந்தேகமில்லை.

இப்பொழுது அந்தப் பழக்கமெல்லாம் எங்கே போய்விட்டன? சொந்தக்காரர்களும் முகூர்த்தநேரத்துக்குத்தான் வருகிறார்கள். கல்யாணத்திற்கு மூன்று நாட்கள்

முன்பே வந்து கல்யாணம் முடிந்து இரண்டு நாட்கள் கழித்துத்தான் நெருங்கிய உறவினர்களெல்லாம் போவார்கள். அப்படி இருந்த காலமெல்லாம் போய் விட்டது. அந்த மகிழ்ச்சியும் பழக்கங்களும் தொலைந்து போய் விட்டனவே?

வேலையும் சூழ்நிலையும் இன்றைக்கு அப்படி இருக்கின்றன. பலரும் வெளியூர்களில் இருக்கிறார்கள். அன்று உள்ளூரிலோ அல்லது பக்கத்து ஊரிலோ இருந்தார்கள்.

அன்று திருமண மண்டபமே கிடையாது. மணமக்கள் வீடுகளில் தான் திருமணம் நடக்கும். பந்தல் போட்டு தோரணங்கள் கட்டி சொந்தக்காரர்களெல்லாம் தாங்களே முன்வந்து வேலைகளைப் பங்கு போட்டுச் செய்வார்கள்.

புதிய கலாச்சாரம் உருவாகி இருக்கிறது. நடைமுறையையும் நாம் பார்க்கவேண்டும். ஒவ்வொருவருடைய பணிகளும் வாழ்க்கைச் சூழலும் அப்படி இருக்கிறது. நீண்ட தூரம் உள்ள ஊர்களில் வேலையின் காரணமாக இருக்கிறார்கள். கைக்குழந்தைகளை வைத்துக்கொண்டு இருப்பார்கள். பிரசவம் போன்ற நிகழ்வுகள், உதவி ஒத்தாசைக்கு தாய்தந்தையர் உடனில்லாத சூழலும் இருக்கும். வெளிநாட்டில் வடமாநிலத்தில் இருக்கிறவர்களும் உண்டு.

ஆகவே அந்தக்காலத்தில் இருப்பதை அப்படியே நாம் எதிர்பார்க்கவும் முடியாது.

அதேபோல மரணம் நிகழ்ந்து விட்டது. இழவு வீட்டில் 4 நாட்கள் இருக்கமுடியுமா? அவன் இருக்க நினைத்தாலும் இருக்கமுடியுமா? இதில் ஏராளமான செய்திகள் பேசவேண்டியது இருக்கிறது. ஒன்றோடு ஒன்று பின்னிப் பிணைந்து கிடக்கிறது சங்கிலி மாதிரி. புதிய மாற்றங்கள் பலவற்றில் சில விஷயங்களை ஏற்றுக்கொள்ளத்தான் வேண்டும். பொதுவாக அடிப்படையில் மனிதநேயத்தோடும் உறவுகளை மதித்தும் நட்பைப் பாராட்டியும் வாழும் வாழ்க்கைமுறை மகிழ்ச்சியளிக்கிற வாழ்க்கை முறையாகும்.

இன்றைக்குப் பெரும்பாலான குடும்பங்களில் பையனுக்கு அரசியல் தெரிந்து விடக்கூடாது என்று கவனமாக, எச்சரிக்கையாக வளர்க்கிறார்கள். பையன் கெட்டுப்போய் விடுவான் என்று நினைக்கிறார்கள். அது ஏதோ பஞ்சமாபாதகம் என்று நினைக்கிறார்களே?

விடுதலைப் போராட்ட காலத்தில் மாணவர்கள் பலர் அரசியலில் ஈடுபட்டனர். விடுதலைக்குப் பிறகும் பல மாணவர்களிடம் அரசியல் ஈடுபாடு காணப்பட்டது. இப்போது பொதுவாக மாணவர்களிடம் அரசியல் ஈடுபாடு படிப்படியாகக் குறைந்து கொண்டு வருகிறது.

ஒட்டு மொத்த சமுதாயத்திலேயே அரசியல் அற்ற தன்மை மேலோங்கி வருகிறது. இன்னும் கொஞ்சம் ஆழமாகப் போனால் பெரும்பாலான அரசியல் கட்சிகளிலேயே அரசியலற்ற தன்மை நிலவுவதைப் பார்க்க முடிகிறது.

மாணவர்களுக்குக் கல்வி முக்கியம். ‘இளமையில் கல்’ என்பதற்கேற்ப படிக்க வேண்டிய காலகட்டத்தில் கவனச் சிதறல் இருக்கக் கூடாது என்ற கருத்து பொதுவாக வரவேற்கத்தக்கதாகும்.

ஆனால் பாடப்புத்தகங்கள் படிப்பதோடு பொது அறிவை வளர்த்துக் கொள்வதும் சமூக நிகழ்வுப் போக்குகளை அறிந்து கொள்வதும் அவசியம் தானே?

அறிவியல் மாணவனாக, கணித மாணவனாக இருந்தாலும், எப்படி நாட்டின் வரலாற்றைத் தெரிந்து கொள்ள வேண்டும், இலக்கியத்தை ஓரளவேனும் அறிந்து கொள்ள வேண்டும், நாட்டைப் பற்றியும் வீட்டைப் பற்றியும் புரிந்து கொள்ள வேண்டும் என்று நினைக்கிறோமோ அது போல உலக அரசியல், நாட்டு அரசியல் ஆகியவற்றையும் நிச்சயம் மாணவர்கள் தெரிந்திருக்க வேண்டும்.

இக்கால சராசரி அரசியலைத் தான் அரசியல் என்று நாம் ஏன் எடுத்துக் கொள்ள வேண்டும். கட்சி அரசியல் தான் அரசியல் என்று ஏன் புரிந்து கொள்ள வேண்டும்.

காந்தியடிகள், ஜவஹர்லால் நேரு, திலகர், நேதாஜி, வ.உசி., காமராஜர், ஜீவா, கக்கன் போன்ற தலைவர்கள் அனைவருமே அரசியல்வாதிகள் தானே! ஏன்... சுப்பிரமணிய பாரதியார் உள்ளிட்ட மாபெரும் மனிதர்கள் பேசியதும் செயல்பட்டதும் அரசியலுக்காகத் தானே!

நல்ல மனிதர்களே அரசியலுக்கு வரவில்லையெனில் அரசியல் என்ற சர்வ அதிகாரம் படைத்த மக்கள் துறை, கெட்ட மனிதர்களின் கூடாரமாகத்தானே இருக்கும்.

எத்தனை சேவைகள் செய்தாலும், எத்தனை வகையில் மக்கள் தொண்டு புரிந்தாலும் ஒட்டுமொத்த நாட்டையே வழிநடத்துவது அரசியல்தானே!

தானுண்டு தன் படிப்புண்டு தன் வீடுண்டு என்றிருக்கிற முதல் மதிப்பெண்கள் வாங்குகிற மாணவனுக்கும் வாக்குரிமை இருக்கத்தானே செய்கிறது! அரசியல் புரிதலே இல்லாத இவன் அளிக்கிற வாக்கு எப்படி ஜனநாயகத்தை வலுப்படுத்தும்! முதலில் 21

வயது நிறைந்தவருக்கு வாக்குரிமை என்பது போய் தற்போது 18 வயது என்று வந்து விட்டதல்லவா?

இந்தியாவின் பெருமைகளை உலகெங்கும் எடுத்துச் சென்றதில் விவேகானந்தருக்கு முக்கியப் பங்குண்டு. அவர் நேரடி அரசியலில் ஈடுபடவில்லையே தவிர அவரால் அவர் கருத்தின் தாக்கத்தால் இந்தியாவில் பல முக்கிய அரசியல் தலைவர்கள் தோன்றியதோடு வாழ்நாள் முழுக்க அரசியலுக்காகவே தங்களது வாழ்வை அர்ப்பணித்துள்ளார்கள். இவர் தான் அக்காலத்து மாணவர்கள் பலர் தீவிர அரசியலில் நுழைவதற்கான ஆதர்சமாக விளங்கியுள்ளார்.

நேதாஜியைப் பற்றிக் குறிப்பிட்ட ஒரு ஆய்வாளர் "நேதாஜி மட்டும் ஆன்மீகத்திற்குப் போயிருந்தால் அவர் விவேகானந்தரைப் போல் இருந்திருப்பார். விவேகானந்தர் அரசியலுக்கு வந்திருந்தால் அவர் நேதாஜியைப் போலத் திகழ்ந்திருப்பார்" என்று குறிப்பிட்டுள்ளார்.

இங்கே வேதாத்ரி மகரிஷி பெரியதொரு மாநாடு நடத்தினாரே! உலக சமாதான மாநாடு. இன்றைக்கு உலக அரசியலில் சமாதானம் நிலவவேண்டும் என்பதும் ஒரு அரசியல்தானே! சண்டை தான் வேண்டும் என்று மல்லுக்கு நிற்கிற நாடுகள் சில இருக்கும்போது - சண்டை மூள வேண்டும் என்று கருதுகிற சில நாடுகள் அரசியல் செய்யும் போது, சமாதானம் நிலவவேண்டும். சாந்தம் தவழவேண்டும் என்று வலியுறுத்துவதும் ஓர் அரசியல்தானே!

மதத்தின் பேரால் யுத்தம், சாதியின் பேரால் சண்டை இதெல்லாம் இல்லாமல் அமைதி நிலவவேண்டும். ஆக்கப் பணிகள் நடைபெற வேண்டும். அறிவியல் வளரவேண்டும். அகிம்சையும் அன்புமே வெல்லவேண்டும் என்ற சிந்தனை ஒரு நல்ல அரசியல் கலாச்சாரம் தானே! ஆன்மீகவாதி என்றால் காட்டுக்குள் திரிவது, பற்றற்று இருப்பது, என்றில்லாமல் ஓர் சர்வதேச அரசியல் ஞானம் வளர ஓர் மாநாட்டை நடத்துவதும் சிறந்த அரசியல் நடவடிக்கை தானா!

தமிழகத்தில் அரசியல் விழிப்புணர்வை ஏற்படுத்தியதில் குன்றக்குடி அடிகளாரின் பணி அவசியம் எண்ணிப்பார்க்க வேண்டிய ஒன்றாகும். அவர் என்ன அரசியவாதியா? தேர்தலில் நின்றவரா? மறைமுகமாக அரசியலில் ஈடுபட்டவரா? கிடையாது. ஆனால் அரசியல் உணர்வை ஏற்படுத்தினார். சீர்திருத்த உணர்ச்சியை உண்டாக்கியவர்களில் ஒருவர். ஆன்மீக கருத்துக்களோடு நில்லாமல் அடிப்படை அரசியல் கருத்து விதைகளையும் தூவினர்.

அதற்காக திருக்குறளைச் சொன்னார், பாரதியைப் பேசினார், பாரதிதாசனை மேற்கோள் காட்டினார். அவர்களெல்லாம் கட்சிகளைத் தாண்டி, தேர்தலைத் தாண்டி எப்படி அரசியல் ரீதியாக சிந்தித்தார்கள் என்று கோடிட்டுக் காட்டினார். பட்டுக்கோட்டை பாடல்களைப் பற்றிப் பேசினார், நல்ல அரசியல் கருத்தாக்கங்களை உருவாக்கினார்.

தந்தை பெரியார் தமிழக அரசியலில் தவிர்க்க முடியாத தலைவர்தானே! இவர் வாழ்நாளையே அரசியலுக்காகத்தானே அர்ப்பணித்தார்! அரசியல் என்றால் எம்.எல்.ஏ.ஆவது, எம்.பி. ஆவது என்பதாகிவிட்டது. அது அரசியலில் ஒரு பகுதி. பெரியாரின் அரசியல் அடிப்படை அரசியல். சமூக மாற்றத்திற்கும் முன்னேற்றத்திற்குமான அரசியல். நம் நாடு எந்த அரசியல் திசை வழியில் செல்ல வேண்டும் என்பதை மக்களுக்கு எடுத்துச் சொல்வதற்காக பல நாடுகளுக்குச் சுற்றுப் பயணங்கள் மேற்கொண்டு அங்கு நிலவும் அரசியலை அறிந்து வந்தார் பெரியார்.

நாடு கெட்டுப் போகாமல் இருப்பதற்கு நல்ல மாணவர்கள் நல்ல அரசியலுக்கு வர வேண்டும். நல்ல சமூகச் சூழலில் தானே நல்ல மனிதர்கள் வாழ முடியும்.

இப்போது இருக்கிற நடைமுறை அரசியல் சூழலை மட்டும் வைத்து 'இதுதான் அரசியல்' என்ற முடிவுக்கு வரக்கூடாது. ஒரு வேளை பெற்றோரும் ஆசிரியரும் 'அரசியல் கெட்டுக் கிடக்கிறது ஆகவே தங்கள் குழந்தைகள் - மாணவர்கள் அரசியலுக்கு வரக்கூடாது' என்பார்களெனில் இதைக்கூட மாற்றியமைக்க அரசியல் தானே தேவைப்படுகிறது.

எல்லோருமே அரசியலுக்கு வர வேண்டுமென்பதில்லை. அரசியல் அறிந்து கொண்டால் போதும். ஆர்வமும், ஈடுபாடும், சமூக உணர்வும் இருப்பவர்களை அரசியலுக்கு வரவேண்டாம் என்று அச்சமூட்ட வேண்டியதில்லை.

சில நாடுகளில் விவசாயம் செய்யமுடியாது. கடும்பனியோ, மழையோ, வறட்சியோ நிலவும். ஆனால் இந்தியாவில் வேளாண்மைக்கேற்ற நல்ல சூழல் இருந்தும் விவசாயத்தில் பின்னடைவைச் சந்தித்துக்கொண்டிருக்கிறோமே...

1985இல் ரஷ்யாவுக்குச் சென்றிருந்த போது பார்த்த ஒரு காட்சியை மறக்க முடியாது. இரவு பூராவும் பனி கொட்டும். அத்தனை பனியும் உறைந்து வடிவதற்குள் தார் ரோடுகள் அனைத்திலும் உறைந்த பனிக்கட்டி முழங்கால் உயரத்திற்கு கெட்டியாகக் கிடக்கும். நகராட்சி வாகனங்கள் வந்து அதற்கேற்ற கருவிகளைக் கொண்டு நாடு

முழுவதிலுமுள்ள பனிக்கட்டிகளை அகற்றினால்தான் தார் ரோட்டையே கண்ணில் பார்க்க முடியும். அதற்குப் பிறகுதான் பயணமே மேற்கொள்ள முடியும். இது எவ்வளவு பெரிய கொடுமை. வயல்வெளிகளில் இப்படி விடிவதற்குள் பனிக்கட்டிகள் உருவாவதை நினைத்துப்பாருங்கள்.

இதே போன்று சிங்கப்பூரில் விவசாயம் விளைச்சல் என்பதெல்லாம் பெரும் பகுதி கிடையாது. காய்கறி, தானியங்கள் கூட அங்கு இறக்குமதி தான். இப்படி எத்தனையோ நாடுகளைச் சொல்லலாம்.

அரபு நாடுகளில் பல்லாயிரக்கணக்கான ஏக்கர் நிலங்கள் பாலைவனமாகக் கிடக்கிறது.

நம் நாட்டில் இயற்கையாகவே தட்ப வெப்ப நிலை, நீர் ஆதாரம், நதிகள், விளைபடக்கூடிய நல்ல நிலம் போன்ற விவசாயத்திற்கேற்ற பல நல்ல சாதகமான அம்சங்கள் உள்ளன.

நதிகள் இணைப்பு, நீர் வழிப் போக்குவரத்து பற்றிப் பேசுகிறோம். இவற்றைப் பற்றியெல்லாம் ஆழ்ந்து சிந்திக்க வேண்டும். விளைபடத் தக்க வீணான நிலங்கள் இந்தியாவில் பல லட்சக்கணக்கான ஏக்கர்கள் உள்ளன. இவற்றிற்கான நீர்த் தேவைகளைப் பூர்த்தி செய்வதற்கும் இங்கு வாய்ப்புகள் உள்ளன.

‘வங்கத்தில் ஓடிவரும் நீரின் மிகையால் மையத்து நாடுகளில் பயிர் செய்குவோம்’ என்று பாரதி அன்றே சொன்னான்.

நல்ல நிலமும், நீரும் தட்பவெட்பச் சாதகமும், உழைப்பதற் கென்றே பிறப்பெடுத்த ஆற்றல் மிகு விவசாயிகளும், மனித வளமும் உள்ள நம் நாட்டில் இத்தனையும் ஒருங்கிணைந்த முறையான திட்டங்கள் தீட்டப்பட்டு அவற்றை ஒழுங்காகச் செயல்படுத்தினால் விவசாயம் கண்டிப்பாகச் செழிக்குமல்லவா?

இத்தோடு, உணவுப் பொருட்கள் அனைத்தையும் உற்பத்தி செய்வதற்கான புறச்சூழல் சாதகமாக இருக்கும் போது இங்கு பலர் பட்டினியால் சாகிறார்கள் என்ற செய்தி வருவது வேதனைக்குரியது மட்டுமல்ல, ஆழ்ந்த சிந்தனைக்குரியது. உழுது விதைத்து அறுக்கும் விவசாயிகள் தற்கொலை செய்து கொள்ளும் அவலமும் நிலவுகிறது.

இது - சாதி, மதம், அரசியல் கட்சி வேறுபாடுகள் அனைத்தையும் கடந்து அனைவரும் சேர்ந்து சிந்தித்து விடைகாண வேண்டிய விஷயம்.

எனக்குத்தெரிந்து 40 ஆண்டுகளில் மிகவும் வறட்சியான ஆண்டுகளில் கூட அரை ஏரியாவது தண்ணீர் இருக்கும். பல ஊர்களில் இப்போது ஐப்பசி,

மார்கழியில் கூட ஏரியில் தண்ணீர் இல்லை. நீர் வரத்து வாய்க்கால் ஆக்கிரமிப்பு, ஏரிகள் தூர்வாரப்படாத நிலைமை இந்தக் கொடுமையும் வேதனையும் நிறைந்த பயணம் எதில் போய் முடியும்?

இதே நிலை நீடித்தால் தமிழகம் அரைப் பாலைவனமாக மாறும் என்று நீரியல் நிபுணர்கள் அழுத்தமாக எச்சரித்திருக்கிறார்கள்.

தமிழகத்தில் ஆயிரக்கணக்கான ஏரிகளும் குளங்களும் கண்மாய்களும் இருந்ததற்கான ஆதாரங்கள் உள்ளன. அந்த ஏரிகளெல்லாம் என்ன ஆயிற்று என்று ஆய்வு செய்தால் ஆச்சரியமும் அதிர்ச்சியும்தான் மிஞ்சும்.

நிலத்தடி நீரைச் சேகரிப்பது, ஒரு நாட்டிற்கே சொத்து சேகரிப்பு போல. அது நமக்கான சேமிப்புக் கிடங்கு. பல ஏரிகளும், குளங்களும் சமன் செய்யப்பட்டு அவ்விடங்கள் தற்போது நகரங்களாகக் காட்சியளிக்கின்றன.

உலகம் வெப்பமயமாதல் காரணமாக உலகெங்கும் சுற்றுப்புறச் சூழல் மாசுபட்டதால் அதன் பாதிப்பும் தாக்கமும் இங்கேயும் இருக்கும் என்பது உண்மைதான். இருப்பினும் நம் சொத்தையாவது நாம் விட்டு வைத்தோமோ என்று இப்போது கேள்வி எழுகிறது.

குழாய்க்கிணறுகளில் நமக்குத் தெரிந்து 100 அடி 200 அடி கீழே போனால் தண்ணீர் கிடைத்தது. தற்போது பல இடங்களில் 1,000 அடிகள் போனாலும் கடைசியில் காற்றுத்தான் வருகிறது. இது எவ்வளவு பெரிய அபாயத்தின் அடையாளம்.

இப்போது போர்க்கால அடிப்படையில் அரசும் சமூகநல அமைப்புகளும் களம் இறங்க வேண்டிய காலம் வந்துவிட்டது.

எங்கெல்லாம் ஏரிகள், குளங்கள், மிச்சம் இருக்கின்றவோ அவற்றையெல்லாம் சீர் செய்வது, செப்பமிடுவது, ஆழப்படுத்துவது, தூர்வாருவது போன்ற பணிகள் மேற்கொள்ளப்பட வேண்டும். மழைநீர் சிந்தாமல் சிதறாமல் சேமிக்கப்படவேண்டும்.

இது பற்றியான விழிப்புணர்வு ஏற்பட்டு சில சமூகநல அமைப்புகள் இப்பணிகளில் தங்களை முழுமையாக ஈடுபடுத்தியதன் மூலம் ஓரளவு பலன் ஏற்படுவதைப் பார்க்கிறோம்.

அவ்வாறாக சேமிக்கப்படும் நீரை மாசு பட வைக்கின்றன சில நகர்ப்புறத் தொழிற்சாலைகள். மாசுபட்ட தண்ணீரை இந்நீர்த் தேக்கங்களில் கலக்க எக்காரணம் கொண்டும் அனுமதிக்காத அளவுக்கு அரசு கண்டிப்புடன் இருந்தால் மட்டுமே இது சாத்தியமாகும்.

அரசு தொழிற்சாலைகளுக்கெதிராக நடவடிக்கை எடுப்பதற்குப் பதிலாக அவர்களுக்கான பொது சுத்திகரிப்பு நிலையங்களை ஏற்படுத்திக் கொடுக்க வேண்டும். மேலை நாடுகளுக்கு அரசுக் குழுக்களை அனுப்பியாவது தெளிவாகத் தெரிந்து கொண்டு உண்மையான மாசுநீர் சுத்திகரிப்பு நடைபெற வழிவகை செய்யவேண்டும்.

எப்பாடுபட்டாவது எவ்வித நடவடிக்கைகள் மேற்கொண்டாவது இருக்கிற ஏரிகளை ஒழுங்கு செய்வதும், ஏரிகள் இருந்த இடங்கள் தற்போது தரிசாகக் கிடக்குமெனில் அங்கு மீண்டும் ஏரிகளை உருவாக்குவதும் அவ்வாறான ஏரிகள் அனைத்தும் சுத்தமான நீரைக் கொண்டிருப்பது போன்ற நிலைமையை ஏற்படுத்துவதும் உடனடியாக அரசு செய்ய வேண்டிய பணிகளாகும்.

இப்படிப்பட்ட நடவடிக்கைகள் ஏற்கனவே முறையாகச் செய்திருந்தால் சென்னை வெள்ள பாதிப்பு கூட இந்த அளவுக்கு இருந்திருக்காது என்று நிபுணர்கள் கூறுகின்றனர்.

வெள்ளத்தால் நன்மை ஏற்படவும் அதே வெள்ளத்தால் பாதிப்பு ஏற்படாமல் தடுப்பதற்கும் இத்தகைய நடவடிக்கைகள் உதவும். இதற்கு உதவி புரியவும் ஒத்துழைக்கவும் களமிறங்கவும் கூட அமைப்புகள் தயாராகவுள்ளன. அவர்களைப் பயன்படுத்திக் கொள்ள அரசு முறையான முயற்சியெடுக்க வேண்டும். இது உடனடியாக நடைபெற்றே ஆக வேண்டும். இது காலத்தின் கட்டாயம்.

குறிப்பிட்ட ஒரு விஷயத்தில் மாணவர்களுக்கு சரியான புரிதலையும், கண்ணோட்டத்தையும் எவ்வாறு உருவாக்குவது? இதில் ஆசிரியர் மற்றும் பெற்றோரின் பங்கு என்ன?

மாணவர்களை சிறந்த குடிமக்களாக உருவாக்குவது ஆசிரியர் கடமை. அதற்குப் பிரதானமாகத் தேவைப்படுவது Positive Approach நேர்மறை அணுகுமுறை. முதலில் ஒரு ஆசிரியரைப் பார்த்து மாணவன் பயப்பட வேண்டும் என எதிர்பார்ப்பதே மாணவர் விரோதச் செயல் என்று கருதுகிறேன். மாறாக ஆசிரியரைப் பார்த்தால் மாணவர்களுக்கு மகிழ்ச்சியும் நம்பிக்கையும் மரியாதையும் ஏற்படவேண்டும்.

வெறும் உபன்யாசம் செய்வதைப் போலவோ அறிவுரை சொல்வதைப் போலவோ ஏதேனும் கருத்துச் சொன்னால் அதனை மாணவர்கள் அவ்வளவாகக் கணக்கிலெடுத்துக் கொள்வதில்லை. பாடத்தை வெறும் தேர்வுத் தயாரிப்பு நடவடிக்கையாகக் கருதி பாடம் எடுக்கப்படுகிற போதும் மாணவர்கள் உற்சாகமாக அதில் ஈடுபாடு காட்டுவதில்லை.

வித்தியாசமான அணுகுமுறை தேவைப்படுகிறது. புதிய புதிய வழிமுறைகளை யோசித்து உருவாக்க வேண்டியுள்ளது.

ஆசிரியர்களுக்கு எந்த அளவுக்கு மாணவர்களை உருவாக்குவதில் பங்கு இருக்கிறதோ அதே அளவுக்குப் பெற்றோருக்கும் இருக்கிறது.

எல்லாப் பெற்றோருக்கும் இது சாத்தியமில்லையாயினும் வாய்ப்பிருப்பவர்கள் அவ்வாறு செய்வது நல்லது. பலனை அளிக்கும்.

ஆசிரியர் மற்றும் பெற்றோர் அணுகுமுறைகள் ஒரே நேர்கோட்டில் அமைந்தால் விளைவுகள் அற்புதமானதாக அமையும்.

பெற்றோர் என்ற முறையில் எனக்கு ஏற்பட்ட அனுபவமொன்றைச் சொல்கிறேன்.

என் மகன் ஐந்தாம் வகுப்பு படித்துக் கொண்டிருந்தான். நான் உட்கார்ந்து ஏதோ எழுதிக் கொண்டிருந்தேன். 'தமிழக விளையாட்டு வீரர்கள்' என்கிற தமிழ்ப்பாடத்தைப் படித்துக்கொண்டிருந்தான். காதில் விழுந்தது.

என் வேலையெல்லாம் முடிந்த பிறகு கொஞ்சநேரத்தில் "நீ படித்த பாடத்தை எடுத்துக்கொண்டு வா, பார்க்கலாம்" என்றேன். சுமார் ஒன்றரைப் பக்கம் இருந்தது அந்தப்பாடம். தமிழக விளையாட்டு வீரர்கள் என்று குற்றாலீஸ்வரன், அமுதா என்ற இருவரைப் பற்றிய பாடமது. அப்போது அவர்கள் புகழ் பெற்றிருந்தார்கள்.

"சரி! வருகிற சனி ஞாயிறு எனக்கு சென்னையில் மீட்டிங் இருக்கு. என்னோட சென்னைக்கு வரியாப்பா... இப்ப படிச்சிக்கிட்டு இருந்தியே குற்றாலீஸ்வரன், அமுதா இருவரையும் பார்க்க முயற்சி பண்ணுவோம்" என்றேன்.

இப்பல்லாம் செல்போன் இருக்கிறது. ஜஸ்ட் டயல் எல்லாம் இருக்கிறது. அப்போது அதெல்லாம் இல்லை. அட்ரசைப் பிடிப்பதற்கே ரொம்பக் கஷ்டப்பட்டோம். பல பேருக்கு போன் பண்ணிப் பார்த்தோம். தெரியவில்லை. ஒருவழியாகக் கண்டுபிடித்து அவர் வீட்டிற்கு சென்றோம். மாடியில் இருந்தது அவர் வீடு.

சிறுவனாக இருந்தபோது நீச்சலில் உலக சாதனை படைத்தவர் குற்றாலீஸ்வரன். அப்போது அவரை டி.வி.யில், பத்திரிக்கையில் பார்த்ததற்கும், இப்போது நேரில் பார்ப்பதற்கும் சம்பந்தமே இல்லை. துளிகூட தொடர்பில்லாத அளவுக்கு உயரமாக வளர்ந்திருந்தார். அண்ணா யுனிவர்சிட்டியில் என்ஜினியரிங் ஃபைனலியர் படித்துக் கொண்டிருந்தார்.

அவரது அப்பா இருந்தார். அந்தப் பழைய புகைப்படங்கள், மெடல்கள் எல்லாம் இருந்தன. நான் என்னை அறிமுகப்படுத்திக் கொண்டேன். "பையன் பாடம் படிச்சுக்கிட்டிருந்தான், குற்றாலீஸ் வரனைப் பற்றி. அதுதான் நேரில் பார்க்கலாமென்று அழைத்து வந்தேன்" என்றேன்.

இரண்டு மணிநேரம் குற்றாலீசுவரனோடு பேசிக்கொண்டிருந்தோம். எனது மகனிடம் குற்றாலீஸ்வரன் தனது நீச்சல் அனுபவங்களையும் அதன் தொடர்புள்ள மற்ற விவரங்களையும் பற்றிப் பேசிக்கொண்டிருந்தார். அவருடைய புகைப்படங்கள். கடலுக்குள் நீந்துகிறபோது எடுக்கப்பட்ட வீடியோ போன்றவைகளைப் பார்த்தோம். இதழ்களில் வெளிவந்த செய்திகள், பேட்டிகள், கட்டுரைகள், எல்லாவற்றையும் காட்டினார். போட்டோ எடுத்துக் கொண்டோம். அவருக்கும் மகிழ்ச்சி. என் மகனுக்கும் மகிழ்ச்சி.

பாடம் படிக்கிறப்ப சாதாரணமா படிச்சான். நா நேர்ல போய் பார்க்கலாம்னு சொன்னப்பவும் சாதாரணமாத்தான் இருந்தான். ஆனா நேரில் சந்தித்து போட்டோ, டிவிடி, பத்திரிகை என்று காட்டி சிரித்து குற்றாலீஸ்வரன் பேசியதும் பெருமகிழ்ச்சியடைந்தான் என் மகன்.

விளையாட்டுத்துறை அதிகாரிகளைத் தொடர்புகொண்டு அவர்களிடம் அமுதாவின் வீட்டு முகவரியைப் பெற்றுக்கொண்டு சென்றோம். அது வீட்டுவசதி வாரியக்குடியிருப்பு என்று நினைக் கிறேன். ஒரு குப்பம் போன்ற பகுதி. அடித்தட்டு மக்கள் வாழ்கிற பகுதியைப்போல இருந்தது.

அமுதா அன்பான ஒரு குடும்பப் பெண்ணாக வளர்ந்து அடையாளமே தெரியாமல் இருந்தார். நிறை மாதக் கர்ப்பிணி வேறு. அவர்களுக்கு ரொம்ப மகிழ்ச்சி. நம்மைப் பார்க்க ஈரோட்டிலிருந்து ஒரு அப்பா, தன் மகனை அழைத்துக்கொண்டு வந்திருக்கிறாரே என்று.

அந்த ஷீல்டுகள், மெடல்கள், பரிசுகள் போன்றவற்றை வைப்பதற்கு அலமாரி போன்ற வசதி கூட இல்லை. பரண் மாதிரி ஒரு இடத்தில் சாக்கில் எல்லாவற்றையும் கட்டி மேலே போட்டி ருக்கிறார்கள். அதெல்லாம் எவ்வளவு உயர்ந்தவை. நாட்டையே திரும்பிப் பார்க்கவைத்த சாதனையின் நினைவுச்சின்னங்கள் என்ற அருமை புரியாமல் 'ஏதோ பரிசெல்லாம் வாங்கியிருக்கிறாள்' என்ற அளவில்தான் அமுதாவின் வீட்டினர் இருக்கின்றனர்.

அமுதாவிடமும் இரண்டுமணிநேரம் உரையாடிக் கொண்டி ருந்தோம். டீ பலகாரமெல்லாம் கொடுத்து உபசரித்தனர். ஏழ்மையான

குடும்பம்தான். விளையாட்டில் பெண்கள் பெரிய சாதனைகள் புரிய குடும்பச் சூழல் ஒரு தடையாக இருக்க முடியாது என்பதற்கு ஒரு முன்னுதாரணமாக விளங்கினார் அமுதா.

'உன்னுடைய பழைய படத்தையெல்லாம் காட்டம்மா' என்றேன். காட்டினார். பையன் எல்லாவற்றையும் பார்த்தான்.

கல்விப்பின்புலமோ செல்வப் பின்னணியோ இல்லாத இவரின் சாதனை உயரத்தைக் கூட சரியாகப் புரிந்து அதற்குண்டான சந்தோசப் படத் தெரியாத ஒரு சர்வ சாதாரணக் குடும்பத்தில் பிறந்தவர் அமுதா என்பதை என் மகன் அங்குள்ள சூழ்நிலையை வைத்தும் அவர்கள் உரையாடிய விதத்திலிருந்தும் புரிந்து கொண்டான். இவன் பாடப்புத்தகத்திலிருந்து அந்தப் பாடத்தை மட்டுமல்ல அமுதாவைப் பற்றி ஒரு தனிப் புத்தகமே வாசித்திருந்தாலும் இந்த அளவுக்கு ஆத்மார்த்தமாக அவரை நன்கு விளங்கிக்கொண்டிருக்க முடியாது.

எல்லாவற்றுக்குமே அரசாங்கத்தை குறை சொல்லிக் கொண்டிருக்காமல், பொது மக்களிடையே பொறுப்புணர்வும் ஒற்றுமையும் விழிப்புணர்வும் தேவையில்லையா?

அதற்காகத்தான் மக்கள் சிந்தனைப் பேரவை போன்ற அமைப்புகள் படிக்கும் பழக்கம் வளரவும் தனிமனிதச் சிந்தனைகள் செழிக்கவும் தொடர்ந்து பலவழிகளில் பலமுறைகளில் பாடுபட்டு வருகின்றன.

'எதுவும் மேலிருந்துதான் கட்டப்படவேண்டும்' என்பது ஒரு வரியில் அல்ல, ஓராயிரம் வரிகளில் விளக்க வேண்டிய விஷயம்.

ஒரு அரசாங்கம், மக்கள் அறியாமையில் இருந்தாலும் அந்த மக்களின் நல்வாழ்வின் மீது அக்கறையோடு செயல்படவேண்டும்.

'மேஜிக் பைப்பர்' என்கிற ஒரு கதையை நீங்கள் கேள்விப் பட்டிருப்பீர்கள். அந்த ஊரில் உள்ள எலிகளை ஒழிக்க முடியவில்லை. மேஜிக் பைப்பரிடம் போய் முறையிடுகிறார்கள். அவன் அந்த மேஜிக் பைப்பை வாசித்துக்கொண்டே போகிறான். ஊரில் உள்ள எலிகள் எல்லாம் அந்த இசையைக் கேட்டு அவன் பின்னால் ஊர்ந்து வருகின்றன. அப்படியே வாசித்துக்கொண்டே அவன் கடலுக்குள் இறங்குகிறான். எலிகளும் கடலில் இறங்குகின்றன. எலிகளையெல் லாம் நீருக்குள் மூழ்க விட்டுவிட்டு மேஜிக் பைப்பர் ஊருக்குள் வருகிறான்.

ஊருக்குள் வந்து பெரிய மனிதர்களிடம் தனக்கு பேசப்பட்ட தொகையைக் கேட்கிறான். எலிகளை ஒழித்துக் கட்டினால் உனக்கு

இவ்வளவு பணம் தருகிறோம் என்று மக்கள் சொல்லியிருந்தார்கள். ஆனால் பேசியபடி அந்தப் பெரிய மனிதர்கள் மேஜிக் பைப்பருக்கு பணம் தரவில்லை. மறுபடியும் அவன் அந்தக்குழலை எடுத்து வேறொரு ராகத்தை வாசிக்கிறான். அந்த ஊரில் உள்ள, விளையாடிக் கொண்டிருந்த குழந்தைகளெல்லாம் அந்த மேஜிக் பைப்பரின் பின்னால் போகின்றனர். அவன் அப்படியே தெருத்தெருவாகப் போகிறான், ஊர் எல்லைக்குச் செல்கிறான். பிறகு அப்படியே வாசித்துக் கொண்டே கடலுக்குப் போகிறான். இசை லயத்தில் கவரப்பட்டு ஈர்க்கப்பட்ட பிள்ளைகள் மயங்கியபடியே கடலுக்குச் செல்கிறார்கள்.

இப்படிப்பட்ட மேஜிக் பைப்பர்களாக அரசியல்வாதிகளும் பகாசூர கம்பெனிகளும் இருக்கின்றன. திட்டமிட்டுத்தான் மக்கள் அறியாமையில் வைக்கப்பட்டிருக்கிறார்கள்.

அறியாமை போக, மூடத்தனத்தை ஒழிக்க ஏதோ அரசாங்கம் நடவடிக்கை எடுத்து விட்டதைப்போலவும் - உயர் பொறுப்புகளில் உள்ளவர்கள் தீவிர முயற்சி எடுத்து விட்டதைப் போலவும் மக்கள் அதற்கு ஒத்துழைக்கவில்லை என்பதைப் போலவும் நினைக்கக்கூடாது.

காரணகாரியங்களை நிறைய பேசிக்கொண்டிருக்கலாம். அரசிடம் பொறுப்புணர்ச்சி இருக்க வேண்டும். மக்களிடம் விழிப்புணர்ச்சி இருக்க வேண்டும். அதற்கான சூழல் ஏற்படுத்தப்பட வேண்டும்.

ஊடகங்களுக்கு ஒரு வரலாறு உண்டு. நாட்டின் நான்காவது தூண் அது. விடுதலைப் போராட்ட காலத்திலும், அதற்குப் பிறகு வந்த முதல் தலைமுறையிலும் ஏடுகளின் இடம் எடுப்பானது, இணையற்றது. ஊடகங்கள் எவ்வாறு இருக்கின்றன? எவ்வாறு இருக்க வேண்டும்?

விடுதலைப்போராட்ட காலத்தில் அச்சு ஊடகங்கள் சிறப்பாகக் குறிப்பிடத்தகுந்த பங்கைச் செலுத்தியிருக்கின்றன. விடுதலைப் போரில் தமிழ் இதழ்கள் என்பது ஒரு பெரிய ஆய்வுக்குரியது. சுதேசமித்திரன், சுதந்திரச்சங்கு, இந்து, நவசக்தி, இந்தியா, விஜயா, தேசபக்தன், காந்தி, நவஇந்தியா போன்ற பத்திரிகைகள் வெளிவந்தன.

மகாத்மா காந்தி, ஜவஹர்லால் நேரு, நேதாஜி, பாலகங்காதர திலகர், லாலா லஜபதிராய், விபின் சந்திரபாலரிலிருந்து நம்முடைய தமிழகத்தில், பாரதி, பெரியார், சிங்காரவேலர், சேலம் வரதராஜுலு நாயுடு, திரு.வி.க., ஜீவா, பாரதிதாசன் உட்பட ஏறத்தாழ எல்லாத் தலைவர்களும் இதழாளர்களாக இருந்திருக்கிறார்கள்.

பெரியாரின் விடுதலை, உண்மை, குடியரசு, ஜீவாவின் ஜனசக்தி, தாமரை முதலிய இதழ்கள் விடுதலைக்கு மட்டுமின்றி, சமூக மாற்றத் திற்காகவும் சீர்திருத்தத்திற்காகவும் தொடர்ந்து செயலாற்றி வந்திருக்கின்றன. மது ஒழிப்புக்காகவே 'விமோசனம்' என்று ஒரு இதழை ராஜாஜி நடத்தி வந்தார்.

தேசிய இயக்கமானாலும் திராவிட இயக்கமானாலும் பொது வுடைமை இயக்கமானாலும் மக்களின் நன்மைக்காக நாடு முன்னேற வேண்டும் என்பதற்காக, அந்தக் காலத்தில் இலட்சியத்தோடு இதழ்கள் நடத்தப்பட்டன. விடுதலைக்குப் பிறகும் இப்படி தியாக மனப் பான்மையோடு செயல்பட்ட இதழ்கள் இருக்கின்றன. இன்றைக்கு இருக்கும் சமூகப்பிரச்சினைகளை எழுதக்கூடிய சில நல்ல பத்திரிகைகளும் இருக்கின்றன. ஆனால் தனது பணியை செவ்வனே செய்யாத இதழ்கள், செய்ய வேண்டிய இதழ்கள் இன்று ஏராளமாக இருக்கின்றன.

'மக்களுக்கு எது பிடிக்கிறதோ அதை நாங்கள் கொடுக்கிறோம்' என்கிறார்கள். இது ஏற்புடைய கருத்தல்ல. மக்களுக்கு எது நல்லதோ அதை கொடுப்பதுதான் ஊடகங்களின் பணி.

மெக்காலேதான் நமக்கு கல்வி கொடுத்தான். அவன்தான் நம்மை மனிதனாக்கினான். அவன்தான் நம்மை கோட்டு சூட்டு போடவைத்தான் என்பதைப் போன்ற கருத்துகளை சிலர் சொல்கிறார்கள். சிந்தனையாளர்களோ, பேறறிஞர்களோ 'மெக்காலே கல்வித் திட்டம் அடிமைகளை உருவாக்குகிறது. சுய சிந்தனையை, படைப்பாற்றலை, திறமையை மழுங்கடிக்கிறது. ஒரு புதிய ஆரோக்கியமான கல்விமுறை தேவை' என்று வலியுறுத்தி வருகிறார்கள். இது பற்றி நீங்கள் என்ன நினைக்கிறீர்கள்?

நீங்கள் சொன்ன இயக்கங்களில் இருக்கக்கூடிய சகோதரர்களின் கருத்து ஒரு குறிப்பிட்ட கோணத்தில் மட்டும் பார்க்கப்பட்ட கருத்து. அந்தக் கருத்து முற்றிலும் நிராகரிக்கப்பட வேண்டியதில்லை.

மெக்காலேவைப் பற்றி சொல்லும்போதே 'லார்டு மெக்காலே' என்று சொல்கிறார்கள். 'லார்டு' என்றுதான் பாடப்புத்தகங்கள் நமக்குச் சொல்லித்தருகின்றன. சிலரை 'லார்டு' என்றும் சிலரை 'ஜெனரல்' என்றும் புத்தகங்களில், வரலாற்றில் இவர்களுக்கு ஒரு அறிமுகம் இருக்கின்றது. ஆகவே மெக்காலே பிரபு என்றும் சொல்வார்கள்.

மெக்காலே சிறந்த கல்வியாளர் என்பதில் சந்தேகமில்லை. பெரிய சிந்தனையாளர், அறிவாளி என்பதிலே இரண்டு கருத்துக்கு

இடமில்லை. அப்படிப்பட்டவர்களைத்தானே தேர்வு செய்வார்கள்; அறிவிலிகளைத் தேர்வு செய்யமாட்டார்கள் அல்லவா!

புத்தம்புது நாடு. அந்த நாட்டைப் போர் தொடுக்காமலேயே, படையெடுக்காமலேயே அடிமைப்படுத்த வேண்டும். அந்த நாட்டிலே செல்வங்கள் உண்டு. சாதாரணமான செல்வம் அல்ல.

> பொழுதெல்லாம் எங்கள் செல்வம்
> கொள்ளை கொண்டு போவதோ
> நாங்கள் சாவதோ
> அழுதுகொண்டிருப்போமோ
> ஆண்பிள்ளைகளல்லவோ

என்கிறான் பாரதி.

ஆகவே செல்வம் நிறைந்த நாட்டுக்குத்தான் அவர்கள் படையெடுப் பார்கள். குடியமர்வார்கள், கோலோச்சுவார்கள். அவ்வாறு வந்தார்கள். அவர்கள் நாம் அழைத்து வரவில்லை. அவர்கள் விருந்தாளிகளாக வரவில்லை. நம்மைச் சுரண்டுவதற்காக வந்தார்கள். திட்டமிட்டு வந்தார்கள். வந்த இடத்தில் அவர்கள் எதிர்பார்த்ததைவிட ஏராளமாக இருந்ததைப் பார்த்தார்கள். அதை ஒட்ட சுரண்டுவதற்கு என்னென்ன கருவிகள் வேண்டுமோ அதையெல்லாம் கொண்டுவந்தார்கள். அதில் ஒன்றுதான் மெக்காலே கல்வி முறை.

காரல்மார்க்ஸ் உலகம் முழுவதும் ஏற்றுக் கொள்ளப்பட்ட அறிஞர், மாபெரும் சிந்தனையாளர். பொதுவுடைமையாளர்கள் மட்டுமல்ல. முற்போக்காளர்கள் அனைவருமே பொதுவாக காரல் மார்க்ஸை ஏற்றுக் கொள்ளக்கூடியவர்கள்தான்.

காரல்மார்க்ஸ் தன்னுடைய மூலதனம் என்ற புத்தகத்திலேயே மெக்காலேவைப் பற்றியும் எழுதியிருக்கிறார்.

மெக்காலேவைப் பற்றி மார்க்ஸ் எழுதும் போது "இவர் திட்டமிட்டுத் தயாரிக்கப்பட்டவர். இந்திய மக்களை இவர்களுக்கு ஏற்ற, இந்திய எஜமானர்களுக்கு ஏற்ற புதுவிதமான அடிமைகளாக உருவாக்குவதற்காக நியமிக்கப்பட்டவர்" என்று குறிப்பிடுகிறார்.

ரயிலைக் கொண்டு வந்தவர்கள் அவர்கள்தான். தபால் ஆபீசைக் கொண்டுவந்தவர்கள் அவர்கள்தான். தந்தி ஆபீசைக் கொண்டு வந்தவர்கள் அவர்கள் தான். திருக்குறளை முதன்முதலில் அச்சடித்தவர்கள் அவர்கள்தான். திருக்குறளை முதன்முதலில் மொழிபெயர்த்தவர்கள் அவர்கள்தான். உலகம் முழுவதும் அதைப் பரப்பியவர்கள் அவர்கள்தான். இல்லையென்று சொல்லவில்லை.

ரயிலையும், தபாலையும் எந்த நோக்கத்திற்காகக் கொண்டு வந்தார்கள்? அந்த நோக்கத்திலேதான் நாம் வேறுபடுகிறோம்.

ஆங்கிலேயர் ஆட்சியின் கீழ் சீனா எப்பொழுதும் இருந்ததில்லை. சீனாவில் ரயிலே ஓடவில்லையா? சீனாவில் போஸ்டாபீசே கிடையாதா? ஜப்பானில் ரயிலே இல்லையா? உலகத்துக்கே ரயில் விடுகிறவன் ஜப்பான்காரன். ஜப்பானையே விஞ்சி நிற்கிறது சீனத்து ரயில்.

இன்றைக்கு இங்கிலாந்தே ஜப்பானிலிருந்து புல்லட் ரயிலை இறக்குமதி செய்கிறது. ஜப்பான் பிரிட்டிஷாரின் காலனி நாடு அல்ல.

சிந்தனைகள் வளர வேண்டும் என்று சொல்லக்கூடியவர்கள், சிந்தனைதான் முக்கியம் என்று சொல்லக்கூடியவர்கள் இப்படிச் சொல்லக்கூடாது.

அவர்கள் ஜாதி வேறுபாடு பார்க்காமல் 'எல்லோருக்கும் கல்வி கொடுத்தார்கள்' என்பது உண்மைதான். ஆனால் அதனுடைய நோக்கமென்ன? அவனை அறிவாளியாக்குவதா - அடிமையாக்குவதா?

எனக்கு குமாஸ்தா தேவை. அதற்காக மட்டும் அவருக்குப் பயிற்சி கொடுக்கிறேன். 'அதை எடுத்துக்கொண்டு வா' 'இதை அங்கே கொண்டுபோய் கொடு' 'இதை எழுது' 'அவனை அழைத்துக்கொண்டு வா' 'எத்தனை பேர் வந்திருக்கிறான்' 'எவ்வளவு பணம் கொடுத்தாய்' 'மீதி எவ்வளவு இருக்கிறது' என்று ஒரு குறிப்பிட்ட கோணத்தில் மட்டுமே பயிற்சி கொடுப்பது, தன்னுடைய தேவைக்காகப் பயிற்சி கொடுப்பது அவனுடைய நன்மைக்காகவா? நம்முடைய நன்மைக் காகவா?

அவனுக்கு சுயசிந்தனையைக் கொடுக்கிறேன். சுயபலத்தைக் கொடுக்கிறேன். அவன் சொந்தக்காலில் நிற்கும் வலிமையை அவனுக்குக் கொடுக்கிறேன் என்றால் அது நல்ல கல்விமுறை.

எனக்கு டிரைவர் தேவை. அதனால் ஒருவனுக்கு டிரைவிங் கற்றுக்கொடுக்கிறேன். டிரைவரின் மகனுக்குக் கல்வி அளிக்கவும் நான் ஏற்பாடு செய்தால் பரவாயில்லை.

நான் வணிகம் செய்கிறேன் என்கிற போர்வையில் கொள்ளை யடிக்கிறேன். அதற்குப் பல இடங்களுக்கும் பாதுகாப்பாகவும் விரைவாகவும் போய்வரவேண்டும் என்பதற்காக உனக்கு டிரைவிங் கற்றுக்கொடுக்கிறேன். நீ வாழ்க்கையில் முன்னேற வேண்டும் என்பதற்காக அல்ல. நீ எனக்கு ஒரு கருவியாகப் பயன்படவேண்டும்

என்பதற்காக. நோக்கம் இப்படி இருக்க நான் தான் டிரைவிங் கற்றுக் கொடுத்தேன் என்பதா?

நீ என்னுடைய நாட்டிற்கு வந்திருக்கிறாய். வணிகம் செய்கிறேன் என்கிற பேரில் சுரண்டுகிறாய். சுரண்டுவது மட்டுமல்ல ஆட்சியில் அமர்ந்துவிட்டாய். சரி! என்னுடைய தாய்மொழியிலாவது கல்வி கொடுத்தாயா! அதையும் உன்னுடைய மொழியிலே கொடுக்கிறாய். அதுவும் உன்னுடைய ஏவலை நிறைவேற்றுவதற்காக!

நீங்கள் ஒருசில பேர்தான் இருக்கிறீர்கள். நாங்கள் கோடிக்கணக்கிலே இருக்கிறோம். எங்களுடைய மொழியை நீ கற்காமல், கட்டளை யிடுவதுகூட உன்னுடைய மொழியிலேயே கட்டளையிடுகிறாய். நீ ஆணையிடுவதை நான் புரிந்துகொள்ள வேண்டும் என்பதற்காக எனக்குக் கல்வி கொடுத்தாய்.

அந்த மெக்காலே வகுத்த கல்விமுறையின் மிச்சசொச்சம்தான் இப்போது இருக்கிறதே தவிர புதிய கல்விக் கொள்கை நடைமுறைப் படுத்தப்படவில்லை.

மெக்காலே கல்வி முறையை ஆதரிப்பவர்கள் இந்த உண்மையை நன்கு உணர்ந்து பார்க்க வேண்டும். அந்த மெக்காலே வகுத்த கல்வி முறையில் அதற்குப் பிறகு பல மாற்றங்கள் செய்யப்பட்டிருந்தாலும் அடிப்படை இன்னும் அப்படியே தான் உள்ளது. இன்றுள்ள உலகளாவிய கல்வி முறைகளையெல்லாம் ஆய்வுக்கு எடுத்துக் கொண்டு, சுதந்திரம் பெற்ற நாடாக விளங்குகின்ற - வளரும் நாடாக இருக்கிற இந்தியாவுக்கென்று ஆரோக்கியமான புதிய கல்விக் கொள்கையை - கல்வி முறையை இந்தியத் தன்மைக்கேற்ப உருவாக்க வேண்டியது காலத்தின் கட்டாயத் தேவையாக இருக்கிறது.

நீங்கள் சொற்பொழிவு நிகழ்த்துவதற்காகப் பல கல்லூரிகளுக்குச் செல்கிறீர்கள்! அதிலும் 35 ஆண்டுகளுக்கும் மேலாகத் தொடர்ந்து கல்வி நிலையங்களில் உரையாற்றி வருகிறீர்கள். இன்றைய கல்விச் சூழல் குறித்து, உங்களுக்குக் கவலையளிக்கிற அம்சங்களைப் பற்றி அரசாங்கத்திடம் முறையிட்டு ஒழுங்கு செய்ய வேண்டும் என்று நினைத்திருக்கிறீர்களா?

சில கல்வி நிலையங்களில் சில அம்சங்கள் மகிழ்ச்சியளிப்பதாக இருக்கின்றன. வேறுபல கல்வி நிலையங்களில் நிலவும் சில விஷயங்கள் குறித்து எண்ணி வேதனைப்பட்டிருக்கிறேன். சிலவற்றை மக்களிடம் சொல்லவேண்டும் என்று நினைத்திருக்கிறேன். இன்னும் சில விஷயங் களை பெற்றோரிடம் சொல்ல வேண்டும் என்று யோசித்திருக்கிறேன். பல விஷயங்களை ஆசிரியர்களிடம் வலுவாகப் பேச வேண்டும் என்று

சிந்தித்திருக்கிறேன். இவ்வாறெல்லாம் வாய்ப்புக் கிடைக்கிறபோது பேசியுமிருக்கிறேன்.

சில பிரச்சினைகளை அரசின் கவனத்திற்கு எடுத்துச் செல்ல வேண்டும் என்று நினைக்கிறோம். அவர்களுக்குத் தெரியாமலா இதெல்லாம் நடக்கிறது என்று நமது மனசாட்சி சொல்லும்.

சரி... நான் நினைத்து வருத்தப்பட்டு இதற்கொரு தீர்வுகாண வேண்டும் என்று சிந்தித்த ஒரே ஒரு பிரச்சினையை மட்டும் இங்கே சொல்கிறேன். அது ஆசிரியர் பயிற்சிப்பள்ளி, கல்வியியல் கல்லூரி தொடர்பான பிரச்சினை. அவை பி.எட், எம்.எட் பட்டம் பெறுவதற் கான கல்லூரிகள்.

ஆசிரியர்கள்தானே சமூகத்திற்கே அடித்தளம்! சமூகக் கட்டுமானத்தின் அஸ்திவாரமே ஆசிரியர்கள் தானே! அவர்களை உருவாக்குவதற்கான உலைக்கலன்கள் தானே கல்வியியல் கல்லூரிகள். விதிப்படி ஒரு கல்லூரிக்கு 100 மாணவர்கள் தான் சேர்க்கமுடியும்.

இக்கல்லூரிகள் அனைத்தும் ஒழுங்காக நடைபெறுகின்றனவா? என்ன வேடிக்கை! எதிர்காலத் தலைமுறையையே உருவாக்கும் பொறுப்பை ஏற்றுச் செயல்படக்கூடிய ஆசிரியர்களல்லவா அவர்கள்! அத்தகைய அடிப்படைத் தகுதியுள்ளவர்கள், விருப்பமுள்ளவர்கள், உணர்வுள்ளவர்கள் தான் இங்கு மாணவர்களாகச் சேர்க்கப்படுகின்றனரா? ஒரு சிலரைத் தவிர பெரும்பாலான மாணவர்கள் தாங்களும் ஒரு பட்டம் பெறவேண்டும்; வேலை செய்யவேண்டும்; அதன் மூலம் சம்பளம் பெற வேண்டும் என்பதை நோக்கமாகக் கொண்டுதான் சேர்கின்றனர். இத்தகைய கல்லூரிகளில் பெரும்பாலானவை 'மாணவர் களைச் சேர்க்க வேண்டும். அவர்களிடம் பணம் பெறவேண்டும். அதை ஒரு நல்ல தொழிலாக நடத்த வேண்டும்' என்ற முறையில்தான் செயல்படுகின்றன. சில கல்வியியல் கல்லூரி வேண்டுமானால் விதிவிலக்காக இருக்கலாம்.

ஏராளமான கல்வியியல் கல்லூரிக்குப் பேசச் சென்றுள்ளேன். கல்வியியல் கல்லூரிகளின் பட்டமளிப்பு விழாக்களுக்குக் கூடச் சென்று கல்வியியல் பட்டம் பெற்ற மாணவர்களுக்குப் பட்டங்களை வழங்கி உரை நிகழ்த்தியுள்ளேன். இவர்களெல்லாம் எதிர்கால ஆசிரியர்களாயிற்றே! அடுத்த தலைமுறையை உருவாக்கும் பொறுப்பு இவர்களுக்குத்தானே இருக்கிறது என்று கருதி முன்னுரிமை கொடுத்து நேரத்தை ஒதுக்கி, கல்வியியல் கல்லூரிகளில் பேசுவதை ஒரு கடமையாகக் கருதிச் சென்று பேசி வருகிறேன். கல்வியியலைப்

பொறுத்தவரையில் அரசுக் கல்வியியல் கல்லூரிகள் நன்றாக உள்ளன. இன்னும் கவனம் செலுத்தப்பட வேண்டும் என்பது வேறு விஷயம்.

ராசிபுரத்திலுள்ள ஒரு தனியார் கல்வியியல் கல்லூரிக்குக் கடந்த பத்து ஆண்டுகளாக ஆண்டுதோறும் சென்று மாணவர்களிடம் பேசியுள்ளேன் ஆண்டுதவறாமல் அழைக்கிறார்கள். நானும் சலிக்காமல் போய்க் கொண்டுதான் இருக்கிறேன். அதுமாதிரி சில கல்லூரிகளில் சில முயற்சிகளையேனும் எடுக்கின்றனர்.

பெரும்பாலான கல்வியியல் கல்லூரிகளில் திறமையும் அனுபவமுமிக்க பேராசிரியப் பெருமக்களை நியமிப்பதில்லை. ஆசிரியர்களையே உருவாக்கும் ஆசிரியர்கள் எத்தகைய தகுதி வாய்ந்தவர்களாகத் திகழ வேண்டும்! பல கல்வியியல் கல்லூரிகளில் மாணவர்கள் வகுப்புக்கு வரவேண்டும் என்ற அவசியமில்லை. எப்போதாவது வந்து வருகைப் பதிவேட்டில் கையெழுத்துப் போட்டு விட்டால் போதும். வகுப்பிற்கு வரவேண்டியது கட்டாயமில்லை என்பதே நியதியாகிவிட்டது. இந்த முறையில் பட்டம் பெற்றுச் செல்லும் ஆசிரியர்கள் நாளைக்கு அவர்களின் மாணவர்களுக்கு என்ன, எப்படிச் சொல்லித்தரப் போகிறார்கள்!

ஆசிரியர்களுக்கு எத்தனை தகுதிகள் தேவைப்படுகின்றன! பாடத்தில் ஆழ்ந்த அறிவு, பொதுப்புத்தக வாசிப்பு, சமூக உணர்வு, உளவியல், பொது அறிவு, பண்பட்ட அணுகுமுறை, தனித்திறமை என்ற எத்தனையோ அம்சங்கள் ஆசிரியர்களுக்கு அவசியமாகின்றன.

இந்தச் சிந்தனையோடும் பொறுப்புணர்வோடும் அரசு கறாராகவும் முறையாகவும் செயல்பட்டால் கல்வியியல் கல்லூரிகளின் செயல்பாடுகள் எப்படி இருந்திருக்கும் என்று அடிக்கடி நினைத்துப் பார்த்திருக்கின்றேன். இப்படிப்பட்ட களையத்தக்க கல்விசார்ந்த குறைபாடுகள் பலவற்றை அரசுக்கு எடுத்துச் செல்ல நினைத்திருக்கிறேன். இவற்றையெல்லாம் காது கொடுத்துக் கேட்கும் நிலையிலாவது அரசும் அத்துறை சார்ந்த அமைச்சர்களும் சம்பந்தப்பட்ட அதிகாரிகளும் இருக்க வேண்டுமல்லவா?

வகுப்பெடுப்பது, ஆய்வுரை நிகழ்த்துவது என்பதெல்லாம் கெட்டித்தன்மை வாய்ந்த வெளிப்பாடுகள். பட்டிமன்றம், வழக்காடு மன்றம் போன்றவை இலகுவானதும் நகைச்சுவை கலந்ததுமாகும்... பல பட்டிமன்றங்களில் நீங்கள் பேசியிருக்கிறீர்கள். அது எத்தகைய அனுபவமாக இருந்தது?

சிறுவயதிலேயே சில பட்டிமன்றங்கள் கேட்டிருக்கிறேன். கல்லூரி மாணவனாக இருந்தபோது பல பட்டிமன்றங்களில் பேசியிருக்கிறேன். அரூர் ச.இரா.இரமானந்தம் என்ற சொற்பொழிவாளர் இருந்தார்.

பாரதியைப் பற்றியும் சுப்பிரமணிய சிவாவைப் பற்றியும் அவர் பேசிக் கேட்கவேண்டும்! அற்புதமான பேச்சாளர். அதேபோல வாழப்பாடி சந்திரன் என்ற நல்ல சொற்பொழிவாளர். ஜீவாவின் தலைமைத் தளபதிகளாக விளங்குபவர்களில் ஒருவர், வாழப்பாடி சந்திரன். இருவரும் இப்போது இல்லை. காலமாகி விட்டார்கள். இந்த இருவரின் தலைமையில், மாணவனாக இருந்தபோது பல பட்டிமன்றங்களில் அணித்தலைவராக இருந்து வாதிட்டிருக்கிறேன். அவ்வாறான பட்டிமன்றங்களில் பெரும்பாலும் மற்றொரு அணியின் தலைவராக - அப்போது இளைஞர் பெருமன்றச் செயலாளராக விளங்கிய சி.எம். துளசிமணி இருப்பார்.

'பாரதி பெரிதும் வலியுறுத்தியது தேச விடுதலையா? சமூக விடுதலையா?', 'இன்றைய திரைப்படங்கள் சமூகத்திற்கு ஆக்கம் தருகிறதா? தேக்கம் தருகிறதா', 'இன்றைய இளைஞர்கள் திட்டமிட்டுச் செல்கிறார்களா? திசைமாறிச் செல்கிறார்களா?' போன்ற பல தலைப்புகளில் பேசியிருக்கிறோம். அப்போதெல்லாம் நகரங்களில் மட்டுமல்லாது பல கிராமங்களிலும் இத்தகைய பட்டிமன்றங்களில் பங்கேற்றுப் பேசியுள்ளேன். பேராசிரியர் கு.இளஞ்சேரன், பேராசிரியர் ந.கந்தசாமி ஆகியோர் தலைமையிலும் பட்டிமன்றங்களில் அணித்தலைவராகப் பேசியுள்ளேன்.

சுகி சிவம், தமிழருவிமணியன் போன்றவர்களின் தலைமையில் நடைபெற்ற பட்டிமன்றங்களிலும் பேசியிருக்கிறேன்.

நான் நடுவராக இருந்து பல பட்டிமன்றங்களை நடத்தியுள்ளேன்.

தவத்திரு குன்றக்குடி அடிகளார்

பட்டிமன்றம் என்றால் நகைச்சுவைதான் என்று எண்ண வேண்டியதில்லை. தவத்திரு குன்றக்குடி அடிகளாரின் தலைமையில் நடைபெற்ற பட்டிமன்றங்கள் வரலாற்றில் இடம் பெற்றவை. 'மனிதகுலச் சிக்கலைத் தீர்க்கப் பெரிதும் துணை நிற்பது வள்ளுவமா? காந்தியமா? மார்க்சீயமா?' என்ற தலைப்பில் அடிகளார் நடத்திய பட்டிமன்றங்களை இதே தலைப்பில் இரண்டு, மூன்று இடங்களில் கேட்டிருக்கிறேன். 10,000 பேர் 20,000 பேர் என்று மக்கள் கூடி விடிய விடிய நடைபெற்ற பட்டிமன்றங்கள் இவை. அதை வெறும் பட்டிமன்றம் என்று சொல்ல முடியாது. மேடையில் நடக்கும் ஒரு இலக்கியச் சொற்போர், அரசியல் வேள்வி என்றுதான் சொல்ல வேண்டும்.

இதே தலைப்பில் இரண்டு, மூன்று இடங்களில் அடிகளார் தலைமையேற்றிருந்தாலும் ஒவ்வொன்றும் ஒவ்வொரு விதமாக, வெவ்வேறு வாதங்களை முன்வைத்தும் வெவ்வேறு கோணங்களில் அலசப்பட்டும் வெவ்வேறு முறையில் தீர்ப்புகள் வழங்கப்பட்ட தெல்லாம் பட்டிமன்ற வரலாற்றில் பதிய வேண்டியவையாகும்.

அணியில் பேசியவர்கள் தமிழகத்தின் ஆகப் பெரும் ஜாம்பவான்கள் என்பதோடு அவரவர் கொள்கைக்கு உகந்த தலைப்புகளிலேயே பேசினர். மனசாட்சியோடு பேசினர்.

தனிஉரை, தனித்தலைப்புகளில் உரை, நீண்ட தனிச்சொற்பொழிவு, கருத்தரங்கப்பேச்சு என்று நம்மை அலை அடித்துச் சென்றதுபோல இழுத்துச் செல்லப்பட்டதால், பட்டிமன்றத்தின் பக்கம் தனிக் கவனத்தைச் செலுத்தித் தொடர இயலவில்லை. அதற்குத் தகுந்த குழு உருவாக்கப்படுவதற்கான வாய்ப்பும் குறைவாக இருந்தது.

எவ்வளவு சிறப்பாகப் பேசுபவராக இருப்பினும் பட்டிமன்றத்தில் பேசுகிறபோது அதற்குரிய சமயோசித யுக்திகள், பேச்சாற்றல் என்பதற்கும் மேலாக வாதத்தை வலிமையாக எடுத்து வைக்கும் பாங்கு, மேடை நெளிவு சுளிவுகள், நடுவரோடு பயணிப்பது, எதிரணியினர் வாதத்தை உடனுக்குடன் சரியான கோணத்தில் உள்வாங்கி அதற்குப் பார்வையாளர்களே எதிர்பாராத விதத்தில் பொருத்தமான பதிலளிப்பது, தலைப்பிற்கேற்ற கருத்தாழமிக்க இயல்பான நகைச்சுவை, அங்க அசைவுகள், முகபாவனைகள் என்ற பல அம்சங்கள் தேவைப்படுகின்றன. இதில் எல்லாவற்றிலும் எனக்கு ஆர்வமும் ஈடுபாடும் பயிற்சியும் இருந்தாலும் காலப்போக்கில் தனிப்பேச்சே என்னைத் தள்ளிக் கொண்டு போய்விட்டது.

பொதுக் கூட்டங்கள், கருத்தரங்குகள் போன்றவற்றில் பேசுவது ஒரு விதம். கல்லூரிகள், இலக்கியக் கூட்டங்களில் பேசுவது வேறு ரகம். தொழிற்சங்கக் கூட்டங்கள், கண்டனக் கூட்டங்கள் போன்றவற்றில் உரையாற்றுவது சற்று காரசாரமான பேச்சாக இருக்கும். இதுமாதிரி பலவிதமான மேடைகளில் பேசிப் பேசிப் பக்குவப்பட்டு, இடத்திற்கும் மேடைக்கும் சூழலுக்கும் ஏற்ற விதத்திலும், எல்லாத்தரப்பினரும் ஏற்கும் விதத்திலும் அதே சமயத்தில் உங்களுடைய அடிநாதமான கருத்துகளை சமரசம் செய்து கொள்ளாமலும் வருடக்கணக்காகத் தொடர்ந்து சொற்பொழிவுகளை நிகழ்த்தி வருகிறீர்கள். வகுப்பெடுப்பது என்ற ஒருவடிவம் இருக்கிறதல்லவா... ஒரு அறைக்குள் அல்லது அரங்கத்திற்குள் 50 பேர், 100 பேர் என தேர்வு செய்யப்பட்டவர்கள் அமர்ந்திருப்பார்கள். அத்தகைய வகுப்பெடுத்த அனுபவம் உங்களுக்கு உண்டா?

வகுப்பெடுத்த அனுபவம் நிறையவே இருக்கிறது. பேச்சாளர் பயிற்சி முகாம்களை பல அமைப்பினர் நடத்துவார்கள். அவற்றில்

பங்கேற்று வளர்ந்து வரக்கூடிய இளம் பேச்சாளர்களுக்கு வகுப்பெடுத்த அனுபவம் உண்டு. அது மாதிரி வகுப்பெடுக்கிற இடங்களிலெல்லாம் ஒரு சொற்பொழிவாளன் என்பதையே அடியோடு மறந்துவிட வேண்டும். செந்தமிழில் பேசுவதோ அடுக்கு மொழியில் உரையாற்றுவதோ வகுப்புகளில் நேர் எதிர் விளைவைத்தான் ஏற்படுத்தும்.

அங்கு அனைவரையும் கண்ணுக்குக்கண் பார்த்தவாறு, சாதாரணமாக, இயன்றவரை பேச்சுத் தமிழில் அவர்களுக்கு நன்கு விளங்கும் விதத்தில் நின்று, நிதானித்துப் பேச வேண்டும். இடையிடையே வகுப்பை உயிரோட்டமாக வைத்துக் கொள்வதற்கு சில யுத்திகளைப் பின்பற்ற வேண்டும்.

சில சமயங்களில் அவ்வாறான வகுப்புகளில் சிலர் வகுப்பெடுத்தால் கேட்பவர்கள் தூங்கி வழிவதைப் பார்க்க முடிகிறது. அப்படி வகுப்பெடுத்து எந்தப்பயனும் இல்லை. கேட்பவர்கள் ஆர்வமாகக் கேட்கத்தக்க அளவில் வகுப்பெடுப்பதுதான் மிகவும் முக்கியம். நாம் சொல்ல வருவது அவர்களுக்குப் புரிந்தால் மட்டுமே அவர்களால் உன்னிப்பாகக் கேட்க முடியும்.

தன்னார்வக் குழுக்கள், அமைப்புகள் சட்ட வகுப்பெடுக்க அழைப்பார்கள். மாணவர் பெருமன்றம், இளைஞர் பெருமன்றம் போன்ற அமைப்பினர் விடுதலைப் போராட்ட வரலாறு, கல்வி, அரசியல் இயக்கங்களின் வரலாறு போன்ற தலைப்புகளில் வகுப்பெடுக்க அழைப்பார்கள்.

தன்னம்பிக்கைப் பயிற்சி முகாம்களில் வகுப்பெடுக்கச் சென்றால் செயற்கையாக 'எல்லாம் உங்களால் முடியும்' என்று மொட்டையாகச் சொல்லாமல் நுட்பமாகவும் அறிவியல் பூர்வமாகவும் தக்க ஆதாரங்களோடும் உதாரணங்களோடும் கதைபோல் விளக்குகிற போதுதான் கேட்பவர்களுக்குப் பயன்படும். அரசின் இலவச சட்ட உதவிக்குழுவின் சார்பில் கிராமங்களில் நடத்தப்பட்ட பல சட்ட விழிப்புணர்வு முகாம்களில் சட்டத்தைப் பற்றி பல வகுப்புகள் எடுத்துள்ளேன்.

எல்.ஐ.சி முகவர்களுக்கான பல பயிலரங்குகளில் வகுப்புகள் எடுத்துள்ளேன். ஏஜெண்டுகளுக்குத் தன்னம்பிக்கை அளிப்பதும், பொதுத்துறையின் முக்கியத்துவத்தை உணரவைப்பதும் பாலிசிதாரர்களைச் சந்தித்துப் பேசும் வழிமுறைகள் குறித்து விளக்குவதும் அவர்களுக்கான வகுப்புகளின் நோக்கங்களாகும்.

வங்கி ஊழியர்கள், தொலைபேசித்துறை ஊழியர்கள், இன்சூரன்ஸ் ஊழியர்கள் போன்றோருக்கு அந்தந்தத் தொழிற்சங்க அமைப்புகள்

சார்பில் ஏற்பாடு செய்யப்பட்ட வகுப்புகளில் பங்கேற்று அவர்களுக்கான தொழிற்சங்க வகுப்புகள் எடுத்துள்ளேன்.

ஜேசீஸ் சங்கங்கள், அரிமா - ரோட்டரி சங்கங்கள் நடத்திய வகுப்புகளில் பங்கேற்று அவர்களுக்கு தலைமைத்தகுதிகள் பற்றியும் ஆளுமைத் திறன்கள் பற்றியும் பயிற்சி வகுப்புகள் எடுத்துள்ளேன்.

விவசாயத் தொழிலாளர் அமைப்புகள் நடத்திய பயிற்சி வகுப்புகளில் தலித் மற்றும் பிற்படுத்தப்பட்ட மக்களுக்கான சட்ட உரிமைகள் குறித்தும் கல்வி விழிப்புணர்வு பற்றியும் வகுப்புகள் எடுத்துள்ளேன்.

நீங்கள் எடுத்த வகுப்புகளிலேயே முற்றிலும் வித்தியாசமானதென்றோ நினைவில் நிற்கத்தக்கதென்றோ நீங்கள் நினைக்கும் வகுப்பு எது?

காவல்துறை ஏ.டி.ஜி.பி யாக திருமதி ஜி. திலகவதி அவர்கள் அப்போது இருந்தார்கள். காவலர்களுக்குப் புத்தாக்கப் பயிற்சியளிக்கும் பொறுப்பு அவர்களுக்கு வழங்கப்பட்டிருந்தது. சென்னை காவலர் பயிற்சிக் கூடத்தில், காவலர்கள் மத்தியில் 'காவலர் கடமைகளும் பொறுப்புகளும்' என்ற தலைப்பில் வகுப்பெடுக்க என்னை அழைத்திருந்தார். சென்றேன். இரண்டு மணி நேரம் காவலர்களுக்கு வகுப்பெடுத்தேன். காவல்துறைத் துணைக் கண்காணிப்பாளரிலிருந்து ஆய்வாளர், துணை ஆய்வாளர் காவலர் என்று பலரும் வகுப்புக் கேட்டனர்.

அதன்பிறகு 2001 இல் ஈரோடு மாவட்டத்திலுள்ள அனைத்துக் காவல்துறை அதிகாரிகளுக்கும் காவலர்களுக்கும் வகுப்பெடுக்க வேண்டுமென்று திருமதி திலகவதி அவர்கள் என்னிடம் கேட்டார்கள். வாரம் சுமார் 80 பேர் கொண்ட பேட்ச். அடுத்தடுத்த வாரங்களில் அடுத்தடுத்த பேட்ச் வந்துவிடும். மொத்தம் 35 வாரங்கள் அந்த வகுப்புகள் நடைபெற்றன.

காவலர்களின் கடமைகளும் பொறுப்புகளும் (Duties and commitments of policemen) என்பதும் 'காவலர்களும் மனித உரிமைகளும்' என்பதும் எனக்குக் கொடுக்கப்பட்ட தலைப்புகள்.

காவல்துறையின் அத்துமீறல்களைக் கண்டிக்கிறோம். அராஜகத்தை எதிர்க்கிறோம். அதேசமயத்தில் அவர்கள் எப்படி நடந்து கொள்ள வேண்டும், அவர்களுக்கு சட்டம் என்ன வழிகாட்டுகிறது என்பதைச் சொல்வதற்கு வாய்ப்பிருந்தால் அதையும் பயன்படுத்திச் சொல்லலாமே என்றுதான் அந்தப் பணியை ஏற்றுக் கொண்டேன்.

திலகவதி அவர்கள் என்னிடத்தில் கேட்டபோதே "வகுப்பு களுக்கான குறிப்புகளை நானே தயார் செய்து கொள்ளலாமா?" என்று கேட்டேன். "தாராளமாக நீங்களே தயார் செய்து கொள்ளலாம். உங்களைப் பற்றி நன்கு தெரிந்துதானே உங்களைத் தேர்வு செய்திருக் கிறோம்" என்று கூறினார்.

ஈரோடு நகரத்திலிருந்து சில கிலோமீட்டர் தொலைவிலுள்ள 'சாமிநாதபுரம்' என்ற கிராமத்தில் ஒரு அழகான அரங்கத்தில் அந்த வகுப்பு ஏற்பாடு செய்யப்பட்டிருந்தது. காவலர்களுக்கு அங்கேயே தங்கும் இடமும் உணவு ஏற்பாடும் செய்திருந்தனர்.

ஒவ்வொரு வெள்ளிக்கிழமையும் காலை 10 மணியிலிருந்து 12 மணி வரை வகுப்பெடுக்க வேண்டும். சில சமயங்களில் அதற்கு மேலும் வகுப்பு நீண்டதுண்டு.

அதிகாரிகளும் பங்கேற்ற அந்த வகுப்புகளில் காவல்துறை எந்தெந்த இடங்களில் எப்படியெப்படியெல்லாம் அத்துமீறிச் செயல்படுகிறது என்பதையும் சட்டத்திற்கு உட்பட்டு எவ்வாறு செயல்பட வேண்டும் என்பதையும் சட்ட ஆதாரங்களோடு அழுத்தமாக எடுத்துரைத்தேன்.

சட்டம் படித்த வழக்குரைஞராக மட்டுமல்லாது மக்கள் சார்ந்து மக்கள் பக்கம் நின்று பல விளக்கங்களை எடுத்துரைக்கும் வாய்ப்பாக அந்த வகுப்புகள் அமைந்தன. காவல்துறை அதிகாரிகளும், காவலர் களும் சீருடையின்றி அவர்கள் விரும்புகிற உடைகளில் ரிலாக்ஸ்ட்டாக வகுப்புகளில் அமர்ந்திருந்தனர்.

அவர்களின் நடவடிக்கைகள் பலவற்றை நுட்பமாக விமர்சித்தும், சில சந்தர்ப்பங்களில் சில காவலர்களின் நல்ல அணுகுமுறையைச் சுட்டிக் காட்டியும் பேசினேன். ஒவ்வொரு வகுப்பிலும் கடைசியாக அவர்களைக் கேள்வி கேட்கச் சொல்லி அவற்றிற்குப் பதிலும் அளித்தேன்.

குற்றத்தையும் குற்றவாளிகளையும் விதவிதமான முயற்சிகளை மேற்கொண்டு கண்டிப்பாகக் கண்டுபிடிக்க வேண்டும். அதற்கான முழுமையான தண்டனையைப் பெற்றுத்தர வேண்டும். அதில் எக்காரணத்தைக் கொண்டும் பின்வாங்கவோ அசட்டையாக இருக்கவோ கூடாது. ஆனால் அதில் அப்பாவிகள் எக்காரணத்தைக் கொண்டும் துன்புறுத்தப்படவோ அச்சுறுத்தப்படவோ கூடாது. குற்றம் செய்பவர்களுக்கு காவல்துறையைக் கண்டால் அச்சம் ஏற்படவேண்டும் என்பது எந்த அளவுக்கு முக்கியமோ அதே அளவுக்கு குற்றம் செய்யாதவர்கள் காவல்துறையைக் கண்டு கடுகளவும் அச்சப்படத் தேவையில்லாத நிலை இருக்க வேண்டும். இது மேலோட்டமாகப்

பார்த்தால் சிரமமாகத் தெரியும் ஆனால் சாமர்த்தியமாகவும், சாதுர்யமாகவும், சட்டத்தின் துணைகொண்டும், மனித நேய அடிப்படையிலும் திறமையாகவும் செயல்பட்டால் இது சாத்தியமே என்பதை பல உச்சநீதிமன்றத் தீர்ப்புகளிலிருந்தும் சட்ட விதிகளி லிருந்தும் நடைமுறை அனுபவ உதாரணங்களிலிருந்தும் எடுத்து விளக்கினேன்.

நெஞ்சுக்கு நெஞ்சு பேசுவது போல உணர்வுப் பூர்வமாகப் பேசினேன். அமர்ந்திருந்த அத்தனை பேரும் மிகவும் ஆர்வமாகக் கேட்டனர். சிலர் இடையிடையே தானாக முன்வந்து கேள்விகள் கேட்டனர். அதற்குரிய பதிலையும் விளக்கங்களையும் அளித்தேன்.

35 வாரங்களில் எனக்கு ஒதுக்கப்பட்ட வெள்ளிக்கிழமைகளில் என்னால் போக முடியாத அளவுக்கு வேறு முக்கிய நிகழ்ச்சிகள் சில சமயங்களில் குறுக்கே வந்துவிடும். அப்போதெல்லாம் வகுப்பு ஒருங்கிணைப்பாளரான காவல்துறை உயர் அதிகாரியிடம் சொல்லி வேறொரு நாளில் அந்த வகுப்பை எடுத்தேனே தவிர, ஒரு பேட்ச்சைக் கூட நான் தவறவிடவில்லை. எவ்வளவோ சிரமத்திற்கிடையில் 35 வாரங்களும் சென்று அந்த வகுப்புகளை எடுத்து முடித்தேன். சுமார் 3,000 காவலர்கள் அந்த வகுப்புகளில் பங்கேற்றிருப்பார்கள்.

பொது

சட்டம் வென்றது தர்மம் தோற்றது

தமிழ்நாட்டின் தலைசிறந்த எழுத்தாளர்களையும், பேச்சாளர்களையும் ஈரோட்டிற்கு வரவழைத்திருக்கிறீர்கள். பலருடன் பழகியிருக்கிறீர்கள். ஜெயகாந்தன் அவர்களை பலமுறை சந்தித்திருப்பீர்கள். அவர் குறித்த தங்களது அனுபவம் என்ன?

த. ஜெயகாந்தன்

நான் கல்லூரி மாணவனாக இருந்தபோது அவரை முதன் முதலாக சந்திக்கச் சென்றிருக்கிறேன். அதற்கு முன்பே அவருடைய நூல்களை வாசித்திருக்கிறேன். அவரைப் பார்த்தும் இருக்கிறேன். அவரது உரைகளையும் கேட்டிருக்கிறேன். இன்றைக்கு இருக்கிற மாணவர்களுக்கு அது எப்படி இருக்கிறதோ தெரியாது. ஆனால் எங்கள் காலத்தில் அவரது எழுத்து பெரிய விஷயமாகப் பேசப்பட்டது. அது எது மாதிரியும் இல்லாமல் புதுமாதிரியாக முற்றிலும் வித்தியாசமாகத் தனித்தன்மையோடு இருந்தது. அவரது கதைகளும் கட்டுரை களும் புறக்கணிக்க முடியாததாகவும் பொருள் பொதிந்ததாகவும் சிந்தனையைத் தூண்டுவதாகவும் அமைந்திருந்தன. மேலும் அவை கலை இலக்கிய உணர்வைத் தரக்கூடியதாகவும் இருந்தன.

பாரதியை கவிதையில் சொல்வதைப் போல, ஜெயகாந்தனை உரைநடையில் சொல்லவேண்டும். கண்ணியம் இருக்கும், கருத்தும் இருக்கும். அதே நேரத்தில் கதையோட்டமும் இருக்கும்.

ஒருமுறை சென்னையில் கட்சி ஆபிசில் நான் இருந்தபோது எங்கள் தோழர் ப.பா.மோகன், ‘ஜெயகாந்தன் வீட்டுக்குப் போகிறேன். நீயும் வருகிறாயா’ என்றார். முதல்முறையாக அவர் வீட்டுக்குப் போனேன்.

ஒரு பத்துப்பேர் சுற்றி சபைபோல அமர்ந்திருந்தார்கள். இவர் அனுபவித்துப் பேசிக் கொண்டிருப்பார். மற்றவர்கள் ஆர்வத்துடன் கேட்டுக் கொண்டிருப்பார்கள். யாராவது ஒரு வரி பேசத் தொடங்குவார்கள் அல்லது கேள்வி போல் ஏதேனும் அவரிடம் கேட்பார்கள். அதைப்பற்றி இவர் பிரமாதமாகப் பத்துவரி, ஒரு பாடகர் தன்னை மறந்து பாடுவதுபோல லயித்துப் பேசுவார் ஆத்மார்த்தமாக.

இந்தச்சூழலில் அவரை பின்னர் நான் பலமுறை பார்த்திருக்கிறேன். முதன் முதலாக அவர் இருந்த மாடிக்குப் போன போது நான் பயபக்தியோடு கைகளைக் கட்டிக்கொண்டு நின்றேன். மாபெரும் எழுத்தாளர் என்பதால் மாணவன் ஆசிரியரிடம் நிற்பதைப் போல பணிவோடு நின்றிருந்தேன்.

"ம்ம்... உட்கார்" என்றார்.

சமீபத்திய ஜெயகாந்தனுக்கும் அன்று பார்த்த ஜெயகாந்தனுக்கும் சம்பந்தமே கிடையாது. ரொம்ப வித்தியாசமாக இருப்பார். கம்பீரமாக சிங்கம் மாதிரி இருப்பார். பார்வையில் ஒரு தீட்சண்யம் இருக்கும். எதையும் விசாலமாகவும் கூர்மையாகவும் பார்க்கும் கண்கள் அவருடையவை.

"ம்.... உட்கார்" என்றதும்

"பரவாயில்லைங்க" என்று நின்று கொண்டே இருந்தேன். இது அவருக்கு கோபத்தை ஏற்படுத்திவிட்டது. நான் ஒரு மரியாதைக்காக நின்று கொண்டிருந்தேன். அவருக்கோ நாம் சொல்லியும் இவன் நின்றுகொண்டிருக்கிறானே என்று கோபமடைந்துவிட்டார். "சரி... அப்படியே நில்லும்" என்றார். என்ன வித்தியாசமான மனிதராக இருக்கிறாரே என்று நினைத்தேன். அதற்குப்பிறகு பலமுறை அவரை சந்தித்திருக்கிறேன்.

ஈரோட்டில் நடைபெற்ற அனைத்திந்திய மாணவர் பெருமன்ற மாநாட்டிற்கும், மக்கள் சிந்தனைப் பேரவை நடத்திய பாரதிவிழாவிற்கும், புத்தகத் திருவிழாவிற்கும் இன்னும் சில நிகழ்ச்சிகளுக்கும் அவர் வருகை புரிந்து சொற்பொழிவுகள் நிகழ்த்திச் சென்றது மறக்க முடியாத நாட்களாகும். குழந்தையுள்ளம் கொண்டவர். குதூகலமானவர்.

'அகம்பாவம் கொண்டவர், ஆத்திரக்காரர்' என்று பலர் சொல்லிக் கேட்டிருக்கிறேன். ஆனால் அப்படியெல்லாம் இல்லை. ரொம்பத் தோழமை, அன்பு, பற்று, நண்பர்கள் மீது பரிவு, பாசம், மனிதநேயம் கொண்டவர். வெளிப்படையாக இருப்பார். ஒளிவுமறைவே இருக்காது.

சோவியத் யூனியன் மீது அவருக்கு வெறித்தனமான காதல் இருந்தது. எளிமையே அவரது தனிச் சிறப்பு.

பேசும்பொழுதும் எழுதும் போதும் சுயமாக பல எண்ணங்கள் அவருக்கு ஊற்றெடுக்கும். அவர் மேடையில் பேசும் பொழுது பல கூட்டங்களில் நான் கவனித்திருக்கிறேன். அதையெல்லாம் அப்படியே ஒரு காகிதத்தில் எழுதினால் ஒரு வார்த்தைகூட மாற்றவேண்டிய அவசியம் ஏற்படாது. ஊசியிலே கோர்த்த நூலில் ஒவ்வொரு மணியாக எடுத்துக் கோர்த்த மாலைபோல அவ்வளவு சீராக, நேர்த்தியாக இருக்கும். புதிதாக ஒரு சொல்லைக் கூடப்போட வேண்டிய அவசியம் இருக்காது. தேர்ந்த சிற்பி செதுக்கிய சிலையைப் போல இருக்கும் அவரது எழுத்துகளும் பேச்சுகளும்.

நா, பேனா இரண்டும் உலகையாளும் என்கிறார்களே! அவர் நா, பேனா இரண்டுக்கும் சொந்தக்காரர்.

ரஷ்யாவுக்குச் சென்ற அனுபவம் குறித்தும் அன்றைய ரஷ்யாவைப் பற்றியும் சொல்லுங்கள்.

1985ல் நான் ரஷ்யா போனேன். அப்போது கோர்ப்பசேவ் அதிபராக இருந்தார். அதற்கு முன்பு புல்கானின், குருசேவ், ப்ரஷ்னேவ் போன்றவர்கள் இருந்தார்கள். என்ன நடந்தாலும் நடக்கட்டும் என்று துணிச்சலாக கட்சிக்குள் பேசியவர் கோர்ப்பசேவ். அதற்கு முன்பு இருந்த தலைவர்களின் அணுகுமுறைக்கும் கோர்ப்பச்சேவ் அணுகு முறைக்கும் வேறுபாடுகள் நிறையஉண்டு. ஸ்டாலின் அணுகுமுறைக்கு நேர் எதிரானது, கோர்ப்பசேவ் அணுகுமுறை.

‘பிரஸ்த்ரோய்க்கா, கிளாஸ்நாத்’ என்ற சொற்கள் அன்று உலகம் முழுவதும் பேசப்பட்டது. இவை ஆங்கில வார்த்தைகளல்ல, ரஷ்ய வார்த்தைகள். வேறு ஒன்றுமில்லை. ‘வெளிப்படைத்தன்மை’ என்பது தான் அதன் பொருள். கம்யூனிஸ்ட் கட்சியின் உள்விவகாரங்கள் குறித்து ரகசியம் காப்பது, இறுக்கமாக இருப்பது என்பதெல்லாம் தளர்ந்து வெளிப்படையாகப் பேசுவது என்று வந்துவிட்டது. ஆனால், இதைக் கட்சி தாங்குமா? என்றெல்லாம் விவாதிக்கப்பட்ட நேரம்.

‘சர்வதேச இளைஞர் - மாணவர் மாநாடு’ அப்போது மாஸ்கோவில் நடைபெற்றது. இதில் 153 நாடுகள் கலந்து கொண்டன.

திடீரென்று இரவு 11 மணிக்கு எனக்கு செய்தி வந்தது. அன்று அனைத்திந்திய மாணவர் பெருமன்றத்தின் பொதுச் செயலாளராக இருந்தவர் அமெர்ஜித் கவுர். பஞ்சாப்பைச் சேர்ந்த ஒரு இளம் பெண்

அவர். இந்திராகாந்தி மாதிரி. இன்றைக்கும் டெல்லி சென்றால் அவரைப் பார்ப்பதுண்டு. அவரை ஈரோட்டிற்கு இரண்டு முறை அழைத்து வந்தோம். ஆங்கிலத்திலும் இந்தியிலும் ஆற்றொழுக்கமாகப் பேசக்கூடிய வல்லமை படைத்தவர். பேசுவதைப் போலவே இவர் செயல்பாடுமிக்கவர்.

அந்தக் காலகட்டத்தில்தான் என் தந்தையார் புது வீடு கட்டி யிருந்தார். புத்தகங்கள், பேனா, கண்ணாடி, நாட்குறிப்புகள் போன்ற பொருள்களை வைக்க ஒரு செல்ஃப் வைத்தோம். அதன் நடுவே ஒரு அழகான மாடத்தை அமைத்தோம். அதில் ஒரு லெனின் சிலையை வைக்க வேண்டும் என்பது எனது விருப்பம்.

இப்போது கட்சியின் அகில இந்தியச் செயலாளராக இருக்கிற டி.ராஜா அப்போது இளைஞர் பெருமன்றத் தலைவராக இருந்தார். நான் சென்னை சென்று அவரிடம், 'நீங்கள் ரஷ்யா செல்லும்போது நல்ல அழகான ஒரு லெனின் சிலையை வாங்கி வாருங்கள். அதற்குரிய தொகையைக் கொடுத்துவிடுகிறேன் என்றேன். ஒரு அடியில் அல்லது ஒன்றரை அடியில் அந்த லெனின் சிலை இருக்கவேண்டும்' என்றேன்.

நான் ஈரோடு திரும்பி மூன்றே நாட்களில் இரவு 11 மணிக்கு அமெர்ஜித் கவுர் என்னிடம் போனில் பேசுகிறார். "காம்ரேட் ஸ்டாலின் உங்களிடம் பாஸ்போர்ட் இருக்கிறதா? ரஷ்யா போகவேண்டும். அங்கு நடைபெறுகிற உலக இளைஞர் மாணவர் மாநாட்டில் கலந்துகொள்ள இங்கிருந்து செல்லும் குழுவில் உங்களையும் அனுப்பத் தீர்மானித் திருக்கிறோம். உடனே சென்னை சென்று காம்ரேட் எம்.கே.வைப் பாருங்கள். ஒரு வாரத்தில் உங்களுக்கு பாஸ்போர்ட் கிடைத்துவிடும்." என்றார்.

சிறுவயதிலிருந்து நான் மதித்துக் கருதி வந்த ரஷ்யாவுக்குச் செல்லும் வாய்ப்பு தானாக உருவாயிற்று. இந்தியாவிலிருந்து ஏறத்தாழ 50 பேர் சென்றோம். இங்கிருந்து போகும் போது டெல்லியில் உள்ள ஹைதராபாத் இல்லத்தில் பிரதமர் ராஜீவ் எங்களுக்கு விருந்து கொடுத்தார். செக்யூரிட்டி எல்லாவற்றையும் வெளியே நிறுத்திவிட்டார். "யாரும் என் அனுமதியின்றி உள்ளே வரக்கூடாது" என்று கூறிவிட்டுத் தனியாக அவர் மட்டும் இருந்தார். ரஷ்யப் பயணம் புறப்படவிருந்த எங்களோடு நீண்ட நேரம் உரையாடிக் கொண்டிருந்தார். அதையெல்லாம் மறக்க இயலாது.

உலகம் முழுவதிலும் உள்ள முற்போக்குச் சிந்தனை கொண்ட மாணவர்கள் மற்றும் இளைஞர்களை ஒருங்கிணைக்கும் வகையில் நடத்தப்பட்டது அம்மாநாடு. இன்றைய காலச்சூழலில் மாணவர்களின்

பிரச்சினைகள் என்னென்ன? அதை எவ்வாறெல்லாம் தீர்ப்பது. எப்படிப்பட்ட அணுகுமுறைகளை, நடவடிக்கைகளை மேற்கொள்ள வேண்டும் என்பதெல்லாம் விவாதிக்கப்பட்டது.

அந்த மாநாட்டை கோர்ப்பசேவ்தான் தொடங்கி வைத்தார். நான் நிற்பதற்கு 100 அடிகள் தொலைவில்தான் அவர் நின்று கொண்டிருந்த மேடை இருந்தது. ஒவ்வொருவருக்கும் ஒதுக்கப்பட்ட அறை ஒரு வீடு போல இருக்கும். அந்த அளவு பெரிய அறை. வானளாவிய கட்டிடம். 54-வது தளத்தில் நான்காம் அறை என்னுடையது.

மாநாட்டின் தொடக்கவிழா பிரம்மாண்டமாக ஏற்பாடு செய்யப் பட்டிருந்தது. பரந்துபட்ட ஒரு திறந்தவெளி மைதானத்தில் இதற்கென்றே கண்ணுக்கெட்டிய தூரம் வரை லட்சக்கணக்கான இளைஞர்களும், மாணவர்களும் அமரக்கூடிய வகையில் சிறப்புமிக்க கேலரி அமைக்கப்பட்டிருந்தது. ஆனால் மழை கொட்டோ கொட்டென்று கொட்டுகிறது. அறையை விட்டு வெளியே வர இயலவில்லை. ஆளுக்கு ஒரு அறை கொடுத்திருந்ததால், எங்களுக்குள் தொடர்புகொள்ளவும் முடியவில்லை. உலகம் முழுவதிலும் இருந்து பிரதிநிதிகள் வந்திருக்கிறார்கள். நிகழ்ச்சி நிரல், குறிப்பேடு, அழைப்பிதழ் கையில் இருக்கிறது. துண்டறிக்கை இருக்கிறது. பிரம்மாண்டமாக ஏற்பாடு செய்யபட்டிருந்த தொடக்கவிழாவின் மொத்த நிகழ்வும் மழையால் பாழாகிவிடும் போல் இருக்கிறதே என்று தவித்துக்கொண்டிருந்தோம்.

அந்த மழையிலேயே விடுதியிலிருந்து பேருந்தில் பயணம். பத்துப்பேருக்கு ஒரு அழகான சொகுசுப் பேருந்து. அதில் ஒரு இளம்பெண் கையில் மைக்கை வைத்துக்கொண்டு எங்களுக்கு ஆங்கிலத்தில் விளக்கிக் கொண்டே வந்தார். நிகழ்ச்சி எந்த இடத்திலே நடக்கிறது. இப்போது நாம் எந்த இடத்திலே இருக்கிறோம். எத்தனை மணிக்கு நடக்கிறது என்று சொல்லிக்கொண்டே வந்தார்.

“இன்னும் 15 நிமிடங்களில் மழை நிற்கும். காம்ரேட்ஸ் கவலைப் பட வேண்டாம்” என்றார் அந்தப் பெண். “அப்படி நிற்கவில்லை யென்றால் மழை நிறுத்தப்படும். திட்டமிட்டபடி நிகழ்ச்சி சிறப்பாக நடக்கும்” என்றார். மழை நிற்கவில்லை. நிறுத்தப்பட்டது. அதிசயம் தான். விஞ்ஞான முறைகளின்படி திரண்டிருந்த மேகங்களைக் கலைத்துத் துரத்திவிட்டார்கள். மேகங்கள் அப்புறப்படுத்தப் பட்டன. மழை நின்றது. எங்களுக்கெல்லாம் அவ்வளவு ஆச்சரியம். அவ்வளவு திகைப்பு. வெயில் அடிக்கிறது. மாநாடு தொடங்குகிறது. பிரதிநிதிகள் பேசுகிறார்கள். பிரமிப்பு நீங்கவில்லை. பிறகு அவர்களே சொன்னார்கள்:

“வரலாற்று சிறப்புமிக்க நிகழ்ச்சியை நடத்துகிறோம். திடீரென்று மழை வந்துவிட்டால் என்ன செய்வது? என்று முன்பே யோசித்தோம். அறிவியல் முறைகளைக் கையாண்டு மேகங்களை அப்பால் போகும்படி செய்தோம்” என்றார்கள்.

நான் ரஷ்யாவுக்குச் செல்வதற்கு 60 ஆண்டுகளுக்கு முன்பே லெனின் மறைந்துவிட்டார். வெள்ளைமாளிகை என்று சொல்கிறார்களே அதைப்போல, அங்கே கிரம்ளின் மாளிகை உலகப் பிரசித்திபெற்றது. அந்த கிரம்ளின் மாளிகைக்கு முன்பாக செஞ்சதுக்கம் என்று ஒன்று இருக்கிறது. அங்கொரு பளிங்குமாளிகை இருக்கிறது. அதனுள்ளே தான் லெனின் உடல் இருக்கிறது. புரட்சியாளர் லெனின் உறங்கிக் கொண்டிருக்கிறார்.

நாங்கள் வெளிநாட்டிலிருந்து வந்திருப்பதால் ரஷ்யாவில் எங்கு போனாலும் முன்னுரிமை, முதல்மரியாதை. லெனின் உருவத்தை அவரது உடலைக் காண்பதற்கு நீண்டவரிசை நின்று கொண்டிருந்தது. இரவு பகலாக மக்கள் அணி அணியாக வந்து பார்த்துக்கொண்டிருந் தார்கள். இன்னும் அந்த அற்புதக்காட்சி என் மனக்கண்ணை விட்டு மறையவில்லை.

மிக நுட்பமான - தேர்ச்சியும் திறமையும் மிக்க காவலர்கள் இரண்டு பேர் பக்கத்திற்கு ஒருவராக விரைப்பாக கண் சிமிட்டாமல் நின்று கொண்டிருக்கிறார்கள். ஒரே உயரம், ஒரே எடை, ஒரே கட்டமைப்பு கொண்ட இருவர். நல்ல உயரம், நல்ல உடற்கட்டு ஆணி அடித்தது போல சரியாக நின்று கொண்டிருக்கிறார்கள். நீண்ட நேரம் நின்று கொண்டு லெனின் உடலையும் அந்த மாளிகையையும் அங்கே நின்று கொண்டிருந்த இருவரது தோற்றங்களையும் பார்த்துக் கொண்டிருந்தோம். அடடா! என்ன மாதிரியான மனிதர்கள் அவர்கள்? கண்களைச் சிமிட்டவில்லை. உடலில் சிறு அசைவில்லை. மூச்சு விடுகிறார்களா, இல்லையா ஒருவேளை சிலையா அதுவும் தெரியவில்லை.

லெனின் உடலுக்கு இருபுறமும் இருவர் நிற்கிறார்கள். அடுத்த ஷிப்ட்டுக்கு ஆள் வரவேண்டும். மாற்று ஆள் வரவேண்டும். அவர் எப்போது வருகிறார், இவர் எப்போது போகிறார் என்பதைக் கண்டு பிடிக்கவே முடியாது. 24 மணிநேரமும் டூட்டி. இரண்டு பக்கமும் இரண்டு ஆளும் ஒரு நொடிக்கும் குறைவான நேரத்தில் மாறிவிடுவார்கள். ஏற்கனவே நின்று கொண்டிருப்பவர்தான் நின்று கொண்டிருக்கிறாரோ என்று தோன்றும். வித்தியாசமே தெரியாது. அதே சீருடை. இரண்டு பக்கமும் ஒரே நேரத்தில் கண் இமைக்கும் நேரத்தில் நடந்து முடிந்து விடும். மேஜிக் மாதிரி இருக்கும்.

லெனின் உருவத்தைப் பார்த்தால், அடடா! 'மதியம் சாப்பிட்டு விட்டு கொஞ்சநேரம் படுத்து ஓய்வெடுக்கலாம் என்று கண்ணயர்ந் திருக்கிறார். சத்தம் போடாதீர்கள்' என்று மேலே எழுதிவைத்திருந்தால் பொருத்தமாக இருக்கும் என்று என் குறிப்பேட்டில் எழுதிவைத்தேன். அந்த மாபெரும் மனிதனைப் பார்ப்பேன் என்று நான் நினைக்கவுமில்லை. அந்த வாய்ப்பு கிடைக்கும் என்று நான் எதிர்பார்க்கவும் இல்லை.

தனிமனித வழிபாடெல்லாம் எனக்குக் கிடையாது. ஆனால் அவரைப் பார்த்ததை என்னால் மறக்கமுடியாது. 54 ஆண்டுகள்தான் அவர் வாழ்ந்தார். உலகத்தில் அவரைப் போல் சிந்தனையாளனும், ஒரு செயல்வீரனும் அரிதினும் அரிதல்லவா?

"குடிமக்கள் சொன்னபடி குடிவாழ்வு
 மேன்மையுறக் குடிமை நீதி
 கடியொன்றி லெழுந்ததுபார்; குடியரசென்று
 உலகறியக் கூறி விட்டார்."

'கூறிவிட்டார்' என்றால் யார்? அவர்தான் லெனின். இதைப்போல நிறையச் சொல்லலாம்.

லெனின் வாழ்ந்த இடம். லெனின் படித்த இடம், பணியாற்றிய அலுவலகம் என்று பல இடங்களையும் பார்த்தோம். அந்த மக்கள் இந்தியாவைப் பெரிதும் மதிக்கிறார்கள். அந்தக் காலத்தில் நாங்கள்தான் மற்றவர்களிடம் ஆட்டோகிராஃப் கேட்போம், ஆனால் எங்களிடம் ரஷ்யமக்கள் ஆட்டோகிராப் கேட்டது மறக்கமுடியாதது.

கிரம்ளின் மாளிகைக்கு எதிரில் ரஷ்ய நாட்டுக் கல்லூரி மாணவர்கள் வரிசையாக நின்று ஆட்டோகிராப் வாங்கினார்கள். நான் ஒவ்வொருவருக்கும் கையெழுத்துப் போட்டுக் கொண்டிருந்தேன். ஒரு கல்லூரி மாணவி வெள்ளைநிற டி சர்ட் அணிந்திருந்தாள். அவளது ஆட்டோகிராப் புத்தகத்தில் தாள் தீர்ந்து விட்டது. பதறிப் போனவள் தன் கையில் வைத்திருந்த பை மற்றும் புத்தகங்களையெல்லாம் கீழே போட்டாள். அந்தப் பையிலிருந்து மார்க்கெர் போன்ற ஒரு பேனாவை எடுத்து என்னிடம் தந்து விட்டு - தனது டி சர்ட்டின் முதுகுப் புறத்தில் ஆட்டோகிராப் போடச் சொல்லி திரும்பி சற்றே குனிந்தவாறு நின்று கொண்டாள். நான் அவளது டி சர்ட்டில் கையெழுத்திட்டேன்.

பிறகு அந்தப் பெண் எனக்கு அருகிலிருந்த எனது மொழி பெயர்ப்பாளரிடம் 'கையெழுத்தோடு சேர்த்து 'இந்தியா' என்று எழுதப்பட்டுள்ளதா' என்று கேட்டாள். அவர் 'இல்லை' என்றார். மீண்டும் பழையபடி அந்த மாணவி என்னிடம் பேனாவைக் கொடுத்து 'இந்தியா' என்று எழுதச் சொல்லி திரும்பி நின்று கொண்டாள்.

நான் 'இந்தியா' என்று எழுதினேன்.

இந்நிகழ்ச்சி என்னை மெய்சிலிர்க்க வைத்தது.

மாஸ்கோ பல்கலைக்கழகத்தில் பணியாற்றும் கணவன் மனைவி. இருவருமே பேராசிரியர்கள். எனக்கு காஃபி வாங்கிக்கொடுத்து விட்டு அவர்களும் அருந்திக்கொண்டே உரையாடினார்கள். "எப்படி இந்திராவைக் கொன்றார்கள், எப்படிக் கொல்ல மனம் வந்தது?" என்று கண்கலங்கிவிட்டார்கள். ஒப்புக்கு அல்ல உண்மையான நேசம் கொண்டிருந்தனர் ரஷ்யமக்கள், இந்தியாவின் மீது.

சீனப்பயணம் குறித்து சொல்லுங்கள்?

ரஷ்யப்பயணம் சென்று வந்து சரியாக 25 ஆண்டுகள் ஆனபிறகு சீனாவிற்குப்போகிற சந்தர்ப்பம் வந்தது. ஏழு பேர் கொண்ட குழுவாக சென்றோம். தமிழ்நாட்டைச் சேர்ந்தவன் நான் ஒருவன் மட்டுமே. டெல்லியில் இருந்து இருவர், கேரளாவிலிருந்து ஒருவர், ஆந்திராவிலிருந்து ஒருவர், வங்காளத்திலிருந்து ஒருவர், அஸ்ஸாமில் இருந்து ஒருவர் இப்படி ஏழுபேர் தேர்வுசெய்யப்பட்டோம். அனைவரும் பொதுவுடைமை இயக்கத்தின் தேசியக்குழு உறுப்பினர்கள். அதில் இருவர் பெண்கள்.

அமெரிக்காவுக்கே சவால் விடக்கூடிய அளவுக்கு சீனா வலிமையான நாடாக இருக்கும் இந்தக் காலகட்டத்தில், அமெரிக்காவுக்கே சீனா கடன் கொடுத்திருக்கிற இந்தச் சமயத்தில் நாங்கள் சீனப்பயணம் மேற்கொண்டோம். தொழிற்துறையில் உலகச்சந்தையில் சீனா செல்வாக்குச் செலுத்திவரும் நேரம்.

எல்லாப் பொருள்களையும் குறைவான விலையில் உற்பத்தி செய்து உலகம் முழுவதும் ஏற்றுமதி செய்து வருகிறது சீனா. மக்கள் தொகையில் உலகிலேயே முதலிடம் வகிப்பது சீனா, நாம் இரண்டாமிடம். எல்லைத் தகராறுகள் இருந்தாலும் நீண்டநெடுங் காலமாக நமக்கும் சீனாவுக்கும் உறவு இருந்து வருகிறது. இரண்டுமே மிகத்தொன்மையான வரலாறுகளைக் கொண்ட நாடுகள். மிகப் பழமையான மொழிகள் உலகத்தில் ஆறு. அந்த ஆறில் ஒன்றிரண்டு இப்போது வழக்கில் இல்லை. எஞ்சியுள்ள மொழிகளில் தமிழும் சீனமும் மிக முக்கியமானவை.

பீஜிங் விமான நிலையத்தில் போய் இறங்கியவுடன் பெரிய ஆச்சரியம் காத்திருந்தது. கவர்னரைப்போல, மேயரைப்போல உயர்ந்த பதவிகளை வகிப்போர் 10 பேரைக் கொண்ட குழு எங்களை வரவேற்க

வந்திருந்தார்கள். அவ்வாறெல்லாம் முதலில் எங்களுக்குச் சொல்லப் படவில்லை. இந்தியாவிலிருந்து கிளம்பும் போதே இந்தியாவில் உள்ள சீனத்தூதர் எங்களுக்கு டெல்லியில் விருந்து கொடுத்தார். அந்த விருந்து மூன்றுமணிநேரம் நடைபெற்றது. வட்டமாக இருக்கும் பெரிய மேஜையில் உட்கார வைக்கப்பட்டோம். ஒவ்வொருவருக்கும் முன்னால் அவரவர் பெயர் இடம் பெற்ற சிறு பெயர்ப் பலகை வைக்கப்பட்டிருந்தது.

இதில் என்ன கவனிக்கத்தக்க அம்சம் என்றால், நான் சைவம் என்று சொன்னேன். 'அதைத்தான் முன்பே சொல்லிவிட்டீர்களே' என்றார்கள். ஏற்கனவே அவர்கள் அனுப்பியிருந்த படிவத்தில் 'சைவம்' என்று குறிப்பிட்டு அனுப்பியிருந்தேன். அதைக் கருத்தில் கொண்டு இவ்வாறு ஏற்பாடு செய்திருக்கிறார்கள் என்பதைப் புரிந்து கொண்டேன். நல்ல அருமையான உணவு. சீனாவிலிருந்து நான் திரும்பி வருகிற வரையில் எனக்கு சைவஉணவே வழங்கினார்கள். ஒவ்வொரு முறையும் நினைவூட்டத் தேவையில்லாத வகையில் எல்லா விசயத்திலும் மிக நேர்த்தியாகக் கவனித்துக் கொண்டார்கள்.

சீனக் கம்யூனிஸ்ட் கட்சியின் உயர்மட்ட பொறுப்பாளர்கள் மற்றும் மக்கள் பிரதிநிதிகளாக உள்ள பீஜிங் மேயர், அமைச்சர்கள் எங்களை வரவேற்று கௌரவித்தனர்.

ரவுண்ட் டேபிள் கான்பரன்ஸ், வட்டமேஜை மாநாடு என்று வரலாற்றில்தான் படித்திருக்கிறோமே தவிர நேரில் பார்த்ததில்லை. அங்கேதான் பார்த்தோம். நாள்தோறும் காலையிலிருந்து மாலைவரை அந்த நாட்டின் அமைச்சர், ஆட்சித்தலைவர், அதிகாரிகள், வரலாற்று அறிஞர்கள், பேராசிரியர்கள் போன்றோர் வந்து பேசுவார்கள். அந்த நாட்டின் கல்வி, கலை, கலாச்சாரம், வரலாறு, தொழிற்துறை, அரசியல் பற்றி எடுத்துக்கூறுவார்கள்.

அவையெல்லாம் உடனுக்குடன் ஆங்கிலத்தில் மொழிபெயர்க்கப் படும். நாங்கள் குறிப்பெடுத்துக்கொள்வோம். பிறகு நாங்கள் பேசுவோம். அவர்களுக்கு மொழிபெயர்த்துச் சொல்லப்படும். கருத்துப்பரிமாற்றம் செய்துகொள்வோம். இலங்கைப் பிரச்சினையை பற்றிக் கூட நான் அங்கே கேள்வி கேட்டேன். 'உங்கள் உறவு நாடு என்று நீங்கள் உதவி செய்கிறீர்கள். ஆனால் அதெல்லாம் எங்களுக்கு ஆபத்தாக முடிகிறது' என்றேன். 'உங்களிடமிருந்து ஆயுதங்களை வாங்கி எங்களையே பதம் பார்க்கிறார்கள் அவர்கள். இதைப்பற்றி நீங்கள் முழுமையாகத் தெரிந்து வைத்திருக்கிறீர்களா? அவ்வாறு செய்யலாமா? அங்கே இருக்கிற ஆட்சியாளர்கள் அப்பாவிகளைச் சுட்டுக் கொல்கிறார்களே! இது நியாயமா?' என்று கேட்டேன்.

‘இது இரு நாடுகளுக்கும் இடையே உள்ள ராஜீய உறவு. உங்கள் இந்தியாவே உதவி செய்கிறதே! இந்தியாவில்தான் தமிழகம் இருக்கிறது. அங்கிருக்கிற தமிழர்களின் உறவினர்கள் இலங்கையிலே இருப்பார்கள் என்று இந்தியாவுக்கும் தெரியுமல்லவா? தெரிந்தும் உதவுகிறதே! அப்படியிருக்கும்போது இது ஒரு நாட்டிற்கும் இன்னொரு நாட்டிற்கும் உள்ள உறவுதானே தவிர வேறு ஒன்றுமில்லை’ என்று அவர்கள் சொன்னார்கள்.

‘ஒட்டு மொத்தமாக அந்த நாட்டின் பாதுகாப்புக்கு என்ற அடிப்படையில் ஏற்கனவே போட்ட உடன்படிக்கையின் அடிப்படையில் தான் நாங்கள் உதவி செய்கிறோமே தவிர, உங்கள் இனத்தவருக்கு எதிராக அல்ல. இருந்தாலும் நீங்கள் சொல்வதை நாங்கள் ஒரு தகவலாக ஏற்கிறோம். உரியவர்களிடம் உங்கள் கருத்தைச் சொல்கிறோம்’ என்று அவர்கள் சொன்னார்கள்.

விவசாயம் நடக்கும் கிராமங்கள், சீனப்பெருஞ்சுவர் போன்ற இடங்களுக்கு எங்களை அழைத்துச் சென்று காட்டினர்.

25 ஆண்டுகளுக்கு முன்பு தோழர் லெனின் திருவுருவத்தை மாஸ்கோவில் பக்கத்திலிருந்து பார்க்கிற வாய்ப்பு கிடைத்ததைப்போல, இங்கே பீஜிங்கில் தோழர் மாசேதுங்கின் உடலை அருகிலிருந்து காணும் அரிய வாய்ப்பினைப் பெற்றோம்.

சிஆர்ஐ என்று சொல்லக்கூடிய சீன வானொலி நிலையத்திற்கு அழைத்துச் சென்று காட்டினார்கள். உலகத்தின் பல மொழிகளில் ஒலிபரப்புச் செய்வதற்கு நிலையங்கள் அமைத்திருக்கிறார்கள். தமிழ் வானொலிப் பிரிவு நீண்டகாலமாக செயல்படுகிறது. அதில் அதிகமாக நேயர் கடிதங்கள் வந்து தமிழ் நிலையத்திற்குத்தான். கடிதங்களை யெல்லாம் மிகப்பெரிய குடுவையில் போட்டு வைத்திருக்கிறார்கள். கண்ணாடிக் குடுவை. உலகெங்கும் உள்ள தமிழர்கள் அனுப்பிய கடிதங்கள் அவை.

சீனாவில் உள்ள அந்தத் தமிழ் வானொலி நிலையத்தின் உள்ளே சென்றதும் அங்கே தமிழறிந்த சீனப்பெண்களும் ஆண்களும் பணியாற்றிக்கொண்டிருந்தனர். ஒரு பெண் எங்களிடம் வந்து, “ஐயா! வணக்கம் என் பெயர் கலைமகள்” என்றாள். அவருக்குப் பக்கத்தில் நின்றிருந்த பெண் “உங்களையெல்லாம் சந்தித்ததில் பெருமகிழ்ச்சி ஐயா! என் பெயர் கலைவாணி” என்றாள். இது எங்களுக்கு இன்ப அதிர்ச்சியை அளித்தது. அங்கிருந்த சீனரின் பெயரைக் கேட்டோம். ‘தமிழ்ச்செல்வன்’ என்றார்.

எங்களை தமிழ் வானொலி நிலையத்திற்கு அழைத்துச் சென்றது, அங்குள்ளவர்களை அறிமுகம் செய்து வைத்தது எல்லாம் ஒரு சீனப் பெண். அவர் பெயர் கலையரசி. அவர் தான் அந்த வானொலி நிலையத்திற்குத் தலைவர்.

நம் ஊரில் தமிழர்களெல்லாம் ரமேஷ், சுரேஷ், அஸ்வின், ஆகாஷ், ஐஸ்வர்யா என்று பெயர் வைத்துக்கொண்டிருக்க அங்கே சீனர்கள் வாணி, ஈஸ்வரி, தமிழ்ச்செல்வி, தமிழ்ச்செல்வன் என்று அங்கே பணியாற்றிய அனைவரும் தமிழ்ப்பெயர்களைக் கொண்டிருந்தனர். ‘சீன வானொலியின் தமிழ்ப்பிரிவுக்குத் தனி மரியாதை இருக்கிறது’ என்று குறிப்பிட்டார்கள்.

நாங்கள் போனது வெறும் சுற்றுலா அல்ல. ஒரு நல்லுறவுப் பயணம். நமது எண்ணங்களையும் எதிர்பார்ப்புகளையும் அவர்களிடம் சொல்லி அவர்களது அபிப்பிராயங்களையும் அணுகுமுறைகளையும் நாம் கேட்டு இரு நாட்டிற்கும் இடையேயுள்ள புரிதலையும், நட்பையும், தொடர்பையும் வலுப்படுத்துவதற்காகவே சென்றோம்.

இன்றைக்கு சீனாவில் எப்படிப்பட்ட விஞ்ஞான மாற்றங்கள் ஏற்பட்டிருக்கின்றன. எப்படியெல்லாம் முன்னேற்றம் ஏற்பட்டிருக் கிறது. விவசாயமும் தொழில் துறையும் நிர்வாகமும் எப்படிச் செயல்படுகின்றன, வேலைவாய்ப்பு மற்றும் அரசியல் செயல்பாடுகள் எப்படி உள்ளன என்று தெரிந்து கொள்வதற்கான பயண்மாக இது அமைந்தது.

சீனாவைப்பற்றி நூல்களிலே வாசிப்பதற்கும் நேரில் பார்ப்பதற்கும் வேறுபாடு இருக்கிறது. ஆதரவான புத்தகங்களையும் படித்திருக் கிறேன்; எதிரான நூல்களையும் படித்திருக்கிறேன். அங்கு நேரில் சென்று பார்க்கும்போது அவர்கள் மிகவும் எச்சரிக்கையோடு செயல்படுகிறார்கள் என்று புரிகிறது. சோவியத் வீழ்ச்சி அவர்களை விழிக்கச் செய்து விட்டது. ‘நாம் ஏமாந்து விடக்கூடாது’ என்று அவர்கள் கருதுகிறார்கள்.

‘நாம் இன்னும் முன்னேற்றங்களை ஏற்படுத்தவேண்டும். விஞ்ஞானத்திலும் தொழிற்துறையிலும் அதிகக் கவனம் செலுத்த வேண்டும். உற்பத்தியைப் பெருக்க வேண்டும். உலக நாடுகளோடு போட்டியிட வேண்டும். அனைத்துத் துறைகளிலும் முன்னணி வகிக்க வேண்டும். இன்னும் கூடுதலாக உழைக்க வேண்டும். இந்தச் சமுதாயக் கட்டமைப்பு வீழ்ந்து விடக்கூடாது?’ என்ற சிந்தனையோடு அவர்கள் செயல்படுகிறார்கள் என்று நன்றாகப் புரிந்தது.

உற்பத்தி செய்து தள்ளுகிறார்கள். உலகத்துக்கே உற்பத்தி செய்து கொடுக்கிறார்கள். ஆனாலும்கூட அங்கே பிரச்சினைகள் இருக்கின்றன, சவால்கள் இருக்கின்றன. அந்தச் சிக்கல்களையெல்லாம் அவர்கள் கொஞ்சம் கொஞ்சமாகத் தீர்க்க முயற்சி செய்கிறார்கள். நாட்டில் உள்ள அனைவரும் உழைத்தால், அனைவரும் வளத்தை சமமாகப் பகிர்ந்து கொண்டால் ஒருநாடு எப்படி விளங்கும் என்பதற்கு ஓரளவு எடுத்துக் காட்டாக சீனா இருக்கிறது.

ரஷ்யாவிலும், சீனாவிலும் நிலவும் நல்ல பல அம்சங்களை எடுத்துக்கொண்டு நமது மண்ணின் வரலாற்றுக்கும் இயல்பிற்கும் ஏற்ப இங்கே நாம் செயல்படுத்தினால் நன்றாக இருக்கும். வளமும் வலிமையும் கூடும்.

உயர் பொறுப்பில் உள்ள சீன அதிகாரி ஒருவர் எங்களுடன் விமானத்தில் இந்தியா வரை வந்து, விமானநிலையத்திற்கு வெளியே சாலைவரை வந்து வழியனுப்பினார். செக்கிங் ஒன்றும் கிடையாது. போனபோது வந்ததைப்போல பைகள் கிடுகிடுவென எங்கள் கைகளுக்கு வந்து சேர்ந்தன.

இலங்கைக்கு இரண்டு, மூன்று முறை சென்று வந்திருக்கிறீர்கள். அங்கே ஈழத்தமிழர் படும் துயரை நேரில் பார்த்தீர்களா, அவர்கள் உங்களிடம் ஏதேனும் முறையிட்டார்களா?

சர்வதேசப் புத்தகச்சந்தை கொழும்பிலே நடைபெற்றது. அதற்கு ஒருமுறை சென்றேன். சிரிமாவோ பண்டாரநாயகா அரங்கம் என்று ஒரு பெரிய அரங்கம் கொழும்பிலே இருக்கிறது. அங்கே நடைபெறும் அந்த உலக புத்தகக்கண்காட்சியில் இருப்போம், சுற்றி வருவோம், விற்பனையாளர்களை, பதிப்பாளர்களைச் சந்திப்போம். எப்படி நடத்துகிறார்கள் என்பதை உன்னிப்பாகக் கவனிப்போம்.

அப்படி அங்கே தங்கியிருந்தபோது உலகப்பெரும் தமிழறிஞர் கலாநிதி கார்த்திகேசு சிவத்தம்பி அவர்களைச் சந்தித்தேன். கலாநிதி என்பது டாக்டர் பட்டம் வேறு ஒன்றும் இல்லை. முனைவர் பட்டம். கலாநிதி கைலாசபதிக்குப் பிறகு உலக அளவில் அங்கீகரிக்கப்பட்ட அறிஞர் தமிழறிஞர் கா.சிவத்தம்பியாவார். முற்போக்குச் சிந்தனையாளர்.

இரண்டு மூன்று முறை சிவத்தம்பி அவர்களைச் சந்தித்து உரை யாடும் வாய்ப்பினைப் பெற்றேன். அவர் வீட்டில் ஒருநாள் முழுவதும் அவரோடு இருந்து அவரது கருத்துகளைக் கேட்டிருக்கிறேன். அதேபோல 'மல்லிகை' இதழின் ஆசிரியர் டொமினிக் ஜீவா அவர் களை அவர்களது அலுவலகத்திலேயே சந்தித்து மணிக்கணக்கில்

பேசிக்கொண்டிருந்தேன். இதைப்போல இன்னும் சில முக்கிய பிரமுகர்களைச் சந்தித்தேன். ஸ்ரீதர்சிங் என்ற தமிழ் நண்பரது வீட்டிற்கும் சென்றிருந்தோம். அவர் ஒரு பெரிய புத்தகக்கடை வைத்திருக்கிறார்.

ஸ்ரீதர்சிங் வைத்திருக்கிற தமிழ் நூல் அங்காடி மிகவும் பெரியதாக இருக்கிறது. அவரது தந்தையார் பெயரான பூபாலசிங்கம் என்கிற பெயரில் பெரிய புத்தகக்கடை அமைத்திருக்கிறார். இப்படிப் பல இடங்களைப் பார்த்தோம். கண்டிக்குக்கூடச் சென்றிருந்தோம். இலங்கையில் ஒரு வாரம் தங்கியிருந்தோம். பயனுள்ள நாட்கள் அவை.

ஒவ்வொரு இடத்திற்கும் சென்றபோது அவர்கள் ஆதங்கத்தைக் கொட்டித் தீர்த்தார்கள். ஆத்திரத்தோடு பேசினார்கள். ஆதரவைக் கோரினார்கள். தங்கள் ஆற்றாமையை வெளிப்படுத்தினர். சில பேர் என்ன செய்வதென்று தெரியாமல் புலம்பினார்கள்.

ஈழத்திலிருந்து வெளிவரும் 'தினக்குரல்' என்ற பத்திரிகையில் எனது பேட்டியை முழுப்பக்கம் வெளியிட்டிருந்தார்கள். அப்போதெல்லாம் கெடுபிடி அதிகமாக இருந்தது. அதையும் மீறித்தான் அங்கே இரண்டு மூன்று முறை சென்று வந்தோம்.

இரண்டு விஷயங்களை என்னால் மறக்கமுடியாது. டொமினிக் ஜீவா சொன்னார், "இன்றைக்கு இல்லையென்றாலும் என்றைக்காவது ஒருநாள் தமிழ்ப்படைப்புக்கு உலக அரங்கில் மிகப்பெரிய அங்கீகாரமும் ஆதரவும் கிடைக்கும். நோபல் பரிசு போல ஒன்று கிடைக்குமானால் அது நிச்சயம் ஈழத்தமிழ்ப் படைப்புக்குத்தான் கிடைக்கும்" என்றார்.

புதுமைப்பித்தன், அழகிரிசாமி, விந்தன், டாக்டர் மு.வ., அகிலன், ஜெயகாந்தன் போன்ற அரிய எழுத்தாளர்களையும் பாரதி, பாரதிதாசன், தமிழ்ஒளி, பட்டுக்கோட்டை போன்ற அற்புதமான பாவலர்களையும் பெற்ற தமிழ்நாட்டின் இன்றைய நிலை குறித்து தனது ஆதங்கத்தை அழுத்தமாக வெளிப்படுத்தினார்.

எங்கள் 'மல்லிகை' திங்களிதழில் ஒவ்வொரு மாதமும் தமிழகத்தைச் சேர்ந்த முக்கிய எழுத்தாளரையும் கவிஞரையும் கலைஞரையும் அட்டைப்படத்தில் வெளியிட்டு அவர்களைக் குறித்த விரிவான கட்டுரைகளை வெளியிடுகிறோம். அதேபோல எங்கள் நாட்டு எழுத்தாளர்களை நீங்கள் கொண்டாடுகிறீர்களா? நாங்கள் தினம்தினம் வருத்தத்தோடும் துன்பத்தோடும் இரத்தக் களத்திலே வாழ்ந்து கொண்டிருக்கிறோம். ஆகவே எங்கள் படைப்புகள் உயிரோட்டமாகத் திகழ்கின்றன' என்றார்.

ஏற்கனவே அவர் சொன்னவற்றில் எல்லாம் எனக்கு ஓரளவு உடன்பாடு உண்டென்றாலும், அவருடன் பேசிக்கொண்டிருந்த பிறகு, ஈழத்தமிழ்ப் படைப்பாளிகளை மதிக்க வேண்டும், பாராட்ட வேண்டும். ஈழத்தமிழர்கள் மட்டுமல்ல உலககெங்கும் வாழக்கூடிய தமிழர்களின் படைப்புகளையெல்லாம் மதிக்க வேண்டும், உரிய அங்கீகாரம் தரவேண்டும் என்று எண்ணம் ஏற்பட்டது.

எங்கள் சக்திக்கேற்ற முறையில் மக்கள் சிந்தனைப் பேரவையின் சார்பில் நடைபெறும் ஈரோடு புத்தகத்திருவிழாவில் ஆண்டுதோறும் உலகத்தமிழர் படைப்பரங்கம் என்று ஏற்பாடு செய்து பல நாடுகளிலும் வாழ்கிற தமிழ்ப்படைப்பாளிகளின் நூல்களை காட்சிக்கும் விற்பனைக்கும் வைக்கிறோம்.

சிவத்தம்பியை சந்தித்தபோது அவர் சொன்னார்: "தமிழர்களுக்கு மிகப்பெரிய வரலாறு இருக்கிறது. தொன்மையான சரித்திரம் மட்டுமல்ல போற்றிப் பாதுகாக்கவேண்டிய சரித்திரம் அது. இவ்வளவு அரிய, பெருமைப்படத்தக்க, வரலாறு பெரும்பாலான இனங்களுக்கு உலகத்தில் கிடையாது. இது அடுத்த தலைமுறைக்கு உரியமுறையில் தெரிவிக்கப்படவில்லை.

தமிழ்மொழியின் இலக்கணம், தமிழர் வரலாறு, தமிழ்ப் பண்பாடு, தமிழிலக்கியச் சிறப்பு போன்ற ஆய்வு நூல்களை தனி முக்கியத்துவம் கொடுத்து ஓர் இடத்தில் வையுங்கள். தமிழர்கள் வாங்காவிட்டாலும் பார்த்தாவது செல்லட்டும். முழுமையாகப் படிக்காவிட்டாலும் உணரட்டும்" என்று கேட்டுக்கொண்டார். 'தமிழர் வரலாற்று அரங்கம்' என்று ஓர் அரங்கத்தை அடுத்த ஆண்டே ஈரோடு புத்தகத்திருவிழாவில் அமைத்தோம். தமிழ்க்கலை வரலாறு, தமிழிலக்கிய வரலாறு, தமிழர் கட்டடக்கலை, தமிழ் இனத்தின் வரலாறு, தமிழ் இசையின் வரலாறு தொடர்புடைய எண்ணற்ற நூல்களை அங்கே வைத்தோம்.

பேராசிரியர் கா.சிவத்தம்பியை இலங்கையில் சந்திப்பதற்கு முன்பே அவரை ஈரோட்டிற்கு அழைத்து வந்து மாபெரும் கருத்தரங்கம் நடத்தினோம்.

'கலாநிதி கார்த்திகேசு சிவத்தம்பி மறைந்துவிட்டார்' என்று ஒருநாள் செய்தி வந்தது. அடுத்தநாள் மக்கள் சிந்தனைப் பேரவையின் அனைத்து உறுப்பினர்கள் கூட்டம். நண்பர்களை நடத்தச்சொல்லி விட்டு நான் உடனடியாக சென்னை சென்று விமானத்தைப் பிடித்து இலங்கை சென்றேன். பெரும்பாலும் எல்லோரும் வெளிநாடுகளில்

கலாநிதி
கார்த்திகேசு சிவத்தம்பி

இருப்பதால் அங்கே உடலை மூன்று நான்கு நாட்கள்வரை வைத்திருப்பார்கள். பேராசிரியர் சிவத்தம்பி இறுதி ஊர்வலத்தில் கலந்து கொண்டேன். அவர் வீட்டில், அவரது உடல் வைக்கப்பட்டிருந்த இடத்திற்கு அருகிலேயே நடைபெற்ற அஞ்சலிக் கூட்டத்தில் இரங்கல் உரையாற்றினேன்.

ரஷ்ய அனுபவம், சீன அனுபவம் வேறு விதமானது. விருந்தோம்பல், உபசரிப்பு, மாநாடு, கலை நிகழ்ச்சி, சொற்பொழிவு, கலந்துரையாடல், அரசியல் முக்கியத்துவமிக்க தலைவர்கள் சந்திப்பு என பல அம்சங்களைக் கொண்டதாகும். அது ஆனால் இலங்கை அனுபவம் முற்றிலும் வேறு தன்மையுள்ளதாகும். இங்கு தேடித் தேடிச் சந்தித்த போராளிக் குழுப் பிரதிநிதிகள், படைப்பாளிகள், தமிழ் அமைப்புகளின் தலைவர்கள், தமிழ் அறிஞர்கள், இதழாளர்கள், பதிப்பாளர்கள் கூறிய கருத்துகள், செய்திகள், தகவல்கள் யாவும் ஆழ்ந்து சிந்திக்கத்தக்கதாக இருந்தன. பல வகையில் இலங்கைப் பயணம் வித்தியாசமானதாகும்.

கடந்த 18 ஆண்டுகாலமாக மக்கள் சிந்தனைப் பேரவை செயல்பாட்டில் இருக்கிறது. சாதி, மத, கட்சி சார்பு இன்றி இந்த அமைப்பில் பல்வேறு தரப்பினரும் உறுப்பினர்களாக இருக்கிறார்கள். மாநிலம் தழுவிய அளவில் அறிஞர்களும் சமூக சேவகர்களும் எழுத்தாளர்களும் பேச்சாளர்களும்கூட ஒரு நடுநிலைமை மிக்க அமைப்பு இது என்று கருதுகிறார்கள். இது எப்படி சாத்தியமாயிற்று?

இதுவரை பலரும் என்னிடம் இந்தக் கேள்வியைக் கேட்டிருக் கிறார்கள். திருமணவிழாக்களிலும் கூட்டங்களிலும் என் கைகளைப் பிடித்துக்கொண்டு அன்போடு எப்படி உங்களால் முடிந்தது என்று கேட்கிறார்கள். எல்லாக் கட்சியினரும் எல்லா ஜாதி, மதத்தினரும் கேட்டிருக்கிறார்கள்.

இயல்பாகவே, எனக்கு சிறுவயதிலிருந்து பொதுவான சமூகநல அமைப்புகளைத் தோற்றுவித்து நடத்திய அனுபவம் உண்டு.

என் வாழ்க்கையின் ஆரம்ப காலத்திலிருந்தே இரண்டு டிராக் ஓடிக்கொண்டே இருந்தன. ஒன்று கட்சி சார்பற்ற தடம். இன்னொன்று இயக்க ரீதியான தடம். கட்சியில் தீவிரமாக ஈடுபட்ட பிறகு திடீரென்று கட்சி சார்பற்ற ஒரு இயக்கத்தை தொடங்க இயலாது. அப்படித் தொடங்கினால் அது இயல்பானதாகவும் அமையாது. எந்தக்

கட்சியையும் சாராதவர் ஒரு பொது அமைப்பை நடத்தி வந்தால், அவர் ஒரு கட்டத்தில் ஏதாவதொரு கட்சியில் இணையலாம். ஆனால் ஏற்கனவே பல்லாண்டு காலம் ஒரு கட்சியில் தீவிரமாக இருந்தவர் திடீரென்று ஒரு கட்சி சார்பற்ற புதிய அமைப்பைத் தோற்றுவிக்க முடியாது, அவ்வாறு தோற்றுவித்தால் மக்கள் நம்பிக்கையைப் பெறமுடியாது.

இதென்ன கட்சியை வளர்ப்பதற்கான வேறு ஒரு வழியா என்று கேட்பார்கள். தொடக்கத்திலிருந்தே கட்சி சார்பற்ற அமைப்பை வைத்திருந்தோம். மாணவர் முன்னேற்ற சங்கம், பாரதி இளைஞர் மன்றம், பகத்சிங் இளைஞர் மன்றம், இளைஞர் எழுச்சி இயக்கம் பிறகு மக்கள் சிந்தனைப் பேரவை எல்லாம் தொடர்ந்து செயல்பட்ட அமைப்புகள். பல்வேறு கூட்டங்களை கருத்தரங்கங்களை நடத்திய அமைப்பு. ஒரு கட்சி சார்புடையது, ஒரு ஜாதி சார்புடையது என்பதைப் போன்ற கருத்து இல்லாமல் அனைத்துத் தரப்பு மக்களின் நம்பிக்கையை சிறுவயதில் இருந்தே பெற்றுக்கொண்டு செயல்பட்டோம்.

திடீரென்று ஒரு நாளில் நாங்கள் பொதுமக்களின் நற்சான்றிதழைப் பெற்றுவிடவில்லை. 40 ஆண்டுகாலமாக இந்த நடுநிலைமை மிக்க பொதுஅமைப்புகளை நடத்தி வருகிறோம். மக்களும் அதை ஏற்றுக் கொண்டிருக்கிறார்கள். மாவட்டம் முழுவதும் இத்தகைய சூழ்நிலையை உருவாக்கி இருக்கிறோம்.

'விடுதலை வேள்வியில் தமிழகம்' என்ற பெரிய நூலை 15 ஆண்டுகளுக்கு முன்பு கொண்டு வந்தேன். மேலெழுந்தவாரியாகப் பார்த்தால் அது காங்கிரஸ் வரலாறோ என்று தோன்றும், அப்படி அல்ல, அது விடுதலைப்போராட்ட வீரர்களின் வரலாறு, தியாகிகளின் வரலாறு, 200 ஆண்டு கால தமிழர்களின் போராட்ட வரலாறு; கட்சிக் கண்ணாடி போட்டுக் கொண்டு அதை நான் பார்க்கவில்லை. தேச பக்தியோடு, நாட்டுப்பற்றோடு, மொழிப்பற்றோடு அதை நான் செய்தேன். எமது இயக்கத்திற்குத் தகுந்ததுபோல இதைக் கொஞ்சம் வளைக்கலாமே - இதைக் கொஞ்சம் நுழைக்கலாமே என்று நான் யோசிக்கவில்லை. பொதுவான தளத்தில் நின்றுதான் அந்த வரலாற்றைப் படைத்தோம்.

இஸ்லாமியர்களுடைய பங்கு இருக்கிறது. பொதுவுடைமை யாளர்களின் பங்கு இருக்கிறது. பெண்களின் பங்கு, தொழிலாளர் களின், எழுத்தாளர்களின் பங்கு இருக்கிறது. சாமானிய மக்களின் பங்கேற்பு இருக்கிறது. ஆயுதம் தாங்கிப் போராடியவர்களின் பங்கு மகத்தானது. அகிம்சா மூர்த்திகளின் இடமோ தலையாயது.

அட்டைப்படத்தில் காந்தியின் படத்தையும் வ.உ.சியின் படத்தையும் பிரசுரித்தோம். ஓராண்டு காலம் பரிசீலித்து முகப்புப்படத்தை முடிவு செய்தோம். சிங்காரவேலர் படத்தையும் ஜீவாவின் படத்தையும் போட்டிருக்கக் கூடாதா? அவர்களும் விடுதலைப் போராட்டத்தின் முன்னணித் தலைவர்கள் தானே?

நான் சிங்காரவேலரின் வழித்தோன்றலாக இருக்கலாம், ஜீவா எனக்கு ஆதர்ஷமான தலைவராக இருக்கலாம். ஆனால் அங்கே இடம் பெறவேண்டியது காந்தியின் படம், தென்னிந்திய அளவில் வ.உ.சியின் படம். எல்லோருக்கும் பொதுவான -அனைவரும் ஏற்கக்கூடிய தியாகத்தால் உயர்ந்த அரும்பெரும் தலைவர்கள் மகாத்மா காந்தியும் கப்பலோட்டிய தமிழர் வ.உ.சியும், அப்படி எல்லோருக்கும் பொதுவாக நான் நினைத்தேன் அல்லவா. அப்படித்தான் எல்லோரும் என்னைப் பொதுவானவனாக நினைத்திருக்கக்கூடும்.

நான் நல்லவற்றின் பக்கம் உறுதியாக நிற்பவன். அல்லவற்றின் பக்கம் நிற்க உறுதியாக மறுப்பவன். நல்லவற்றின் பக்கம் நின்று அல்லதை வலுவாக எதிர்ப்பவன்.

மதவெறி என்று எடுத்துக்கொண்டால் அது எந்த மதவெறியாக இருந்தாலும் எதிர்க்க வேண்டியதுதான். எல்லா மதவெறியும் ஒன்றுதான்.

'எல்லோருக்கும் நல்லவனாகப் போக வேண்டும்' என்று நினைப்பவனைவிட தீங்கிழைப்பவன் யாருமில்லை. தீமையைத் தீமை என்று சொல்லவேண்டும். அநீதியை அநீதி என்று சொல்லவேண்டும். நன்மையை நன்மை என்று உரத்து சொல்லவேண்டும். ஊர் அறியப் பேசவேண்டும்.

அறிவியல் தொழில்நுட்பம் வளர்ந்திருக்கிற இந்தக் காலகட்டத்தில் இளைஞர்களை அறிவார்ந்த, ஆழமான புத்தகங்களை வாசிக்க வைப்பது மிகவும் கடினம்... நீங்கள் புத்தக வாசிப்பை மக்கள் மயமாக்கும் பணியை ஒரு வேள்வியாக மேற்கொண்டு வருகிறீர்கள்!

புதிய புதிய திட்டங்களைத் தீட்டி வாசிப்பை வசப்பட வைக்கிற உங்களின் பல முயற்சிகளை அறிந்திருக்கிறோம். உங்களது உரைகளில் இளைய தலைமுறையினரின் வாசிப்பை வளர்க்கும் பொருட்டு எத்தகைய அணுகுமுறையைக் கையாள்கிறீர்கள்?

முதலில் நாம் இளைஞர்களாக இருந்தபோது புத்தக வாசிப்பில் ஆழ்ந்திருந்தது போல இப்போது இருக்கிற இளைஞர்கள் தீவிர ஈடுபாடு

காட்டுவதில்லை என்பது உண்மைதான். ஆனால் இன்னொன்றையும் சேர்த்தே நாம் பார்க்க வேண்டும்.

நாம் சிறுவயதில் எத்தனை நாட்களில் சைக்கிள் ஓட்டப் பழகினோம்... அதற்கு எத்தனை பேர் உதவி செய்தார்கள், எத்தனை தடவை விழுந்து காயம் பட்டோம் என்பதை எண்ணிப்பாருங்கள்.

இப்போது இருக்கிற நம்முடைய குழந்தைகள் எப்போது சைக்கிள் ஓட்டப் பழகினார்கள், எப்படிப் பழகினார்கள் என்றே நமக்குத் தெரியாது.

பாட்டுக் கிளாசிற்கே போகாத குழந்தைகள் நன்றாகப் பாடுவதையும், நடன வகுப்புப்பக்கம் திரும்பிப் பார்க்காத மாணவிகள் மிகச் சிறப்பாக நடனமாடுவதையும் பார்க்கிறோம். கல்லூரியில் நட்சத்திர நடனப்புகழ் மாணவர்கள் கூட டேன்ஸ் கிளாஸ் போனதில்லை என்று விசாரித்தால் தெரிய வருகிறது. விதிவிலக்காக சிலர் முறையாகக் கற்றிருக்கலாம்.

தொலைக்காட்சி, செல்போன் போன்ற எல்லாப் பொருட்களையும் நம்மைக் காட்டிலும் நம் குழந்தைகள் நுட்பமாகவும் இலகுவாகவும் இதற்கென்றே தனிப்பயிற்சி பெற்றவர்கள் போல் பயன்படுத்து கின்றனர்.

இதெல்லாம் கால வளர்ச்சியின் விளைவாக இயல்பாக ஏற்பட்ட மாற்றங்கள், முன்னேற்றங்கள்.

இதே கண்ணோட்டத்தைத்தான் புத்தக வாசிப்பிலும் பொருத்திப் பார்க்கவேண்டும். இக்காலத்திற்குத் தகுந்தாற்போன்று இளைஞர்கள் இணையதளம், கூகுள் என்று பல்வேறு சமூக வலைதளங்களைப் பயன்படுத்தி, அன்றைக்கு நாம் சிரமப்பட்டுப் பெற்ற தகவல்களை எளிதில் கண் இமைக்கும் நேரத்தில் இன்று பெற்றுவிடுகிறார்கள்.

இவர்கள் வாசிப்பு முறையும் தன்மையும் வேறு மாதிரியாக இருக்கின்றன. ஆனால் குழந்தைகள் அறிவாளிகளாக இருக்கிறார்களோ இல்லையோ புத்திசாலிகளாக இருக்கிறார்கள் என்பதை மறுப்பதற்கு இல்லை.

சூழ்நிலை இப்படி இருந்தாலும் இதற்கும் மீறி புத்தக வாசிப்பை எப்படியேனும் இக்கால இளைஞர்கள் வழக்கப்படுத்திக் கொண்டால், நம் காலத்தில் ஏற்பட்ட விளைவை விட பன்மடங்கு நல்ல விளைவை இவர்களால் ஏற்படுத்த முடியும் என்ற நம்பிக்கை இருக்கிறது.

நமது உரைகளில் உபன்யாசம் போலவோ, அறிவுரை போலவோ எடுத்துச் சொன்னால் அடுத்த தலைமுறை அதைக் காது கொடுத்துக்கூட

கேட்காது என்பதில் சந்தேகமே இல்லை. அவ்வாறு கேட்க வேண்டும் என்று எதிர்பார்ப்பதே உளவியல் உண்மைக்கு எதிரானதாகும். ஆகவே வேறு வேறு விஷயங்களைப் பேசிக் கொண்டிருக்கும் போது இடையில் சில சுவாரஸ்யமான சம்பவங்கள் மூலம், வாசிப்பை வலியுறுத்துவதற்குத்தான் இதைச் சொல்கிறோம் என்று அவர்கள் நினைக்காத அளவுக்குச் சொல்லி, வித்தியாசமான அணுகுமுறை மூலம் அவர்களுள் ஒருவராக இருந்து பேசலாம். அப்படிச் சொன்னால் அவர்கள் கதைபோல் கேட்டு உள்வாங்குகிறார்கள்.

உதாரணங்களைச் சொல்லலாமல்லவா?

தாராளமாகச் சொல்லலாம். உலகை மாற்றி அமைத்த புத்தகங்கள் பற்றிப் பொதுவாகச் சொல்லாமல் ஒன்றை எடுத்தால் அதிலுள்ள நுட்பமான - கதைபோல் நினைவில் நிற்கத்தக்க அம்சங்களைச் சொல்லலாம்.

'உயிரினங்களின் தோற்றுவாய்' என்ற சார்லஸ் டார்வினின் நூலை எடுத்துக் கொண்டால் டார்வினின் குடும்பப் பின்புலம், 5 ஆண்டுகள் கடல் பயணம் போன்றவற்றைச் சொல்வதோடு, அந்த ஒரு நூல் வெளிவந்தவுடன் காலகாலமாக இருந்து வந்த நம்பிக்கைகள் எப்படிக் கேள்விக்குட்படுத்தப்பட்டன என்பதை சுவாரஸ்யமாகச் சொன்னால் மாணவர்கள் ஆர்வமாகக் கேட்கிறார்கள்.

புத்தகங்களில் வாசித்த செய்திகள் மட்டுமல்லாமல் உங்களுக்கு நேரடியாகக் கிடைத்த அனுபவங்களைச் சொல்லியதுண்டா?

அப்படியும் நிறையச் சொல்லிய அனுபவம் உண்டு.

ஈரோடு புத்தகத் திருவிழாவில் ஆர்.எஸ்.ஜேகப் என்ற மூத்த எழுத்தாளருக்குப் பாராட்டு நிகழ்வு ஏற்பாடு செய்திருந்தோம். இப்படிப் பல எழுத்தாளர்களைப் பாராட்டியுள்ளோம்.

ஆர்.எஸ். ஜேகப்

அந்த நாளில் சிறப்புச் சொற்பொழிவு தனித் தலைப்பில் ஒரு சொற்பொழிவாளர் நிகழ்த்துவார். அதற்கு முன்னதாக இப்பாராட்டு நிகழ்வு நடைபெறும்.

காலையில் இரயில் நிலையத்திற்குச் சென்று எழுத்தாளர் ஆர்.எஸ்.ஜேகப் அவர்களை வரவேற்று விடுதிக்கு அழைத்து வந்தோம். மாலை பாராட்டு நிகழ்ச்சியில் இவரை அறிமுகப்படுத்துவதற்காக இவரின் வாழ்க்கைக் குறிப்பு நம்மிடத்தில் இருந்தாலும்,

அவரிடமே அவரின் பணி குறித்துக் கேட்கலாமே என்று அறைக்குச் செல்வதற்கு முன்பு வரவேற்க வந்த நாங்கள் அவரைச் சுற்றிலும் அமர்ந்து கொண்டு, காபி குடித்தவாறே பேசிக் கொண்டிருந்தோம். அவருக்கு தற்போது 92 வயதாகிறது. அப்போது 88 க்கும் மேல் இருக்கும். 120 புத்தகங்களுக்கும் மேல் எழுதியிருக்கிறார். 'வாத்தியார்', 'மரணவாயில்' ஆகிய இரண்டும் இவரின் பிரசித்திபெற்ற நாவல்கள். இந்த இரண்டு நாவல்களையும் முன்பே நான் வாசித்திருக்கிறேன். இவர் கிறித்துவர். கிறித்துவமதப் புத்தகங்களும் எழுதியுள்ளார்.

இவரின் இரண்டு நாவல்கள் படித்த அனுபவத்திலும் இவரைப் பற்றிப் பல கட்டுரைகள், பேட்டிகள் வாசித்திருந்த காரணத்தினாலும் இவரைப் பற்றிக் கதைகதையாகப் பல முக்கிய, மூத்த தியாகிகள் சொல்லியதைக் கேட்டிருந்ததாலும் தான் அவருக்கு அந்தப் பாராட்டு நிகழ்வையே ஏற்பாடு செய்திருந்தோம்.

இவர் இளமைக் காலத்தில் ஆசிரியராக இருந்தவர். அப்போது பொதுவுடைமை இயக்க முன்னணித் தோழர்கள் பலர் மீது சதி வழக்கு போடப்பட்டிருந்தது. அதற்கு நெல்லை கம்யூனிஸ்ட் சதி வழக்கு என்று பெயர். அதில் கே.பாலதண்டாயுதம், பி.மாணிக்கம், வேலுசாமி தேவர், ஆர். நல்லகண்ணு, ஏ.நல்லசிவன், ஐ.மாயாண்டி பாரதி உட்பட 95 பொதுவுடைமை இயக்க முக்கியத் தலைவர்கள் மீது வழக்கு. இச்சதிவழக்கு 1950 இல் தொடங்கி 1952 கடைசி வரை சுமார் 3 ஆண்டுகள் விசாரணை நடைபெற்றது.

அப்போது பாளையங்கோட்டை அருகிலுள்ள நைனார்புரத்தில் ஆர்.எஸ்.ஜேகப் ஆசிரியராக இருந்தார். அதே சமயத்தில் அந்த ஊரிலிருந்த சர்ச்சில் இளம் பாதிரியாராகவும் இருந்தார்.

ஜேகப்தான் பாலதண்டாயுதம் போன்ற தலைவர்களைத் தலைமறைவாக ஒளித்து வைத்திருந்தவர் என்றும் அத்தலைவர்களுக்குக் கடிதங்களை எடுத்துச் செல்லும் **கூரியராகச்** செயல்பட்டார் என்றும் தகவல்களைச் சேகரித்த போலீசார், பள்ளிக்கூடத்திலேயே வந்து மாணவர்கள் முன்னிலையிலேயே ஜேகப்பைக் கைது செய்து அங்கேயே துவம்சம் செய்தனர். காவல் நிலையத்திற்கு அழைத்துச் சென்று வார்த்தைகளால் வர்ணிக்க முடியாத சித்ரவதைகள் செய்தனர். 'அந்தத் தலைவர் எங்கே' 'இந்தத் தலைவர் எங்கே' என்று கேட்டுக் கேட்டு அவரை நான்கு சுவற்றுக்குள் அடித்து நொறுக்கினர். 'எனக்குத் தெரியாது' என்ற பதிலைத் தவிர வாய்திறந்து எந்தத் தகவலையும் இவர் மறந்தும் சொல்லவில்லை.

சித்ரவதை நாளுக்கு நாள் அதிகரித்தது. சவுக்கால் பலம் கொண்ட மட்டும் அடித்து முடித்த பிறகு சவுக்கை சுண்டி விட்டால், இவரது

உடலிலுள்ள சிறிய தசைத் துண்டுகள் சவுக்கில் அப்பிக்கொண்டு சுவற்றில் போய் அடித்ததாம்.

இவரின் தசைத்துண்டுகள் சுவற்றில் ஒட்டிக் கொண்டிருந்ததை இவரே கண்ணில் பார்க்கிற அவலம். உடலெல்லாம் ரத்தம். அப்போதும் "அவர் எங்கு இருக்கிறார் என்று எனக்குத் தெரியாது" என்பது தான் அவரது பதிலாக இருந்துள்ளது.

இரண்டு கால்களையும் நேராக நீட்டி உட்காரச் சொல்லி, திமிர் பிடித்த போலீசார் இவரது முழங்காலிலிருந்து பாதம் வரை போலீஸின் குண்டாந்தடிகளை தங்கள் பலம் கொண்ட மட்டும் அழுத்தி, காலின் மேல் எலும்புப் பகுதியில் உருட்டினார்களாம். எலும்புகள் நுணுங்கின. இருப்பினும் அதே பதில்தான்.

கரடுமுரடான சித்ரவதைகளைக் கைவிட்டு நூதனமான முறைகளை காவலர்கள் கையாண்டனராம். பிள்ளைப்பூச்சிகளைப் பிடித்து வந்து தொப்புள் பகுதியில் வைத்து, வயிற்றை துணியைக் கொண்டு இறுக்கிக் கட்டிவிட்டார்களாம். அந்தப் பிள்ளைப் பூச்சி தொப்புள் பகுதியில் குடைந்து கொண்டே இருக்குமாம். எதையும் தாங்கும் இதயம் கொண்டவர்கள் கூடத் தாங்கவே முடியாத கொடுமையாம். அப்போதும் சுருண்டார், வளைந்தார், நெளிந்தார், உயிர் போய் விட்டால் கூட பரவாயில்லை என்று எண்ணி எண்ணித் துடித்தார். அப்போதும் காவலர்கள் எதிர்பார்த்த பதில் கிடைக்க வில்லை.

இந்த உண்மைக் கதையை உருக்கமாக எங்களிடம் வர்ணித்துக் கொண்டே வந்த ஆர்.எஸ்.ஜேகப் அவர்களிடம் "உண்மையிலேயே உங்களுக்கு தலைவர்களின் இருப்பிடம் தெரியாதா" என்று கேட்டோம்.

"அதெப்படி எனக்குத் தெரியாமல் இருக்கும்? நான்தானே கூரியர் வேலை செய்தவன். என்னுடைய டைரி அவர்களுக்குக் கிடைத்து விட்டதால் தான், எனக்கு நிச்சயம் தெரிந்திருக்கும் என்பதைத் தீர்மானமாகக் காவலர்கள் நம்பியதால் தான் அளவுக்கு மீறிச் சித்ரவதை செய்தனர்" என்றார்.

"எப்படி உங்களால் இத்தனை சித்ரவதைகளைத் தாக்குப்பிடிக்க முடிந்தது... அத்தனைக்கும் பிறகும் ஒரு தலைவரின் இருப்பிடத்தை தெரிந்தும் கூட சொல்லாமல் தாக்குப்பிடிக்க முடிந்தது?" என்று கேட்டோம்.

"ஜெர்மன் தேசத்துப்புரட்சியாளர் ஜூலியஸ் பூசிக் எழுதிய 'Notes From The Gallows' என்ற ஆங்கிலப் புத்தகத்தை நான் பைபிள் படிப்பது

போல், கைது செய்யப்படுவதற்கு பத்து பதினைந்து நாட்களுக்கு முன்பு தான் படித்திருந் தேன். சிறுவயதிலிருந்து இது போன்ற உலகப் புரட்சியாளர்கள் எழுதிய பல புத்தகங்களை நான் வாசித்திருக்கிறேன். புத்தக வாசிப்புப் பழக்கம் தான் என் உள்ளத்திற்கு உரமேற்றியது என்று நினைக்கிறேன். இருப்பினும் கடைசியாகப் படித்திருந்த ஜூலியஸ் பூசிக்கின் 'Notes From The Gallows' என்ற புத்தகம் தான் இத்தனை சித்ரவதைகளையும் தாங்கியதற்குக் காரணம் என்று இப்போதும் உறுதியாக நினைக்கிறேன்.

'Notes From The Gallows' நூலின் அட்டைப்படம்

கொடுங்கோலன், சர்வாதிகாரி ஹிட்லரை எதிர்த்து ஜனநாயகத் திற்குக் குரல் கொடுத்த புரட்சியாளர் ஜூலியஸ் பூசிக் ஹிட்லர் இராணுவத்தால் கைது செய்யப்பட்டு ஜெர்மன் சிறைக்குள் சித்ரவதை செய்யப்பட்டு தூக்கிலிடப்பட்டார். அவர் சிறைக்குள் இருந்தவாறு அங்கு நடைபெற்ற சம்பவங்களை ரகசியமாக ஒரு காவலரின் உதவியுடன் எழுதி அவ்வளவு கெடுபிடியிலும் யாருக்கும் தெரியாமல் அப்போதைக்கப் போதே வெளியே கொடுத்தனுப்பினார். அவர் இறந்த பிறகு இது புத்தகமாக வெளிவந்தது. பின்னர் தமிழில் கூட 'தூக்கு மேடைக் குறிப்புகள்' என்ற தலைப்பில் நூலாக வந்துள்ளது.

ஜூலியஸ் பூசிக்

அந்தப் புத்தகம் தான் சக புரட்சியாளர்களை எக்காரணத்தைக் கொண்டும் காட்டிக் கொடுக்கக் கூடாது என்ற திடமான அழுத்தத்தையும் உறுதியையும் எனக்களித்தது" என்று கூறிமுடித்தார் ஜேகப்.

இதுபோன்ற எனக்குக் கிடைத்த நேரடி அனுபவங்களையும் புத்தக வாசிப்பின் முக்கியத்துவத்தை எடுத்துச் சொல்வதற்காக மேடை களில் உரை நிகழ்த்தும் போது குறிப்பிடுகிறேன்.

இந்த அளவுக்கு ஆழமாகப் பொதுவாழ்வில் ஈடுபட உங்களுக்குக் குடும்ப ஒத்துழைப்பு எந்த அளவுக்கு உள்ளது? உங்கள் குடும்பம் பற்றிச் சொல்லுங்கள்...

என்னுடைய அப்பாவின் பொதுவாழ்வு ஈடுபாடு குறித்து ஏற்கனவே சொல்லியிருக்கிறேன். இங்குள்ள பலருக்கும் அது பற்றித் தெரியும். அம்மாவைப் பொறுத்தவரை கட்சி, கொள்கை என்பதெல்லாம்

ஆழமாகத் தெரியாதவராக இருந்தாலும் தன்னுடைய மகன் நல்ல காரியம் செய்கிறான் என்ற கருத்துள்ளவர். சிறு வயதிலிருந்து என்னுடன் நண்பர்கள் தோழர்கள் எத்தனைபேர் வீட்டுக்கு வந்தாலும் மகிழ்ச்சியோடு உபசரிப்பார். என்னுடைய பொதுவாழ்வுக்கு என் அம்மாவின் பங்களிப்பு வலுவானதாகும். ஈரோடு நகரில் நான் முன்னின்று நடத்துகிற அத்தனை கூட்டங்களுக்கும் என் அப்பா-அம்மா இருவரும் வந்து எங்கோ ஒரு ஓரத்தில் அமர்ந்து நிகழ்ச்சி முடியும் வரை இருந்து அனைவரின் உரைகளையும் கேட்டுவிட்டுத்தான் செல்வார்கள். பக்கத்தில் உட்கார்ந்திருப்போருக்குக்கூட அவர்கள் என் பெற்றோர் என்பது தெரியாது.

எனது குடும்பத்தில் நான் மூத்தவன். எனக்குப் பிறகு பிறந்தவர் எனது தங்கை மலர்க்கொடி, எம்ஏ,பிஎட், எம்.பில் என்று நன்றாகப் படித்தார். மாணவியாக இருந்த போதே ‘கல்பனா’ என்ற புனைபெயரில், ஆங்கிலத்தில் வரும் சர்வதேச மார்க்சீயக் கருத்துகளடங்கிய கட்டுரைகளைத் தமிழில் மொழிபெயர்ப்பார். இவரது பல கட்டுரைகள் கட்சியின் சித்தாந்த ஏடான ‘மார்க்சீய ஒளி’ இதழில் அப்போது வெளியாகியுள்ளன. கவிதை எழுதி மாநில அளவில் முதல் பரிசுகள் பெற்றுள்ளார். எமது ‘விடுதலை கேள்வியில் தமிழகம்’ நூலில் கூட ஒரு சிறப்புக் கட்டுரை எழுதியுள்ளார். அப்போது மேடையிலும் பேசுவார்.

எனது தம்பி பிரபாகரன் இதே பாதையை அடியொற்றி வளர்ந்தவன். பொதுவுடைமை இயக்க நேரடி அரசியலில் ஈடுபட்டு நகரமன்ற உறுப்பினர், நகராட்சித் தலைவர் போன்ற உள்ளாட்சிப் பொறுப்பில் இருந்ததோடு கட்சியின் மாவட்டப் பொருளாளர், வட்டாரச் செயலாளர் என்ற நேரடிப் பொறுப்பிலும் இருந்து இன்றளவும் செயல்பட்டு வருபவன்.

*1990*இல் எனக்குத் திருமணமாயிற்று. எனது மனைவி புவனா இந்தப் பொதுவாழ்வுச் சூழ்நிலையைப் புரிந்து நடப்பதோடு மட்டுமல்லாமல் இயல்பாகவே அவருக்கிருந்த வாழ்வியல் கருத்துகளால் எனது தனிவாழ்விற்கும் பொது வாழ்விற்கும் மிகவும் ஒத்துழைப்பு நல்குபவராக விளங்குகிறார். எனது மனைவியும் மக்கள் சிந்தனைப் பேரவையின் அனைத்து நிகழ்வுகளிலும் ஈடுபாட்டுடன் பங்கேற்பார். வீட்டு நிர்வாகத்திலும் குழந்தைகள் படிப்பிலும் தனித்த அக்கறை காட்டுவார். அவருடைய புரிதலும் ஒத்துழைப்பும் இல்லாமல் இருந்திருந்தால் இந்த அளவுக்கு விரிவாகப் பொதுவாழ்வில் ஈடுபட்டிருக்க இயலாது. எனது மனைவியின் அப்பா, அம்மாவும் இவை பற்றியான நல்ல புரிதல் உள்ளவர்களாக அமைந்தார்கள்.

எனது மகன் அரவிந்த பாரதி எம்பிஏ முடித்து தற்போது வேலையில் சேர்ந்துள்ளான். அவனுக்கும் சிறு வயதிலிருந்து பொதுப் புத்தங்கள் வாசிப்பது, மேடையில் பேசுவது, எழுதுவது போன்றவற்றில் ஆர்வம் உள்ளது. கல்லூரி மாணவனாக விளங்கிய போதே மற்ற கல்லூரிகளின் தமிழ் மன்றங்களுக்கு உரை நிகழ்த்த அழைக்கப்பட்டவன், ஆங்கில நாவல் ஒன்றை எழுதி வருகிறான். தற்போது பெங்களூரில் ஒரு தனியார் நிறுவனப் பணியில் சேர்ந்துள்ளான்.

மகள் நிவேதிதா இயல்பாகவே குடும்பப் பாங்கும் கல்வியில் ஆர்வமும் சமூகக் கண்ணோட்டமும் அமையப்பெற்றவள். சென்னையில் பி.ஏ. சமூகவியல் பட்டம் பெற்றபின்னர் தற்போது பெங்களூரில் எம்.எஸ். டபிள்யூ என்ற மேற்பட்ட வகுப்புப் படித்து வருகிறாள்.

ரத்த பந்தங்களாக உள்ள உறவினர்கள் அனைவருக்கும் எமது பொது வாழ்க்கைப் பயணத்தை மென்மையான அணுகுமுறையோடு புரிய வைப்பதில் சிறு வயதிலிருந்தே தனிக் கவனம் செலுத்தி வந்தேன். கொள்கை, கோட்பாடு என்பதைவிட நல்ல நோக்கங்களுக் கான செயல்பாடு என்ற பொதுவான கண்ணோட்டத்தோடு எம்மோடு இவர்களும் பயணித்தார்கள். எமது கொள்கைகள், நம்பிக்கைகள் எதுவாக இருப்பினும் இவர்கள் மீது திணிப்பதற்கு நான் என்றும் முயற்சித்ததில்லை.

பொதுவாழ்வு என்பது தனிவாழ்வைப் புறக்கணிப்பது அல்ல. பொதுவாழ்வையும் தனிவாழ்வையும் சரிவிகிதமாகக் கலந்து ஒன்றால் மற்றொன்று பாதிக்கப்படாமல் இட்டுச் செல்ல வேண்டிய கடமை நமக்கிருக்கிறது. இது மிகவும் சிரமம்தான். ஆனால் முயன்றால், அதற்கான ஒத்துழைப்பு சிறிதளவேனும் இருந்தால், அது சாத்தியம்தான்.

பொதுவாழ்வில் ஈடுபடும் போது குடும்பத்தார், ரத்த பந்தங்களாக வுள்ள பெரும்பான்மையான உற்றார் உறவினர்கள் நம்முடைய பொது வாழ்வை சரியான கோணத்தில் புரிந்து கொண்டாலொழிய நம்முடைய நோக்கம் நிறைவேறாது; நிம்மதியாகப் பணியாற்ற முடியாது.

அந்த வகையில் தொடக்கத்தில் எனது அப்பா எடுத்த முயற்சி, பிறகு நான் எடுத்த முயற்சி என்பதெல்லாம் இருந்தாலும் அனைவரும் நல்ல நோக்கங்களைப் புரிந்து கொள்பவர்களாகவும், இயன்றால் ஒத்துழைப்பவர்களாகவும் அமைந்தது குறிப்பிடத்தக்க அம்சமாகும்.

ஏறக்குறைய 35 ஆண்டுகாலமாக சொற்பொழிவாளராக இருக்கிறீர்கள். திருமண விழாக்களுக்குத் தலைமையேற்பவர்களில் பலர் அந்த நிகழ்வுக்குப் பொருத்தமற்ற வகையில் அரசியலைப் பேசிக் கொண்டிருக்கிறார்களே?

எனக்குத் திருமணம் நடைபெற்றது 1990ம் ஆண்டு. என்னுடைய திருமணத்திற்கு முன்பே நான் பல திருமணங்களைத் தலைமையேற்று நடத்தி வைத்திருக்கிறேன். என் திருமணத்திற்கு மூன்று மாதத்திற்கு முன்னால் திண்டுக்கல்லில் நடைபெற்ற ஒரு முக்கியமான தோழரின் திருமணத்தைத் தலைமையேற்றுச் செய்து வைத்திருக்கிறேன்.

இப்போதும் திருமணங்களில் தலைமை ஏற்பது வாழ்த்துரை வழங்குவது என்று ஏராளமான மணவிழாக்களில் கலந்து கொண்டு தான் வருகிறோம்.

'வந்து நாலு வார்த்தை நல்ல வார்த்தை சொல்லுங்கள்' என்று நல்ல எண்ணத்தோடும் அன்போடும் சொல்கிறார்கள். நாம் போவது என்பதே அவர்களுக்குப் பெரிய மகிழ்ச்சி.

அந்தணர்களை வைத்து முழுவதும் சடங்குகளோடு செய்யப் படுகிற திருமணங்களுக்கு மாற்றாகத்தான் சுயமரியாதைத் திருமணங்கள் வந்தன.

என் அனுபவத்தில் சொல்கிறேன். திருமண இடங்களில் 'சுருங்கச் சொல்லி விளங்க வைத்தல்' என்கிற சூத்திரத்தைப் பின்பற்றுவது நல்லது. 'என் கட்சி இப்படிக் கருதுகிறது. என் கட்சி இன்னாரோடு கூட்டு வைக்கப்போகிறது. வருகின்ற தேர்தலில் என் கட்சி இப்படியெல்லாம் நிற்கப்போகிறது' என்பதைப் போன்ற அவ்வப்போது வந்து போகிற அரசியல் நிலைப்பாடுகளை திருமணம் போன்ற பொது நிகழ்வுகளில் பேசுவதைத் தவிர்க்கவேண்டும்.

நமது மரபு குறித்தும், பாரம்பரியம், பண்பாடு பற்றியும், குடும்ப வாழ்க்கை, சமூகப் பொறுப்புணர்ச்சி, மணமக்களின் சிறப்பம்சங்கள் ஆகியவற்றைப் பற்றிப் பேசி விட்டு விடைபெறவேண்டும்.

சிறுவனாக பள்ளியில் படிக்கும் பொழுதே பேச்சாளராக வேண்டும் என்று ஆசைப்பட்டீர்களா? அப்போது உங்களைக் கவர்ந்த பேச்சாளர் யார்? பின்னாளில் நாமும் ஒரு சொற்பொழிவாளனாக வந்து இந்தத் துறையில் சாதனை படைக்கவேண்டும் என்று நினைத்தீர்களா?

சாதனையாளனாக வேண்டும் என்ற எண்ணம் எனக்கு எப்போதும் சிறிதளவு கூட இருந்ததில்லை.

தா.பாண்டியன், கே.டி.ராஜு, ஜெயகாந்தன், குன்றக்குடி அடிகளார், குமரி அனந்தன், அறந்தை நாராயணன் ஆகியோரது பேச்சு களை சிறுவயதிலிருந்தே பலமுறை விரும்பிக் கேட்டிருக்கிறேன்.

தா.பாண்டியன் பேசுவது புள்ளி விவரத்தோடும் அழுத்தம் திருத்தமாகவும் இருக்கும். நல்ல தமிழும் ஏற்ற இறக்கத்தோடு கூடிய தெளிவான உச்சரிப்பும் கொண்டது தா.பாவின் உரை. கே.டி.ராஜூவின் பேச்சு என்பது முழுக்க முழுக்க நகைச்சுவை மிகுந்ததாக இருக்கும். வீட்டிற்கு வந்து அவரது பேச்சை அசைபோட்டுப் பார்த்தால் சிந்திக்கத் தக்கதாக இருக்கும். ஜெயகாந்தன் உரை, பாரதியே நேரில் வந்து பேசுவது போல் இருக்கும். குமரி அனந்தன் பேச்சு தமிழ்ப் பற்றையும் தேசபக்தியையும் தூண்டச் செய்கிற ஈர்ப்புடையதாகும். அறந்தை நாராயணன், வரலாற்றுச் செய்திகளை வர்ணித்துச் சொல்வதில் வித்தகர்.

எம்.கல்யாண சுந்தரத்தின் பேச்சை சிறுவயதிலேயே கேட்டிருக் கிறேன். ஒரு சொற்பொழிவாளர் பாணியில் அல்லாமல், கண்ணியம் மிக்க ஒரு தலைவரின் அனுபவச்செறிவுள்ள உரைகளாக அவை திகழ்ந்தன.

இவர்களைத் தவிர பெரியார், குன்றக்குடி அடிகளாரின் பேச்சு ஆழமான கருத்துகள் அடங்கிய ஆற்றொழுக்கமானது. காமராஜர், கலைஞர், ஈ.வெ.கி.சம்பத், நாவலர் நெடுஞ்செழியன், பூபேஷ் குப்தா, இந்திரஜித் குப்தா, மொகித்சென் போன்ற அரசியல் தலைவர்களின் உரைகளையும் சிறுவயதிலேயே கேட்டிருக்கிறேன்.

ஒரு வேடிக்கையான சம்பவம். எங்கள் தோட்டத்தில் மோட்டார் ரூம் ஒன்று இருந்தது. அதற்கு மேலே தண்ணீர் தொட்டி கட்டப் பட்டிருக்கும்; ‘L’ வடிவ பைப்பில் தண்ணீர் வந்து தொட்டியில் விழும். இரண்டு மூன்று மாதங்களுக்கு ஒருமுறை தண்ணீர் தொட்டியில் பாசம் பிடித்துவிடும் அல்லவா? அதை நன்றாகச் சுத்தமாக தண்ணீரை வெளியேற்றிவிட்டு சுண்ணாம்பு போட்டு காயட்டும் என்று விட்டு விடுவார்கள், பிறகு தண்ணீர் விடுவார்கள். சுத்தமாக, நன்றாக தண்ணீர் இருக்கவேண்டும் என்பதற்காக இரண்டு மூன்று மாதங்களுக்கு ஒரு முறை அப்படிச் செய்வார்கள். அதைப்போன்ற சமயத்தில் ஒரு நாள் நான் தொட்டியில் இறங்கிப் பார்த்தேன்.

‘L’ வடிவ பைப் இருந்தது. அதைக் கொஞ்சம் அசைத்ததும் மைக்போல என் முன்னால் அது இருந்தது. தொட்டிக்குள் நின்று கொண்டிருந்ததால் என் தலை மட்டும்தான் வெளியே தெரியும். சுற்றிலும் ஏறத்தாழ ஐந்து ஏக்கர் பரப்பளவுக்கு மரவள்ளிக்கிழங்கு பயிரிடப்பட்டிருந்தது. எங்கள் ஊரில் ‘குச்சிக்கிழங்கு’ என்று சொல்வோம். ஆள் உயரம் வளர்ந்திருக்கிறது. கீழ்ப்பகுதி கரும்பச்சை நிறத்தில் இருக்கும். மேல் பகுதி கிளிப்பச்சை வண்ணத்தில் பார்ப்பதற்கு அழகாக இருக்கும்.

மாலைநேரத்தில் அந்தப் பைப்பை மைக்போல திருகி விட்டுவிட்டு, தன்னந்தனியாக ஏறத்தாழ 15 நிமிடம், 20 நிமிடம், உரத்த குரலில் பேசுவேன். ஐந்து ஏக்கர் முழுக்க பரந்து விளைந்திருந்த மரவள்ளிக்கிழங்குச் செடிகளைப் பார்த்துப் பேசுவேன். அவைகள்தான் பல்லாயிரக்கணக்கான மக்கள். அந்த இலை தழைகளெல்லாம் அசைகின்றன. அவையெல்லாம் என் பேச்சுக்குத் தலையாட்டுவது போலவும், கை தட்டுவது போலவும் நினைத்துக் கொள்வேன். இது எனக்கு மிகவும் சந்தோஷமாக இருந்தது.

இப்படித் தொட்டியை சுத்தம் செய்த போதெல்லாம் பேசினேன். என்ன பேசினேன் என்று தெரியாது. ஆனால் பேசினேன். மேலும் நான் வளர்ந்த சூழலும் அதற்குக் காரணம். என் தந்தையாரும் கட்சிப் பொறுப்பு, உள்ளாட்சிப் பொறுப்புகளில் இருந்த காரணத்தால், ஒரு சொற்பொழிவாளரைப் போல் இல்லாவிட்டாலும் மேடையில் பேசுவதைப் பலமுறை கேட்டிருக்கிறேன். பள்ளிப் பருவத்திலேயே பலரின் சொற்பொழிவுகளைத் தொடர்ந்து கேட்டதன் விளைவாகவே என்னையும் அறியாமல் இப்படிப் பேசியிருப்பேன் என்று கருதுகிறேன்.

சிறிய வயதில் மனப்பாடம் செய்வது, எழுதிப் பார்ப்பது எல்லாம் ஒரு பக்கத்தில் இருந்தாலும் எனக்கு சத்தம் போட்டு வாசிப்பதுதான் சந்தோஷமாக இருக்கும். புத்தகங்களை, துண்டறிக்கைகளை, பாரதியார் பாடல்களை உரக்க வாசித்து மகிழ்வேன். மற்றபடி பெரிய பேச்சாளனாக வேண்டும் என்றெல்லாம் நான் நினைக்கவில்லை. அவ்வாறு கருதி நான் இப்படியெல்லாம் செய்யவில்லை.

சிறு வயதிலேயே அமைப்புகளைத் தொடங்கியிருந்ததாலும், பிற விரிவான அமைப்புகளில் இணைந்து செயல்பட்டதாலும் அந்த அமைப்புகள் வளர்வதற்கு அவ்வமைப்பிற்குள் நடைபெறும் கூட்டங்களில் ஓயாமல் உற்சாகத்தோடு பேசுவேன். அப்போது ஒரு சொற்பொழிவாளனாகப் பேசியதைக் காட்டிலும் ஒரு அமைப்பாளனாகப் பேசியது அதிகம்.

அரிமா சங்கம், ரோட்டரி கிளப், நூல் வெளியீட்டு விழா, கல்லூரி, பள்ளி, தமிழ்ச்சங்கம், தொழிற்சங்க மாநாடு என்று தொடர்ச்சியாக அழைக்கிறார்கள். நீங்களும் அலுப்பு சலிப்பில்லாமல் போகிறீர்கள். உங்களுக்கு வெறுப்போ விரத்தியோ ஏற்படவில்லையா?

பேச்சு ஒரு ஆயுதம், ஒரு கலை, சமூக மாற்றத்திற்கு அது ஒரு வலுவான கருவி. அதைப் பயன்படுத்த வேண்டும்.

நாம் எதற்காகப் பேசுகிறோம் என்பதில் தெளிவிருந்தால் சலிப்பு ஏற்பட வாய்ப்பில்லை.

நான் என்ன நினைக்கிறேனோ அதை எதிரில் உள்ளவர்கள் நெஞ்சில் ஓவியமாகத் தீட்டிவிட வேண்டும் என்று கருதுவேன். அது அறிஞர்கள் சபையாக இருந்தாலும் சரி, மாணவர்கள் கூட்டமாக இருந்தாலும் சரி, பொதுமக்கள் பங்கேற்கும் நிகழ்ச்சியாக இருந்தாலும் சரி.

இதில் கவனிக்கத்தக்க ஒரே விஷயம் இடம், பொருள், ஏவல்.

உதாரணத்திற்கு...

6, 7, 8 வகுப்புகளில் உள்ள சுமார் 500 மாணவர்களிடம் பேசவேண்டும் என்று என்னை அழைத்தனர். அது கிராமப்புற அரசுப் பள்ளி. எனது தந்தையார் நீண்ட காலமாக பெற்றோர் - ஆசிரியர் கழகத் தலைவராக இருந்த பள்ளி. அவர் காலமான சில நாட்களில் என்னைப் பேச அழைத்திருந்தனர். எனது தந்தையாரின் நினைவாக அந்த மாணவர்களுக்கு வழங்குவதற்கென்று 'மாவீரன் பகத்சிங்' என்ற அறந்தை நாராயணன் எழுதிய நூலை 500 படிகள் வாங்கிச் சென்றேன். அந்த 500 சிறார்களிடமும் படிக்கும் பழக்கத்தின் அவசியத்தையும் மேன்மையையும் விளக்கி ஒரு மணி நேரம் பேசினேன்.

அப்போது, 'தம்பி உங்கள் எல்லோருக்கும் நான் பேசி முடித்ததும் ஒரு புத்தகம் தரப்போகிறேன். அது 23 வயது இளைஞனுடைய கதை. உனக்கு என்ன வயது? 12 அல்லது 13. உனக்கு மேலே பத்தே வயதுதான் அவனுக்கு.

உங்களுக்கெல்லாம் புரிவதைப்போல மிக எளிமையான முறையில் இதை, அறந்தை நாராயணன் எழுதியிருக்கிறார் என்று சொல்லி அவர்களுக்கெல்லாம் அத்தனைப் புத்தகங்களையும் கொடுத்துவிட்டு வந்தேன்.

அதே போல இளம் விஞ்ஞானிகளுக்கான பயிலரங்கம் ஈரோடு ஸ்ரீ வாசவி கல்லூரியில் அரசு உதவியுடன் நடத்தப்பட்டது. ஈரோடு மாவட்டத்தில் உள்ள அரசுப் பள்ளிகளில் பயிலும் மாணவர்களில் கணிதத்திலும், அறிவியலிலும் நல்ல மதிப்பெண்கள் பெற்று அறிவியல் கண்டுபிடிப்புகளில் ஆர்வத்தோடு விளங்கிய 100 பேரைத்தேர்வு செய்து நடைபெற்ற பயிலரங்கத்தில் என்னை அறிவியலைப் பற்றி பேசச் சொன்னார்கள்.

அந்த 100 பேருக்கும் வரலாற்றறிஞர் வெ.சாமிநாத சர்மா அவர்கள் எழுதிய 'தாமஸ் ஆல்வா எடிசன்' என்ற நூலைப் பரிசாக வழங்கிவிட்டு ஒன்றரை மணிநேரம் விஞ்ஞானிகளைப் பற்றி பேசிவிட்டு வந்தேன்.

இதேபோல இன்னொரு நிகழ்ச்சி.

அரசுப்பள்ளி மாணவர்கள் 550 பேர் மத்தியில் பேச வேண்டும். அந்தப் பள்ளிக்குப் பக்கத்தில்தான் மக்கள் சிந்தனைப் பேரவை உருவாக்கிக் கொடுத்த அரசு நூலகம் இருக்கிறது. "அந்த நூலகத்தை இந்த 550 மாணவர்களும் பயன்படுத்துகிறார்களா?" என்றேன். "நூலகம் இருப்பது உண்மைதான். ஆனால் யாரும் போகவில்லை" என்றார்கள்.

நூல் நிலையத்தின் அவசியம். ஏன் அதைப் பயன்படுத்த வேண்டும் என்பது குறித்து ஒரு மணி நேரத்திற்குமேல் அந்த மாணவர்களிடம் பேசினேன். எத்தனையோ உதாரணங்களைச் சொன்னேன். கவனமாகக் கேட்டார்கள். இல்லந்தோறும் நூலகம் இருக்க வேண்டும். இல்லையென்றால் ஊர் நூலகத்தையாவது பயன்படுத்த வேண்டும். உங்கள் பள்ளிக்குப் பக்கத்தில் இருக்கிறதே அதைப் பயன்படுத்தாமல் இருக்கலாமா?

"யார் யார் நாளையிலிருந்து நூலகத்திற்கு போகப் போகிறீர்கள்" என்றேன். முப்பது பேரைத் தவிர மீதியுள்ள அனைவரும் கை தூக்கினார்கள். கை தூக்காதவர்களில் உற்சாகமாக இருந்த ஒரு மாணவனைப் பார்த்துக் கேட்டேன். "நீ ஏன் நூலகத்தைப் பயன் படுத்தவில்லை?" என்றேன். "எங்க அப்பா பணம் கொடுக்கமாட்டார்" என்றான்.

ஒரு நிமிடம் கூட நான் யோசிக்கவில்லை. "550 பேருக்கும் மக்கள் சிந்தனைப் பேரவையே நூலக உறுப்பினர் கட்டணத்தைச் செலுத்தும். அப்படி உங்கள் அனைவருக்கும் நூலகத்தைப் பயன்படுத்த பணம் கட்டினால் எத்தனைபேர் முறையாக நூலகத்தை பயன்படுத்துவீர்கள்?" என்று கேட்டேன். அத்தனைபேரும் கை தூக்கினார்கள். மறுநாளே 550 மாணவர்களுக்கும் பேரவையே உறுப்பினர் கட்டணத்தைச் செலுத்தி, அவரவர் பெயரில் ரசீதும் நூலக உறுப்பினர் அட்டையும் நூலகத் துறையிலிருந்து பெற்றுக் கொடுக்கப் பட்டது. அது மட்டுமல்ல சென்னைக்குப்போய் 8ம் வகுப்பு வரையுள்ள மாணவர்கள் படிப்பதற்கு ஏற்ற வகையில் உள்ள மூன்றாயிரம் புத்தகங்களை வாங்கிக்கொண்டு வந்து நூலகத்திற்கு வழங்கினோம். கதைப்புத்தகங்கள் சின்னச்சின்ன வாழ்க்கை வரலாற்று நூல்கள் போன்றவற்றைக் கொண்டு வந்து கொடுத்தோம்.

இதற்குப் பிறகு சில நாட்கள் கழித்து...

'மாணிக்கம்பாளையம் அரசுப் பள்ளி மாணவர்கள் உணவு இடைவேளையின்போது நூலகத்தில் அமர்ந்து படிக்கும் காட்சி' என்று இந்து பத்திரிகையில் முதல் பக்கத்தில் படத்துடன் செய்தி வெளி யிட்டிருந்தார்கள். இது நாம் கொடுத்த செய்தியல்ல. தகவலறிந்த

ஒருவர் இச்செய்தியை தன்னார்வத்துடன் சேகரித்து வெளியிட்டுள்ளார். மற்றவர்களைப் போலவே நாமும் வெளிவந்ததைப் படித்தோம். பள்ளி முடிந்து, மாலையிலும் போய் மாணவர்கள் நூலகத்தில் படித்துக் கொண்டிருந்தார்கள் என்று ஆசிரியர்கள் சொன்னார்கள்.

இளம் பேச்சாளர்களுக்கு எதைக் குறிப்பாகச் சொல்ல விரும்புகிறீர்கள்?

தொடர்ந்து வாசிப்பாளராக இருக்கவேண்டும்.

குறிப்பிட்ட ஒரு உரைக்காக தயாரிப்பதைக் காட்டிலும் நீண்ட நெடுங்காலமாகப் படிப்பதும் குறிப்பெடுப்பதும் சிந்திப்பதும் ஆய்வு செய்வதும்தான் உயிரோட்டமான உரைக்கு அடிப்படையாக அமையும்.

தெரிந்தது 80% ஆக இருந்து அதனைப் பேசுவது 30% ஆக இருந்தால் பேச்சில் ஆழம் இருக்கும். அழுத்தம் இருக்கும்.

ஒவ்வொரு கூட்டத்தையும் ஒவ்வொரு பயிற்சிக்களமாகக் கருத வேண்டும்.

தலைப்பை விட்டு விலகிச்செல்வது, சம்பந்தமில்லாத விஷயத்தைச் சொல்லி சம்பந்தப்படுத்த முயற்சி செய்வது போன்ற காரியங்கள் சொற்பொழிவை நீர்த்துப்போகச் செய்யும்.

சமயோசிதம் தேவை. போகிற இடத்தில் ஒரு நல்ல விஷயம் நடந்திருக்கும். நமக்கு முன்னால் பேசிய ஒருவர் நல்ல கருத்தைப் பேசியிருப்பார். அதிலிருந்து தொடங்க வேண்டியதிருக்கும். ஆகவே நாம் தயாரித்த விஷயத்தையே பேச வேண்டும் என்றால் அது எல்லா இடத்திலும் பொருத்தமாக இருக்காது. செயற்கையாக இருக்கும். அங்குள்ள சூழ்நிலை, அங்குள்ள நல்ல அம்சங்கள் ஆகியவற்றையும் புரிந்துகொண்டே பேச வேண்டும். தொடர்புடைய இடத்தின் வரலாறு, இயக்கத்தின் நிலைப்பாடு ஆகியவற்றையும் எண்ணிப் பார்த்து அதில் நமக்கு உகந்தவற்றை உடன்பாடானவற்றைச் சொல்ல வேண்டும்.. அப்படிப்பேசினால் உங்களுக்கும் ஒரு ஈடுபாடு பிறக்கும். உரையும் இயற்கையானதாக இருக்கும்.

அதிக கூட்டம் இல்லையென்றால் பல பேச்சாளர்களுக்கு உற்சாகம் பிறப்பதில்லை. விளம்பரங்கள், தோரணங்கள், ஆடம்பரங்கள் இருந்தால் 'ஆகா பிரமாதம்' என்று சொல்கிறவர்களும் உள்ளனர். நீங்கள் பத்தாயிரம் பேர் கூடிய கூட்டத்திலும் பேசுகிறீர்கள்; 10 பேர் உள்ள கூட்டத்திலும் பேசுகிறீர்கள். உங்கள் அனுபவம் எப்படி?

சிலபேர் கூட்டத்தைப்பற்றி பிரமாதமாகப் பேசி அழைப்பார்கள். அவர்கள் சொல்வதைப் பார்த்தால் மிகச்சிறப்பாக ஏற்பாடு

செய்யப்பட்டுள்ளதைப் போன்று தெரியும். ஆனால் அங்கே போய்ப் பார்த்தால் கூட்டத்திற்கான தயாரிப்புகள் எதுவுமே இருக்காது. ஒரு கூட்டம் என்றால் அதற்குத் தகுந்த ஏற்பாடுகளைச் செய்ய வேண்டும். யாரை அழைத்தாலும் சரி அதற்குண்டான முன்னேற்பாடுகளைச் செய்ய வேண்டும்.

தொழிற்சங்கவாதி என்பதால் ஏராளமான கேட் மீட்டிங்குகளில் பேசியிருக்கிறேன். அப்படிப்பட்ட கூட்டங்களின் போது மிகக் குறைவான எண்ணிக்கையில்தான் தொழிலாளர்கள் இருப்பார்கள். நாம் பேசிக்கொண்டிருக்கும் போதே அதே தொழிற்சாலையில் பணியாற்றும் சங்கத்தைச் சாராத தொழிலாளர்கள், இந்தக் கூட்டத்தைப் பற்றிய கவனமே இல்லாமல் போவதும் வருவதுமாக இருப்பார்கள். பேசிக் கொண்டிருப்போம், ஆனால் அதைப்பற்றி கவலைப்படாமல் பாதிப்பேர் வரமாட்டார்கள். வந்த 10 பேரிலும் 2 பேர் எங்கேயாவது போவார்கள். இதைப்போன்ற கூட்டங்களில் எல்லாம் பேசிப்பேசித் தானே வந்திருக்கிறோம். ஆனால், அந்தப் பத்துபேரும் உன்னிப்பாக நம்முடைய பேச்சைக் கவனித்தால் - நம்மோடு பேச்சில் பயணித்தால் அது தரமுள்ள உரையாக விளங்கும்.

ஒரு கூட்டத்தை நடத்துவதற்காக ஒரு மாதகாலம் உழைத்திருப் பார்கள். பல முயற்சிகள் எடுத்திருப்பார்கள். அதை நாம் மதிக்க வேண்டும். அந்தக் கூட்டம் தரமுள்ள கூட்டமாக இருக்கும். ஆனால், அப்படிப்பட்ட கூட்டங்களில்தான் பேசுவேன் என்பது நடைமுறைக்கு ஒவ்வாது.

கீழே 25 பேர் தான் இருப்பார்கள். ஆனால் மேடையில் 30 பேர் இருப்பார்கள். அதையும் சகித்துக்கொண்டு நாம் பேசிவிட்டுத்தான் வரவேண்டும். நான் பயிற்றுவிக்கப்பட்ட பல்கலைக்கழகம் அப்படி.

"பத்து பேரிடம் பேசுவோம். அவர்கள் போய் ஆளுக்குப் பத்து பேரிடம் பேசுவார்கள்" என்பார் ஜீவா. நம்மை மதித்து 25 பேர் வந்திருக் கிறார்கள். எக்காரணம் கொண்டும் அவர்களை ஏமாற்றக் கூடாது.

நீங்கள் பார்த்திராத - நீங்கள் பிறப்பதற்கு முன்பே மிகச்சிறந்த நாவலர்களாகத் திகழ்ந்தவர்களில் உங்கள் மனதைக் கவர்ந்தவர்கள் யார்?

இவர்களது பேச்சைக் கேட்ட முடியாமல் போய்விட்டதே என்று பலர் குறித்து நான் ஆதங்கப்பட்டிருக்கிறேன். அதில் இருவரைக் குறிப்பிட்டு இப்போது சொல்கிறேன். ஒருவர் விவேகானந்தர், மற்றொருவர் ஜீவா. நான் பிறந்து மூன்றாண்டுகளில் - எனக்கு மூன்று நான்கு வயது ஆகும்போது ஜீவா மறைந்து விட்டார். ஆகவே அவருடைய பேச்சைக் கேட்கும் வாய்ப்பு எனக்கு இல்லை.

இவர்களைப்பற்றிய செய்திகளைக் கேட்கும்போதும் படிக்கும் போதும் - இவர்களது வாழ்க்கை வரலாற்றை வாசிக்க வாசிக்க அவர்களைப் பார்க்க முடியவில்லையே அவர்களது உரைகளைக் கேட்க முடியவில்லையே என்று பலமுறை நினைத்திருக்கிறேன்.

அவர்கள் எப்படிக் கூட்டத்திற்கு வந்தார்கள், எப்படி கம்பீரமாக நின்றார்கள்? அவர்களது கண்கள் எவ்வாறு இருந்தன? அவர்களது உரையில் கூட்டம் எப்படி மெய்மறந்து நின்றது? எப்படி அசைந்தார்? எப்படி ஆவேசமாகப் பேசினார்? மைக்கை விட்டு விலகி நின்று எவ்வாறு பேசினார் என்று ஒவ்வொன்றையும் அவரோடு பழகியவர்களும் பார்த்தவர்களும் சொல்லும் போது, அடடா அந்த வாய்ப்பு நமக்கு கிடைக்கவில்லையே என்று நினைத்துக் கவலைக் கொண்டிருக்கிறேன்.

இவர்களது உரையை ஒலிநாடாவில் கூட கேட்கும் வாய்ப்பு ஏற்படவில்லை.

ஜீவாவின் உரை கேட்பவர்கள் யாரைச் சந்தித்தாலும் இன்று வரை ஜீவாவின் உரையாற்றும் பாங்கு பற்றி கேள்வி மேல் கேள்வி கேட்டு கதைகதையாகக் கேட்பதில் எனக்கு அத்தனை ஆர்வம். அங்கு இப்படிப் பேசினார், இங்கு அப்படிப் பேசினார் என்று பலரும் பல சம்பவங்களைச் சொல்லியிருக்கின்றனர். ஜீவா இறந்த பிறகு உடனடியாக 'ஜீவா நினைவு மலர்' ஒன்றை கே.பாலதண்டாயுதம் முயற்சியெடுத்துக் கொண்டு வந்தார். அது ஒரு காலப்பெட்டகம். அதனை பைபிள் போல பல முறை வாசித்துள்ளேன்.

ஜீவா

ஜீவாவின் ஆளுமை குறித்தும் குறிப்பாக அவர் சொற்பொழிவாற்றும் விதம் குறித்தும் அவரோடு கூட்டம் கூட்டமாக உடன் சென்றவர்கள், அடிக்கடி அவரின் உரை கேட்டவர்கள் எழுதியிருப்பதைப் படித்தால் அவரின் உரை கேட்கும் வாய்ப்பில்லாமல் போயிற்றே என்ற வருத்தம் அதிகரிக்கிறது. அம்மலரில் ஒரு ஓவியர் ஜீவா எப்படியெல்லாம் குனிந்து கொண்டு, நிமர்ந்தவாறு, கையை உயர்த்தி, கையை வீசி நெஞ்சை நிமிர்த்திப் பேசுவார் என்று அற்புதமான ஓவியங்கள் தீட்டியிருந்தார். அவர் புகைப்படங்களைப் பார்த்து அவ்வாறு வரையவில்லை. ஓவியர் தனது நெஞ்சில் கல்வெட்டாய்ப்

பதிந்து கிடக்கும் அக்காட்சிகளை தனது மனக்கண் முன் கொண்டு வந்து நிறுத்தி அதனை வரைந்திருப்பார் என்று கருதுகிறேன். அந்த ஓவியத்தைப் பார்த்தால் கட்டுக்கடங்காத ஒரு காட்டுச் சிங்கம் இரண்டு கால்களில் நின்று கொண்டு அங்கும் இங்கும் நடந்து ஆக்ரோஷமாக கர்ஜிப்பது போல் காணப்படுகிறது. ஒலிபெருக்கி முன்னால் குதித்தவாறு கண்ணை அகலத் திறந்து ஆவேசத்தோடு ஜீவா முழங்கும் ஒரு புகைப் படத்தைப் பார்த்திருக்கிறேன்.

அவருடைய வழித்தோன்றலாக வந்த தா.பாண்டியன், எம்.கல்யாணசுந்தரத்தை நிறுவனராகக் கொண்டு 'ஜீவா முழக்கம்' என்ற தரமான அரசியல் வார இதழைக் தொடங்கி வெற்றிகரமாக நடத்திவந்தார்.

ஜீவா மறைந்த போது அவரது உடலுக்கு மாலை அணிவித்து அஞ்சலி செலுத்துவதற்காக வரிசையாக வந்தவர்கள், அங்கு இருந்த கட்சித் தலைவர்களிடம் ஜீவாவின் பதிவு செய்யப்பட்ட உரையை தொடர்ந்து அங்கு போடச் சொன்னார்கள். அவ்வாறு பதிவு செய்யப்பட்ட உரை ஒன்று கூட தங்களிடம் இல்லை என்று கட்சித் தலைவர்கள் கூறினர். உடனே அவர்கள் வீட்டில் வைத்திருந்த ஜீவா பேச்சுப் பதிவை அங்கு கொண்டு வந்து கொடுத்துள்ளார். அந்த உரைகள் இடைவிடாது அங்கு போடப்பட்டுள்ளன. மறுபடியும் கொடுத்தவர்கள் திரும்ப வாங்கிச் சென்று விட்டார்களாம்.

பதிவே செய்யவில்லை என்பதில்லை. செய்யப்பட்ட பதிவுகளைச் சேகரிக்கவோ பாதுகாக்கவோ இல்லை என்பது தான் உண்மை. எனக்கு நன்கு நினைவு தெரிந்த நாட்களிலிருந்து ஜீவாவின் உரையைத் தேடிப்பார்த்தோம். கிடைக்கவில்லை. 'ஜனசக்தி' இதழில் இதற்காகவே விளம்பரம் கொடுத்துப் பார்த்தோம். கிடைக்கவேயில்லை.

கிடைக்காது என்று நன்கு தெரிந்து கொண்ட பின்னரும் இன்றளவும் என்னைப் பொறுத்தவரையில் தொடர்ந்து தேடிக் கொண்டுதான் இருக்கிறேன்.

தனது உரையால் உலகின் கவனத்தை ஈர்த்த விவேகானந்தரின் உரை பற்றிச் சொல்லவே வேண்டியதில்லை. கவர்ச்சியும் உணர்ச்சியும் காந்த சக்தியுமிக்க உரைகளே விவேகானந்தரின் உரைகள். இவர் உரை கேட்டு உணர்ச்சிப் பிழப்பாகி இந்திய விடுதலைப் போராட்டத்தில் குதித்த இளைஞர்கள் எத்தனை பேர்.

இந்த இரண்டு பேரின் உரைகளைப் போலவே மார்ட்டின் லூதர் கிங் உரை, இங்கர்சாலின் உரை போன்றவை பார்க்க முடியவில்லையே, கேட்க முடியவில்லையே என்ற ஏக்கத்தை உருவாக்கிய உரைகளாகும்.

வெளிநாடுகளில் இலட்சக்கணக்கான தமிழர்கள் வாழ்கிறார்கள். அங்கும் உரையாற்றச் செல்கிறீர்கள். சமீபத்தில் சென்று வந்த அனுபவம் குறித்து...

2013ஆம் ஆண்டு.

சிங்கப்பூர் தமிழ் இலக்கியக் களம் என்ற அமைப்பு பாரதிதாசன் விழாவுக்கு அழைத்திருந்தது. உமறுப்புலவர் அரங்கம் என்ற ஒரு பெரிய அரங்கத்தில் விழாவை ஏற்பாடு செய்திருந்தார்கள்.

அந்தப் பயணத்தின் போதே சிங்கப்பூர்த் தமிழ் எழுத்தாளர் கழகம் மற்றும் சிங்கப்பூர் கவிமாலை ஆகிய இரண்டு அமைப்புகளும் ஒன்றிணைந்து சொற்பொழிவு நிகழ்ச்சிகளையும் கலந்துரையாடல் நிகழ்ச்சியையும் ஏற்பாடு செய்திருந்தார்கள்.

அடுத்த முறை பயணத்தின் போது சிங்கப்பூரில் உள்ள மக்கள் கவிஞர் மன்றம் என்ற அமைப்பினர், பட்டுக்கோட்டை கல்யாண சுந்தரம் விழாவில் உரையாற்றுவதற்காக அழைத்தனர். இவ்விழா வெட்டவெளி மைதானத்தில் பிரம்மாண்டமான அரங்கம் அமைத்து நடத்தப்பட்ட விழா.

சிங்கப்பூர்த் தமிழ் எழுத்தாளர் கழகத்தின் சார்பில் ‘கதைக்களம்’ என்ற ஒரு நிகழ்ச்சி. கதைகளைப் பற்றிப் பேசுவதற்காக ஏற்பாடு செய்திருந்தார்கள். அதில் பங்கேற்று உரையாற்றினேன்.

சிங்கப்பூர்த் தமிழ் எழுத்தாளர் கழகத்தால் ஆண்டு முழுக்க நடைபெறுகிற விழாக்களிலேயே முத்தாய்ப்பாக நடைபெறுகிற விழா முத்தமிழ் விழா. இதில் உரையாற்றுவதற்காக, மூன்றாவது முறையாக சிங்கப்பூர் சென்றேன்.

அடுத்த முறையாக சமீபத்தில் சிங்கப்பூர்த் தமிழ் எழுத்தாளர் கழகத்தின் 40ஆவது ஆண்டு விழாவில் பங்கேற்றுத் தொடக்க நாள் நிகழ்விலும் அடுத்த நாள் நடைபெற்ற கருத்தரங்கத்திலும் உரையாற்றினேன்.

இப்பயணத்தின் போது சிங்கப்பூர்த் தமிழ் எழுத்தாளர் கழகம், கவிமாலை, பெரியார் சிந்தனை மன்றம் ஆகிய அமைப்புகள் இணைந்து நடத்திய சொற்பொழிவு நிகழ்ச்சியிலும் பங்கேற்று உரையாற்றினேன்.

மலேசிய நாட்டில் தமிழர்களால் நடத்தப்படுகிற கூட்டுறவு அமைப்பில் ஆண்டுக்கொரு முறை அவர்கள் நடத்துகிற நிகழ்ச்சிகளில் ஒன்று தமிழ் இலக்கியச் சொற்பொழிவு நிகழ்ச்சி. 2013 ஆம் ஆண்டு அந்நிகழ்ச்சியில் பங்கேற்று உரை நிகழ்த்தினேன்.

கனடாவில் வெளியாகும் ‘கனடா உதயன்’ என்ற தமிழ் வார இதழின் 1000 ஆவது இதழ் வெளியீட்டு நிகழ்வில் பங்கேற்றேன். டொரண்டோ நகரிலும் மாண்ட்ரியேல் நகரிலும் மாநாடு போல் தனித்தனியாக நடத்தப்பட்ட அதன் இரண்டு நிகழ்விலும் பங்கேற்று உரை நிகழ்த்தினேன். ‘கனடா உதயன்’ இதழாசிரியர் ஆர்.கே.லோகேந் திரலிங்கம் இக்கூட்டங்களை ஏற்பாடு செய்திருந்தார்.

அது அல்லாமல் ஏழு நாட்கள் தங்கியிருந்து வேறு சில நிகழ்வு களிலும் பங்கேற்றேன்.

அமெரிக்க நாட்டில் நியூ ஜெர்ஸி தமிழ்ச்சங்கம், வாஷிங்டன் தமிழ்ச்சங்கம், செயின் லூயிஸ் தமிழ்ச்சங்கம், சிகாகோ இலக்கிய வட்டம் போன்ற அமைப்புகளின் அழைப்பின் பேரில் சென்று அவர்கள் நடத்திய சிறப்பு நிகழ்ச்சிகளில் - தனித்தனி தலைப்புகளில் உரையாற்றினேன்.

வெளிநாடுகளில் இலக்கியச் சொற்பொழிவுகள் நிகழ்த்து வதற்காகச் சென்றபோதெல்லாம் அங்குள்ள தமிழ் உணர்வாளர்கள், படைப்பாளிகள், அரசியல் கலைஞர்கள், அமைப்பாளர்கள், கல்வியாளர்கள் போன்றோரைச் சந்தித்து உரையாடியதும் வரலாறு மற்றும் அரசியல் முக்கியத்துவம் வாய்ந்த இடங்களைப் பார்த்ததும் மிகவும் பயனுள்ள அனுபவங்களாகும்.

தமிழகத்தில் புத்தகக்கண்காட்சிகள் எங்கு நடந்தாலும் உங்களை அழைத்துப் பேசச்சொல்கிறார்கள். நிறைய புத்தக வெளியீட்டு விழாக்களிலும் கலந்து கொள்கிறீர்களே! அதைப்பற்றி சொல்லுங்கள்?

புத்தகம் என்பது நமது வாழ்வின் ஒரு பகுதி. இன்னொன்று புத்தக வெளியீட்டு விழாவிற்கு வருகிறவர்கள், அந்தப் புத்தகத்தை முழுமையாகப் படித்துவிட்டு வரவேண்டும் என்று தான் அந்த விழாவை நடத்துபவர்கள் எதிர்பார்ப்பார்கள். நான் எந்த நூலையும் படிக்காமல் நூல் வெளியீட்டு விழாக்களில் கலந்து கொள்வதில்லை.

பெரும்பாலும் நூல் வெளியீட்டு விழாக்களில் பேசக்கூடிய பிரமுகர்கள் என்ன சொல்கிறார்கள் என்றால், ‘இந்தப் புத்தகத்தைப் படிக்க எனக்கு நேரம் வாய்க்காமல் போய்விட்டது. ஆனாலும் இந்தப் புத்தக்கத்தை எழுதியவரை எனக்கு நன்றாகத் தெரியும். ஆகவே அவரைப் பற்றி பேசுகிறேன்’ என்கிறார்கள். அது அவரைப் பற்றிப் பேசக்கூடிய கூட்டமா, இல்லை அவர் எழுதிய புத்தகத்தைப் பற்றி பேசக்கூடிய கூட்டமா? இப்படி நடக்கிறது பல விழாக்கள்.

இன்னொரு வகை இருக்கிறது. புத்தகத்தை முழுமையாகப் படித்திருப்பார்கள். ஆனால் ஒரு வரி கூட புத்தகத்தில் இருப்பதைப் பற்றிப் பேசமாட்டார்கள்.

ஈரோடு புத்தகத்திருவிழா கடந்த 12 ஆண்டு காலமாக நடைபெறு கிறது. தேசியத் தரத்தோடு நடைபெறுகிறது. ஈரோட்டைப் பார்த்து - ஈரோடு புத்தகத் திருவிழாவை முன்னுதாரணமாக எடுத்துக்கொண்டு பல மாவட்டங்களில் புத்தகத்திருவிழாக்கள் நடைபெறுகின்றன. ஈரோடு புத்தகத்திருவிழாவை முன்னின்று நடத்துகிறவன் என்கிற முறையில் அதனுடைய நுட்பங்கள் குறித்து என்னிடம் ஆலோசிப் பார்கள். ஒரு பேச்சாளர் என்கிற முறையில் என்னை அழைப்பார்கள். படிக்கிற பழக்கம் வளர வேண்டும் என்பதற்காக பெரும்பாலும் புத்தகத்திருவிழாக்களுக்கு முன்னுரிமை அளித்து பேசச் செல்வேன்.

25 ஆண்டுகளுக்கும் மேலாக நான் நூல் வெளியீட்டு விழாக்களில் உரையாற்றச் செல்கிறேன். தொடர்புடைய நூலை நான் முழுமையாகப் படிப்பதாலும் அதனுடைய நுட்பமான பகுதிகளைச் சொல்லிப் பேசுவதாலும் எழுதுகிறவர்களும் பதிப்பாளர்களும் என்னை அழைக்கிறார்கள் என்று நினைக்கிறேன்.

சட்டம் படித்து விட்டு வழக்கறிஞராக உங்கள் வாழ்க்கையைத் தொடங்கினீர்கள். பல்வேறு சங்கங்கள், பொதுநல அமைப்புகள் என்று எத்தனையோ இடங்களில் பேசியிருக்கிறீர்கள். உங்கள் துறையான வழக்கறிஞர்கள் சங்கத்தில் உரையாற்றியது உண்டா?

பலமுறை பங்கேற்று உரையாற்றியுள்ளேன்.

குற்றவியல் நடைமுறைச்சட்டத்தை மைய அரசு மாற்றுகிறபோது அது மக்கள் சார்பாக மாற்றப்பட வேண்டும் என்கிற கோரிக்கையை முன்வைத்து வழக்கறிஞர்கள் போராடினார்கள். வழக்கறிஞர்கள் சங்கம் முன்நின்று நடத்துகிற போராட்டங்களில் நான் இயன்றவரை கலந்து கொண்டு வருகிறேன்.

பெரிய வழக்கறிஞர்கள் சங்கங்கள் சென்னையில் இருக்கின்றன. ஈரோட்டைப் பூர்வீகமாகக் கொண்ட சென்னை உயர்நீதி மன்றத்தில் பல்லாண்டுகளாக மூத்த வழக்கறிஞராகத் தொழில் புரிந்து வருகின்ற ஆர். காந்தி அவர்கள் தான் தமிழ்நாடு மற்றும் பாண்டிச்சேரி வழக்கறிஞர்கள் சங்கத் தலைவராக நீண்ட காலம் இருந்து வந்தார். அவர் நான்கைந்து முறை என்னை சென்னை உயர்நீதிமன்ற வழக்கறிஞர்கள் சங்கத்தின் சார்பில் ஏற்பாடு செய்யப்பட்ட கூட்டங் களுக்கு அழைத்திருக்கிறார்.

ஒரு முறை சென்னை உயர்நீதிமன்ற வழக்கறிஞர்கள் சங்க கூட்டத்தில் விடுதலைப் போராட்டம் பற்றிய தலைப்பில் ஒரு மணி நேரம் பேசினேன். 'வ.உ.சி. ஒரு வழக்கறிஞர். அவரது தந்தை உலகநாதம் பிள்ளை ஒரு வழக்கறிஞர். அவருடைய சித்தப்பா ஒரு வழக்கறிஞர். எல்லாவற்றையும் விட அவர் தனியாக ஒரு சுதேசி கப்பல் கம்பெனி தொடங்கியது, தமிழறிஞராக இருந்தது, சுதந்திரத்திற்காகப் போராடியது, தொழிற்சங்கம் தொடங்கியது என்று பட்டியலிட்டேன். செக்கிழுத்தார், சித்திரவதைப்பட்டார்' என்றெல்லாம் பேசினேன்.

அங்கே புகழ்பெற்ற வழக்கறிஞர்கள் படமெல்லாம் மாட்டப் பட்டிருந்தன. நான் குறிப்பிட்டேன். 'இங்கே இத்தனை வழக்கறிஞர் களின் படங்களை மாட்டியிருக்கிறீர்கள். ஆனால் வழக்கறிஞர்களுக்கே பெருமை சேர்த்த கப்பலோட்டிய தமிழர் வ.உ.சிதம்பரனாரின் படம் இங்கே இல்லையே' என்று குறிப்பிட்டு, அவரது திருவுருவப்படத்தை இங்கே வைத்தீர்கள் என்றால் பொருத்தமாகவும் சிறப்பாகவும் இருக்கும் என்றேன்.

பிறகு, கீழ்த்தளத்தில் நடைபெற்ற சுமார் 500 வழக்கறிஞர்கள் பங்கு கொண்ட சென்னை உயர்நீதிமன்ற வழக்கறிஞர்கள் சங்கக் கூட்டத்திலும் தனித்தலைப்பில் உரையாற்றினேன். ஈரோடு வந்த பிறகு சில நாட்களில் சென்னை உயர்நீதிமன்ற வழக்கறிஞர்கள் சங்கத்தில் இருந்து ஒரு போன் வந்தது. சென்னை வழக்கறிஞர்கள் சங்கத் தலைமைக் கட்டிடத்தில் - மிக முக்கிய இடத்தில் வ.உ.சி.யின் திருவுருவப்படம் திறக்கப்பட உள்ளதாகத் தகவல் கிடைத்தது. எனது உரையை அடிப்படையாக வைத்து சங்க கூட்டத்தில் ஆலோசித்ததாகவும் தெரிவித்தனர். ஒரு மாதத்திற்கு முன்பு கூட கோவை வழக்கறிஞர்கள் சங்கத்தில் 'விடுதலைப் போராட்டத்தில் கொங்கு மண்டலம்' என்ற தலைப்பில் உரையாற்றினேன்.

வழக்கறிஞர்கள் மாநாடுகளில் உரை நிகழ்த்தி இருக்கிறேன். 50 ஆண்டுகாலம் வழக்கறிஞராக இருந்தவர்களுக்குப் பாராட்டு விழா நடக்கும். உச்சநீதிமன்ற நீதிபதிகள்கூட கலந்து கொள்வார்கள், அப்படிப்பட்ட விழாக்களிலும் என்னைக் கலந்து கொண்டு பேச அழைத்துள்ளார்கள். உரை நிகழ்த்தியுள்ளேன்.

எனது சீனியர் பி. திருமலைராஜன் தான் தமிழ்நாடு மாநில வழக்கறிஞர்கள் சம்மேளனத்தின் தலைவராக நீண்ட காலம் இருந்தார். அதே போன்று ஈரோட்டைச் சேர்ந்த மூத்த வழக்கறிஞர்களான ஈ.வி.விஸ்வநாதன், பி.சி.பழனிச்சாமி ஆகியோரும் சம்மேளனத்

தலைமைப் பொறுப்பில் இருந்துள்ளனர். இதன் காரணமாகவும் அடிக்கடி வழக்கறிஞர்கள் போராட்டங்களிலும் கூட்டங்களிலும் உரை நிகழ்த்துவதற்கும் பங்கேற்பதற்கும் அழைக்கப்பட்டிருந்தேன்.

மாவட்ட நீதிபதிகள் உள்ளிட்ட மிக முக்கியமான நீதிபதிகள், மூத்த வழக்கறிஞர்களை அழைத்து வந்து கிராமங்களில் சட்ட விழிப்புணர்வு முகாம்கள் நடத்தியுள்ளோம். அதே போன்று பிறர் நடத்திய சட்ட முகாம்கள் பலவற்றில் பங்கேற்று - சட்டம் சம்பந்தமான தலைப்புகளில் மாவட்ட நீதிபதிகளின் தலைமையில் உரையாற்றி யுள்ளோம்.

ஒரு சொற்பொழிவாளராக மறக்கமுடியாத சம்பவங்கள் இருக்கின்றனவா? திடீர் என்று போன இடத்தில் வருந்தத்தக்க நிகழ்வுகள் நடந்துவிடும். நாம் எதிர்பார்க்கும் விதத்தில் ஆனந்த அதிர்ச்சியும் இருக்கும்? அதில் ஒன்று இதில் ஒன்று சொல்லமுடியுமா?

கவலைதரும் நிகழ்ச்சிகளில் ஒன்று, மகிழ்ச்சியான சம்பவங்களில் ஒன்று என்று கேட்கிறீர்கள். இரண்டும் கலந்த ஒரு நிகழ்ச்சியைச் சொல்கிறேன். பக்கத்தில் உள்ள சேலத்தில் ஒரு புத்தகத் திருவிழா நடைபெற்றது. கோயமுத்தூரைச் சேர்ந்த மூன்று இளைஞர்கள் நடத்தினார்கள். ஈரோடு புத்தகத் திருவிழாவைப் பார்த்து உந்துதல் பெற்று நடத்தப்படுகிற புத்தகத்திருவிழாக்களில் சேலத்தில் நடந்ததும் ஒன்று. கோயமுத்தூரிலும் அவர்கள் நடத்தினார்கள். சிறிய அளவில் தான் நடத்தப்பட்டது.

‘ஈவன்ட் மேனேஜ்மெண்ட்’ என்று சொல்கிறார்களே, அந்த அடிப்படையில் வணிகத் தன்மையோடு நடத்தினார்கள். வழக்கம் போல ஒவ்வொரு நாளும் ஒருவர் பேசினார். ஒருநாள் சொற்பொழிவுக்கு என்னை அழைத்திருந்தார்கள். அழைத்தவர்களில் ஒருவர் எனக்கு ஏற்கனவே அறிமுகமானவர்.

எல்லா நிகழ்ச்சிகளுக்கும் அழைப்பிதழில் குறிப்பிட்ட நேரத்திற்கு சற்று முன்பாகவே நான் போய்விடுவது வழக்கம். எத்தனை மணிக்கு கூட்டம் என்றேன். ஆறு மணிக்கெல்லாம் வந்துவிடுங்கள் என்றார்கள். சற்று முன்னதாகவே அங்கு போய்விட்டேன். புத்தகக் கடைகளைச் சுற்றிக் காட்டினார்கள். மிகவும் மெதுவாக - நிதானமாக சுற்றிக்காட்டிக் கொண்டு வந்தார்கள்.

விழாவைச் சரியான நேரத்திற்குத் தொடங்க வேண்டுமே என்ற பதட்டமோ பரபரப்போ அவர்களிடம் இருப்பதாகத் தெரியவில்லை. ஆனால் எனக்கு நெருப்பின்மேல் நிற்பதைப்போல் இருக்கிறது. அவர்களுக்கு ஒரு வருத்தமும் இருப்பதைப்போல் தெரியவில்லை.

நான் நிகழ்ச்சி தொடங்குவது குறித்து லேசாகக் கேட்டேன். அவர்கள் அவ்வளவாக கவனித்து முறையாக பதில் சொல்லவில்லை. ஒரு இடத்தில் அமர வைத்து காபி சாப்பிடச் சொன்னார்கள். காபி சாப்பிட்டேன்.

கே.எஸ்.ஆர். கல்லூரியின் தலைவர் திருச்செங்கோடு கே.எஸ். ரங்கசாமி அவர்கள்தான் தலைமை. நான் சிறப்புரை. மணி ஆறரை ஆகிவிட்டது... பிறகு மணி ஏழும் ஆயிற்று. இப்போது ஏழே காலை நெருங்கிக் கொண்டிருந்தது. கூட்டத்திற்கு என்னை அழைத்திருந்த புத்தகக் கண்காட்சி நடத்துனர்கள் சம்பந்தமில்லாமல் எங்கோ போவதும் வருவதுமாக இருந்தனர். பொறுமையிழந்து நான் அவர்களைப் பக்கத்தில் அழைத்து 'இன்னும் ஏன் தாமதப் படுத்துகிறீர்கள்' என்று சற்று அழுத்தமாக கேட்டேன். பிறகு எங்கள் இருவரையும் அழைத்துக்கொண்டு மேடைக்குப் பக்கத்தில் வந்தார்கள். பார்வையாளர்களுக்காக போடப்பட்டிருந்த முதல் வரிசை நாற்காலிகளில் அமரவைத்தார்கள். திரும்பிப் பார்த்தால் அத்தனை நாற்காலிகளும் காலியாக இருந்தன. நானும் கே.எஸ்.ஆரும் மட்டும் தான் அமர்ந்திருந்தோம்.

மேலும் கால் மணி நேரம் ஆனது. கூட்டம் வரவில்லை என்பதால் விழாவைத் தொடங்காமல் காலம் கடத்திக் கொண்டிருந்தனர். கே.எஸ். ஆர். புறப்பட்டு விட்டார். 'எனக்கு கொஞ்சம் உடம்பு சரியில்லை. எங்கள் கல்லூரியின் முதல்வர் வந்திருக்கிறார். எனக்குப் பதிலாக அவர் தலைமை ஏற்பார்' என்று சொல்லி விடைபெற்றார். ஆக, தலைமை தாங்குகிறவரும் சென்றுவிட்டார். மணி ஏழரை. நான் மட்டும்தான் அமர்ந்திருக்கிறேன். பின்னால் திரும்பிப் பார்த்தேன், ஒரு நாற்காலியிலும் ஒருவர்கூட வந்து அமரவில்லை. மணி ஏழே முக்கால் ஆகிவிட்டது. இப்போது மைக் செட்காரரைத் தவிர வேறு யாரும் இல்லை. என்னுடன் ஈரோட்டில் இருந்து வந்தவரோ இன்னும் புத்தக அரங்கிற்குள்ளேயே பார்வையிட்டபடி இருந்தார்.

புத்தகத்திருவிழாவை நடத்தும் மூவரும் பரபரப்பாக இருந்தார்கள். இங்கும் அங்கும் ஓடினார்கள். வெளியே போனார்கள், உள்ளே வந்தார்கள். மறுபடியும் வெளியே ஓடினார்கள். கடைசியாக என்னிடம் வந்தார்கள். மேடைக்குப் பின்புறம் இருந்து என்னை சைகையின் மூலமாக பணிவாக அழைத்தார்கள். நானும் பாவனையாகவே என்ன என்று கேட்டேன். மூவரும், 'கொஞ்சம் இங்கே வாருங்கள்' என்று குறிப்பால் அழைத்தனர். நான் மேடைக்குப் பின்னால் அவர்களுக்குப் பக்கத்தில் சென்றேன்.

“ஐயா தப்பா நினைக்காதீங்க” என்றனர்.

“என்ன! ஏன் அப்படிச் சொல்கிறீர்கள்?” என்றேன்.

“இல்லை, கூட்டம் வரும் என்று நினைத்தோம்...” என்று தயங்கித் தயங்கி ஏதோ கூறவந்தனர்.

எனக்குப் புரிந்து விட்டது. ‘சரி என்ன செய்யலாம்?’ என்று கேட்டேன். “கூட்டத்தைக் கேன்சல் செய்வதைத் தவிர வேறு வழியில்லை” என்றனர்.

ஆயிரக்கணக்கான கூட்டங்களில் பேசியிருக்கிறேன். சிறிய கூட்டங்கள், பெரிய கூட்டங்கள் என்று ஏராளமான கூட்டங்களில் உரையாற்றியிருக்கிறேன். என் வாழ்க்கையில் இதுவரை இப்படியொரு சூழ்நிலை ஏற்பட்டதில்லை.

“ஐயா! தப்பா நினைக்காதீங்க. உங்களுக்கு சிரமம் கொடுத்து விட்டோம். நாங்களும் எவ்வளவோ எதிர்பார்த்தோம். கூட்டம் வரவில்லை” என்றனர்.

நான் கேட்டேன், “ஏதாவது வெளியில் விளம்பரம் செய்தீர்களா?” என்றேன்.

“புத்தகத்திருவிழா சேலத்தில் நடக்கிறது என்று விளம்பரம் செய்தோம்” என்றனர்.

நான் அவ்வாறான விளம்பரத்தைக் கூட வழியில் எங்கும் பார்க்க வில்லை. ‘மாலை சொற்பொழிவு நிகழ்ச்சி உண்டென்றும், அதில் இன்னின்னார் பங்கேற்கிறார்கள் என்றும் குறிப்பிட்டீர்களா?’ என்றேன்.

அவர்கள் மௌனம் காத்தார்கள்.

“சரி! காலையிலிருந்து புத்தகத்திருவிழாவிற்கு வருகிறார்களே, அவர்களுக்கு கேட்கும்படி ஒலிபெருக்கியில் இந்நிகழ்ச்சி குறித்து அறிவிப்பு செய்தீர்களா?” என்றேன்.

“இல்லை, புத்தகங்களுக்கு கழிவு கொடுப்பது சம்பந்தமாகவும் எந்தெந்த புத்தக நிறுவனங்கள் பங்கேற்றுள்ளன என்பது பற்றியும் அறிவித்தோம்” என்று கூறினர்.

“இந்த நிகழ்ச்சி குறித்து செய்தித்தாள்களில் விளம்பரம் தந்தீர்களா? ‘இன்றைய நிகழ்ச்சி’ பகுதியிலாவது எந்தப் பத்திரிக்கையிலும் அறிவிப்பு வந்துள்ளதா?” என்று கேட்டேன்.

எல்லாவற்றுக்கும் ‘இல்லை, இல்லை’ என்றவாறு தயங்கியபடியே தலையாட்டினர்.

வெளியிலும் விளம்பரம் செய்யவில்லை. உள்ளேயும் விளம்பரம் செய்யவில்லை. முக்கியமான சில இடங்களில் தட்டிகளும் வைக்காமல், மாலையில் நடக்கிற கூட்டங்களுக்கு என்று தனியாக அழைப்பிதழ் அடிக்காமல் இப்படி எந்த விதத்திலும் விளம்பரம் செய்யாமல் எப்படிக் கூட்டம் வரும்? என் வாழ்நாளில் பார்வை யாளர்கள் இல்லாமல் கூட்டம் ரத்தாவது இதுதான் முதல்முறை. கூட்டம் கேன்சல் ஆகி இருக்கிறது, மழையின் காரணமாக, பெரிய தலைவர் இறந்து விட்டார் என்பதற்காக! இப்படி நிகழ்ச்சிகள் ரத்தாகி இருக்கின்றன. ஆனால் கூட்டம் வரவில்லை என்று ரத்தாவது இதுதான் முதல்முறை.

உடனே நான் என்ன சொன்னேன். "நீங்கள் மூவர் இருக்கிறீர்கள். ஒருவர் என்னோடு மேடையில் உட்காருங்கள். மீதி இருவரும் கீழே அமருங்கள். மைக்செட்காரர் ஒருவர் இருக்கிறார். என்னுடன் ஒருவர் வந்திருக்கிறார். நான்கு பேரும் அமருங்கள்" இப்படியே சொன்னேன். "கூட்டம் வரவில்லை என்று விழா ரத்தாகி திரும்பிப் போவதை விட பேச்சாளனுக்கு அவமானம் வேறு ஒன்றுமில்லை. அதிர்ச்சியளிக்கும் சம்பவம்தான் என்றாலும் கூட்டத்தை ரத்து செய்ய வேண்டாம். நடத்துவோம். நான் பேசுகிறேன்" என்றேன்.

"ஒரே ஒரு கண்டிஷன். கூட்டம் முடியும் வரை நீங்கள் நால்வரும் எழுந்து போகக் கூடாது. மைக்செட்காரரர் இருவர் இருக்கிறார்கள். ஒருவர் மட்டும் செட்டுக்குப் பக்கத்தில் இருந்தால் போதும். இன்னொருவரை சேரில் வந்து உட்காரச் சொல்லுங்கள்" என்றேன்.

"உள்ளே புத்தகக் கடைகளுக்கும், வெளியிலும் இணைப்பு கொடுத்திருக்கிறீர்களா, முன்பு பாட்டுச் சத்தம் கேட்டதே இப்போது என்னுடைய பேச்சு கேட்குமா" என்றேன். 'கேட்கும்' என்றார்கள். ஒலிபெருக்கி அமைப்பாளரையும் கேட்டேன். அவரும் 'ஆமாம் வெளியிலும் கேட்கும்' என்றார்.

தலைமை தாங்குவதற்காக கல்லூரி முதல்வரை மேடைக்கு அழைத்து வந்தனர். கூட்டத்திற்கு ஏற்பாடு செய்த மூவரில் ஒருவரை வரவேற்புரை ஆற்றச் சொன்னேன். அவருக்கு மனமே இல்லை. இருந்தாலும் பேசினார். பேசிவிட்டு என் அருகில் வந்து மெதுவாக "நானும் கீழே போய் அமரட்டுமா?" என்று கேட்டார். "வேண்டாம் மேலேயே இருங்கள்" என்றேன்.

நான் ஒரு மணி நேரம் 20 நிமிடம் பேசினேன். பேச ஆரம்பித்து 5 நிமிடம், 10 நிமிடம் என்று நேரம் செல்லச் செல்ல வெளியில் இருந்தவர் களெல்லாம் ஒவ்வொருவராக உள்ளே வந்து அமர ஆரம்பித்தனர்.

உரையைத் தொடங்கி அரை மணி நேரத்தில் பாதி இருக்கைகள் நிறைந்துவிட்டன. ஒண்ணே கால் மணி நேரம் கழித்து நான் பேசி முடிக்கும்போது அனைத்து இருக்கைகளும் நிறைந்திருந்தன. இருக்கைகள் இல்லாமல் சிலர் நின்றவாறே பேச்சைக் கேட்டுக் கொண்டிருந்தனர்.

வருத்தத்தோடு தொடங்கி மகிழ்ச்சியோடு முடிந்த - வருத்தமும், மகிழ்ச்சியும் கலந்த சம்பவம்.

அரிமாசங்கம், ரோட்டரி சங்கம் போன்ற சேவை அமைப்புகளில் செல்வந்தர்கள் தான் அங்கம் வகிக்கிறார்கள் என்று பொதுவாகக் கருதப்படுகிறது. பொதுவுடைமை இயக்கத்தில் இருக்கிற தாங்கள் இத்தகைய அமைப்புகளில் உரையாற்றி வருகிறீர்கள். இது முரணாகத் தோற்றமளிக்கிறதே?

இந்தச் சேவை அமைப்புகள் பெரும்பாலும் தேசியச் சிந்தனைக்கோ பொதுவுடைமை இயக்கங்களுக்கோ எதிரானவை அல்ல. இது தொழிலாளிகளுக்கு எதிரானதும் அல்ல, சாதாரண மக்களுக்கு தங்களால் இயன்ற சேவைகளைச் செய்கிற அமைப்பு.

இன்று நேற்றல்ல, கல்லூரிகளில் படிக்கும்போதே இப்படிப்பட்ட அமைப்புகளில் போய் நான் பேசியிருக்கிறேன். தொடர்ந்து இன்றும் பேசி வருகிறேன்.

குறுகிய நோக்கம் கொண்டதல்ல. சாதிச்சார்போ மதச்சார்போ கொண்ட சங்கங்கள் கிடையாது. நிலப்பிரபுக்கள், தொழிலதிபர்கள் தான் இப்படிப்பட்ட அமைப்புகளில் இருப்பார்கள் என்பது கால் நூற்றாண்டு காலத்திற்கு முன்பு. இப்போது நம்முடைய சகோதரர்கள், நம்முடைய நண்பர்கள், சாதாரணமானவர்கள் லயன்ஸ் கிளப், ரோட்டரி கிளப்களில் தலைவர்களாக இருக்கிறார்கள். இன்னொன்று நாம் உள்ளே போய்ப் பார்க்காமலே அதைப்பற்றி பேசிக் கொண்டிருக்கக் கூடாது.

ஜேசிஸ் அமைப்பின் வேலை என்ன? 40 வயதுக்குள் இருக்கிற இளைஞர்களுக்கு தலைமைத் தகுதியை உருவாக்குவது, தனித்திறன் களை வளர்ப்பது, பேச்சுத் திறமையை உண்டாக்குவது, நிர்வாகத் தகுதியை வளர்ப்பது, இதுதான் அதன் வேலை. இவையெல்லாம் புரட்சிகரமான இயக்கங்களல்ல. அது பெரிய சமூக மாற்றத்தை ஏற்படுத்திவிடும் என்று நான் சொல்லவில்லை.

போலியோ இன்று முறியடிக்கப்பட்டிருக்கிறது என்றால் அதில் ரோட்டரி சங்கத்தின் பங்கு குறிப்பிடத்தகுந்தது. அதை மறுக்க முடியாது.

ரோட்டரி சங்கம் போன்ற சேவை அமைப்புகளில் உரையாற்றும் போது, 'சேவைக்கே தேவையில்லாத ஒரு சமூக அமைப்பை உருவாக்க வேண்டும்', என்று வலியுறுத்தியிருக்கிறேன். அவர்களே இதை வரவேற்றார்கள்.

நாளிதழ்களில் என் உரை இதையே தலைப்பாகக் கொண்டு வெளியாகி இருந்தது.

இந்திய விடுதலைப் போராட்டத்தைப் பற்றி தொடர் சொற்பொழிவு நிகழ்த்தியதைப்போல உலகப் புரட்சியாளர்களைப்பற்றி ஒரு தொடர் சொற்பொழிவும் இந்திய மறுமலர்ச்சிக்கு வித்திட்ட தலைவர்களைப் பற்றி ஒரு தொடர் சொற்பொழிவும் நிகழ்த்துவீர்களா?

மாதம் ஒரு சொற்பொழிவு என்கிற வகையில் தொடர்ந்து 15 மாதங்கள் 'சுதந்திரச் சுடர்கள்' என்கிற பொதுத் தலைப்பில் பேசினேன். ஒவ்வொரு மாதமும் ஒவ்வொரு விடுதலைப் போராட்ட வீரரைப் பற்றி விடுதலைப் போராட்ட நிகழ்வுகளைப்பற்றி ஒவ்வொரு தலைப்பிலே பேசினேன்.

அடுத்த மாதத்திற்கான தலைப்பையும் தேதியையும் இந்த மாதக் கூட்டத்திலேயே சொல்லி விடுவார்கள். இவை ஒலிப்பதிவு செய்யப்பட்டு மக்களிடம் சென்று சேர்ந்திருக்கிறது. 'தமிழகத்தில் காந்தியடிகள்' 'வ.உ.சிதம்பரனார்' 'சிறைச்சாலைக் கொடுமைகள்' என்பதைப்போல 15 மாதங்கள், மாதம் ஒரு சொற்பொழிவு என்று நிகழ்த்தினோம். இன்னும் ஒரு 10 மாதங்கள் சொற்பொழிவுக்கான தலைப்புகள் தயாராக இருக்கின்றன. காமராஜர், ஜீவா, திருப்பூர் குமரன் போன்ற தலைப்புகள் இன்னும் பேசவில்லை; பேசவேண்டும்.

உலகப் புரட்சியாளர்கள் பற்றி பல ஊர்களில், வெவ்வேறு காலகட்டங்களில் பேசியிருக்கிறேன். இனிமேலும் தொடர்ந்து பேசவேண்டும். கட்டாயம் பேசத்தான் வேண்டும்.

இந்திய மறுமலர்ச்சிக்கு வித்திட்டவர்களில் வியக்கத்தக்க செயல் புரிந்தவர் இராஜாராம் மோகன்ராய். அதே போன்று மகாத்மா பூலே, கேரளாவின் நாராயண குரு, தந்தை பெரியார் போன்றவர்கள் பற்றி ஆழமான ஆய்வுக் கண்ணோட்டத்தில் பேச வேண்டும்.

கௌதம புத்தர் பற்றியும் அம்பேத்கார் பற்றியும் நமது மண்ணில் பிறந்த அயோத்தி தாசர், சிங்காரவேலர் பற்றியும் நிச்சயமாகப் பேச வேண்டும்.

இப்படி ஒரு பட்டியலே உள்ளது.

இப்போது கனடா, அமெரிக்கா போன்ற தேசங்களுக்குப் போய் வந்திருக்கிறீர்கள். ஏறத்தாழ ஒருமாதம் இலக்கியப் பயணமாக சென்று வந்திருக்கிறீர்கள். அந்தப் பயண அனுபவங்களைப் பற்றி சொல்லுங்கள்...

கனடாவில், 'கனடா உதயன்' என்று ஒரு தமிழ் இதழ் வந்து கொண்டு இருக்கிறது. அந்த ஏட்டின் ஆயிரமாவது இதழ் வெளியீட்டு விழாவில் உரை நிகழ்த்துவதற்காக அதன் ஆசிரியர் ஆர்.என்.லோகேந்திரலிங்கம் அழைத்திருந்தார். இரண்டு இடங்களில் அந்த வெளியீட்டு விழா நடைபெற்றது. ஒன்று டொரண்டோ, இன்னொன்று மாண்ட்ரியல்.

டொரண்டோவில் பிரம்மாண்டமான அரங்கத்தில் நிகழ்ச்சி நடைபெற்றது. சிறப்பான முறையில் விழா ஏற்பாடு செய்யப்பட்டி ருந்தது. மனைவியுடன் சென்றிருந்தேன். விமான நிலையத்துக்கே லோகேந்திரலிங்கமும் அவரது நண்பர்கள் சிலரும் வந்து வரவேற்று அழைத்துச் சென்றனர்.

கனடா நாட்டின் அமைச்சர் ஒருவர் விழாவுக்கு வந்திருந்தார். ராதிகா என்ற ஒரு பெண்மணி, நாடாளுமன்ற உறுப்பினராக இருக்கிறார். தேர்தலில் நின்று மக்களின் வாக்குகளைப் பெற்று எம்.பி.யாக இருக்கிறார். அவர் ஒரு தமிழ்ப் பெண், இலங்கையைச் சேர்ந்தவர் என்பது நமக்கெல்லாம் பெருமை.

அதேபோல மான்ட்ரியல். நல்ல ஏற்பாடு.

'கன்சர்வேட்டிவ் பார்ட்டி' என்று சொல்லக்கூடிய ஒரு அரசியலமைப்பு நடத்தும் கூட்டத்தில் கலந்து கொள்ளவேண்டும் என்று கூறினர். "அது இலக்கிய அமைப்போ, தமிழ் அமைப்போ இல்லையே" என்றேன்.

"இல்லையில்லை, எல்லோரும் முக்கியமான அரசியல் பிரமுகர்கள். இந்தியாவில் தமிழகத்திலிருந்து வந்திருக்கிற நீங்கள் வந்து பேச வேண்டும் என்று அவர்கள் விரும்புகின்றனர்" என்று சொன்னார்கள். அந்த நிகழ்ச்சியிலும் கலந்து கொண்டு பேசினேன். கனடா மிகப்பெரிய நாடு. விரிந்து பரந்து கிடக்கிறது. அந்த நாட்டின் பரப்பளவிற்கு ஏற்ப மக்கள்தொகை கிடையாது. பல நாடுகளில் இருந்து வந்து குவிந்துள்ள மக்கள் கனடாவில் வாழ்கின்றனர். சாதிச் சார்பற்ற, மதச்சார்பற்ற அரசு அங்கே இருக்கிறது. தமிழர்களுக்கென்று அங்கே தனியே பள்ளிகள், கல்லூரிகள், இருக்கின்றன. அடுத்த தலைமுறையைச் சேர்ந்த குழந்தைகள் தமிழ் கற்றுக்கொள்ள சிறப்பான ஏற்பாடுகளைச் செய்துள்ளனர்.

அங்கிருக்கிற தமிழ்க் குழந்தைகள் எல்லாம் அங்கேயே பிறந்து வளர்ந்த குழந்தைகள். கனடா நாட்டிலேயே பிறந்து கனடாவிலேயே

வளர்ந்து கனடா தேசத்து குடிமக்களாக இருப்பவர்கள். பெரும்பாலும் இலங்கைத் தமிழர்கள். கனடாவிலும் மான்ட்ரியலிலும் பல கலைநிகழ்ச்சிகளை நடத்தினர். எத்தனையோ ஆண்டுகளுக்கு முன்பு அவர்கள் சென்றிருந்தாலும் இன்றும் அவர்கள் நல்ல தமிழ் உச்சரிப்போடு பேசுவதும் தமிழ்ப் பண்பாட்டோடு ஆழமான பிடிப்பும் பிணைப்பும் கொண்டிருப்பது மெய்சிலிர்க்கச் செய்தது.

பிழைப்பதற்காக அங்கு சென்றிருந்தாலும், வேறு வழி இல்லாமல் அங்கு சென்றிருந்தாலும் தமது தாய்மொழியான இலங்கைத் தமிழை அவர்கள் நேசிப்பதும் கொண்டாடுவதும் கலை நிகழ்ச்சிகளில் அதை வெளிப்படுத்துவதும் பெருமைப்படத்தக்கதாக இருக்கிறது.

அங்கிருக்கிற முக்கியமான தமிழ் வானொலி நிலையங்கள், தொலைக்காட்சி நிலையங்களில் இரண்டு மூன்று இடங்களில் நாம் பேட்டியளிக்க ஏற்பாடு செய்திருந்தனர். ஒரு விவாத நிகழ்ச்சிக்கு ஏற்பாடு செய்திருந்தனர். ஒரு வார காலம் மிகுந்த பயன்பாடுள்ள பல நிகழ்ச்சிகளில் பங்கேற்றேன்.

கனடாவும் ஏறத்தாழ அமெரிக்காவைப் போல்தான் இருக்கிறது. நகரங்களை மட்டுமல்ல, கிராமங்களையும் போய்ப் பார்த்தேன். நிறைய நண்பர்களின் வீடுகளுக்குச் சென்றேன். இலங்கைத்தமிழர்கள் மிகவும் பாசத்தைப் பொழிந்தனர். கல்வியாளர்கள், அரசியல் பிரமுகர்கள், படைப்பாளிகள், ஏராளமான சமூக உணர்வாளர்களைச் சந்திக்க முடிந்தது. லோகேந்திரலிங்கமும் பண்பாட்டோடு விருந்தோம்பல் செய்தது மறக்கமுடியாதது. நம்முடைய நாட்டில், நமது ஊரில் இருப்பதைப்போன்ற உணர்வே இருந்தது. வேறு ஒரு நாட்டில், தெரியாத இடத்தில் இருக்கிறோம் என்ற உணர்வே வராத அளவுக்கு அவர்கள் பழகினர். நிறைய இடங்களைப் பார்த்தோம்.

அமெரிக்க நாட்டில் ஒகையோ என்றொரு மாநிலம் அங்கே சின்சினாட்டி என்ற நகரத்தில் என்னுடைய நண்பர் இருக்கிறார். எனது பள்ளிக்கால நண்பர். மிக நெருங்கிய நண்பர். நாற்பதாண்டு கால நண்பர். சாஃப்ட்வேர் இன்ஜினியராக இருக்கிறார். அவர் இந்தியாவுக்கு வந்தால் 10 நாட்களாக இருந்தாலும் 20 நாட்களாக இருந்தாலும் நாங்கள் ஒன்றாகத்தான் இருப்போம். அவர் அமெரிக்க சிட்டிசன். ஆனாலும் இந்தியாவின் மீது மாறாத பற்றுடையவர். இந்திய நாட்டின் முன்னேற்றத்தைப் பெரிதும் விரும்புபவர். அவரது பெயர் சங்கர். அவரது வீட்டில் இரண்டு மூன்று நாட்கள் தங்கி இருந்தோம். கல்லூரிக் காலத்தில் நாம் நடத்தி வந்த பகத்சிங் இளைஞர் மன்றத்தில் இணைந்து ஊக்கத்தோடு செயல்பட்டவர்.

தமிழ்நாட்டிற்கு வந்தால் தாராசுரம், தஞ்சை, மதுரை, கங்கை கொண்ட சோழபுரம் போன்ற பழமையான கோயில்கள் இருக்கும் ஊர்களுக்குச் சென்று கட்டிடக்கலையை, சிற்பக்கலையை ரசித்து மகிழ்வார். அவர் கனடாவிலிருந்து நீங்கள் கண்டிப்பாக அமெரிக்கா வரவேண்டும் என்று அழைத்தார். அமெரிக்கத் தமிழ்ச் சங்கங்களில் உரையாற்றவும் அழைத்திருந்தனர்.

இந்தக் காலத்தில் நடக்காத அதிசயம்! அங்கிருக்கிற ஆட்கள் எல்லாம் ஒரு நாள் கூட விடுப்பு எடுக்கமாட்டார்கள். அங்கே லீவ் எடுத்தால் அது ஒரு முக்கியமான செய்தி. நமது நண்பர் ஏறத்தாழ ஒரு 18 நாட்கள் விடுப்பு எடுத்து விட்டார் - நம்முடைய வருகை ஏற்கனவே அவருக்கு தெரிந்திருந்ததால்.

நாமெல்லாம் டிரைவர் வைத்திருக்கிறோம். அங்கெல்லாம் பெரும்பாலும் செல்ஃப் டிரைவிங்தான். அமெரிக்காவின் சின்சினாட்டி யிலிருந்து கனடாவில் உள்ள டொரண்டோவுக்கு ஏறத்தாழ 12 மணி நேரம் தானே தனியாக காரை ஓட்டிக்கொண்டு வந்துவிட்டார்.

அவரது காரில் ஏறிக்கொண்டு அமெரிக்காவுக்கு வந்தோம். இடையில் ஒரு நாட்டுக்கும் இன்னொரு நாட்டிற்குமிடையில் செக்போஸ்ட்டில் கொஞ்ச நேரம் பாஸ்போர்ட், விசாவையெல்லாம் வாங்கிப் பார்த்தார்கள்.

நியூ ஜெர்சிக்கு வந்தோம். அங்கே இருக்கிற தமிழ்ச்சங்கத்தினர் ஒரு சொற்பொழிவுக்கு ஏற்பாடு செய்திருந்தனர். நியூ ஜெர்சியில் சிவராம் ஜெகதீசன் என்ற எனது நெருங்கிய நண்பர் ஒருவர் இருக்கிறார். அவரும் அமெரிக்கா போய் பல ஆண்டுகள் ஆகிவிட்டன. அவருக்குத் திருமணமாகி குழந்தைகள் உள்ளனர்.

சிவராம் ஜெகதீசன் வீட்டில் 5 நாட்கள் இருந்தோம். நியூ ஜெர்சியில் இருந்தபோது தாமஸ் ஆல்வா எடிசன் ஆய்வுக்கூடத்தைப் பார்த்தோம். அந்த மாநிலத்திற்கே எடிசன் என்று தான் பெயர்.

அடுத்து நியூயார்க் மாநிலத்திற்குச் சென்றோம். இன்றைக்கு இலங்கைத் தமிழர்கள் உலக அளவிலான பாராளுமன்றத்தை அமைத்திருக்கின்றனர். ஒவ்வொரு நாட்டில் இருந்தும் தமிழ்ப் பிரதிநிதிகளைத் தேர்ந்தெடுத்து அமைத்திருக்கின்றனர். ஒவ்வொரு ஆண்டும் இந்தப் பாராளுமன்றம் கூடும். அதனுடைய பிரதமர் ருத்ரமூர்த்தியை நியூயார்க்கில் சந்தித்தேன். கனடா நிகழ்ச்சிகள் இதற்கும் அடித்தளம் அமைத்தன.

இரட்டைக் கட்டிடம், இரட்டைக் கோபுரம் என்று சொல் கிறார்கள் அல்லவா, அந்த 110 அடி மாடிக்கட்டிடம்! சமீபத்தில் பயங்கரவாதிகளால் விமானத் தாக்குதலுக்கு உள்ளான அந்தக் கட்டிடம் இருக்கிறதல்லவா அதைப் பார்த்தோம். அதை மீண்டும் புதுப்பித்துக் கட்டி விட்டார்கள். அந்த இடிபாடுகளில் இறந்துபோனவர்களது பெயர்களையெல்லாம் அங்கே கல்வெட்டில் பதித்து மாபெரும் நினைவுச்சின்னத்தை எழுப்பியிருக்கிறார்கள்.

நியூயார்க்கிலிருந்தும் நியூஜெர்சியிலிருந்தும் ரயிலிலும் டாக்சியிலும் சென்று ஏராளமான இடங்களைப் பார்த்தோம். சங்கரும் சிவராம் ஜெகதீசனும் ஒரு இடம் கூட விட்டுவிடாமல் எல்லா இடங் களுக்கும் அழைத்துச் சென்று காட்டினர். அரசியல் முக்கியத்துவம் வாய்ந்த பகுதிகளுக்கும் வரலாற்றுப் பிரசித்திபெற்ற பகுதிகளுக்கும் அழைத்துச் சென்று காட்டினர். வால்ஸ்டிரீட் போராட்டம் நடந்த இடத்தைப் பார்த்தோம். 6000 கிலோ மீட்டர் காரிலேயே சென்றோம். வாஷிங்டனிலிருந்து சிகாகோவிற்கு விமானத்தில் போகலாம். இருந்தாலும் பல இடங்களையும் பார்க்க வேண்டும், போகிற வழியில் உள்ள ஊர்களையும் கிராமங்களையும் பார்க்க வேண்டும், உள்ளே இருக்கிற பகுதிகளையும் எங்களுக்கு காட்ட வேண்டும், நிதானமாகப் பார்க்க வேண்டும் என்பதால் காரிலேயே அழைத்துச் சென்றார் சங்கர்.

பெஞ்சமின் பிராங்கிளின் பற்றிய கண்காட்சி. ஜார்ஜ் வாஷிங்டன் பிறந்த இடம், மறைந்த இடம், அறிவியல் கண்காட்சி, வானவியல் கண்காட்சி, எல்லா இடங்களுக்கும் காரை ஓட்டிக்கொண்டு வந்து சுற்றிக்காட்டினார்.

வாஷிங்டன் தமிழ்ச்சங்கத்தின் கூட்டத்தில் உரை நிகழ்த்தினேன். அங்குள்ள ஐ.நா. கட்டிடத்தைப் பார்த்தோம். வாஷிங்டனில் இரண்டு மூன்று நாட்கள் பார்த்தசாரதி என்ற நண்பரின் வீட்டில் தங்கியிருந் தோம். அவர்தான் வாஷிங்டன் தமிழ்ச் சங்கக் கூட்ட ஏற்பாடுகளைச் செய்து நம்மை அழைத்தவர். தற்போது அவர் வாஷிங்டன் தமிழ்ச் சங்கத்தின் தலைவராக உள்ளார். நண்பர்களுடன் நீண்ட நேரம் கலந்து பேசினோம். அங்கிருந்து செயின்ட்லூயிஸ் என்ற இடத்திற்குச் சென்றோம். அங்கே பொற்செழியன் என்ற நண்பர், கூட்டத்திற்கு ஏற்பாடு செய்திருந்தார். பொற்செழியன் குழுவினர் ஆளுக்கொரு தமிழிசைக் கருவியான பறையை வைத்துக்கொண்டு அற்புதமாக தமிழர் கலை நிகழ்ச்சிகள் நடத்து கின்றனர்.

எல்லோரும் பெரும்பாலும் சாஃப்ட்வேர் இன்ஜினியர்களாக இருக்கிறார்கள். நல்ல சம்பளம், நல்ல வீடு, நல்ல கார், சரி, எல்லாம்

தான் கிடைத்துவிட்டதே என்று பேசாமல் இருக்கலாம் அல்லவா! எல்லாவற்றையும் மீறி தமிழ் மீது நல்ல ஆர்வத்துடனும் பற்றுடனும் இருக்கின்றனர். அவர்கள் எப்படியேனும் தமிழை மறக்காமல் இருக்க வேண்டும் என்பதற்காக பல சிறப்பு முயற்சிகளை மேற்கொள்கின்றனர்.

பறை இசை என்ற தொன்மையான கலை வடிவத்தைக் கற்றுக் கொண்டு வந்து அரங்கேற்றுகிறார்கள். அடுத்த தலைமுறையினர் தமிழை மறந்துவிடக்கூடாது என்பதற்காக அமெரிக்கத் தமிழ்ச் சங்கங்கள் பெரும் முயற்சிகள் செய்து வருகின்றன. அங்கிருந்து சிகாகோ சென்றோம்.

சிகாகோ போகிறோம் என்றதும் நான் சிலிர்த்துவிட்டேன். அரைக்கால் சட்டை போட்ட காலத்திலிருந்து என் ரத்தத்தில் ஊறிய உணர்ச்சி மே தினம் என்பது. சிறு வயதிலிருந்தே விவேகானந்தரின் சிகாகோ சொற்பொழிவு புகழ்பெற்றது என்பதைக் கேள்விப்பட்டி ருக்கிறேன். சிகாகோ என்றாலே எனக்கு நினைவுக்கு வருவது மே தினமும் விவேகானந்தர் உரையும்தான்!

'சிகாகோவின் வீதியிலே
ரத்தம் சிந்திய தோழர்களே
உங்கள் நாமம் ஜிந்தாபாத்
ஜிந்தாபாத் ஜிந்தாபாத்
உங்கள் நாமம் ஜிந்தாபாத்
ரத்தம் சிந்திய தோழர்களே!'

என்று நாங்கள் கோஷம் எழுப்பினோமே சிறுவர்களாக இருந்த போது, அப்போது சிகாகோ எந்த திசையிலிருக்கிறது என்று கூடத்தெரியாது. சிறிய வயதிலிருந்து சிகாகோ என்பது நெஞ்சில் ஆழமாகப் பதிந்த ஒன்று. பிறகு விவேகானந்தரின் சிகாகோ உரை. 30 வயதில் ஒரே சொற்பொழிவின் மூலம் உலகப்புகழ் பெற்றார். இதெல்லாம் அந்த ஊரின் மீது ஒரு ஈர்ப்பை ஏற்படுத்தியது.

வாஷிங்டன், நியூயார்க், டொரன்டோ எல்லாமே உலகப்புகழ் பெற்ற ஊர்கள்தான். இருந்தாலும் சிகாகோ என்பது நமது உள்ளத்தில் தனி இடம் பிடித்த ஊர். நம் உணர்வோடு கலந்த ஊர். அந்த சிகாகோவில் நண்பர் ஆனந்தன் ஒரு சிறப்பான கூட்டத்தை ஏற்பாடு செய்திருந்தார். ஏறத்தாழ ஒன்றரை மணிநேரம் பேசினேன். ஒரு மணி நேரம் கேள்வி - பதில் நிகழ்ச்சி.

போன ஊர்கள் அனைத்திலும் பேசுவதற்காகச் சென்றிருந்தாலும் நண்பர்களைச் சந்திப்பது, வரலாற்று முக்கியத்துவம் வாய்ந்த

இடங்களைப் பார்ப்பது, அங்குள்ள முக்கியமான பிரமுகர்களைச் சந்திப்பது போன்றவை மிகவும் முக்கியத்துவம் பெற்றிருந்தது. உதாரணமாக, வாஷிங்டனில் கவர்னர் அலுவலகத்தில் அரசு உயர் பொறுப்பிலுள்ள தமிழர் ஒருவரைப் பார்த்தேன். அவர் எங்களை அழைத்து ஒரு விருந்து வைத்தார். அப்போது என்னிடம் ஒரு கருத்தைச் சொன்னார். அவர் இன்றும் தமிழ் அடையாளத்தோடு இருக்கிறார். அவரைப் பார்த்தாலே தமிழர் என்று சொல்லலாம். நடை, உடை, பேச்சு எல்லாமே. அவர் பெயர் ராஜன். நடராஜன். அவர், அமெரிக்கத் தமிழர்கள் மனமுவந்து பெற்றுத் தரும் உதவியைக்கூட ஏற்றுக் கொள்ளும் ஆர்வமில்லாமல் தமிழக அரசு நிர்வாகம் இருப்பது தொடர்பாக வருத்தத்தோடு எங்களிடம் சில கருத்துகளைப் பகிர்ந்து கொண்டார்.

இந்த மாதிரி அரசியல் தொடர்புள்ள, இலக்கியத் தொடர்புள்ள சமூகச் சிந்தனையுள்ள, சேவை தொடர்புள்ள பிரமுகர்கள் பலரைச் சந்தித்தோம். ஏனென்றால் தமிழ் மொழிக்கும் தமிழர்களுக்கும் தமிழ்நாட்டிற்கும் ஏதாவது செய்ய வேண்டும் என்று கருதும் நண்பர்களை ஊக்கப்படுத்த வேண்டும், பாராட்ட வேண்டும்.

என்னை ஒரு இலக்கியச் சொற்பொழிவாளராக மட்டும் நினைக்காமல் தங்கள் கருத்துகளை தமிழ் நாட்டிற்குச் சென்று எடுத்துச் சொல்லி, சிறிதளவேனும் நடவடிக்கை எடுக்கத்தக்க நெருங்கிய நண்பராக, சமூக ஊழியராகக் கருதினார்கள் என்பது முக்கியமானது. மக்கள் சிந்தனைப் பேரவையைப் பற்றி அவர்கள் நன்றாகத் தெரிந்து வைத்திருக்கிறார்கள். நான் போவதற்கு முன்பே மக்கள் சிந்தனைப் பேரவையின் செயல்பாடுகளைப் பற்றிய செய்திகள் அவர்களுக்கு தெரிந்திருந்தது எனக்குப் பெரிய மகிழ்ச்சியை ஏற்படுத்தியது. என்னை ஒரு பேச்சாளராக மட்டும் அவர்கள் அழைக்கவில்லை. சமூகச் செயல்பாட்டாளராகக் கருதி அழைத்திருந்தார்கள்.

சிகாகோ நண்பர் ஆனந்தன் மே தினத் தியாகிகள் கல்லறையை அழைத்துச் சென்று காட்டினார். அந்தத் தோழர்கள் போராடிய இடம், ரத்தம் சிந்திய இடம், விவேகானந்தர் பேசிய இடம் இதையெல்லாம் பார்ப்பதற்கு நல்ல ஏற்பாட்டை ஆனந்தன் செய்திருந்தார். நான் போகிற இடங்களிலெல்லாம் புத்தகங்களை வாங்கினேன். மே தினத் தியாகிகள் புதைக்கப்பட்ட இடத்திலும் சில நூல்களை வாங்கினேன்.

நூற்றுக்கணக்கான மே தினக் கூட்டங்களில் பேசியிருக்கிறேன், மே தினத்திற்காக செத்து மடிந்த தோழர்களைப்பற்றி உரையாற்றி யிருக்கிறேன், இன்று அவர்கள் கல்லறையை நேரில் பார்க்கிறேன். மெய்சிலிர்க்கச் செய்யும் நிகழ்வு.

மே தினத் தியாகிகளின் வரலாற்றைப் பற்றி யாரோ ஒருவர் எழுதிய புத்தகம் கல்லறையை நிர்வகிக்கும் அலுவலகத்தில் இருந்தது. அதை வாங்கினேன். அங்குள்ள ஊழியர் எனக்குப் புத்தகம் கொடுப்பதைப் போல ஒரு நிழற் படம் எடுக்கச் சொன்னேன். பிறகு மே தினத் தியாகிகளின் கல்லறைகள் இருக்கும் அந்த இடத்தைச் சுற்றிப் பார்த்துக் கொண்டிருந்தோம். ஒரு 10 நிமிடத்தில் அந்தப் புத்தகத்தை எழுதியவரே அங்கு வந்து விட்டார். அந்தப் புத்தகத்தை எழுதிய வெள்ளைக்காரர் சொன்னார்:

"நீங்கள் மிகவும் ஆர்வமாக இந்தப்புத்தகத்தை வாங்கினீர்களாம். அது மட்டுமல்ல, இந்தப் புத்தகத்தைப் பற்றி உங்கள் மொழியில் பேசிக்கொண்டிருந்தீர்களாம். இதைப் பார்த்த கடைக்காரர் 'இந்தியாவில் இருந்து ஒருவர் வந்திருக்கிறார். அவர் உங்கள் புத்தகத்தை வாங்கி அதைப்பற்றி ஈடுபாட்டோடு ஏதோ பேசிக்கொண்டிருக்கிறார்' என்று சொன்னதும் உடனே அந்த மனிதரைப் பார்க்க வேண்டும் என்று ஓடிவந்தேன்" என்று என்னைக் கட்டிப்பிடித்துப் பாராட்டினார். அதற்குப்பிறகு அந்த நூலைப்பற்றி விரிவாக விளக்கிப் பேசினார். அதோடு விடவில்லை. 'எங்கள் வீடு பக்கத்தில்தான் இருக்கிறது, வாருங்கள்' என்று அழைத்துச் சென்றார்.

அவருடைய வீட்டில் 20 ஆயிரம் புத்தகங்கள் இருக்கும். அவ்வளவு பெரிய நூலகம் வைத்திருக்கிறார். அவருடைய தந்தையார் இன்டர்நேஷனல் போட்டோகிராஃபர். ஒரு தொழிற்சங்கத் தலைவரும் கூட.

சிகாகோவில் விவேகானந்தர் உரையாற்றிய அரங்கத்திற்கு சென்று பார்த்தோம். அந்த அரங்கத்தைத் தற்போது கண்காட்சிகள் நடத்துவதற்குப் பயன்படுத்துகிறார்கள். விவேகானந்தர் உரையாற்றிய செய்தியைக் குறிப்பிட்டு, ஒரு சிறிய இடத்தை மட்டும் விவேகானந்தர் நினைவிடமாக அங்கே வைத்துள்ளனர். அந்த அரங்கத்திற்கு நேர் எதிரில் உள்ள ஒரு சாலைக்கு 'விவேகானந்தர் சாலை' என்று பெயரிட்டுள்ளனர். சிகாகோ என்பது கட்டிடக் கலைக்குப் பேர்போன ஊர். எக்கச்சக்கமான விதவிதமான கட்டிடங்கள் உள்ளன. சிகாகோ விமான நிலையத்தில் எங்களை வழியனுப்பினார் சங்கர்.

அப்படியே அங்கிருந்து ஜெர்மன் நாட்டிலுள்ள பிராங்ஃபர்ட் வந்தோம். பிறகு அங்கிருந்து வேறு விமானத்தில் ஏறி சென்னை வந்து சேர்ந்தோம்.

ஒரு மாதப் பயணம். மிகவும் பயனுள்ள பயணம். நூற்றுக் கணக்கான இடங்கள், செய்திகள், மனிதர்கள், உண்மையிலேயே மறக்க முடியாத ஒரு பயணம்.

ஜாதி, மதம், கட்சி என்ற வேறுபாடுகளைக் கடந்து, நடைமுறை வாழ்க்கையில் அல்லல்படும் மக்களுக்கு கலையின் மூலம் பெரும் ஆறுதல் அளிப்பவர்கள் கலைஞர்கள்... கலைஞர்களோடு உங்களுக்கு ஏற்பட்ட அனுபவங்கள் பற்றிச் சொல்லுங்கள்...

'கலைஞர்கள் பாராட்டப்படாத நாட்டில் கலைஞர்கள் தோன்ற மாட்டார்கள்,' 'கலை, கலைக்காக அல்ல; கலை மக்களுக்காக' இதுதான் கலை தொடர்பான எமது கோட்பாடு. கலைஞர்கள் கொண்டாடப்பட வேண்டியவர்கள். எத்தகைய கலைஞர்கள் என்றால், சமூகத்துக்காகக் கலையை அர்ப்பணிக்கக்கூடியவர்கள்.

இந்திய விடுதலைப் போராட்டத்தில் கலைஞர்களின் பங்கு மகத்தானது. எஸ்.எஸ்.விஸ்வநாததாஸ், மதுரகவி பாஸ்கரதாஸ், டி.கே.எஸ். சகோதரர்கள், கே.சுப்பிரமணியம் இன்னும் இதுபோன்ற ஏராளமான கலைஞர்கள். ஒரு பக்கம் இலக்கியம் மற்றும், அரசியலில் ஈடுபட்டு அமைப்பு சார்ந்து நாம் இயங்கினாலும் இன்னொரு பக்கம் மக்கள் சார்ந்த படைப்பாளிகளை, கலைஞர்களைப் பார்க்க வேண்டும், அவர்களைப் பாராட்ட வேண்டும், அவர்களை ஊக்கப்படுத்த வேண்டும். அறிவியல் மேதைகள் எப்படி நாட்டிற்கு உயிர் போன்றவர்களோ அதைப்போல கலைஞர்களும் மிக முக்கியமானவர்கள் என்ற கருத்து நமக்கு உண்டு.

இரண்டு மணி நேரச் சொற்பொழிவு ஏற்படுத்தாத விளைவை 10 நிமிட எழுச்சிமிக்க பாடல் ஏற்படுத்திவிடும் என்பதில் மாற்றுக் கருத்து இருக்க முடியாது. கலைஞர்களைப் பார்த்தாலே நமக்கு ஒரு பரவசம் ஏற்படுகிறது. கலை என்பது வெறும் பிரச்சார நெடி கொண்டதாக இல்லாமல் கலையும் நற்கருத்துகளும் ஊடும் பாவுமாகக் கலந்திருக்க வேண்டும்.

சிறியவயதில் பள்ளி மாணவனாக இருந்த போது எம்.ஆர்.ராதாவின் பேச்சைக் கேட்டிருக்கிறேன். அது சொற்பொழிவுபோல இருக்காது. தனி பாணி. எதிரில் உள்ளவர்களோடு உரையாடுவது போன்ற ஒரு வடிவம். ஒருமுறை அவர் ஈரோட்டுக்கு வந்திருப்பதைக் கேள்விப்பட்டு - சிறுவனாக இருந்த நான் ஒரு சைக்கிளை எடுத்துக்கொண்டு அவரைப் பார்க்கலாம் என்று சென்றேன். காளிங்கராயன் பங்களாவில் தங்கி இருந்தார். அது அரசின் பயணியர் விடுதி.

கூட்டத்தைக் காணோம். பரபரப்பு இல்லை. காரைக் காணோம். சரி! வரவில்லை போலிருக்கிறது என்று நினைத்துக்கொண்டு காவலரை விசாரித்தேன். 'இருக்கிறார்' என்றார் அவர். 'இருந்தாரா, இருக்கிறாரா' என்றேன்.

"இப்போது உள்ளே இருக்கிறார். போய்ப் பாருங்கள்" என்றார்.

எம். ஆர். ராதா

நான் கதவைத் தட்டினேன். சட்டை போடாமல் வெற்றுடம்போடு வெளியே வந்தார். எழுத்தாளர்கள், தலைவர்கள் யார் வந்தாலும் போய்ப் பார்ப்பேன், பேசுவேன். மோகமெல்லாம் கிடையாது. ஒரு ஈடுபாடு அவ்வளவுதான். ஆகவே அந்த அடிப்படையில் எம்.ஆர்.ராதாவையும் பார்த்தேன். ஒரு கலைஞன் என்பதையும் தாண்டி சமூக சீர்திருத்தவாதியாக அவர் அறியப்பட்டார். ஒரு பள்ளி மாணவன் தன்னந்தனியாக வந்ததைக் கண்டு வியந்து அவர் 'எங்கே வந்தாய்?' என்றார்.

"இல்லங்கய்யா. நீங்க வந்ததா கேள்விப்பட்டேன். அதுதான் பார்த்துவிட்டுப் போகலாம் என்று வந்தேன்" என்றேன்.

"ஓகோ! அப்படியா! பள்ளிக்கூடத்துக்குப் போகலியா நீ" என்றார்.

"இல்லைங்க, உங்களைப் பார்க்கலாம் என்று அனுமதி பெற்றுத் தான் வந்தேன்" என்றேன்.

"ஓகோ! நான் ஒரு நடிகன் என்பதால் பார்க்க வந்துவிட்டாய்" அவருக்கே உரிய பாணியில், தோரணையில் கேட்டார்.

"சரி! பார்த்துவிட்டாயல்லவா, கிளம்பு" என்றார்.

"ஐயா நீங்கள் இதில் ஒரு ஆட்டோகிராஃப் போட்டுத்தர வேண்டும்" என்று நோட்டை நீட்டினேன்.

"வெறும் கையெழுத்துப் போடமாட்டேன். நான் சொல்வதை அப்படியே எழுது, கையெழுத்துப் போடுகிறேன்." என்றவர், 'கூத்தாடிக்கு மன்றம் வைக்காதே' என்று எழுதச் சொன்னார். எழுதிக் காட்டினேன். அதற்குக் கீழே தன் கையெழுத்தைப் போட்டார்.

இப்படி சில கலைஞர்களைப் பார்த்த அனுபவம் உண்டு.

நான் கல்லூரியில் படித்து முடித்த காலத்தில் 'சங்கநாதம்' என்றொரு திரைப்படம் தா.பாண்டியன் முயற்சியால் எடுக்கப்பட்டது. இந்தப் படம் முழுக்க முழுக்க கல்லூரி சப்ஜெக்ட். நான் கல்லூரி மாணவராக இருந்த போது தா.பாண்டியன் அவர்களைப் பலமுறை கல்லூரிக்குச் சொற்பொழிவுக்காக அழைத்து வந்திருக்கிறேன். ஆகவே இந்தப் படத்தை ஈரோட்டில் நான் பயின்ற கல்லூரியில் எடுத்தால் பொருத்தமாக இருக்கும் என்று முடிவு செய்தனர்.

படப்பிடிப்புக் குழுவினர் நூறு பேருக்கு மேல் வந்திருந்தனர். அசோக் லாட்ஜ் என்கிற விடுதியில் தங்கியிருந்தனர். சிக்கய்ய நாய்க்கர் கல்லூரியில் படப்பிடிப்பு. முக்கியமான கதாபாத்திரத்தில் பிரின்ஸ்பாலாக நாகேஷ் நடித்தார்.

இதில் குறிப்பிடத்தகுந்த அம்சம் என்னவென்றால், எங்கள் கல்லூரி முதல்வர் அனந்த பத்மநாப நாடார் என்கிற ஏ.பி.நாடார் சைக்கிளில் தான் வருவார். இந்தப்படத்தில் முதல்வராக நடித்த நாகேசும் கல்லூரிக்கு சைக்கிளில்தான் வருவார். இருவருமே கோட் போட்டிருப்பார்கள்.

சூட்டிங் நடந்து கொண்டிருக்கிறது. நாகேசை எல்லோருக்கும் ஒரு சிரிப்பு நடிகராகத் தான் தெரியும். ஒரு மாத காலம் சூட்டிங் நடந்தது. தன்னுடைய காட்சி எடுக்கப்பட்டவுடன் மீதி நேரமெல்லாம் நாகேஷ் என்ன பண்ணுவார் என்றால், அங்கிருக்கிற ஏதாவது ஒரு வகுப்பறையில் உள்ள கரும்பலகையில் ஏதேனும் ஒரு கணக்குப்புதிரை எழுதி அதற்கு விடை காண முயல்வார். வகுப்பறை காலியாக இருக்கும். மாணவர்கள் இல்லாத வகுப்பறை.

பிரச்சினைக்குரிய சிக்கல்கள் நிறைந்த பெரிய கணக்குப்புதிர்கள்; சாதாரணமான எளிய கணக்குகள் அல்ல. மணிக்கணக்கில் கணிதப்புதிர் களுக்கு தொடர்ந்து எழுதி எழுதி விடைகாண முயல்வார். ஓரளவுக்கு கணிதத்தில் மேதைமை இருப்பவர்கள்தான் அதையெல்லாம் புரிந்து கொள்ள முடியும். தினமும் வருவார். சூட்டிங் முடிந்ததும் கணக்கு களைப் போடத் தொடங்கி விடுவார். சீரியசாக இருப்பார். திரையில் எவ்வளவுக்கெவ்வளவு நகைச்சுவையாக நடிக்கிறாரோ அவ்வளவுக் கவ்வளவு நேரில் பார்க்கும் போது சீரியசாக இருந்தார். ஒரு மாதமும் இப்படியே இருந்தார்.

நாகேஷ்

“ஐயா, நானும் மேத்ஸ் ஸ்டூடன்ட்தான். நீங்கள் போடுகின்ற கணக்குகள் எல்லாம் கணிதப் பேராசிரியர்களே விடைகண்டு பிடிக்கத் திணறும் கணக்குகளாக இருக் கின்றனவே…” என்றேன்.

“இல்ல தம்பி, எனக்குச் சின்ன வயதி லிருந்தே மேத்ஸ்ன்னா ரொம்ப ஆர்வம். நான் இந்தத் துறைக்கு வராமல் இருந்திருந்தால் கணிதத் துறையில் குறிப்பிடத்தகுந்த ஒருவனாக இருந்திருப்பேன். வீட்டிலிருக்கும் போதும் கணித சூத்திரங்களைப் போட்டுப் பார்ப்பேன். விடை கண்டுபிடித்துப்

பார்ப்பேன். இது என்னுடைய ஹாபி. இல்லையென்றால் புக்ஸ் படிப்பேன். சும்மா அரட்டை அடித்துக்கொண்டிருப்பது எனக்குப் பிடிக்காது. எதையாவது செய்து கொண்டேயிருப்பேன்" என்றார்.

'மாணவர்களே என்ன வேண்டும் உமக்கு
என்னிடத்திலும் கையிலுண்டு சரக்கு'

என்று அந்தப்படத்தில் ஒரு பாடலைப் பாடுவார் நடிகர் ராஜேஷ். அவர்தான் அந்தப் படத்தின் ஹீரோ. திரைத்துறைக்கு வருவதற்கு முன்பு ராஜேஷ் ஆசிரியராக இருந்தவர்தானே. சூட்டிங் முடித்து இரவு 7 மணியிலிருந்து 11 மணி வரை மார்க்சியம், மாவோயிசம் பற்றிப் பேசிக்கொண்டிருப்பார். பல நூல்களைப் படிப்பார். புத்தகமெல்லாம் கூட எழுதியிருக்கிறார். இன்று வரை அவரோடு நான் தொடர்பில் இருக்கிறேன். ஈரோடு புத்தகத்திருவிழாவில்கூட சமீபத்தில் நடிகர் நாசரும் அவரும் பேசினார்கள். வீட்டில் பெரிய நூலகம் வைத்திருக் கிறார். புத்தக ஆர்வலர். பழகுவதற்கு இனியவர்.

நான் கல்லூரியில் படிக்கும் காலத்தில் கோமல் சுவாமிநாதனின் நாடகங்களைப் பார்த்திருக்கிறேன். 'ஒரு இந்தியக் கனவு' என்ற திரைப்படம் வந்தது. அந்தப் படத்தோடு சம்பந்தப்பட்ட அத்தனை கலைஞர்களையும் ஈரோட்டிற்கு வரவழைத்துப் பாராட்டினோம்.

வீராசாமி என்றொரு கலைஞர் இருந்தார். கிராமத்துக்காரர் மாதிரியே இருப்பார். 'முதல் மரியாதை' படத்தில் "எனக்கொரு உண்ம தெரிஞ்சாவுணும் சாமி, எனக்கொரு உண்ம தெரிஞ்சாவுணும்" என்பாரே அவர்தான்!

அவரையும் கோமல் சுவாமிநாதனையும் 'ஒரு இந்தியக் கனவு' படத்தில் பங்கேற்ற அத்தனைக் கலைஞர்களையும் ஈரோட்டிற்கு வரவழைத்துப் பாராட்டினோம். நான் கல்லூரி மாணவனாக இருந்த போதே இந்த விழாவை நடத்தினோம்.

1997ல் ஜீவா முழக்கம் இதழின் சார்பாக 'சுதந்திரப் பொன்விழா மலர்' தயாரித்தோம். அந்த இதழின் அட்டைப் பட ஓவியம் வரைவதற்காக நடிகர் சிவகுமாரைத் தேடிச் சென்றேன். நான் போன போது அவர் வீட்டில் இல்லை. அவரது துணைவியார்தான் இருந்தார். 'வந்தால் சொல்லிவிடுங்கள்' என்று விசயத்தைச் சொல்லிவிட்டுக் கிளம்பினேன்.

"அவர் இப்போதெல்லாம் வரைவதில்லையே. ரொம்ப நாளாச்சு வரைஞ்சி. அவருக்கு நேரமில்லை" என்று அவர் சொன்னார். அதற்குப்பிறகு ஈரோடு புத்தகத்திருவிழாவுக்குப் பேச அழைத்தோம்.

எங்களது அழைப்பை ஏற்று ஈரோட்டில் பல முறை பேச வந்துள்ளார். கம்பராமாயணம், மகாபாரதம் என்கிற அவரது தனிச்சிறப்பு மிக்க உரைகள் ஈரோட்டில் தான் நிகழ்த்தப்பட்டன. ஈரோடு புத்தகத் திருவிழாவில் தமிழ்ச் சினிமாவில் தமிழ், தவப்புதல்வர்கள், வாழ்க்கை ஒரு வானவில் என்று பல முக்கியத் தலைப்புகளில் உரை நிகழ்த்தி யுள்ளார். மக்கள் சிந்தனைப் பேரவை நடத்தி வரும் ஆசிரியர் பாராட்டு விழா உள்ளிட்ட பேரவையின் வேறு பல முக்கிய நிகழ்வுகளிலும் அவர் பங்கேற்றுச் சிறப்பித்துள்ளார். பேரவையின் செயல்பாடுகளை நன்கு உணர்ந்தவர். சிறந்த கலைஞராக மட்டுமல்லாமல் தலைசிறந்த மனிதராகவும் விளங்குகிறார்.

கே.பி. சுந்தராம்பாள் அவர்களது படத்தைத் திறந்து வைக்க நடிகை மனோரமா அவர்களை அழைத்தோம். வந்து மிக அருமையான உரை நிகழ்த்தினார்கள். குழந்தை உள்ளம் கொண்டவர்.

திரையுலக நூற்றாண்டு விழாவையொட்டி புத்தகத் திருவிழாவில் அதற்கொரு நாளை ஒதுக்கி சிந்தனை அரங்கத்தை ஏற்பாடு செய்தோம். இயக்குனர்கள் சீனுராமசாமி, பாலாஜி சக்திவேல், பாண்டிராஜ் ஆகியோரை அழைத்துப் பேசச் சொன்னோம்.

எம்.பி. சீனிவாசன் கலைக்குழுவை அந்தக் காலத்திலும் அழைத்து வந்தோம். இப்போது சென்ற ஆண்டும் அவர்களது இசை நிகழ்ச்சியை ஏற்பாடு செய்திருந்தோம்.

இசைஞானி இளையராஜா அவர்களை ஈரோடு புத்தகத் திருவிழாவின் தொடக்க நாள் நிகழ்வுக்கு அழைத்து வந்தோம். அவர் அதிகமாக வெளிநிகழ்ச்சிகளில் கலந்து கொள்வதில்லை. ஆனால் புத்தகத் திருவிழாவிற்கு மனமுவந்து வந்தார். எழுச்சிமிக்க பெருங் கூட்டம் திரண்டது.

அவர் இந்திய இசையின் அடையாளமாகத் திகழ்கிறார். ஈரோடு வ.உ.சி. பூங்காவில் மக்கள் சிந்தனைப்பேரவை மேடையில் அவர் பாடினார், பேசினார். மழை வந்தது. அப்போதும் கூட்டம் கலையாமல் அவரது இசை மழையில் நனைந்தது. மக்கள் எழுச்சியோடு காணப் பட்டார்கள்.

அந்த நிகழ்ச்சிக்குப் பிறகு பேரவையின் நடவடிக்கைகளில் தொடர்ந்து ஆர்வம் காட்டுபவராக இருக்கிறார். மக்கள் சிந்தனைப் பேரவையின் குழுவினர் கடலூர் வெள்ள நிவாரணப் பணிகளில் ஈடுபட்டபோது கடலூருக்கு நேரடியாக வந்து பேரவையினரை ஊக்கப்படுத்தி மக்களுக்கு ஆறுதலும் நம்பிக்கையும் அளித்து நிவாரணப் பொருட்களை வழங்கினார்.

வில்லிசைக்கலைஞர் சுப்பு ஆறுமுகம் அவர்களுக்கு இந்த ஆண்டுக்கான பாரதி விருதை அளித்திருக்கிறோம். கலைவாணர் என்எஸ்கேவோடு பல ஆண்டுகள் இருந்திருக்கிறார். வில்லிசையின் மூலமாக நல்ல பல கருத்துகளைப் பரப்பியிருக்கிறார்; தமிழ்க் கலையை வளர்த்திருக்கிறார். தமிழ்த் திரையுலகில் கதாசிரியராகவும், பல படங்களுக்கு பாடலாசிரியராகவும் திகழ்ந்துள்ளார். நிறைய படங்களுக்கு காமெடி டிராக் எழுதியிருக்கிறார்.

அண்மையில் மறைந்த நாட்டுப்புறக் கலைஞர் கே.ஏ.குணசேகரன் அவர்களை அழைத்து வந்து ஈரோடு புத்தகத் திருவிழாவில் உரை நிகழ்த்தச் செய்தோம். மக்கள் பாடகர் திருவுடையானை குழுவினரோடு அழைத்து புத்தகத் திருவிழாவில் நிகழ்ச்சி நடத்தினோம். நாட்டுப்புறப் பாடகர் புஷ்பவனம் குப்புசாமி அவர்களை அழைத்து, புத்தகத் திருவிழாவில் ஒரு முறை சொற்பொழிவும், ஒருமுறை அவரது மனைவி அனிதா குப்புசாமி உள்ளிட்ட குழுவினருடன் முழுமையான இசை நிகழ்ச்சியை நடத்தினோம்.

இயக்குனர் பாரதிராஜா அவர்களைப் புத்தகத்திருவிழாவின் நிறைவுநாள் விழாவுக்கு அழைத்திருந்தோம். உணர்வுப்பூர்வமாகப் பங்கேற்று நெகிழ்ச்சியடையும் விதத்தில் பேசினார். ஒருமுறையே வந்திருந்தாலும் பேரவையில் நடவடிக்கையை நன்கு உணர்ந்தவராக விளங்கினார்.

இயக்குநர் பாக்கியராஜ் அவர்களை ஈரோடு புத்தகத் திருவிழாவில் அழைத்துப் பேச வைத்துள்ளோம். நிகழ்ச்சிக்கு மனைவி பூர்ணிமா பாக்கியராஜையும் தன்னோடு அழைத்து வந்திருந்தார். இயக்குநர் பொன்வண்ணன் அவர்களை ஒருமுறை புத்தகத் திருவிழாவில் உரை நிகழ்த்த அழைத்திருந்தோம். ‘மையம்’ என்ற தலைப்பில் மிகவும் ஆழமான அணுகுமுறையோடு உரை நிகழ்த்தினார். வித்தியாசமான, பொறுப்பான உரை.

சிங்கப்பூர் ‘கவிமாலை’ காப்பாளர் மா. அன்பழகன் அவர்கள் பாலச்சந்தர் அவர்களிடம் உதவி இயக்குனராக இருந்தார். அவர் என்னை பாலச்சந்தருக்கு அறிமுகம் செய்து வைத்தார். அவருடைய வீட்டிலேயே பேசிக்கொண்டிருந்தோம். “ஈரோட்டிற்கு நீங்கள் அவசியம் வரவேண்டும்” என்றேன். “கட்டாயம் வருகிறேன்” என்றார். ஆனால் துரதிருஷ்டவசமாக மறைந்துவிட்டார். நான் அழைக்க நினைத்து முடியாமல் போய்விட்ட மதிக்கத்தக்க மனிதர்களுள் அவரும் ஒருவர். அவருக்கு பாரதி விருது கொடுக்கலாம் என்று நினைத்திருந்தோம். அதை நிறைவேற்ற இயற்கை இடம் தரவில்லை.

நான் பார்த்துப் பரவசப்பட்டு - சந்திக்க நினைத்து முடியாமல் போனவர்கள் பலர் உண்டு. அதில் முக்கியமானவர் நடிகர் திலகம் சிவாஜிகணேசன். அவர்மீது எனக்கு மிகப்பெரிய அபிமானம் உண்டு. ‘கப்பலோட்டிய தமிழன்’ ‘பராசக்தி’ ‘வீரபாண்டிய கட்டபொம்மன்,’ ‘ராஜபார்ட் ரங்கதுரை’ போன்ற நாட்டுப்பற்றையும் மொழிப்பற்றையும் வளர்க்கும் வகையிலான திரைக் காவியங்களை பலமுறை பார்த்திருக்கிறேன்.

‘கப்பலோட்டிய தமிழன்’ படத்தை மட்டும் ஆறுமுறை பார்த்திருக்கிறேன். அவருக்கு நீண்ட கடிதம் எழுதினேன். பிறகுதான் கேள்விப்பட்டேன். ‘அவர் கடிதமெல்லாம் படிக்கவும் மாட்டார், பதில் எழுதவும் மாட்டார்’ என்று. 1996-ஆம் ஆண்டு ‘ஜீவா முழக்கம்’ இதழின் சார்பாக விடுதலை பெற்ற பொன்விழா ஆண்டு மலருக்காக அவரைச் சந்தித்து நீண்ட பேட்டி ஒன்று எடுக்க விரும்பினேன். நேரம் ஒதுக்கக் கேட்டு, கடிதம் எழுதினேன். பதில் கிடைக்கவில்லை. திருமண வீடுகளில், கூட்டங்களில் அவரைப் பார்த்திருக்கிறேன். நேரில் பார்த்துப் பேசி பேட்டியும் எடுத்திருந்தால் நிறைவாக இருந்திருக்கும்.

நான் கல்லூரியில் படித்துக் கொண்டிருந்த போது கவிஞர் மு.மேத்தாவின் ‘கண்ணீர் பூக்கள்’ கவிதைத் தொகுதியைப் படித்துவிட்டு அவரை கல்லூரியில் உரைநிகழ்த்த அழைத்தேன். அச்சமயம் கோவை அரசுக் கல்லூரிப் பேராசிரியராக இருந்தார். அப்போது ஏற்பட்ட தொடர்பு... அவருடைய அத்தனை நூல்களையும் அப்போதைக்கப் போதே வாசித்துவிடுவேன். ஒருமுறை அவருக்கு ஒரு கடிதம் எழுதியிருந்தேன். ‘திருவிழாவில் ஒரு தெருப்பாடகன்’ என்ற அவரது கவிதை நூலுக்கான முன்னுரையாக அக்கடிதத்தை அப்படியே வெளியிட்டிருந்தார். பிறகு சென்னைக்கு மாற்றலானர். சென்னை செல்கிற போதெல்லாம் அவரை அவரது கல்லூரியிலோ வீட்டிலோ சந்தித்து நீண்ட நேரம் உரையாடுவதை வழக்கமாக வைத்திருந்தேன். இன்றும் கூட அவரது உறவும் தொடர்பும் உயிரோட்டமாகத் தொடர்கிறது.

கவிஞர் சிற்பி பாலசுப்பிரமணியம், புலவர் புலமைப்பித்தன், புவியரசு, கவிஞர் வைரமுத்து, ஈரோடு தமிழன்பன் உள்ளிட்ட கீர்த்திமிகு கவிஞர்கள் மற்றும் திரைப்படப் பாடலாசிரியர்களின் படைப்புகளை எப்போதும் விரும்பிப்படிப்பதுண்டு. இவர்கள் அனைவரையுமே ஈரோடு புத்தகத் திருவிழாவிற்கும் மக்கள் சிந்தனைப் பேரவையின் வேறு நிகழ்ச்சிகளுக்கும் வரவழைத்துள்ளோம்.

தெலுங்கில் புகழ்பெற்ற நடிகரும் இயக்குனருமான மாதல்ல ரங்காராவ் எனக்கு மிகவும் நீண்டகால நெருங்கிய தோழர். அவருடையதுதான் 'எர்ர்ர மல்லிலு' என்ற தெலுங்குப்படம். அந்தப்படத்தைத்தான் ஏவிஎம் நிறுவனம் 'சிவப்பு மல்லி' என்று தமிழில் எடுத்தனர். மாதல்ல ரங்காராவ் பல வெற்றிப் படங்களை தெலுங்கில் கொடுத்த மிகச்சிறந்த கலைஞர்.

இப்படி கலைஞர்களோடு எமக்கிருந்த உறவையும் தொடர்பையும் சொல்லிக் கொண்டே போகலாம். கலையின் மகத்துவத்தின் மீதும் சக்தியின் மீதும் எமக்கிருந்த ஈடுபாடும் நம்பிக்கையுமே இதற்குக் காரணங்களாகும்.

மிகஇளம் வயதிலேயே பிரபலமான வழக்கறிஞராக இருந்திருக்கிறீர்கள். இந்த நிலையில் எல்லாவற்றையும் விட்டு விட்டு முழுமையான சமூகப் பணிக்கு வந்துவிட்டீர்கள். என்ன காரணத்திற்காக நன்றாகச் சென்று கொண்டிருந்த வக்கீல் தொழிலை விட்டுவிட்டு வந்தீர்கள். உங்களுக்கு வாதத்திறமையும், நன்றாகக் குறுக்கு விசாரணை செய்யும் வல்லமையும் இயல்பாகவே இருக்கின்றன. அரசியலுக்கு வந்து புகழையும் பதவிகளையும் பெற்றவர்கள் கூட வழக்கறிஞர் தொழிலை விடாமல் பகுதி நேரப் பணியைப்போல பார்த்துக் கொண்டிருக்கிறார்கள். நீங்களும் அதைப்போல இருந்திருக்கலாமே?

விருப்பப்பட்டுதான் சட்ட வகுப்பில் சேர்ந்தேன். என் பேராசிரியர் சொன்னதால் பிஎஸ்சி மேத்ஸ் படித்தேன். பட்டம் பெற்ற பிறகு சட்டக்கல்வி பயில வேண்டும் என்று சட்டக் கல்லூரியில் சேர்ந்து படித்தேன். இளநிலை வழக்குரைஞராகப் பணியாற்றினேன். எனக்குக் கீழே இரண்டு மூன்று வழக்குரைஞர்கள் பணியாற்ற, தனியாக அலுவலகம் அமைத்தும் தொழில் செய்தேன்.

ஏராளமாக வழக்குகள் வந்தன. ஆனால் தொடக்கத்திலிருந்தே எனக்குப் பொதுவாழ்க்கையிலே நாட்டமிருந்தது.

மாணவர் அமைப்பு, தொழிற்சங்கம், இலக்கிய அமைப்பு, அரசியல், எழுத்து, ஆய்வுப்பணி, சொற்பொழிவு என்று பல தளங்களில் நான் சமூகப்பணிகளில் ஈடுபட்டு வந்தேன். அதுதான் என் வாழ்வின் தொடக்கம். 'டிஃபன்ஸ் லாயர்' என்பவர் குற்றம் சாட்டப்பட்டவருக்காக ஆஜராகி வாதிடுபவர். 'அக்யூஸ்ட்' குற்றம் சாட்டப்பட்டவர். இன்னொரு பக்கம் அரசு வழக்கறிஞர்.

நீதிபரிபாலனத்தில் இப்படியெல்லாம் இருக்கிறது, சட்டத்தில் இப்படியெல்லாம் இருக்கிறது, ஏற்கனவே இப்படியெல்லாம் தீர்ப்புகள் சொல்லப்பட்டிருக்கின்றன என்று நீதிபதிக்கு எடுத்துச்

சொல்லி சட்டம் தன் கடமையைச் செய்ய உதவி செய்யக்கூடிய பணிதான் டிபன்ஸ் லாயருடைய பணி.

அரசுத் தரப்பு வழக்கறிஞர் 'அவனை உள்ளே தள்ள வேண்டும். அதற்கு இதுதான் காரணம். சட்டம் இப்படி இருக்கின்றது. ஏற்கனவே இப்படியெல்லாம் சொல்லப்பட்டிருக்கிறது. இன்னின்ன ஆதாரங்கள், சாட்சிகள் இருக்கின்றன' என்று சொல்வார். இரண்டையும் சீர்தூக்கிப் பார்க்கக்கூடிய இடத்தில் நீதிபதி இருப்பார்.

இருதரப்பு வழக்கறிஞர்களுமே நீதிமன்ற அலுவலர்கள்தான். 'கோர்ட் ஆபிசர்ஸ்'. நீதிமன்றத்திற்கு உதவுவதுதான் இருதரப்பு வழக்கறிஞர்களின் பணியாகும். இரண்டுபேருமே முக்கியமானவர்கள் தான். நீதிபதி சரியான தீர்ப்பை வழங்குவதற்கு நிறைகுறைகளை, சாதகபாதகங்களைச் சொல்லி, எல்லா அம்சங்களையும் எல்லாக் கோணங்களையும் விளக்கிக் கூறி நீதிபதி நல்ல தீர்ப்பை வழங்க உதவுவது தான் வழக்கறிஞர்களின் பணி.

நீதிபதி வரும் போது அனைவரும் எழுந்து நின்று வணங்குவது ஏதோ தனிப்பட்ட நீதிபதிக்குச் செலுத்தப்படும் வணக்கமல்ல; நீதி பரிபாலனத்திற்கு, ஒட்டுமொத்த நீதிமன்றத்திற்கே மரியாதை செலுத்துவதாகத்தான் அதற்கு அர்த்தம்.

வழக்கறிஞர் தொழிலைத் தொடங்கினேன். இரண்டு மூன்று இளநிலை வழக்கறிஞர்கள் என்னிடம் பிராக்டிஸ் செய்தனர். நானும் உற்சாகமாகத்தான் வேலை செய்தேன். சிவில் வழக்குகளையும் எடுத்தேன்; கிரிமினல் வழக்குகளையும் எடுத்தேன். சரியான நேரத்திற்கு நீதிமன்றத்தில் ஆஜரானேன். வழக்கு சம்பந்தப்பட்ட அனைத்துத் தரவுகளையும் சாட்சிகளையும் பல்வேறு கோணங்களில் அலசி ஆராய்ந்து ஒரு சிறு துரும்பையும் விட்டுவிடாமல் கவனமாகப் படித்து வாதிடவேண்டும்.

கட்டுகளை கவனமாகப் படித்து குறிப்புகளைத் தயாரிக்க வேண்டும். எந்த நேரமும் நம்முடைய சிந்தனை வழக்கிலேயே இருக்கவேண்டும். ஆகவே முழுமையாக நாம் அதே பணியில் இருந்தால்தான் அது சரியாக இருக்கும். ஏராளமான தொழிற்சங்கப் பணிகள், அரசியல் பணிகள், இலக்கிய உரைகள், பொதுப்பிரச்சினைகளில் ஈடுபட்டுக்கொண்டு வழக்கறிஞர் தொழிலையும் செய்வது என்பது இயலாத காரியம். ஒன்றில் ஈடுபட்டால் அதில் முழுமையாக ஐக்கியமாகி அதில் தொடர்புடையோருக்கு நிறைவளிக்கும் வகையில் செயல்படுவதுதான் நியாயமாகும். வழக்கறிஞர் தொழில் என்பது முழுமையாகச் செய்யவேண்டியது.

இன்னொன்று காலையிலிருந்து மாலை வரை உட்கார்ந்திருக்க வேண்டும், ஒரு பெயிலுக்கு, ஒரு ஜாமீனுக்கு. நான் குறைசொல்வதாக நினைக்கக்கூடாது. அப்படி உட்கார்ந்திருப்பதுதான் தொழில் தர்மம்.

அந்தத் தொழிலை நான் குறைத்து மதிப்பிடவில்லை. மிகவும் திறமையான தொழில். ஆனால் நியாயம், தர்மம், இலட்சியம், கொள்கை, சீர்திருத்தம், புரட்சி என்ற தன்மைகளில் வரும் வழக்குகள் எத்தனை? நூற்றுக்கு ஐந்து தான் வரும். அதுமட்டுமல்ல, நிறைய நேரம் விரயமாகிறது.

ஆயிரக்கணக்கான பள்ளி - கல்லூரி மாணவர்கள் மத்தியில் பேசுகிறோம். அரசியல் பொதுக்கூட்டத்தில் உரை நிகழ்த்துகிறோம். ஆசிரியர் மாநாட்டில் பேசுகிறோம். வங்கி ஊழியர் மாநாட்டில் பேசுகிறோம். தொழிலாளர் போராட்டத்தில் பேசுகிறோம். பொதுமக்கள் திரள்கிற நல்லநல்ல நிகழ்ச்சிகளில் ஒரு மணி நேரமோ ஒன்றரை மணி நேரமோ பேசுகிறோம். மக்களுக்காகப் பேசுகிறோம். இங்கே ஒருவருக்காக மணிக்கணக்கிலே உட்கார்ந்திருக்கிறோம். ஒருவருக்காகப் பேசுகிறோம். அதை நீதிபதி சரியாகவும் புரிந்து கொள்வார்; வேறு மாதிரி புரிந்து கொள்ளவும் வாய்ப்புண்டு.

இப்படிப் பேசுவதால் நீதிமன்றத்தையோ சட்டத்தையோ வழக்கறிஞர் தொழிலையோ நான் மதிக்கவில்லை என்று கருதக்கூடாது. என் வாழ்க்கை, என் பார்வை, என் கருத்து, என்னுடைய சூழ்நிலை, என்னுடைய மனோபாவம் இப்படி இருக்கிறது.

சமூகப் பணியில், பொதுவாழ்வில் ஈடுபாடு அதிகமாக இருக்கிறது. மக்கள் என்னிடம் வழக்குகளுக்காக அதிகமாக வருகிறார்கள். என்னால் நேரத்தை ஒதுக்கி முழுமையாகப் பாடுபட இயலவில்லை. பொதுப்பணியும் சமூக சிந்தனையும்தான் என் வாழ்வின் தொடக்கம். வழக்கறிஞர் பணிக்கு வந்தபிறகு நான் பொதுவாழ்வுக்கு வரவில்லை. பொதுவாழ்க்கைக்கு வந்த பிறகுதான் வழக்கறிஞரானேன். இது இடையில் வந்தது. ஆகவே இதுவா அதுவா என்ற குழப்பத்தில் அதிகக் காலத்தை வீணாக்க விரும்பவில்லை.

இரண்டு குதிரைகளில் ஒரே நேரத்தில் சவாரி செய்யமுடியாது. நம்மை நம்பி வருகிறவர்களிடம் அவர்களது வழக்குகளுக்காக நாம் முழுமையாக ஈடுபடுவதுதான் தர்மம்.

விடுதலைப்போராட்டக் காலத்தில் 'வக்கீல், வக்கீல், வக்கீல் எதிலும் வக்கீல்' என்ற தலைப்பில் 'சுதேசமித்திரன்' பத்திரிகையில் ஒரு தலையங்கமே வந்தது. ஜி. சுப்பிரமணிய ஐயர் எழுதியிருக்கிறார். காந்தி வக்கீல்தான், நேரு வக்கீல்தான், வ.உ.சி., ராஜாஜி,

விஜராகவாச்சாரி எல்லோரும் வக்கீல்கள் தானே! பொய்யும் பேச வேண்டி வரும். ஆனால் பொய், உண்மை என்பதையெல்லாம் தாண்டி அது ஒரு சட்டப் பரிசீலனை. அது ஒரு சட்ட உலகம். அதை அப்படித் தான் பார்க்க வேண்டும். சட்டத்தின் ஆட்சி அங்கே.

சட்டத்திற்கும் நியாயத்திற்கும் முரண்பாடு இருக்கும். உதாரணத்திற்கு சொல்கிறேன். ஒரு செக் (காசோலை) கேஸ்...

செக் ரிட்டன் ஆகிவிட்டது. செக் மோசடி பண்ணிட்டான்னு ஒரு வழக்கு. நான் கேசை நடத்துகிறேன். அவர் 3 லட்ச ரூபாய் தரவேண்டும். உண்மைதான். நான் எதிர்த்தரப்பு வழக்கறிஞரிடம் 'அவர் ஏற்கனவே 50 ஆயிரம் கொடுத்துவிட்டார். இன்னும் இரண்டரை லட்சம் தான் தர வேண்டுமாம்' என்றேன். அவரும் 'ஆமாம்' என்றார்.

'அந்த 50 ஆயிரம் போக மீதி இரண்டரை லட்சத்தை கொஞ்சம் கொஞ்சமாகத் தருவதாகச் சொல்கிறார். சமாதானமாகப் போய் விடலாம்' என்று நான் எதிர்தரப்பு வக்கீலிடம் பேசினேன். நான் பெரும்பாலும் காம்ப்ரமைஸ் பண்ணி விட முடியுமானால் அதற்கு முதலிடம் கொடுத்து முயற்சி செய்வேன். அப்படித்தான் இதிலும் முயன்றேன். அந்த வக்கீலும் நல்லவர்தான். 'நாளைக்குச் சொல்கிறேன்' என்றார்.

அடுத்தநாள் போன் பண்ணி, "ஐயா இன்னைக்கு சொல்றேன்னீங் களே" என்றேன். "ஆமாம்! என் கட்சிக்காரரிடம் கேட்டேன். அந்த 50 ஆயிரம் வாங்கியது உண்மைதான். ஆனா அவன விடக் கூடாது. கோர்ட்டுல இழுத்துப்போட்டு மூனு லட்சத்த வாங்கிரணும்னு சொல்றார்" என்றார்.

நான் சொன்னேன் "அவர் இளைஞர். ஏமாத்தணுங்கற நோக்க மில்லை. ஏதோ தொழில் நஷ்டமாகிவிட்டது. செக் கொடுத்தது வாஸ்தவம்தான். அவர் குற்றவாளி என்பதும் வாஸ்தவம்தான். 50 ஆயிரம் அவர் கொடுத்துவிட்டதையும் நீங்கள் ஒத்துக் கொள்கிறீர்கள். மீதி இரண்டரை லட்சம் வேண்டாம் மூணு லட்சமாகக் கொடு. அதையும் ஒரே தவணையில் கொடு என்கிறீர்களே! அவரால் முடியாது. மூன்று நான்கு தவணைகளில் கொடுத்து விடுகிறேன் என்கிறார்" என்று பேசிப் பார்த்தேன்.

செக் உண்மை. இவர் கையெழுத்துப் போட்டதும் உண்மை. இது என்னுடைய கையெழுத்துதான் என்று ஒத்துக்கொள்கிறார். ஆனாலும் வழக்கில் வெற்றி பெற்று விட்டோம். வெற்றி என்றால்

எப்படி? ஒரு பைசா கூட எதிர்த்தரப்பிற்கு எமது கட்சிக்காரர் தரவேண்டியதில்லை. மூணு லட்சம் ரூபாயும் தரவேண்டியதில்லை.

அதற்காக ஆகாவென்று நாங்கள் மகிழ்ச்சியடையவில்லை. எனது கட்சிக்காரரான அந்த இளைஞரைக் கூப்பிட்டு "சட்டம் வென்று விட்டது. தர்மம் தோற்றுவிட்டது." என்றேன்.

"நீ ஏற்கனவே சொன்னமாதிரி, இரண்டரை லட்ச ரூபாயைத் திருப்பிக் கொடுத்திடு. ஜெயிச்சுட்டோங்கறதுக்காக என் பீசை வேண்டுமானால் குறைத்துக்கொள். ஆனால் அவருக்குக் கொடுக்க வேண்டிய இரண்டரை லட்சத்தை கொஞ்ச கொஞ்சமாக கொடுத்துவிடு" என்றேன்.

சட்டப்படி கேசில் வெற்றி பெற்றும் நமக்கு மனதில் நிம்மதி இல்லை.

நீங்கள் பள்ளியில் படிக்கும் போது மறக்கமுடியாத ஆசிரியர்கள் சிலர் இருந்திருப்பார்கள். அவர்களோடு தொடர்புடைய நினைவில் நிற்கும் நிகழ்ச்சி ஒன்றைச் சொல்லுங்கள்?

இது ரொம்ப முக்கியமான விஷயம். இதைப்பற்றி சொல்வதென்றால் மணிக்கணக்கில் சொல்லமுடியும். பிறர் வாழ்க்கையில் நடந்த சம்பவங்களைச் சொல்லலாம். என்னுடைய வாழ்வில் நடந்த சம்பவங்களைச் சொல்வதென்றாலும் சொல்லலாம். 'ஒரு பானை சோற்றுக்கு ஒரு சோறு பதம்' என்பதைப் போல ஒரு சம்பவத்தைச் சொல்கிறேன்.

நான் சின்ன வயதில் பள்ளியில் படிக்கும்போது விளையாட்டில் அதிக ஆர்வம். என்சிசி, சாரணர் பயிற்சி, செஞ்சிலுவை சங்கம், ரோட்டரி கிளப்பின் மாணவர் பிரிவு என்னென்ன இருக்கிறதோ எல்லாவற்றிலும் சேர்ந்து கொள்வேன். வீட்டிலிருந்து ஐந்தாறு கிலோமீட்டர் இருக்கும். பள்ளிக்கு சைக்கிளில் செல்வேன். பள்ளி விட்டதும் விளையாட்டு மைதானத்தில் விளையாடிவிட்டுத்தான் வீட்டிற்குப் போவேன். 'குண்டு எறிதல்' ஷாட்புட். குண்டை எறிவார்கள். நான் தூக்கிக்கொண்டு வந்து கொடுப்பேன் அல்லது தூக்கிப் போடுவேன். அதேபோல 'ஈட்டி எறிதல்' ஈட்டியை வீசுவார்கள். விழுந்த இடத்தில் போய் எடுத்துக் கொண்டு வருவேன்.

சாயங்காலம் நாலரை மணிக்குப் பள்ளி விட்டதும் ஆறுமணி வரை கிரவுண்டிலேயே இருப்பேன். மூத்த மாணவர்கள் விளையாடுவதைக் கவனிப்பேன். விளையாட அவர்களுக்கு உதவி செய்வேன். இதைப்பார்த்துக் கொண்டிருந்த விளையாட்டு ஆசிரியர் ஒருநாள்

“என்னப்பா தினமும் வருகிறாய். தினம் உன்னைப் பார்த்துக் கொண்டு தான் இருக்கிறேன். டைம் ஆகிவிட்டதே வீட்டுக்குப் போகலையா. வீடு எங்க இருக்கு?” என்றார்.

“மாணிக்கம்பாளையம்” என்றேன்.

சரி! விளையாட்டில் பையனுக்கு ஆர்வமிருக்கிறது என்று நினைத்திருப்பார் என்று கருதுகிறேன். “நீ நாளையிலிருந்து விளையாட்டுப் பயிற்சியில் சேர்ந்துவிடு” என்றார். சிறப்புப் பயிற்சி அளிக்கத் தொடங்கினார்.

அவரிடம் பயிற்சி எடுப்பவர்கள் காலையில் 5 மணிக்கெல்லாம் கிரவுண்டுக்கு வந்துவிட வேண்டும். அவர் நாலரைக்கே வந்து விடுவார். அவரைக் கண்காணிக்க ஆள் இல்லை. தலைமை ஆசிரிய ரெல்லாம் இவரைக் கேட்கமாட்டார். ஆனால் இவரே போய்விடுவார். இவரே சீரியசாக, சின்சியராக மாணவர்களுக்குப் பயிற்சிளித்தார்.

மாணவர்களெல்லாம் அவர் மீது அவ்வளவு மரியாதையோடு இருப்பார்கள். பணியில் அவ்வளவு சிரத்தையோடு இருப்பார். தன் பணியோடு இரண்டறக் கலந்திருப்பார். எந்த நேரமும் விளையாட்டுத் திடலையே சுற்றிக்கொண்டிருப்பார்.

ஒரு கட்டத்தில் லாங் ஜம்ப், ஷாட்புட், நூற்றுப்பத்து மீட்டர் தடை தாண்டும் ஓட்டம், நூறுமீட்டர் ஓட்டம் இந்த போட்டிகளில் களம் இறங்கினேன். நான் மூன்றில் முதலிடமும் ஒன்றில் இரண்டாவது இடமும் பெற்றதால் சாம்பியன்ஷிப் வாங்கினேன். ஏனென்றால் அந்த அளவுக்கு ஆர்வத்தோடு எனக்குப் பயிற்சி அளித்தார். விளையாட்டில் எனக்கு இருந்த ஆர்வத்தை இனம் கண்டுபிடித்து எனக்கு ஊக்கமளித்தார். வேறொருவராக இருந்தால் கண்டு கொண்டிருக்கவே மாட்டார்கள். சாம்பியன்களை மட்டுமே பார்த்துக் கொண்டிருந்திருப்பார்கள்.

ஒரு கிராமத்துப் பையனைக் கண்டுபிடித்து ஒரே வருடத்தில் மோல்டு பண்ணி வெற்றி பெற வைத்துவிட்டார். அப்போது கல்வி அமைச்சராக இருந்தவர் நாவலர் இரா.நெடுஞ்செழியன். அவருடைய கரங்களால் ஜூனியர் சாம்பியன்ஷிப் பெற்றேன். அதற்கு மூலகாரணம் அந்த விளையாட்டு ஆசிரியர் தான். எங்கள் பள்ளியில் பணியாற்றிய இதர விளையாட்டு ஆசிரியர்களும் சிறப்பானவர்கள்தான். பொது வாகவே படிப்புக்கு இணையாக விளையாட்டிற்கும் முக்கியத்துவம் கொடுக்கிற பள்ளி.

மாவட்ட அளவிலான விளையாட்டுப் போட்டி நடக்கிறது. எங்களுடைய பள்ளிதான் எப்போதுமே அதிக புள்ளிகளை எடுத்து

சிறப்பு வெற்றிக்கோப்பையைப் பெறும் பள்ளியாக வரும். அந்த ஆண்டு விளையாட்டுப் போட்டிகள் நிறைவுபெறும் சமயம்.

நடுவர்கள் நான்கைந்து பேர் வந்தார்கள். பொதுவாக எல்லோருமே எங்களுடைய ஆசிரியரிடம் பேசப் பயப்படுவார்கள். மரத்தடியில் நாங்களெல்லாம் உட்கார்ந்திருந்தோம். யார் நடுவர்கள்? எல்லாம் வேறு பள்ளிகளில் விளையாட்டு ஆசிரியர்களாகப் பணியாற்றுகிறவர்கள் தான். எங்களது விளையாட்டு ஆசிரியர் வேலையில் மிகவும் தீவிரமாக வெறியாக இருப்பவர். சாதாரணமாகத் தான் இருப்பார். ஆனால் நல்ல தீட்சண்யமான விழிகளோடு கம்பீரமாக இருப்பார். அவரிடம் பேசவே தயங்குவார்கள். அவரிடம் நான்கைந்து நடுவர்களும் சேர்ந்து வந்து தயங்கித் தயங்கி,

“சார்! மன்னிக்கணும்! நூறு மீட்டர் ஓட்டப்பந்தயத்தில் முதலிடம் பெற்ற உங்க மாணவர் ஓடுகிறபோது அடுத்த டிராக்கில் காலை மாற்றி வைத்து ஓடிவிட்டார். ஆகவே அவரை டிஸ்குவாலிஃபைடு பண்ணிட்டோம்” என்றார்கள்.

எங்க ஆசிரியர் நல்ல சிவப்பு. மீசை வைத்திருப்பார். இதை நடுவர்கள் சொன்னவுடன் அப்படியே சிங்கம் மாதிரி திரும்பிப் பாத்தார்.

“என்னது... என்னுடைய ஸ்டூடண்டு வேற டிராக்ல கால் வச்சுட்டானா? சான்ஸ்சே இல்லையே” அப்படின்னார்.

“இல்லிங்க, நான்கைந்து நடுவர்களும் முடிவு பண்ணிட்டாங்க” என்றார்கள்.

“சரி! அதுக்கு என்ன” என்றார்.

“இல்லை, பையன் டிஸ்குவாலிஃபைடு” என்றனர்.

“டிஸ்குவாலிஃபைடுன்னா என்ன? சாம்ப்பியன்ஷிப் கிடையாது. அப்படித்தானே” என்றார்.

‘அந்தப் போட்டியை மட்டும் மறுபடியும் ஒருமுறை நடத்த முடிவெடுத்துள்ளோம்’ என்றனர்.

வெற்றிபெற்ற அந்த மாணவனுக்கு நாங்கள் எல்லோரும் மகிழ்ச்சியில் பிரியாணி வாங்கிக் கொடுத்தோம். அவன் அந்த நூறு மீட்டர் ஓட்டத்தில் மட்டுமல்ல, இருநூறு மீட்டர் ஓட்டம் போன்ற இன்னும் இரண்டு மூன்று விளையாட்டிலும் வெற்றி பெற்றவன். ஆகவே போட்டிகளெல்லாம் முடிந்துவிட்டது என்பதால் எல்லோரும் உற்சாகத்தில் அவனைப் பாராட்டி பிரியாணி சாப்பிடச் சொன்னதால் நிறைய சாப்பிட்டுவிட்டு களைப்பில் மரத்தடியில் படுத்துவிட்டான்.

"எங்கள் ஆசிரியர் படுத்துக்கொண்டிருந்த மாணவனைப் பார்த்து, "டேய்... டிராக்ல கால மாத்தி வச்சுட்டதா சொல்றாங்கடா. நீ மறுபடியும் ஓடணும்" என்றார்.

"சார்! சாரி சார் எழுந்திருக்கக்கூட முடியல சார். சாம்பியன்ஷிப்பே இல்லன்னாலும் பரவாயில்லை. ஓட முடியாது சார்" என்கிறான் அவன். உண்மையிலேயே அதுதான் நிலைமை. உடல் களைப்பு வேறு, அதிக அளவில் உண்ட களைப்பு வேறு.

"கொடுடா கைய" என்று படுத்திருந்தவனை கை கொடுத்துத் தூக்கிவிட்டார். "கால நல்லா தூக்கி வச்சு நடடா" என்று சொல்லி விட்டு ஸ்டார்ட்டிங் பாய்ண்டில் இவரே ஸ்டார்டிங் பிளாக்குக்கு ஆணியை வைத்து அடிக்கிறார். உக்கார வைத்துக் காலை நீவி விடுகிறார். ஆசிரியர் தீவிர முருகபக்தர். எதற்கெடுத்தாலும் "முருகா முருகா" என்பார். கையில் வேல் பதித்த ஒரு மோதிரம் அணிந்திருப்பார். அதைக் கழற்றி இவனுடைய கையில் போட்டார். "நீட்ரா கைய. முருகனே உன்னுடன் இருப்பார்" என்று போட்டுவிட்டார். "எங்கே! போய் நில்லு பார்ப்போம். நா கடைசில நிப்பேன். நூறு மீட்டர் ஓட்டம் முடியுமிடத்தில் நிப்பேன். 'ஸ்டார்ட்' என்றவுடன் துப்பாக்கியை மேலே பார்த்து சுட்டவுடன், என்னைப் பார்த்து ஓடி வரணும்" என்றார்.

அவரே ஆணி அடித்தார், அவரே காலை வைத்து உந்திப் பார்த்தார். காலை நீவிவிட்டார். கையை உதறிவிட்டார். நாங்கள் செய்யத் தயாராக இருந்தோம். இருந்தாலும் அவரே செய்தார். நேராக கடைசியில் போய் நின்றார். எல்லா பையன்களும் நின்றார்கள். 'சரி விடுங்கடா' அப்படின்னார்.

என்ன ஆச்சு தெரியுங்களா! முதல்ல அரை மீட்டர் வித்தியாசத்துல முதல் பரிசு வாங்கினான். இப்ப ஒன்றரை மீட்டர் வித்தியாசத்துல முதல் பரிசு வாங்கினான். சிங்கம் மாதிரி பாய்ந்தான், சீனியர் ஸ்போர்ட்ஸ் மேனான பாலு என்ற அந்தப் பையனை. கடைசில நின்னுகிட்டிருந்த ஆசிரியர் அப்படியே கட்டிப்புடுச்சுக் கண்கலங்கினார்.

தன்னுடைய மாணவனின் மீது, தன்னுடைய பயிற்சியின் மீது அவருக்கு எவ்வளவு அசைக்க முடியாத நம்பிக்கை...

என்னங்க இது! சாதாரணமான விஷயமா? கிராமத்து மாணவனான என்னை இனம் கண்டுபிடித்து ஒரே ஆண்டில் நான்கு போட்டிகளில் வெற்றி பெற வைத்தார். எத்தனை ஆண்டுகள் ஆகிவிட்டன! மறக்க முடியுமா?

சிங்கம் மாதிரி நடந்துவந்து ‘டேய் எந்திரிடா’ன்னாரு பாருங்க. அவரே உக்காந்து ஆணி அடிச்சு, ஸ்டாட்டிங் பிளாக் சரியா இருக்கான்னு உக்காந்து கைய ஊணி உந்தி பாத்தாரு. எப்பேர்ப்பட்ட தொழில் பக்தி. “என்னுடைய மாணவனாவது, தப்பா டிராக் மாறி கால வைக்கறதாவது” என்று நடுவர்களிடம் எங்கள் முன்னிலையில் சொன்னார்.

உடற்கல்வி ஆசிரியர்
எம். தண்டபாணி

கண்ணால பாத்தாரா? இல்ல. அவ்வளவு நம்பிக்கை தன் பயிற்சியின் மீது. ஆணித்தரமான நம்பிக்கை தன் மாணவன் மீது. அவரது பெயர் தண்டபாணி ஆசிரியர். இதைப்போல பல ஆசிரியர்கள் இருக்கிறார்கள். கண் முன்னால பார்த்தேன். ஒரு ஆசிரியர் எப்படி இருக்க வேண்டும் என்பதற்கு உதாரணமாக இருந்தவர்களையும் பார்த்தேன். எப்படி இருக்கக்கூடாது என்பதற்கு உதாரணமாக இருந்தவர்களையும் பார்த்திருக்கிறேன்.

சிறிய வயதில் தமிழில் ஆர்வத்தை ஏற்படுத்தியவர்கள் என்று யாரையாவது குறிப்பிட விரும்புகிறீர்களா?

அரைக்கால் சட்டை போட்ட வயதிலிருந்தே அனைந்திந்திய மாணவர் பெருமன்றத்தில் செயல்பட்டேன். சுவரெழுத்துப் பிரச்சாரத்தை விடிய விடிய மிகவும் விரும்பிச் செய்வேன். பனை மட்டையைக் கொண்டு காவிக் கலரில் எழுதுவோம்.

இரவு ஒரு மணி, இரண்டு மணி வரை எழுதி முடித்துவிட்டு ஆபிசுக்குப் போவோம். அந்த நேரத்தில் வீட்டுக்குப் போகவேண்டாம் என்று அலுவலகத்திலேயே படுத்துக்கொள்வோம்! வீடு கொஞ்சம் தொலைவு.

நீளமாக இருக்கும் கட்சி ஆபீஸ். கடைசியில் படுத்திருப்பார் மு.நடேசன். பெல் அடித்தால், நீளமாக இருக்கும் கட்டிடத்தின் கடைசியிலிருந்து வந்து திறப்பார் தோழர். அவருக்குத் திருமணம் ஆகவில்லை. நல்ல தொழிற்சங்கவாதி. 75 வயது 80 வயது இருக்கும். சந்தோஷமாக வந்து திறப்பார். பேசிக்கொண்டிருப்பார்.

“ஏன்டா, இந்த நேரத்துல வந்து என் தூக்கத்தக் கெடுக்கறீங்க?” என்றெல்லாம் சொல்லமாட்டார்.

கை கால்களெல்லாம் காவிக்கலராக இருக்கும். பிரஷ்ஷை யெல்லாம் வைத்து விட்டு அங்குள்ள தொட்டித் தண்ணீரில் கைகால்

முகமெல்லாம் கழுவிக்கொண்டு வருவோம். நாங்க கைகால்களைக் கழுவிக்கொண்டு வருவதற்குள் சுருட்டைப் பிடித்தபடி சம்மணம் போட்டு உட்கார்ந்திருப்பார், நடேசன்.

"இன்னைக்கு எங்கெல்லாம் எழுதுனீங்க"

"சாப்டிங்களா?"

"இன்னைக்கு என்ன வாசகம் எழுதுனீங்க?"

அப்டின்னு ரொம்ப சந்தோஷமாகக் கேட்பார். அவருக்கு கவிதை, வசனம் இதிலெல்லாம் ரொம்ப ஆர்வம். அலுவலகத்தில் அற்புதமான சொற்றொடர்களை எழுதி வைத்திருப்பார்.

'பிச்சை தா என கேட்கும் குரலும்
பிடி இந்தா என்று நீளும் கரமும்
இச்சகத்தில் இல்லா நாளே
இன்ப நாள் என்றிடுவோமே'

இது இவர் எழுதிவைத்த வாசகம் தான். இந்த வரிகளை யார் எழுதினார் என்று தெரியாது. அலுவலகத்தின் சுவரில் எழுதி வைத்தவர் மு.நடேசன் தான். இதைப்போல பல வாசகங்களை ஆர்ட்டிஸ்ட்டுகளைக் கொண்டு அழகாக எழுதி வைத்திருப்பார்.

இயல்பாகவே பள்ளிப் பருவத்திலிருந்தே கவிதைகள் எனக்குப் பிடிக்கும். தனியாக அமர்ந்து கவிதைகளைச் சத்தம் போட்டு வாசிப்பதில் எனக்கு ஈடுபாடு இருந்தது.

கவிஞர் தமிழ் ஒளியைப் பற்றி எனக்கு மு.நடேசன் தான் முதலில் சொன்னார். வெறும் மூன்றாம் வகுப்பு படித்தவர்தான், நாங்கள் 'மூனா' என்று அழைக்கும் மு. நடேசன்.

தமிழ் ஒளி என்று ஒரு கவிஞர் இருக்கிறார். பாண்டிச்சேரிக்காரர். நாற்பது வயதிலேயே இறந்து போய் விட்டார். இதெல்லாம் மூனா சொல்லித்தான் எனக்குத் தெரியும். தமிழ் ஒளி கவிதைகள் அனைத்தும் அவருக்கு மனப்பாடம். ராகம் போட்டு பாடுவார். பாரதிதாசன் கவிதைகளைப் பாடுவார்.

'திருச்சிற்றம்பலக் கவிராயர்' என்ற புனைப்பெயரில் எழுதும் தொ.மு.சி.ரகுநாதனை எனக்குச் சிறுவயது முதலே தெரியும். அத்தோடு அவர் சிறந்த எழுத்தாளர், கவிஞர், ஆய்வாளர், தமிழ்நாடு கலை இலக்கியப் பெருமன்றத்தின் மாநிலத் தலைவர் என்பதையெல்லாம் நான் அறிவேன். சென்னையில் 'சோவியத் நாடு' என்ற இதழின் ஆசிரியர் குழுவில் அப்போது பணியாற்றி வந்தார் ரகுநாதன். பலமுறை சென்னை சென்றபோது அந்த அலுவலகத்திற்கு அவரைச்

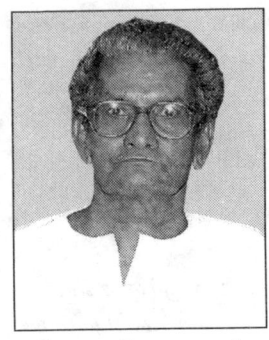

தொ.மு.சி. ரகுநாதன்

சந்திப்பதற்காகவே சென்று சந்தித்து வந்துள்ளேன். ரகுநாதனின் கவிதைகள் எந்த அளவுக்கு ஆழமானவை, வீரியம் மிக்கவை என்பதை மு.நடேசன் மனப்பாடமாக தங்குதடையின்றி சந்தத்தோடு சொல்லிக் காட்டியபோதுதான் என்னால் முழுமையாக உணரமுடிந்தது.

நான் ஒரு பேப்பரை எடுத்துக் கொண்டு 'சொல்லுங்க மூனா' என்பேன். அவர் ஆர்வத்தோடு சொல்வார். "புத்தகம் இருந்தால் கொடுங்க மூனா. நான் படிச்சிட்டுக் கொடுத்துடறேன்" என்றேன்.

"அந்தப் புத்தகமெல்லாம் எங்கிட்ட இல்லப்பா. எல்லாம் அந்தக் காலத்துல படிச்சது"

"சரி! மார்க்கட்ல இருக்குங்களா?"

"அங்கேயும் இல்லப்பா! எல்லாம் அவுட் ஆஃப் ஸ்டாக்" என்றார்.

நான் அப்போது அவரிடம் சொன்னேன்:

"ஒரு வேளை ரகுநாதன் கவிதைகளை மறுபதிப்புப் போடனும்னா, உங்கள பாடச்சொல்லி எழுதினால் போதும்" என்று.

அந்த அளவுக்கு ஒரு கவிதை விடாம எல்லாம் மனப்பாடமா தெரியும். அவர் நல்லா சொல்வார். ஒரு வாரம் மனப்பாடம் பண்ணி அவரிடம் சொல்லிக்காட்டுவேன். அப்பவும் ஸ்ட்ரக்காகும். அவர் மறுபடியும் சொல்வார். நான் மறுபடியும் திருப்பிச் சொல்வேன். இப்படிப் படித்ததுதான் பல கவிதைகள்.

அவருடைய கையில் 'பாரதியார் கவிதைகள்' புத்தகமோ, பாரதிதாசன் கவிதைகளோ, பட்டுக்கோட்டை கல்யாண சுந்தரம் பாடல்களோ, புத்தகமோ எதுவும் கிடையாது. எல்லாம் அந்தக் காலத்தில் படித்ததை நினைவில் கொண்டு அழகாக ஒரு சொல் மாறாமல் பாடுவார்.

வருத்தம் பசிதுன்பம்
வாட்டுகின்ற காலத்தும்
கருத்தில் தெளிவாற்றல்
கவிதை பொருள் அமைதி
பொருத்தம் பொருள் ஆழம்
பொய்யாத மெய் ஞானம்
ஆன இவையெல்லாம்

> அழகாக கூடிவர
> கூனுடைய பூமாந்தர்
> குறையெல்லாம் போக்கி
> அவர் மானிடராய் வாழுமொரு
> மார்க்கம் தனை வகுக்கும்
> வீரியர்க்கே தமிழ்க்கன்னி
> விரும்பி அருள்புரிவாள்.

இது தொ.மு.சி. ரகுநாதனது கவிதை. இந்தக் கவிதையை இன்றும் உங்கள் முன் இவ்வளவு வேகமாக மனப்பாடமாகச் சந்தத்துடன் சொல்கிறேன் என்றால், அதற்கு மூனா தான் காரணம். அதற்குப் பிறகு 10 ஆண்டுகள் கழித்து 'தொ.மு.சி.ராகுநாதன் கவிதைகள்' புத்தகம் வந்துவிட்டது.

> வீட்டில் உலையேற்றும்
> விளக்கேற்றும் செலவுக்காய்
> வேட்டி துணிமணிக்காய்
> மேற்செலவு சில்லரைக்காய்
> பாட்டை பைந்தமிழை
> பணயம் வைத்து தம்முடலை
> ஊட்டி வளர்த்து வந்த
> கவிஞர் ஒரு சிலபேர்.

என்று தொ.மு.சி.ரகுநாதன் பாரதியாரைப் பற்றி எழுதிய கவிதை இது. பெரிய தமிழ்ப் பேராசிரியர்கள் கூட 10 ஆண்டுகள் பாடம் நடத்தினாலும் கூட புத்தகத்தைப் பார்த்துதான் கவிதைகளை உச்சரிப்பார்கள். ஆனால் மூன்றாம் வகுப்புக்கூட படிக்காத மூனா ஒரு கவிதையைக்கூட ஒரு பாடலைக் கூட ஒரு சொல்லைக்கூட புத்தகத்தை எடுத்துப் பாடியோ படித்தோ நான் பார்த்ததில்லை. ஆனால், இவற்றையெல்லாம் அவர் வாசித்த காலத்தில் அவர் எவ்வளவு ஈடுபாட்டோடு வாசித்து உள்வாங்கியிருப்பார் என்பதை எண்ணும் போது வியப்பாக இருக்கிறது.

மு. நடேசன்

உங்களின் நற்பணிகள் மேலும் தொடர செந்துறைச் செம்மொழித் தமிழ்ச்சங்கத்தின் சார்பாக மனமார்ந்த நன்றியைத் தெரிவித்துக் கொண்டு விடைபெறுகிறோம். வணக்கம்!

"நன்றி, வணக்கம்!"

சந்திப்பு: வே. குமரவேல்